Tâm nguyện cùng Trời Đất

Con xin cúi gập khấn lạy tạ ơn Trời Đất và Cha Mẹ đã cho con có một thân thể lành lặn, một trí não sáng suốt, một tinh thần luôn hướng thượng.

Những bất hạnh hay đau khổ xảy ra trong đời con chính là những **công án** mà Trời Đất "đem đến" để cho **con trì tập trong cung cách luyện trí, luyện chí, và lập thân.**

Trời Đất đã dành cho con quá nhiều ưu đãi so với biết bao điều bất hạnh của chính bản thân cũng như của nhiều người sống chung quanh con.

Vì vậy, con xin ngẩn cao mặt khấn nguyện rằng "*trong những ngày còn lại của cuộc sống, con sẽ cố gắng chia sẻ những ân sủng con có được, cũng như tận lực làm những gì khả năng con có thể để làm vơi đi phần nào nỗi đau của Đất Nước, nhứt là bà con người Việt đang còn sống trong vòng kiềm tỏa cường quyền cộng sản.*

Nói với Đất và Nước

Đất và Nước là biểu hiện của Tổ Quốc, Non Sông.

Đất cũng là nơi sinh sống của cả dân tộc.

Nước cũng là *nguồn sống nuôi* dưỡng dân tộc.

Những ngày đầu đời, tôi được *nuôi lớn* bằng nước sông Vàm Cỏ, sống trên vùng đất cằn cỗi, và phải rời *nơi chôn nhau cắt rốn* khi chưa đầy 3 tuổi. Do đó, tôi hầu như không có một kỷ niệm nào về quê tôi dù *chỉ* là trong ký ức.

Ngược lại, trong hơn 30 năm qua, tôi chỉ nói về **Đất và Nước Việt Nam** của xứ tôi với nhà **cầm quyền đang nằm dưới ách thống trị bởi "ngoại bang"**. Đất tôi đã và đang bị dày xéo vì những quyết định "vô cảm, vô hồn và *vô trách nhiệm*" với những công cuộc xây cất các đặc khu "giải trí" cho du khách quốc tế, những công trình cốt chỉ để thu lợi và mang lại *lợi ích cá nhân* cho một thiểu số cầm quyền.

"Đất đang bị đem rao bán cho ngoại bang!
Nước đang bị ngoại bang làm vẩn đục!"

Phố Lập Mai Thanh Truyết
Houston, Texas - 2019

Viết cho Những Người Con Việt

Clover Leaves
PUBLISHING

COPYRIGHT NOTICE

No part of this publication may be reproduced, distributed, or transmitted in any form or by any means, including photocopying, recording, or other electronic or mechanical methods, without the prior written permission of the publisher, except in the case of brief quotations embodied in critical reviews and certain other noncommercial uses permitted by copyright law.

For permission requests, write to:
Clover Leaves Publishing
20885 Redwood Rd #117
Castro Valley, CA 94546

ISBN: 9780960059157 - **Paperback**
ISBN: 9780960059164 - **Premium Edition**
Library of Congress Control Number: **2019910070**
Author: **Truyet Thanh Mai, PhD**
Editor: Nguyen Thuy
Illustration: Nguyen Thuy
Printed in the **United States of America**

Copyright@2019 by Truyet Thanh Mai.
All rights reserved.

Chân thành Cám ơn

Bùi Hữu Liêm, Giuso Adot, Bùi Hữu Tuấn & Kim Oanh, Nguyễn Vĩnh Tâm, Nguyễn Thanh Tuyền, Dương Yến Ngọc & Dương, đã dành nhiều thời gian làm từ bìa sách, trình bày, kỹ thuật cho đến việc ấn loát để hoàn thành cuốn sách này.

Cám ơn thân hữu, khán giả và đọc giả gần xa, trong và ngoài nước đã cùng theo dõi và ủng hộ con đường đấu tranh trong hơn 30 năm qua để đòi lại Tự Do, Dân chủ và Nhân Quyền cho quê hương Việt Nam.

Trân trọng,

Mai Thanh Truyết

MỤC LỤC

I - Những Người Con Việt — 9

1. Sông Mekong đang lâm nguy — 10
2. Lời Tổng kết Hội thảo Mékong — 24
3. Việt Nam Tương lai – Thơ — 27
4. Letter to The World – VAST — 29
5. Lối thoát cho Việt Nam – Dẫn nhập — 31
6. Lời tựa Thư Cho Con Tập 11 — 42
7. Lời kết Câu chuyện Da cam-Dioxin Việt Nam — 45
8. Nhận định Tâm tình người con Việt — 52
9. Viện Đại học Cao Đài – Một duyên tình dang dở — 67
10. Phụ nữ Việt Nam qua lịch sử — 79
11. Những vấn đề môi trường Việt Nam — 91
12. Đôi lời nhắn gửi — 97
13. Con đường Đại Việt. — 105

II - Những Người Con Việt — 118

1. Cụ Petrus Trương Vĩnh Ký — 119
2. Cụ Trần Văn Hương — 132
3. Ra mắt sách Di cảo của GS Nguyễn Văn Bông — 140
4. Tưởng niệm BS Nguyễn Tôn Hoàn — 143
5. Tưởng niệm GS Nguyễn Ngọc Huy — 147
6. Vĩnh biệt Chị Tư — 159
7. GS Nguyễn Văn Trường — 166
8. GS Nguyễn Ngọc Bích — 170
9. Giỗ đầu GS Nguyễn Thanh Liêm — 173
10. Châu Kim Nhân — 179
11. Tiễn biệt Ba Dương Hiếu Nghĩa — 183
12. GS Lý Công Cẩn — 188
13. Bác Nguyễn Xuân Hiếu — 194
14. BS Lương Vinh Quốc Khanh — 196
15. Nhớ về Nhạc sĩ Nguyễn Đức Quang — 200
16. Bác sĩ Nguyễn Duy Cung — 204
17. Nguyễn Ngọc Phú và tôi — 209
18. Lê Khắc Anh Hào đã ra đi — 212
19. Niên trưởng Huỳnh Văn Lang — 219
20. Mười năm Hoàng Hạc – BS Phạm Gia Cổn — 225
21. Lê Văn Khoa và tôi — 232
22. Ra mắt sách Đỗ Hải Minh — 235
23. Nhận định sách Nguyễn Văn Sâm — 249
24. Mạn đàm cùng Họa sĩ Văn Vũ — 252

25. Món quà của bạn tôi – Nguyễn Xuân Nghĩa.	259
26. Người học trò – Lê Phú Huy	263

III - Có Còn Gì Không — 270

1. Lời cuối cho một cuộc tình	271
2. Dân tộc sanh tồn trong chiều hướng toàn cầu hóa	281
3. Mặt trận Quốc dân đảng Việt Nam	295
4. BS Dương Quỳnh Hoa	302
5. Tản mạn Ngày Chiến sĩ trận vong	315
6. Tiễn anh Trường – Thơ	319
7. Chị Sáu của tôi	321
8. Tản mạn về ngàn năm Thăng Long	328
9. Thành quả giáo dục xã hội chủ nghĩa	333
10. Một góc Bolsa	346
11. Lời di chúc của Tiền nhân	352
12. Cụ Phan Chu Trinh	354
13. Cụ Phan Bội Châu	356

IV - Phiêu Diêu — 357

1. Hành trình tự do	358
2. Suy nghĩ cuối cùng của GS Nguyễn Văn Trường	373
3. Tản mạn buổi sáng	378
4. Thứ tự trống vắng	380
5. Lửa – Noel 2013	381
6. Em – Người nghệ sĩ I	385
7. Vọng ngày xanh – Thơ	393
8. Một ngày mới	394
9. Sen người – Sen ta	397
10. Tiếp tục câu chuyện hoa sen	404
11. Em – Người nghệ sĩ II	413
12. Tưởng niệm biến cố 9-11-2013	421
13. Tình Viễn xứ – Thơ	431
14. Tương lai hồi tưởng	432

V - Tôi Nói Với – Cho Tôi — 439

1. Quảng đường soi rọi bản thân	440
2. Tản mạn về Quê tôi	447
3. Anh Trường của tôi	455
4. Nói về Việt Nam tương lai	463

5. Lớp Lý Hóa 2 của tôi	466
6. Cảm nghĩ về ngày 30 tháng tư	476
7. Tản mạn ngày thứ bảy	487
8. Tản mạn ngày cuối năm 2009	490
9. Toàn cầu hóa khoa học	494
10. Toàn cầu hóa môi sinh	499
11. Toàn cầu hóa ngôn ngữ	512
12. Hoài bảo Việt Nam – Thơ	525
13. Trường Đại học Sư phạm Sài Gòn	526
14. Đại học Cao Đài Tây Ninh	533
15. Trả lại thiên nhiên cho thiên nhiên	540
16. Tản mạn về thuyết tiến hóa	555
17. Tản mạn về ngày Tôn sư Trọng đạo	561
18. Wabi sabi	564
19. Zeus và tôi & Sabi	575
20. Tản mạn về Ái lực	589
21. Đoạn Ái	594
22. Cảm tác về tinh thần Genshai	601
23. Tôi nói với Tôi	609
24. Về lại Sài Gòn – Thơ.	613

VI - *Nói Với Tuổi Trẻ* — 614

1. Mục tiêu vĩnh cửu trong đấu tranh	615
2. Hãy trang bị hành trang để tự cứu	621
3. Ngọn lửa thiêng	625
4. Thư cuối năm gửi bà con trong nước	628
5. Trả lời các câu hỏi của cô giáo Lam	632
6. Nói về Việt Nam	638
7. Ngày Vinh quy bái tổ	641
8. Tuổi trẻ hội nhập	646
9. Cùng tuổi trẻ Việt Nam	663
10. Lời sau cùng nói với Tuổi trẻ.	666

VII - *Đoạn* — 673

1. Chặng đường dài 76 năm	674
2. Rồi có một ngày – Thơ	696

Phần I

Việt Nam trong Tôi

Sông Mekong Đang Lâm Nguy

Tác động của sự Phát triển trên Sông, Đồng bằng và Dân chúng

Vào thời điểm năm 1999, Trung Cộng đang xây nhiều đập thủy điện trên dòng Mekong cũng như công bố sẽ có dự án xây thêm một chuỗi đập bậc thềm tiếp theo sau đó. Nhận thấy đây là một thách thức về môi trường cũng như nguy cơ phát triển của một dòng sông.

Hội Khoa học & Kỹ thuật Việt Nam tại Hoa Kỳ (Vietnamese American Science & Technology Society (VAST)) phối hợp cùng các nhà tài trợ tổ chức một ngày hội nghị với đề tài:

The Mekong River at Risk:
The impact of development on the river,
her delta, and her people.

Vào ngày 08 Tháng năm 1999 tại khác sạn Ramada Plaza, Garden Grove, CA

Tham dự viên của Hội nghị gồm đại diện của NGO Mekong River Network, có trụ sở tại California, Cô Imhoff, và đại diện cộng đồng Lào và Cao Miên. Chương trình nghị sự và phát biểu bằng Anh ngữ.

Hội nghị tập trung vào sự phát triển ở hai bên và lưu vực của dòng sông, sự thiệt hại về môi trường và kinh tế, cùng những mối đe dọa liên quan đến vấn đề xây đập trên sông Cửu Long.

Sông Mekong: Khi chảy vào địa phận Việt Nam được tên là Cửu Long và phân làm hai nhánh, một ở Châu Đốc, tức Tiền Giang, và Tân Châu, tức Hậu Giang. *Mekong là con sông thứ hai giàu nhất thế giới về đa dạng sinh học.* Sông bắt nguồn Từ Tây Tạng (Tibet) do tuyết tan chảy của dãy Himalaya và Tây Tạng, dài

2.268 dặm (4.200 Km). *Mekong là nơi cư trú của hàng ngàn các loài quý hiếm và có nguy cơ bị tiệt chủng của nhiều nhóm thực vật và động vật.* Các phụ lưu của sông chằng chịt xuôi chảy từ Bắc chí Nam từ Trung Cộng, phía bắc Miến Điện, Thái Lan, Lào, Campuchia, và cuối cùng nuôi sống hàng 25 triệu cư dân chung quanh lưu vực Đồng bằng sông Cửu Long của Việt Nam. Đó là vựa lúa của cả nước. Hiện nay có khả năng xuất cảng 5-6 triệu tấn gạo hàng năm.

Ngày hôm nay, dòng sông chánh, vùng châu thổ sông, và tất cả những người cư ngụ ở hai bên lưu vực sông **Mekong đang bị đe dọa bởi sự phát triển thiếu thận trọng từ Trung Cộng.**

Các mối đe dọa mới xảy ra gần đây lớn hơn nhiều so với bất kỳ hạn hán hoặc lũ lụt trong quá khứ.

Dự án chuyển nước và phát triển dọc theo sông Mékong đang đặt ra mối đe dọa mới và ghê gớm khắp lưu vực sông, nhưng đặc biệt nhất ở đồng bằng sông, một mối đe dọa không chỉ xảy đến cho các cư dân sống dọc theo dòng sông bị ảnh hưởng lên đời sống và sản xuất nông nghiệp.

Các nhà khoa học và các kỹ sư tại Việt Nam và nước ngoài đang quan tâm bởi những thiệt hại môi trường do các dự án phát triển xa về phía thượng lưu của Việt Nam. ***Các dự án này bao gồm phát triển quy mô thủy điện lớn ở Vân Nam, TC và tại Lào, và các dự án chuyển nước Mekong khổng lồ được thực hiện bởi Thái Lan nhằm mục đích phát triển vùng nông nghiệp ở phía đông bắc của quốc gia nầy.***

Và Việt Nam là quốc gia gánh chịu nặng nề nhứt do hành động trên của Trung Cộng.

Hồi chuông báo động: Chuông báo động dồn dập ở ĐBSCL. Vào năm 1998, nông dân không có nước lũ hàng năm cần cho trồng trọt và không thể thực hiện việc kiểm soát đất để tránh phèn và đuổi mặn vì mực nước đo đạt tại trạm quang trắc Tân Châu xuống thấp nhứt, dù thời điểm nầy là vừa cuối mùa mưa (tháng 10), đã giảm xuống một kỷ lục trong vòng 73 năm qua.

Thêm nữa, kèm theo sự suy giảm mực nước sông Cửu Long và lưu lượng nước cũng giảm tương tự trong mùa đánh bắt cá làm mất trầm tích sông rất giàu nguồn dinh dưỡng, một nguồn vốn tự nhiên của sông Mekong cần thiết cho việc trồng tỉa.

Nước mặn đã xâm nhập lên đến 70 Km (32 dặm) (1998) vào vùng đồng bằng sông Cửu Long, gây nguy cơ ô nhiễm nguồn nước ngầm hiện có và biến hàng triệu hecta đất nông nghiệp thành vô dụng.

Sự phong phú nông nghiệp và môi trường của ĐBSCL cần phải được bảo vệ.

VAST, Mekong Forum, và các tổ chức liên đới đang **phát động một chiến dịch để nâng cao nhận thức về các mối đe dọa đến đồng bằng sông trong cộng đồng khoa học, và giáo dục công chúng.**

Chúng tôi **kêu gọi một lệnh cấm trên tất cả các dự án phát triển sông Mekong tiếp tục được ban hành ngay lập tức,** trong khi chờ một đánh giá khoa học kỹ lưỡng các điều kiện sinh thái trên toàn lưu vực sông Mekong.

Chúng tôi cũng **kêu gọi các đánh giá độc lập về tác động môi trường của các hoạt động phát triển thượng nguồn,** được tiến hành bởi các nhà khoa học có trình độ và không vướng mắc từ các xung đột lợi ích hoặc ảnh hưởng chính trị.

Để bắt đầu chiến dịch này, VAST đã mời một số nhà khoa học, các kỹ sư và nhà nghiên cứu đã quan sát sự phát triển Mekong đến và thông báo cho tất cả các bên quan tâm về tầm quan trọng của các mối đe dọa hiện tại và trong tương lai.

Mục đích của hội nghị không chỉ đơn giản là để thông báo, nhưng để vận động.

Chúng ta **cần phải gửi một thông điệp cảnh tỉnh cho tất cả các cơ quan phát triển quốc tế có trách nhiệm và các quốc gia trong lưu vực sông Mekong.**

Sau hội nghị, một Bạch thư nói lên viễn tượng bị hạn hán vào mùa khô và vấn nạn nhiễm mặn ở ĐBSCL đã được soạn thảo và gửi tới trên 50 tổ chức gồm: Tổ chức Liên Hiệp Quốc, Chương trình Môi trường LHQ (UNEP), Ủy hội sông Mekong, các thành viên của Ủy hội, các NGO và quốc gia có liên quan đến sông Mekong v.v…

Và, cho đến hiện tại, hai sự kiện trên đã được tái diễn thêm hai lần nữa sau năm 1998.

Đó là mùa mưa vào cuối tháng 10 năm 2010, và hạn hán cũng như nhiễm mặn tệ hại nhứt miền ĐBSCL vào mùa khô năm nay, 3/2016.

Hạn hán và Nhiễm mặn

1 - Nói về hiện tượng ĐBSCL thiếu nước cho vụ mùa vào cuối mùa "nước nổi" năm 2010, báo chí trong nước thời đó nhận định rằng:

" Trung Quốc ngăn đập, miền Tây 'đói' lũ?

"Đồng bằng sông Cửu Long là vùng cần lũ, sống nhờ lũ, phát triển nhờ lũ...". Trước một mùa lũ quá bất thường đang diễn ra ở ĐBSCL, trả lời phỏng vấn báo VietNamNet, ông Nguyễn Ngọc Anh, quyền Viện Trưởng Viện Qui hoạch Thủy lợi Miền Nam – đơn vị được Chính phủ giao nhiệm vụ Qui hoạch tổng thể về thủy lợi ĐBSCL cho biết:

Bi kịch "thừa mặn, thiếu ngọt" ở hạ nguồn
Cá linh miền Tây 'chết khô' giữa mùa lũ
Lũ muộn bất thường, dân miền Tây bỏ xứ"

Người dân huyện An Phú (An Giang) ngóng về thượng nguồn sông Hậu chờ lũ

Mùa lũ năm nay có 3 điểm đặc biệt: Lũ tiểu mãn thấp, bản thân lũ cũng rất nhỏ và đỉnh lũ xuất hiện muộn. Đây là mùa lũ đặc biệt trong nhiều năm trở lại đây, tuy thấp nhưng rất muộn. So với năm 2000, đỉnh lũ ở thượng nguồn ĐBSCL thấp hơn 2 m. So với lũ trung bình nhiều năm, tổng lượng lũ năm nay chỉ đạt từ 60% - 70%.

Do bão ảnh hưởng đến miền Trung nên cuối mùa, lũ ở miền Tây có xu hướng nhích lên. Dự báo đến cuối tháng 10 năm nay lũ mới đạt đỉnh. Tuy nhiên, với tổng lượng lũ nhỏ như thế dù có kéo dài hay không cũng để lại cho ĐBSCL hiện tượng "đói" lũ.

Trên thực tế, vào mùa khô, mực nước Mekong vẫn giảm thông thường, và xuống mức thấp nhất vào tháng 4 và 5. Tuy nhiên, năm 2010, mực nước giảm quá nhanh và quá sớm khiến nhiều người bất ngờ.

Mặc dù chưa có đánh giá chính thức, tuy nhiên chúng ta có thể khẳng định nguyên nhân tự nhiên đóng vai trò quan trọng. Năm nay xảy ra hạn hán nên lũ nhỏ ở thượng lưu sông Mekong. Lũ ở thượng lưu nhỏ nên nước ở biển Hồ Camphuchia cũng nhỏ. Biển hồ cũng đang đói lũ, cho nên đợi lũ về ĐBSCL cũng là chuyện khó xảy ra. Nếu các đập thủy điện với các hồ chứa lớn ở thượng nguồn sẽ làm giảm từ 30% - 40% lượng phù sa bồi đắp cho hạ lưu. Đặc

biệt là làm giảm lượng cát đáy ở ĐBSCL. Việc giảm lượng cát đáy sẽ rất nguy hiểm vì đây là nguyên nhân gây ra tình trạng sạt lở nhiều nếu chúng ta khai thác cát không hợp lý.

2 – Nói về mùa khô năm nay, 'Kịch bản' đối phó với hạn hán và nhiễm mặn ở Sài Gòn đã thực sự xảy ra vào ngày 16/3/2016, Chi cục Thủy lợi và Phòng chống lụt bão – Sở Nông nghiệp Phát triển Nông thôn TP SGN kêu gọi "**Hợp tác chặt chẽ các hồ đầu nguồn sẵn sàng xả nước đẩy mặn, tăng cường xe bồn cấp nước cho dân, xây bể chứa nước thô trên sông Sài Gòn... là những giải pháp TP SGN đưa ra trước hạn mặn kéo dài**".

Cơ quan nầy cũng vừa gửi thông báo khẩn đến các quận huyện vùng ven về tình hình xâm nhập mặn ở các sông, rạch trên địa bàn. Đại diện chi cục cho biết, hiện nồng độ mặn trên các sông đã tăng và diễn biến phức tạp do ảnh hưởng của triều cường. Tại Mũi Nhà Bè và Cầu Ông Thìn độ mặn đạt ngưỡng 14-16 phần nghìn; trạm Cát Lái, Thủ Thiêm độ mặn dao động ngưỡng 9-12 phần nghìn. Hiện tại, nhà máy thanh lọc nước ở Thủ Đức cũng ngưng bơm nước sông Sài Gòn và Đồng Nai vào các bồn chứa. Lý do là vì nhà máy không có khả năng tanh lọc muối ở hai nguồn nước nầy. **Hơn bảy triệu cư dân thành phố Sài Gòn có nguy cơ thei61u nước sinh hoạt trong những ngày sắp tới.**

Cộng sản Bắc Việt áp dụng triệt để chính sách ăn mày "Xin – Cho"

Dưới tựa đề **"Mặt trái của việc đề nghị Trung Cộng xả nước cứu hạ lưu sông Mekong"**, Báo Cali Today News cho biết nếu Việt Nam đề nghị Trung Cộng xả nước thì sau này Campuchia cũng sẽ yêu cầu Việt Nam xả nước từ thủy điện Yaly (Cao nguyên Trung phần) để cứu hạn cho vùng Đông Bắc của họ. Theo ông Tuấn, cách mà chính quyền CSVN yêu cầu Trung Cộng xả nước là **"lấy đá ghè vào chân mình".**

Đợt hạn hán lịch sử đã khiến cho người dân miền Tây trở nên khốn đốn. Theo nhiều chuyên gia, với tốc độ xâm nhập mặn như hiện nay sẽ khiến nông nghiệp tại nơi này bị ảnh hưởng nặng nề trong vòng 3 năm nữa. Trước việc hạn hán và ngập mặn, Bộ Ngoại giao Việt Nam đã đề nghị Trung Cộng xả nước từ con đập Cảnh Hồng, thượng nguồn sông Mê Kông. Phó Phát ngôn Bộ Ngoại giao, bà Phạm Thu Hằng nói:

"Chúng tôi cho rằng việc cùng bảo vệ và sử dụng bền vững nguồn nước Mê Kông là trách nhiệm chung của các quốc gia thuộc lưu vực sông, nhằm bảo đảm hài hòa lợi ích của các quốc gia liên quan và cuộc sống của người dân trong khu vực".

Trong khi đó, có thông tin cho biết Trung Cộng sẽ xả nước từ đập Cảnh Hồng (Jinghon, Vân Nam, Trung Cộng) làm cho nhiều người vui mừng, nhưng cũng có nhiều người không mấy lạc quan về vấn đề này. Người viết không mấy lạc quan vì "lời hứa" của TC.

Vì sao?
Thứ nhứt, các đập trên thương nguồn cũng đang cần nước, vì vậy TC không thể xả nước vì môi hở răng lạnh kiểu xã hội chủ nghĩa!
Thứ hai, ngay cả có việc xả nước "cứu nguy" thì những vùng khô ở thượng nguồn đã "ngốn" hết nước rồi,
và Biển Hồ là nguồn thu nhận nước lớn nhứt. Theo ước tính, chỉ có khoảng 3% lượng nước chảy về Tân Châu và Châu Đốc mà thôi.

Sông Mékong: Nỗi Nghẹn Ngào Của Vùng Hạ Lưu

Sông Mékong, còn có tên là Mother Khong, khi chảy vào miền Nam Việt Nam mang tên Cửu Long, chia ra làm hai nhánh gọi là Sông Tiền và sông Hậu, và chảy ra biển gồm 9 cửa. Sông Mékong là con sông được xếp vào hàng thứ 11 trên thế giới tính theo chiều dài. Lưu lượng của dòng chảy trung bình là 16.000 m^3, dòng chảy tối đa là 39.000 m^3, cũng như dòng chảy ở mùa khô là khoảng 6.000 m^3 mà thôi.

Một con kênh tại Hậu Giang đã cạn nước

Sông bắt nguồn từ cao nguyên Tây Tạng (Tibet) trên rặng Hymalaya dài 4.350 Km và là nơi cư trú của hàng ngàn sinh thực động vật có nguy cơ bị tiệt chủng (endangered species). Sông cũng là nguồn cung cấp chất đạm chính cho hàng trăm triệu con người sống dọc theo hai bên bờ sông. Hai nơi được đặc biệt chú ý là Hồ Tonle Sap, còn gọi là Biển Hồ và vùng Châu thổ sông Cửu Long (còn gọi là Đồng bằng sông Cửu Long, ĐBSCL).

Nguyên nhân tạo ra hậu quả tai hại cho ĐBSCL

1. Đập thủy điện: Dòng Mékong chảy vào TC mang tên là Lancang (Lan Thương) trong đó có hai đập lớn là Xiaowan (4.200 MW) dự kiến sẽ hoàn tất vào năm 2013, Nuozhadu (5.850 MW) sẽ hoàn tất 2017. Chính hai nơi nầy sẽ là một đại họa không xa, vì phải mất hàng chục năm mới làm đầy hai hồ trên dài hàng trăm Km. Hiện tại TC có 3 đập đang sử dụng là Manwan (1996) sản xuất 1.500MW, Dachaosan (2003) 1.350 MW, Gonguoqiao (2008) với 750 MW. Và vào mùa thu năm nay, đập Jinghong với 1.750 MW sẽ bắt đầu chuyển nước vào hồ chứa.

Một nhánh sông khác chảy vào địa phận Thái Lan có tên là Mae Nam Khong, cũng được ngăn chặn làm hồ chứa nước cho cả vùng Bắc Thái, tưới tiêu một vùng nông nghiệp rộng lớn và biến Thái Lan trở thành nước đứng đầu về xuất cảng lúa gạo trên thế giới (Việt Nam chiếm hạng nhì). (Tên Khong theo tiếng Sanskrit có nghĩa là Ganga, tức là sông Ganges bên Ấn Độ (Sông Hằng). Lào là một quốc gia không có nhu cầu lớn về điện năng nhưng hiện đang nộp lên Ủy hội Mekong dự án xây một đập thủy điện ngay trên dòng chính của sông Mekong giữa biên giới TC và Cambidia. Hiện tại, (9/2010), dự án nầy đang được cứu xét của Ủy ban gồm Việt Nam, Cambodia, và Thái Lan về nguy cơ biến động sinh thái trong đó có nguy cơ tiệt chủng của loài cá tra khổng lồ chỉ còn độ trên dưới 100 con mà thôi.

2. Việc phá rừng: Rừng là một thảm thực vật thiên nhiên lớn nhứt và hữu hiệu nhứt trong nhiệm vụ điều tiết dòng chảy của sông Mékong. *Rừng qua rễ cây và lớp đất thịt bao phủ sẽ hấp thụ và giữ nước trong mùa mưa, và trong mùa khô sẽ điều tiết*

và cung cấp nước cho hạ nguồn để tiếp tay với dòng chánh ngăn chặn nước mặn xâm nhập sâu vào ĐBSCL. Đây là một đặc ân của thiên nhiên. Theo thống kê, trước Đệ nhị thế chiến, diện tích rừng nguyên sinh của Việt Nam chiếm 43% tổng diện tích, nhưng đến năm 1995, rừng chỉ còn lại 28%, nghĩa là mất trắng 55.000 Km2. Bắt đầu sau đó, với sự trợ giúp của Liên hiệp quốc, việc trồng rừng mới được bắt đầu; tuy nhiên, tính đến năm 2005, tỷ lệ rừng tăng lên đến 32%, trong đó những vùng trồng cao su, trà, cà phê… vẫn được tính toán trong việc "trồng rừng" do đó con số mới tăng. Nhưng thực sự, việc phá rừng vẫn tiếp tục gia tăng với nồng độ phi mã, tính đến năm 2005, rừng nguyên sinh (rừng già) ở Việt Nam chỉ còn 8%.

Rừng nghiến vườn quốc gia Ba Bể bị đốn hạ (2010)

3. Việc xây dựng đê bao: Xã hội chủ nghĩa của Việt Nam mang chính sách đê bao vào ứng dụng trong việc làm tăng diện tích trồng lúa, trong việc biến "sỏi đá thành cơm", cho nên người dân ĐBSCL phải gánh chịu hậu quả ngày hôm nay là lũ lụt xảy ra thường xuyên hơn và không có chu kỳ tương đối cố định như trước kia nữa. Nguyên do là khi dòng chảy từ Mékong xuống khi mùa nước bắt đầu lên cao ở Tân Châu và Châu Đốc, nước sông hoàn toàn di chuyển ra biển, đợi đến khi nước lớn hơn nữa mới bắt đầu làm đầy hai vùng Tứ giác Long Xuyên và Đồng Tháp Mười.

Nhưng hiện tại, hiện tượng nghịch lý đang xảy ra là, với đê bao, dòng nước của Sông Cửu Long chảy thẳng vào hai vùng trên ngay khi chưa tới mùa nước lớn để khai thác nông nghiệp; do đó, **khi mùa nước lớn đến, một lượng nước khổng lồ sẽ chảy vào hai vùng đã ngập nước từ trước. Hiện tượng ngập lụt xảy ra là vì thế.** Việc xây dựng đê bao để chuyển vận nguồn nước cho nông nghiệp hoặc chống lụt là một công trình nghiên cứu quan trọng, cần phải mất nhiều năm để tính toán lưu lượng

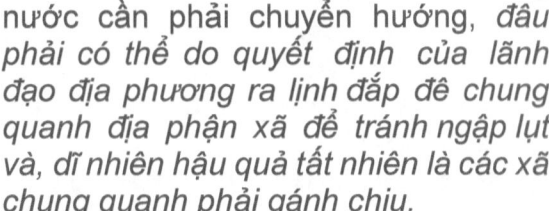

nước cần phải chuyển hướng, *đâu phải có thể do quyết định của lãnh đạo địa phương ra lịnh đắp đê chung quanh địa phận xã để tránh ngập lụt và, dĩ nhiên hậu quả tất nhiên là các xã chung quanh phải gánh chịu.*

Theo những tin tức vào mùa khô tháng 4/2010, một số vùng miền Bắc tỉnh Hậu Giang, vì vấn nạn đê bao, nguồn nước không thể thông thương vào được:

• Vì không có sự luân lưu của nguồn nước cho nên đất ngày càng chai mòn vì dư lượng của phân bón, thuốc bảo vệ thực vật, và nhứt là phù sa không vào được hàng năm như trước kia, vì vậy năng suất lúa không còn như xưa nữa.

•. Đê bao hạn chế nguồn nước, cho nên nhiều nơi nông dân chỉ trồng lúa cho gia đình, phần thời vụ còn lại thì phải trồng hoa màu để kiếm sống.

•Thời gian thiếu nước kéo dài ra, do đó thu nhập của nông dân ngày càng giảm sút.

Tóm lại, vấn đề đê bao ở vùng ĐBSCL cần phải nghiên cứu lại như một số đề nghị của các chuyên gia nông nghiệp và thổ nhưỡng hiện đang làm việc ở hai Đại học Hậu Giang và Cần Thơ.

4. Rừng ngập mặn: Tại vùng ĐBSCL, rừng ngập mặn chiếm khoảng 300.000 Km² bao gồm các tỉnh Bạc Liêu, Cà Mau, Sóc Trăng, Trà Vinh, Bến Tre, Cần Giờ. Nhưng sau hơn 15 năm khai thác việc nuôi tôm, diện tích rừng hiện nay chỉ còn khoảng 200.000 Km², và phần diện tích mất đi đều bị bỏ hoang vì vùng đất nầy bị ô nhiễm sau vài mùa tôm. Chỉ tính riêng cho vùng Cà Mau, trước 1975, rừng ngập mặn chiếm độ 200.000 Km², mà nay, chỉ còn độ 70.000 km² mà thôi.

Nhiệm vụ của rừng ngập mặn rất quan trọng, vừa ngăn chặn sóng gió, vừa là vùng trú ẩn và sinh sản cho tôm cá trong thiên nhiên, và cũng một vùng đệm (buffer) để hạn chế việc nhiễm phèn sulphate và giảm thiểu việc ngập mặn trong mùa khô. Các nhiệm vụ bảo vệ ĐBSCL đã mất đi, do đó, nguy cơ làm cho vựa lúa của một vùng rộng lớn ngày càng giảm vừa diện tích, và vừa năng suất.

MEKONG: VŨ KHÍ CHIẾN LƯỢC CỦA TRUNG CỘNG

Theo nhận định của Trần Văn Ngà, viễn ảnh một miền Tây trù phú nhứt nước đang bị đám mây mù đang che phủ vì tham vọng ngông cuồng của đế quốc cộng sản Tàu với phương châm bành trướng bá quyền nước lớn, chỉ biết quyền lợi của họ, không đếm xỉa sự nguy hại của vùng hạ lưu sông Cửu Long. Ông cha ta đã từng nói: ***Thượng nguồn tích thủy - Hạ nguồn khan.*** Thượng nguồn giữ nước với 15 đập thủy điện ở tỉnh Vân Nam (Tàu), hạ nguồn cạn kiệt. Chưa kể các nước ở phía dưới Trung Cộng như Miến Điện, Thái Lan, Lào, Miên cũng đã, đang và sẽ xây đập khai thác thủy điện, chặn dòng chảy của sông Mékong.

Miền Tây Nam Việt Nam sẽ đi vào cảnh tàn lụi và chết thảm vì thiếu nước vì không canh tác được. Và nếu ở thượng nguồn, nước nhiều có thể làm vỡ đập hay như cảnh báo trước, Trung Cộng muốn trị vì các nước nhỏ ở phía dưới, phải phục tùng mệnh lệnh của "thiên triều"; nếu bất tuân thượng lệnh, Trung Cộng đồng loạt mở toang các cửa đập thủy điện, các nước ở vùng hạ lưu sẽ "tắt thở" mà trong đó vùng đồng bằng sông Cửu Long "lãnh đủ" sự nghiệt ngã của sự dư thừa nước tạo ra lũ lụt kinh hoàng, thành biển cả.

Từ năm 1980 tới nay, sông ngòi Việt Nam biến đổi kỳ lạ, mùa mưa thường gây lụt lội, mùa nắng thì thiếu nước trầm trọng vì Trung cộng ngăn chặn dòng nước từ thượng nguồn đến vùng hạ nguồn bằng 15 đập thủy điện và vài đập thủy điện của các nước khác. Nước sông Cửu Long bị cạn kiệt ở vùng thấp, gây nên nỗi kinh hoàng cho người dân không còn đủ nước sinh hoạt cho cuộc sống và tưới tiêu ruộng rẫy cũng như nước biển sẽ có thêm cơ hội tràn bờ gậm nhấm thu hẹp diện tích đất canh tác.

Đến một thời điểm nào đó, vùng đất phì nhiêu màu mỡ trù phú của đồng bằng sông Cửu Long trở thành vùng đất chết, hoang vu. Với hai mũi "giáp công": **nước biển tấn công vào đất liền gia tăng và trên thượng nguồn sông Cửu Long bị ngăn chận nhiều đập thủy điện sẽ làm cạn dòng nước ở vùng hạ lưu,** chắc chắn giết chết vùng địa danh nổi tiếng giàu đẹp này của quê hương Việt Nam - Đồng bằng sông Cửu Long.

Lại thêm một tai hại đáng sợ khác có thể xảy ra, âm mưu bá quyền nước lớn Trung Cộng, mượn dòng sông Mekong, từ thượng nguồn, tha hồ mà thả chất thải độc hại của các nhà máy hóa chất, nguyên tử, phế thải các thứ của nước Tàu mới, đang phát triển mạnh công kỹ nghệ sản xuất.

Dòng sông Cửu Long thêm ô nhiễm trầm trọng, giết chết các loài thủy tộc của vùng sinh thái hạ lưu. Miền Đồng Bằng Sông Cửu Long của Nam Việt Nam, là vùng hạ lưu cuối cùng, thấp nhứt của sông Mekong sẽ dung chứa mọi thứ chất thải độc hại của Trung Cộng tuôn xuống.

Tóm lược

Vừa qua, hơn 15.000 người đã ký tên vào lá đơn gửi tới lãnh đạo các **nước trong khu vực** yêu cầu ngừng các dự án thủy điện để cứu sông Mekong.

Lá đơn do tổ chức **Liên minh "Save the Mekong"** khởi xướng đã được gửi tới thủ tướng các nước Cambodia, Lào, Thái Lan và Việt Nam, yêu cầu dừng ngay 11 dự án thủy điện tại vùng hạ lưu sông Mekong.

Trong đó có 7 đập thủy điện sẽ được xây tại Lào, hai tại vùng biên giới Lào-Thái Lan và hai tại Campuchia.

Lý do là tuy các công trình thủy điện này sẽ cung cấp điện cho phát triển kinh tế, nhưng chúng có thể gây hại trầm trọng cho môi trường và đa dạng sinh học của dòng sông Mekong, đồng thời ảnh hưởng xấu tới cuộc sống của những người sinh sống nhờ

dòng sông Mẹ này.

Nhà cầm quyền Việt Nam đã nhận nhiều tài trợ của Ngân hàng Thế giới để trồng rừng. Nhưng những khó khăn trong việc nầy là do các vùng đất bị bỏ hoang không khai thác nữa đã có chủ hay được cho thuê hàng 50 năm, vì vậy không thể thực hiện lại việc trồng rừng.

Một hiện tượng tiêu cực khác nữa là do ý thức của người dân vì không được giải thích tầm quan trọng của sự hiện diện và hữu ích của rừng ngập mặn cho nên nhiều nơi đã được trồng lại nhưng sau đó lại bị phá đi...

Một yếu tố không nhỏ nữa là do **quản lý yếu kém, hiện tượng tham nhũng và ăn chận tiền viện trợ**. Chính những điều trên khiến cho việc tái tạo rừng ngập mặn trở thành khó khăn hơn và không thể nào thực hiện được trên thực tế.

Và mới đây, tại một cuộc họp quốc tế về Mékong, vấn đề hạn hán và ngập mặn cũng được đề cập đến. Nhiều chuyên gia nói hồ chứa ở thượng lưu tham gia giải quyết chuyện hạn hán cho ĐBSCL là tốt và cần thiết. Tuy nhiên, nhận định này không chính xác vì các hồ chứa chỉ cắt được lũ trung bình còn lũ lớn như năm 1991 và 2000 thì không cắt được lũ. Việc làm cho lũ trung bình thành không có lũ là không tốt vì ĐBSCL là vùng cần lũ, sống nhờ lũ, phát triển nhờ lũ.

Cũng cần nên biết, lượng phù sa bồi đắp cho ĐBSCL khoảng 150 triệu tấn cho một mùa lũ trung bình. Nếu lũ nhỏ cũng đạt khoảng 100 triệu tấn, riêng tháng 8 -9, lượng phù sa đạt khoảng 60 - 70 triệu.

Tuy nhiên, trong năm nay, do dòng chảy kiệt nên lượng phù sa đồi đắp cho ĐBSCL sẽ rất thấp, làm ảnh hưởng đến vụ lúa Đông Xuân, tính đến hiện tại, số thiệt hại lên đến hàng trăm ngàn hecta lúa bị khô cằn. Bên cạnh đó tình trạng xâm nhập mặn sẽ tăng cao. Dự báo, năm nay sự xâm mặn đang và sẽ diễn ra sớm, trầm trọng hơn như đã nói ở phần trên.

Xin đừng đổ lỗi cho "**sự hâm nóng toàn cầu**" mà phải chấp nhận hậu quả ngày hôm nay đang xảy ra cho ĐBSCL là do **sự quản lý, phát triển không theo đúng tiến trình toàn cầu hóa** nghĩa là phát triển theo chiều hướng ứng hợp với việc bảo vệ môi trường.

Những tiên đoán của Hội Khoa học & Kỹ thuật Việt Nam qua Hội nghị "Mekong at Risk" về viễn tượng của dòng sông mẹ Mekong từ năm 1999 cho đến nay vẫn còn giá trị.

Ngày nào não trạng của đảng Cộng sản Bắc Việt không thay đổi trong việc bảo vệ cơ chế chuyên chính vô sản, ngày đó chắc chắn, nước mặn vẫn tiếp tục tiến sâu vào đất liền và "Tiến sĩ" Võ Tòng Xuân lại có dịp hô hào chính sách tăng gia sản suất trong việc trồng lúa cùng lúc với việc nuôi tôm trong mùa nhiễm mặn năm nay, giống như chính sách "con tôm ôm cây lúa" của ông đã từng "rao giảng" vào những năm ĐBSCL ngập mặn trong quá khứ, như một lời trấn an của một nhà làm khoa học…theo định hướng xã hội chủ nghĩa!

Mai Thanh Truyết
Hội Khoa học & Kỹ thuật Việt Nam - VAST
Houston Tháng 3, 2016

Lời Tổng Kết
HỘI THẢO SÔNG MEKONG 1999

Qua suốt cuộc thảo luận và đóng góp về sông Mekong trước những nguy cơ, chúng ta đã phân tích, mô tả và mổ xẻ nhiều vấn đề nhìn từ nhiều góc cạnh khác nhau. Chúng ta cũng đã đồng ý rằng dù nhìn vấn đề qua lăng kính nào đi nữa thì *ảnh hưởng của việc xây đập thủy điện lên hệ sinh thái ở lưu vực sông Mekong và hai quốc gia phải gánh chịu nhiều tác hại nhất trong Hội Đồng sông Mekong là Cam Bốt và Việt Nam.*

Lời tổng kết Hội thảo "Mekong-River at Risk" cùng với sự tham dự của các chuyên gia Việt – Mỹ và Cambodia tại Westminster, CA năm 1999.

Song song với việc trên, sự vô tình hay cố ý của các nước ở thượng nguồn càng làm vấn đề thêm trầm trọng và sông Cửu Long của chúng ta ngày càng bị tác hại trên môi trường càn quyết liệt hơn lên. Đặt biệt những nguy cơ ảnh hưởng lên đời sống hiện tại và tương lai người dân vùng Đồng bằng sông Cửu Long ngày càng nặng nề hơn do những **chính sách phát triển kinh tế thiếu điều nghiên kỹ lưỡng về các tác động môi trường trong từng kế hoạch của CSBV.**

Trước những nguy cơ hủy diệt môi trường và an toàn thực phẩm ảnh hưởng đến hàng chục triệu người dân Đồng bằng sông Cửu Long, chúng tôi không có tham vọng tìm phương cách giải quyết vấn đề, nhưng chúng tôi chỉ mong gióng lên tiếng chuông báo động kêu gọi tất cả những đối tác có liên quan trực tiếp hay gián tiếp cùng nhau ngồi lại để cứu nguy con sông Mekong, con sông lớn thiên nhiên cuối cùng của thế giới hầu gìn giữ cân bằng nguyên thủy cho hệ sinh thái của dòng sông này và làm như thế nào để chúng ta sẽ *bảo vệ được sự ổn định kinh tế và chính trị của người dân trong vùng.*

Trước những vấn đề sống còn của người Việt, các đề nghị và góp ý của chúng tôi trong hiện tại và tương lai đều đặt trọng tâm vào các căn bản lý luận sau đây để bảo vệ tài nguyên thiên nhiên của nhân loại. Trước hết vì lợi ích lâu dài của người dân sống trong vùng hạ lưu, mọi người trong chúng ta đều nhận thấy rằng Việt Nam cần phải hợp tác trong công bằng và hợp lý để bảo vệ quyền lợi của đất nước.

Đó là những vấn đề trôi chảy xuyên suốt cho mọi chế độ chính trị, mọi khung cảnh kinh tế và môi trường. Trên cơ sở đó các chính sách và kế hoạch khai thác đồng bằng sông Cửu Long cần phải hữu hiệu về mặt kinh tế và hài hòa về mặt môi sinh và xã hội là những mối quan tâm và trách nhiệm chung của mỗi người con Việt.

Là những chuyên viên ở nước ngoài có cơ hội tiếp cận với các thông tin từ nhiều nguồn khác nhau và nhất là có sự độc lập trong tư duy khoa học, chúng tôi không khỏi quan ngại đến tình trạng khai thác phản kinh tế và phi khoa học trong vùng đất phì nhiêu này của đất nước.

Căn cứ trên những phân tích khoa học kinh tế, xã hội và môi trường. chúng tôi nhận thấy rằng vùng châu thổ này đang đối diện trước những nguy cơ to tát lâu dài. Nếu không có quyết tâm và định hướng đúng đắn thì trong tương lai dân chúng Việt Nam sẽ phải hứng chịu nhiều thiệt hại nặng nề.

Dựa trên hai quan điểm này, qua những chủ đề đã được đề cập đến trong buổi hội thảo chính là lời cảnh báo cho dân cư châu thổ và đóng góp với những chuyên viên có trách nhiệm trong nước. Chúng tôi hy vọng từ buổi hội thảo này chúng ta sẽ có một cách nhìn đúng đắn và can đảm hơn về thể cách bảo vệ và phát triển vùng đồng bằng sông Cửu Long.

Mọi chính thể nào rồi cũng qua đi.
Mọi chính quyền nào rồi cũng phải chấm dứt.

Cuối cùng chỉ còn lại **Đất và Nước** của chúng ta và thế hệ tương lai sẽ nhìn lại và quan sát hành động của chúng ta hôm nay.

Ngày xưa ta nói: ***Uống nước phải nhớ nguồn***
Ngày nay ta phải nói: ***Uống nước phải bảo vệ nguồn***.

Mai Thanh Truyết
Chủ tịch Hội Khoa Học & Kỹ Thuật VIỆT NAM (VAST)

HỘI KHOA HỌC & KỸ THUẬT VIỆT NAM
THE VIETNAMESE AMERICAN SCIENCE & TECHNOLOGY SOCIETY

Việt Nam Tương Lai

Này người Việt Nam ơi
Hãy đáp lời sông núi
Vận nước đang nổi trôi
Chờ ta lên tiếng nói

Những tù nhân lương tâm
Thẳng thắn không ngại ngần
Đứng lên vì chánh nghĩa
Đấu tranh cho toàn dân

Tuổi trẻ của Việt Nam
Đang sống trong hoang mang
Trong trăm bề thiếu thốn
Một viễn tượng suy tàn

Giáo dục và y tế
Ta hãy cùng nhau về
Dựng nhà thương trường học
Từ thành đến thôn quê

Này người Việt Nam ơi
Nợ nước đừng buông trôi
Quê hương đang mong mỏi
Ngày được mặc áo mới

Cùng xây dựng ngày mai
Đất nước cần nhân tài
Hãy chung lưng góp sức
Xây Việt Nam tương lai

Hãy ngồi lại gần nhau
Cùng nối kết trước sau
Khi chúng ta hợp nhất
Sức mạnh sẽ nhiệm mầu

Này người Việt Nam ơi
Quê hương đang hấp hối
Một chế độ suy đồi
Cơ hội đang đưa lối

Hãy bảo vệ quê hương
Sông lạch và môi trường
Bao máu xương đã đổ
Cho Việt Nam yêu thương

Này người Việt Nam ơi
Hãy thức tỉnh kịp thời
Vì tương lai đất nước
Hãy cùng nhau đáp lời!

– mntt –
Houston 01.17.2014

VAST- Letter To The World

Date: April 05, 2010

Dear Sir/Madam,

On behalf of The Vietnamese American Science & Technology Society (VAST), a non-profit organization founded in the USA 20 years ago, for the sake of the people of Viet Nam who are living under the authoritarian Communist regime, we would like to respectfully and earnestly request your strong support of the following issue.

We, as Vietnamese scientists and technologists who are living abroad, would like to make an appeal to the world and your organization to help us by using your authority to exercise your international prestige and power for pressuring the Vietnamese communist regime to reconsider the decision regarding the agreement to offer the communist Chinese the right to exploit bauxite in Vietnam.

This huge project has caused strong opposition from the Vietnamese people due to the fact that the deal was irregular and not transparent. The Vietnamese people suspect that there must have been certain conspiracy behind this so-called exploitation of natural resources project.

The Vietnamese people would eventually bear the worst consequences due to the following facts:

 1. The Vietnamese government is irresponsible, arbitrary, and hasty,
 2. The inadequate knowledge in technology of the Chinese in the field of bauxite exploitation could not warrant a successful return,
 3. This project will lead to disastrous environmental consequences affecting millions of people living in the area for about forty to fifty years,

4. The Chinese people involved in this project ignore the local Vietnamese authorities and behave as if they are occupants of the territory,

5. The project can be considered as part of a scheme of the Chinese hegemony, therefore, the whole world should be alert about the danger of the Chinese's ambition and aggressiveness.

In summary, with all our concerns and the abovementioned reasons, we honestly believe in your understanding and seek for your assistance, within the scope of your authority, to exercise your power and your influence to avert the implementation of this project.

Respectfully,

Nguyen Ba Loc, MS
President, VAST

Mai Thanh Truyet, Ph. D
Chaiman, VAST

HỘI KHOA HỌC & KỸ THUẬT VIỆT NAM
THE VIETNAMESE AMERICAN SCIENCE & TECHNOLOGY SOCIETY

Lối Thoát cho Việt Nam
DẪN NHẬP

Quý bạn đang cầm quyển sách trên tay **"Lối thoát cho Việt Nam"** ấn bản lần thứ hai của quyển sách "Lối thoát nào cho Việt Nam?"
500 Ấn bản đầu tiên ra mắt bạn đọc vào cuối tháng 7 vừa qua đã không còn nữa. Nhóm Chủ trương đã lượm lặt các góp ý, phản hồi, và thêm ý kiến… của bè bạn, thân hữu… trong những lần trao đổi, nói chuyện với cộng đồng ở nhiều nơi, để rồi, từ đó quyết định tái bản với thêm nhiều bình luận cũng như sửa chữa một số nhận định không chính xác và thiếu tính thuyết phục. Lần tái bản nầy dự trù sẽ ra mắt vào tháng 4 năm 2018.
Trong lần phát hành vừa qua, CSBV qua Web nhandanviet.com, bài viết **"Hãy tìm cách đuổi Việt Cộng về với Tàu Cộng!"** đã được mổ xẻ với luận điệu quen thuộc (của cộng sản) được trích dẫn dưới đây như một chứng tích cho thấy cơ chế chuyên chính vô sản vẫn còn nằm sâu trong não trạng cộng sản ở Việt Nam.
https://i0.wp.com/nhanvanviet.com/wp-content/uploads/2016/05/kradljivac_55ac93a1ae52e.jpg?resize=800%2C
Thứ Sáu, Tháng Mười Hai 22, 2017

Cái nhìn về Mai Thanh Truyết từ phía bên kia:

TỔNG HỢP

Bộ mặt phản động của Mai Thanh Truyết

11 Tháng Tư, 2017 Xuân Mới 3 Comments diễn biến hòa bình, Mai Thanh Truyết

Mới đây, trên trang mạng xã hội "Danlambao" – Mai Thanh Truyết lại lớn giọng hô hào "Chúng ta chỉ còn một con đường duy nhất là: "Hãy tìm cách đuổi Việt Cộng về với Tàu Cộng!". Kể cũng lạ là cho đến hôm nay, sau hơn 30 năm đổi mới toàn diện đất nước, dưới sự lãnh đạo của Đảng Cộng sản Việt Nam – đất nước đã thu được nhiều thành tựu to lớn, có ý nghĩa trên con đường xây dựng chủ nghĩa xã hội và bảo vệ Tổ quốc xã hội chủ nghĩa. Thành tựu ấy, đã chứng minh trên thực tế mục tiêu, con đường mà Đảng Cộng sản Việt Nam, nhân dân Việt Nam lựa chọn và đang đi là hoàn toàn đúng đắn. Thành tựu ấy cũng đã được toàn Đảng, toàn dân tộc Việt Nam thừa nhận, đánh giá và bạn bè quốc tế, những người Cộng sản quốc tế ngưỡng mộ, học tập làm theo, vậy mà những người tự xưng là "con dân Việt" như Mai Thanh Truyết lại lớn giọng kêu gào tất cả những "con dân Việt muốn giống nòi tồn tại" cần phải "đuổi Việt Cộng về Tàu Cộng" và xem đây "là nhiệm vụ của tất cả người con Việt". Có lẽ tất cả Nhân dân Việt Nam không lạ gì giọng điệu của Mai Thanh Truyết, chẳng qua gã cũng chỉ là kẻ theo đuôi, a dua những thế lực thù địch đã và đang ra sức tìm mọi cách chống phá Đảng Cộng sản Việt Nam, chống phá cách mạng Việt Nam…

Giọng điệu của Mai Thanh Tuyết có lẽ đã quá lạc lõng, lỗi thời, chắc chẳng còn mấy ai tin. Bởi vì, thực tế lịch sử dân tộc Việt Nam đã chứng minh, khẳng định vai trò lãnh đạo của Đảng Cộng sản Việt Nam đối với cách mạng Việt Nam và toàn dân tộc Việt Nam. Điều khẳng định đó đã rõ như ban ngày, không có gì cần bàn cãi. Ngay từ khi nhân dân Việt Nam một cổ đôi tròng, vừa phải chịu sự nô dịch của thực dân Pháp vừa chịu sự đàn áp của phát xít Nhật, khi mà cách mạng Tháng Tám đang còn trong trứng nước thì vai trò lãnh đạo của Đảng Cộng sản Việt Nam trong tuyên truyền, vận động, tập hợp toàn dân tộc đứng lên làm cuộc cách mạng Tháng Tám thành công, lập nên Chính quyền Công nông – Nhà nước Công nông đầu tiên ở Đông Nam Á. Điều đó được cả dân tộc Việt Nam tin tưởng, thừa nhận và suy tôn. Khi chính quyền cách mạng non trẻ mới ra đời, trong vòng vây của các nước đế quốc, nhưng Đảng Cộng sản Việt Nam và Chủ tịch Hồ Chí Minh đã sáng suốt lãnh đạo đưa toàn dân tộc vượt qua mọi kìm kẹp của chủ nghĩa đế quốc, giữ vững Chính quyền và nhanh chóng làm công tác chuẩn bị để tiến hành cuộc kháng chiến chống thực dân Pháp.

Thắng lợi của cuộc kháng chiến chống thực dân Pháp và đế quốc Mỹ được đánh dấu bằng hai mốc son vàng trong lịch sử dân tộc, chắc những "người con Việt" như Mai Thanh Truyết không thể nào quên được. Đặc biệt, khi chủ nghĩa xã hội hiện thực lâm vào khủng khoảng, sụp đổ do sai lầm chủ quan, nóng vội của những người Cộng sản ở Liên Xô và Đông Âu trong đổi mới, cải cách thì Đảng Cộng sản Việt Nam vẫn bình tĩnh, chủ động, sáng tạo lãnh đạo toàn dân tộc thực hiện thành công công cuộc đổi mới toàn diện đất nước. Thành tựu của 30 năm đổi mới vừa qua, đã chứng minh trên thực tế những người Cộng sản Việt Nam không chỉ giỏi trong lãnh đạo chiến tranh mà còn giỏi cả trong kiến thiết và xây dựng xã hội mới – xã hội chủ nghĩa.

Ấy vậy mà, Mai Thanh Truyền lại kêu gào *"muốn giống nòi tồn tại" "những người con Việt cần phải đuổi Việt Cộng về Tàu Cộng"*, quả thật ông không hiểu gì về lịch sử dân tộc Việt Nam, cũng như hiện thực cách mạng Việt Nam và Đảng Cộng sản Việt Nam hiện nay, nếu không muốn nói thật rằng: ông là con người điển hình cho sự vô ơn, lối hành xử bất nhân, bất nghĩa với dân tộc Việt với những người Cộng sản Việt Nam.

Thật nực cười là, cái mà Mai Thanh Truyết gọi là *"Trước tình hình này thì Việt Cộng đã làm gì?"* ông tự nêu ra câu hỏi và tự trả lời. Tôi đọc cách mà ông biện bạch thực ra là xuyên tạc, nói xấu Đảng Cộng sản Việt Nam nhưng lại làm ra vẻ như ông là con người thông thái lắm, có hiểu biết đầy đủ lắm về chiến lược, sách lược cách mạng của những người "Việt Cộng", thực ra ông chẳng hiểu biết bao nhiêu về những vấn đề mà ông nêu ra, nào là "Việt Cộng" đã "kêu gọi Mỹ giúp ư?", nào là "kêu gọi ASEAN giúp ư?", nào là "CSVN mua vũ khí tối tân để lấy lại biển đảo ư?" nào là "kiện ra toàn án quốc tế qua luật biển quốc tế UNCLOS 1982 ư?" thật đúng là ông "chỉ thấy cây mà không thấy rừng".

Thế mới biết ông cũng chỉ như ếch ngồi đáy giếng khi nói về chiến lược, sách lược của cách mạng Việt Nam nói chung và chiến lược, sách lược với vấn đề Biển Đông của "Việt Cộng" nói riêng. Nếu đã không hiểu gì về những chiến lược, sách lược của cách mạng Việt Nam, của những người "Việt Cộng" thì xin ông hãy khiêm tốn và chú ý lắng nghe đừng vội vỗ ngực ra vẻ ta đây có hiểu biết hơn người mà bị mang tiếng là "ếch ngồi đáy giếng lại còn to còi".

Phát huy truyền thống của cha ông trong mấy nghìn năm dựng nước, giữ nước, vấn đề Biển Đông, nhất là giải quyết những tranh chấp trên Biển Đông giữa Việt Nam với các nước luôn là vấn đề trọng yếu, được Đảng Cộng sản Việt Nam, Nhà nước Cộng hòa xã hội chủ nghĩa Việt Nam quan tâm đặt lên hàng đầu trong chiến lược bảo vệ độc lập, chủ quyền quốc gia dân tộc. Trong mỗi nhiệm kỳ lãnh đạo, Đảng Cộng sản Việt Nam luôn có những chủ trương tăng cường củng cố, quốc phòng, an ninh; bảo vệ vững chắc độc lập, chủ quyền, toàn vẹn lãnh thổ của Tổ quốc.

Ấy vậy, mà Mai Thanh Truyết lại la lên rằng "nên nhớ, từ xưa đến nay, CSVN đã không bao giờ có ý định lấy lại đất đai, biển đảo đã mất mà còn làm ngơ để Tàu Cộng lấn chiếm dần dần". Có lẽ, đến đây, Mai Thanh Truyết đã lộ rõ bản chất, âm mưu, thủ đoạn chống phá Đảng Cộng sản Việt Nam, chống phá sự nghiệp cách mạng của dân tộc Việt Nam. Thật sự thì, nếu nhãn quan chính trị của ông không có vấn đề thì ông là người từ trên trời rơi xuống, ông chẳng hiểu gì về dân tộc Việt Nam, cũng chẳng hiểu gì về Đảng Cộng sản Việt Nam – lãnh tụ chính trị mà đã được cả dân tộc Việt Nam thừa nhận, suy tôn dành cho tên gọi thân thương, trìu mến "Đảng ta".

Đành rằng trong công cuộc đổi mới toàn diện đất nước hiện nay – một công việc hoàn toàn mới mẻ chưa hề có tiền lệ trong lịch sử, chắc chắn Đảng Cộng sản Việt Nam cũng khó có thể tránh khỏi sai lầm, khuyết điểm, nhưng có điều chắc chắn là không vì thế mà nhân dân Việt Nam, dân tộc Việt Nam xa lánh những người "Việt Cộng" như ông mong đợi. Trái lại, toàn dân tộc Việt Nam, Nhân dân Việt Nam đang ra sức nỗ lực đóng góp công sức, tài trí của mình để góp phần xây dựng, chỉnh đốn Đảng, làm cho Đảng ngày càng trong sạch, vững mạnh, mãi mãi xứng đáng là đội tiền phong, là lãnh tụ chính trị của toàn dân tộc.

Vậy nên, tôi có mấy nhời khuyên ông, cũng là để ông không đắc tội với hậu thế, với những "người con Việt" chân chính, rằng: sự lãnh đạo của Đảng Cộng sản Việt Nam với dân tộc Việt Nam là lẽ đương nhiên, đã được lịch sử tôn vinh và cả dân tộc thừa nhận, suy tôn; được Hiến pháp nước Cộng hòa xã hội chủ nghĩa Việt Nam hiến định, dù ông có cố tình xuyên tạc nói xấu thế nào chăng nữa thì cũng chẳng còn ai tin. Vậy nên, nếu ông là "người con Việt" chân chính, mang trong mình dòng máu Việt, thấm đậm văn hóa, cốt cách con người Việt, mong muốn vì sự hưng thịnh của dân tộc Việt thì ông hãy giữ gìn cốt cách, truyền thống yêu nước, đoàn kết, thương nòi của người con Việt, đừng dại dột mà theo đuôi, ăn theo, nói leo những phần tử thù địch, phản động./.

Tiếp theo nữa, qua bài viết phân tích về "**Sự thay đổi thể chế đột ngột từ độc tài sang dân chủ**", Học viện Chính trị qua tác giả "**Phê Bình**" lại...đào huyện ...chôn Mai Thanh Truyết qua trích dẫn dưới đây:

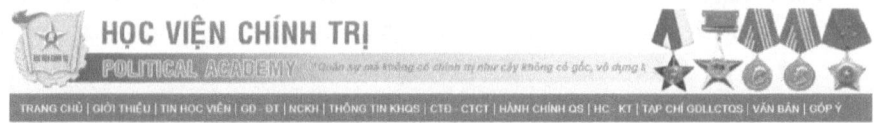

Mai Thanh Truyết lại đào huyệt chôn mình
Thứ ba, 28/03/2017 - 07:44 sáng GMT

Thời gian qua, có không ít bài viết mang nội dung xấu đăng trên Internet, trong đó có bài "sự thay đổi thể chế đột ngột từ độc tài sang dân chủ" của Mai Thanh Truyết. Nội dung bài viết không có gì mới, ngoài sự phủ nhận vai trò lãnh đạo của Đảng Cộng sản đối với đất nước, cho rằng Đảng Cộng sản Việt Nam là một chính đảng độc tài đặt ra cơ chế chuyên chính vô sản làm phương châm hành động và cai trị; đòi Đảng Cộng sản Việt Nam phải nhường quyền lãnh đạo dân tộc cho một lực lượng chính trị mới. Xin góp cùng độc giả luận bàn về vấn đề này:

Trước hết, cần khẳng định rằng: Đảng Cộng sản Việt Nam đang thực hiện tốt vai trò lịch sử đối với sự nghiệp cách mạng Việt Nam và vai trò đó ngày càng tăng. Việc Đảng Cộng sản Việt Nam lãnh đạo cách mạng Việt Nam là thực hiện sứ mệnh lịch sử mà dân tộc, giai cấp công nhân, nhân dân lao động trao cho Đảng, đó là sự lựa chọn sáng suốt của lịch sử. Thực tiễn chỉ ra rằng, trước khi Đảng Cộng sản Việt Nam ra đời, Việt Nam vốn là một quốc gia, dân tộc có chủ quyền độc lập, thống nhất đã bị bọn đế quốc xâm lược, chia cắt, bóc lột, thống trị hà khắc, tước mất quyền độc lập của dân tộc. Trong bối cảnh đó, để cứu nước, cứu dân, đã có nhiều nhà ái quốc, phong trào yêu nước Việt Nam giương cao ngọn cờ dân tộc, nhưng kết cục đều bị thất bại. Sự ra đời của Đảng Cộng sản Việt Nam, với cương lĩnh chính trị đúng đắn ngay từ đầu đã thể hiện được khát vọng, yêu cầu đòi hỏi của lịch sử. Trong tiến trình đấu tranh cách mạng, hàng vạn đảng viên của Đảng đã cống hiến trọn đời cho mục tiêu cao đẹp "giải phóng dân tộc, thống nhất đất nước". Dẫu phải gánh vác trọng trách nặng nề, với biết bao khó khăn, mất mát, hy sinh, nhưng Đảng Cộng sản Việt Nam luôn luôn tuyệt đối trung thành với mục tiêu vì độc lập dân tộc và chủ nghĩa xã hội, trung thành lợi ích của giai cấp công nhân, lợi ích của dân tộc, của nhân dân. Kiên trì, kiên quyết một lòng lãnh đạo nhân dân làm cuộc cách mạng đến cùng: đánh đổ, xóa bỏ chế độ thực dân đế quốc, thống nhất Tổ quốc, đưa cả nước đi lên chủ nghĩa xã hội.

Cách mạng vô sản ở Việt Nam là một cuộc cách mạng mang tính toàn diện, sâu sắc, triệt để. Trong quá trình lãnh đạo cách mạng, Đảng Cộng sản Việt Nam cũng không thể tránh khỏi những sai lầm, khuyết điểm. Những sai lầm, khuyết điểm ấy luôn luôn được Đảng công khai thừa nhận trước toàn thể nhân dân không bao che dấu diếm, kiên quyết, kiên trì tìm cách khắc phục, sửa chữa. Chính điều này là đã làm cho Đảng Cộng sản Việt Nam ngày càng trưởng thành vững vàng về mọi mặt, có đủ năng lực lãnh đạo đưa cách mạng Việt Nam vượt qua khó khăn, thách thức, giành được những thắng lợi vĩ đại. Vai trò, uy tín, năng lực lãnh đạo và những cống hiến to lớn của Đảng đối với cách mạng Việt Nam trong gần một thế kỷ qua đã được khẳng định và được nhân dân Việt Nam, bầu bạn quốc tế đánh giá cao. Khác hẳn hoàn toàn với những gì mà Mai Thanh Truyết rêu rao, thổi phồng trên mạng Internet.

Thứ hai, trong lãnh đạo cách mạng Việt Nam, Đảng Cộng sản Việt Nam luôn tôn trọng, lắng nghe mọi ý kiến đóng góp của nhân dân, phát huy quyền làm chủ của nhân dân. Lịch sử của Đảng Cộng sản Việt Nam là lịch sử với những cống hiến mang lại tự do, ấm no, hạnh phúc cho nhân dân. Ngoài lợi ích của giai cấp công nhân và nhân dân lao động, Đảng ta không có lợi ích nào khác. Xuyên suốt trong cương lĩnh, đường lối, chính sách của Đảng luôn yêu cầu mọi cán bộ, đảng viên dù ở cương vị gì, hoạt động ở đâu cũng phải đặt lợi ích của đất nước, của nhân dân lên trên hết, suốt đời phấn đấu cho dân, cho nước. Thực tế đã chứng minh: Đảng Cộng sản Việt Nam trong suốt quá trình lãnh đạo cách mạng chỉ thực hiện một mục đích duy nhất đó là "vì nước, vì dân" đã khơi dậy tinh thần yêu nước trong quần chúng nhân dân, thúc đẩy họ đi theo ngọn cờ lãnh đạo của Đảng làm cách mạng giải phóng dân tộc, xây dựng chủ nghĩa xã hội. Những cống hiến hy sinh lớn lao của Đảng Cộng sản Việt Nam đối với nhân dân, đất nước gần một thế kỷ qua là hiện thực lịch sử không thể phủ nhận. Do vậy, những lời lẽ của Mai Thanh Truyết cho rằng: Đảng Cộng sản Việt Nam là tổ chức độc tài, không có thiện ý, phi dân chủ, không còn vai trò lãnh đạo xã hội. Cố tình xuyên tạc, đổi trắng thay đen, phủ nhận vai trò lãnh đạo của Đảng Cộng sản Việt Nam là hành động "phản nước, hại dân" trái ngược với nguyện vọng, sự lựa chọn đúng đắn của đông đảo nhân dân Việt Nam./.

Tác giả: Phê Bình

Ngay cả một bài viết về môi trường, bài "Dấu ấn Sinh thái" nói về ảnh hưởng của môi trường lên khắp nơi, và "Dấu ấn sinh thái" là một thuật ngữ, hay "một dự án "Vital Signs" mà hàng năm LHQ kêu gọi khắp nơi, từng làng mạc, thành phố, khu vực...dân chúng ngồi lại, góp ý với nhau để ...đề nghị làm một "cái gì đó" nhằm mục đích cải thiện môi trường của chính mình.

Thế mà ...

Nhận thấy tầm quan trọng của vấn đề ô nhiễm môi trường, thời gian qua Đảng, Nhà nước, các cơ quan ban ngành có liên quan và nhân dân đã tích cực, chủ động vào cuộc tìm ra giải pháp hữu hiệu nhất nhằm hạn chế vấn đề ô nhiễm môi trường, đảm bảo cuộc sống trong lành cho người dân. Tuy nhiên, Mai Thanh Truyết đã cố tình lợi dụng vấn đề đó để lập luận, suy diễn, đưa ra những nhận định chủ quan với ý đồ đen tối trong bài viết "Sự suy thoái môi trường toàn cầu: Dấu ấn sinh thái", Mai Thanh Truyết cho rằng, Đảng Cộng sản Việt Nam không quan tâm đến vấn đề môi trường, để con người khai thác một cách bừa bãi nên mới gây ra những hậu quả đáng tiếc như ngày hôm nay và việc khắc phục những hậu quả do môi trường gây ra là không thể được đối với Việt Nam. Xin bạn đọc để hiểu rõ hơn về bản chất của vấn đề.

Thứ nhất, Đảng, Nhà nước và các cơ quan chức năng quan tâm lãnh đạo, chỉ đạo giải quyết vấn đề ô nhiễm môi trường. Những năm qua, Đảng và Nhà nước ta đã ban hành nhiều chủ trương, chính sách về bảo vệ môi trường, điển hình là Nghị quyết số 41 – NQ/TW ngày 15/11/2004 của Bộ Chính trị (Khoá IX) về bảo vệ môi trường trong thời kỳ đẩy mạnh CNH, HĐH đất nước; Chỉ thị số 29 – CT/TW ngày 21/01/2009 của Ban Bí thư về tiếp tục thực hiện Nghị quyết số 41 – NQ/TW của Bộ Chính trị; Luật Bảo vệ môi trường (sửa đổi); các nghị định của Chính phủ hướng dẫn thực hiện Luật Bảo vệ môi trường; Nghị quyết số 24 – NQ/TW của Bộ Chính trị khoá (XI) về "Chủ động ứng phó với biến đổi khí hậu, tăng cường quản lý tài nguyên và bảo vệ môi trường"... Các chỉ thị, nghị quyết, văn bản pháp quy này đi vào cuộc sống bước đầu tạo ra một số chuyển biến tích cực trong hoạt động bảo vệ môi trường. Đặc biệt, Đảng, Nhà nước và các cơ quan chức năng có liên quan đã kịp thời lãnh đạo, chỉ đạo giải quyết sự cố ô nhiễm môi trường, nhất là sự cố ô nhiễm môi trường biển do công ty Fomosa gây

Đảng Cộng sản Việt Nam

Mai Thanh Truyết lại lợi dụng vấn đề môi trường để phủ nhận sự lãnh đạo của Đảng Cộng sản Việt Nam

28 Tháng Mười, 2017   Dân Phòng   1 Comment   Mai Thanh Truyết, Đảng Cộng sản Việt Nam

ra ở 4 tỉnh miền Trung. Chính phủ và các cơ quan, ban ngành có liên quan đã tích cực, chủ động vào cuộc chỉ đạo tìm cách khắc phục sự cố đảm bảo ổn định đời sống của nhân dân vùng bị ô nhiễm. Đảng, Nhà nước ta luôn nhận thức đúng, quan tâm lãnh đạo, chỉ đạo bảo vệ môi trường, nỗ lực tìm kiếm các biện pháp để giảm thiểu ô nhiễm môi trường, đảm bảo phát triển bền vững đất nước. Mai Thanh Truyết đừng có hồ đồ lợi dụng vấn đề ô nhiễm môi trường để tuyên truyền, xuyên tạc, bôi nhọ Đảng Cộng sản Việt Nam.

Thứ hai, tuyên truyền, giáo dục nâng cao nhận thức, trách nhiệm của các tổ chức, các lực lượng về bảo vệ môi trường. Sự thật lịch sử không thể phủ nhận, bác bỏ; không ai khác mà chính con người là thủ phạm gây ra sự cố ô nhiễm môi trường để lại những hậu quả khôn lường, nghiêm trọng trong cuộc sống, cũng như cho quá trình phát triển kinh tế – xã hội của đất nước. Để khắc phục và giảm thiểu tối đa những vấn đề do ô nhiễm môi trường gây ra Đảng, Nhà nước, các cơ quan chức năng đã tiến hành đồng thời nhiều hình thức, biện pháp như đẩy mạnh công tác tuyên truyền, giáo dục về môi trường trong toàn xã hội, tạo ra sự chuyển biến và nâng cao nhận thức, ý thức chấp hành pháp luật bảo vệ môi trường; tăng cường công tác nắm tình hình, thanh tra, giám sát về môi trường; nâng cao năng lực chuyên môn, nghiệp vụ cho đội ngũ cán bộ phụ trách công tác môi trường và trang bị các phương tiện kỹ thuật hiện đại để phục vụ có hiệu quả cho các lực lượng này; hoàn thiện hệ thống pháp luật về bảo vệ môi trường. Theo báo cáo của Bộ Tài nguyên và môi trường, trong thời gian qua, vấn đề ô nhiễm đã từng bước được khắc phục, cụ thể: Tỷ lệ thu gom, xử lý chất thải nguy hại đạt khoảng 75%; chất thải rắn y tế đạt 80%; tỷ lệ cơ sở gây ô nhiễm môi trường nghiêm trọng được xử lý đạt 90% vào năm 2015; quan tâm bảo tồn thiên nhiên, đa dạng sinh học, bảo vệ và phát triển rừng; tỷ lệ che phủ rừng tăng, đạt khoảng 40,7% vào năm 2015; tỷ lệ dân số thành thị sử dụng nước sạch đạt 82%, tỷ lệ dân số nông thôn sử dụng nước hợp vệ sinh đạt 86% vào năm 2015; phòng, chống và giảm nhẹ thiên tai được chú trọng, đạt nhiều kết quả; năng lực cảnh báo, dự báo thiên tai được tăng cường, chất lượng có bước được nâng lên; nhiều dự án ứng phó với biến đổi khí hậu kết hợp phòng, chống thiên tai được triển khai, tranh thủ được sự hợp tác, hỗ trợ của nhiều nước trên thế giới.

Tóm lại, những bằng chứng trên đã khẳng định sự vào cuộc quyết liệt của Đảng, Nhà nước và các tổ chức, lực lượng có liên quan cùng chung tay, chung sức tháo gỡ những khó khăn, vướng mắc trong vấn đề bảo vệ môi trường. Rõ ràng, Mai Thanh Truyết đã cố tình xuyên tạc, phủ nhận thực tiễn đó, đổ lỗi, quy kết cho Đảng ta không quan tâm đến vấn đề môi trường nên mới để đất nước trở thành một bãi rác khổng lồ, nước mặt, nước ngầm hoàn toàn bị nhiễm độc.

....

Qua (3) trích dẫn trên, rõ ràng chúng ta đã thấy CSBV vẫn bịt mắt, bịt tai đi theo con đường **"ba giòng thác cách mạng"** áp dụng từ thời Bolshevik của cách mạng (?) Nga Sô, nhằm triệt để thực hiện trong giai đoạn "thoái trào" của họ, sắt máu hơn giai đoạn đầu, ***"thời kỳ quá độ tiến lên chủ nghĩa xã hội"*** ngay sau khi chiếm đóng toàn thể Việt Nam sau ngày 30/4/1975.

Vì vậy, trong ấn bản lần nầy, **Nhóm Chủ Trương đã quyết định chỉnh sửa lại đề tựa của cuốn sách là *"Lối thoát Cho Việt Nam"*** và cố gắng hệ thống hóa thành ba đề mục chính tập trung vào các chủ đề như sau:

- *Việt Nam hiện tại và tương lai;*
- *Bộ mặt thật của Trung Cộng;*
- *Chống Tàu diệt Việt Cộng.*

Thân mời bạn đọc đón đọc.

Các bài viết trong sách gồm các đề mục liên quan đến Trung Cộng và Cộng Sản Bắc Việt. Đây là một tập hợp những bài viết và học tập nhóm của **Ủy Ban Chống Bắc Thuộc** (UBCBT) đã được thành lập tại Brisbane, Úc năm 2014, **Nhóm Chống Tàu Diệt Việt Cộng** (CTDVC) đã được thành lập từ cuối năm 2011 tại Nam California, Hoa Kỳ, **Hội Cựu Quân nhân VNCH Nam Úc**, Adelaide, từ năm 1990, và **Diễn Đàn Tiếng Nói Độc Lập**, thành lập từ năm 2016 tại **Houston**, Hoa Kỳ.

Tập hợp những bài viết trong sách nhằm phân tích các yếu tố *khách quan và chủ quan tạo ra một tình trạng hết sức phức tạp và bi thảm cho Việt Nam trong những ngày sắp tới của năm 2018.*

Nguy cơ bị *Hán hóa* có thể biến thành sự thật trong một tương lai không xa. Chính vì vậy các thành viên trong Nhóm cố gắng **vạch định những phương hướng** khả dĩ có thể chuyển đổi tình thế mang lại **sức mạnh dân tộc thể hiện tinh thần Diên Hồng** của tiền nhân trong 1026 năm bị người Tàu đô hộ qua suốt chiều dài lịch sử của cha ông.

Bất cứ chế độ nào rồi cũng có ngày chấm dứt.
Càng đi ngược lại với quyền lợi quốc dân, càng sớm bị tiêu diệt!
Đứng cùng với dân tộc mới thực sự tồn tại!
Cuộc cách mạng dân tộc trong những ngày sắp tới sẽ là một cuộc cách mạng toàn dân, cuộc cách mạng môi trường …
và …**Lối thoát cho Việt Nam** phải chăng là

một cuộc cách mạng **"Bất Tuân Dân Sự"**.

Mai Thanh Truyết
Và Nhóm Chủ Trương

ĐKG Phạm Thế Trung-Ls Nguyễn Hoàng Duyên-Ks Bùi Hữu Liêm
-Nguyên Thủy & Mai Thanh Truyết-Ks Trần Kim Ánh-Ks Phùng Quốc Công
RMS Lối thoát nào cho Việt Nam – San Jose, CA

Lời Tựa - Thư Cho Con Tập 11

Vừa nhận được bản thảo "Thư Cho Con - Tập 11" của Ông Giáo Già, cũng như nhận lời yêu cầu của tác giả Trần Minh Xuân để viết lời tựa cho tập sách trên, cá nhân tôi, cùng là đồng chí hướng trong gia đình Nguyễn Ngọc Huy, đã đắn đo và cảm động khi đặt bút viết lời tựa.

Đắn đo vì chuyện "dài nhân dân tự vệ" ở Việt Nam hiện tại cũng như những "liên hệ hữu cơ" của Việt Nam đối với "đàn anh nước lớn" đã được tác giả diễn đạt quá tường tận...đến nỗi người viết nhận thấy không còn gì để nói thêm nữa.

Cảm động vì được người anh đi trước dành cho vinh dự viết ...Lời Tựa.

Sau **12 lá thư viết từ ngày 24 tháng 3 đến 28 tháng 5 năm 2008**, cùng một bài Phụ Lục, tác giả đã cho chúng ta đi trọn một vòng trái đất, mô tả tất cả những sự kiện liên quan đến Việt Nam trong mốc thời gian nầy. Tác giả cũng không quên đưa ra những bình luận qua mỗi sự kiện để từ đó chúng ta có được một cái nhìn khái quát về mãnh đất thân yêu Việt Nam đang quần quại dưới ách thống trị của cường quyền.

Có thể nói, suốt cuộc đời tị nạn của Ông Giáo Già, ông không ngừng tra cứu, lục lọi trên mạng lưới toàn cầu, trên báo chí Việt Nam, nghe tin tức trên radio, và tivi cả Mỹ lẫn Việt để có những tin tức cập nhật và hình ảnh chứng minh, nhứt là những tin nhạy cảm mà Việt Nam cố tình kiểm duyệt. **Ông làm việc như một...ông giáo già** tận tuy với nghề và ...mặc chuyện thị phi bên ngoài để liên tục đóng góp cho đời một món ăn tinh thần hiếm quý. Ông đã và đang làm, cũng như sẽ làm trong im lặng cho đến cuối cuộc đời, tôi tin chắc như thế.

Đề tựa của mỗi lá thư là một sự kiện, một biến cố đang xảy ra ở một nơi nào đó nhưng chắc chắn có liên quan đến Việt Nam, và mối liên quan lớn nhứt vẫn là những câu chuyện xảy ra, đa số có nguyên nhân hay hậu quả từ một đàn anh nước lớn, Trung Cộng. Từ câu chuyện **Máu đẫm áo cà sa Tây Tạng**, đến **Thế vận Hội Trung Cộng**, cũng như **Nỗi nhục mất Trường Sa, Hoàng Sa** cùng sự "qui phục" của CSBV trước sức ép của TC. Từ **Ngọn đuốc Olympic bị tẩy chay** khắp nơi trên thế giới cho đến con tem rực rỡ sáng ngời Lê Thị Công Nhân. Từ **Câu chuyện Đại hội Vesak** cho đến **Sở trường lươn lẹo của nghị viên Madison Nguyễn**.

Và sau cùng để chấm dứt loạt thư với **Thời đại đồ...đểu** và **Giá trị nhân bản của Câu chuyện Da Cam/Dioxin Việt Nam** cùng thân phận trí thức miền Nam vì dễ tin những lời "đường mật" của cộng sản mà phải ép mình làm công cụ cho cường quyền để rồi khi bị vắt chanh bỏ vỏ và nằm xuống trong cô đơn!

Tuy nhiên, lá thư tôi tâm đắc nhứt là lá thư "*Sau Ba Mươi Năm ...Sợ*". Lá thư được viết đúng vào ngày thứ tư 30 tháng 4 năm 2008, mà khi đọc xong, những hình ảnh cùng tâm trạng của ngày 30/4/1975 vẫn còn đang hiện diện trước mắt hay trong tâm trí. Tâm trạng đó là: *buồn bã, sợ hãi, chao đảo, hoang mang, tủi nhục khi nhìn thấy đoàn quân xa "chiến thắng" ngang nhiên đi vào khắp các nẻo đường Sài Gòn, với những bộ mặt ngơ ngác, mặt mày xanh lét (vì thiếu ăn) nhưng được võ trang đến tận răng.* Và hàng ngàn câu hỏi được đặt ra tại sao CS Bắc Việt chiến thắng, cho đến hiện nay vẫn chưa có lời giải ổn thoả trong mỗi chúng ta!

Tuy nhiên, trong Thư Cho Con Tập 11 nầy, Ông Giáo Già cho chúng ta thấy rằng niềm sợ hãi trong lòng người Việt quốc gia đang bớt dần, đồng biến với *nỗi sợ càng lúc càng tăng trong lòng người cộng sản*, qua sự phản tỉnh càng lúc càng nhiều hơn trong hàng ngũ đảng viên cộng sản, từ tên công an khu vực đi tìm sự che chở của đồng bào, đến một số không nhỏ cấp lãnh đạo hàng đầu ngồi ở Bắc bộ phủ Hà Nội hối hả tham nhũng trong buổi chợ chiều, chuẩn bị hạ cánh an toàn...

Chữ *Sợ* đã được chuyển đổi từ người quốc gia sang người cộng sản sau 33 năm dài quê hương chìm ngập trong màu cờ đỏ không ngớt khơi động hận thù triền miên để củng cố và duy trì chế độ toàn trị bất nhân.

Những phân tích rốt ráo của Ông Giáo Già cho chúng ta thấy đây không phải là một nếp nghĩ mơ mộng của người quốc gia mà là một sự thật đã được minh chứng là ngày hôm nay, người dân không còn biết sợ nữa. Họ đã dám đứng lên đòi những quyền lợi của một người dân căn cứ theo Bản Tuyên ngôn quốc tế Nhân quyền của Liên Hiệp Quốc mà Việt Nam là một thành viên.

Do đó, Ông Giáo Già của chúng ta luôn luôn lạc quan, dù tuổi đời cũng đã qua thất thập, ông luôn lạc quan cho một tương lai xán lạn cho Việt Nam nhắm vào tuổi trẻ Việt Nam trong nước và hải ngoại *đang và tiếp tục đứng lên* làm một cuộc cách mạng mới cho Việt Nam.

Tuổi trẻ Việt Nam, hậu duệ của vua Quang Trung, dù ở quốc nội hay hải ngoại đã trưởng thành và đang mạnh dạn đi vào cuộc hành trình mới làm cho xã hội Việt Nam ngày càng tốt thêm. Trong tiến trình dân chủ hoá tư tưởng và xã hội...dĩ nhiên tuổi trẻ cũng sẽ gặp phải muôn vàn cản ngại, thất bại vì thiếu kinh nghiệm, như một số tên tuổi được kể đến trong suốt tập sách. Nhưng những điều đó sẽ không làm cho tuổi trẻ chùn bước mà trái lại, các rào cản trên chỉ là những thử thách ban đầu.

Với cung cách tiếp cận lạc quan, Ông Giáo Già cho chúng ta thấy, tuổi trẻ Việt Nam có tầm nhìn rộng mở hướng về tương lai, chắc chắn tuổi trẻ Việt Nam có đủ tiềm năng và khả năng để tái lập một xã hội trong đó con người hành xử với nhau với tâm an bình, từ bi, và nhân bản hơn xã hội trong đó 86 triệu đồng bào ruột thịt đang sống lầm than ở Việt Nam hiện tại.

Xin cám ơn Ông Giáo Già, xin cám ơn anh Trần Minh Xuân, người đã cho chúng ta rất nhiều thông tin và nhận thức về con đường Việt Nam trong tương lai.

Mai Thanh Truyết

Kỷ niệm Ngày Quân lực VNCH 19/6/2008

Câu chuyện Da Cam Dioxin
Thay Lời Kết

Cùng tất cả Quý độc giả,

Quý vị vừa đọc xong quyển sách Câu Chuyện Dioxin/Da Cam Việt Nam. Thành thật cám ơn sự kiên nhẫn của Quý Vị.
Xin thưa, đây là một công trình tập thể của tất cả thành viên của Hội Khoa học & Kỹ Thuật Việt Nam (Vietnamese American Science & Technology Society – VAST) trong gần 10 năm qua. Chúng tôi cố gắng thu thập tài liệu, trình bày dữ kiện một cách trung thực và khách quan của giới khoa học và kỹ thuật chân chính cùng trao đổi với những nhà khoa học trong và ngoài nước trong tinh thần trọng khoa học và tương kính; tuy nhiên, chúng tôi thẳng thắn xác nhận rằng chúng tôi còn nhiều điểm hoàn toàn không đồng ý với những kết luận thiếu trong sáng trong kết luận của một số khoa học gia ngoại quốc và Việt Nam.
Đối với Hội nghị Dioxin diễn ra tại Hà Nội năm 2002, chúng tôi đã được phái đoàn Hoa Kỳ mời tham dự qua Letter of Invitation, nhưng chúng tôi nhận thấy không thể tiếp tục làm thủ tục vì những phản bác khá nặng nề của phát ngôn viên Việt Nam thời bấy giờ (Phan Thuý Thanh) về một bài phỏng vấn chúng tôi do nhật báo Orange County Register thực hiện trước đó nói về tình hình ô nhiễm ở Việt Nam đã đến lúc báo động.
Đối với Tiến sĩ Wayne Dwernychuk, Giám Đốc Kỹ thuật Công ty Hatfiefd, Canada, chúng tôi đã góp ý và nêu lên những nghi vấn trong báo cáo dày trên 400 trang phối hợp với Ủy ban 10-80 của Việt Nam. Hai quan điểm bất đồng đã được phát biểu trên Đài Á Châu Tự Do (RFA) ở Washington.
Đối với Giáo sư Bác sĩ Mocarelli, Ý, chúng tôi cũng đã thảo luận tường tận qua điện thư, điện thoại, và đường bưu chính về vấn nạn thay đổi giới tính qua ảnh hưởng của Dioxin. Đối với Bác sĩ Schecter, một người tự nhận là cả đời nghiên cứu về chất Da cam ở Việt Nam, Khoa trưởng trường Y tế Công cộng Dallas, chúng tôi cũng đã nhiều lần tiếp xúc qua điện thư, điện thoại cùng tranh luận trên Đài Á châu Tự Do về sự bất đồng quan điểm trên cung cách lấy mẫu phân tích và kết quả phân tích các mẫu đo đạc. Một điểm cần lưu ý trong vấn đề nầy là trong suốt thời gian

tranh luận, chúng tôi được một bác sĩ phụ tá của BS Schecter điện thoại với mục đích mời gọi sự tham gia "nghiên cứu chung" trong vấn đề ô nhiễm chất Da cam.

Đặc biệt hơn cả là đối với Tiến sĩ Stellman, Đại học Columbia. Bà đã nhận được ngân khoản 5 triệu Mỹ kim để nghiên cứu, tính toán qua tài liệu đã giải mã của Bộ Quốc phòng Hoa Kỳ về Chiến dịch Ranch Hand mà chúng tôi cũng có trong tay. Sau hai năm nghiên cứu, kết luận của Bà là thiết lập một mô hình toán trên bản đồ địa lý trong những vùng đã được phun xịt trong thời gian chiến dịch và từ đó đưa ra những kết luận sau đây:

1- Tổng lượng Dioxin đã được rãi xuống miền Nam, không phải là 170 Kg Dioxin nguyên chất như đã được Liên Hiệp Quốc và Hoa Kỳ ước tính mà là 336 Kg;

2- Và số lượng nạn nhân ước tính cho đến hôm nay (thời điểm 2003) là có thể lên đến 5 triệu(!). Dĩ nhiên là công bố của Bà đã được Việt Nam cổ võ tận tình.

Trở qua vụ kiện ở toà án Brooklyn, New York, chúng tôi được hân hạnh tiếp xúc với Luật sư chính của Công ty Dow Chemical Company, Steve Brock. Qua nhiều lần trao đổi qua điện thoại, điện thư, và cuối cùng Luật sư cùng một nhà độc tố học đã bằng lòng tiếp xúc trực tiếp với chúng tôi tại tư gia ở Nam California thay vì ở New York, nhằm mục đích tham khảo về những tin tức và quan điểm chúng tôi kết luận về vấn đề Da Cam ở Việt Nam. Và trong phần phản biện sau cùng dưới tư cách bị đơn gửi đến ông Chánh án toà là Jack Weinstein, Dow Chemical đã ghi nhận những lời góp ý và đem tên chúng tôi vào phần phản biện nầy. Có lẽ nhờ đó, Toà đã huỷ bỏ đơn kiện của Hội Nạn Nhân Chất Độc Da Cam/Dioxin Việt Nam ngày 10 tháng 3 năm 2005.

Qua vụ kiện, cũng như qua các Hội nghị Quốc tế về Dioxin trong những năm về sau 2003, từ năm 2004 trở đi, cho đến năm 2007 tại Tokyo, hầu như tất cả những tham dự viên trong hội nghị đều tập trung vào phương pháp lấy mẫu, phương pháp đo đạc Dioxin và những Dioxin-tương đương như BCPs và Furans v.v…Phương pháp mới nhất dùng để phân tích Dioxin và BCPs là dùng cột phân tích chọn lọc "vi phân" (selective capillary column) và sử dụng pha phân cực cao (highly polar phase). Đây là một phương pháp tối tân nhất hiện tại để có thể tách rời Dioxin và các Dioxin-tương đương khác. **Điều này nói lên tầm quan** trọng trong việc lấy mẫu và phân tích dioxin dưới nhãn quan khoa học, không giống như những nhận định và kết luận qua cảm tính và đầy định kiến của phía Việt Nam.

Một câu chuyện khá lý thú về Dioxin cũng xin được đan cử ra đây, đó là trường hợp đầu độc chính trị bằng Dioxin. Vào tháng 7 năm 2004, có một cuộc tranh cử Tổng thống giữa hai ứng cử viên **Yanukovych thuộc Đảng Cộng sản** Ukraina và **Viktor Yuschenko**, ứng cử viên độc lập. Trong một bữa tiệc giữa hai đối thủ, ông Yuschenko đã uống một ly sữa màu trắng. Vài ngày sau đó, ông bị nhiễm độc, bị đau lưng và tê liệt nửa bên mặt trái. Chỉ một thời gian ngắn, mặt ông nổi lên sần sùi. Máu ông đã được mang đi thử nghiệm ở Áo. Kết luận của bác sĩ Micheal Zimpfer, Giám đốc bịnh viện Rudolfinehaus là: *"Không còn nghi ngờ gì nữa, Ông Yuschenko đã bị đầu độc bằng Dioxin, và nồng độ Dioxin trong máu ông đã cao gấp trăm ngàn lần nồng độ trung bình trong cơ thể một người dân bình thường"*.

Ukrainian opposition leader Viktor Yushchenko suffered disfigurement from what doctors say was dioxin poisoning. The photo on the left was taken in 2002 and the photo on the right was taken in October 2004

Tuy nhiên sau cùng, chứng bịnh mà ông vướng phải là chứng **chloacnea**, một chứng bịnh đã được chứng minh là do Dioxin gây ra. Ông đã được chữa trị và đã bình phục và hiện là (2004)

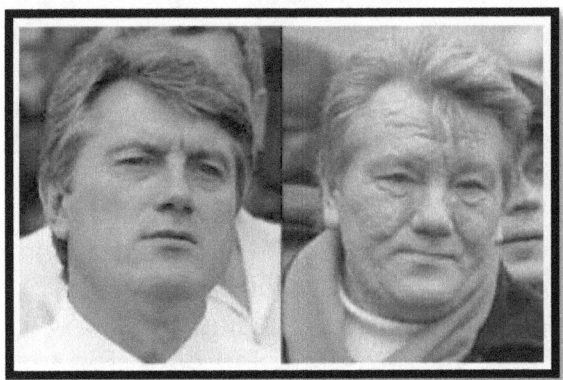

Tổng thống của nước Ukraina.

Qua những câu chuyện và thông tin kể trên, chúng ta nhận thấy rằng, câu chuyện Dioxin ở Việt Nam trong một chừng mực nào đó chỉ là *những thổi phồng của phía Việt nam về số liệu cũng như về con số nạn nhân*. Con số nạn nhân ở Việt Nam đã được thay đổi tùy thời điểm, và con số đó tiếp tục tăng dần theo thời gian cũng như số lượng trẻ em thuộc thế hệ thứ hai và thứ ba sau chiến dịch Ranch Hand cũng tăng mạnh lên. Điều đó chứng tỏ là phía Việt Nam có dụng tâm để hầu mong vận động sự đồng thuận của "bè bạn khắp năm châu" mà tăng áp lực chính trị lên vụ kiện để đạt được thắng lợi.

Nhưng điều đó đã không xảy ra. Trong buổi điều trần đầu tiên vào tháng sáu vừa qua tại toà Kháng Án Khu vực 2, New York, mặc dù có sự hiện diện của phái đoàn và nạn nhận chất Da cam đến từ Việt Nam, mặc dù có thêm sự hiện diện của một phái đoàn Bộ trưởng Việt Nam tham dự và đến từ cổng sau của toà án (vì tránh sự biểu tình đông đảo của người Việt hải ngoại chắn cửa trước của tòa án), Ông Chánh Án đã ra lịnh cho hai bên Nguyên và Bị đơn chỉ trình bày trong vòng nửa giờ mà thôi, dù bên phiá Việt Nam xin thêm 60 phút nữa. Đại diện của chính phủ Hoa Kỳ cũng chỉ có 30 phút để điều trần.

Phiên toà không có kết luận, và cũng im lặng không công bố gì cả cho đến hôm nay (thời điểm đầu năm 2008).

Tuy chưa có kết quả của phiên toà kháng án, chúng ta cũng hình dung ra được rằng đã có những chuyển biến về vấn đề nầy về phía Việt Nam (Kết qảu sau đó cũng được Tòa Khán Án công bố hủy bỏ). Có lẽ vì thấy không thể nào thắng được vụ kiện, Việt Nam, qua báo chí và qua một số nhân vật hải ngoại đã dóng lên tiếng nói trên truyền thông, nói lên quan điểm và thái độ hoà hoãn của mình. GS Tạ Văn Tài đã lên Đài BBC hai lần, nêu lên một số vấn đề nhân đạo, kêu gọi các quốc gia trên thế giới giúp đỡ Việt Nam trong vấn đề nầy cũng như giúp Việt Nam nghiên cứu thêm về những độc hại của những hoá chất bảo vệ thực vật sử dụng bừa bãi ở đất nước nầy trong việc phát triển nông nghiệp và kỹ nghệ, điều mà Hội Khoa học & Kỹ thuật Việt Nam (VAST) đã cố suý trước khi có vụ kiện xảy ra.

Việt Nam cũng không ngừng vận động cho chiến dịch Da cam. Nhưng lần nầy luận điệu có vẽ hoà hoãn hơn qua việc thành lập Nhóm Đối Thoại Việt-Mỹ gồm 10 thành viên do Tôn Nữ Thị Ninh làm trưởng nhóm vào giữa năm 2007. Mục tiêu của Nhóm là "**hỗ trợ các hoạt động nhân đạo và giảm thiểu chất độc màu da cam(?)**". Đây cũng là một bằng chứng cho thấy sự "xuống nước" từ phía Việt Nam trong vấn đề nầy.

Còn về phía Hoa Kỳ, để tỏ thiện chí một cách gián tiếp các tổ chức thiện nguyện phi chính phủ (NGO) đã bắt đầu làm một vài cử chỉ thân thiện trong vấn đề "xoa dịu nỗi đau da cam" của Việt Nam như Ford Foundation vừa mới viện trợ 70.000 Mỹ kim để xử lý ô nhiễm da cam tại một địa điểm gần phi trường Đà Nẵng, cùng hứa sẽ viện trợ nhiều hơn nữa ở những địa điểm ô nhiễm khác. Vào đầu tháng 2 năm 2008, Đại sứ Michalak đã thông báo cho nhóm Đối thoại Mỹ-Việt biết là sẽ sử dụng 3 triệu Mỹ kim cho việc lắp đặt một phòng thí nghiệm tại Đà Nẵng để xét nghiệm dioxin và các hoá chất độc hại khác.

Thưa Quý vị,

Từ 10 năm qua, tất cả các thành viên của VAST cố gắng phổ biến, trao đổi thông tin, cùng mở ra nhiều Hội thảo, Hội nghị để tham khảo và thảo luận về vấn đề Dioxin và chất Da Cam ở Việt Nam. Tiếng nói của Hội đã được chuyển tải qua truyền hình SBTN, Việt Nam Hải Ngoại trên khắp nơi. Truyền thanh cũng được phát đi thường xuyên qua các Đài như Á Châu Tự Do (RFA), Tiếng Nói Hoa Kỳ (VOA), Đài Pháp Quốc tế (RFI), SBS (Úc), Đài Việt Nam Hải Ngoại khắp Hoa Kỳ, các Đài địa phương như Radio Bolsa, Washington, Tiếng Nước Tôi, Chân Trời Mới, Houston, Dallas, Philadelphia, New Orleans, v.v

Câu chuyện Dioxin/DaCam Việt Nam ngày hôm nay có thể xem như đã chấm dứt, nghĩa là vụ kiện của Hội Nạn Nhân Chất Độc Da cam/Dioxin đã đi vào quên lãng. Vấn đề còn tồn đọng cần ghi nhận ra đây là Việt Nam cần phải can đảm chấp nhận tình trạng ô nhiễm môi trường ở Việt Nam là một thực tế. Và tình trạng nầy theo một vài nhận định quốc tế là đã đến "điểm tới hạn" (threshold limit) rồi; nghĩa là đã đến lúc thiên nhiên không còn đủ khả năng để tự điều tiết và làm sạch môi trường tự nhiên được nữa. Hay nói một cách khác đã hết thuốc chữa!

Năm 2007, Liên Hiệp Quốc qua Chương trình Môi trường nhận định đất canh tác nông nghiệp ở Việt Nam đã cằn cỗi do việc khai thác bừa bãi và quá tải cũng như ước tính hiện có khoảng 8 triệu mẫu đất đang bị hoang hoá và sa mạc hoá.

Phát triển là điều cần thiết của một quốc gia đang phát triển và nhất là đối với một quốc gia như Việt Nam vừa trải qua một cuộc chiến dài đăng đẵng. Nhưng đó phải là một sự phát triển đồng bộ, hài hoà, và ứng hợp với chiều hướng phát triển toàn cầu; hay nói một cách khác, phát triển phải đi đôi với việc bảo vệ môi trường.

Việt Nam đã không làm được điều đó từ khi bắt đầu mở cửa, chấm dứt thời kỳ bế quan toả cảng từ năm 1986 trở đi, Việt Nam đã để lỡ nhiều cơ hội cho quốc tế có thể giúp đỡ qua các viện trợ nhân đạo đặc biệt về tình trạng suy dinh dưỡng của trẻ em sau chiến tranh. Qua nhiều cuộc nghiên cứu quốc tế như UNICEF, Ngân hàng Thế giới, trẻ em Việt Nam trong giai đoạn đầu đời, thiếu nhiều vitamines cần thiết cho dinh dưỡng như các loại Vit B và acid folic.

Nếu nhận thức được điều nầy, con số trên dưới 5 triệu nạn nhân Việt Nam gán cho là nạn nhân của chất độc màu da cam sẽ không hiện diện trên dãy đất thân yêu của chúng ta ngày hôm nay nữa. Và sau cùng, câu chuyện Dioxin/Da cam chỉ là một luận cứ Việt Nam dùng đánh động dư luận thế giới trong mưu đồ chính trị hơn là nhân đạo.

Đã đến lúc Việt Nam cần phải nhìn nhận một thực tế đúng đắn rằng không có câu chuyện Dioxin/Dacam qua chiến dịch Ranch Hand mà **phải giải quyết một sự thật hiển nhiên là tình trạng ô nhiễm môi trường và suy dinh dưỡng của trẻ em Việt Nam.** Đây mới là hai việc chính yếu mà Việt Nam cần phải thẳng thắn đối mặt và xác định ưu tiên cần phải làm trước hơn cả.

Là một người làm khoa học, chúng tôi luôn tôn trọng tuyệt đối sự khách quan và tính chính xác khoa học, do đó, vấn đề Da cam/Dioxin Việt Nam trong thời gian chiến tranh cần được nghiên cứu chứng minh rõ ràng, không thể nào đem yếu tố chính trị xen vào kết luận mà phải nhìn toàn thể bối cảnh của môi trường và xã hội Việt Nam hiện tại.

Là một người Việt chân chính, chúng tôi không thể nào vô cảm trước nỗi đau nếu có của hàng triệu đồng bào ruột thịt đang phải gánh chịu ngày nay. Nếu quả thật những nạn nhân được nêu ra là nạn nhân của chất Da cam, chúng tôi sẽ là một trong những người đầu tiên tình nguyện tham gia vào đoàn cứu trợ hầu được đóng góp vào việc xoa dịu nỗi đau của dân tộc.

Và sau cùng, chúng tôi hoàn toàn đặt tin tưởng vào Tuổi Trẻ Việt Nam ở trong và ngoài nước, có thừa khả năng về chuyên môn cộng thêm một tâm lành trong sáng, đã và đang thể hiện tinh thần Quang Trung, sẽ giải quyết vấn nạn ô nhiễm môi trường trong cả nghĩa bóng và nghĩa đen ở Việt Nam mà thế hệ cha anh để lại.

Mai Thanh Truyết

Trích từ sách "Câu Chuyện Da Cam/Dioxin Việt Nam,
do VAST xuất bản năm 2008

Nhận Định tác phẩm
"Tâm Tình Người Con Việt"

Lời dặn dò cuối cùng của Anh Trường – 17-12-2017

Truyết thân,

70 hay 80 giờ đây là một khoảng cách lớn. Càng già, sức khỏe xuống càng mau, quỹ thời gian càng vơi, thời gian mỗi lúc càng hiếm, cho nên càng quí. ***Mỗi ngày được thấy ánh mặt trời: một ân sủng và là một ân sủng to lớn.*** Dùng thời gian của tuổi 70 để ghi lại '**tôi nói với tôi**' vì vậy là một sự việc trọng đại của một người. Tuy nhiên, một thập niên đối với tuổi đời của nhân loại-không rõ từ đâu đến, chưa biết đi về đâu-thì thất thập chỉ là một thoáng. Vậy nói là lớn, là xa, nhưng cũng nhỏ và gần. Gởi lại cho toi (đọc là toa) bài "tản mạn tuổi 79" gọi là mở đầu thơ nầy. '**Thất thập cổ lai hi, tòng tâm sở dục chi, bất du cũ.**'[1] Xưa nay ít

---

[1] Luận ngữ: Người xưa viết không có dấu phết (,)

người sống đến 70; ở vào tuổi nấy², thì cứ tòng tâm sở dục - tùy tâm, theo ý muốn của mình-mà hành sự, tuy nhiên, 'bất du cũ', không vượt ra khỏi giới hạn qui ước xưa nay.

Hán-việt của moi (đọc là moa) chưa đầy lá mít. Hiểu đến đâu, bàn đến đó: từ lâu, moa đã **tòng tâm sở dục chi'**. Nói như vậy không có nghĩa là xúi toa muốn làm bất cứ cái gì thì cứ làm. Cũng không phải vì cái 'bất du cũ' mà không hành động để thỏa chí bình sinh.

Mỗi người mỗi cảnh. Cảnh tình luôn trói buộc con người trong tình, trong lý. Tình gia đình-chồng vợ, cha con, mẹ con, anh chị em-tình bạn, tình thôn xóm, quê hương, tình người, tình làng nước. Và lý, luân lý, đạo lý, logic của người đời, nhân sinh quan, vũ trụ quan, và cái logic riêng của mình.

Như vậy, **có cái riêng của mình chăng?**

Đáp và khẳng định: **Có.**

Cái riêng và cái chung, khác hẳn nhau-tương khắc-nhưng xác định lẫn nhau-tương sinh. Không có cái nầy làm sao có cái kia. Không có cái nền trắng của tờ giấy, làm sao thấy các giòng chữ hay hình ảnh trên tờ giấy. Không có sự yên lặng làm sao nghe được tiếng nhạc hay lời nói. Riêng và chung, giấy trắng và chữ đen trên giấy, yên lặng và tiếng động, trói buộc và tự do, là thí dụ những cặp phạm trù tương khắc và tương sinh. Hay nói theo thuật ngữ nhà Phật: cái nầy là nhân (hay quả) của cái kia.

Cũng nên thêm: Nói mỗi người mỗi cảnh, là xác định cái riêng tư, đặc thù, dù rằng cái chất người nó bàn bạc trong mỗi người. Trên cái chất người chung chung ấy, hiện lên cái đặc thù riêng tư. Cho nên mới nói trăm hoa đua nở. Cho nên, mỗi cá thể đóng góp cái riêng của mình vào quá trình tiến hoá của nhân loại.

"Tâm Tình Người Con Việt", **phát họa về một phần đời của tác giả, nhưng trọng tâm của vấn đề chính là muốn lưu lại**

---

² Hiểu ngầm rằng: không còn sức, không còn trí, nhờ vậy không còn ai đòi hỏi ở mình một cái gì; tứ thân phụ mẫu đã qua đời, con cái đã lớn khôn, có gia thất, cho nên không nói hiếu để, không nói nhiệm vụ dưỡng nuôi con cái; đất nướ-thiên tử và triều đình-cũng không cần mình. Nói chung cái tuổi sống bên lề, thầm lặng, chờ ngày về với ông bà. Đó là nghĩ trong bối cảng của Luận Ngữ, một nền văn hóa phụ hệ (patriarchat), tam cang, ngũ thường cho người con trai, và tam tùng tứ đức cho người con gái.

cho những người đi sau thấy được một giai đoạn nghiệt ngã của Đất Nước mình trong một giai đoạn "Bắc thuộc" mới.

1. Trọng tâm là **phần đời của tác giả** - riêng của tác giả - như tác giả nhìn thấy, nhận thức **một cách thật thà, chân thật** - với ngôn ngữ, lời văn, điệu văn, dí dỏm, châm biếm, mâu thuẩn, bi, hùng,..tất tất đều tự nhiên là của tác giả[3]. Nói như vậy có nghĩa là tác giả không cố làm để cho có một cái gì đặc biệt, khác người. Cũng không, như một ít tác giả hồi ký, mô tả - một cách thật thà - một cái tôi vĩ đại, phải nghe tôi, theo tôi, thì sẽ không thất bại, phải thế nầy, thế khác. Cũng không chỉ nói cái mạnh, cái hay, cái tốt của tôi - một cách đúng đắn - mà dấu những yếu hèn của mình. Có thể biện minh, nhưng biện minh không là ngụy biện.

Moi có cảm tưởng toi viết rất tự nhiên. Toi như thế nào, thì hiện như thế đó. Gọi như vậy là trung thực với chính mình. **Trung, trong cái nghĩa trung với vua. Có thể hiểu trong cái nghĩa loyal thông thường của người Mỹ. Trung có nghĩa là không phản bội. Thực đương nhiên là có thật sự, không đặt điều, không tưởng tượng. Thực không là fiction. Thực cũng muốn nói thật thà với chính mình cùng người đọc. Trung thực nói một cự thành tâm, một sự trân trọng với chính bản thân, với công việc mình đang làm, trong tương quan với tha nhân.**

Trung thực ở đây cũng có thể hiểu là trọn vẹn với chính mình-integrity-mình với mình, mình thế nào thì hiện ra như thế ấy. Đó là một điều tốt. Tuy nhiên người đọc - moi đọc - có cảm giác quá nhiều emotions trong lời văn. Nhiều emotions đối với cái tuổi thất thập, đối với cái thời gian trên ba thập niên, giờ đây nhìn lại. *Có cái lợi là dễ truyền cảm, nhưng có cái gì đó -*

---

[3] Anh Doãn Quốc Sỹ bị VC bắt quả tang vì trong những câu chuyện đọc trên BBC, lúc bấy giờ, tư ngôn ngữ, cách hành văn, cách lý luận, tất tất nhuộm màu Doãn Quốc Sỹ. Vậy thì âm thầm theo dõi những người ra vào nhà anh Sỹ.

sự trầm mặc, chính chắn - mà người ta chờ đợi ở một ông lão 70.

2. Cái phần đời ấy được đặc trong bối cảnh lịch sử - thời gian và không gian -Bắc Việt thuộc. Và là một giai đoạn nghiệt ngã. Thiết nghĩ: *Chắc chắn toi đã viết về cái bối cảnh nghiệt ngã nầy ở các chương trước*: Chương 1 đến Chương 12. Moi cũng nghĩ toi có một cái nhìn xác đáng khách quan. Nhưng nói nghiệt ngã là chủ quan. Sự phán đoán nào cũng ít nhiều chủ quan, vì người phán đoán chọn hệ thống tiêu chuẩn để phán đoán.

Cho nên ở đây, cần một bản tóm tắt kể tội CS, nêu rõ tính **Bắc thuộc**, và **tính nghiệt** ngã của nó.

Có thể lấy đoạn sau đây để kết luận:
"**Người dân miền Nam đã khắc ghi đậm nét một sự cai trrị sắt máu trong đó chuyên chính vô sản là kim chỉ nam của những người CS Bắc Việt đang áp dụng một cách triệt để**. Họ sẽ không bao giờ quên giai đoạn nầy. **Không quên không phải là căn dặn con cháu phải trả thù**…mà không quên để cùng nhắc nhở con cháu rằng, nếu một mai có nắm được quyền "quản lý" Đất và Nước Việt Nam, hãy *khai Tâm và hướng dẫn người dân trở về với Đạo làm Người*, xứng đáng với công ơn và công đức của Tổ Việt để lại."

Tuy nhiên, câu viết dài nên thiếu sức mạnh. Nên cắt ra thành những câu ngắn: dễ đọc và rõ ý hơn.
Thí dụ: "Người dân miền Nam khắc ghi sự cai trị sắt máu xã nghĩa của CS Bắc Việt. Họ sẽ không bao giờ quên những nghiệt ngã của giai đoạn nầy. **Không quên không phải là căn dặn con cháu phải trả thù**…mà là nhắc nhở con cháu rằng: Đời người như bóng câu. **Nhanh như chớp**. Đừng phung phí

thời gian, theo cách sống của người khác. Hãy biết trở về chính mình. **Biết mình.** Biết nghe cái tâm trong sáng của mình. Biết bắt gặp và sử dụng trực giác. Đừng để mắc bẫy trong những triết thuyết, dogmas. Dù rằng có triệu triệu người cho đó là 'con đường tất yếu' của nhân loại, triệu triệu người ấy - dù có học thức, học vị cao - vẫn có thể là những con cừu Panurge. Tỷ tỷ số không cộng lại vẫn là không. Triệu triệu người mù vẫn không thấy được bất cứ cái chi. Triệu triệu người điếc vẫn không nghe được âm thanh. Nếu còn có may là ngươi mắt sáng giữa đám mù, hãy làm người dẫn đường; nhất là, biết trân trọng nhân cách và cuộc sống của họ. Họ, như con, chỉ có một đời để sống. Mà đời người, như đã nói, chóng lắm con ơi."

Thăm toi, chúc toi vui và mạnh.

Thân,

Trường

Novembre 27, 2011

Truyết thân,

Moi không phải là tay viết lách. Mẫu giáo và vỡ lòng, moi học trường Ông Chưởng ở tỉnh ly Trà Vinh. Tiểu học, học trường làng Long Hồ rồi tiếp tục ở Tiểu Học Vũng Liêm cho đến lớp nhất. Đến 13 tuổi mới vào Collège Cần Thơ. Nói chung cho đến 12 tuổi, moi thường là ở quê ngoại, Trung Hiệp, cách quận ly Vũng Liêm khoảng 4 cây số. Ra Quận có đường làng, nhưng phải qua 4 cây cầu, mà cầu rạch Ruột Ngựa là cầu tre, 'lắt lẻo' thật khó đi. Cho nên, đi học, có người đưa bằng xuồng tam bản, hai chèo. Đưa sáng thứ hai, đón ngày thứ bảy. Cả tuần ở trọ ở Vũng Liêm. **Gốc của moi là dân ruộng. Chân đất và phèn.**
Mà ruộng thời bấy giờ, thì xóm làng lưa thưa dọc theo sông Vũng Liêm và các con rạch. Một xóm chỉ đôi ba nóc gia. Xóm trên xóm dưới, cách nhau không xa. Nhưng đường đất, qua mùa mưa xìn lầy, cho nên bọn con nít thường hằng ngày ít chơi với nhau. Vì vậy, con nít ở đồng ruộng không có chung đụng với xã hội nhiều, ngay trong cái xã hội của tụi nó. Cho nên, ngôn ngữ tụi nó đơn sơ, nghèo nàn, phản ứng tụi nó không lanh.

Moi may mắn nhờ có đi học, có ở quận ly, nên có lanh lợi hơn những đứa khác trong xóm. Anh em moi đông, nhưng anh Lộc (thứ 10) lớn hơn moi (thứ 11) 8 tuổi. Có thể vì vậy mà moi dở văn chương chữ nghĩa và dở francais. Dở ăn nói. Cả 4 năm học ở trường Phan Thanh Giản Cần Thơ, điểm luận văn cao nhất của moi là 10/20.

Khi về Huế, chỉ năm sau thôi thì lại làm Quyền Giám Đốc Học Vụ Ban Khoa Học Trường Đại Học Sư Phạm. Mỗi khi phải viết một bài, thí dụ, để đăng hàng năm trong Kỷ Yếu Sư Phạm, thì phải nhờ Lê Tuyên - tả thừa tướng củ Ngài Lê Văn - sửa chữa về chính tả, câu văn, cấu trúc, và cả nội dung nữa. Khi làm Tổng Giám đốc hay Tổng Bộ trưởng, thì có Lý Chánh Trung và Lê Thanh Liêm và nhiều người khác viết cho. Sang đây, những năm đầu, có Thuận giúp cho, có bài gần như là nó sửa từ nội dung đến hình thức, nói cách khác là nó viết.

May mắn là có người bạn cùng thuyền giúp cho; tuy nhiên cũng vì đó mà mình yếu đi. Phải đến khi không còn trông một ai giúp đỡ, mình mới tập tành đi trên hai chân của chính mình trong viết lách.

Thiết nghĩ, toi, con người của Hậu Nghĩa, tuy là xứ mía, nhưng cũng là ruộng. Có thể toi may mắn hơn: Bác trai là một ông giáo, gia đình đông anh em, và có những người trong trang lứa. Hậu-Nghĩa sau nầy là một tỉnh ly, nhưng thời tụi mình còn nhỏ, thì HN là một quận ly, cách Phú Lâm khoảng 20 cây số. Toi gần Sài Gòn hơn, gần các trường học hơn, và gần các trường lớn như Petrus Ký, 'đỉnh cao' thời bấy giờ.

Dầu vậy, tụi **mình vẫn có những nét giông giống nhau:**
Ngây thơ hay khờ dạy trong chính trường. **Chính trị không để vinh thân phì gia**, "chồng quan sang, vợ hầu đẹp, nhất thế chi thần tiên'. **Cũng không mong "phải có danh gì với núi sông"**. Tụi mình sớm học phải có nhiệm vụ với cha mẹ, anh chị em, làng nước, ngay từ gia đình và lúc mình còn nhỏ. Ở Tiểu Học: 'Tiên học lễ, hậu học văn." 'Gọi dạ bảo vâng. Bảo vâng gọi dạ con ơi. Vâng lời sao trước con thời chớ quên. Và ở Trường Petrus Ký của toi:

*"**Khổng Mạnh cương thường tu khắc cốt**
  Tây Âu khoa học yếu minh tâm"*

Và không biết bao nhiêu thứ khác. Đông và Tây. Mình lớn lên trong cái không khí đó, trong môi trường văn hóa đó.

Khởi đầu là một sự giáo dục **dogmatique** - nói cách khác là nhồi sọ, hay một cách nhẹ hơn, uốn nắn, đưa vào nế nếp, nói khác nữa là thuần dưỡng. Tụi mình phải thành người, với một hình ảnh ít nhiều rỡ ràng trong lòng cha mẹ, thầy cô, trong những hướng đi của nền giáo dục quốc gia. Cậu moi - anh em moi gọi ba moi bằng cậu - mong moi trở thành một dược sĩ. Có một cái nghề, sống lương thiện. Nhưng ông lại giảng cho moi về 'nhân, nghĩa, lễ, trí, tín". Ông kể Lục Vân Tiên, và đại loại như vậy. Lycurge nói: "**Chế độ nào, thì giáo dục nấy**"[4].

Phải đến lớp 3ème année hay 4ème année, cours complémentaires - đệ ngũ, đệ tứ - thì mới có Initiation à la dissertaion morale. Mình mới chính thức được vấn hỏi thánh hiền, về trung hiếu tiết nghĩa. mình mới cảm nhận được rằng **thành danh không khó mấy - dầu rằng chính danh cũng thật là khó - nhưng thành nhân còn khó vạn lần hơn**. Và dần dần như thế, 'thành nhân' theo mình suốt giòng đời. Vì suốt quá trình sống, mình không ngừng tìm hiểu, khám phá nghĩa của chữ nhân: thế nào là làm người, là thành người. Phải đến terminale, mình mới thật sự vấn hỏi về những vấn đề trọng yếu của cuộc sống.

Nhưng sau đó, mình đi vào lãnh vực chuyên môn. Không mấy khi thật sự gặp những thử thách 'nghiệt ngã'. Tóm lại,

Tuổi trẻ bị gói trong những nguyên lý sống, trong những ý niệm về cái phải là của một con người. Người quân tử, đại trượng phu, thánh hiền, hồi xưa. Người trí thức, người có học thức, có giáo dục thời nay.

Đồng thời, tuổi trẻ cũng bị nhồi nắn bởi những điều kiện do bối cảnh lịch sử của môi trường sống. Cho nên, mới có câu "Con vua thì lại làm vua. Con sãi ở chùa thì quét lá đa." "Không thành danh, cũng thành nhân." Thành nhân: Thành con người xã nghĩa trong chế độ cọng sản.

"Không thành danh, cũng thành nhân." Thành nhân: Thành con người xã nghĩa trong chế độ cộng sản.
Thành một thành viên sản suất và tiêu thụ trong thị trường tư bản. Trong mỗi con người, có cái phần tiên thiên, Trời sanh ra đã như vậy, cọng với con người hậu thiên, mà môi trường sống thêm vào. Trong mỗi cá thể, có cái cá thể tự thân cộng thêm vào một cá thể xã hội.
Ngoài ra, một nét đặc thù của thế hệ chúng ta là cái tối mù của một cuộc chiến dai dẳn trên 30 năm. Chiến tranh tiêu thổ. Nhân danh ý thứ hệ giải phóng con người, Miền Bắc thiêu đốt mọi vốn liếng có được: thiên nhiên và con người. Nói riêng, không nhà nào không là gia đình tử sĩ. Có nhà đến hai ba người con được "tổ quốc ghi công". Trai thiếu gái thừa. Miền Nam, tổn thất có ít hơn, nhưng thương vong và sự tàn phá cũng khá lớn.
Cho nên, toi nhận xét rất đúng.
"Trời Đất đã cho mình có một thân thể lành lặn, một trí não sáng suốt, một tinh thần luôn luôn hướng thượng. Những bất hạnh hay đau khổ xảy ra trong đời mình chính là những công án mà Trời Đất "đem đến" để cho mình trì tập trong cung cách luyện trí, luyện chí, và lập thân. Trời Đất đã cho mình quá nhiều thứ so với biết bao điều bất hạnh cho những người sống chung quanh mình".
Khi sinh ra, mẹ tròn con vuông, đã lả một ân sũng. Qua 30 năm chiến tranh, mà "thân thể còn lành lặn, trí não còn sáng suốt, và luôn hướng thượng", thì quả là một phép lạ.
Hơn thế nữa, mình lăn vào ngọn lửa đấu tranh. Cái hiểm nguy nhất, không là 'thương đao mạnh đâm vào trước mặt, mà là mũi kim nhỏ tẩm độc nhẹ đến phía sau lưng. Kẻ thù trước mặt, đáng sợ, nhưng không đáng sợ bằng 'bằng hữu' ở ngay bên mình - mà lại vô minh, như người mù, thêm sự cao ngạo, cái gì tôi cũng đúng, cũng phải, cũng xuất sắc, và những tật xấu của tự thân. Rồi vượt biển: đi 10, còn 5, trong 5 mà còn nguyên vẹn không gặp cướp biển, không biết còn được bao nhiêu.
Nhìn lại, trong số thất thập cổ lai hi - số người chết, và chết trước khi chết (tà tà chờ chết, thí dụ bằng cách cúng dường, mua phước báu, chuẩn bị về nước của chư Phật, trì tụng câu kinh lời kệ, mà chẳng cần biết mô tê gì cả....), và số người còn hăng say và thành thật đấu tranh, thật không nhiều.

Càng nghĩ, càng thấy mình được nhiều ân sủng. Cho nên, cám ơn Trời. Trời đã tách mình ra khỏi mẹ cha, ra khỏi xóm làng, vất mình vào chợ đời - bát nháo, loạn lạc, đổi thay vô cùng và trong chớp nhoáng, nhưng cũng cho mình những thuận cảnh để sống còn và soi sáng cho mình. Mà Trời thì xa. "Trời có nói gì đâu."[5]
Vậy phải cám ơn người, cám ơn loài người đã tạo cơ duyên cho *"mình trì tập trong cung cách luyện trí, luyện chí, và lập thân."*
Cho nên, khấn lạy với Trời: "con sẽ cố gắng chia xẻ những ân sủng con có được, cũng như tận lực làm những gì con có thể làm được để làm vơi đi phần nào nỗi đau của Đất Nước, nhứt là bà con Việt đang còn sống trong vòng kiềm tỏa cường quyền." Và có lẽ cũng nên thêm: đó cũng là "lời tâm nguyện với chính lòng con, với đất nước con.""
Theo đó cái tiểu tựa phải là Khấn nguyện.
Thân chúc toi một cuối tuần vui đẹp.
Thân,

Trường

November 28, 2011
Truyết thân,

Nói với con.
Trong một thơ trước, viết cho toi moi có ghi:
1. Tuổi trẻ-nói chung là chúng ta- bị gói trong những nguyên lý sống, trong những ý niệm về cái phải là của một con người. Đồng thời, chúng ta cũng bị nhồi nắn bởi những điều kiện do bối cảnh lịch sử của môi trường sống. Theo đó trong mỗi con người, ngoài cái phần tiên thiên, Trời sanh ra đã như vậy, còn có con người hậu thiên, mà môi trường sống thêm vào. Trong mỗi cá thể, có cái cá thể tự thân cộng thêm vào một cá thể xã hội.

---

2. Moi nghĩ, đó là thân phận con người. **Là người ắt phải hội nhập vào xã hội, hội nhập vào một nếp sống, một nền văn hóa cụ thể.** Mà đặc thù của xã hội là phải trái, đúng sai, tốt xấu, hay dở, giàu nghèo, sang hèn, cao thấp, nói tổng quát là thị phi đôi ngả. Đó cũng là nét đặc thù của con người hậu thiên, trong mỗi con người chúng ta.

Con người hậu thiên nầy là một phần của cái tôi-ngã vọng, và là một phần chính yếu, tối quan trọng, vì tôi sống với nó, do nó, bởi nó, vì nó. Và hằng ngày như vậy đó. Nhưng đến một thời lúc nào đó, cơ duyên đưa đến, tôi ngộ ra rằng: Nó làm tôi đảo điên, quay cuồng như bong vụ. Đến một mức độ mà tôi phải tự vấn: "Phải chăng tôi là một diễn viên sân khấu phường đời?" Hay tôi chỉ là con rối mà giọng nói, tiếng khóc, tiếng cười, cử chỉ, hành động, tất tất đều theo sự dật giây, khuất bên dưới, theo những bài bản có sẵn?

1. Cho nên cái phản ứng đầu tiên của tôi là: nhất thiết tôi không là con rối. Tôi phải khẳng định chinh tôi. Tôi phải là tôi, có một nhân cách riêng của tôi. Tôi không bao giờ sẽ là con rối, dưới sự điều khiển của xã hội, hay bất cứ ai, bất cứ cái chi.
2. Gương Socrate. Ông chấp nhận sự phán xét của tòa án để trọn vẹn với chính ông. **Vấn đề không phải là chết. Vấn đề là trọn vẹn với chính mình**. Ông có bao nhiêu cách để thoát hiểm. Nhưng ông ở lại.

Ông nói một câu nhớ đời: "**Know yourself.**"
Có thể Ông dạy tôi với cái gương của Ông. Trung thực với chính mình. Trọn vẹn với chính mình. Trọn vẹn trong cái nghĩa thông thường của danh từ integrity của người Anh. Nhưng giờ đây, thật sự tôi chẳng muốn theo ông, nghe theo lời ông. Tôi nhận thúc rõ rằng, trong một giới hạn nào đó, tôi là con rối, là một diễn viên sân khấu. Nói là nói vậy, nhưng nghĩ cho cùng tôi chỉ là một con rối, một vai trò. Cho nên tôi muốn trở về với tôi. Tôi muốn chẳng nghe một ai, chẳng theo con đường vạch sẵn của ai. Tôi từ khước đi vào những con đường mòn. Theo đó, cả cái con đường, cái gương của Ông –Socrate-tôi cũng không muốn theo. Tôi không thể là Ông. Bối cảnh lịch sử của tôi khác Ông, Con

người của tôi, cuộc sống của tôi, tất tất không có gì là giống Ông cả.

Phản ứng '*trở về với chính tôi*', vì phát xuất từ sự giác ngộ rằng tôi chỉ là một con rối, nên cái nguồn, cái gốc của nó là sự nhồi nắn xã hội. Nói gọn hơn, nó là một phản ứng do xã hội điều khiển.

Kết luận:
1. Con người xã hội của tôi, được nhồi nhét vào tôi, con người ấy đã trở thành của tôi, một phần của tôi. Gọi đó là vọng, là hư giả, là phù du-không ngừng thay đổi từng sát na một-gọi nó là cái gì cũng được. Nhưng nó là tôi. Tôi không hẳn là nó, vì còn cái phần tiên thiên, Trời sinh ra đã có. Nhưng cái phần tiên thiên ấy, tôi thọ lãnh từ mẹ cha tôi, tổ tiên tôi, tức là từ những con người cụ thể của một xã hội cụ thể, sống trong những bối cảnh lịch sử cụ thể. **Cho nên, nói tiên thiên, tự nhiên có, nhưng nghĩ cho cùng cũng từ xã hội.** Theo đó, có lẽ tôi sẽ chia xớt với con tôi về những suy nghĩ nầy.

2. Tôi cũng chia xớt với chúng về những kinh nghiệm khi tôi trở về với tôi, đi tìm chính tôi. Tôi muốn biết tôi là ai.

Nhìn lại, cái tôi hình như là một chuỗi dài vô tận của những thời điểm. Thời điểm - điểm thời gian, qua nhanh lắm. Cho nên phải nhìn lại, nhớ lại, thì mới thấy, hiểu, biết, mới ý thức được thời bấy giờ, mình đã nghĩ gì, cảm nhận những gì, buồn giận thương ghét, hờn vui, thích muốn. Khi nói lên được, diễn tả được bằng lời, thì thời điểm đó đã qua từ lâu.

Tôi sẽ tìm cho tôi một ngôn ngữ để diễn tả cái hư giả, đổi thay chớp nhoáng ấy của chuỗi thời điểm trên. Tôi cũng nhận thức rằng cái ngôn ngữ ấy là ngôn ngữ của người đời, của xã hội truyền dạy cho tôi. Của xã hội đấy, nhưng cũng là của tôi: ngôn ngữ, cấu trúc, tất tất là của tôi, không ai khác. Việt Cộng bắt anh Doãn Quốc Sỹ cũng vì cái đặc thù của các câu văn, bài viết của Anh đọc trên BBC. Tôi share tất cả những điều ấy với con tôi.

3. Nhưng nếu phải căn dặn chúng, thì tôi lặp lại câu nói của Socrate: **"Hãy biết chính mình."** và cũng lặp lại một ý của Socrate: 'Phải biết rằng mình dốt, dù mình có khôn ngoan-wise-

sáng suốt đến đâu, cái thấy biết của mình luôn giới hạn." Nói rõ hơn, cái biết của mình hữu hạn mà cái không biết thì vô cùng.
Dầu vậy, đừng kẹt trong những lời dạy của thánh hiền, của Phật, của Chúa. Nhất thiết là không mắc bẫy các lời hay tiếng đẹp của các ông Giáo Chủ, Khai Đạo. Nhất thiết không đi vào những con đường mà họ vạch sẵn.

4. Đôi giòng suy nghĩ do '*Nói với các con*' của toi.

Chót hết phải nhấn mạnh một điểm: <u>**Những gì toi viết trong "Tôi nói với tôi" đều là quí. Vì là đó là của toi. Đó là một phần đời của toi và mấy đứa nhỏ. Cũng vì đó là thật sống.**</u>
Thơ chót sẽ ngắn gọn, và rất có thể làm cho toi không hài lòng. Sẽ tiếp trong tuần sau.
Chúc toi một ngày vui.

    Thân,

Trường

December 1, 2011

Truyết thân,
Athur Schnabel - mà có một thời thiên hạ cho là một nhạc sĩ dương cầm nghiêm túc và suất sắc nhất từ trước đến bấy giờ, cũng là một chuyên gia chơi nhạc Bethoven và Schubert - có nói một câu để đời: "***Cái đặc thù của nhạc nằm trong cái im lặng giữa các nốt nhạc.***"
Moi không nhớ rõ lắm. Nhưng theo moi hiểu thì bài nhạc - thí dụ Clair de lune của Bethoven - là một tập hợp nốt chết trên trang giấy. Nhạc công, hay nhạc sĩ, trổi nhạc, khoan nhặc khác nhau. Cái khác nhau ấy, cái gọi là khoan nhặc ấy chính là những khoảng im lặng giữa các nốt nhạc.
Im lặng là cái nền. Trên cái nền im lặng là tiếng nói, là âm thanh, âm vận, nói riêng là nhạc. Có người cón so cái nền ấy với Đại Ngã, và bản nhạc với tiểu ngã.

"Tôi nói với tôi" trong một giới hạn nào đó là một bản Nhạc Lòng của toi. Toi có tâm sự với Trời, có lời với Đất Nước, có nói với mẹ cha, với con cái, với bạn bè, và, với chính toi.

Đủ cả. Vì đủ cả, mà người đọc - ít nhất cũng có một người là moi- nghe thiếu vắng. Một sự im lặng vô ý hay hữu tình. Im lặng, không một lời, về một người, mà làm cho thấy thiếu vắng người đó. Đó là mẹ của các con toi. Đó là người đã là bạn tri kỷ tri âm, là người tình, người vợ, đã từng vui với toi trong cái vui nhất và chia xớt với toi the worse adversity.

Có lần moi nói với toi. Im lặng cũng là một cách nói. Vì rằng im lặng là một thái độ. Lắm khi nó thật thà hơn lời nói. Khi nói, mình còn giữ lễ, giữ trong khuôn phép, còn tùy thuộc ở ngôn ngữ. Im lặng, không nói, thế mà có khi nói nhiều hơn lời nói. Im lặng cũng là nói cái khó nói, nói cái mình dồn nén mà không muốn nói. Vã lại, 'Tôi nói với tôi' lại là một chương của một quyển sách-Hồi Ký- thì làm sao cái riêng tư thầm kín, mà chia xớt với thiên hạ được. Vậy nếu phải nói, thì phải trực tiếp.

Không là nói phải trái, đúng sai. Đó là lời của toi. Moi cũng nghĩ như vậy.

Cuộc đời có cái gì đúng cái gì sai đâu? 'Cái đúng bên nây núi Pyrénées là cái sai ở bên kia núi.' 'Tam niên vô tử bất thành thê.' Hoặc 'Quân xử thần tử, thần bất tử bất trung. Phụ xử tử vong, tử bất vong bất hiếu.' giờ đây là trật lất. Xưa đúng nay sai. Mà ngay cả đời nay:

'Thương thì trái ấu cũng tròn,
Ghét thì bồ hòn cũng méo.'

Trong tình, không có gì là đúng, là sai cả. Nhưng nói tình phải nói nghĩa. Nghĩa hàm ý trách nhiệm. Trách nhiệm với con cái, trách nhiệm với nhau. Trách nhiệm với chính mình.

Khi nói trách nhiệm, người ta thường lý luận. Và thường dựa trên tiêu chuẩn luân thường đạo lý. Tức là có phải trái, đúng sai. Nếu mình đúng, ắt là người khác ý với mình phải sai. Mà trên đời có ai chịu rằng mình sai đâu. Cho nên thường lý luận làm con người xa nhau, làm rộng cái hố sâu giữa người và người. Cái nguy hiểm là lúc nào mình cũng đúng. Càng đúng mình càng làm khoảng cách xa hơn rộng hơn, càng đẩy người kia đi xa, làm người kia, đã hận, lại hận mình hơn.

Cũng phải hiểu. Hận cũng là vì thương. Thương càng nhiều, hận càng dữ. Hiểu như vậy rồi, thì đừng sợ những trách cứ, đừng nóng vì trách cứ, cả những trách cứ bất công, thiếu hiểu biết.
Tốt hơn hết, là **nói tình mà không nói lý.** Chấp nhận dị biệt. Chấp nhận là người ắt bất toàn. Chấp nhận để nối lại đối thoại với người mà cùng với mình có nhau trong phồn vinh cũng như tong nghịch cảnh, gần suốt dòng đời.
Đài Phát thanh Houston - không nhớ đài nào, có hỏi thầy Hằng Trường về tình ái. Thầy còn trẻ mà đệ tử của thầy cũng trẻ. 'Thầy nghĩ thế nào về tình yêu nam nữ trong quan hệ giữa thầy và đệ tử?' 'Có khi nào thầy cảm thấy yêu mến riêng?' Thầy đáp:*'Với thầy có tình thương – love - nhưng mà love without the willingness of possession'.* Đó là tình, mà là tình Ba La Mật, tình không dính mắc. Tình của người tu hành mà có một hạnh khá cao.
Người trong cõi trần tục nầy, thì không thể như vậy được. Một vợ một chồng là nếp sống của các xã hội tiến bộ, và có trong luật pháp. Cho nên Anh là của Em, Em là của Anh. Nếu xem đó là axioms, thì không có chi phải giải thích.
Tóm lại, vì cái im lặng, mà moi có đi vào những cái riêng tư của toi. Mong toi bỏ qua cho. Ngừng ở đây. Đã 5 giờ sáng.
Chúc toi một ngày Chúa Nhật vui.

Thân,
Trường

==============================
Lời tác giả *"Tâm Tình Người con Việt"*
Trước hết, người viết thành thật xin lỗi anh Trường vì đã cho in những "lá thư" riêng tư nầy vào sách. Sự quyết định trên sau nhiều ngày đắn đo cũng vì tinh thần chấp nhận một vài "***điểm đen***" trong tâm khảm đã được **Eric Fromm** nêu ra, mà hơn một lần anh và tôi mỗi khi bàn đến vấn đề nội tâm nầy.
Anh Trường kính mến,
Anh đã nói thay cho tôi nhiều điều tôi muốn cô đọng. Nhưng thưa anh, **sự *"im lặng"*** nơi đây chỉ là một thành tố trong phương pháp tập luyện ***"Đoạn Ái"*** của tôi mà thôi. *Và cuốn sách nầy không phải là một hồi ký, mà chỉ là tiếng nói của một người con Việt, như tất cả những người con Việt còn nặng lòng với quê hương.*

Có chăng Chương cuối cùng của cuối sách chỉ cô đọng những gì **"Tôi nói với tôi"** mà thôi. Với anh, một người anh tôi kính trọng ngay từ ngày đầu gặp anh, và suy nghĩ đó chắc sẽ không thay đổi cho đến ngày cuối đời, vì vậy, cuốn sách nầy sẽ là món quà đầu tiên trong đời, tôi xin gửi đến anh, vì anh đã đóng góp rất nhiều trong "Chương cuối cùng của Chương cuối cuốn sách".

Lời kết của người viết:
Kính thưa hương hồn anh Nguyễn Văn Trường,
Anh đã mất 3 đêm để nói về một cuốn sách "Tâm Tình Người Con Việt". Hôm nay ghi lại những nhận xét của Anh. Tuy rằng những điều này không hẳn là khuôn vàng thước ngọc, nhưng những nhận xét trên thể hiện đúng *mối giao cảm giữa hai anh em mình*". Tôi viết ra những lời nầy (27/11/2018) và xin mang vào cuốn sách cuối đời sắp in, có tựa đề ***"TÔI"***. Anh như vẫn còn đây để anh em mình tiếp tục trao đổi nhau. Anh vẫn còn hiện diện trên thế gian nầy, Anh Trường ơi. Xin hứa với Anh là sẽ luôn luôn tâm niệm rằng ***"sẽ cố gắng sống và hành xử như một Con Người đúng nghĩa"***.

Cầu xin Anh được **An Nhiên Tự Tại** nơi cõi vĩnh hằng.

Truyết

Viện Đại Học Cao Đài
Một Duyên Tình Dang Dở

Xin Tri ân:
Ông Khai Đạo Phạm Tấn Đài
Ông Bảo Học Quân Nguyễn văn Lộc
Ông Chưởng Ấn Hợi
Ông Thừa Sử Lê Quang Tấn
Ông Truyền trạng Danh, Tổng thơ ký Viện 1973-1974
Ông Giáo hữu Dương Văn Trị, Tổng thơ ký Viện 1974-1975 và những *tín hữu Cao Đài khác đã trực tiếp hay gián tiếp giúp đỡ chúng tôi trong việc xây dựng Viện Đại Học Cao Đài.*

1- Khái quát về Đại Đạo Tam Kỳ Phổ Độ

Về lịch sử, niềm tin và tổ chức Đại Đạo Tam Kỳ Phổ Độ - ngắn gọn hơn, Đạo Cao Đài-xin xem:
"BULLETIN OF THE SCHOOL OF ORIENTAL AND AFRICAN STUDIES. UNIVERSITY OF LONDON, published by THE SCHOOL OF ORIENTAL AND AFRICAN STUDIES .AN INTRODUCTION TO CAODAISM. Vol. XXXIII Part 2, 1970".
Xin xem trên net: Viện Đại Học Cao Đài
https://www.daotam.info/booksv/tvrgdvhptlcl.htm
Nói riêng, chúng ta có một số hình ảnh sinh hoạt Viện Đại Học Cao Đài trong những năm 1971- 75
xem **http://caodaigiaoly.free.fr/vien** đai
học hoặc **http://daotrang.free**. fr/
Riêng về *Cấu Trúc Tổ Chức Phân Quyền ở Tòa Thánh Tây Ninh*, nên đọc.
Quyền Vạn Linh: **http://caodaism.org/1004/llqvl.htm**

Đạo Luật Năm Mậu Dần:
http://www-personal.usyd.edu.au/~cdao/booksv/dluat-02.htm

Chánh Trị Đạo. Khai Pháp Trần Duy Nghiã: http://www-personal.usyd.edu.au/~cdao/booksv/ctd-01.htm

Vì Đạo Cao Đài thờ Chúa, Phật, Lão, Khổng, và nhiều thần linh khác nên có thể hiểu Đạo Cao Đài là một syncretism. Vã lại từ Hiệp Thiên-trong Hiệp Thiên Đài-cũng làm cho người ta nghĩ là một syncretism. Như vậy, đa giáo đồng lưu và hiệp thiên trong Đại Đạo...

Nhưng theo Ông Bảo Học Quân, một chức sắc thiên phong trong ban thế đạo thì Đạo Cao Đài là một *monotheism - nhứt thần giáo*. Chỉ có Đấng Chí Tôn, duy nhật, chỉ MỘT mà thôi. Nhưng chúng sinh - ai ai cũng mang một cái gương vọng ngã, do thấm nhuần nền văn hóa của môi trường sống, mà nhìn Đức Chí Tôn, ở Tây Âu thì thấy Chúa, ở các xứ Á Rập thì thấy Ala, ở Trung Quốc thì thấy Khổng, Lão, Phật, ở Ấn Đô thì thấy Brhama, vân vân…

Một trong những đặc điểm trong sinh hoạt tâm linh trong Đạo là cơ bút. Những nghi thức-rituals-thuộc lãnh vực nầy rất nghiêm túc. Có thể nói là tất cả những nghi thức tụng niệm thờ phượng khác của Đạo đều rất nghiêm túc, tương đối với những nghi thức tụng niệm hay cầu siêu cầu an ở đông đão chùa chiền.

2- Khái quát về Viện Đại Học Cao Đài

Về nghị định thành lập, hình ảnh, xin lên mạng:
http://caodai giaoly.free.fr/viendai hoc
hoặc http://daotrang.free.fr/

Trong cái nhìn giới hạn của chúng tôi thì Viện Đại Hoc Cao Đài được thành lập do sáng kiến của quí vị Thời Quân, nói riêng, Ngài Khai Đạo, và ông Bảo Học Quân trong ban thế đạo. Viện khởi đầu dự trù: một Phân khoa Nông Lâm Súc và một phân khoa Thần Học. Trên thực tế, Viện có thêm phân khoa Sư Phạm.

Về Phân Khoa Thần Học (theology), vì không là tín đồ, và cũng chưa là tín đồ nên chúng tôi hoàn toàn dốt.

Cả hai phân khoa Nông Lâm Súc và Sư Phạm đều có hai cấp, mỗi cấp là hai niên học. Chương trình học được soạn thảo dựa trên cơ sở chương trình các Trường Nông Lâm Súc và Sư Phạm Sàigòn, nói các khác là theo những tiêu chuẩn quốc gia.

3- Xây dựng trường ốc

Chúng tôi gồm có một nhóm nhỏ: Ls Nguyễn Văn Lộc, Viện Trưởng, Gs. Mã Thành Công, Phó Viện Trưởng, gs. Nguyễng Văn Sâm và tôi. Trong thực tế, điều hành hằng ngày được phân công giữa "ban tam ca" chúng tôi là Công, Sâm và Truyết. Ông Mã Thành Công, tiến sĩ Sử Học Paris, Phó Viện Trưởng, phụ trách điều hợp hai Phân Khoa Nông Lâm Súc và Sư Phạm. Ông Nguyễn văn Sâm, Giảng sư Đại Học Văn Khoa Sài Gòn, trách nhiệm về Khoa Học Nhân Văn, tôi, Mai Thanh Truyết, trách nhiệm về Khoa Học Thực Nghiệm, và Toán. Trong nhóm nhỏ nầy chỉ có Ông Nguyễn Văn Lộc là chức sắc Cao Đài.

Buổi lễ khai trường do Ngài Khai Đạo Phạm Tấn Đãi và Giáo sư Nguyễn Văn Trường, Quyền Viện trưởng làm chủ tọa. (Ngài Bảo học Quân Ls Nguyễn Văn Lộc, Viện trưởng đang đi chữa bịnh bên Pháp). Trong không khí trang nghiêm cộng thêm tiếng nói hùng hồn và mạnh bạo của *Ngài Khai đạo làm cho khung cảnh ngày khai trường thêm đậm phần tôn giáo hơn là phần "đại học"*. Tôi được GS Trường giao phụ trách phần nhiệm Giám đốc Học vụ của Viện để điều hành chương trình học cho hai Phân khoa Sư Phạm và Nông Lâm súc, cùng việc mời chọn giáo sư cũng như xem lại các chương trình hiện đang được giảng dạy và tất cả các phần vụ thuộc về sinh viên vụ và hành chánh v.v…(Với chức vị nầy, tôi được trả lương 20.000 Đồng/tháng thời bấy giờ). Công việc quả thật ôm đồm với một người vừa mới về nước trước đây chưa đầy 6 tháng. Do đó, ngoài công việc Trưởng ban Hóa ở Đại học Sư phạm Sài Gòn, tôi hầu như dành trọn thời gian cho Tây Ninh, quê ngoại của tôi.

Trước hết, nhìn qua chương trình học, vì tất cả đều tập trung trong Nội ô Tòa Thánh tọa lạc trong một khu nhà hội họp của Đạo mà tôi không còn nhớ tên. Tầng trệt dùng làm cho các lớp học và văn phòng Viện. Tầng trên là khu nghĩ qua đêm cho các Giáo sư. Các buổi ăn trưa diễn ra tại tòa nhà Thánh Mẫu kế bên cạnh với những món rau đậu đạm bạc hàng ngày dành cho sinh viên và bất cứ bổn đạo hay người dân địa phương.

Lần lần quen dần với với không khí và nhân sự điều hành trong viện, tôi lần lượt quan sát thêm và thấy *Viện Đại học Cao Đài sao mà nghèo quá, không có gì hết,* vì tôi vẫn còn mang hình ảnh của một Viện đại học Tây phương. Và chính nhờ những hình ảnh đó mà tôi có nhiều thiện cảm với Cao Đài.

Âu đó cũng là cái DUYÊN.

Sau hơn ba tháng quan sát, tìm hiểu, nghiên cứu chương trình và làm quen với sinh hoạt của Viện, tôi nhận thấy còn có quá nhiều điều trong chương trình giảng huấn cần phải cải sửa.

Tạm thời, tôi chưa dám đụng tới chương trình lý thuyết và sự phân chia giờ giấc trong các bộ môn giảng dạy vì ở phần nầy tương đối ổn định, do đó, ưu tiên thay đổi không cao. *Tôi tập trung vào các chương trình tập sự và thực hành cùng việc xây dựng phòng thí nghiệm.*

Xin thưa, từ ngày thành lập Viện Đại học, sinh viên chỉ học "chay" ngoài một số giờ cho sinh viên sư phạm đi thực tập giảng dạy ở trung học Lê Văn Trung hay trung học Tây Ninh hoặc Đạo Đức Học Đường, và sinh viên Nông Lâm Súc chỉ thực tập... "ngoài ruộng" và trại nuôi cá Tây Ninh v.v... Còn phòng thực tập thí nghiệm hoàn toàn không có.

Ngoài ra phải kể sự đóng góp hữu hiệu và quí báu của ông Thừa Sử Tấn và ông Tổng Thư Ký Viện cùng một số nhân viên văn phòng, tài xế do Đạo bổ nhiệm.

Chương trình học, quy chế sinh viên, giáo sư, thời khóa biểu, thi cử trong niên học và cuối niên học, mời thầy, phòng thí nghiệm, tất tất đều phải xây dựng từ zero. Chỉ nói về phòng thí nghiệm mà thôi, cũng điên cái đầu. Không phải mua mà có ngay, và chúng tôi phải làm kế hoạch và biến phòng ốc lại thành phòng thí nghiệm, mua hay mượn những trang bị ở các Đại Học Sài gòn, để có ngay cho sinh viên, bằng không khoa học thực nghiệm sẽ là những bài lý thuyết 'chay'.

Thật không sao kể xiết. Và kết quả như một phép lạ, sau hơn sáu tháng xây dựng, Viện Đại Học đã khanh thành ngoài khuôn viên của Tòa Thánh, bên hông chợ Long Hoa. Đây là một nhà lầu ba từng, có bốn Phòng thí nghiệm: Hóa, Lý, Sinh vật gồm Động vật và Thực vật, và Địa chất. Tuy còn thô sơ, nhưng tất cả là một bước ngoặc lớn cho Viện lúc ban đầu.

4- *Mời gọi Quý Giáo sư*

Chúng tôi' trong giai đoạn nầy còn có thể hiểu rộng hơn là tập hợp các giáo chức, nhiều nguồn, nhiều ngành nghề, đã chịu khó thường xuyên lên dạy ở Viện Đại Học, theo những thời dụng biểu qui định trước. Đó là các giáo sư ở Đại học Sư Phạm Sài Gòn, Đại học Văn khoa Sài Gòn, Đại học Nông Nghiệp: Nông Lâm Súc, Đại Khoa Học Sài Gòn và một số nhân sĩ.

Kết quả: Trong một chừng mực nào đó, tập hợp lớn nầy là kết tinh của những đặc điểm sau đây:

• Tuổi trẻ. Hầu hết nhân viên giảng huấn đều trong tuổi trên dưới 30. Cái tuổi còn hiếu động, nói đúng hơn là năng động. Đa số là người ngoại đạo.

• Tham vọng. Tham vọng mỗi người mỗi khác, vì lớn lên trong những hoàn cảnh khác biệt, theo đó mang theo những giá trị văn hóa khác biệt, cách nhìn cuộc sống, triết lý về cuộc sống, cái gì cũng khác. Thế nhưng, cái mộng làm cho cuộc sống tốt hơn, đẹp hơn đã tiềm tàng trong mỗi con người chúng tôi. Và Viện Đại Học Cao Đài là cơ duyên, là môi trường cho tuổi trẻ khai phá, xây dựng, Xây dựng một đại học trên vùng đất mới là đem đại học vào tầm tay người địa phương-đặc biệt là giới thiếu phương tiện về học ở Sài Gòn. Đó cũng là góp thêm một bước cho việc đại chúng hóa Đại Học.

• Tinh thần khai phá - the pioneer spirit. Đó là tinh thần tiên phong, đi trước, như ông cha chúng ta khởi xướng trong từng giai đoạn của cuộc Nam tiến. Đó cũng có thể là gương sáng của quí vị khai đạo và tùy duyên đến vùng đất mới dẫn dắt chúng sanh. Tuy nhiên, không hẳn in như vậy. Mỗi cảnh mỗi khác, mỗi thời mỗi khác.

Tôi không rõ tâm trạng của người xưa trong những khó khăn trước mặt.

5- *Với tôi* - Lời bộc bạch của GS Nguyễn Văn Trường

Khai phá là đi vào cái mới, đất mới, lãnh vực mới…, ở đó, chưa một ai đến, chưa một ai khai, chưa một ai phá, để xây dựng cái mới.

Cái mới là cái chưa biết. Cái chưa biết nào cũng có những bất ngờ, không trù liệu trước được. Cho nên, tiến trình khai phá là một tiến trình phiêu lưu.

Cuộc phiêu lưu nào có những hiểm nguy của nó. Vì vậy, người tiên phong phải có một tầm nhìn xa và rộng, và phải can đảm nhận trách nhiệm về công trình khai phá.

Hơn nữa giáo dục, dù là giáo dục Đại Học, vẫn bao hàm cái ý ổn định, vững chắc. Dạy học là chuyển giao những giá trị qui định trong chương trình học. Những giá trị này, ít nhất là cho đến 4 năm đầu Đại Học, phải là cổ điển, tức là được công nhận là vững bền. *Dân tộc, nhân bản và khai phóng là phương châm chỉ hướng cho nền giáo dục của chúng ta thời bấy giờ.*

Nói khác hơn là trong một chừng mực nào đó, ta muốn cột giữ học sinh sinh viên ta trong lòng dân tộc, trong những giá trị ngàn đời của cha ông, mà ta thiết tha kính giữ. Con người mà chúng ta đào tạo cũng phải thấm nhuần tính người, tình người, nhưng không là một mẫu người trừu tượng hay là con người chung chung của muôn nơi muôn thuở,

mà ***phải là con người của dân tộc*** nầy, trong thời khoảng lịch sử nầy trước đã.

Cho nên, dạy học là cột con người hai lần: cột vào nhân bản, chưa đủ, cột thêm vào dân tộc, cho chắc. Ý thức rõ như vậy, người *dạy đương nhiên thấy có nhu cầu khai phóng: người cột phải mở.* Tùy lứa tuổi, tùy trình độ học viên, lối dạy phải
Tết Bính Thân với GS Nguyễn Văn Trường

khoáng đạt, nhiều chiều, và trong mỗi chiều có thuận có nghịch. Dầu vậy, nội dung, ngoại trừ các đề tài luận án, đều phải cổ điển, được công nhận là những giá trị cơ bản vững bền.

Người dạy, thường thường không ai là người muốn mạo hiểm. Tôi, một ông giáo, tôi cũng không muốn mạo hiểm trong các công tác giáo dục của tôi.

Vì vậy, mà tôi phải cặn kẻ trao đổi những nghĩ suy và tính khả thi trong công tác hình thành Viện Đại Học.

Người tôi tiếp cận đầu tiên là Ông **Viện Trưởng Nguyễn Văn Lộc**, nguyên thủ tướng chính phủ. Ông rất bình dị. Chúng tôi vẫn xưng hô là anh em, nhờ vậy mà mọi vấn đề được thẳng thắng đặc ra và bàn luận.

• Tiên quyết là sự an ninh trên con đường Sàigòn Tây Ninh, chỉ 99 cây số, mà nghe đâu nó xuyên ngang chiến khu của VC. Tôi được biết là Anh vẫn thường đi lên Toà Thánh bằng xe riêng hoặc xe của Tòa Thánh. Tôi có sự xác nhận của nhiều người khác, nói riêng là của ông Thừa Sự Tấn. Tôi cũng nghĩ: Những người sống về nghề móc túi, bấm giây chuyền, nói chung là kẻ trộm cắp, luôn luôn hoàn lại cho khổ chủ nếu khổ chủ là người trong khóm, nơi trú ngụ của mình. Trong cái suy nghĩ đó, thiết nghĩ VC, phải giữ an ninh cho tuyến đường Sài gòn-Tây Ninh, bằng không cái ổ ẩn trú của họ sẽ bị quậy nát, mà dân chúng không bao che cho họ.

• Về viễn kiến về Viện Đại Học: hình như quí vị trong Đại Đạo nghĩ rằng:

1. Tây Ninh nằm trên con đường chánh đi Nam Vang;
2. Đức Hộ Pháp có nhiều năm ngụ ở Nam Vang;
3. Ánh sáng Đại Học Cao Đài sẽ mở rộng trong hướng Cambodia, và vùng cao nguyên bao quanh Thánh Địa.
4. Vã lại Đạo có huyền cơ.

Nghĩ cho cùng thì những đại học xưa, khởi điểm rất khiêm nhường - Haward (Mỹ) bắt đầu chỉ có 9 sinh viên [1], Notre Dame [2] (Mỹ) là một đại học Công Giáo mà phải 2 năm sau mới được công nhận, Đại Học Sorbonne khởi đầu là một Viện Thần Học, và đến Cách Mạng Pháp (1789) bị đóng cửa [3],..

Tôi không tổng quát hóa. Tôi cũng không lấy tiêu chuẩn thời thượng mà đo lường đại học thời nay. Tôi nghĩ *tương lai của một đại học là do mức độ đóng góp của các thế hệ tốt nghiệp đại học đó vào sự nghiệp chung của nhân loại*. Tôi cũng nghĩ giáo dục là đầu tư dài hạn. Giáo dục nhắm vào con người: trí tuệ, tình cảm, tính tình. Mà *con người chỉ có thể là một diễn trình chỉ chấm dứt khi con người ấy yên nghỉ dưới ba tất đất.*

Cho nên chúng tôi thống nhất trong cái nhìn huấn luyện nghề. Ở các trường kỹ thuật lúc bấy giờ, các nghề mộc, tiện, đều được qui định huấn luyện bao nhiêu giờ. Một sinh viên vào trường Võ Bị Thủ Đức, sau 11 tháng ra trường là một ông Thiếu Úy. Mục tiêu của trường Nông Lâm Súc hay Sư Phạm là trang bị cho học viên một cái nghề: cán sự hay kỹ sư Nông Lâm Súc hoặc giáo sư đệ nhất cấp hay đệ nhị cấp.

Nói chung, huấn luyện là có lớp có lang, bài bản rõ ràng, hết bài bản là ra nghề, quen thuộc với một số thao tác, hành vi, để từ đó không ngừng cải thiện tài khéo, tùy duyên mà đổi mới cách nghĩ, cách làm, mở rộng và đi sâu vào nghề nghiệp.

Trang bị phòng thí nghiệm, hay xưởng máy, hay nông trường, trại chăn nuôi thực tập cho sinh viên rất tốn kém. Thiết nghĩ phải kết nghĩa với một đại học Mỹ hay Pháp, hay Canada, hay Úc. Cũng nên ghi: Từ nghĩ đến thực hiện thường có một khoảng cách khá rộng.

Tôi còn muốn việc huấn nghệ có những điểm đặc thù, thí dụ của *Trường Nông Lâm Súc có tác động gì với việc trồng trọt, chăn nuôi, và lâm sản địa phương.* Chỉ bao nhiêu đó thôi, tôi đã lung túng. Tôi cũng nghĩ bất cứ ai cũng lung túng như tôi. Lúng túng đó là thách đố cho tôi. Tôi phải tìm học, không ở sách vở mà ở môi trường. Tôi phải lên Tây Ninh, cùng với giáo sư và sinh viên tôi khảo sát môi trường, cách trồng lạc, khoai sắn, hột điều (đào lộn hột), cách chăn nuôi, khai thác lâm sản, và thị trường. Miệt ấy, người ta dung máy John Deere của Mỹ, máy Kubota của Nhật không dùng được vì quá yếu. Nói chung, tôi phải biết nhu cầu của địa phương. Tôi phải tìm cho ra những sắc thái đặc thù cho hai trường Nông Lâm Súc và Sư Phạm Cao Đài của tôi.

Tôi nói khai phá là như vậy đó: là đi vào những vấn đề, mà giờ đây chưa có một ai biết được.

Khai phá cũng có thể hiểu là tôi phải trang bị các phòng thí nghiệm, chỉ nói cho khoa học cơ bản mà thôi, từ A đến Z. Và không những chỉ có vậy, phải biến các phòng ốc thành phòng thí nghiệm, có điện, có nước, có chỗ cho sinh viên thực nghiệm. Và nếu người thợ thi công, hoặc ông thầu thi công làm công quả, làm chùa, thì thúc hối cho hoàn tất, kịp thời thì quả là một điều rất tế nhị. Rồi đến nông trường, trại chăn nuôi, chuyện làm không bao giờ dứt.

Tóm lại, tinh thần khai phá nói ở đây là tinh thần chấp nhận thách đố, chấp nhận hiểm nguy. Trong khai phá có phiêu lưu, có những sự việc mà đến bất ngờ không lường trước được, Nhưng khai phá không trùng nghĩa với phiêu lưu. Có người nghĩ phiêu lưu là đùa giỡn với số mạng, giao mình cho may rủi, được thua do thiên

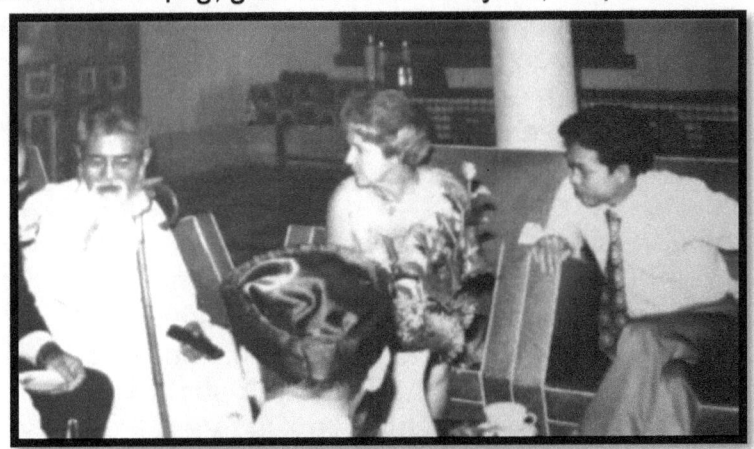

mạng.

Ở đây, khai mở một viện đại học mới, một môi trường giáo dục mới, mà bao quanh tôi là những nhà tu hành, phẩm hạnh cao. Cho nên *khai phá trong bối cảnh nầy bao hàm ý thức trách nhiệm.* Riêng tôi, tối thiểu là tôi trách nhiệm đối với các đồng nghiệp, đồng sự mà nhận lời mời, hay 'rủ rê' dấn thân vào công trình chung, và nhất là đối với sinh viên của tôi. Vì vậy, mà có lắm điều, tôi vấn hỏi anh Lộc. Giờ, không nhớ hết được, chỉ ghi lại đôi điều như trên đây. Nhờ vậy mà *ý thức được cái biết của mình thì giới hạn, mà cái dốt của mình thì vô cùng.* Cũng nhờ vậy mà lăn xả vào việc, không ngại khó, không ngại gian nan, không ngừng học hỏi, tôi luyện khả năng, tài khéo (skills), trí tuệ và tính tình. Đó cũng là xem đổi thay là đương nhiên, cuộc sống là một giòng chảy không ngừng đổi mới,

Thiết nghĩ, đông đảo bạn bè tôi chia xớt quan điểm nầy.

Và nhìn lại, tôi có nhiều may mắn.

6- Với tôi,

Vừa nhận việc ở Đại Học Sư Phạm Sàigòn, *với tôi,* bây giờ là **Mai Thanh Truyết,** được giao ngay cho Ban Hóa. Ngay trong những tuần lễ đầu, *tôi đã phá sự an ổn, cái sức ỳ đã lậm* *trong một số đồng nghiệp của tôi.* Trong một cuộc sống an nhàn dài dài, không ai muốn đổi thay. Tôi có sắp xếp lại. Và sau cùng lạ còn *rủ rê mấy* **ông bà đại giáo sư của tôi đi chùi rữa cầu tiêu cầu tiểu của trường**. Tuy vậy, vẫn có nhiều người hưởng ứng, có nhiều phản ảnh tốt, cũng có những người không hài lòng. Những người nầy lại tế nhị, không phản ứng. Tôi chỉ cần có như vậy, chỉ mong tạo một vết dầu loan.

Ở Pháp, tôi không khó khăn có một chỗ làm, một công việc mà tôi thích. Tuy không phải là thần tiên, nhưng chắc chắn là ổn định và có thể thoái mái trong nhiều năm. Tôi không về xứ của tôi để tìm một sự ổn định. Chọn vào Sư Phạm, là trong tiềm thức của tôi, tôi đã chọn sự ổn định. Đó là cho vợ, cho con. Còn lại, tôi dành cho hoài bảo của tôi. *Đất vừa ra khỏi thuộc địa, dân trí thấp, chiến tranh liêng miên, liên tục, đêm đêm có khi còn nghe tiếng súng, thì tôi, có an bình đi học ở Pháp, nay đến lược, phải tận lòng đóng góp trong giới hạn khả năng của mình.*

Và tôi đã lên Tòa Thánh, tôi có đọc tìm hiểu Đai Đạo Tam Kỳ Phổ Độ, tôi phải làm việc với quí vị chức sắc trong Đạo. Nói riêng, Ông Chủ Tịch Hội Đồng Quản Trị, Ông Viện Trưởng và ông Tổng Ký Viện là người của Đạo. Đông đảo sinh viên của Viện là con em của người trong Đạo.

Tôi không có nhân viên giảng huấn tại chỗ. **Chị Măng** là người duy nhất tại chỗ và cũng là người trong Đạo, nhiều khả năng và nhiều nhiệt thành, là trưởng phòng phòng thí nghiệm của chúng tôi. Tuy nhiên, Chị quá hiền, quá khiêm tốn. Và điều nầy giới hạn khả năng đóng góp của Chị rất nhiều. Dầu vậy, Chị vẫn là duyên may mắn cho tôi.

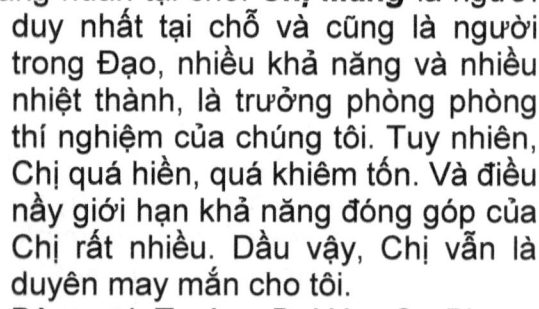

Bên cạnh Trường Đại Học Sư Phạm, có hai trường Trung Học của Đạo là **Trường Lê Văn Trung [4] và Đạo Đức Học Đường**. Ngoài thị xã Tây Ninh còn có Trường Trung Học Tây Ninh. Đó là những cái nôi cho sinh viên Sư Phạm chúng tôi đi thực tập và cũng là lò để chúng tôi mời và tuyển chọn giáo sư hướng dẫn.

Và tôi đến lúc tôi vừa quen thuộc các địa danh, và biết chút ít về Tây Ninh và một ít địa danh nầy, Bến, Bàu, Gò, Long, Trảng như Bến Cầu, Bến Ván, Bến Kéo, Bàu Gõ, Bàu Vừng, Bàu Năn, Gò Chùa, Gò Dầu Hạ, Long Hoa, Long Giang, Trảng Bàng, Trảng Gùi, thì: 30/4/1975, Viện Đại Học bị đóng cửa.
Chúng tôi bị giải nhiệm.

7- Hồi ức

Đã 42 năm qua đi, một dấu mốc thời gian quá dài để ghi lại những hồi ức trên. Ghi lại không phải là một tiếc nuối. *Nhưng ghi lại để người sau biết thế hệ đi trước vẫn có có những người con Việt tiên phong cho sự trường tồn của Đất và Nước.*
Người "đời sau", chúng tôi muốn nói; đó là những người đang sống trong một chế độ bưng bít, khép kín với thế giới bên ngoài, chế độ không hề biết đến danh từ "**khai phóng**" cho dân tộc ngoài những danh từ sặt mùi chủ nghĩa không tưởng đang đầu độc các thế hệ tiếp nối của Việt tộc.
Người con Việt vẫn còn đầy rẫy khắp năm châu với một niềm tin vững chắc là sẽ có ngày xây dựng lại quê hương Việt.

Xin cẩn bút.

Nguyễn Văn Trường
Hiệu đính và bổ túc 12/2017

Phụ Chú:
[1] Harvard is the oldest institution of higher education in the United States, established in 1636 by **vote** of the Great and General Court of the Massachusetts Bay Colony. It was named after the College's first benefactor, the young minister John Harvard of Charlestown, who upon his death in 1638 left his library and half his estate to the institution. A statue of **John Harvard** stands today in front of University Hall in **Harvard Yard,** and is perhaps the University's **best known** landmark. There are more than 360,000 living alumni in the U.S. and over 190 other countries.
[2] The University of Notre Dame began late on the bitterly cold afternoon of November 26, 1842, when a 28-year-old French priest, Rev. Edward Sorin, C.S.C., and seven companions, all of them members of the recently established Congregation of Holy Cross, took

possession of 524 snow-covered acres that the Bishop of Vincennes had given them in the Indiana mission fields.

Father Sorin's indomitable will was best demonstrated in 1879 when a disastrous fire destroyed the Main Building, which housed virtually the entire University. Father Sorin willed Notre Dame to rebuild and continue its growth."I came here as a young man and dreamed of building a great university in honor of Our Lady," he said. "But I built it too small, and she had to burn it to the ground to make the point. So, tomorrow, as soon as the bricks cool, we will rebuild it, bigger and better than ever."

[3] The Collège de Sorbonne was a theological college of the University of Paris, founded in 1257 by Robert de Sorbon, after whom it is named (1). With the rest of the Paris colleges, it was suppressed during the French Revolution. It was restored in 1808 but finally closed in 1882. The name Sorbonne eventually became synonymous with the Parisian Faculty of Theology. In more recent time, it came to be used in reference to the entire University of Paris. It is now the name of the main campus in the Ve arrondissement of Paris, which houses several universities (heirs to the former University of Paris) as well as the Paris rectorate. Wikipedia.

[4] Được biết ông Trần văn Tuyên, và Chu Tử là hai vị hiệu Trưởng của Trường Lê Văn Trung. Trần văn Tuyên (1951-1954), Chu Văn Bình, tự là Chu Tử (1954-1957)

Phụ Nữ Việt Qua Dòng Lịch Sử

Theo huyền sử Việt Nam, **Âu Cơ** là tổ mẫu của người Việt, vợ của Lạc Long Quân. Hai người sinh ra 100 người con. Đây là tổ tiên của người Bách Việt. Sau đó vì thủy thổ tương khắc nên hai người phải chia con ra 50 con theo cha về biển khởi thủy cho ngành ngư nghiệp. 50 con theo mẹ về núi khởi thủy cho ngành nông nghiệp về lúa nước. Việt Nam được coi như là quốc gia đầu tiên khơi mào cho ngành này. Người con trưởng ở lại đất Phong Châu, được tôn làm vua nước Văn Lang lấy hiệu là Hùng Vương. Do sự tích Lạc Long Quân và Âu Cơ, nên dân tộc Việt Nam vẫn kể mình là dòng giống Tiên Rồng.

Trước Tây Lịch, Việt Nam gồm **Giao Chỉ, Cửu Chân và Nhật Nam, tức Bắc Việt** và các tỉnh phía Bắc Trung Việt như **Thanh Hóa, Nghệ An, Hà Tĩnh.**

Thời Bắc thuộc lần thứ I (111 TCN – 39)

Trong lịch sử Việt Nam từ năm 150 năm dưới sự cai trị phong kiến của Trung Hoa kéo dài tới cuộc khởi nghĩa của Hai Bà Trưng (năm 40) vào đầu thời kỳ Bắc Thuộc lần thứ II.

Bà Trưng Trắc & Trưng Nhị là hai vị Nữ Anh Hùng đầu tiên trong lịch sử Việt Nam. Vào mùa Xuân năm Canh Tý (năm 40), bất bình trước sự đô hộ dã man của nhà Hán do Thái Thú Tô Định bạo ngược, tàn ác gây oán hận trong lòng dân và đã giết Thi Sách là chồng của Bà Trưng Trắc. Để chống lại ngoại xâm và để trả thù chồng, Bà Trưng Trắc và em là Trưng Nhị khởi binh chống lại quân nhà Hán. Lời thề Bà Trưng đã đọc trước khi xuất binh như sau:

"Một xin rửa sạch nước thù
Hai xin dựng lại nghiệp xưa họ Hùng
Ba kêu oan ức lòng chồng
Bốn xin vẹn vẹn sở công lênh này"

Sau đó, Hai Bà đã lập ra một quốc gia với kinh đô tại Mê Linh và Bà Trưng Trắc xưng là Trưng Nữ Vương. Theo nhiều nguồn tài liệu, thì hai bà đã qui tụ **một số đông nữ hào kiệt** khắp nơi về tương trợ như các bà: **Thánh Thiên, Bát Nàn, Lê Chân, Lê thị Hoa, Thiều Hoa, Phùng thị** Chính và Tam Nương – Tả Đạo Tướng Quân là ba chị em Đạm Nương, Hồng **Nương và Thanh Nương** … Sau khi cuộc khởi nghĩa này, chưa đầy ba năm sau, hai Bà Trưng bị Mã Viện chỉ huy quân Đông Hán đánh bại. Vì không chịu khuất phục trước thế mạnh của giặc, Hai Bà đã trầm mình xuống dòng **sông Hát** để giữ tròn khí tiết vào ngày mồng 6 tháng 2 âm lịch và cũng vào ngày này hằng năm dân gian làm giỗ và lễ hội long trọng để tưởng nhớ đến công ơn Hai Bà. Và thời điểm nầy là khởi đầu cho giai đoạn Bắc thuộc lần thứ hai.

Các danh xưng như Trưng Trắc, Trưng Nhị, Trưng Vương, Hai Bà Trưng, đã được dùng để đặt tên cho nhiều trường học nhà thương, đường phố, công trường, quận hạt. Người dân đã lập đền thờ Hai Bà ở Mê Linh và nhiều nơi khác để tưởng kính đến Hai Bà.

Hai Bà Trưng đã khởi đầu góp phần tạo nên truyền thống anh hùng bất khuất và tinh thần Nam Nữ bình quyền cho nữ giới Việt Nam trong việc "Quốc gia lâm nguy, thất phu hữu trách" và ***"Giặc đến nhà đàn bà phải đánh!"***

Thời Bắc thuộc lần thứ II (43 – 602) - Năm Mậu Thìn (248)
Bà Triệu hay Triệu Trinh Nương, Triệu Thị Trinh, Triệu Ẩu đều là những tên gọi chỉ vị nữ anh hùng của dân tộc ta vào thế kỷ III. Bà Triệu Ẩu khởi binh đánh nhà Ngô vào năm Mậu Thìn (248) ở quận Cửu Châu. Bà chiêu dụ khoảng 1000 tráng sĩ. Người anh

can gián nhưng Bà vẫn nhất quyết khởi binh thực hiện nguyện vọng và trả lời cùng người anh bằng một câu nói bất hủ rằng:

*"**Tôi chỉ muốn cưỡi cơn gió mạnh, đạp luồng sóng dữ, chém cá kình ở biển Đông, đánh đuổi quân Ngô, giành lại giang sơn, cởi ách nô lệ. Há lại khom lưng chịu làm tì thiếp cho người ta".***

Năm Mậu Thìn (248), bà Triệu phất cờ khởi nghĩa. Giặc Ngô khâm phục bà Triệu và gọi bà là **Nhuy Kiều Tướng Quân (vị nữ tướng yêu kiều), và Lệ Hải Bà Vương** (vua bà vùng biển mỹ lệ).

Theo lời kể, Tướng Lục Dận của nhà Ngô bày ra kế sách thâm độc bằng thủ đoạn cho quân Ngô "mình trần như nhộng" bao vây quân bà Triệu. Vị Nữ Tướng bị xúc phạm vì chuyện này nên đã quay lên núi rồi quyên sinh lúc mới 23 tuổi vào ngày **21 tháng 2 (âm lịch) năm Mậu Thìn (248).** Tuy chưa thành công trong việc chiếm lại đất nước nhưng Bà cũng được tôn sùng như là bậc hùng tài trong nữ giới".

Trong giai đoạn Bắc thuộc lần thứ 3 (603 – 939) không có bóng dáng người phụ nữ nào nổi dậy trong thời gian này.

1. Thời tự chủ 939-1283

- **Dưới thời nhà Lý** bắt đầu từ Lý Thái Tổ (1010 – 1025) xuất hiện bóng dáng một phụ nữ VN trong lịch sử vào thời đại vua Lý Huệ Tông (1011 – 1025). Năm 1218, vua Huệ Tông bịnh, bị áp lực của Trần Thủ Độ, vua phải truyền ngôi cho con gái là **Chiêu Thánh** vào năm 1224. Bà lấy hiệu là **Lý Chiêu Hoàng**. Cuối năm 1225, Lý Chiêu Hoàng truyền ngôi cho chồng là Trần Cảnh chấm dứt giai đoạn của nhà Lý.

- **Nhà Trần** (1225 – 1400)

Huyền Trân Công Chúa con của Vua Trần Nhân Tôn sinh năm 1289 đi triều cống sang Chiêm Thành (Champa) có tên là Queen Paramecvariin vì lấy vua Champa là Java Sinhavarman III (tức là Chế Mân) để đổi lấy hai Châu Ô và Châu Lý (tức là các tỉnh Quảng Bình, Quảng Trị, Thừa Thiên bây giờ).

Sang đến thời Tây Sơn (1789 – 1802) xuất hiện Tướng **Bùi Thị Xuân Nữ Đô Đốc Tây Sơn,** tỉnh Bình Định. Bà là vợ của Danh Tướng Trần Quang Diệu, Tổng Trấn thành Phú Xuân, cận thần chiến đấu của vua Quang Trung. Tướng Bùi Thị Xuân góp công đánh bại 29 vạn quân xâm lược Nhà Thanh năm 1789 (Kỷ Dậu. Vua Quang Trung phong là Đô đốc. Vào cuối thời Tây Sơn dưới triều vua Cảnh Thịnh (Nguyễn Quang Toản), ở miền Nam Nguyễn Phúc Ánh chiêu binh mãi mã đánh lại quân Tây Sơn. Bà bị Nguyễn Phúc Ánh bắt làm tù binh. Năm 1802, sau khi Nguyễn Phúc Ánh lên ngôi lấy hiệu là Gia Long Hoàng Đế, Bà bị lệnh xử tử một cách dã man bằng voi dày ngựa xéo nhưng bà vẫn hiên ngang ngay cả khi đối mặt với cái chết. Đền thờ Bà đã được lập ở nhiều nơi và danh xưng của Bà được dùng đặt tên cho trường ốc và đường xá.

Tinh thần vì quốc gia dân tộc của Đô đốc Bùi Thị Xuân thể hiện ý chí dung cảm của phụ nữ Việt Nam trong lĩnh vực đấu tranh vào thời hiện đại.

2. Thời kỳ Pháp thuộc (09-1858 - 03-1945)

Ngày 01-09-1858 Pháp xâm lược chiếm ba tỉnh miền Đông Nam kỳ khởi đầu cho những cuộc khởi nghĩa chống Pháp với Nguyễn Trung Trực vào năm 1861 đốt cháy tàu chiến Pháp trên sông Vàm Cỏ Đông. Vào thế kỷ thứ 20, giới nữ lưu mới xuất hiện trở lại. Đó là Cô Bắc, Cô Giang và Nguyễn Tinh. Trong thời chống giặc Pháp của Nguyễn Thái Học (1901 – 1930) người anh hùng Yên Bái của VN Quốc Dân Đảng.

Nguyễn Thái Học thành lập VN QDĐ cùng với cô Giang. Cô Giang cùng em là Cô Bắc và Nguyễn Tỉnh tham gia vào việc

Đảng như tuyên truyền, liên lạc giữa các cơ sở Đảng ở Bắc Giang, Phú Thọ, Bắc Ninh, Vĩnh Yên. Cuộc tổng khởi nghĩa thất bại vào ngày 17 tháng 6, 1930. Nguyễn Thái Học và 12 yếu nhân lên lầu đài và bị chém ở Yên Bái.

Trước khi chết, Nguyễn Thái Học thốt lên bằng tiếng Pháp: "Mourir pour sa patrie, c'est le sort le plus beau, la plus digne, d'envie …"

"Chết vì tổ quốc, cái chết vinh quang, lòng ta sung sướng, trí ta nhẹ nhàng …"

Sau đó cô Giang về nhà viết hai lá thư, một cho cha mẹ vì tội bất hiếu, một cho hương hồn Nguyễn Thái Học.

Bức Thứ Nhất: *"Con chết là vì hoàn cảnh bó buộc con; không báo đ rửa được nhục cho nước! Sau khi đã đem tấm lòng trinh bạch dâng ch ở Đền Hùng. Giờ con tìm về chỗ quê cha, đất tổ, mượn phát súng nà đời con!*
Đứa con dâu bất hiếu kính lạy".

Bức thứ Hai:

Cô viết: *"Anh đã là người yêu nước, không làm tròn được nghĩa vụ cứu nước. Anh giữ lấy linh hồn cao cả, để về dưới suối vàng chiêu binh rèn sung đánh đuổi quân thù. Phải chịu nhục nhã mới mong có ngày vẽ vang. Các bạn đồng chí còn sống lại sau anh, phải phấn đấu thay anh để đánh đổ cường quyền mà cứu đồng bào đau khổ".*

Cô còn làm thêm một bài thơ tuyệt mệnh rồi tự tử chết bằng súng lục tại Vĩnh Yên vào ngày hôm sau.

Thân không giúp ích cho đời
Thù không trả được cho người tình chung
Dẫu rằng đương độ trẻ trung
Quyết vì dân chúng thề lòng hy sinh

3. Thời kỳ Chiến tranh Đông Dương 1945-1975

Nữ Quân Nhân QLVNCH - Trung Tâm Huấn Luyện Nữ Quân Nhân được thành lập vào năm 1965 do các phụ nữ từ 18 tuổi trở lên tình nguyện gia nhập quân đội trong lãnh vực căn bản về tổ chức, cơ bản thao diễn.

Nữ Quân Nhân có mặt trong nhiều binh chủng. Họ là những chiến sĩ nhẩy dù gan dạ, những chiến sĩ trong các ngành truyền tin, tham mưu hay trong những nghề chuyên môn trong quân y cũng như những người mang đến tình thương giáo dục cho các cô nhi của Tử Sĩ.

Trưởng đoàn Nữ Quân Nhân kiêm Chỉ Huy trưởng TTHL/NQN đầu tiên là **Thiếu Tá Trần Cẩm Hương** cho đến ngày 1 tháng 4 năm 1975 nghỉ hưu với cấp bậc Đại Tá. Trưởng Đoàn thứ hai và cuối cùng là Trung Tá Lưu Thị Huỳnh Mai, hiện nay ở Orange County, California. Một vài đặc điểm về NQN là  chỉ được để tóc ngắn không dài quá cổ áo, mang giầy đen gót cao 5 phân khi mặc quân phục hay lễ phục.

Ngoài ra, các Nữ Quân Nhân mang chức vụ cao như Trung Tá Hồ Thị Vẽ làm Chỉ huy trưởng đào tạo Nữ Quân Nhân từ khi mới  thành lập giữa thập niên 60 đến ngày 30 Tháng 4, 1975. Bà hiện đang ở tiểu bang Oklahoma, Hoa Kỳ. Cựu Thiếu Tá Trần Thị Bích Nga, chỉ huy trưởng trường Xã Hội Quân Đội những năm sau cùng. Bà hiện định cư tại Sacramento, California.

Trước ngày 30.4.1975, quân số NQN trên lý thuyết là 10,000. Riêng về Sĩ Quan thì có khoảng 600 kể cả các Nữ Sĩ quan cấp Chuẩn Úy.

Những Nữ Quân Nhân có thâm niên quân vụ với cấp bậc cao gồm có : Trung Tá Nguyễn Thị Hằng (đang ở Việt Nam), Trung Tá Hồ Thị Vẽ (Oklahoma), Trung tá Nguyễn Thị Hạnh Nhơn (Nam Cali), Trung Tá Lưu Thị Huỳnh Mai (Orange County). Thiếu Tá có khoảng trên dưới mười vị.

Nữ Quân Nhân được huấn luyện và có nhiệm vụ yểm trợ ở hậu phương. Tuy không trực tiếp cầm súng ra chiến trường nhưng NQN đã góp một phần rất lớn trong cuộc chiến chống Cộng Sản. Nhiều người đã hy sinh tính mạng khi thi hành công tác như bị đặt mìn, bị pháo kích, bị bắn rớt phi cơ. Trong Nghĩa Trang Quân Đội cũng có mộ phần của Nữ Quân Nhân.

Biệt Đội Thiên Nga
Biệt Đội Thiên Nga được thành lập vào tháng 8-1968, trực thuộc Khối Đặc Biệt thuộc Bộ Tư Lệnh Cảnh Sát Quốc Gia, hoạt động độc lập, song song với các tổ chức đã được thành lập trước đó. *Nhiệm vụ của Biệt Đội Thiên Nga là sưu tầm, phân tích tin tức, tổ chức xâm nhập và phá vỡ các tổ chức, các hạ tầng cơ sở của Việt Cộng tại thủ đô Sài Gòn cũng như tại các tỉnh địa phương trên toàn miền Nam Việt Nam.*
Ngoài ra, sự hiện diện của thành phần nữ nhân viên trong lực lượng Cảnh Sát trong các nhiệm vụ hạn chế như: văn phòng hành chánh, kiểm soát tài nguyên, cảnh sát an ninh phi cảng, hải cảng, cảnh sát ngoại kiều, tiếp tân, trại giam, giáo dục v.v…
Các nhân viên Thiên Nga phải có những ngụy tích (lý lịch) và ngụy thức (cách trang phục) Một vài công tác đặc biệt của Đội Thiên Nga là thuyết phục những người CS giác ngộ được gọi là công tác Hoàng Oanh và công tác Trùng Dương là công tác cuối cùng mà đội Thiên Nga đã âm thầm hoạt động cho đến ngày 30 tháng 4, 1975.
Các Nữ chiến sĩ tình báo Thiên Nga bị CS liệt kê là thành phần phản động, nguy hiểm, tích cực chống Cộng chứ không phải vì

hoàn cảnh, vì sinh kế mà gia nhập ngành này. Sau 1975, những người bị bắt bị trừng trị rất nặng và ở tù rất lâu. Riêng Cựu Thiếu Tá Nguyễn Thanh Thủy bị tù 13 năm, hiện đang cư tại quận Cam, Hoa Kỳ, theo diện H.O. từ năm 1992 đến nay.

Một chi tiết đặc biệt về các nữ Cán Bộ Tình Báo Thiên Nga mà có lẽ ít người biết đến là sau khi gia nhập, họ phải cam kết hy sinh không được lập gia đình cho đến năm 25 tuổi.

Các Nữ chiến sĩ tình báo Thiên Nga đã đóng góp một phần không nhỏ trong việc đấu tranh bảo vệ quê hương và làm sáng danh sử sách với các Anh thư oai hùng của dân tộc Việt. Sau đây là lời tuyên thệ của các Cán Bộ trong Biệt Đội Thiên Nga:

TỔ QUỐC DANH DỰ TRÁCH NHIỆM

TỔ QUỐC lâm nguy nguyện dấn thân
Phục hồi DANH DỰ trả toàn dân
Mọi người TRÁCH NHIỆM chung vai gánh
Dân Chủ, Tự Do quyết đoạt thành!

3. Thời Xã Hội Chủ Nghĩa (04-1975- Hiện tại)

Ngoài trách nhiệm trực tiếp trong gia đình, phụ nữ VN tiếp tục đóng vai trò quan trọng trong việc góp phần vào công cuộc phát triển xã hội, giữ gìn quê hương và tranh đấu cho Tự Do, Công Bằng và Dân Chủ. Trong đó có phần đóng góp cho phục vụ xã hội của các Nữ Hộ Sinh Quốc Gia

và công tác từ thiện của nữ giới dưới sắc phục tôn giáo như các Ni Cô Phật Giáo và các Sơ trong Công Giáo.

Ngay sau 30 tháng 4, 1975, bóng dáng phụ nữ VN càng hiện rõ hơn trong giai đoạn những người quân công cán chính VNCH bị CS Bắc Việt đẩy vào chốn lao tù dưới ngụy danh "Trại Cải Tạo". Phụ nữ VN đã hy sinh kể cả nhân phẩm và tính mệnh, dấn thân để thay thế vai trò của Chồng, Cha, Anh của mình để quán xuyến gia đình, giáo dục con cái và có khi còn phải gánh vác luôn gia đình bên chồng như đã được diễn tả qua ca dao:

Anh đi em ở lại nhà,
Hai vai gánh vác mẹ già, con thơ.
Lầm than bao quản muối dưa,
Anh đi anh liệu chen đua với đời.

Đau lòng thay cho những người vợ phải cam chịu cảnh nghiệt ngã đắng cay đã phải tự tử để bảo vệ tiết trinh với chồng vì chính sách dã man của CS Bắc Việt ngay sau những ngày đầu tiên chiếm miền Nam với phương châm của Nguyễn Hộ, thành ủy viên Sàigon là*:" **Nhà chúng ta ở, con cái chùng ta hành hạ, vợ chúng ta lấy"**.* Người dân miền Nam còn lại ngoài vòng lao tù đã bị ép buộc về khai hoang ở các vùng "kinh tế mới". Họ phải đương đầu với sự khắc nghiệt của thiên nhiên, thiếu tiện nghi như không nước, không điện, không đường xá, cầu cống, không có dấu hiệu của nguồn sống để tiêu diệt họ dần mòn.

Vì tự do dân chủ, từ 1979, đã có biết bao người đã vùi thân dưới biển sâu trên đường vượt biên và phụ nữ đã bị hải tặc xúc phạm dã man. Vào năm 1986, với chính sách "Đổi Mới" của Nguyễn Văn Linh, nhiều hoàn cảnh khắc nghiệt đau thương hơn tiếp tục diễn ra cho dân miền Nam vì phải tranh đấu chật vật hơn cho miếng cơm manh áo. Phong trào phụ nữ và trẻ em đã bị bán thân làm nô lệ tình dục qua thể lệ "kết hôn" với người nước ngoài.

Đó chỉ là một vài sơ lược tiêu biểu cho sự đóng góp và hy sinh vô bến bờ của phái nữ trong suốt hơn 38 năm qua. Người phụ nữ Việt nói chung, trong giai đoạn xã hội chủ nghĩa lịch sử nầy cần được vinh danh để đánh dấu một khúc quanh cay nghiệt của Việt Nam. Thi sĩ Hồ Dzếnh đã phải xót xa thốt lên:

> *"Cô gái Việt Nam ơi!*
> *Nếu chữ **Hy Sinh** có ở đời*
> *Tôi muốn nạm vàng muôn khổ cực*
> *Cho lòng cô gái Việt nam tươi"*

Các nhạc phẩm tôn vinh vai trò phụ nữ như "Cô Gái Việt" của cố Nhạc sĩ Hùng Lân:

> *Lời sông núi bừng vang bốn phương trời*
> *Giục chúng ta đường phụng sự quyết tiến*
> *Triệu Trưng xưa đẹp gương sáng muôn đời*
> *Giòng máu thiêng còn đượm nồng vạn trái tim*

Và "Người con gái Việt Nam" đã ray rức vì thân phận quê hương qua lời của cố Nhạc sĩ Trịnh Công Sơn:

> *Người con gái Việt Nam da vàng*
> *Yêu quê hương như yêu đồng lúa chín.*
> *Người con gái Việt Nam da vàng*
> *Yêu quê hương nước mắt lưng tròng.*

Tuổi trẻ hiện tại và tương lai

Hiện tại, tuổi trẻ VN gần đây nhất qua Nguyễn Phương Uyên đã vững tin sự tranh đấu của mình khi được thả ra sau khi bị kết án 6 năm vì chống Đảng CS Bắc Việt và, chống Tàu. Cô tuyên bố:
 "Chống Đảng CS không có tội, Yêu tổ quốc không có tội. **We are ONE … Tomorrow will come**" và hứa sẽ không làm cho mọi người thất vọng.
Nguyễn Phương Uyên đã viết hai thông điệp bằng máu trên đường phố rằng: "***Đi chết đi ĐCSVN bán nước***", "***Tàu khựa cút khỏi Biển Đông***" đã xác định rõ ràng sự phẫn nộ cùng cực của Cô cũng như đại đa số người Việt còn biết yêu quê hương yêu dân tộc trước hiểm họa mất nước vào tay giặc Bắc phương. Những lời phát biểu và thái độ của Phương Uyên đã khích lệ và đánh thức lòng can đảm, ý chí bất khuất của dân tộc Việt trong lòng tuổi trẻ Việt Nam.

Trong số những người của thế hệ trẻ ngày nay, những người đã lên tiếng chống lại Lãnh đạo CS là những người "**Làm nghèo đất nước và làm khổ nhân dân**", Nguyễn Phương Uyên đang đứng bên cạnh những anh thư của phụ nữ Việt Nam đã dũng cảm lên

tiếng bảo vệ đất nước và đấu tranh cho quyền làm người qua Đỗ Thị Minh Hạnh (Thiên Thần trong bóng tối), Nguyễn Hoàng Vi, Phạm Đoan Trang, Nguyễn Nữ Phương Dung, Nguyễn Thảo Chi, Nguyễn Thu Trang, Trịnh Kim Tiến, Nguyễn Ngọc Như Quỳnh, Đào Trang Loan...

Lịch sử đang chờ em để bước sang trang
Dân tộc vịn vai em để đi cùng nhân loại
Những người chết đang bắt đầu sống lại
Những người đi đang lần lượt quay về.

(Thơ Trần Trung Đạo viết cho Đỗ Thị Minh Hạnh –
Thiên Thần trong bóng tối,)

Một thân liễu yếu mai gầy
Mà khuynh đảo cả một bầy lâu la
Mưu hèn, đòn bẩn trưng ra
Vẫn thua khí phách đàn bà Nước Nam.

(Thơ Tường Thụy viết tặng Nguyễn Hoàng Vi - 16/7/2013)

Tên các Cô ngày hôm nay là những đại danh từ riêng rẽ. Tuy nhiên, trong hiện tại và chắc chắn trong những ngày sắp tới, những đại danh từ nầy sẽ **một danh từ chung**, sẽ là nhân tố chính yếu khích động và thúc đẩy ý chí can trường bất khuất trước nghịch cảnh trong tâm huyết của tuổi trẻ Việt Nam.

Tuổi trẻ Việt Nam vì cơ đồ của tiền nhân đã dày công gầy dựng và mở mang bờ cõi. Hãy vì xương máu của những người con đất Việt đã đổ xuống để tô thắm và giữ gìn sơn hà cho đến ngày nay. Tương lai Việt Nam đang mong đợi và trông cậy vào thế hệ trẻ Việt Nam cùng với các nữ anh thư dũng cảm sẽ góp tay làm một cuộc cách mạng mới tẩy trừ chế độ chuyên chính vô sản, vô nhân của CS Bắc Việt để mang lại nền dân chủ và sự an bình, thịnh vượng cho dân tộc Việt trong một ngày thật gần.

"Phấn son tô điểm sơn hà
Làm cho rõ mặt đàn bà nước Nam"

(Báo Phụ Nữ Tân Văn do bà Nguyễn Đức Nhuận làm Chủ nhiệm, xuất bản tại Sài Gòn năm 1929 dùng câu này làm phương châm.)

Nguyên Thủy
Houston, 9/2013

"Cho dù chúng ta sống hoặc không sống ở Việt Nam;
Việt Nam vẫn luôn sống trong chúng ta."

Những Vấn Đề Môi Trường Việt Nam

*Phát biểu của GS. **Nguyễn Văn Trường** ngày 4/19/2009 tại Houston*

Thưa Luật Sư Chủ Tịch Cộng Đồng
Thưa quí vị quan khách,

Lời đầu tiên của tôi là chân thành cám ơn Ông Chủ Tịch Cộng Đồng và quí vị trong ban tổ chức buổi hội luận hôm nay, cho tôi được duyên may và vinh hạnh đón tiếp quí vị thân hào nhân sĩ Houston, và giới thiệu người bạn thâm giao và đồng nghiệp của tôi cùng quí vị.

1- Tuần Trăng Mật Ngắn Ngủi Với Nền Giáo Dục Việt Nam

Chúng tôi gặp nhau trong những tháng năm sôi động nhất, 1973-75, hiệp định Paris kết thúc, ngân sách viện trợ cắt giảm, mức độ lạm phát phi mã, và viễn ảnh mộ Sài Gòn xáo trộn vì vật giá leo thang, vì khủng khoảng kinh tế, khủng khoảng lòng tin, vì đời sống ngày càng khắc nghiệt, và nhiều dấu hiệu hứa hẹn sẽ khắt nghiệt hơn, mầm xáo trộn xã hội và loạn lạc như hứa hẹn đột viễn trong một tương lai rất gần.

Mai Thanh Truyết rời cái an bình lạc nghiệp của nước Pháp để dấn thân vào bối cảnh rối ren, tối mù ấy. Dấn thân và trọn vẹn dấn thân, cụ thể trong qui trình cải thiện sinh hoạt trong Khoa Hóa Đại Học Sư Phạm SàiGòn, thiết thực trong công tác xây dựng Viện Đại Học Cao Đài từ con số không. Về việc xây dựng nầy, tôi phải ghi ơn quí vị chức sắc Cao Đài—nói riêng là sự hỗ trợ ân cần của Ngài Khai Đạo, và Ngài Chưởng Ấn—và quí vị giáo sư—nói riêng ông Phó Viện Trưởng Mã Thành Công, giáo sư Mai Thanh Truyết và giáo sư Nguyễn Văn Sâm hằng tuần luôn có mặt

ở Toà Thánh, để phối hợp, điều khiển, giải quyết mọi vấn đề lớn nhỏ, mà lắm khi vượt ngoài sinh viên vụ. **Tôi mến phục cái tinh thần và cung cách xử thế của những con người yêu thích khai phá, năng động, bền chí, tích cực, thiết thực nầy.**
Ai lại không muốn đem giáo dục Đại Học về địa phương mình, mở cánh cửa lớn cho con em hiếu học mà lợi tức thì khiêm nhường. Các tín hữu Cao Đài và người dân địa phương đương nhiên đồng thuận. Nhưng hình thành được qui cũ, nề nếp sinh hoạt Đại Học, trong những bước đầu, lắm khi phải cứng rắn, áp đặt. Và như vậy, ắt có những phản ứng đối nghịch. Cho nên, phải biết môi trường, sống với môi trường, chia xớt, trao đổi, đối thoại, tìm hiểu môi trường, trong những nghĩ suy, hoài vọng sâu xa nhất của người tín hữu, người dân Long Hoa, Tây Ninh, thì cái qui cũ Đại Học, nhân cách Đại Học, nền móng Đại Học, thổ nhưỡng Đại Học mới hình thành, ánh sáng Đại Học mới phát khởi. Về điều nầy, tôi phải ghi ân nhiều vị chức sắc Cao Đài-nói riêng, Ngài Khai Đạo và Ngài Chưởng Ấn-đã hiểu, cảm thông và tận tình hỗ trợ trong những biện pháp đôi khi cứng rắn của Viện Đại Học.
Và như vậy, sẽ là một khiếm khuyết lớn nếu tôi không ghi nhận và cám ơn riêng gs Mai Thanh Truyết. Tính bình dị tự nhiên của Ông, Ông đã đi sâu, đi sát vào các sinh hoạt địa phương, gọt tròn bớt các cạnh, gai nhọn, tạo một không khí thích hợp cho những dị biệt gặp nhau, giao lưu và chấp nhận đối thoại.
Nói khai phá cụ thể là trong nghĩa nầy, dù rằng có thể dễ dàng nới rộng cho những lãnh vực khác, thí dụ ở Khoa Hoá Trường Đại Học Sư Phạm Sàigòn.
Những từ "dấn thân", "trọn vẹn dấn thân", "tinh thần, cung cách xử thế của một người khai phá, năng động, bền bĩ, tích cực, thiết thực" là những cảm nghĩ của riêng tôi, và mỗi từ đều có một nội dung rõ ràng, cụ thể như từ khai phá nêu trên đây. Tôi không quen tặng cho bạn mình những sáo ngữ. Bạn mình, mình phải biết quí trọng, quí trọng hơn nữa là khách của bạn là quí vị nhân sĩ đang có mặt ở đây.
Sau 1975 là chuyện dài Đường Tăng đi thỉnh kinh. Xin phép hẹn quí vị một lần khác.
Thời gian còn lại tôi xin vắn tắt trình bày phần quan trọng nhất, đó là giới thiệu những sinh hoạt của tiến sĩ Mai Thanh Truyết trong đôi thập niên gần đây.

2- Hành Trình Miền Đất Hứa.

Ông đến Hoa Kỳ năm 1983, theo diện thuyền nhân. Và như bao thuyền nhân may mắn đến được Đất Hứa, ông cũng phải bôn ba tìm việc làm, tìm hiểu, hội nhập vào cuộc sống mới.

Trong một giới hạn nào đó, như chúng tôi nêu trên trong phần tiểu sử, **ông đã thành công, sớm ổn định cuộc sống, nhờ khả năng chuyên môn, và cũng nhờ tính năng động, bén nhạy vốn có đã giúp ông bắt gặp, sớm hiểu và hội nhập những giá trị mới**.

Tuy nhiên, hình như **cuộc đời MTT không có điểm đến**, hay nói đúng hơn là **mỗi điểm đến là một điểm khởi đầu**. Trăm năm đời người là một chuỗi dài khởi điểm.

Một lần nữa, ông rời bỏ nhịp sống an bình lạc thiện để đánh đấm với bạo quyền, với sự dốt nát, với bệnh tật, với đói nghèo, nói riêng với việc hủy hoại môi sinh.

Trong một giới hạn nào đó ông nối lại tuần trăng mật dang dở năm xưa với quê mẹ thân yêu của ông.

Cho nên giới thiệu MTT không là giới thiệu ông tiến sĩ hóa học, chuyên viên về xử lý vật liệu phế thải, cũng không là giới thiệu cuộc sống an lạc, như đi trên thảm đỏ của ông : 40 giờ/tuần, với những routines và cập nhật nghề nghiệp.

Tôi chánh yếu muốn nhấn mạnh trên con người nhiều bàn cải của MTT. Con người của giới truyền thông hãi ngoại, Mỹ, Canada, Úc, Pháp, Đức, ... của các mạng lưới Internet. Hình ảnh, tiếng nói, bài viết của ông quen thuộc với khán- thính-và-đọc-giả các báo đài. Thí dụ : Đài Á Châu Tự Do, VOA, Radio France Internationale (RFI), TV STBN, VHN, SaigonTV, thậm chí đến những tờ báo ở Việt Nam vẫn "tự nhiên" trích đăng như Tuổi Trẻ, Khoa học Thường thức, Thanh Niên v.v....

Tuy nhiên, ông không là người già chuyện, ông không quen chuyện phiếm, ông không nói để mà nói, để luôn có mặt, hoặc như giới nghệ sĩ đem lại tiếng cười (hay khóc) cho thiên hạ, làm cho cuộc sống dễ chịu lại. Ông có kiến thức sâu rộng, hội thoại với nhiều giới khác biệt như giáo dục, văn hóa, chính trị, kinh tế, kỹ thuật. Ông viết và đối đáp trên những đề tài đa dạng với những dữ kiện và tài liệu được chọn lọc một cách khoa học.

Ông viết nghiêm túc, nói nghiêm túc, có cân nhắc và nghiên cứu nghiêm túc.

Người thương ông cũng nhiều. Nói riêng anh em trong hội Vast—giáo sư Trần Cảnh Xuân, Bs. Phạm Gia Cổn, để nêu vài tên—là những người cùng ông chia xớt ngọt bùi suốt gần hai thập niên. Có người khen ông về tinh thần phục vụ cho bà con ở VN, để chuyển tải những thông tin khoa học căn bản đến cho người dân, đôi khi làm cho những nhà quản lý chuyên môn ở trong nước lưu tâm và xử dụng.

Kẻ ghét ông cũng lắm, nhất là chính quyền Hà Nội trong vụ kiện Chất Độc Da Cam. Cũng có người bảo rằng ông chỉ đường cho hưu chạy.

Thật ra, ông có lưu tâm và cảnh báo về nhiều vấn đề. Thí dụ :

- Về phát triển chung, có nhiều quan điểm về phát triển trong chiều hướng toàn cầu hóa, nghĩa là phát triển phải cân bằng với việc bão vệ mòi trường
- Về cải tổ chính sách nông nghiệp, nghiên cứu tỷ giao bằng cách so sánh với cung cách phát triển nông nghiệp ở các nước như Nam Dương, Chí Lợi : như huấn luyện nông dân cách trồng tia, phân bón, đào tạo cán bộ nông thôn để hướng dẫn từng nông dân một...
- Về năng lượng : viết trên mười bài phân tích về các loại năng lượng trên thế giới cùng năng lượng trong tương lai có tính khả thi áp dụng trong điều kiện VN. Không cổ súy việc khai thác năng lượng thủy điện vì đập nước vá thủy điện là một hiểm họa không còn gọi là "năng lượng trắng" như cách đây 70 nữa.
- Về ô nhiễm hóa chất, và các loại thuốc bảo vệ thự vật ; cảnh báo việc xử dụng bừa bãi, không đúng cách, cũng như không đúng liều lượng trorng nông nghiệp, như phân bón và hóa chất độc hại...đây cũng là nguyên nhân chính trong việc tăng trưởng các chứng bịnh ung thư xãy ra trên khắp đất nước hiện nay.
- Về ô nhiễm nguồn nước và sông cũng như nước ngầm. Có phân tích nhiều nơi và đưa ra nhiều khuyến cáo.
- Về chất thải : phế thải rắn, lõng, khí...viết rất nhiều đặc biệt là xử lý phế thải lõng của kỹ nghệ. Và xử lý nước rỉ từ rác sinh hoạt gia đình. Đã cho ra một quy trình xử lý và thiết kế một nhà máy xử lý trung ương cho các khu chế xuất, khu công nghiệp...

Ông cho biết : Về những vấn đề đa dạng nầy, nhiều giáo sư đại học ở Việt Nam có liên lạc và trao đổi ý kiến nhất là trong lãnh vực giải quyết phế thải độc hại. Và sinh viên năm thứ 4 trong nước, khi làm luận án tốt nghiệp có tham khảo nhiều lần trong nhiều địa hạt liên quan đến môi trường khác nhau.

Kể ra thì nhiều, thật không cách nào đi vào cụ thể từng đề tài một. Tuy nhiên, trong thập niên qua, có hai việc nổi cộm :

- **Vấn đề nước và ô nhiễm arsenic ở VN.**
  Nổi cộm, vì nó đặt vấn đề an sinh của cả Đồng bằng Sông Cửu Long, vì va chạm đến mộ chương trình lớn của UNICEF— tổ chức nhi đồng quốc tế của Liên Hiệp Quốc có tầm vóc và uy thế lớn — và chánh quyền Hà Nội. Nổi cộm cũng vì gs MTT đã để nhiều thời gian, công sức, vì ông đã chịu thách thức hiểm nguy về VN lấy mẫu nước để kiểm nghiệm độ arsenic trong các mẫu để có những kết quả khả tín...Và nổi cộm cũng vì chính quyền Hà Nội đã lên án ông là tiết lộ bí mật quốc gia (luật ngày 27/12/2003)
  Ông lấy mẫu nước từ Bắc chi Nam, đem qua Mỹ phân tích từ 1997 đến 2001 Theo đó ông công bố một số kết quả về việc ô nhiễm arsenic ở VN. Nhất là ĐBSCL. Ông cảnh giác là mức ô nhiễm bắt đầu ở mức chung quanh giới hạn mà LHQ.
  Thế mà, mãi đến năm 2002 TTCS PVKHai mới thành lập một ủy ban liên bộ để nghiên cứu về mức ô nhiễm nầy.

- **Câu chuyện dioxin/da cam và vụ kiện.** Nổi cộm vì thời gian dài của vụ kiện, vì là một vụ kiện quốc tế, vì phe xã hội chủ nghĩa có đồng chí bốn phương, ngàn người như một, triệu người như một, bách chiến bách thắng. Cũng nổi cộm, vì tên ông và ý kiến ông được ghi trong phần phản bác của phia HK lần sau cùng trước khi tòa án quyết định. Toà đã bác bỏ vụ kiện của VIỆT NAM tháng 3/2005, Qua 2007, tòa kháng án lại bác bỏ lần nữa. VIỆT NAM kiện lên tối cao pháp viện và tháng 9 năm ngoái (20078) tòa cũng bác luôn.
  Trong việc nầy, ông là cái đinh trong con mắt chánh quyền Hà Nội. Hột cát trong mắt đã khó chịu rồi, nhất là đối với những con người độc tài, độc đoán, có thói quen là mình phải đúng- và 100% đúng-ai mà nói khác, làm khác là phản động, đối tượng cải tạo-nghĩa là tù đày không bản án, thì cây đinh trong

mắt thì làm sao chịu nổi. Hà nội bảo, triệu triệu người đều như vậy, thì như vậy tất phải đúng. Ông Truyết bảo: "Tỷ tỷ số không mà cộng lại với nhau hoặc nhơn lên với nhau thì vẫn bằng không." Và trong thực tế, cụ thể trong vụ kiện nầy, tỷ tỷ cái dối trá chỉ phơi bày cái bản chất dối trá của chế độ mà thôi.

Trên đây là đôi nét về con người của GS. Mai Thanh Truyết, một nhân cách nhiều tranh cãi, thương cũng lắm mà ghét cũng nhiều, tùy vị trí đứng nhìn, tùy quan điểm về cuộc sống, tùy nhiều tham số khác mà tôi không dự liệu được.

Cuộc sống vốn vô thường.

Vô thường là đổi thay !!!

Đổi thay bao hàm nguy hiểm, cái hiểm nguy bước từ **cái biết - cái đã được tôi luyện**, đã kinh qua, và cái chưa biết. Đó là thách đố của sự lớn mạnh.

Đó cũng là cá tính của phần đời đấu tranh không ngưng nghĩ của Ông, mà trên đây tôi chỉ ghi được một vài nét...

Truyết ơi, cám ơn một duyên lành đã cho tôi gặp ông và được chia xót đôi lời cùng quí vị thân hào nhân sĩ thân thương trong cộng đồng Houston của tôi.

Và một lần nữa, xin kính chào quí vị.

GS. *Nguyễn Văn Trường*

Đôi Lời Nhắn Gởi

Summary: Some thoughts about the Black Apri, 2019

Nhìn lại bối cảnh Việt Nam đang đi vào thiên kỷ thứ ba, chúng ta thấy rằng mặc dù có nhiều cố gắng trong việc giải quyết một số vấn đề kinh tế của đất nước, thí dụ như nạn lạm phát được kiểm soát tương đối chặt chẽ và việc chuyển hướng mở cửa giao dịch với thế giới bên ngoài làm cho Việt Nam không còn bị cô lập như trước kia nữa.

Tuy nhiên, Việt Nam vẫn còn lúng túng trong những toan tính giải quyết nạn nghèo đói của dân, trì trệ của nền kinh tế quốc gia cùng lúc với những nhu cầu xây dựng hạ tầng cơ sở, an sinh xã hội, giáo dục, bảo vệ tài nguyên và môi sinh của đất nước.

Trong bối cảnh đó, Việt Nam hiện đang đứng trước hai nhu cầu đối nghịch nhưng vô cùng cấp bách: *Nhu cầu phát triển công nghệ sản xuất để sinh tồn và nhu cầu giải quyết các phế phẩm để giữ sạch và làm sạch môi trường do chính phát triển và do dân số gia tăng gây ra.* (Nhu cầu giải quyết gia tăng dân số quá nhanh hay hạn chế sinh sản là một vấn đề bức thiết cần được lưu tâm và giải quyết ưu tiên nhưng không nằm trong phạm vi bài tham luận nầy).

Vấn đề là làm thế nào để có một **cân bằng hài hòa** cho hai nhu cầu phát triển và bảo vệ môi trường để từ đó hội nhập vào tiến trình phát triển toàn cầu.

- Nếu đặt trọng tâm vào nhu cầu phát triển và coi nhẹ nhu cầu giải quyết môi trường sẽ là một đại nạn cho Việt Nam trong một tương lai rất gần. Và nếu làm như thế, thế hệ hôm nay không những làm cạn kiệt tài nguyên của đất nước mà còn hủy hoại môi trường sống của thế hệ tương lai.

- **Nếu trái lại, đặt ưu tiên hàng đầu cho việc bảo vệ môi sinh và làm chậm mức phát triển thì sẽ không đáp ứng được nhu cầu tiêu dùng của người dân và đất nước sẽ chìm đắm trong nghèo đói lạc hậu.**

Những nhà dự phóng tương lai cho Việt Nam sẽ là những người thật sáng suốt, thực tâm yêu nước và có tầm nhìn nhân bản đứng trên mọi chủ thuyết và định chế chính quyền. Vì vậy, *những người có trách nhiệm với Đất và Nước Việt Nam ngày hôm nay cần phải thấu hiểu và thấm nhuần một số căn bản trong việc thanh lọc nguồn ô nhiễm tại Tâm.*

Lòng tham: Một phương pháp đề nghị để thanh lọc những **Ô Nhiễm** trong tâm hồn của con người là dẹp bỏ lòng THAM của con người. Đức Phật dạy rằng THÂN, MIỆNG, Ý của con người hằng ngày thường tạo ra mười ác nghiệp:

- *Ba nghiệp về Thân* là: Sát sanh, Trộm cắp, Tà dâm;
- *Bốn nghiệp về Khẩu* là: Nói dối, Nói lời đâm thọc, Nói lưỡi hai chiều, Nói lời ác khẩu.
- **Ba nghiệp về Ý** là: Tham, Sân, Si.

Trong mười nghiệp trên, nghiệp **THAM** là một trong những nghiệp nặng, vì Tham thuộc về Ý, mà Ý luôn luôn sai sử con người tạo tác ra mọi việc. Người xưa thường nói "Túi tham không đáy". Vì tham con người có thể làm đủ mọi việc vô lương tâm để đem đồng tiền về nhét cho đầy túi tham của mình. Nhưng vì túi tham không đáy nên *có bao nhiêu nhét vào cũng không đủ.*

Thử bảo các nhà Đại Tư Bản: "Mỗi ngày các ông kiếm ra hằng triệu Dollars, đủ rồi, hãy ngưng đi." Các ông ấy có ngưng không, hay kiếm được một triệu Dollars, các ông sẽ nghĩ cách làm sao mỗi ngày kiếm ra hai triệu Dollars bằng những phương pháp "Khoa Học(!)" hơn. Nhưng kiếm ra nhiều tiền để làm gì? Mỗi ngày các ông có ăn quá ba bữa cơm không? Mỗi đêm các ông có ngủ quá một chiếc giường không?

Những nhà nuôi súc vật để cung cấp thịt càng ngày càng chích những loại Hormone hoặc những loại thuốc kỳ quái vào cơ thể những con vật để cho nó tăng trọng nhanh. Chẳng cần biết hậu quả là những người tiêu thụ các loại thịt đó sẽ bị mang những chứng bệnh lạ lùng không thuốc chữa.

Những nhà làm phim ảnh, TV cũng vậy. Hằng ngày họ đầu độc con người, thanh thiếu niên bằng những loại phim dâm ô, kinh dị, những loại phim kích động lòng ham muốn đâm chém, bắn giết, đánh đấm lẫn nhau để làm trò vui. Họ làm ô nhiễm đầu óc trẻ em bằng những phim Hoạt Hình quái dị. Hằng ngày họ càng sáng tạo ra những con vật quỷ quái, dị thường rồi cho đi giết chóc tàn phá bằng những phương pháp "khoa học". Thử hỏi đầu óc thơ ngây, trong sạch của trẻ em hằng ngày bị ô nhiễm bởi những hình ảnh kỳ quái, những tư tưởng giết chóc như thế thì thế hệ trẻ em đó lớn lên sẽ làm gì? Không cần đợi lớn lên, ngay bây giờ chúng ta cũng đã từng thấy những trẻ em mang súng vào trường bắn giết đồng bạn y như trên phim ảnh, trên TV. **Tất cả chỉ vì lòng tham không đáy của những nhà làm phim ảnh, làm TV.**

Pháp sư Tịnh Không, một vị Pháp sư đạo cao đức trọng hiện ở Đài Loan, trong loạt bài giảng về kinh Đại Thừa Vô Lượng Thọ Trang Nghiêm Bình Đẳng Giác Kinh, Ngài nói: ***Không một cường quốc nào có thể đánh bại nước Hoa Kỳ. Nước Hoa Kỳ chỉ bị đánh bại bởi TV của chính nước họ mà thôi.***

Biên kiến: Một nguyên nhân khác làm **Ô Nhiễm tâm hồn** của nhân loại là Biên Kiến. Theo Phật giáo ***Biên Kiến là sự chấp thủ vào một nhận thức của mình, và cho rằng chỉ có nhận thức của mình là đúng, là chân lý, còn những nhận thức của kẻ khác đều là sai lầm.*** Điều này chính những tín đồ của các Tôn Giáo cũng góp phần không nhỏ vào "biên kiến" ấy. Thiền sư Nhất Hạnh nói rõ về vấn đề này trong quyển "Tương Lai Văn Hoá Việt Nam" như sau: "Chúng ta có quyền theo đạo Phật, đạo Lão, đạo Nho, đạo Cơ Đốc, đạo Cao Đài hoặc *theo chủ nghĩa Mác Lê…* Nhưng **chúng ta không có quyền cho rằng chỉ có nếp sống ta mới có tính cách dân tộc, còn những tập đoàn khác là phi dân tộc, là phản động, là không yêu nước**."

- Đến thế kỷ thứ 21 nầy, mà còn có những người *nhân danh tôn giáo mình để bắn giết* những người theo Tôn Giáo khác vì cho rằng chỉ có tôn giáo mình là đúng còn những người theo tôn giáo khác là tà ma ngoại đạo!

- Đến thế kỷ thứ 21 nầy, mà còn có những người **ôm mớ tín điều hết sức sai lầm của Karl Marx ở thế kỷ thứ 18, rồi tự xưng mình là "đỉnh cao trí tuệ loài người"**, để bắt mọi người phải theo cái suy nghĩ sai lầm của mình. **Đã mù mà còn đòi dắt đường. Đó là Biên Kiến, một hình thức của ô nhiễm trong tâm hồn.**

- Thậm chí khi biết mình đã sai lầm, phải đổi hướng chạy theo những tiến bộ của nhân loại mà vẫn cố bám víu lấy biên kiến của mình rồi sáng tạo ra những từ ngữ què quặt. *"Kinh-tế-thị-trường-theo định-hướng-xã-hội chủ-nghĩa"* là một thí dụ. Ai cũng biết rằng "Kinh Tế Thị Trường" là một đường lối kinh tế theo chủ nghĩa Tư Bản (Kẻ thù của chủ nghĩa Cộng Sản); còn Xã hội chủ nghĩa là con đẻ của chủ nghĩa Cộng sản, chủ trương kinh tế tập trung).

Thế nhưng *"dưới tấm bảng chỉ đường"* của nền kinh tế xã hội chủ nghĩa đất nước càng ngày càng lụn bại. Sau khi lên nắm chính quyền năm 1975, cường quyền đã đưa một đất nước đứng nhất nhì ở Đông Nam Á thành một trong những đất nước nghèo nhất thế giới (chỉ hơn một vài nước ở châu Phi). Để sửa đổi sai lầm đó, đám chóp bu CSV cho thay đổi chính sách kinh tế thành Kinh Tế thị Trường. Nhưng để đỡ hổ thẹn, hay để chống chế, nhà nước CS sáng tạo ra cụm từ *"Kinh-tế-thị-trường-theo-định-hướng-xã-hội-chủ-nghĩa".*

Hãy tưởng tượng đất nước Việt Nam như một cổ xe ngựa do hai con ngựa kéo với hai càng xe ở hai đầu. Con ngựa Xã Hội Chủ Nghĩa kéo đi về hướng Tây; con ngựa Kinh Tế Thị Trường kéo đi về hướng Đông. Kết quả cổ xe đó đi về hướng nào hay chỉ đứng lì một chỗ. Muốn cổ xe chạy được thì phải thí bớt một con ngựa. Thế là nhà nước CSBV cho giết chết con ngựa Xã Hội Chủ Nghĩa (nhưng không dám lên tiếng), vì trong mấy năm qua con ngựa này đã chứng tỏ không làm được việc.

Giết chết nhưng không chịu mang xác con ngựa Xã Hội Chủ Nghĩa ra đem chôn. Vấn đề con ngựa Kinh Tế Thị Trường ì ạch

kéo cỗ xe kèm theo cái xác chết của con ngựa Xã Hội Chủ Nghĩa ngay từ khi đổi mới năm 1986.
Đó là kết quả sai lầm của Biên Kiến. Biết sai mà vẫn nắm chặt lấy chủ nghĩa của mình. Biên kiến là một yếu tố làm ô nhiễm tâm hồn. **Muốn tẩy sạch ô nhiễm trong tâm phải dứt khoát dẹp bỏ biên kiến.**
Luật Nhân quả: Luật nhân quả đối với đạo Phật rất quan trọng. Không có việc gì là không có nguyên nhân của nó. Lũ lụt, hạn hán là do đốn cây rừng, là do xây hồ thủy điện, là do xây dựng đê bao không đúng kỹ thuật... Tầng Ozone bị phá thủng là do con người thải những hóa chất độc hại lên không gian. Nước uống bị nhiễm độc là do con người thải ra sông, biển những chất phế thải ô uế của mình như phân, nước tiểu, độc tố hoá học của các xưởng kỹ nghệ. Không khí bị đầu độc là do khói từ xe hơi, từ các nhà máy sản xuất những mặt hàng cho con người hưởng thụ.
Ngoài ra, các nước Tư Bản giàu có hay tống khứ những hoá chất độc hại phế thải của họ đến các nước nghèo chậm tiến ở Á Phi. Họ tưởng rằng sẽ giải quyết được vấn đề ô nhiễm ở đất nước họ. Nhưng sự thật trái lại. Họ đã lầm, luật nhân quả cho biết rằng họ sẽ phải gánh chịu lấy những hậu quả đó.
Thực tế cho thấy rằng sau khi những chất độc hại được đổ xuống vùng biển của các nước Á Phi thì cá tôm của những vùng đó bị nhiễm độc. Một số lớn cá tôm bị chết. Số còn lại bị nhiễm độc nặng, sẽ được ngư dân ở vùng đó đánh bắt và xuất cảng ngược lại vào các nước tiên tiến, và chính họ, những người đã đổ những chất độc hại xuống biển lại ăn những con cá tôm nhiễm độc đó. Gần đây những cơ quan như California Department of Health Services và những cơ quan tương tự đã đưa ra những khuyến cáo dân chúng đừng ăn những loại cá mà họ thấy rằng đã bị nhiễm độc. Rõ ràng là nhân nào quả nấy.
Để kết luận, vấn đề ô nhiễm đã được thế giới đặc biệt quan tâm trong thời gian gần đây. Những Hội nghị về giải quyết Ô Nhiễm môi sinh đã được Liên Hiệp Quốc tổ chức. Nhiều nhà khoa học trên thế giới ngày đêm dùi mài tìm những phương thức để giải quyết. Những nhà lãnh đạo Tôn giáo như Đức Đạt Lai Lạt Ma cũng đã kêu gọi nhân loại quan tâm đến vấn đề Ô Nhiễm. Các Ngài kêu gọi nhân loại để cứu độ **MẸ ĐẤT** vì quả

tình trái đất này, hành tinh xanh này đã nuôi nấng ta như một bà Mẹ.

Xin được nêu lên những lời dạy của Đức Phật về nguyên nhân sâu xa của vấn đề ô nhiễm, đó là **TÂM ô nhiễm của nhân loại**. Muốn giải quyết vấn đề ô nhiễm một cách rốt ráo không gì hơn là *thanh lọc Tâm của con người*.

- Bao lâu con người chưa nhận chân được giá trị của Luật Nhân Quả,
- Bao lâu con người chưa gội rửa được lòng THAM vô tận,
- Bao lâu con người chưa gội rửa được những BIÊN KIẾN,
- Bao lâu con người chưa bỏ được lối sống ích kỷ, con người chưa có thể giải quyết được vấn đề Ô Nhiễm Môi Trường một cách rốt ráo.

Hãy thanh tịnh Tâm để cứu độ Mẹ Đất.
Hãy thanh tịnh Tâm để cứu độ lấy hành tinh xanh của chúng ta.

Nếu những người cầm quyền hiện tại thấy và hiểu những vấn nạn môi trường cũng như cung cách phát triển èo uột của đất nước trong suốt 35 năm như đã được trình bày qau những trang giấy trên.

Và nếu họ còn *chút nhứt điểm lương tâm* để nhận lãnh trách nhiệm của những sai lầm trong quá khứ, chắc chắn người dân Việt, với tấm lòng vị tha, sẽ cùng nhau phối hợp xây dựng lại quê hương từ đầu.

Mong lắm thay!

Giải quyết vấn đề ô nhiễm môi trường và xây dựng Đất và Nước là trách nhiệm chung của mọi người chứ không phải là trách nhiệm riêng tư của những nhà khoa học, nhà lãnh đạo tôn giáo, hay của một đảng lãnh đạo.

Summary:
Some thoughts about the Black Apri, 2019

In this article, I, Mai Thanh Truyet insisted that Vietnam is facing two critical issues to survive in the Third Millennium:

➢ The need to advance with the hightech revolution to survive in the modern world.

➢ The need to follow a revolution to control pollution and resolve the matters of the environment and pollution to continue their sustaining development.

Following are the ideas raised by the writer to meet both the needs above.

1. The sustaining development of the economy of VN depends on resolving the issues of the environment, of which importance is placed on solid waste, pollution in the water sources (rivers, seas), pollution by the industrial and hitech revolution, and garbage dumping areas.

2. How do we control pollution? We need to control:
  - Our desires/wishes
  - The main issue of our own life: we always stick to our own ideas, perception, self evaluating that only our ideas are right, correct; other people's opinions are not okay or good.
  - The Law of Cause and Effect of Buddhism is shedding the light on how to develop (a firm, a nation...); when we acted to nullify the protection (by themselves) of the forest, the sea, the river; the results will be floods, storms, dead fish, dead sea, and other pollutions to affect food, vegetable, rice... on our table.
  - The pollution of our mind and heart does contribute to the pollution of the environment or food due to our desire to have more money, more products, more profits, more exploitations (2 crops, 3 crops etc). Therefore, the training (and meditation in Buddhism) to control our desire to have a pure heart and mind, to become a good person in thinking of life and environment, is a must.

Please refer to the original article in Vietnamese for more information.

Phổ Lập Mai Thanh Truyết
04.30.2015

Con Đường Đại Việt – Mai Thanh Truyết
Người bạn - Người đồng chí

Thành ngữ Pháp có câu: *"Le moi est haïssable!* - nói về cái tôi rất dễ ghét!" Tại sao bắt đầu bài giới thiệu sách của một người bạn bởi thành ngữ nầy? Vì viết, nói về Mai Thanh Truyết, giới thiệu những bài viết của Mai Thanh Truyết, một người bạn, một người đồng chí là nói ra những cái tâm tư tuy là giấc mơ, là tâm huyết của bạn Truyết nhưng cũng là của tôi nữa. Nói về Mai Thanh Truyết, nói về sách, nói về bài viết của Mai Thanh Truyết là nói về mình. **Nói về những giấc mơ của mình!**

1-   Lần đầu bỡ ngỡ

Hòa đàm Paris năm 1968. Giáo sư Nguyễn Ngọc Huy được Tổng thống Nguyễn Văn Thiệu cử sang Paris cố vấn phái đoàn Việt Nam Cộng Hòa. Mùa Đông 1969, tôi nhận điện thoại từ Paris cho biết là Giáo sư Nguyễn Ngọc Huy cần gặp tôi. Từ 1964 khi Bác sĩ Nguyễn Tôn Hoàn và Giáo sư Nguyễn Ngọc Huy trở về nước tham chánh tôi chưa gặp lại hai chú bác ấy. Tôi vẫn thường gọi Bác sĩ Nguyễn Tôn Hoàn là Bác Tư và Giáo sư Nguyễn Ngọc Huy là Chú Ba; chú Ba gọi là tôi phải lên ngay. May quá, năm ấy tuy làm phụ giảng (assistant) ở Viện Nghiên Cứu Quốc tế ở Toulouse, tôi không có giờ dạy học mà chỉ làm quản thủ cho thư viện của Viện thôi, và như vậy tôi có thể xin nghỉ một tuần, bù vào ngày nghỉ mùa hè để lên Paris gặp chú Ba. Chú Ba muốn mình giới thiệu những người tin tưởng để đưa Chú Ba đi gặp đồng bào ở Âu châu. Dĩ nhiên, vùng nào đều có thổ công đó. Vùng Toulouse và phụ cận mình lo được chứ những

Từ trái qua mặt: Mai Thanh Truyết, Phan Văn Song, Bà Nguyễn Tôn Hoàn, TS Nguyễn Thanh Liêm, Bà Thiều. Bà Hoàn và Bà Thiều là hai người hát bản Quốc ca VNCH đầu tiên năm 1942 tại Hà Nội.

vùng khác phải làm sao tìm cho được thổ công, vừa đáng tin cậy, vấn đề an ninh và an toàn cho giáo sư Huy, phải quen biết nhiều, có uy tín.

Tôi đã biết Mai Thanh Truyết trước rồi; nhưng thật sự, trong dịp ấy, chúng tôi mới quen nhau. Mai Thanh Truyết đang học Tiến sĩ Hóa học ở Besançon, một thành phố nằm vùng Đông Nam xứ Pháp, một trong những vùng lạnh nhứt xứ. Cặp mắt nhìn thẳng, nụ cười cởi mở, và cái ít gặp nơi người Việt ta, kể cả ở những sinh viên du học thời bấy giờ là "đúng giờ ". Mai Thanh Truyết là "**con người đúng giờ**", và tôi cũng thế, nên mới ngày đầu làm việc chung, tuy mới quen nhau, hai thằng đã y hẹn, "đúng giờ" và đã nghéo tay dễ dàng với nhau. Truyết "khó tánh " hơn tôi, dễ nổ, dễ "quạu" khi gặp những ai đi trễ giờ, hay làm sai hay "quá du di không đúng với những giao ước", Truyết rất khoa học, chỉ "hoặc đúng hoặc sai" thôi, tôi dân luật nên thường " tùy trường hợp, tùy điều kiện" hơn.

Tuy dễ nhịn nhục hơn Truyết, nhưng vẫn "bực mình", nhưng nhờ Nam kỳ tánh, nên đành lầm bầm "chưởi thề", cho đỡ đau dạ dầy. Vả lại, "chưởi thề", ít "thất đức" hơn vì "mình chưởi mình nghe", - ba tui dạy tui dzậy - vì khi mình chưởi mắng người ta, mình bị tổn đức, và gây ơn oán giang hồ. Có lẽ vì vậy, ngày nay, tôi rất "dễ chưởi thề". Chúng tôi lúc ấy chỉ lo cho công việc chung, không có thời gian làm quen và nói chuyện riêng; nên cả hai chúng tôi đều không ai giới thiệu vợ con với nhau cả. Và sau hai ngày ở Besançon, *Truyết lãnh trách nhiệm vừa lái xe đưa Giáo sư đi vừa lo tổ chức những cuộc nói chuyện của Giáo sư Nguyễn Ngọc Huy, tôi hết nhiệm vụ*, hết ngày phép nên về lại Toulouse.

Và chúng tôi cũng bặt tin nhau, chẳng ai gọi ai cả. Tại sao? Chính tôi ngày nay vẫn không hiểu.

2- Hội ngộ giữa Sàigòn

Tháng 7 năm 72, sau khi An Lộc được giải tỏa, tôi được giải ngũ và biệt phái trả về bộ Giáo dục, Giáo sư Nguyễn Ngọc Huy, lúc bấy giờ trách nhiệm lãnh đạo ở Tân Đại Việt và Phong trào Quốc gia Cấp tiến, giao cho tôi hai công tác :

- Một là Tổ chức Trí thức Vận. Tôi đi tìm và gặp Mai Thanh Truyết sau đó hơn một năm trời tức là năm 1973 tại Sài Gòn; sau đó, tôi rủ Truyết đi cùng tôi đến gặp Chú Ba Huy. Sau mấy năm không gặp nhau mà trông Truyết đã già dặn hẳn, có một tấm vóc rất "giáo sư", rất "lãnh đạo", một người đang dấn thân và sẵn sàng dấn thân. Tuy mới gặp lại nhau, nhưng chúng tôi, sau khi bắt tay nhau, đi vào thẳng vấn đề, như vừa xa nhau ngày hôm qua. Truyết và tôi được Giáo sư Nguyễn Ngọc Huy, **anh Ba chỉ thị lập thành một tổ riêng biệt, bí mật, tổ chức mạng lưới giáo chức**. Chúng tôi tìm gặp những chuyên viên trong ngành giáo dục để tổ chức một mạng lưới giáo dục cho Việt Nam hậu chiến tranh. Thừa lệnh Giáo sư, tôi đã giới thiệu Truyết vào Đảng và Truyết bí mật «Tê Đơ» Tân Đại Việt tại nhà Ông Cụ tôi, là anh Ba Xướng, đường Nguyễn Duy Dương, sau lưng trường Nam Sinh Mù chợ An Đông. Hôm ấy có mặt Giáo sư do ông cậu tôi là Thiếu tá Nguyễn Trọng Đệ chở đến. Hệ thống **Trí thức Vận**, Truyết và tôi, bị cạnh tranh rất mạnh bởi ảnh hưởng của ông cố vấn về sau Tổng trưởng Bộ Dân Vận là anh Hoàng Đức Nhã, cũng là anh bạn đồng môn trung học Lycée Yersin với tôi.

Vì bạn Mai Thanh Truyết nay (từ năm 2005), đã chấp nhận ra ánh sáng cùng với tôi điều hành **Đại Việt Quốc Dân Đảng** nên tôi mới kể chuyện nầy, trước là để cám ơn Giáo sư Nguyễn Ngọc Huy đã dành cho tôi những ưu ái đặc biệt, sau cũng để giới thiệu bạn Mai Thanh Truyết.

- Công tác thứ hai là trong suy nghĩ tổ chức một Trường Đại học có nhiệm vụ năng luyện những quản trị gia chuyên nghiệp. Giáo sư Nguyễn Ngọc Huy giao cho tôi và anh **Trần Minh Xuân** dựng một Viện Đại Học Thương Mãi, «*Trường Cao đẳng Thương mãi Minh Trí*». Công tác là phải tạo một lớp cán bộ cán sự và chủ sự trong những ngành công thương nghiệp tư doanh của mạng lưới kinh tế tương lai của Việt nam. Tôi làm nhiệm vụ đảm nhận trách nhiệm Trường Cao Đẳng Minh Trí với giáo sư Trần Minh Xuân. Truyết lúc ấy đang làm việc ở Đại học Sư Phạm Sài Gòn và cũng có vị trí tổ chức ở Viện Đại học Cao Đài, Tây Ninh, nên không cùng tôi trong công tác ấy. Mạng lưới Đại học Sư phạm, Đại học Cao Đài, Cao Đẳng Minh Trí đan với mạng lưới Quốc Gia Hành Chánh và các sĩ quan Quân đội Việt Nam Cộng Hòa sẽ củng cố vai trò của Đảng Đại Việt và các đảng viên Đại Việt *nhằm tái thiết một Việt Nam hậu chiến tranh*, với một tư tưởng, một lý thuyết, trong một đồng thuận nhứt định mà chất keo là tư tưởng và lý thuyết Đại Việt. *Giáo sư Nguyễn Ngọc Huy, Giáo sư Nguyễn Văn Bông đã gieo rắc cán bộ hành chánh của nền Cộng hòa Việt Nam với những ý niệm, quan niệm, tư tưởng cho một nền tảng chánh trị, hành chánh công minh, sáng sủa, với những quan niệm rõ ràng về dân chủ hiến định thực sự, đối trọng ngang tầm với một đối lập xây dựng, kiểm soát (Nguyễn Văn Bông), với những chu kỳ thay phiên cầm quyền (Nguyễn Ngọc Huy).* Quan niệm **"Check and Balances"** biến thành tập tục chánh trị dân chủ. Cùng với hai Giáo sư, cũng cần nên nhắc đến Ký giả Phạm Thái Nguyễn Ngọc Tân, tức anh Bảy Bớp đi gieo những hạt giống dân chủ. Và hiện nay, cả ba con chim đầu đàn đã đi vào thiên cổ. Xin đốt lên một nén hương để tưởng niệm Ba Vị đàn anh trong gia đình Đại Việt.

Đến phiên chúng tôi, anh Xuân và tôi, chúng tôi lãnh sứ mạng gieo rắc và tổ chức mạng lưới cán bộ dân sự tương lai đóng góp cho mạng lưới quản lý các công thương nghiệp tư doanh cho Việt Nam thời hậu chiến tranh. Giáo sư Nguyễn Ngọc Huy đã nghĩ đến thời hậu chiến ngay từ những năm 70 của thế kỷ trước. Viện Đại học Cao đẳng Thương mại Minh Trí khai giảng mùa nhập trường năm 1974 và tan hàng cùng với đất nước vào ngày 30 tháng 4 năm 1975.

3- Những ngày mất ngày tháng

Sau ngày Việt Nam Cộng Hòa tan hàng rã ngũ, anh em tứ tán bốn phương trời, tù đày cực nhọc nhiều hơn thoải mái sung sướng. Ba tôi và hai em tôi đi tù, tôi giữ trách nhiệm công ty BGI La Ve, nước đá, nước ngọt, núp bóng qua ngày.

Còn bạn tôi, Truyết, chỉ một thời gian ngắn sau ngày 30 tháng 4, bị "mời" ra khỏi ban giảng huấn vì một tội danh, tuy không nói ra, nhưng qua những người đồng nghiệp, đó là tội "***có tính quân*** *chúng*" mà chế độ không thể chấp nhận một "đức tánh" chỉ dành riêng cho cán bộ đảng cộng sản mà thôi. Nhưng, với cái thông minh và tài năng của nghề nghiệp trong một cái ngành rất hiếm có ở Việt Nam, Truyết được một cán bộ ở Thành ủy lưu ý và mời về phụ trách Trạm sản xuất thí nghiệm, một tiền thân của Trung tâm Nghiên cứu Sản xuất thử, và sau cùng cho đến hiện tại là Ủy ban Khoa học thành phố ngụ tại 244 Đường Điện Biên Phủ, Sài Gòn. Truyết cũng phải nín thở sang sông. Nhưng chúng tôi cũng bắt liên lạc lại với nhau. Cái hy hữu là chính những cán bộ quân quản Việt cộng ái mộ tài nghệ anh Tiến sĩ hóa học Mai Thanh Truyết giới thiệu Mai Thanh Truyết với tôi, Giám đốc một công ty sử dụng rất nhiều hóa chất, từ kỹ nghệ lạnh đến nước ngọt, la ve...

Ban ngày, chúng tôi, hai chuyên viên, có đôi lần gặp nhau ở văn phòng tôi, đường Hai bà Trưng. Nhưng tối đến, tôi thường, cùng các nhơn viên ra bến tàu hóng mát, ăn hột vịt lộn nhậu la de, và bạn Truyết cũng "tình cờ" có dịp ra hóng mát ở bến tàu nhập bọn với chúng tôi. Chúng tôi giữ rất bí mật, không bao giờ gặp riêng hai đứa, cạnh chúng tôi, luôn luôn có người, hoặc là dân BGI làm việc cùng tôi, hay giáo chức quen với Truyết, có khi có cả cán bộ quân quản BGI nhập bọn với dân la ve. Trong cảnh tranh sáng tranh tối của bến tàu, chúng tôi cầm tay nhau, cố gắng ngó mắt nhau khích lệ lẫn nhau. Tôi không một lần hỏi thăm gia đình Truyết, xem vợ con Truyết thế nào? Cũng như Truyết không bao giờ hỏi thăm tình cảnh vợ con tôi.

Bạn với nhau cả nửa đời người, hai đứa chúng tôi vẫn không biết tên những đứa con của nhau. Gia đình Truyết, tôi chỉ thực sự gặp lần đầu, khi gặp nhau lại ở Mỹ năm 1994. Vợ chồng Truyết trái lại, đã đến thăm cha mẹ tôi sau năm 1978, sau khi Truyết ở tù về và trước khi vượt biển.

Rồi đến phiên tôi đi tù, rồi đến phiên Truyết đi tù, Chúa Phật thương chúng tôi nên gởi anh bạn Truyết vào phòng giam của tôi. Chúa thương tôi nên tôi được bà vợ đầm la ó làm khó dễ với cơ quan công an quản thúc, nên tôi được đặc biệt thăm nuôi dồi dào và tử tế hơn những người tù khác. Để trả ơn Chúa, mâm cơm hằng ngày của tôi luôn luôn có những người bạn thay phiên chia sẻ, vì vậy tôi được hân hạnh làm quen với rất nhiều bạn, mà trong đời sống xã hội bình thường của Việt Nam tôi không có dịp gặp: những nhà văn nhà thơ văn nghệ sĩ, những tu sĩ, những cậu bé gan dạ anh hùng rải truyền đơn chống cộng sản như: các anh Nhà thơ Trần Dạ Từ, Họa sĩ Đằng Giao, Giáo sư Ma Xuân Đạo, Linh mục Nguyễn Hữu Lễ, Nhà báo Đinh Quang Anh Thái thời còn là một cậu học sinh lưu lạc, bác cựu Đại sứ Nguyễn Quý Anh, các Luật sư Mai Văn Lễ, Vũ Ngọc Truy, các đồng môn Lycée Yersin Luật sư Trần Danh San, Luật sư Nguyễn Hữu Giao, các Thầy Vũ Quốc Thông ... và nhiều bạn nữa nay không nhớ hết tên xin quý vị tha lỗi cho.

Thời gian Truyết ở tù chung phòng với tôi, Truyết ăn chung mâm cùng tôi và Đinh Quang Anh Thái. Đinh Quang Anh Thái không biết chúng tôi đã là anh em với nhau từ trước, vì tôi đối đãi với Truyết như là một người mới quen trong tù, sau nầy có thể qua Mỹ, Thái mới biết anh em chúng tôi quen nhau từ lâu.

Nhờ là chuyên viên trong ngành chuyên môn, nên Việt cộng không xem Mai Thanh Truyết là ác ôn và Truyết được thả ra sau một thời gian "dằn mặt". Còn tôi tiếp tục lật vài cuốn lịch nữa trước khi "được" hay "bị" trục xuất đuổi về "xứ vợ" tháng 6 năm 1980.

4- Tái ngộ

Năm 1989, sau bao năm tháng lưu lạc tha phương cầu thực ở châu Phi và châu Âu, tôi bỏ tất cả về định cư ở Poitiers và trở lại ngành dạy học. Hè 1994, nhờ vào ngành Giáo dục nên có nghỉ hè, tôi đi Mỹ thăm gia đình em gái, đây lần đầu tôi đi Mỹ. Và tôi gặp lại Mai Thanh Truyết và gia đình Bác sĩ Nguyễn Tôn Hoàn. Mặc dù với Đảng, tôi đã bắt lại liên lạc với Giáo sư Nguyễn Ngọc Huy ngay từ những năm 1980 khi tôi vừa đặt chân đến đất Pháp, nhưng sau đó, vì kiếm sống bên kia biển Địa Trung Hải nên tôi không có dịp sinh hoạt với nhóm của giáo sư Huy ở Paris. Vả lại Giáo sư Huy vẫn muốn tôi giữ tung tích kín, vì ông cần sử dụng tôi trong những công tác đặc biệt. Ông thường gọi điện thoại để giao cho tôi những công tác ngoài đoàn thể. Bác sĩ Nguyễn Tôn Hoàn cũng thế, khi gặp lại tôi, ông cũng không muốn để tôi lộ mặt ra. Và đối với Mai Thanh Truyết cũng thế.

5- Đấu tranh

Gặp lại Truyết, câu đầu tiên là "**bồ vẫn như ngày nào với mình sống chết có nhau**" "**Song sao Truyết vậy**", và bắt tay cái cụp, chúng tôi có chụp bức hình kỷ niệm ấy, không biết Truyết, bồ còn giữ không? Mình trân quý nó lắm! Và chúng tôi, ngay những ngày ấy đã nhận rõ và chia vai trò với nhau: vai trò của Truyết phải trau dồi tài nghệ nghề nghiệp và để tái tạo một trận đánh trên lãnh vực khoa học, đánh vào cái chỗ yếu của Việt Cộng: môi sinh, môi trường, hóa chất, nước, nước thải, rác, hóa chất độc hại, cùng những vấn đề nhức nhối của Nhơn loại, và chỗ yếu của những nước kém phát triển và yếu kém về mặt quản trị. Vì đó là nghề của Truyết, Truyết sẽ đem nghề nghiệp, sở trường khả năng mình phục vụ cho chánh trị và đấu tranh cho dân chủ và tự do cho Việt Nam. Dùng nghề nghiệp, sở trường, bằng cấp của mình biến thành võ khí đấu tranh chánh trị.

Còn vai trò tôi? Tầm thường hơn, bổn phận tôi là tôi sẽ làm ông từ đường rán giữ cái nhà Đại Việt.

Gặp nhau lần đầu hai anh em **đã thấy rõ chiến trường tương lai sẽ do môi sinh và môi trường chủ động, sông ngòi, nguồn nước, không khí, ô nhiễm, phân bón, rác rưởi, nước thải**...nói tóm lại kinh tế càng phát triển để nuôi sống con người, càng phải quản lý chặt chẽ và khoa học những đầu nguồn và những phế thải của sự sống của con người. Nói tóm lại phải **biết phát triển bền vững và biết quản lý nguồn sống**.

Môi trường sẽ là một đề tài chánh trị lớn, trị nước an dân vẫn sẽ do chánh trị, kinh tế nhưng chánh trị kinh tế là quản trị với môi trường, với đạo đức, trong sạch trong sáng, luật lệ phân minh và sống với quốc tế liên lập, khu vực, vùng, hợp đồng qua lại thế lưỡng lợi (Win-Win situation). Những lý thuyết chánh trị, Công sản chủ nghĩa hay Tư bản chủ nghĩa chỉ dựa trên những lý thuyết phát triển kinh tế và tổ chức xã hội không nghĩ đến vai trò của Thiên nhiên và Môi trường đối với con người.

Nói tóm lại, các chủ thuyết chánh trị đều tranh dành cầm quyền làm chủ căn nhà và tổ chức làm ăn trong một căn nhà, nhưng không một ai nghĩ phải làm sao bảo quản căn nhà, sửa cái cột, lợp cái mái, sơn cái tường, đào cái giếng... Hãy học bài học canh tác của người Thượng miền Cao nguyên Nam Trung phần, họ canh tác xoay vần trên nhiều thửa ruộng khác nhau, họ luôn luôn chừa một thửa ruộng bỏ "góa", không canh tác một năm để đất ruộng ấy nghĩ (terre en jachère). Chặt cây đốn rừng thì phải trồng cây mới... phải sống với thiên nhiên, phải bảo quản thiên nhiên.

Không khí, nước dùng, sông ngòi biển cả, rừng núi không phải là vô tận, phải biết quản lý và quản lý một cách khoa học.

Đề tài sông Mê kông và sự sống còn của đồng bằng sông Cửu Long, anh em Hội Khoa học & Kỹ thuật mà Mai Thanh Truyết là một thành viên nồng cốt đã thấy và đã báo động với cộng đồng Việt Nam Hải ngoại và thế giới từ những năm '90 của thế kỷ trước. Rồi Chất độc Da Cam, rồi nước thải, rồi những bãi rác, Bô Xít, ...mỗi đề tài Mai Thanh Truyết nêu ra là những mũi tên bắn thẳng vào kẻ thù.

Truyết là người có trách nhiệm, tiếng nói chánh trị của Mai Thanh Truyết là tiếng nói một nhà khoa học có trách nhiệm. Trên bàn viết tại nhà Truyết, tôi thấy một tấm "phướng" ghi bài thơ của một Đại Đức tên Phổ Kiên gửi cho Truyết ngày 21/9/2003 nhân chuyến viếng thăm nhà máy xử lý nước, nơi Truyết làm việc ở West Conina. Bài thơ có nội dung như sau:

Bồ tát thanh lương thủy
Thường du bất cánh không
Chúng sanh thủy cấu tịnh
Bồ đề ảnh hiện trung

Bốn câu thơ trên cũng nói lên phần nào con người của Truyết mong hướng đến!

Tiến sĩ Mai Thanh Truyết không chống cộng vi cộng sản nó ngu nó dốt, nó khát máu, nó lưu manh, tóm lại nó không giống mình. **Tiến sĩ Mai Thanh Truyết chống cộng và chỉ trích vào cái bê bối, cái vô trách nhiệm của những tay lãnh đạo Việt Nam, đang vì lòng tham tàn phá môi trường và đất nước chúng ta.** Truyết chứng minh với dư luận cộng đồng Việt Nam trong và ngoài nước, với dư luận thế giới, rằng hành động phản quốc của nhà nước Cộng sản đương quyền của Việt Nam khi cho Tàu khai thác Bô xít ở Cao Nguyên Nam Trung phần Việt Nam là một hành động bán nước, vì về mặt kinh tế không có cái lợi gì cả mà chỉ phá nước hại dân, phá hoại môi trường vùng cao nguyên, về mặt chánh trị làm chia rẽ đoàn kết dân tộc giữa Việt và các sắc tộc Thượng Chàm.

Trung Cộng, khi trúng thầu (thực sự do Trung Cộng cầu kết với Cộng sản Bắc Việt) khai thác Bô Xít, khi trúng thầu xây nhà máy điện nguyên tử ở Phan Rang là đang có âm mưu cắt vùng Đông Dương làm đôi bằng cách tổ chức lại bình nguyên Bolloven với chương trình Đặc khu Kinh tế Bolloven (gồm tỉnh Attopeu - Nam Lào, tỉnh Mondolkiri - Bắc Cao Miên và vùng cao nguyên Nam Trung phần), cùng tỉnh Bình Thuận - Phan Rang Phan Rí, thành một vùng tự trị cho anh em dân tộc Thượng Chàm.

Hôm qua, Mai Thanh Truyết có mặt ở mọi mặt trận khoa học của Việt Nam, ngày hôm nay với những bài viết về sự hâm nóng trái đất Mai Thanh Truyết đang có mặt trong cuộc chiến của cả nhơn loại, đang lo cho cái sống còn của quả địa cầu và nhơn loại.

Mai Thanh Truyết lo cho địa cầu, lo cho tương lai nhơn loại. Mai Thanh Truyết vì có cái suy nghĩ của một nhà khoa học có trách nhiệm của những quốc gia đang phát triển, và cần phát triển, nên Mai Thanh Truyết không quá khích như những Đảng Xanh của thế giới các nước tiên tiến Âu Mỹ, đang có lý thuyết là đi ngược lại hay ngừng hẳn quá trình phát triển của các quốc gia.

Các Đảng Xanh Âu Mỹ vì sống ở những xã hội sang giàu của thế giới tư bản, đang chống lại sử dụng nhiên liệu hóa thạch cho rằng lạm dụng, phung phí và phá hoại môi trường, đòi dân chúng thế giới hãy bớt hay ngừng phát triển để khỏi tàn phá địa cầu. Nhưng các Đảng Xanh ấy quên các nước chậm tiến như Việt Nam của chúng ta cần phát triển, cần sử dụng cây rừng để có giấy, cần phân bón để canh tác, cần những hột giống đã được cũng cố hay thay đổi gène để chống sâu rầy (OGM-Organisme à gène modifié)... cần dầu mỏ nhiên liệu để có năng lượng cần cho phát triển... Quả địa cầu ngày mai sẽ phải nuôi sống 9 tỷ dân, không biết tổ chức, bảo quản đàng hoàng sẽ có nạn đói, thiếu nước, thiếu đất canh tác sẽ là những vấn nạn.

Mai Thanh Truyết và tôi, hai anh em cùng một cái nhìn đấu tranh, chúng tôi chống cộng vì Cộng sản sau khi cướp chánh quyền bằng bạo lực, không biết quản trị đất nước, chống chủ nghĩa tư bản mà ngày nay chạy theo tư bản hỗn loạn, miệng nói xã hội chủ nghĩa mà hành động chống xã hội,...

Chúng tôi đấu tranh cho dân chủ trở lại Việt Nam, cho người dân Việt Nam lấy lại quyền tự quyết, cho Việt Nam lấy lại Tự do...

Chúng tôi chống nhà nước đương quyền Cộng sản vì họ bất lực trước sự xâm lăng của Trung Cộng, vì họ ươn hèn không một

tiếng phản đối khi lãnh thổ bị xâm lấn, khi người ngư phủ Việt Nam bị tàu lạ mang biển số Trung Cộng đụng chìm.
Chúng tôi đấu tranh chống Đảng Cộng sản Bắc Việt cầm quyền vì họ đang bán đất cho Trung Cộng, bán biển cho Tàu.

Sách là người, lời văn là tâm sự. Mai Thanh Truyết suốt những năm tháng qua cạnh tôi và các đồng chí chiến hữu thân hữu đại gia đình Đại Việt luôn luôn bằng ngòi bút, bằng những buổi nói chuyện trải lòng, trải giấc mơ của những anh em đồng chí chúng tôi. Tiến sĩ Mai Thanh Truyết, người bạn hiền, anh bồ tèo, với cái tên gọi rất hóa học, do các bạn Tây đồng môn gọi Truyết là "Méthane". Tôi dốt từ khoa học không biết Việt Nam ta gọi méthane là gì, nhưng méthane là khí tự nhiên của những cơ thể đang phân hủy tạo thành có thể biến thành khí đốt và năng lượng. MaiThanh – Méthane Truyết hiện quản lý một nhà máy lọc nước, nước dơ nước bẩn nước phế thải vào nhà máy, qua một quá trình biến thành nước trong, nước sạch và có thể thành nước uống.

Tái tạo, lượm nhặt, thay đổi sử dụng lại. "**Không có gì tự sanh ra, không có gì tự hủy hoại, tất cả chỉ sự thay đổi - Rien ne se crée, rien ne se perd, tout se transforme**" Truyết đang áp dụng câu nói bất hủ của ông đàn anh Truyết, nhà hóa học đại tài Pháp Antoine Lavoisier 1743-1794. Cũng như anh em đấu tranh chúng ta, những bài viết của Mai Thanh Truyết là những bài viết đấu tranh chánh trị chống độc tài cộng sản nhưng với những câu chuyện, những dẫn chứng, những biện minh khoa học.

- Hãy đọc Mai Thanh Truyết để cùng đi với Mai Thanh Truyết trên một con đường đấu tranh cho sự tồn vong của dân tộc Việt Nam.
- Hãy đọc Mai Thanh Truyết để cùng chúng tôi những đồng chí, những chiến hữu, những thân hữu với Đại Việt, cùng đi trên con đường chủ thuyết Dân tộc Sanh tồn. Các chủ thuyết chánh trị hiện hành đều dựa trên những biện minh kinh tế và tổ chức xã hội. Dân tộc sanh tồn chúng tôi dựa trên con người. Dân tộc sanh tồn là cái không gian sanh tồn của dân tộc Việt. Đảng trưởng Trương tử Anh, Giáo sư Nguyễn Ngọc Huy đã dẫn dắt chúng tôi đi trên con đường ấy. Đảng trưởng dẫn những người cha chú chúng tôi đấu tranh chống Pháp dành

Độc lập, cho dân Việt. Giáo sư Nguyễn Ngọc Huy dẫn chúng tôi đi trên con đường dân chủ hiến định, tam quyền phân lập, đối lập thay quyền, tự do bầu cử, đa nguyên đa đảng.

- *Hãy đọc Mai Thanh Truyết để cùng chúng tôi đấu tranh cho Dân tộc Sanh tồn, đấu tranh cho cái không gian sanh tồn. Mỗi dân tộc có một không gian sanh tồn, một môi trường sanh tồn không ai xâm lấn ai. Tôi trọng không gian sanh tồn anh, anh trọng không gian sanh tồn tôi.*

Nam Quốc sơn hà Nam đế cư,
Tuyệt nhiên định phận tại thiên thư.

Hai câu muôn thuở của danh tướng Lý Thường Kiệt ngay từ đời Nhà Lý đã nói đến cái Không gian Sanh tồn của dân tộc Việt. Vua Nam ở nước Nam. Dân Việt ở đất Việt.

- *Hãy đọc Mai Thanh Truyết, để cùng chúng tôi tôi đòi lại cho dân Việt Nam cái quyền Dân tộc Sanh tồn của người dân Việt Nam, cho đất nước Việt Nam, quyền tự quyết của người dân Việt, cho đất nước Việt, cho không gian sanh tồn Việt. Không gian Sanh tồn dân tộc Việt do người Việt bảo quản người Việt quản lý..*

Lúc xưa cha chú chúng ta chống Pháp để bảo vệ không gian sanh tồn, đòi quyền tự quản của không gian sanh tồn.

Hai mươi năm chống cộng cũng để bảo vệ cái không gian sanh tồn của người Việt Tự do, bảo vệ cái Quốc gia Việt Nam, cái không gian Sanh tồn dân tộc Việt. Khi miền Nam Việt Nam mất ngày 30 tháng 4 năm 1975, lúc ấy mọi người mới thấy rõ không gian sanh tồn người Việt không còn nữa, trốn chạy, tỵ nạn chỉ để tìm không gian sanh tồn thôi.

- **Hãy đọc sách Mai Thanh Truyết để cùng anh em chúng tôi chia sẻ con đường Dân tộc Sanh tồn để mãi mãi chúng ta có một không gian sanh tồn cho dân tộc Việt.**

Cám ơn bạn Truyết đã gom lại thành sách những bài viết từ mấy mươi năm nay, tâm sự tâm huyết của hai chúng mình, Truyết đã trải dài biến thành những dòng chữ.

Sách bạn sẽ là một đóng góp lớn cho công việc chung của tất cả các đồng chí và hai anh em chúng ta. Mong đây chỉ là một loạt bài đầu, còn một loạt bài nữa để ra cuốn số hai. Bạn sẽ tiếp tục cùng mình và các đồng chí lèo lái con thuyền Đại Việt. Đảng trưởng nhìn ta, anh Tư nhìn ta, anh Ba nhìn ta, anh Bảy, cậu Đệ, anh Ba Xướng... Truyết có nhớ ngày Truyết Tê Đơ, anh Ba Xướng dặn mình cái gì không? **"Đường chông gai lắm, hai thằng nhớ nhẫn nại... thua nhịn đã đành, thắng cũng phải biết nhịn."**

Nhẫn nại nhé bạn!**Bạn viết bài là bạn mài gươm dưới trăng đó.**

Phan Văn Song
Đại Việt Quốc Dân Đảng
Hồi Nhơn Sơn July 4th, 2010.

Cô Em đảng tử

Hi anh Song và anh Truyết,

Thanks anh Song viết bài rất hay, thắm tình anh em chiến hữu, tình người, tình đồng bào, và đầy ắp lý tưởng phụng sự cho Đất Nước, cho dân tộc sinh tồn và không gian sinh tồn. Cái khẩu khí văn chương Pháp của anh Song, em rất thích. Bình dị và thân tình. Không cường điệu và thân ái.

Đường đi của các chiến sĩ luôn luôn đầy chông gai thử thách - có những tuyên hứa cam kết sâu đậm, có bản lĩnh, có nhẫn nại, có cương quyết. Có lòng thương dân vô biên. Quan trọng nhất, có tình cảm giữ gìn gắn bó keo sơn giữa anh em chiến hữu nâng đỡ tinh thần và support lẫn nhau nhiều mặt. 👍

Tình bạn ngon thơm nồng nàn như rượu Pháp cất giữ nhiều chục năm :) Tụi em ngưỡng mộ 2 đại huynh. Làm việc không ngừng

nghĩ. Không phải dễ! Buông xuôi thì dễ ẹc. Làm việc mà bị thiên hạ nhìn ngó cân nhắc chấm điểm, không phải dễ. Cái thành tích của một người là trường kỳ. Bravo anh Truyết anh Song. 🌿
Cho em gởi lời chào, chúc vui anh TS Truyết đi đường dài có bạn thân TS Song, con trai của ông Ba Xướng là một sĩ quan lỗi lạc mà Ba em thương mến. Anh Song đốt lửa giúp anh Methane Truyết/anh Truyết Tê Đơ dễ dàng **thẳng tiến từ học đường tới nhà tù, tới công xưởng hay phòng thử nghiệm, tới hải ngoại, tới muôn phương - giúp gồng gánh ĐVQDĐ.**

May God bless các anh chị always.

Cô em đảng tử.

DNY

Hình lưu niệm với Đại tá DươngHiếu Nghĩa, Yến & Dương

Phần II

Những Người Con Việt

Cụ Petrus Trương Vĩnh Ký

Lễ Khánh Thành Tượng Đài Petrus Ký
in San Jose on 5 Jan 2019 by Ngô Đình Dân

Thưa Quý khách kính mến và thân hữu,

Cùng tất cả ACE cựu học sinh Petrus Trương vĩnh Ký cùng có mặt hôm nay,
Buổi Ra Mắt thân mật ngày 15/7 vừa qua do Nhóm Thiện chí Xây dựng Tượng đài Nhà Bác Ngữ học PetrusTrương Vĩnh Ký, cũng xin nhắc qua về việc xây dựng tượng đài Petrus Ký ở Hoa Kỳ. Lúc còn sanh tiền, Cố GS Nguyễn Thanh Liêm, một cựu Hiệu trưởng trường LPK niên khóa 1964-1966, Ông cổ súy việc xây dựng tượng đài đã được hơn 20năm qua, ngay sau khi một cựu học sinh LPK trẻ, Phạm Thế Trung (LPK 1967-72) ở Toronto, Canada điêu khắc và biếu cho Hội Ái hữu CHC LPK Nam Cali năm 1997.
Tiếp theo sau đó, ngày 26/8, tại Trung tâm La San, 248 Kirk Ave, San Jose, CA 95127, một Lễ động thổ cũng được tổ chức cùng với bức tượng bằng thạch cao do anh Phạm Thế Trung, một Cựu học sinh LPK mang từ Toronto qua.
Hiện tượng bằng thạch cao đang được giữ tại San Jose, và anh Trung đang đặt công ty đúc đồng và lắp ráp Mussi Artworks

Fountre & Gallery, CA thực hiện. Dự án dự kiến hoàn tất và khánh thành vào năm 2018, nhân dịp ngày giỗ 1/9 hay ngày sinh 6/12 của Cụ.

Thưa Quý Quan khách,
Như vậy là hôm nay, ước mơ của Cố GS Nguyễn Thanh Liêm, đồng thời cũng là ước mơ của tất cả chúng ta đang có mặt tại hội trường này trở thành hiện thực.
Điều nầy nói lên vinh dự dành cho một học trò Lycée Petrus Trương vĩnh Ký MTT với tư cách một người con Việt sanh quán Hậu Nghĩa, phát biểu về một nhân vật của miền Nam Việt Nam, một tinh hoa ưu tú của dân tộc Việt.
Và, chúng ta lại có thêm một nơi thể hiện nét văn hóa lớn cho những người con Việt tại hải ngoại. Petrus Trương vĩnh Ký là một nhân tài miền Nam của đất nước và dân tộc Việt Nam, tượng đặt trên lãnh thổ Hoa Kỳ là một nước đa chủng đa văn hóa biểu lộ giá trị tương kính. Trong khi, trong nước, sau 30/4/1975, tượng Petrus Ký ở công viên đường Alexandre de Rhodes đã bị gỡ bỏ và tượng bán thân nơi sân trường "bị" thay thế bằng tượng có tên "Lê Hồng Phong".
Nói về Petrus Ký, tên chánh thức của Cụ là **Jean Baptiste Petrus Trương Vĩnh Ký, tự Sĩ Tải**. Cụ sanh ngày 6 tháng 12 năm 1837 tại Cái Mơn (làng Vĩnh Thành), tỉnh Vĩnh Long. Ông mất vào ngày 1 tháng 9 năm 1898 tại ngôi nhà của Cụ ở Chợ Quán, Saigon.

Cụ nói lưu loát 27 thứ tiếng, viết được hơn 10 thứ tiếng, và viết hơn 100 tác phẩm (có tài liệu viết ông là tác giả 119 tác phẩm). Mỗi tác phẩm thể hiện một giá trị riêng biệt. Cùng người bạn là Đốc Phủ Sứ **Paul Huỳnh Tịnh Của**. Cụ sáng lập ra tờ Báo đầu tiên của cả nước Việt Nam vào năm 1865 khởi đầu dưới tên một công chức Pháp của Phủ Toàn Quyền.

Cụ sáng lập ra tờ Báo đầu tiên của cả nước Việt Nam vào năm 1865 (khởi đầu dưới tên một người công chức Pháp của phủ Toàn Quyền) và 4 năm sau, năm 1869, thì chính quyền Thuộc Địa chính thức chỉ định Cụ là Giám Đốc với Huỳnh Tịnh Của làm phụ tá.

Hầu hết tất cả các học sinh Việt Nam thời cuối thế kỷ 19 trở đi đều phải học Kim Vân Kiều với bản của học giả Bùi Kỷ và Trần Trọng Kim, nhưng ít ai biết **Trương Vĩnh Ký là người đầu tiên dịch Kim Vân Kiều ra chữ Quốc Ngữ**. Bản dịch đầu tiên, vô cùng quý giá này, còn giữ một bản tại Thư Viện Quốc Gia Pháp (Bibliothèque Francois Mitterrand) tại Paris XIII. Nói về sự nghiệp văn chương và văn hóa của Cụ, chúng ta không quên nhắc đến tờ trình về "Chuyến Đi Bắc Kỳ Năm Ất Hợi" (Voyage au Tonkin en 1876 Ất Hợi) kể lại những gì đã xẩy ra khi Cụ đi thanh tra ngoài Bắc. Chính tác phẩm này đã làm cho triều đình Huế thù ghét và coi Trương Vĩnh Ký là việt gian, bán linh hồn cho Pháp. Sau đó, cuốn *"**Phép Lịch Sự An Nam**"* (Les convenances et les civilités Annamites) là một tác phẩm đầu tiên về Phong Tục Học được soạn thảo bằng chữ Quốc Ngữ "mới", và chữ quốc ngữ trong giai đoạn nầy được trau chuốt suôn sẽ hơn cấu trúc và cú pháp viết trong Gia Định báo. Cụ cũng là một trong những người người sáng lập và biên khảo nòng cốt của tập San "Les Amis Du Vieux Huế" (**Đô Thành Hiếu Cổ – Những Người Bạn Của Cố Đô Huế**), một tập san vô cùng giá trị.

Trong 35 năm (1863-1898) Ông Petrus Ký đã Cống hiến quá nhiều trong việc phổ biến chữ Quốc Ngữ cho đến cuối đời còn mắc nợ vì cho in quá nhiều sách tiếng Việt mà bán không được.

Thưa Quý vị,

Qua vài thí dụ điển hình trong hơn 100 tác phẩm để lại cho hậu thế, chúng ta thấy rằng **Petrus**

Trương Vĩnh Ký là một nhà ngữ học, một học giả, và là một nhà văn hóa lớn.

Với *kiến thức uyên bác, năng khiếu thiên bẩm, cũng như trí nhớ siêu việt,* Petrus Ký trở thành một hình ảnh nổi bật trong văn học sử Việt Nam. Và chính sự nghiệp đó phát sinh ra từ những buổi giao thời của một nền nho học sang tân học với chữ quốc ngữ được khai sinh từ các mẫu tự la tinh của Cố đạo Alexandre De Rhodes vào thế kỷ 17. Nhìn chung, có thể chia các tác phẩm của Petrus Trương Vĩnh Ký thành năm lãnh vực khác nhau: ***1- Sưu tầm, 2- Dịch thuật, 3- Sáng tác (du ký, thơ…), 4- Khảo cứu, 5- Tự điển.***

Các tác phẩm được nhiều người biết tới nhất khi Cụ bước vào tuổi tam thập nhi lập và kéo dài tới tuổi ngũ thập tri thiên mệnh. Đây là thời kỳ cực thịnh nhứt của Cụ. Có thể đan cử các tiêu biểu sau đây:

- Chuyện đời xưa (sưu tầm dân gian, 1866)
- Abrégé de Grammaire annamite (biên khảo,1867),
- Cours pratique de Langue annamite (biên khảo, 1868),
- Mẹo luật dạy học tiếng Pha Lang Sa (biên khảo, 1869),
- Poème Kim Vân Kiều (dịch thuật, 1875),
- Petite cours de Géographie de la Basse Cochinchine (biên khảo, 1876),
- Kim Vân Kiều (phiên âm từ chữ Nôm)
- Đại Nam quốc sử diễn Ca (Phiên âm từ chữ Nôm, 1875)
- Alphabet quốc ngữ (biên khảo, 1876)

- Hai tác phẩm gắn liền ảnh hưởng tới sự nghiệp chánh trị của Ông là: Chuyến đi Bắc Kỳ năm Ất hợi (du ký, 1876) và Cours d'Histoire annamite (biên khảo, 1875 – 1877).

Thưa Quý Quan khách,

GS Nguyễn Thanh Liêm đã viết về Petrus Trương Vĩnh Ký như sau: *"Ông không có Cử nhân hay Tiến sĩ gì cả kể cà Tú tài. Ông không làm Thượng thơ hay Tổng đốc gì cả. Nhưng Ông có vốn kiến thức sâu xa rộng rãi hơn tất cả những người Việt Nam đồng thời với ông, nhứt là sự hiểu biết về phương pháp nghiên cứu khoa học của Tây phương, mà hầu hết những người trí thức Việt Nam thời bấy giờ chưa có. Cuộc đời hơn 30 năm viết lách của Ông quả thật là một cuộc đời tận tụy, miệt mài và công trình biên khảo trước tác của ông quả thật là một công trình hết sức quy mô đối với những người đi trước ông, đồng thờ với ông, hay tiếp nối theo ông."* (GS NT Liêm)

Cũng có thể kết luận như sau: *"**Cụ Petrus Trương Vĩnh Ký là người mang thông điệp cho người Việt Nam để hiểu người Pháp và văn minh Tây phương, cũng như để cho người Pháp hiểu người Việt hơn trong việc hội nhập và cảm thông giữa hai nguồn văn hóa khác nhau".***

- *Tinh thần nhân bản, tổng hợp Đông Tây.*
- *Dân tộc như khai phóng.*
- *"Không phải cho tôi"* **– Sic vos non vobis**

Và xin mượn câu kết của Cụ nói về Trương Lương:

"Đường tiến thoái như gương nhật nguyệt,

bàn chi kẻ phải, người chăng,
Nghĩ thủy chung vẹn ước sơn hà,
mới biết mưu thậm cả."

Cám ơn Quý vị đã đến tham dự buổi hội thảo hôm nay.

Mai Thanh Truyết
CHS Petrus Trương Vĩnh Ký

Tên đường Petrus Ký
Munich, Germany

Phụ chú:

Little Saigon: Đông kín người xem triển lãm và hội thảo Trương Vĩnh Ký tại báo Người Việt

December 9, 2018

Bác Sĩ Quách Nhất Trí chỉ con trai Ben vị danh nhân ông nội Nhất Danh thường nói.
(Hình **Đằng-Giao/Người Việt**

WESSTMINSTER, California (NV) – Vừa mở cửa lúc 10 giờ sáng Thứ Bảy, 8 Tháng Mười Hai, phòng sinh hoạt nhật báo Người Việt, Westminster đã chật kín với 200 khách tham dự Triển Lãm và Hội Thảo Tưởng Niệm ông Petrus Trương Vĩnh Ký (1837-1898).

Hai bên tường là một bộ sưu tập công phu, gồm nhiều chân dung của Trương Vĩnh Ký và một số hình ảnh sinh hoạt của ông.

Giữa một rừng tóc trắng râm ran thăm hỏi nhau, có lác đác vài mái đầu đen lặng lẽ tìm chỗ ngồi.

Anh Hào Nguyễn, cư dân Garden Grove, cho biết anh có mặt tại buổi hội thảo vì muốn tìm hiểu hơn về văn hóa Việt.

"Tôi quan niệm rằng mình là người gốc Việt không phải vì có tên họ Việt Nam. Qua đây, người mình càng phải hiểu biết thật rõ về văn hóa, lịch sử Việt để còn biết mà truyền đạt cho thế hệ kế tiếp," anh chia sẻ, "Những chương trình hội thảo như hôm nay rất cần thiết cho sinh hoạt hải ngoại."

Cũng còn rất trẻ, anh Hải Ngô, ở Irvine, nói: "Tôi đọc rất nhiều sách báo của ông Trương Vĩnh Ký. Tuy nhiên, tôi vẫn muốn tìm hiểu nhiều hơn nữa. Đọc sách Trương Vĩnh Ký viết về Trương Vĩnh Ký nhiều rồi, tôi muốn nghe người khác nói về ông."

Cô Tracy Đào, ở Westminster, nở nụ cười duyên dáng nói: "Em có ông chú năm nay 72 tuổi, cứ than là trong đời chú có một hối hận duy nhất là không thi đậu vào trường Petrus Ký được. Ba em, hồi còn sống cũng thường nói về những hãnh diện của ông khi còn là học sinh trường này. Em có cảm tưởng như trung học Petrus Ký đối với người Việt Nam cũng 'tầm cỡ' như Đại Học Harvard bên này. Bởi vậy em muốn biết về ông, ngoài những gì ba em kể."

Rất nhiều người muốn biết về học giả Trương Vĩnh Ký. (Hình: Đằng-Giao/Người Việt)

Ông Nguyễn Chí Kham, ở Santa Ana, nói như reo: "Chương trình hôm nay quý quá. Chỉ người mình ở đây mới có thể tổ chức được. Tôi cầu sao cho người trong nước được nghe buổi hội thảo này để biết sự thật."

Ông Nguyễn Văn Kha, từ Đức sang, nói: "Tôi qua đây thăm hỏi bạn bè. Không ngờ may mắn lại

được dịp dự một buổi nói chuyện quí báu như hôm nay."
Cũng như phần đông người hiện diện, ông là cựu học sinh Petrus Ký.
Mọi người rất cảm động khi thấy Giáo Sư Lê Xuân Khoa tuổi già lại vừa yếu sức mà vẫn cố gắng tham dự.
Thay mặt ban tổ chức, Giáo Sư Nguyễn Trung Quân cho biết rằng nhà báo Đỗ Quý Toàn, nhà báo Phạm Phú Minh và bản thân ông cùng tổ chức buổi hội thảo.
Tuổi nào cũng thích hình ảnh hiếm thấy về cụ Trương Vĩnh Ký. (Hình: Đằng-Giao/Người Việt)
Sau đó, ông cùng nhà báo Phạm Phú Minh mời Giáo Sư Nguyễn Văn Sâm, cựu giáo viên Petrus Ký, nói về góc nhìn của ông về danh nhân Petrus Trương Vĩnh Ký.
Ông Sâm cho biết, theo tài liệu sưu tập của ông Nguyễn Văn Tố, Trương Vĩnh Ký thông thạo nhiều ngôn ngữ, như tiếng Hán, tiếng Latinh, Pháp, Anh, Trung Hoa, Xiêm, Miến Điện, Nhật, Ấn Độ, Hy Lạp…
Vì học giả đã được Toàn Quyền Paul Bert sắp xếp để vừa làm gạch nối giữa triều đình Việt Nam và nước Pháp, vừa dạy tiếng Pháp cho vua Đồng Khánh và được vua phong là Nam Trung Ẩn Sĩ.
Theo ông Quân, Petrus Ký là người có ba đức tính: Khoa học, lương tâm và khiêm cung. Cả đời ông được dùng vào việc kêu gọi nhân nghĩa và tình đồng bào.
Di cảo quí hiếm vừa tìm được của cụ Petrus Ký. (Hình: Đằng-Giao/Người Việt)
Ông Quân nhắc nhở rằng Petrus Ký nhà nghèo, từng đóng cửa tòa soạn vì không đủ tiền trang trải và cả đời không hề có tước vị gì cả. "Như vậy, không có chứng cớ gì cho thấy ông cấu kết với Pháp để làm hại quê hương, dân tộc," ông khẳng định. "Ngược lại, Petrus Ký là một người yêu nước vô

cùng, đến cả người Pháp còn biết."

Ông kết: "Bốn mươi năm sau khi ông mất, Petrus Ký mới được vinh danh. Thử hỏi nếu không phải là người thực lòng yêu nước thì sao ông không bị chìm vào quên lãng?"

Diễn giả kế tiếp là Giáo Sư Trần Văn Chi. Ông nói về tờ báo chữ quốc ngữ đầu tiên của Việt Nam: Gia Định Báo.

Dù phải có người Pháp đứng tên theo luật thời đó, ông Trương Vĩnh Ký vẫn là người dùng báo này để phát triển ngôn ngữ Việt hiện đại, theo ông.

Có nhiều ý kiến chống đối việc học chữ quốc ngữ, nhưng Petrus Ký vẫn một lòng thúc đẩy việc này vì ông biết đây là cách duy nhất để giảm thiểu nạn mù chữ ở Việt Nam, ông Chi cho biết.

Để thay đổi không khí, nhạc sĩ Nghiêm Phú Phát trình diễn bài hành khúc của của trường Lycée Petrus Trương Vĩnh Ký do nhạc sĩ Lưu Hữu Phước sáng tác năm 1939 với lời tiếng Pháp của ông Le Jeannic, hiệu trưởng của trường lúc bấy giờ.

Ông Phát cho biết rất ngạc nhiên khi nhà báo Phạm Phú Minh sưu tìm được nhạc phẩm này. Đại khái, bài hát thay lời Petrus Ký kêu gọi học sinh nên sống cho quê hương, "mảnh đất đáng quý này," với lời lẽ chứa chan tình thầy trò và dân tộc.

Một cô chiêm ngưỡng bước chân tiền nhân. (Hình: Đằng-Giao/Người Việt)

Buổi chiều, các diễn giả tiếp nối chương trình trong sự háo hức của người nghe.

Nhà bình luận văn học Bùi Vĩnh Phúc chia sẻ một số nhận định sâu sắc về vài nét đặc thù thú vị của Trương Vĩnh Ký trong những đóng góp lớn lao cho văn hóa Việt Nam.

Ông Phúc chia sẻ, qua bản phiên âm truyện Kiều từ chữ Nôm qua chữ quốc ngữ, ông Trương Vĩnh Ký đã cho đông đảo quần chúng được thưởng thức cách sử dụng chữ Nôm thần diệu của của cụ Nguyễn Du.

Qua truyện Kiều chữ Nôm, chữ quốc ngữ cổ, Nguyễn Du đã làm cho văn hóa Việt thêm dồi dào, phong phú, và qua bản phiên âm này, Trương Vĩnh Ký, với chữ quốc ngữ mới, đã có công to lớn là cho đông đảo quần chúng cái quyền hãnh diện vì có một nhà thơ Việt, dùng tiếng Việt một cách thần tình với những điều tuyệt vời đến thế.

Ông Phúc nhấn mạnh, Petrus Ký là người đi tiên phong trong việc làm giàu đẹp cho tiếng Việt, cả về ngữ âm và ngữ nghĩa.

Ông đã phải rất giỏi chữ Nôm để nắm bắt hồn thơ óng ánh mượt mà của Nguyễn Du và chuyển tải một cách tài tình qua chữ quốc ngữ, một thứ tiếng còn quá mới mẻ, chưa hoàn chỉnh, ông Phúc nói.

Ngày nay, có được những dòng thơ với thủ pháp tuyệt vời của Nguyễn Du trong truyện Kiều mà chúng ta vẫn mãi hoài suy ngẫm là nhờ công Petrus Ký.

Ngoài ra, ông còn phiên âm bộ Minh Tâm Bửu Giám, Tứ Thư và biên soạn tự điển Pháp-Việt, Việt-Pháp cùng nhiều sách giáo khoa để giúp cả người Việt lẫn người Pháp.

Những cuốn sách như Kim Vân Kiều, Phan Trần, Lục Vân Tiên, Chuyến Đi Bắc Kỳ Năm Tân Hợi 1876, Chuyện Đời Xưa, Chuyện Khôi Hài, Lục Súc v.v., lần đầu tiên được in bằng chữ quốc ngữ và xuất bản trong nửa sau của thế kỷ 19.

Luật Sư Winston Phan Đào Nguyên khẳng định rằng Trương Vĩnh Ký là người đi trước thời đại hơn cả trăm năm, ông có suy nghĩ rộng hơn, khác hơn và cao hơn người khác. Có lẽ vì vậy, nhiều người không hiểu kịp ông nên nảy sinh ra nhiều sai lầm khi bàn luận về ông.

Ông bàn về một câu Latinh đã gắn liền với Petrus Ký gần 60 năm qua là "Sic vos non vobis" và gây rất nhiều tranh cãi cho đến hôm nay.

Một dấu hiệu tốt khi giới trẻ muốn biết về nhà văn hóa Trương Vĩnh Ký. (Hình: Đằng-Giao/Người Việt)

Trong thư gởi một người bạn ở Pháp là Bác Sĩ Alexis Chavanne năm 1887, ông có dùng câu "Sic vos non vobis" và sau này, Khổng Xuân Thu dịch thành "Ở với họ mà không theo họ."

Sự hiểu lầm ghê gớm bắt đầu khi đoạn thư bị dịch sai lạc là: "Điều duy nhất và đơn độc (về chính trị) mà tôi tìm kiếm là có lợi, đúng như câu châm ngôn Latinh "Sic vos non vobis" (ở với họ mà không theo họ). Đó là định mệnh của tôi và điều tự nhủ chính bản thân tôi."

Ông Wilston vạch rõ, thực ra, "Sic vos non vobis" là từ những vần thơ của thi hào Virgil. Nghĩa đen chỉ là "như vậy, các anh không phải cho các anh," hiểu theo nghĩa thông dụng, câu này là "không phải cho tôi."

"Bank of England" cũng dùng nghĩa này làm phương châm phục vụ.

Do đó, để thực sự hiểu Petrus Ký, đoạn thư trên phải dịch là "Điều duy nhất mà tôi theo đuổi là làm sao cho có lợi, tuy phải nói thêm rằng (lợi ích đó) không phải cho tôi. Đó là số phận và là niềm an ủi của tôi."

Ông kết luận, hiểu lầm về Petrus Ký thì có rất nhiều, vì mấy mươi năm trước, ông đã bộc lộ suy nghĩ bằng tiếng Latin, một thứ tiếng không mấy người hiểu. Ngày nay, với phương tiện internet, bổn phận của chúng ta là tìm hiểu chính xác hơn về nhân vật có một không hai của lịch sử Việt Nam.

Nhà báo Phạm Phú Minh, vị diễn giả sau cùng, nói về lối viết "An Nam ròng" của cụ Trương Vĩnh Ký. Ông là người đầu tiên viết văn xuôi bằng chữ quốc ngữ. Tiêu biểu nhất là hai quyển "Chuyến Đi Bắc Kỳ Năm Ất Hợi" và "Chuyện Đời Xưa." Trong cuốn đầu, ông ghi chép mọi chuyện trong chuyến đi bằng lời văn bình dân, ai đọc cũng hiểu; và do đó, đã đạt đến lối viết tiêu chuẩn của ngày nay.

Nhưng trong cuốn thứ nhì thì lại khác, ông viết theo lối kể chuyện với một văn phong riêng, cách dùng từ ngữ riêng, ông Minh trình bày.

Một cách tóm tắt, học giả Petrus Ký đã làm cho tiếng Việt đa dạng, phong phú, cầu kỳ và tinh tế hơn với chủ trương gần gũi với quần chúng bình dân.

Lần đọc những dòng chữ quốc ngữ đầu tiên của dân tộc. (Hình: Đằng-Giao/Người Việt)

Cả năm diễn giả cùng đến với lòng kính mến cụ Petrus Trương Vĩnh Ký một cách sâu đậm, và phần diễn thuyết của từng vị đều vô cùng công phu, có thể đúc kết thành một tài liệu quý báu. Nhà báo Phạm Phú Minh cho hay, trong 20 năm qua, tại Little Saigon này đã có các cuộc hội thảo với các đề tài về văn học, văn hóa như: Phạm Quỳnh (1999), Văn Học Hải Ngoại (2007), Tự Lực Văn Đoàn (2013), Văn Học Miền Nam (2014), Phan Thanh Giản (2017) … và lần này, cuộc triển lãm cùng hội thảo về Petrus Trương Vĩnh Ký với số đông diễn giả và người hưởng ứng như vậy phải được coi là lớn lao. **(Đằng-Giao)**

Liên lạc tác giả: ngo.giao@nguoi-viet.com

Nhớ về một Nhơn sĩ Miền Nam Cố Tổng Thống Trần Văn Hương

Cụ Trần Văn Hương sinh năm 1902 tại làng Long Châu, quận Châu Thành (nay là thành phố Vĩnh Long), tỉnh Vĩnh Long trong một gia đình nghèo. Nhờ học giỏi và được sự hy sinh của gia đình, cậu học sinh Trần Văn Hương được ra Hà Nội học trường Cao đẳng Sư phạm... Sau khi tốt nghiệp, ông giáo Trần Văn Hương được bổ về dạy tại trường Collège Le Myre De Villers tại Mỹ Tho, cũng là ngôi trường cũ mà ông đã theo học mấy năm trước. Thời gian 1943-1945, Cụ Hương là *giáo sư dạy môn văn chương và luận lý* tại trường này. Cụ là một thầy giáo đã từng đào tạo nhiều học trò nổi tiếng (tướng Dương Văn Minh, tổng thống cuối cùng của Việt Nam Cộng hòa, cũng tự nhận là một học trò của ông) và từng giữ chức vụ Đốc học Tây Ninh.

Cụ Trần Văn Hương mất ngày 27 tháng 1 năm 1982 tại Sài Gòn, nhằm ngày mùng 3 Tết. Cụ mất đi để lại cho chúng ta nhiều tiếc nuối. Hôm nay nhân ngày lễ tưởng niệm Cụ, tôi xin chia xẻ vài suy nghĩ về Cụ.

Khi "Cách mạng tháng Tám 1945" nổ ra, Cụ tham gia chánh quyền Việt Minh với tư cách nhơn sĩ tự do. Khi Pháp tái chiếm Đông Dương, Cụ được cử giữ chức Chủ tịch Ủy ban Hành chánh Kháng chiến tỉnh Tây Ninh.

Tuy nhiên, năm 1946, do *Cụ biết lực lượng Việt Minh là Cộng sản quy chụp cho nhiều trí thức là Việt gian rồi đem thủ tiêu* nên **Cụ bỏ về quê sống ẩn dật và tuyên bố bất hợp tác với cả chánh quyền Việt Minh lẫn Pháp và Cộng hòa tự trị Nam Kỳ, sau này là Quốc gia Việt Nam.**

Xét về *sự nghiệp chánh trị*, Cụ Trần văn Hương đã hai lần được mời và bổ nhiệm đảm trách chức vụ **Đô Trưởng Sài Gòn**, chức vụ đứng đầu quán xuyến điều hành bộ máy hành chánh thủ đô Việt Nam Cộng Hòa, bảo tồn bộ mặt của thể chế Cộng hòa ở miền Nam đang trong giai đoạn *củng cố xây dựng và phát triển* với những khó khăn chồng chất về mọi mặt:

- Lần đầu vào năm 1955 sau khi Hiệp định Genève chia hai đất nước Việt Nam được ký kết, do cố Thủ Tướng Ngô Đình Diệm;
- Lần thứ hai, sau khi chánh quyền Ngô Đình Diệm bị lật đổ vào năm 1963, Cụ Trần Văn Hương lại được bổ nhiệm làm Đô Trưởng Sài Gòn.

Và hai lần được mời làm Thủ tướng và một lần Phó Tổng Thống:

- Lần đầu vào Tháng 11 năm 1964, cụ được Quốc Trưởng Phan Khắc Sửu bổ nhiệm làm *Thủ Tướng Chánh Phủ (1964-1065)* và lập nội các, giữa lúc tình hình chánh trị vô cùng căng thẳng.
- Lần thứ hai vào năm 1968, trước tình hình chánh trị, quân sự, kinh tế suy sụp trầm trọng cụ nhận lời Tổng thống Thiệu ra làm Thủ tướng lần thứ hai (1968 -1969).

Lần chấp chánh thứ ba của Cụ là **Phó Thổng Thống Việt Nam Cộng Hòa** (1971 -1975).

Trong bối cảnh chánh trị miền Nam, Cụ đã lần lượt dấn thân vào sinh hoạt chánh trị đại chúng với danh nghĩa là một nhơn sĩ miền Nam do nhu cầu của đất nước; và lần nào Cụ cũng giúp cho tình thế vượt qua những khó khăn. Đến phút cuối, khi bị áp lực phải chuyển giao quyền hành cho những kẻ mà cụ biết là "chẳng làm được gì", Cụ cũng thực hiện nó trong tinh thần Hiến định, tức chuyển giao theo "ý dân", qua các Dân Biểu và Nghị sĩ, trong phiên họp lưỡng viện Quốc Hội.

Với tôi, Cụ là mẫu người có phong cách của **một nhơn sĩ miền Nam** xem thường mọi thiếu thốn và ràng buộc vật chất trong khi dấn thân phục vụ đất nước. Lúc nào Cụ cũng giữ vững tinh thần, ngay cả trong lao tù, Cụ coi mọi chuyện đều "vô thường", qua câu thơ bất hủ để đời ghi trong tập thơ "**Lao trung lãnh vận**" khiến ai đọc lên cũng cảm phục "ông già" trong cảnh tù đày.

Đó là: "**Ngồi buồn gải háng, dái lăn tăn**". (một số bạn bè nói bản chánh của câu trên là "ngồi rù"...). Những người yêu thơ lãng mạn có thể không thích câu thơ nặng tính nhân sinh này, nhưng những người từng trải qua cảnh tù đày đều thấy ở đó *cái khí khái xem thường nghịch cảnh lao tù của tác giả*.

Tính can trường về nhân cách của con người miền Nam của Cụ Trần Văn Hương còn được biểu lộ qua sự **kiên quyết dấn thân, không bỏ cuộc**, mà trái lại, vẫn chấp nhận trách vụ được giao phó do nhu cầu của tình hình đất nước và thường hoàn thành trách vụ. Còn nhớ, trong cuộc hành quân Hạ Lào Lam Sơn 719, Cụ đã bất chấp thế lực của quân đội Mỹ, và sự hiểm nguy của bản thân, mở cuộc họp báo quốc tế, tố cáo thái độ bội ước và bỏ rơi chiến hữu Việt Nam Cộng Hòa của quân đội Mỹ, khiến Chánh phủ Mỹ lúc đó phải lập tức ra lịnh cho các đơn vị Mỹ hành quân phải tiếp tục kế hoạch, và xin lỗi về việc này. Dịp này Cụ đã hãnh diện **nhận lãnh tước vị 'Hạ sĩ danh dự'** của binh chủng Nhảy Dù, ghi đậm lời tri ơn sâu xa của binh chủng này dành cho Cụ.

Trong tư cách là một nhà giáo, vào năm 1974, cụ có ước nguyện là cố gắng xây dựng **Đại học Long Hồ tại Vĩnh Long**. Nhiều giáo sư gốc gác địa phương được mời phụ trách chức vị Viện trưởng như GS Nguyễn Văn Trường, GS Trần Kim Nở nhưng việc không thành vì những biến động thời cuộc dồn dập trong giai đoạn nầy. Một biến cố sau cùng của con đường **"hoạn lộ" của Cụ** theo lời kể của một cựu quân nhân thân cận với chức vụ **Tổng Thống Việt Nam Cộng Hòa kể từ ngày 21-4-1975**:"Là một quân nhân, vào những ngày cuối cùng của miền Nam, tôi được cái may mắn gần gũi với cụ Hương, nhất là những lúc dầu sôi lửa bỏng khi thủ đô Saigon đang bị cộng quân vây hãm. Tình hình thật là cấp bách sau khi Tổng thống Nguyễn Văn Thiệu từ chức vào ngày 21-4-75, bàn giao chức vụ Tổng Thống cho cụ Trần Văn Hương theo hiến pháp.

Ông đã nhận lấy chức vụ đứng đầu một đất nước trong hoàn cảnh thật là khó khăn. Một mặt, dưới sức ép thật nặng nề từ người bạn đồng minh Hoa Kỳ muốn sớm rút chân ra khỏi Việt Nam, mặt khác, về phía địch, cộng sản Bắc Việt biết rõ sự suy yếu hoàn toàn của chánh quyền miền Nam dưới sự bỏ rơi của Mỹ nên càng gia tăng áp lực, đưa quân uy hiếp thủ đô Saigon. Thêm vào đó, thành phần thân cộng có mặt trong guồng máy miền Nam, cũng luôn tạo áp lực để đòi hỏi lật đổ chánh quyền miền Nam bằng sự thay thế một chánh quyền do cộng sản kiểm soát.

Trong thời gian bảy ngày sau khi bàn giao với tổng thống Nguyễn Văn Thiệu, cuối cùng Cụ Trần Văn Hương phải chấp nhận việc bàn giao cho tướng **Dương Văn Mình** theo diễn tiến như sau:

- *Ngày* **21-4-75** TT Nguyễn Văn Thiệu từ chức, Cụ Trần Văn Hương nhận lãnh chức vụ Tổng thống Việt Nam Cộng Hòa.
- *Ngày* **26-4-75** đại sứ Martin yết kiến và thông báo cho Cụ Hương về áp lực cộng sản Bắc Việt và khả năng của cộng quân tấn công vào Saigon.
- **Ngày 27-4-75** quốc hội VNCH họp và biểu quyết việc trao quyền lại cho Tướng Dương Văn Minh.
- **Ngày 28-4-75** vào lúc 5:00 chiều, Cụ Trần Văn Hương trao quyền lại cho tướng Dương Văn Minh theo quyết định của quốc hội.

Trong bài diễn văn, Tổng thống Trần Văn Hương đọc trước quốc hội ngày 26-4-75, chúng ta thấy rõ ràng Cụ Trần Văn Hương không thoát khỏi áp lực quá mạnh, một của người bạn đồng minh Hoa Kỳ, và một áp lực về phía cộng sản Bắc Việt mà tướng lưu vong Dương Văn  Minh được xắp xếp như là một con cờ chính trị để làm nhiệm vụ xóa chính quyền Việt Nam Cộng Hòa.

Chúng ta hãy nhớ lại những gì Cụ Hương đã phát biểu có tính cách lịch sử trong bài diễn văn tại quốc hội dưới sự hiện diện của đầy đủ dân biểu và thượng nghị sĩ. Cụ Hương đã cho biết rằng Cụ **"chỉ muốn chỉ định Đại tướng Dương Văn Minh trong vai trò thủ tướng, nhưng tướng Dương Văn Minh vẫn khăng**

khăng đòi Cụ Hương phải trao quyền để cho tướng Dương Văn Minh nói chuyện với phía bên kia".

Ba Nhân cách LỚN của Cụ Trần Văn Hương

1 - Ngày 29 tháng 4 năm 1975, Đại sứ Hoa Kỳ, ông Martin đến tư dinh đường Công Lý với một tham vụ sứ quán nói tiếng Pháp. Đại khái Đại sứ Martin nói:

"Thưa Tổng Thống, tình trạng hiện nay rất nguy hiểm. Nhơn danh chính phủ Hoa Kỳ, chúng tôi đến mời Tổng Thống rời khỏi nước, đi đến bất cứ xứ nào, ngày giờ nào với phương tiện nào mà Tổng Thống muốn. Chính phủ chúng tôi cam kết bảo đảm cho Ngài một đời sống xứng đáng với cương vị Tổng Thống cho đến ngày TT "trăm tuổi già"".

Tổng Thống Trần Văn Hương mĩm cười trả lời:

- *"Thưa Ngài Đại sứ, tôi biết tình trạng hiện nay rất là nguy hiểm. Đã đến đỗi như vậy,* **Hoa Kỳ cũng có phần trách nhiệm trong đó**. *Nay ông đại sứ đến mời tôi ly hương, tôi rất cám ơn Ông. Nhưng tôi đã suy nghĩ và quyết định dứt khoát ở lại nước tôi. Tôi cũng dư biết CS vào được Saigon, bao nhiêu đau khổ nhục nhã sẽ trút xuống đầu dân chúng miền Nam. Tôi là người lãnh đạo đứng hàng đầu của họ, tôi tình nguyện ở lại để chia xẻ với họ một phần nào niềm đau đớn tủi nhục, nỗi thống khổ của người dân mất nước. Cám ơn ông Đại sứ đã đến viếng tôi"*.

Khi nghe câu "*Les États-Unis ont aussi leur part de responsabilités* (Hoa Kỳ cũng có phần trách nhiệm trong đó), đại sứ Martin giựt mình nhìn trân trân Cụ Trần Văn Hương. Năm 1980, Cụ Hương thuật lại với tôi: Dứt câu chuyện, "*on se sépare sans même se serrer la main*" *(GS Nguyễn Ngọc An. Cụ Trần Văn Hương, đăng trên Thời Luận không rõ ngày)*

2 - Vào năm 1978, khi Việt cộng trả lại **"quyền công dân"** cho Ông Dương Văn Minh, các anh em đang bị tù "học tập cải tạo" đều bị đi xem hình ảnh và phim chiếu lại cảnh cựu "Tổng Thống"

Dương Văn Minh đang "hồ hởi phấn khởi" đi bầu quốc hội "đảng cử dân bầu" của cộng sản.

Cụ Trần Văn Hương cũng được cộng sản trả lại "quyền công dân" nhưng *Cụ đã từ chối.* Cựu Tổng Thống Việt Nam Cộng Hòa Trần Văn Hương đã gửi bức thư sau đây đến các cấp lãnh đạo chính quyền cộng sản: "...hiện nay vẫn còn có mấy trăm ngàn nhơn viên chế độ cũ, cả văn lẫn võ, từ Phó Thủ Tướng, Tổng Bộ Trưởng, các Tướng Lãnh, Quân Nhân Công Chức các cấp các Chính Trị Gia, các vị Lãnh Đạo Tôn Giáo, Đảng Phái đang bị tập trung cải tạo, rỉ tai thì ngắn hạn mà cho đến nay vẫn chưa thấy được được về. Tôi là người đứng đầu hàng lãnh đạo Chánh Phủ Việt Nam Cộng Hòa, xin lãnh hết trách nhiệm một mình. Tôi xin chính phủ mới thả họ về hết vì họ là những người chỉ biết thừa hành mạng lệnh cấp trên, họ không có tội gì cả. Tôi xin chính phủ mới tha họ về sum họp với vợ con, còn lo làm ăn xây dựng đất nước. Chừng nào những người tập trung cải tạo được về hết, chừng nào họ nhận được đầy đủ quyền công dân, chừng đó **tôi sẽ là người cuối cùng, sau họ, nhận quyền công dân cho cá nhân tôi**."

3 - **Sau cùng**, trong hoàn cảnh cơ cực của thời đất nước bị đô hộ bởi Miền Bắc Xã hội Chủ nghĩa, các Đại sứ của các nước Pháp, Úc cho người đến thăm Cụ và cho biết họ có thể can thiệp với Cộng sản cho Cụ ra khỏi nước với lý do đi trị bịnh, nhưng cụ tiếp tục từ chối, *cương quyết ở lại chia sẻ cùng dân quân Miền Nam sự tủi nhục và nghèo đói dưới gông cùm Cộng sản.*

Xin nghiêng mình trước tiết tháo của một nhơn sĩ miền Nam Việt Nam!

Khi Cụ qua đời, đám tang được tổ chức tại nhà do chánh phủ Việt Nam Cộng Hòa cấp trước kia trong hẻm 210 đường Phan Thanh Giản, bên cạnh trường Marie Curie.

Có một sự kiện thú vị cũng cần nên kể ra nơi đây là anh con trai trưởng của Cụ là Trần Văn Dõi đi ra phường để xin phép mua một cái hòm quốc doanh, nhưng người tài xế trung thành của Cụ chận ngang, và anh nầy chạy vào Chợ Lớn mua một cổ quan tài gỗ với giá 10.000 Đồng (tiền Việt cộng bấy giờ). Anh Tàu nghe nói là mua cho Tổng thống Việt Nam Cộng Hòa nên bớt xuống còn 5.000 Đồng mà thôi.

Một trong những ước nguyện của Cụ là *khi chết được chôn ở Nghĩa trang Quân Đội với lễ nghi quân cách của một binh nhì;* nhưng việc nầy cũng không thành. Tuy nhiên một an ủi cho Cụ là được hỏa táng tại Lò thiêu Thủ Đức, xéo bên cạnh bức tượng Tiếc Thương, trước sự hiện diện đông đủ của học trò cùng hầu hết thân hào nhân sĩ miền Nam không quản ngại mạng lưới công an chằng chịt chung quanh lò thiêu.

Hôm nay, nhân ngày giỗ Cụ Trần Văn Hương, *cúi xin dâng nén hương lòng **tưởng niệm một người con Việt chân chánh miền Nam với niềm tin chắc chắn rằng Tuổi trẻ miền Nam sẽ tiếp nối bước đường Cụ đi** và chắc chắn sẽ thành công trong công cuộc giải thoát quê hương từ tay bạo quyền Cộng sản.*

Thành kính xin Cụ phò hộ cho Tuổi Trẻ Việt Nam trong công cuộc dành lại Tự Do Dân Chủ cho Việt Nam.

Mai Thanh Truyết
Người con Việt miền Nam
Tết Đinh Dậu – 2017

Phụ chú:

Thơ cố Tổng Thống Trần Văn Hương:
"Thân quen xin gởi cùng sông núi
Xương mục chờ tiêu với cỏ cây"

"Xét thời còn lắm nỗi gian nguy
Ngẫm lại thêm buồn cho hậu thế;
Phù vận nước được vài phân ổn định,
May ra bớt thẹn với tiền nhơn"

Và câu dịch của Ngài càng thấm thía cho thân phận lưu vong khi nghe mưa về nơi đất khách:

*"Cố hương qui mộng tam canh vũ
Lữ xá hoài ngâm tứ bích trùng*

*Ba canh mưa phủ mơ vườn cũ
Bốn vách trùng ngâm tủi xứ người!"*

- Trần Văn Hương -

Di Cảo Giáo Sư Nguyễn Văn Bông
Ra Mắt Sách – 13/12/2008

Kính Thưa Quý vị Quan khách,
Kính thưa Ban Tổ chức,
Thưa Ông Giáo Già Trần Minh Xuân,

Trước hết xin cám ơn BTC cho phép tôi được phát biểu nhân buổi Ra Mắt sách **Di Cảo Giáo Sư Nguyễn Văn Bông** hôm nay. Tiếp theo, xin thành thật cám ơn tác giả Trần Minh Xuân và Ban Tổ chức thực hiện Buổi Ra Mắt trong điều kiện tế nhị ngày hôm nay, 13 tháng 12, năm 2008. Tuy nhiên, đó là một điều cần thiết để dư luận được soi sáng thêm qua những bút tích của GS Nguyễn Văn Bông và tinh thần Quốc Gia Hành Chánh.

Thưa Quý vị,

Tôi không nằm trong môi trường giáo dục về luật pháp và hành chánh của Trường Quốc Gia Hành Chánh, tuy nhiên, cá nhân tôi cũng là một thành viên của giáo dục đại học trong lãnh vực khoa học và điều hành Đại học Cao Đài Tây Ninh. Nhưng cho đến hôm nay, đối với GS Bông, tôi đã học hỏi được nhiều điều mà GS đã thể hiện trong thời gian còn sanh tiền, trong các bài tham luận và nhứt là *trong cung cách xử thế cùng đức tánh khiêm cung của GS.*

- Thứ nhứt, tôi học được cung cách hành xử theo hướng "**đối lập, tương kính, và pháp trị**" để từ đó nhận thức được rằng, trên chính trường đấu tranh chánh trị, cần phải có một đảng phái đối lập, hợp pháp, *không được hoạt động như một hội kín ngoài vòng pháp luật* như các đảng phái trong thời dành độc lập trước kia.

- Còn về **tinh thần tương kính**, GS nêu lên, *thể hiện một đức tánh cần có của một nhà làm chánh trị chơn chánh*, để không tạo ra những bất đồng hay dị biệt giữa các đảng phái biến thành những sự việc không thể hàn gắn được thậm chí có thể biến thành "không đội trời chung với nhau".

- Và **tính cách pháp trị** của GS nói lên tính mã thượng của người làm chánh trị đứng thẳng lưng và ngang nhiên tranh đấu cho đường lối hoặc chánh sách của đảng mình, không mị dân hay mê hoặc quần chúng bằng những mỹ từ hay chánh sách không tưởng.

Từ ba quan niệm trên của GS đã nói lên tâm huyết của người hoạt động chánh trị chơn chính.

Tuy nhiên vẫn còn một điểm son nơi GS Nguyễn Văn Bông là trong những sanh hoạt chuyên môn, GS không bao giờ nói về sanh hoạt của đảng phái mình hay cổ suý Đảng của mình vào những bài xã luận hay thuyết giảng cho sinh viên. Mặc dù là một **con chim đầu đàng của Phong Trào Quốc gia Cấp tiến**, GS

Nguyễn Văn Bông không bao giờ vận động hay kết nạp thành viên của Phong Trào trong học trình giảng dạy của Ông.

Đây là một điểm son mà tôi học hỏi nhiều nhứt vì, làm như thế sẽ giữ được tính khách quan của vấn đề, và tránh được sự đả kích của những người chống đối cho rằng lạm dụng chức vụ và quyền hạn để vận động cho đảng phái hay cho cá nhân. Và theo quan điểm chủ quan của cá nhân, đây cũng là hình thức hay nhứt **để tạo sự đồng thuận trong việc việc phối hợp hành động hiệp**

đồng trong đấu tranh chính trị tránh được sự chia rẽ trong nội bộ và giữa các đảng phái với nhau.

Một lần nữa xin cám ơn GS Trần Minh Xuân đã cho tái bản và bổ túc thêm nhiều chi tiết trong cuốc sách Di Cảo GS Nguyễn Văn Bông để người Việt hải ngoại có thêm cơ hội nghiền ngẫm về một phương cách **đấu tranh chính trị mã thượng, không mị dân** để có thể thu ngắn tiến trình dân chủ hoá cho Việt Nam trong tương lai.

Cám ơn Quý vị đã lắng nghe.

Mai Thanh Truyết

Tưởng Niệm
BS Nguyễn Tôn Hoàn
1917 - 2001

Kính thưa Quý Quan khách và Quý Thân hữu,
Kính thưa đồng chí Cố Vấn,
Thưa Quý đồng chí Hội Đồng Lãnh đạo Trung Ương,
Quý đồng chí Ban Chấp Hành Trung Ương
Cùng toàn thể quý đồng chí thân mến,

Trước hết, chúng tôi xin thay mặt Ban Tổ chức xin nhiệt liệt chào mừng và cám ơn quý quan khách, quý thân hữu cùng quý đồng chí trong **đại gia đình Đại Việt Quốc Dân Đảng.**
Sự hiện diện trong buổi lễ giỗ lần thứ 5 của quý quan khách, quý thân hữu, quý đồng chí và nhất là của đồng chí niên trưởng đương kim Cố Vấn Ban Lãnh đạo Đại việt Quốc Dân Đảng tức Bà quả phụ Nguyễn Tôn Hoàn, mà trong thân tình là Chị tư Hoàn, đã tạo nên một bầu không khí ấm cúng và vô cùng phấn khởi, cho đại gia đình Đại Việt Quốc Dân Đảng.
Buổi họp mặt hôm nay chánh yếu là để tưởng niệm cố đồng chí **Bác sĩ Nguyễn Tôn Hoàn**, nguyên Chủ Tịch Đại Việt Quốc Dân Đảng, đã qua đời ngày **19/9/2001** tại San Jose, Bắc California, Hoa Kỳ.

Sự chọn lựa hội trường ấm cúng này ngày hôm nay một phần cũng là do vị trí sát cạnh, như quý quan khách và quý thân hữu nhận ra ở bên ngoài, cách xa chỉ chừng hơn hai trăm thước, một tượng đài hùng vĩ tiêu biểu hai chiến binh một Mỹ, một Việt, đã từng sát cánh bên nhau trong cuộc chiến chống Cộng sản Việt Nam bạo tàn, ở một giai đoạn đau thương khốc liệt.

Qua thảm trạng này, đồng chí Nguyễn Tôn Hoàn cũng như hầu hết quý vị hiện diện trong hội trường này, từ những cương vị khác nhau, chắc chắn đều có đảm nhiệm một vai trò và đã cùng chia xẻ một nỗi nhục chung do sự sụp đổ của Đệ nhị Cộng hoà Việt Nam, và tiếp theo là giai đoạn lưu vong, tiến hành công cuộc đấu tranh chống Cộng sản đến ngày hôm nay.

"*Cái quan nhi định luận*". Theo lẽ thường tình, thì chỉ đến khi nắp quan tài được đậy lại, thân xác được chôn sâu dưới đáy mồ, sự nghiệp của một cá nhân mới được người đời tổng kết và đánh giá khách quan. Nhưng riêng đối với cố bác sĩ Nguyễn Tôn Hoàn thì ngay khi còn sanh tiền, đã là một tên tuổi vang danh, quen thuộc với quần chúng dân gian từ Nam chí Bắc và riêng trong đại gia đình Đại Việt Quốc Đảng, đã là một người anh lớn hiếm hoi đã hiện diện bên cạnh Đảng trưởng khả kính Trương Tử Anh từ những ngày đầu hình thành Đại Việt Quốc Dân Đảng.

Từ đất Bắc, Cố bác sĩ đã cùng các đồng chí, di chuyển cơ sở về Nam, tích cực đóng góp xây dựng và phát triển Đảng, qua những giai đoạn lịch sử khó khăn của đất nước, xuyên qua thời thực dân Pháp đô hộ, thời Quốc Gia Việt Nam dưới quyền lãnh đạo của Cựu Hoàng Bảo Đại, và thời Việt Nam Cộng Hoà, để rồi sang đất Mỹ, lại nỗ lực quy tụ và chỉnh đốn lại hàng ngũ Đảng tiếp tục công cuộc đấu tranh chống Cộng sản.

Dưới thời **Quốc trưởng Bảo Đại**, Cố Bác sĩ Nguyễn Tôn Hoàn đã được bổ nhiệm vào chức vụ **Bộ Trưởng Thanh niên**, tạo điều kiện cho Đại Việt Quốc Dân Đảng cũng như các đoàn thể chánh trị khác chuyển hoạt động bí mật sang công khai, *hình thành lực lượng "Bảo quốc đoàn" phục vụ đất nước*, tích cực góp phần xây dựng guồng máy chánh quyền quốc gia trong giai đoạn giao thời vừa thoát khỏi ách thống trị của thực dân Pháp. Dưới thời Việt Nam Cộng Hoà, cố bác sĩ đã tham gia Chánh Phủ với chức vụ **Phó Thủ Tướng đặc trách Bình định**, nhờ đó, Đại Việt Quốc Dân Đảng đã có điều kiện thuận tiện huy động nhân sự đóng góp vào việc hình thành một hệ thống cán bộ bình định tung về nông thôn, tranh thủ lòng dân đối đầu với các lực lượng cộng sản.

Qua các cơ hội chia xẻ quyền lực kể trên, dù là trong thời gian không dài, Đại Việt Quốc Đảng tự hào vì đã có điều kiện giương cao và thử thách luận thuyết chủ nghĩa "**Dân Tộc sinh tồn**" do Đảng trưởng **Trương Tử Anh** soạn thảo, làm sinh lộ vĩnh cửu cho dân tộc Việt Nam nói chung, đương đầu hữu hiệu rõ rệt với chủ nghĩa cọng sản không có tình người, nói chi đến tình dân tộc.

Trên cương vị của một kẻ hậu sinh thuộc thế hệ đang vương lên, kế thừa và tiếp nối sự nghiệp lãnh đạo Đại Việt quốc dân Đảng, chúng tôi tổ chức lễ tưởng niệm cố Bác sĩ Nguyễn Tôn Hoàn, hẳn nhiên là không phải do sự sung bái cá nhân được bao quanh bởi những huyền thoại mị dân vốn là cách làm truyền thống của bọn Cộng sản đối với lãnh tụ của chúng.

Chúng tôi quan niệm tiến hành lễ tưởng niệm hôm nay như là một phương thức ghi ân, tôn kính một bậc trưởng thượng đàn anh, vốn đã có những đóng góp nổi bật trong vai trò lãnh đạo Đảng qua các thành quả được ghi nhận kể trên, gợi lên những gương sáng quý báu cho hậu thế soi sáng và noi theo. Xuyên qua các đóng góp tích cực kể trên, chúng tôi còn phải nhận ra những bài học kinh nghiệm về những bước thăng trầm trong sự nghiệp chính trị, cụ thể như vì quyền lợi chung của đất nước, do sự đòi hỏi của tình thế có thể đưa đến xáo trộn gây đổ tai hại, cố bác sĩ Nguyễn Tôn Hoàn cùng một số cộng sự viên trong đó, có cố giáo sư Nguyễn ngọc Huy, đã có lần phải nhường bước, cam chịu giải pháp tạm thời lưu vong.

Hai người phụ nữ Việt hát bài Tiếng gọi sinh viên đầu tiên tại Hà Nội năm 1944

Hơn 30 năm từ ngày miền Nam Việt Nam lọt vào tay Cộng sản, và 5 năm từ ngày cố bác sĩ Nguyễn Tôn Hoàn qua đời, bản chất của Cộng sản Việt nam đã thay đổi đến tận gốc rễ, một giai cấp mới gọi là "Tư bản đỏ" đã hình thành lớn mạnh để duy trì củng cố quyền lực bằng chủ trương "chữa cháy" theo từng lãnh vực để thích ứng với sinh hoạt kinh tế thị trường, trong đó. nạn những lạm là một tệ trạng không còn có cách nào ngăn cản nổi, khiến ai, theo cảm tính, cũng tiên đoán là thể chế cọng sản trước sau gì cũng sẽ cáo chung như đã xảy ra tại Liên Xô cùng các nước chư hầu bao quanh mà thôi.

Bối cảnh chính trị của đất nước rõ ràng là đã và đang thay đổi, nhưng cũng không nên lơ là với một số sự kiện căn bản như thái độ của Hoa Kỳ là một cường quốc nguyên đã đứng đầu Khối Tự do, tích cực yểm trợ Việt Nam Cộng Hòa, nay đang trên quá trình ve vản Việt Nam Cộng sản để giao cho một vai trò trong chiến lược cân bằng quyền lực tại Châu Á có tiềm năng đối đầu khi cần thiết với Trung Cộng ở phương Bắc, *trong khi Trung Cộng, ngược lại, vì lý do hiện tồn và nhu cầu phát triển, cũng đang cần khống chế Việt Nam 0ộọng sản vào dưới khuôn phép truyền thống của mình.*

Thực hiện lễ tưởng niệm bậc đàn anh, cố bác sĩ Nguyễn Tôn Hoàn, ngày hôm nay, và trong tư cách tiếp nối lãnh đạo, chúng tôi muốn nhân cơ hội nầy để mời tất cả quan khách, quý thân hữu, và các đồng chí cùng chia xẻ giây phút tưởng niệm Cố Bác sĩ Nguyễn Tôn Hoàn.

Mai Thanh Truyết

Lễ giỗ năm 2006

Tưởng Niệm Giáo Sư Nguyễn Ngọc Huy

Anh Ba Huy đã ra đi 25 năm qua.

Nhìn lại suốt đoạn đường anh đã đi, chúng ta thấy được gì?
Rút ra được những gì trong suốt thời gian nầy?
Chúng ta, những Đại Việt tiếp nối con đường anh đi có thực hiện đúng với những gì anh Ba đã từng ấp ủ và xây dựng không?

1 - Đại Việt và Con Đường Đang Đi.

Lại thêm một năm nữa, hôm nay chúng ta lại cùng nhau làm Lễ Tưởng niệm Gs Nguyễn Ngọc Huy lần thứ 25, nhưng với một tâm trạng khác thường khá đặc biệt.

(1) Đặc biệt trong tình hình Trung Cộng đang xâm thực lần lần Biển và Đất Việt Nam qua sự kiện đặt dàn khoan HD 981 lần thứ hai vào trong hải phận Việt Nam và thành lập khu tự trị tại cảng sâu Sơn Dương (Vũng Áng) chiếm một vùng Hà Tĩnh rộng 228 km2 (lớn hơn Ma Cao) đã được Phó Thủ Tướng CS Hoàng Trung Hải ký giấy phép ngày 10/7/2014.

(2) Đặc biệt, tuổi trẻ Việt Nam đã chuyển tải chủng tử "sợ" trong tâm khảm sang những người đang cầm quyền, bằng cách nêu lên quyết tâm chống sự áp bức của Trung Cộng, với các cuộc biểu tình ở khắp cả nước từ 5/3 cho đến hôm nay 1/7/2017. Một lần nữa **tinh thần Nguyễn ngọc Huy** lại được rực sáng khi thấy những hành động vừa nói của tuổi trẻ!

Vậy Đại Việt phải suy nghĩ, hành động & có những trách nhiệm gì với Việt nam hôm nay & trong những thập niên sắp tới?

2 - Tiếp Nối Con Đường Nguyễn Ngọc Huy

Với tư cách một đảng viên Đại Việt, chúng tôi rất tự hào đứng dưới danh nghĩa đảng chính trị Đại Việt, đã do một thiên tài của đất nước là Cố Đảng trưởng Trương Tử Anh khai sáng và xây dựng khi vừa mới 25 tuổi, nhưng đã có khả năng lập thuyết "Dân Tộc Sinh Tồn" (DTST):

(a) Để làm khung cho nền tảng lý luận,
(b) Để điều hướng hoạt động đấu tranh vững mạnh cho các mục tiêu chiến lược lâu dài, và
(d) Để tạo điều kiện cho Đại Việt trường tồn đến ngày nay.

Trên trận tuyến đấu tranh chống CSBV hiện tại, Đại Việt có thể giương cao ngọn cờ DTST, đặt trên căn bản đầy tình tự dân tộc và nhân bản, làm đối lực đương đầu với chủ nghĩa CS vô thần, mị dân, với ảo tưởng dựng nên một nước Việt Nam xã hội chủ nghĩa mà ngay cả những người đề xướng ra cũng **không xác định được xã hội chủ nghĩa cụ thể là gì**.

Mỗi người trong chúng ta, dù có những suy nghĩ nào dị biệt đi nữa, cũng khó có thể phủ nhận được tính cách mạng đầy nhân bản của chủ thuyết DTST. *Chính chủ thuyết nầy, theo quan điểm của riêng tôi, cho đến ngày hôm nay, vẫn còn là một đối trọng vững chắc, đối với ý thức hệ của chủ thuyết Cộng sản, để từ đó áp dụng vào các điều kiện thực tế Việt Nam, hầu thúc đẩy nhanh hơn tiến trình dân chủ hóa Việt Nam.*

Đó là một xác quyết !
Chúng tôi muốn lập lại một lần nữa, trước tiến trình toàn cầu hóa hiện nay, cùng với vai trò của từng quốc gia trên thế giới, dù muốn dù không, *Việt Nam cần phải hội nhập vào cộng đồng nhân loại*, trong đó **chủ thuyết DTST có khả năng không phải để**

chuyển hóa, nhưng để xóa tan chủ nghĩa CS hiện đang cai trị Việt Nam.

3 - Quan Điểm Ban Đầu của Darwin

Bây giờ, xin nói qua quan điểm ban đầu của Darwin, nhà tiến hóa đầu tiên khởi mở ra thuyết tiến hóa. Trong cuốn "**On the Origin of Species**" của ông, ngay từ những trang đầu tiên, chúng ta say mê, cảm khoái trước sự khám phá kỳ thú về *sự khác biệt gene của loài vịt nuôi trong nhà và vịt hoang dã*. Rồi từ đó, đưa đến sự khác biệt về môi trường sống của vịt ở các trại chăn nuôi tại hai nước Anh và Đức.

Tiếp theo là sự **khám phá về trực giác của con chó** đưa đến những điều kiện làm cho chúng sống chung với nhau v.v… Như vậy, khoa học từ đó, đã là một sự tiến hóa rồi, **và sẽ tiến hóa mãi, cho đến khi con người chấm dứt sự hiện hữu trên hành tinh nầy**…Và biết đâu một giống người nào khác sẽ tiếp tục sự tiến hóa sau đó.

Từ những suy nghĩ trên, có thể nói rằng, *sự tiến hóa là một khái niệm về sự thay đổi của vạn vật, và khoa học, mà con người nhờ sự thay đổi và phát triển đó, đã lần lần khám phá ra…một vài sự hiểu biết trong sự tiến hóa*. Do đó, **sự tiến hóa thì vô cùng**, mà khoa học chỉ có khả năng rất giới hạn trong việc hệ thống hóa, những kiến thức đã khám phá và những chứng minh về sự tiến hóa.

Con người, qua khoa học, cố truy tìm nguyên nhân của sự hâm nóng toàn cầu, qua nhiều cách suy nghĩ khác nhau, từ sự phát triển khoa học, và từ sự mưu cầu cho phúc lợi của con người v.v…

Tất cả những nguyên nhân vừa nói đều do "sự tiến hóa" của con người. Trong một chừng mực nào đó, *phải chăng vấn đề hâm nóng toàn cầu, chỉ là một giai đoạn mới khác của sự tiến hóa*?

4- Đại Việt và Sự Biến Cải Học Thuyết DTST

Qua luật tiến hóa của Darwin, GS Nguyễn Ngọc Huy, người đã đề ra một lối nhìn mới, được biến cải từ học thuyết DTST, để **thấy rằng sức mạnh của con người, chưa phải là một yếu tố then chốt, để đưa đến thắng lợi sau cùng, nhưng cần phải có nhiều yếu tố khác của môi trường chung quanh, mới quyết định sự thắng lợi toàn vẹn.**

Do đó, Gs Huy đề xướng ra **sự biến cải** vừa nói, tức là *khả năng thích nghi tùy theo hoàn cảnh, lúc tiến, lúc lùi để ứng phó với những thuận lợi cùng bất lợi.* Để rồi, sau cùng, tranh thủ phần thắng lợi trước mọi tình huống, dù là bất lợi, cho đoàn thể của mình. Khái niệm *DTST biến cải*, trong giai đoạn nầy, *sẽ được hiểu theo ý nghĩa và chiều hướng của sự tiến hóa và sự tiến bộ của loài người.*

Điều vừa nói đó, là một sự chuyển hướng lớn về luận thuyết của Đại Việt. Tên tuổi của GS Huy đã được nằm trong danh sách những người khai sáng và tiếp nối truyền thống Đại Việt. GS Huy còn đã đưa ra một số điều kiện cho sự sinh tồn trong luận thuyết biến cải cùng 2 hình thức tranh đấu dựa theo hai nguyên tắc đối nội và đối ngoại. Đó là hai **hình thức tranh đấu bên ngoài thân và tranh đấu bên trong, với chính nội tâm của mình.**

- Từ suy nghĩ trên, công cuộc tranh đấu của GS Huy được thể hiện dưới hình thức ôn hòa hay bạo động tuỳ theo trường hợp và tùy theo diễn biến của hoàn cảnh chính trị quốc gia trong từng thời điểm vừa nói.
- Từ sự nhận định những khả năng tranh đấu vừa nói, GS Huy đã khai triển thêm thành ba bước khác nhau như 3 định luật, để rồi căn cứ theo đó mà hành xử, tuỳ theo tình huống đang xảy ra. Đó là **luật sức mạnh, luật biến cải, luật hợp quần và giáo dục**.

1. **Luật sức mạnh**, đứng trước thế phân cực mới trên thế giới, quả thật sức mạnh ngày hôm nay không còn căn cứ theo khả năng quân sự nữa, mà khả năng kinh tế mới là thước đo

quyền lực toàn cầu. Thí dụ như TC với khả năng kinh tế vừa vượt qua Nhựt Bổn chiếm vị trí thứ hai sau Hoa Kỳ.

2. **Luật biến cải,** cũng được GS giải thích là khả năng thích nghi theo hoàn cảnh và điều kiện trong tình trạng xã hội lúc bấy giờ. Trước tình thế mới ngày hôm nay, cần phải vận dụng trí óc để thẩm định tình hình, để biến cải mọi hợp tác quốc gia, thì phải dựa theo quan điểm đồng thuận và đồng lợi cho đôi bên cùng có lợi (win-win situation) mà vẫn giữ được tính chất độc lập dân tộc.

3. **Luật hợp quần và giáo dục.** Đây là một yếu tố nhập môn rất sơ đẳng, đã được giảng dạy từ những ngày đầu tiên của trẻ con miền Nam, trong chương trình giáo dục tiểu học, qua những câu chuyện ngụ ngôn trong sách quốc văn giáo khoa thư. Nhưng để thực hiện và áp dụng luật trên không phải dễ.
***Nhìn lại chính chúng ta, hiện tại bao nhiêu hệ phái của Đại Việt, đã thực sự làm suy yếu tiềm lực lớn lao của một Đảng, đã có quá trình tranh đấu lâu dài, và một thời đã được sự ngưỡng mộ và ủng hộ của đại khối dân tộc Việt Nam.
Tại sao lại như vậy?***

Xin mỗi thành viên trong các hệ phái Đại Việt tự suy nghĩ và tìm ra lời giải cho chính mình!

Kể từ ngày thành lập đảng Đại Việt cho đến ngày nay, thế giới đã hoàn toàn biến đổi, đi từ một thế giới với những quốc gia khép kín đến hình thái một thế giới mở như ngày hôm nay. Tiến trình toàn cầu hóa, hẳn nhiên là một tiến trình phải hướng tới, vì sự phát triển chung của toàn cầu. Đây là một tiến trình tự nhiên trong phát triển, để cùng đưa các quốc gia đến gần nhau hơn và bổ túc cho nhau hơn, để đôi bên cùng được lưỡng lợi.

Hiện tại, trong nhiều lãnh vực kinh tế - kỹ thuật - khoa học và môi sinh, thế giới đang biến thành một quốc gia lớn, một trật tự mới đang thành hình. Trong bối cảnh đó, càng ngày càng thấy rõ ràng mọi người đều có trách nhiệm.
Những gì xảy ra tại Tây Tạng, Vân Nam đều trực tiếp ảnh hưởng

đến đồng bằng sông Cửu Long. Rốt ráo hơn nữa, **mọi người Việt đều có trách nhiệm về tình trạng thụt lùi của Việt Nam. Và dĩ nhiên đảng viên Đại Việt cũng phải có trách nhiệm trước dân tộc.**

Nhưng, trách nhiệm đó sẽ được thể hiện như thế nào?

Đó là câu hỏi của tất cả đảng viên Đại Việt cùng phải hợp lực để có câu trả lời. Việc ứng dụng chủ thuyết DTST ngay từ bây giờ sẽ là một đề tài để mỗi đảng viên cùng suy nghĩ.

5 - Đại Việt và Sự Toàn Cầu Hóa

Chính vì vậy, tinh thần của đảng cách mạng ngày hôm nay không còn là một tinh thần "kín" nữa, mà phải là một đảng "mở". Đảng phải mở, để cho người dân thấy hướng đi tích cực và rõ ràng của đảng để có thể tạo ra được sự đồng thuận nhiều hơn. Sự gìn giữ bí mật trong nội bộ, chỉ còn là những kế hoạch hành động trước khi thi hành để cho đối phương không phòng ngừa trước mà thôi.

Người Đảng viên Đại Việt ngày nay, đứng trước tiến trình toàn cầu hóa, phải là một nhân sự đầy năng động, có khả năng phục vụ quần chúng trong một xã hội mở, chứ không còn là một đảng viên bí mật, sống trong bóng tối và chỉ lộ diện ra ngoài xã hội trong những trường hợp bất khả kháng mà thôi.

1. Người Đảng viên ngày nay, cần phải chuyển **hóa bản năng vị kỷ thành một tinh thần hòa đồng cho cái chung của dân tộc,** không còn tính vị kỷ trong ý nghĩa thấp nhất là phục vụ cho chính "cái ta" của mình.
2. Người Đảng viên trong suy nghĩ mới ngày nay, cần phải chối bỏ mọi rào cản ngăn cách giữa đảng viên và đảng viên cũng như giữa đảng viên và đại chúng, để có được một sự hỗ tương sinh tồn, để tạo ra thế đứng vững mạnh, và để làm đối trọng cho mọi giao tiếp với các quốc gia khác.

Từ đó sẽ có rất nhiều quốc gia cùng đi tới tiến trình liên đới về cung và cầu, để đạt được sự đồng thuận chung. Đó là thế quân bằng và lưỡng lợi cho Việt Nam và thế giới, trong sự hòa đồng lý tưởng "bình thiên hạ", cùng nhau đạt được một sự hỗ tương sinh tồn toàn cầu ngày nay. (Global economics).

Thêm vào đó, người Đảng viên Đại Việt hôm nay, ngoài tinh thần đoàn kết, củng cố xây dựng đảng, phát triển sự đồng thuận nội bộ, **còn phải nỗ lực lấy lại uy tín của Đảng đối với quốc nội và hải ngoại đã bị sứt mẻ trong hiện tại vì hiện tượng phân hóa.** Làm được những điều đó, Đại Việt Dân Tộc Sinh Tồn mới hy vọng đẩy mạnh được tinh thần đấu tranh dành lại độc lập dân tộc, cũng như thuyết phục được sự hậu thuẫn của quốc tế trong công cuộc đấu tranh chung này.

6 - Đại Việt và Thế Giới Mở

Thế giới ngày nay là một thế giới hoàn toàn mở: **mở để đối thoại**, mở để đi đến sự đồng thuận trong thế tương quan bổ túc hỗ tương lẫn nhau. Đảng Đại Việt trước sau, thiết nghĩ, cũng phải đi theo tiến trình nầy.

Đảng Đại Việt *phải công khai lộ diện trước đại chúng.* Thời đại của một đảng cách mạng kín, sống và làm việc trong bóng tối, đảng viên phải ẩn danh hay chỉ dùng bí danh để giữ bí mật về đảng tịch... đã qua rồi.

Đảng Đại Việt sẽ không còn là một đảng của cán bộ, mà phải là một **đảng của cán bộ và quần chúng**, công khai tranh đấu trên chính trường, nghị trường. Như vậy mới mong được toàn dân tin tưởng và hỗ trợ.

Đảng Đại Việt sẽ không còn giữ hình thức lãnh tụ trong mô hình hình tháp và trong đó chủ tịch đảng có toàn quyền hành động và nắm quyền lực tuyệt đối.
Đảng Đại Việt trong quan niệm của ngày hôm nay phải là một tập thể lãnh đạo phân quyền khoa học và phân minh. Trong đó ban lãnh đạo cùng nhau trao đổi với tinh thần đồng chí và

tương kính để "quản lý" và "điều hành" đảng, mà hình thức giống như một công ty tư nhân tây phương, với tổ chức chính danh phân quyền hành chánh và quản trị dựa trên **tam hợp nhân bản phân minh**: hợp pháp, hợp lý, và hợp tình.

Thực hiện được những điều trên, chúng ta, người Đảng viên Đại Việt ngày hôm nay, mới có khả năng phục hoạt lại thế mạnh của Đảng trong thời kỳ chống Pháp giành lại độc lập. Do đó:

(a) Chúng ta cần phải xem xét lại những khuyết điểm trong thời gian nắm giữ quyền lực thời Đệ Nhị Cộng hòa.

(b) Và trong tương lai, chúng ta phải đẩy mạnh công cuộc tháo gỡ những bế tắc của dân tộc, do sự cai trị sai lầm của những người cộng sản chuyên chính Việt Nam.

7 - Đại Việt Hôm Nay - Ngày Mai và Chủ Nghĩa DTST

Ngày hôm nay, bất cứ người Đảng viên Đại Việt nào cũng phải được trang bị kiến thức, và phải có đởm lược để phát huy tiếng nói của Đại Việt Dân Tộc Sinh Tồn. **Phát huy không phải là nói suông là phải biết nói, biết viết**.

- Nói lên, viết lên chính nghĩa của chúng ta;
- Nói và viết lên những sai trái của chế độ về những việc làm hiện tại của họ trong công cuộc quản trị đất nước Việt Nam;
- Nói lên để tạo điều kiện cho cộng đồng dân tộc hiểu rõ hơn bộ mặt thật dưới bất cứ hình thức nào của chế độ độc đảng cai trị của CSBV.

Đó là Trách Nhiệm của Đại Việt Hôm Nay và Ngày Mai.

Thêm nữa, trong giai đoạn nầy, người Đảng viên ĐV- DTST phải biết hy sinh cho đại cuộc bằng việc đóng góp vật lực, tài lực, và **sự đóng góp dấn thân chân chính** cho nhu cầu dành lại dân chủ, tự do và hạnh phúc chân thật cho người Việt Nam.

Đảng viên ĐV DTST của Việt Nam phải lên đường, bắt đầu ngay từ bây giờ, *cùng nhau điều chỉnh hướng đi để có thể ứng hợp* với khuynh hướng toàn cầu hóa trên thế giới, hầu tạo được một chất keo kết dính, để hình thành một hình thức "think-tank" và hy vọng rút ngắn tiến trình mang lại dân chủ, tự do cho Việt Nam.

Tóm lại, trong hiện tình chánh trị, Chủ nghĩa dân tộc sinh tồn là luận thuyết duy nhất lấy **dân tộc và ý thức nhân bản** làm trung tâm nên có đủ điều kiện làm đối lực với chủ nghĩa cộng sản phi nhân, vô thần, đang đội lốt chủ nghĩa xã hội, lại còn đang qua giai đoạn "quá độ" xây dựng giai cấp tư bản bản đỏ cần thiết để phát triển.

Từ đó, chuyển qua di sản Nguyễn ngọc Huy với "xu hướng biến cải" kết hợp nhịp nhàng với bài phát biểu lịch sử của GS Nguyễn văn Bông tại Trường Đại học Luật khoa, lót đường cho sự hình thành lực lượng đối lập cần thiết cho chế độ dân cử Việt Nam Cộng Hòa, trong đó, có Khối Dân Quyền như là một thành tích không nhỏ trong thời điểm Đệ Nhị Cộng Hòa trước kia.

8- LỜI KẾT:

Khi miền Nam mất, khi sang Mỹ, Gs. Huy, đã đi trong con đường hầm chưa thấy ánh sáng của Dân tộc Việt Nam, tuy nhiên, anh Ba đã bền bỉ, cô đơn, bôn ba khắp thế giới ngõ hầu quy tụ Đồng chí, Chiến hữu, và Đồng bào. Kết quả là Anh Ba đã được sự ủng hộ đồng tình khắp nơi qua phương trình Nguyễn Ngọc Huy với đáp số như sau:

Và Anh Ba đã xây dựng được tổ chức "***Ủy Ban quốc tế yểm trợ Việt Nam Tự Do***".

Lực Lượng Quốc Nội + Lực Lượng Hải Ngoại + Yểm Trợ Thế Giới = Vệt Nam

Do đó, để tiếp tục phát triển công trình Nguyễn Ngọc Huy, chúng ta cần vận động, nhen nhúm lại ngọn lửa đấu tranh theo các phương hướng vừa nói, mà chính GS Nguyễn Ngọc Huy đã nghiên cứu và kiểm nghiệm, thật thích hợp với bối cảnh chánh trị hiện tại, và được xác định rõ ràng rằng, đường hướng **cách** mạng bạo lực chống CSBV không còn thích hợp trong tương lai nữa.

Cho nên, để có cơ hội và triển vọng tương lai phát triển quốc gia, cùng **đời sống kinh tế và tâm linh** của mỗi người dân Việt được **nâng cao hơn và hoà nhập với** cộng đồng nhân loại, con đường **ĐẠI VIỆT** đang đi phải là sự nối tiếp tinh thần và chiến lược chính trị của Trương Tử Anh & Nguyễn Ngọc Huy đã vạch ra, và đã được xây dựng cùng rất **nhiều Đồng Chí Đại Việt nằm xuống vĩnh viễn vì Dân Tộc Việt Nam**. Đại Việt khẳng định con đường đó là:

1. **Thuyết DTST của cố Chủ Tịch Trương Tử Anh đã mở rộng không gian sinh tồn của chúng ta và đã bảo vệ người Việt Nam thoát khỏi ách đô hộ của Pháp.**

2. **Luật Biến cải về thuyết Dân Tộc Sinh Tồn mở rộng đến không gian sinh tồn của Gs Nguyễn Ngọc Huy đang mang đến một Đại Việt mở cho chúng ta.**

3. **Ngày nay, chúng ta phải cùng nhau thực hiện thành công kế hoạch và chương trình cho MỘT ĐẠI VIỆT NHÂN BẢN MỞ, từ đó mới có thể bảo vệ được đất nước và nòi giống Việt Nam thoát khỏi Hán thuộc và Hán hóa do những thái thú biết nói tiếng Việt là CSBV tiếp tay!**

Mong tất cả thành viên còn lại ngày hôm nay cần xem và nghĩ lại tinh thần Nguyễn Ngọc Huy. Đó chính là hình ảnh một người quốc gia chân chính, lúc nào cũng lạc quan và tin tưởng vào tương lai rạng rỡ dân tộc Việt. Vì vậy, chúng ta cương quyết tâm nguyện:

Một Đại Việt Nhân Bản Mở
Phải Hoàn Thành Trách Nhiệm với Dân Tộc
cho cả Hôm Nay và Ngày Mai.

Kỷ niệm về Anh Ba
Houston, Hiệu đính 28-7-2017

Mai Thanh Truyết

Giã Bạn Lên Đường

Thân tặng các bạn đường tranh đấu cho lý tưởng

Cùng nhau cạn chén sẽ lên đường
Chia gánh tang bồng quảy bốn phương
Non nước nghìn trùng người mỗi ngã,
Muôn lòng chung một mối tơ vương.

Khói lửa rồi đây bốc ngụt trời,
Gió tên mưa đạn dậy nơi nơi.
Cuc đời tranh đấu đầy vô định,
Tái ng mai đây được mấy người?

Nhưng đã gần nhau, ắt có xa.
Thường nhân vẫn nhận thế kia mà!
Huống chi ta! những người tranh đấu
Thề lấy non sông thế cửa nhà.

Vả lại dầu xa mấy núi sông,
Dầu còn tái ngộ nữa hay không,
Hồn ta vẫn ở bên nhau mãi,
Vẫn sống trong tim những bạn lòng.

Như thế, ta còn bận bịu chi,
Còn lo chi nữa lúc ra đi?
Cười lên cho tiếng vui hăng hái
Đánh bạt u buồn lúc biệt ly.

Ta hãy cười lên đón ánh dương
Ngày mai sẽ chói rạng quê hương
Lòng ta đã thoáng nghe văng vẳng
Tiếng khải hoàn ca dậy phố phường!

Đằng Phương – Nguyễn Ngọc Huy

Vĩnh Biệt Chị Tư

"Old soldiers never die; they just fade away"
Gen Mac Arthur

Điếu văn của TS Phan Văn Song
do Mai Thanh Truyết đọc trong tang lễ của Chị Tư

Kính thưa Chị Tư,
Kính thưa Bác Tư,

Mới ngày nào, vừa đi hè về nhận được gói quà Bác Tư gởi, mở ra: thuốc bổ, Glucosamine và Dầu cá. Điện thoại cám ơn Bác, hỏi thăm sức khoẻ Bác, được Bác trả lời: **«** *…bệnh Bác cũng vậy, tuy không thuyên giảm, nhưng nay cũng ổn rồi Khỏi lo, Bác đang ráng viết cho xong hồi ký của Bác trai đây*! **»** và Bác hỏi ngược lại sức khỏe của Song, và vì biết sau lần điện thoại trước là thằng cháu đang bị «mệt», và Bác tự động gởi thuốc cho! Đó là lần cuối cùng được nghe lời Bác dạy, gần đây có gọi điện thoại cho Bác, nhưng chuông reo không ai bắt. Và thứ ba 13 vừa qua, điện thoại của Oanh báo tin buồn: « *Anh Song, Maman est partie!* »…

Cher Châu, chère Oanh, chers Ánh et Doris,
Voilà comment était votre maman: un vrai cœur d'or! un cœur sur la main, une vraie samaritaine, toujours à l'écoute de l'autre! toujours prête à venir en aide à autrui. Merci mon Dieu de me l'avoir fait connaître! Je vous envie et je partage vos peines!

Kính thưa Chị Tư,

Cám ơn Chị Tư đã cho đàn em một tấm gương sáng của một người dấn thân, của một đàn chị, của một người vợ một đảng viên, của một người mẹ và của một đảng viên Đại Việt. Suốt đời chị là gắn bó chia sẻ cuộc đời chánh trị của Anh Tư, đấu tranh cho đất nước Việt Nam thân yêu mình được thoát ra khỏi gông xiềng Thực dân, gông xiềng Cộng sản, và xây dựng một quốc gia Việt Nam Trù phú, Hạnh phúc, Độc lập, Tự do. Anh Tư đã cống hiến suốt cuộc đời mình cho đất nước, bên cạnh Anh Tư là Chị Tư người đồng chí người vợ, người mẹ, người nội trợ tề gia.

Xuất thân là một tiểu thư đài các của miền tây Nam Việt, phì nhiêu, trù phú của đồng bằng sông Cửu, cô Phan Thị Bình, mùa Thu năm 1941, tuổi chưa đầy 20, vừa tốt nghiệp xong Trường Áo Tím, đậu cả hai bằng Brevet của chương trình Pháp và Diplôme của chương trình «bảo hộ, thuộc địa», được gia đình gởi ra đất Bắc, theo ông anh, anh Phan Thanh Hòa, vào trường Y khoa Hà nội, để học nghề «Cô Mụ Đông dương» (Sage Femme d'Indochine). Anh Phan Thanh Hòa, sanh viên Y khoa là một đảng viên Đại Việt, cùng hoạt động với anh Nguyễn Tôn Hoàn, cùng ngành Y khoa trong phong trào sanh viên, do phân công của sanh viên Luật khoa Trương Tử Anh, đảng trưởng đảng Đại Việt Quốc Dân Đảng, được thành lập và hoạt động từ tháng 12 năm 1939.

Sanh viên Y khoa **Nguyễn Tôn Hoàn**, đồng chí Nguyễn Tôn Hoàn, anh tư, được các sanh viên trường Đại học Đông Dương - Hà Nội bầu làm Trưởng ban Âm Nhạc của Tổng Hội Sinh Viên do anh Dương Đức Hiền làm Chủ tịch, nhờ biết nhạc lý và ngón đàn mandoline điêu luyện. Cùng với các bạn sanh viên trong nhóm « văn nghệ » - và đến đây chúng tôi xin phép quý vị, mượn lời của Anh Tư, Bác sĩ Nguyễn Tôn Hoàn kể chuyện về lịch sử bản Quốc ca Việt Nam, trong một bài viết được đăng trên Đặc san Áo Trắng, của Hội Y sĩ Việt Nam Bắc California, số đặc biệt, Tết năm 1995 - các anh «*…tổ chức những buổi văn nghệ diễn thuyết ra mắt đồng bào, khuyến khích sinh viên, khơi động tinh thần chống Pháp khắp mọi nơi trong nước. Sau đó bọn Cộng sản gian ác dần dần cho người chen vào hàng ngũ sinh viên chiếm đoạt hết các công lao của anh em chúng tôi* rồi tự gán cho mình cái danh nghĩa của Đoàn Sinh Viên Cứu Nước».

«Và để» - anh Tư kể tiếp - «...*khích động phong trào chống Pháp và nâng cao tinh thần yêu nước của giới trẻ, nhất là giới sinh viên, tôi có nhờ anh Lưu Hữu Phước, một sinh viên Nha khoa kiêm nhạc sĩ, sáng tác một bản nhạc hành khúc, và trong một thời gian ngắn anh đã sáng tác được ba bốn bản nhạc. Sau khi chọn lọc, chính tôi đã quyết định chọn bài «Tiếng gọi Sinh Viên» (còn gọi là «Sinh Viên Hành Khúc») làm mở đầu cho tất cả các buổi họp mặt của chúng tôi».*

Bản nhạc nầy được trình diễn lần đầu tiên tại nhà Giảng lớn (Grand Amphithéâtre) của khu đại học Đông Dương Hà Nội ngày 15 tháng 3 năm 1942. «... *sự hợp tác của các tiếng hát hàng đầu trong giới sinh viên là Nguyễn Thị Thiều, Phan Thị Bình và Trần Văn Khê*» ... «*Đoàn văn nghệ sinh viên Việt Nam với hai giọng hát chính Nguyễn Thị Thiều và Phan Thị Bình được nhiệt liệt hoan nghinh từ Bắc chí Nam*»... «*Thuở mà micro chưa được xử dụng, hai chị Nguyễn Thị Thiều và Phan Thị Bình đã làm vang dội cả nhà hát bằng tiếng hát thật của mình...*»

Kính thưa chị Tư, kính thưa Bác Tư,

Kính thưa toàn thể gia đình, toàn thể quý đồng chí và quý thân hữu,

Chúng tôi, **Phan Văn Song** xin phép được dài dòng nhắc công trạng và quá khứ thuở ban đầu đấu tranh của chị Tư, của đồng chí Thanh Bình, ngay từ những ngày đầu mới ra học đất Bắc đã sát cánh hoạt động bên cạnh anh Tư, thoạt đầu người bạn, người đồng chí với người anh mình, rồi người yêu, rồi người chồng, và đồng chí của mình, Bác sĩ Nguyễn Tôn Hoàn đồng chí Thanh Long.

Rồi Nhựt thất trận, rồi quân đội Pháp trở lại Đông đương, lợi dụng lòng yêu nước của toàn dân Việt Nam, nhóm cộng sản quốc tế mượn danh nghĩa kháng chiến, mượn phong trào Việt Minh, cướp chánh quyền, giành quyền lực, giết hại những người quốc gia, những người không đồng chánh kiến, những người không theo Đảng Cộng sản hay không phục tòng Đảng Cộng sản đệ tam quốc tế.

Người Đại Việt là kẻ thù không đội trời chung với Cộng sản. Người anh chị Phan Thị Bình, đồng chí Phan Thanh Hòa bị cộng

sản giết hại, đảng trưởng Đảng Đại Việt cũng thất tung và bị cộng sản sát hại, … anh Tư phải vượt biên sang Tàu để vừa tránh nạn cộng sản và vừa lánh nạn tây bố.
Và chúng tôi xin nhường lời kể chuyện cho Anh Tư.
«Năm 1947, trước khi về nước lập chính phủ mới, cựu hoàng Bảo Đại có mời tôi, một số đại diện tôn giáo và các chính khách như các ông Ngô Đình Diệm, Đinh Xuân Quảng, Phan Huy Quát, Trần Văn Tuyên, Trần Quang Vinh, Trần Thanh Đạt, BS Lê Văn Hoạch, Trần Văn Hữu, Nguyễn Văn Tâm, Nguyễn Văn Kiểu…đến họp ở Hồng Kông… »… « Tôi đề nghị chọn bài « Tiếng gọi Sinh Viên » làm QUỐC CA, vì nó là linh hồn chống Pháp tại Miền Nam Việt Nam của Đoàn Thanh Niên Tiền Phong. Hội nghị chấp thuận và bản nhạc được đổi tên là «Thanh Niên Hành Khúc».
Kính thưa Chị Tư,
Cũng như các người vợ các đồng chí đảng viên Đảng Đại Việt, chị Tư cũng như mẹ chúng tôi, như các thím Tư Tiếp, hay Bác Sáu Thảo, chị Ba Huy…các mệnh phụ, các phu nhơn, là những cột trụ gia đình lo gánh vác mọi việc hằng ngày để các anh, các chú, các bác gánh vác việc núi sông.
Chị Tư là đầu tàu của tất cả các chị, các thím, các bác của các đàn em đàn cháu sau nầy.
Chị Tư là biểu tượng, là hình ảnh lý tưởng của người vợ một nhà cách mạng, một nhà chánh trị Việt Nam của thế hệ cha chú chúng tôi.
Lúc ở Sài Gòn, vào những năm 52/53 khi anh Tư không còn làm Bộ trưởng Bộ Thanh niên nữa, thì chị đứng ra quán xuyến mở tiệm bán gạo gần Chợ Lớn. Vào những năm 55, anh chị bị chế độ Ngô Đình Diệm trục xuất qua Pháp, chị đi thi lại bằng cấp nghề nghiệp từ Sage femme d'Indochine sang Sage femme d'état để hành nghề «Cô Mụ» trên đất Pháp. Anh Tư tuy có bằng Médecin d'Indochine, anh có hành nghề Y sĩ đâu? Vì suốt đời bận bịu với đất nước. Một tay chị, lúc ấy, ngày đi làm Cô Mụ, tối về ngồi trông coi Quán Ăn - Quán Sông Hương - *La Rivière des Parfums* nằm trên đường rue Montagne Sainte Geneviève, quận 5, thành phố Paris, cạnh Trường Polytechnique cũ, nơi ấy cũng là nơi sanh viên Sciences Po - Khoa học Chánh trị Phan Văn Song đi lại, ăn dằm nằm dề những năm 1961/1962, chạy bàn cùng với

sanh viên cao học Science Po Nguyễn Ngọc Huy đang làm luận án…

Chị Tư lo hết, để anh Tư rảnh rang đầu óc đấu tranh chốn ộc tài, chống Cộng sản, giành lại Độc lập, Tự do, Dân chủ cho đất nước Việt Nam thân yêu. Chị vừa đi hành nghề y khoa, vừa quản lý tiệm ăn, vừa lo cho các em, lúc ấy còn nhỏ dại. Cũng như về sau, qua những năm 65 phải di cư qua Mỹ tỵ nạn, chị cũng một tay quán xuyến mở một tiệm ăn Việt Nam ở Mountain View California.,

Kính thưa chị Tư, kính thưa Bác Tư.

Chị là một đồng chí trung kiên, chị là một người vợ đảm đang, chị còn là một người mẹ hoàn hảo. Tất cả các em ngày nay đều là những những công dân tốt đối với đất nước đang sống, tất cả các em đều những con người đạo đức. thành công trong nghề nghiệp.

Cher Châu, Chère Oanh, Chers Ánh et Doris! Soyez fiers de votre Maman!

Suốt đời chị là người hoạt động không lúc nào ngưng nghỉ. Chị đã cho đàn em một gương sáng về mẫu người hoạt động. ***Vous êtes, vous avez été toujours une femme d'action!*** Người ta thường nói Un homme d'action. Vous êtes donc un homme d'action! Chị Tư, un homme d'action, bao nhiêu lần chị lái chiếc xe «Toyota Prévia» chở anh Tư và các đồng chí từ San Jose xuôi về Nam Cali đi họp đảng. Lúc xưa chị cũng từng chở anh Tư và Michel Đoàn vượt rặng núi Alpes từ Paris xuôi Nam qua Roma để gặp Đức Giáo hoàng.

Cách đây độ 15 năm, từ Paris – chính Chị Tư lái xe thuê xuống tỉnh để Anh Tư gặp thằng cháu vừa là đồng chí, để tính chuyện đất nước, và giao công tác cho thằng cháu. Lạ nước lạ cái, bà cụ lúc ấy cũng cỡ 75 tuổi rồi, đi một mạch đến điểm hẹn, (lúc ấy chưa có máy Navigator, định vị trí, như ngày nay). Chapeau chị Tư, dở nón chào thua Bác Tư! Chị là gương sáng cho các đảng viên, cho các bà vợ đảng viên, cho các bà mẹ đảng viên. Chị Tư mãi mãi là chị Tư của tất cả những người Đại Việt. Khi Anh Tư nằm xuống, Chị Tư tự giao công tác là phải viết xong cuốn hồi ký kể lại cuộc đời thăng trầm đấu tranh của hai anh chị. Mười năm, cuốn hồi ký nay đã hoàn tất. Chị đã làm xong nhiệm vụ, Mission

accomplie! vous pouvez vous reposer maintenant, Chị có thể nghỉ yên:
«Je me couche et je m'endors en paix. Car Toi seul, Ô Éternel tu me donnes la sécurité dans ma demeure» (Psaume 4 : 8) - I will both lay me down in peace and sleep ; for thou, Lord only maskest dwell in safety - Hỡi Đức Giê-Hô-Va, tôi sẽ nằm và ngủ bình an. Vì chỉ mình Ngài làm cho tôi được yên ổn.

Cám ơn chị Tư! Cám ơn Bác Tư!
Vĩnh biệt Chị Tư! Vĩnh biệt Bác Tư!

Kính bái,
Phan Văn Song

Tài liệu: chương trinh buổi ra mắt bài Tiếng Gọi Sinh Viên với hai nữ ca sĩ:

Điếu Chị Tư Nguyễn Tôn Hoàn

Lung linh giọt nắng vô ưu
Trên cao CHÚA gọi Chị Tư đi rồi
Nguyễn-Phan cùng ở Nước Trời!
Hoàn-Bình sánh bước hai người thiên thu
Chín mươi tuổi đã giã từ
Anh em Đại Việt coi như người nhà
Hạc đưa Anh-Chị đi xa
Ngàn năm vĩnh biệt Tha La quê mình

Mặt trong của tờ chương trình

Mặt ngoài của tờ chương trình

Một Nhân Sĩ Lớn Của Miền Nam

Vừa Nằm Xuống:
GS Nguyễn Văn Trường

Nhận được hung tin anh bị stroke ngày cuối năm 2017, trong lúc tôi đang trên đường qua Paris để tiễn đưa bà chị Hai đang hấp hối ở tuổi 94. Nỗi bàn hoàn lẫn xúc động làm tôi hụt hẫng. Suốt mấy ngày qua, có thể nói, tôi không làm gì được cả ngoài việc liên lạc khắp mọi nơi để thông báo cho người thân, cho bạn bè…mặc dù đang ở Paris.

Và sau cùng tin không vui thật sự đã đến khi biết được chị và các con quyết định để anh ra đi một cách thanh thản ngày 3 tháng giêng, 2018 lúc 12:30 trưa.

Anh đi thật rồi hả anh Trường?

Biết và quen với anh, cùng đi với nhau suốt quảng đường 45 năm dài… Anh, một người anh, một người bạn vong niên, một người Thầy đã từng …can ngăn, khuyên nhủ tôi biết bao nhiêu lần, nhứt là mỗi lần *"tôi lên cơn điên"* với những *"cây cổ thụ già"* ở đại học vì cung cách bảo thủ trong giáo dục đại học.

Anh đã **từng vực tôi dậy** trong những lúc gian nan nhứt trong cuộc sống và nghề giáo của tôi. Và anh cũng là người đọc các bản thảo các bài viết của tôi. **Anh góp ý, thêm ý, khuyên tôi cần dịu giọng để dễ lọt tai "người nghe và người đọc".**

45 năm!
Quả thật là quãng thời gian dài, nhưng hôm nay tôi vẫn thấy vẫn còn quá ngắn vì chưa hấp thụ được hết những gì anh em mình muốn trao đổi. Bài "**Ái lực – Affinity**", bài "**Đoạn ái**", hai anh em mình nói và phân tích mới có một buổi, vẫn chưa hoàn chỉnh và đi đến kết luận cho bài viết.

Lần gặp cuối là ngày 17/12, trong phần phát biểu anh nói rất nhiều về người em nầy của anh mà hiện vẫn còn khắc sâu trong tâm trí tôi hình ảnh lời lẽ ôn tồn nhẹ nhàng của anh. Sau đó một tuần, anh có gọi điện thoại cho biết anh sẽ vắng mặt không thể đi ăn trưa với "**Nhóm Thứ tư**" hàng tuần. Anh có thố lộ là anh chị vừa đi xem lô đất mà "mấy đứa nhỏ" chuẩn bị cho anh chị một khi hậu sự…

Thế mà, điềm "gở" nầy đã biến thành sự thật. Chỉ còn vài ngày nữa thôi, anh đã về nơi an cư mới, rời bỏ căn nhà ở đường Chestnut Springs mà mấy cháu đã chuẩn bị cho anh chị ngay ngày đầu tiên anh đặt chân đến Mỹ.

Anh đi rồi…

Một vì sao LỚN đã ra đi!

Một Nhân sĩ miền Nam còn sót lại trong cái xã hội nhiễu nhương nhứt là sau ngày 30/4/1975.

Anh Trường ơi!

Làm sao tôi quên được những lời nói nhẹ nhàng gói trọn vẹn những ân tình mà anh muốn gửi.
Đối với nhiều bạn bè, đôi lúc họ cho cung cách quá "khiêm cung" của anh làm họ e dè…và gán cho anh là anh quá "tròn", đôi khi là "ba phải". Nhưng với tôi, chính cung cách đó mới chuyển hóa được người khác. Anh đã trang trãi trọn vẹn suy nghĩ sáng suốt của mình bằng một tâm lành, không nắn nót, không trau chuốt. **Nhứt là đối với tôi.**

Biết bao nhiêu lần, anh gọi tôi bất cứ lúc nào, bất cứ giờ nào, để nói hay góp ý cho tôi một vấn đề gì đó, hoặc chỉ để nói một vài câu như: **toi** (đọc là toa) **đi nhiều quá nghe Truyết, toi phải giữ gìn sức khỏe, toi hơn 70 rồi…và nhiều nhiều lắm.**

Những hàng chữ nầy tôi đang viết cho anh trong khi ngồi bên phòng bịnh của chị Hai tôi. Chị nhắm mắt và cũng chờ ngày đi, nhưng tôi biết sự có mặt của người em Út làm chị an tâm hơn!

Tôi đang khóc đây anh. Tôi đã khóc 2 tuần trước trong buổi tâm tình với anh vào dịp anh chị đến mừng sinh nhật tôi. Hôm nay tôi lại khóc.

Khóc vì không được gặp mặt anh lần cuối.

Số tôi thật không may. Những người thân yêu nhứt của mình ra đi mà cũng không được thấy mặt hoặc vuốt mắt:

* Ba tôi mất lúc tôi còn ở Pháp;
* Má tôi mất, dù ở chung nhà, nhưng tôi lại vắng mặt lúc Má lâm chung, cho đến hôm sau mới về được;
* Và Anh, Anh ra đi khi tôi cũng đang ở Pháp.

Thật là oái ăm cho phần số của tôi!

Anh đi nghe anh Trường.

Xin hứa với anh là tôi vẫn tiếp tục con đường quê hương, sẽ góp sức cùng chị và các cháu mang Anh về Đất Mẹ một khi Đất và Nước không còn bóng dáng những người Cộng sản Bắc Việt nữa.

Chắc chắn Anh ra đi bình an về nơi vĩnh hằng.

Xin gởi đến anh nén hương lòng đưa tiễn:

Tiễn Anh Nguyễn Văn Trường của tôi

"Hôm nay kẻ ở người đi
Tiếc thương biết nói năng
gì đây anh?
Khi lời tắt nghẹn âm thanh
Mang theo ước nguyện
chưa thành mai sau
Quê hương còn đó niềm đau
Mất anh thêm một
nỗi đau khôn cùng
Kinh cầu nhang khói chập chùng
Hương linh thanh thản
muôn trùng thoát siêu"

—mntt—
7 Tháng 1, 2017

Bài Chúc Tết Cuối Cùng Của
Gs Nguyễn Ngọc Bích
Chế độ đã đến ngày tàn!

Đây là bài nhận định và chúc Tết của **Giáo sư Nguyễn Ngọc Bích** là nhà ngôn ngữ học, nhà giáo, nhà báo. Nguyên là giám đốc Chương Trình Radio RFA Tiếng Việt. Trước 1975 ông là tổng giám đốc Việt Tấn Xã và là chủ tịch **Nghị Hội Toàn Quốc của Người Việt tại Hoa Kỳ**.

Hải ngoại ngày 1 tháng 2, 2016

Xuân đúng lẽ ra phải là mùa của **Hy Vọng** nhưng xuân năm nay, hơn 90 triệu con dân Việt Nam ở quốc-nội một lần nữa lại phải thất vọng. Thất vọng vì Đảng Cộng-sản Việt Nam, sau 71 năm cầm quyền ở miền Bắc và 41 năm cầm quyền trên cả nước, lại một lần nữa làm tan vỡ mọi kỳ-vọng cho một mùa Xuân dân-tộc! Bao giờ, biết đến bao giờ gần 100 triệu con cháu bà Trưng bà Triệu, những người thừa hưởng truyền-thống bất khuất chống

Bắc-phương của Ngô Quyền, Lý Thường Kiệt, Hưng Đạo Đại Vương, Lê Lợi, Nguyễn Trãi, Quang Trung, bao giờ chúng ta mới lại có dịp ngửng đầu hiên ngang bước muộn vào thế-kỷ thứ 21? Trong khi kinh tế của Việt Nam giờ này là một **loại kinh tế dở hơi, mang tên thị-trường nhưng lại phải theo định-hướng xã-hội-chủ-nghĩa**, một mô-hình không ai biết mặt mũi nó ra sao, mà vẫn cứ mù quáng theo thì không trách người ta tính ra là lợi-tức đầu người của Việt Nam giờ đây còn cần 25 năm nữa mới bắt kịp được với lợi-tức đầu người của Mã Lai, nói chi đến kinh tế của Singapore mà cách đây nửa thế-kỷ còn chỉ mong được bằng Sài Gòn.

Trong khi chính ông tổng-bí-thư của Đảng CSVN tuyên-bố là đến cuối thế-kỷ này cũng chưa chắc Việt Nam biết thế nào là xã-hội-chủ-nghĩa, thế mà ông vẫn đòi kế thừa một truyền-thống mù lòa như xẩm đi trong sa-mạc, thì thử hỏi người dân có sai đâu khi gọi ông là "Lú"?

Đại-hội 12 như vậy ta có thể tin hẳn phải là đại-hội cuối cùng của một đảng "hèn với giặc, ác với dân" nhất là khi một ông tướng Công-an lên cầm đầu nước thì nói như một tổng-thống Bush đã viết, "chế-độ phát-xít công-an-trị bắt buộc phải là chặng cuối của cộng-sản-chủ-nghĩa."

Chỉ có điều đó là điều độc-nhất trong mùa Xuân này có thể làm cho chúng ta lấy lại được tinh-thần phần nào vì biết là chế-độ đã đến ngày tàn của nó, nó phải trả lại cho dân những giá-trị đích-thực mà ông Hồ đã long trọng hứa mang lại cho dân ở Nhà hát lớn Hà Nội vào mùa Thu năm 1945: Tự Do đích-thực, Dân-chủ đích-thực thì may ra mới có được Hạnh phúc đích-thực!

Chúng tôi, những người Việt hải-ngoại trên khắp năm châu, và nhất là với tư-cách đại diện cho Nghị-hội Toàn-quốc Người Việt tại Hoa-kỳ, đứng ở trước thềm **năm Bính Thân**, tôi xin kính gởi về hơn 90 triệu đồng-bào quý mến ở trong nước những lời chúc tụng nồng nàn nhất về một mùa Xuân dân-tộc, một mùa Xuân tràn đầy hạnh phúc trong từng nhà, với ước-vọng là chẳng bao lâu đất nước sẽ không còn bóng dáng của người Cộng-sản và những **Trọng Lú, Quang Điên, Hùng Hèn, Ngân Dốt.**

GS. Nguyễn Ngọc Bích

(bấm vào đây nghe âm thanh)
http://freevietnews.com/audio/GsNguyenNgocBich_ChucTet2016.mp3

Tưởng niệm GS Nguyễn Ngọc Bích
14/05/2016
Houston, TX

Giỗ Đầu GS Nguyễn Thanh Liêm
Bài nói chuyện trong ngày giỗ đầu của Gs. Liêm

Vào khoảng cuối năm 1989, Anh Liêm và tôi đã gặp lại nhau tại San Jose, khi Anh còn làm việc cho Health Department của thành phố nầy. Tôi gặp Anh tại nhà của một người bạn cũng là một giáo chức "mất dạy" sau khi cộng sản chiếm đóng miền Nam năm 1975. Trong lần gặp gỡ trên, Anh Liêm của tôi không là một nhà giáo, không là một tiến sĩ giáo dục…mà là một nhà chiêm tinh. Và dĩ nhiên, *câu chuyện ngày hôm đó không là câu chuyện trao đổi giữa những người đã "tháo giày" mà là câu chuyện …**tử vi**.*
Tôi không còn nhớ Anh đã nói gì về tôi, nhưng trong 16 năm sau đó, hai anh em gặp lại nhau tại chốn "gió tanh mưa máu" Bolsa. Anh và tôi đã nhiều lần sinh hoạt gắn bó *với nhau qua suốt thời gian vận nước nổi trôi trên bước đường lưu vong nầy.*

Anh Liêm là một người rất **đa dạng** và dĩ nhiên bao gồm luôn **những nét đa tình** không thể tránh khỏi nơi một người đàn ông **đa tài** như Anh. Cảm giác đầu tiên của tôi khi gặp lại Anh ở San Jose là anh tương đối nhanh nhẹn hơn, không bệ vệ, trang nghiêm, đứng đắn quá mức khi còn tại chức ở Việt Nam.

Cho đến năm 2016, trước khi trở cơn bạo bịnh, Anh vẫn còn cái phong cách trang nhã của một nhà giáo đúng nghĩa, nhưng không vì đó mà làm cho Anh mất đi tính hòa đồng với những người Anh tiếp xúc. **Tính khiêm cung** của một nhà giáo "chân chánh" luôn là kim chỉ nam trong

giao tiếp nơi Anh. Vì vậy, ở giữa khung trời đấu tranh rừng rực của "**Thủ đô Tỵ nạn Bolsa**", Anh vẫn được nhiều người "ưa" hơn "ghét". Nhưng nếu có ghét, thì cũng chỉ là những bất đồng về cung cách hành xử, không đồng ý vì những hoạt động hết sức đa dạng của Anh. Thêm nữa cũng có thể vì những ghen tị thường tình của con người. Nhưng rốt ráo lại, Anh Liêm không hề phản biện hay đối chất trước những thách thức đôi khi mang tính "giang hồ" ở một xứ sở mà tu chính án thứ nhứt là "***Bảo vệ quyền Tự do <u>tôn giáo</u>, <u>tự do ngôn luận</u>, <u>tự do báo chí</u>, <u>tự do họp hội</u>, và kiến nghị***" đã được tôn trọng hầu như tuyệt đối.
Con đường Anh đang đi rất rõ ràng.
Đó là văn hóa và dân tộc

Văn hóa là vì Anh đã và đang sống với văn hóa miền Nam. Anh khơi mở những sắc thái đặc thù của người miền Nam từ khi "tạo thiên lập địa" hay "lập quốc" (thời khai phóng miền đất phía Nam của nhà Nguyễn) cho đến những tập tục chỉ có ở miền Nam như **Lăng Tả Quân Lê Văn Duyệt**. Anh điều hành và phát

triển Lăng Ông từ một căn phòng nhỏ hẹp thành một nơi khang trang, đồng hương có thể đến thăm viếng và cúng bái, cũng như các Hội đoàn có thể mượn nơi đây làm nơi sinh hoạt hay hội họp với sức chứa trên dưới 100 chỗ ngồi. Anh không ngừng nơi đây, và vẫn tiếp tục khai triển miền đất nước thân yêu qua những bài khảo cứu trên ***Đặc san Đồng Nai, sau đó Đồng Nai Cửu Long***. Nét đặc trưng của mỗi vùng cũng được anh và các bạn trong nhóm trình bày khá chi tiết, nhiều khi làm cho người dân địa phương về những vùng được nói đến nhưng chưa được biết qua. Còn về lãnh vực **dân tộc** là vì anh dấn thân tham gia vào những sinh hoạt thời sự cùng với cộng đồng, cùng ***tranh đấu ngõ hầu rút ngắn tiến trình mang lại tự do dân chủ cho Việt Nam***.
Tuy đã nhuốm bịnh vào những ngày đầu năm 2016, nhưng Anh vẫn không chịu buông xả. Tôi vẫn thấy Anh Liêm chưa chịu dừng

bước, Anh càng năng động hơn trước nữa. Những lúc sinh hoạt trong các hội đoàn, phụ trách các chương trình truyền hình, truyền thanh có thể nói chiếm hơn 8 giờ vàng ngọc như trong lúc đi làm việc, không kể thời gian dành cho đọc sách, tìm tòi và viết lách, **Anh có sức làm việc của một nhà tranh đấu trường kỳ không biết mỏi mệt**.

Thưa Anh Liêm, tôi đã nói Anh viết lách. Nhưng thực sự, *Anh Liêm của tôi viết mà không lách*. Anh viết những gì Anh nghĩ đúng. Anh trang trải những gì Anh muốn chia sẻ cho thế hệ tiếp nối mà không e dè, không cần thận trọng vo tròn bài viết để làm vừa lòng thêm nhiều người khác nữa.

Mặc dù tuổi đời đã cao, nhưng Anh vẫn còn hăng say, chắc chắn không phải vì để chạy đua với thời gian còn lại quá ngắn, mà chính vì bầu nhiệt huyết trong Anh khiến Anh làm việc không ngừng nghỉ. ***Đây cũng là một bài học lớn cho những người đòi "rửa tay gác kiếm" khi tuổi đời chưa tới 60!***

Sức khỏe Anh yếu dần, nhưng tinh thần dấn thân vẫn như ngày nào. Nhìn Anh phát biểu, nhìn Anh đi đứng với những bước chân chậm chạp, tôi rất e ngại cho Anh. Mặc dù có nhiều người bạn thân thuộc hoặc không thân quen hay phê phán Anh Liêm là ôm đồm, tham gia quá nhiều việc không cần thiết và cũng không nằm trong sở trường của Anh, nhưng anh vẫn từ tốn ghi nhận những lời phê bình không thiện cảm đó và cũng *không có lời tiếp cận biện giải nào cả dù là trực tiếp hay gián tiếp*. Đây cũng là một đức tính của người thầy giáo chân chánh.

Được khen, hay bị phê bình tiêu cực, đường Anh, Anh vẫn đi. Nói theo kiểu của dân giang hồ Bolsa là "sugar me, me go, sugar you, you go". Do đó, Anh vẫn chiếm được nhiều thiện cảm của cộng đồng. Nói Anh là một **nhân sĩ** cũng không phải là phóng đại đâu!

Thưa Anh Liêm,

Hôm nay, nhân ngày giỗ đầu tiên của Anh, xin được chia sẻ một vài kỷ niệm cùng Anh nơi miền miên viễn…

Thưa Anh,

- Một kỷ niệm lý thú nhứt xảy ra tối ngày 25 tháng 5, 2010 là trong chương trình **Người Đẹp Việc Đẹp** trên VHN TV, Anh đã phỏng vấn 2 "show" liên tục một người khách là một bà cụ trên 89 tuổi (gần 90 tuổi, tính theo tuổi Tây). Đó là bà BS **Nguyễn Tôn Hoàn**, nhủ danh Phan Thị Bình.

Trong cuộc phỏng vấn, Bà đã kể lại con đường tranh đấu cùng với BS Nguyễn Tôn Hoàn trong thời gian còn là sinh viên ở Hà Nội. Bà học trường Nữ Hộ sinh quốc gia và BS Hoàn học trường Y khoa Hà Nội. Và cũng chính Bà cho biết là bài **Quốc ca Việt Nam đã được Bà hát lần đầu tiên ngày 15/3/1942** tại giảng đường chánh của trường dưới tựa đề "Sinh viên hành khúc" do Lưu Hữu Phước, một học trò Petrus Ký đặt nhạc và lời Việt và lời Pháp do Đặng Ngọc Tốt, Huỳnh Văn Tiểng, Mai Văn Bộ và Nguyễn Thành Nguyên.

Ý của bài tiếng Việt là kích thích sinh viên đứng lên tranh đấu chống thực dân. Còn lời

Pháp là kêu gọi sinh viên học, và phục vụ 'Mẫu quốc" vì Đại học Hà Nội gồm cả sinh viên Việt, Miên và Lào.

Và để kết thúc buổi phỏng vấn, Bà Bs Hoàn, Anh Liêm, và người viết cùng đồng ca bài Sinh viên Hành khúc lời nguyên thủy bằng tiếng Pháp. Xin được ghi lại đây để kỷ niệm buổi phỏng vấn đặc biệt một nữ lưu gần 90 do người phụ trách là một thanh niên gần 80, chính là Anh Liêm của tôi.

- Một kỷ niệm thứ hai với anh là hàng năm vào tháng tám, Anh luôn tổ chức "**Ngày Tôn Sư Trọng Đạo**", trong đó Anh *vinh danh những người Thầy cũ và mới, có công đóng góp cho công cuộc giáo dục và bảo tồn văn hóa Việt ở hải ngoại*. Đây là một việc làm hết sức có ý nghĩa mà vẫn bị …đàm tiếu là …mặc áo thụng vái nhau(!). Hôm nay, nhân ngày giỗ đầu cho Anh Liêm, xin những ai còn mang ý tưởng trên hãy xóa đi và tạ lỗi cùng người đã khuất!

- Còn một việc cần thưa với Anh là giấc mơ xây dựng một tượng đài Petrus Trương Vĩnh Ký ở hải ngoại mà lúc sanh tiền anh đã khởi xướng kêu gọi, thì vừa qua một Nhóm gồm các hậu duệ của Petrus Ký, **Nhóm Thiện Chí Xây Dựng Tượng Đài Petrus Ký** (NTCXDTĐPK) đã vừa ra mắt ngày 15/7/2017 tại San Jose và dự định khánh thành tượng đồng Ông Petrus Trương vĩnh Ký vào ngày 5 tháng Giêng năm 2019. Tin vui nầy chắc làm Anh mãn nguyện nơi chin suối!

Anh Liêm kính mến,
Hôm nay, hiên diện nơi đây là những học trò của Anh, đồng nghiệp của Anh, bạn bè của Anh, và nhứt là Chị Phương, người đã ở bên cạnh Anh cho đến hơi thở cuối cùng. Xin Anh chứng giám cho lòng thành kính của những người quanh đây đối với Anh, một vị **Thầy chánh trực, một nhà Giáo dục chân chánh, một tinh thần dân tộc cao độ và một tấm gương sáng không dễ cho hậu duệ noi theo.**

"Một đời tận hiến cho người
Tấm gương để lại rạng ngời "Thanh Liêm"

Mai Thanh Truyết

Sinh viên Hành khúc

Này sinh viên ơi! Đứng lên đáp lời sông núi!
Đồng lòng cùng đi, đi, mở đường khai lối
Vì non sông nước xưa, truyền muôn năm chớ quên,
Nào anh em Bắc Nam! Cùng nhau ta kết đoàn!
Hồn thanh xuân như gương trong sáng,
Đừng tiếc máu nóng,
tài xin ráng!
Thời khó, thế khó,
khó làm yếu ta,

Dầu muôn chông gai
vững lòng chi sá
Đường mới kíp phóng mắt
nhìn xa bốn phương,
Tung cánh hồn thiếu niên
ai đó can trường
Sinh viên ơi!
Ta quyết đi đến cùng!
Sinh viên ơi!
Ta thề đem hết lòng!
Tiến lên đồng tiến!
Vẻ vang đời sống!
Chớ quên rằng ta là
giống Lạc Hồng!

La Marche des Étudiants

tudiants! Du sol Pour rendre l'avenir meilleur.
La joie, la ferveur,
la jeunesse
Sont pleines
de fermes promesses.
Te servir, chère Indochine,
Avec cœur et discipline,
C'est notre but, c'est notre oi
Et rien n'ébranle notre foi!

l'appel tenace
Pressant et fort, retentit dans l'espace.
Des côtes d'Annam aux ruines d'Angkor,
À travers les monts,
du sud jusqu'au nord,
Une voix monte ravie:
Servir la chère Patrie!
Toujours sans reproche
et sans peur

Thêm Một Người Con Việt Vừa Nằm Xuống
Châu Kim Nhân 1928 - 2018

Ông **Châu Kim Nhân** sinh ngày 1 tháng 10 năm 1928 tại làng Uyên Hưng, quận Tân Uyên, tỉnh Biên Hòa. Năm 1958 Ông tốt nghiệp khóa Đốc Sự 2, ban Kinh Tế Tài Chánh tại học viện Quốc Gia Hành Chánh, Sài Gòn. Ông đã từng du học tại Anh và về nước phục vụ. Ông đảm trách nhiều chức vụ và làm việc tại những nơi sau đây:

* Đổng lý văn phòng bộ Tài Chánh trong nội các Thủ Tướng Nguyễn Cao Kỳ, 1966-1967;
* Tổng giám đốc Tổng nha Tài chánh và Thanh tra Quân phí bộ Quốc Phòng, 1972;
* Tổng giám đốc Cơ quan Tiếp vận Trung ương trực thuộc Phủ Thủ Tướng, 1972;
* Phụ tá Tổng Trưởng Quốc Phòng cho Đại Tướng Trần Thiện Khiêm, 1972-1973;
* **Tổng trưởng Bộ Tài chánh, 1973-1974;**
* Phụ tá Thủ tướng đặc trách Kinh tế Tài Chánh 1974-1975.

Ông mất ngày 29 tháng 6 năm 2018 tại Hoa Kỳ. Trong những giờ phút sau cùng của VNCH, Ông muốn ở lại cùng đồng bào phục vụ đất nước nhưng cuối cùng, những người bạn của Ông thuyết phục và ông đã lên chiếc tài Đại Hàn ngày 1/5/1975. Và tại Hoa Kỳ ông đã sống một đời sống hầu như ẩn dật ở Maryland ngoài việc thỉnh thoảng *viết những khuyến cáo góp ý cho Tổng Thống G. Bush về tình hình thế giới và Việt Nam.*

Những bước đi của một người con Việt

Ông Châu Kim Nhân từng nổi tiếng là vị **Tổng Trưởng liêm chính** của Đệ Nhị Cộng Hòa.

Qua các chức vụ vừa nêu trên, chúng ta đã thấy con đường hoạn lộ của ông rất hanh thông và bắt đầu sự nghiệp "phục vụ quốc gia" rất sớm ngay sau khi tốt nghiệp Quốc gia Hành chánh. Có thể nói, trong suốt thời gian gắn bó với Việt Nam Cộng Hòa, Ông là một công bộc nổi tiếng thanh liêm thời bấy giờ trong các **nhiệm vụ về tài chánh và thanh tra quân phí**…vào giai đoạn khó  khăn nhứt của đất nước ngay sau khi hiệp định Paris năm 1973, và người Mỹ bắt đầu rút khỏi Việt Nam cũng như cắt giảm hầu như tất cả quân phí và tài chánh cho Việt Nam.

Với vai trò **TGĐ Cơ quan Tiếp vận Trung ương**, tức là quản lý các nguồn ngoại viện, tài trợ dân sự cho VNCH, cùng với Ông Đỗ Hải Minh, Phó TGĐ, cùng tốt nghiệp Quốc gia Hành chánh và MA về Chính trị tại Hoa Kỳ. Hai Ông đã cân bằng được giữa nguồn ngân sách quốc gia, ngoại viện và kinh phí chiến tranh, và nhứt là *kiểm soát và chận đứng nhiều chuyện thâm lạm công quỹ.*

Ngày 5/8/1974 Quốc hội Hoa Kỳ ngang nhiên cắt đứt 60% quân  viện cho VNCH, ngược hẳn với những cam kết của TT Nixon là sẽ tăng viện để bù đắp phần nào cho việc đơn phương rút một nửa triệu quân đội Mỹ và việc VNCH ký Hiệp Định Paris. Viện trợ đang từ $2.4 tỷ xuống $1 tỷ. Nhưng ngay sau đó mấy ngày sau khi TT Nixon từ chức, Ban Chuẩn Chi Quốc hội Hoa Kỳ lại cắt thêm $300 triệu nữa, chỉ còn $700 triệu. Từ đó đưa đến sự bế tắc trong việc điều hành quốc gia và đưa đến kết cuộc là ngày 30 tháng 4 năm 1975.

Theo lời của tác giả Đỗ Hữu Phương: "Sau hiệp định hòa bình ngày 27-1-1973, đã có những nguồn tin (chưa được kiểm chứng) là những người có thẩm quyền trong Chính Phủ đã phát họa chương trình cho thời bình là: Tất cả hơn một triệu quân

nhân sẽ được giải ngũ, những người nầy sẽ tham gia tất cả mọi ngành, nghề để phát triển kinh tế, xây dựng đất nước. Những người tốt nghiệp Quốc Gia Hành Chánh sẽ là những người điều khiển đất nước từ trung ương đến địa phương. Những người Cảnh Sát khi ấy giữ gìn an ninh, trật tự cho đồng bào vui hưởng cuộc sống trong hòa bình. Nhưng rất tiếc, ngày 30-4-1975 đã đánh mất những mơ ước đó…"

Theo tác giả **Huỳnh Bá Thành**, Ông Châu Kim Nhân có một câu nói để đời, thiết nghĩ cũng cần được nhắc lại nơi đây:" **Làm Tổng trưởng Tài chánh một năm…mà không cứu vãn được nguy cơ …tôi sẽ xin từ chức**". Không biết cái nguy cơ mà Ông Nhân định cứu vãn là sự phá giá đồng bạc, nạn lạm phát, túi tiền càng ngày càng eo hẹp của dân, hay là nguy cơ lúc nào chánh phủ cũng cần thêm tiền. Ai muốn hiểu sao thì hiểu…nhưng phải công nhận rằng sau 3 tháng đầu năm 1974, theo thống kê mới của

Nha Thuế vụ thì ông Nhân đã vượt xa Tổng Trừng về cái màn thâu thuế đầu mà ông Nhân luôn hô hào "không tăng thuế, chỉ tăng thâu". Một đặc tính khác nữa là Ông Nhân là một Tổng trưởng đầu tiên có xe không có máy lạnh và Ông ưa tâm tình với nhà báo.

Ông là một Tổng trưởng cắt nghĩa nhiều nhứt với báo chí và ai muốn hỏi gì về thuế má tài chánh cứ quay điện thoại số 94381 sẽ được trả lời liền. (Trích bài viết Câu Kim Nhân cái thùng không đáy của Huỳnh Bá Thành viết ngày 25/3/1974).

Để kết luận xin mượn vài lời thơ của **Ông Đỗ Quý Sáng**, một cựu nhân viên làm việc dưới quyền Ông:

> Vàng bạc biết quý mà chẳng ham
> Tín nghĩa biết nguy mà vẫn làm
> …
> Sống trung thực kiệm cần liêm chính
> Tương giao nào câu nệ thấp cao
> …
> Trả món nợ sĩ phu người hành chánh
> Nay tàn lực chịu đành bó gối thôi…

Sĩ phu miền Nam lần lượt ra đi, từ **Cụ Trần Văn Hương** (cựu Tổng thống VNCH), **Gs Nguyễn Thanh Liêm** (Cựu Thú trưởng Giáo dục VNCH), **GS Nguyễn Văn Trường** (Cựu Tổng trưởng Giáo dục VNCH). Và hôm nay một công bộc trung kiên của quốc gia, *Ông Châu Kim Nhân*, cựu Tổng trưởng Tái chánh VNCH cũng vừa rời khỏi thế gian.

Cầu mong Ông được siêu thoát nơi suối vàng và hộ trì cho Tuổi Trẻ Việt Nam sớm giải trừ được nạn ách do Cộng sản Bắc Việt đang dày xéo quê hương.

Mai Thanh Truyết
Một người con Việt
Houston, 25/8/2018

Tiễn Biệt Ba Dương Hiếu Nghĩa
*Điếu văn của **Dương Ngọc Yến***

Ba thương,

Con biết là **linh hồn Ba còn ở đâu đây**. Nên con xin thong thả trò chuyện với Ba một chút nhen, trước khi Ba bay lên Nước Trời. Con nói chuyện với Ba, mà có Mẹ, các anh chị em và con cháu nghe chung nhen.

Trước hết con **mừng cho Ba** thoát cái cảnh tuổi già sức yếu, 94 tuổi ở nhà già, *"bốn bức tường vuông một chiếc giường"*. Ba đã xuất gia, mà cuối đời được sống gần gũi các con các cháu, có thêm chị Hai Cao túc trực chăm sóc. Ba thật là có phước! Con cầu xin cho Ba lên Nước Trời thật là bình an. Gặp lại ông nội bà nội, anh chị em, và bạn bè thân thương của Ba.

Ba thương,
Có một đêm, con trằn trọc tới sáng, không ngủ được. Bỗng nhiên 5 giờ sáng, Ba phone con, giọng nói thiệt là vui: "*Trời ơi sướng quá! Ba mới đi bộ lang thang chơi ở ngoài đường nè! Trời lạnh quá, mà thích quá! What an adventure!*". What an adventure! Quả thật, cuộc đời của Ba phiêu lưu ly kỳ! Rày đây mai đó, ngang dọc núi sông, với tinh thần lạc quan, "tri túc thường túc". Thấy đủ là đủ.

Có *happy thoughts* thì tinh thần mới sảng khoái, phải không Ba! Ba là một ông già có nhiều chuyện kể và lạc quan. Ba thích kể chuyện về đời binh nghiệp, về thời trai trẻ đi học quân sự ở Pháp ở Mỹ. Huấn luyện binh sĩ. Kể về đức tả quân

Lê Văn Duyệt. Kể chuyện 13 năm tù, với tinh thần thư dãn, không hận thù.

Ba rất thích kể chuyện và đọc sách. Cho nên con hay đọc sách cho Ba nghe qua đường dây telephone. Mình nối đường dây 3-chiều, đọc sách chung với các bạn đồng chí, chiến hữu, đạo hữu, thiền sinh, các ông già cao niên ở Spokane. Mình thư dãn nói chuyện mưa nắng hay thời sự. Đọc sách, kể chuyện, nghe nhạc tiền chiến, nói về các nhạc sĩ và những bài hát. Đủ thứ đề tài, như ăn uống đổi món.

Thích nhất là đọc sách với Mỹ Ngọc, chị Bạch Yến, chị Ngọc Nữ, Hồn Nhiên, anh Lâm Frank, bác Bành Thông, anh Minh Đức, anh Thanh Giàu, anh Vũ Quý Kỳ....Nhất là Cậu Tám, em của Đức Giám Mục Nguyễn Kim Điền đó, Ba nhớ không. 2 ông già nam kỳ, rất hạp khẩu, hay cười ha hả rất vui. Đề tài gì bàn tán cũng râm ran vui vẻ. Một ông theo đạo Công Giáo, một ông Phật Giáo.

Những lúc đó vui quá. Cái **"Book Club"** của mình đọc đủ thứ về chính trị, kiếm hiệp, thiền học, hay Phật học. Có một số bài viết favorite, mình đọc hoài. Có khi mình đọc *Kinh Kim Cang* với anh Lâm đạo sĩ, cháu bác Huệ Hòa. Sách về nam kỳ lục tỉnh, đời sống dân quê miệt vườn, câu cá, bắt cá, chài lưới trên sông Cửu Long. Sách *"Cái Cười của Thánh Nhân".* Sách Thiền của thầy Thông Triệt. *Đường Hy Vọng* của Đức Hồng Y Nguyễn Văn Thuận viết ở trong nhà tù. *Hành Trình Vào Đời* của Linh mục Trần Quý Thiện, bạn tù của Ba. Các bài viết của anh Trần Phong Vũ, của Lm Nguyễn Tầm Thường. Các bài viết vui vẻ của ông Trà Lũ.

Lẽ Sống của Radio Chân Lý Á Châu. *Giai Thoại Làng Nho* của Lãng Nhân. Các bài viết của anh Mai Thanh Truyết -- người đã lái xe đường tuyết đi thăm Ba dịp Tết. Sách về đạo Phật của bác Kim Khánh, bạn Ba. *Thác Lũ Mưa Nguồn* của chú Nguyễn Lý Tưởng. *Tình Yêu Ngục Tù và Vượt Biển* của Dương Phục Thanh Thủy. *Lá Rừng* của anh Minh Đức. Các giai phẩm *Phù Sa Sông Cửu.* 5 cuốn sách Ba dịch về 30 tháng 4, như *Quê Mẹ Oan Khiên* của Pierre D'Arcourt, Vietnam *Qu'as Tu Fait de Tes Fils, Nước Việt Nam Bị Bức Tử.* Sách của tướng Vanuxem...

Tụi con thích khều khều Ba **kể chuyện giang hồ**. Những chuyện thời kháng chiến cùng các bạn đồng chí chống Pháp, chống Nhật, chống Việt Cộng. Thời Ba còn là chàng thanh niên Thần Long lãng mạn thổi sáo vi vu bên sông ở Cù Lao An Thành…."*Đêm Đông, ôi ta nhớ nhung đường về xa xăm… Đêm đông, ta mơ giấc mơ gia đình yêu thương*"…Một chàng tráng sĩ xa nhà, nhớ thương gia đình.

Ba khoái nhất là kể chuyện về tỉnh Vĩnh Long, những công trình bình định xây dựng trong đó có Bảo Tháp Xá Lợi Miền Tây còn dang dở. Ba rất khoái nghe con đọc bài viết của chú Nguyễn Sanh Tiền. Ba cười ha hả, kể rằng ông đại tá Tỉnh Trưởng phải mặc quần tắm cụt ngủn, ở trần, nhảy plongeon xuống hồ, để chính thức khai trương một hồ tắm piscine lớn ở Vĩnh Long, đúng tiêu chuẩn quốc tế.

Ba ưa kể chuyện chi tiết. Thí dụ, hồi nhỏ Ba giúp bà Nội nấu xôi làm sao. Buổi sáng Ba dậy sớm, chụm củi cho mẹ, đừng cho lửa tắt. Ngâm đậu xanh, đãi vỏ. Xôi lá dứa với nước dừa. Học trò Dương Hiếu Nghĩa bị ông nội bắt thức khuya dậy sớm học bài và trả bài cho ông nghe, dù ông không mấy hiểu tiếng Pháp.

Ba là con nhà nghèo, nên thương dân nghèo. Tâm niệm của Ba là "*vì dân vì nước*". Ba nói "*dân như cha mẹ mình*" (dân chi phụ mẫu). Tâm niệm của Ba là sống trong sạch, thanh liêm. Không ham tiền. Coi "*tiền tài như phấn thổ, nhân nghĩa tựa thiên kim*". Tiền bạc như bụi bặm, tình nghĩa mới là ngàn vàng.

Ba ghiền cái "cục nhạc" 70 năm âm nhạc Việt Nam do Radio Úc Châu thực hiện. Có lần Ba nghe bài hát "*Saigon bây giờ trời mưa hay nắng?*", cảm động quá, Ba bèn phone ngay cho con hỏi "*làm gì đó bạn?*" Rồi 2 cha con lại tâm sự đủ thứ chuyện. Con nhớ điệu cười ha hả của Ba. Có khi Ba than thở "*buồn quá con ơi*", "*già rồi sao mà sống hoài*", rồi chẳng bao lâu sau đó Ba lại hết buồn, lại cười ha hả. Có nhiều khi, *cho đỡ buồn*", Ba đòi nghe con Yến thông ngôn trên phone, theo dõi những câu chuyện ở văn phòng bác sĩ, tòa án, hay sở di trú, ở Mỹ hay ở Anh.

Tụi con rất thích nghe Ba kể chuyện. Trong hơn 20 năm qua, Ba có viết nhật ký, và có thâu băng một số bài viết để dành cho con cháu. Ba thông minh và siêng năng. Qua Mỹ là học computer liền, viết dồi dào, và dịch 5 cuốn sách Pháp. Khi ở nhà già, Ba cũng đòi phiên dịch những bài viết về y tế, bằng tiếng Pháp như: uống nước, tập thể dục, ăn uống lành mạnh... Già yếu rồi mà Ba còn đòi mua một bàn bureau nhỏ để "làm việc". Cái bàn nhỏ này đang nằm buồn hiu trong nhà con.

Nhiều khi con chảy nước mắt thương Ông Già. Con thấy các ông bà già ở Hội Cao Niên Spokane thương Ba -- nhất là anh Lâm anh Ty chị Châu. Các Sư, các cô bác ở Thiền Viện Tánh Không và ở 2 ngôi Chùa Pasco này thương Ba. Các chú bác đồng chí Đảng Đại Việt thương Ba. Các chiến sĩ Việt Nam Cộng Hòa thương Ba. Các ông bà ở Hội Ái Hữu Vĩnh Long Sa Đéc thương Ba. Có người đã thuộc lòng 2 câu đối đáp của Ba và Bác Tâm hồi cuối thập niên 60, sau Tết Mậu Thân:

Nghĩ lành làm lành, vạn sự an lành
Gieo phúc gặt phúc, ngàn đời hạnh phúc

Đài tưởng niệm chiến sĩ Việt Nam Cộng Hòa ở thành phố Auburn Washington hiện nay có khắc tên Ba và câu: *"Gieo phúc gặt phúc, ngàn đời hạnh phúc".*

Cám ơn Ba đã hy sinh đời mình cho con cái. Cám ơn Ba giúp tụi con được học trường Tây. Cám ơn Ba giúp cả nhà mình di tản hồi năm 1975, giúp cho hơn 6500 đồng bào thoát khỏi phi trường Tân Sơn Nhất hồi 30-4, khỏi đau khổ vì cộng sản. Cám ơn Ba về những kiến thức và kinh nghiệm, tinh thần phục vụ tha nhân, lòng Yêu Nước, đạo đức, cách ứng xử ở đời, sự trung thành, tinh thần tận tụy gắng sức.

Ba thương,
Ba đã ra đi bình an ngày mồng 10 tháng 3 âm lịch, ngày Giỗ Tổ Hùng Vương, ngày Chúa Nhật Lễ Lá ngày 14/4/2019. Tối hôm đó, đi lễ nhà thờ Công Giáo, Palm Sunday, mùa Chúa Giê-Su chịu nạn, con buồn quá, nước mắt cứ chảy ra. Con cứ nghĩ tới 4 chữ "ngàn đời hạnh phúc" và "vui sống muôn đời". Kinh Hòa Bình của Thánh Phanxicô có câu **"chính lúc chết đi, là khi vui sống muôn đời".**

Mùa Phục Sinh, ngày Lễ Lá, giữa những bài thánh ca êm ái và những lời cầu nguyện chung của cộng đoàn, tụi con đã quỳ gối cầu nguyện cho Ba ở nhà thờ đại học Gonzaga. Con đã cầu nguyện lập đi lập lại: **"xin cho Ba VUI SỐNG MUÔN ĐỜI"**. Xin cho Ba vui sống muôn đời, ở trên Nước Trời, ở cõi cao, ở cõi vĩnh hằng. **Xin cho Ba NGÀN ĐỜI HẠNH PHÚC** ở miền cực lạc.

Thôi, Ba đi lên Nước Trời bình an nhen Ba! Ba đã phiêu lưu 94 năm ở thế gian, sống một cuộc đời giúp ích, hy sinh, đầy ý nghĩa. Ba ra đi bình an nhen! Xin Ba nhớ lâu lâu quay trở lại trần gian, nâng đỡ, phù hộ cho Mẹ và các con các cháu của Ba nhen! Xin Ba giúp sức cách riêng cho gia đình tụi con nữa nhen!
Và xin Ba giúp sức cho người dân Việt Nam, giúp sức cho Việt Nam được "THANH BÌNH KHÔNG CỘNG SẢN"(*) nhen. Dạ con xin chào tiễn biệt Ba.

Dương Ngọc Yến
Spokane 14/4/2019

GS Lý Công Cẩn và Trường Đại Học Sư Phạm Sài Gòn

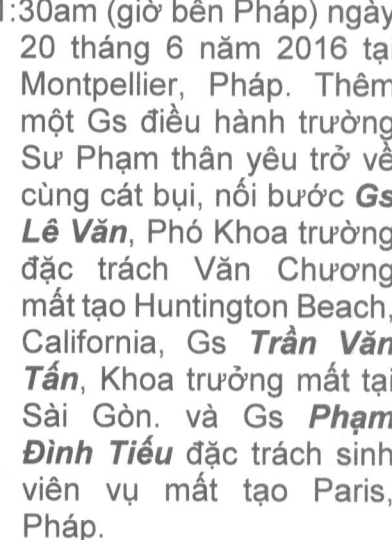

Gs Lý Công Cẩn vừa ra đi lúc 1:30am (giờ bên Pháp) ngày 20 tháng 6 năm 2016 tại Montpellier, Pháp. Thêm một Gs điều hành trường Sư Phạm thân yêu trở về cùng cát bụi, nối bước **Gs Lê Văn**, Phó Khoa trưởng đặc trách Văn Chương mất tạo Huntington Beach, California, Gs **Trần Văn Tấn**, Khoa trưởng mất tại Sài Gòn. và Gs **Phạm Đình Tiếu** đặc trách sinh viên vụ mất tạo Paris, Pháp.

Sơ lược về Gs Cẩn, trước 30/4/1975, Giáo sư là Phó Khoa trưởng đặc trách Khoa Học kiêm Trưởng ban Vật lý tại ĐHSP Sài Gòn. Ông cũng là Giáo sư thỉnh giảng tại Đại học Khoa học Sài Gòn, Đại học Cao Đài Tây Ninh, Đại học Cần Thơ...

Vào năm 1973, Giáo sư Trần Văn Tấn khi vừa được bổ nhiệm thêm chức vụ Quyền Viện trưởng Viện Đại học Sài Gòn, Ông ủy nhiệm cho Gs Cẩn làm **Quyền Khoa trưởng ĐHSP Sài Gòn**.

Sau khi qua định cư ở Pháp, Giáo sư Lý Công Cẩn tiếp tục giảng dạy ở ĐH Montpellier, về hưu khoảng 15 năm trước đây, và vui thú điền viên cho đến ngày ra đi thanh thản cách đây 16 giờ đồng hồ, tính theo thời điểm lúc người viết đang gõ trên phiếm cho bài viết nầy.

Nói về trường Đại học Sư Phạm Sài Gòn

Xin có đôi lời về Trường Đại học Sư Phạm Sài Gòn. Có thể nói, **Gs Lê Hữu Mục** *(cũng đã quá vãng tại Ottawa, Canada)* ghi công đầu sau khi dời nhiệm sở ở ĐH Huế về trường Sư Phạm. Ông đã biên soạn ngay bản *Sư Phạm hành khúc*, mà người viết chỉ còn ghi nhớ như dưới đây:

"Đội gió mưa mà đi, đoàn sinh viên Sư Phạm Sài Gòn
  Dù gió mưa càng to, tâm trí sinh viên không sờn.
Đi, đi cho đất nước - đấu tranh bảo vệ quê hương,
Mang mặt trời yêu thương về chiếu sáng khắp xóm làng..."
Như đã trình bày ở phần trên, tổ chức, có thể nói cao nhứt và có tính quyết định mọi dịch vụ liên quan đến sinh viên và giáo chức là **Hội đồng khoa** bao gồm bốn GS đã qua đời kể trên và các Trưởng ban của những bộ môn giảng dạy. Thiết nghĩ cũng xin nêu ra đây để xem "ai còn ai mất" trong **cơ cấu đại học tự trị** của nền Đệ nhị Công Hòa Việt Nam.
Các Ban gồm:
Ban Khoa học:
- *Vật lý*:   **Gs Lý Công Cẩn**, mất tại Montpellier, Pháp
- *Hóa học*: **Gs Mai Thanh Truyết**, Houston, Texas
- *Toán:*   **Gs Lê Quang Tiếng**, Pasadena, California
- *Vạn vật*: **Gs Lâm Hoài Thông**, Montpellier, Pháp
  Ban Văn chương:
- *Anh văn:*   **Gs Đàm Trung Pháp** kiêm Giám đốc Trung tâm Sinh ngữ, Irvine, CA
- *Pháp văn:* **Gs Lê Bảo Xuyến**, Huntington Beach, California
- *Sử Địa:*   **Gs Hoàng Ngọc Thành**, mất tại San Jose, California
- *Việt Hán:* **Gs Dương Thiệu Tống**, mất tại Việt Nam

Qua cơ cấu tổ chức trên đây, chúng ta thấy rõ ràng là chính sách giáo dục miền Nam thời bấy giờ đích thực dựa trên tiêu chuẩn: **Nhân bản - Dân tộc – Khai phóng – và Khoa học**. Trong chính sách thi tuyển cũng như các kỳ thi cuối năm hoặc ra trường, riêng cá nhân người viết **hoàn toàn không thấy, không nghe, hoặc trực tiếp "được" gửi gấm từ bất cứ cơ quan quyền lực nào, dù là bên Bộ Giáo dục, Hành pháp hay Lập pháp.**
Chúng tôi, các giáo sư trong Hội đồng khoa hoàn toàn độc lập trong việc ra đề thi và chịu trách nhiệm hoàn toàn trước pháp luật nếu có gì sai sót.

Về đề tài thi tuyển của các Ban, vị trưởng ban và vài Gs thâm niên được mời sửa soạn đề thi. Và sau cùng, chỉ có Phó Khoa trưởng và vị Trưởng ban quyết định đề thi sau cùng. Và đề thi nầy chỉ được mở ra trong ngày thi mà thôi. **Tất cả minh bạch!**
(Nếu muốn tham khảo thêm về Trường Đại học Sư Phạm Sài Gòn, mời vào
www.daihocsuphamsaigon.org).

Kỷ niệm cùng Gs Lý Công Cẩn
Mặc dù làm việc chung với nhau chỉ trong một thời gian ngắn, nhưng giữa Gs Cẩn và tôi có quá nhiều kỷ niệm. Chỉ xin đan cử ra đây một vài kỷ niệm liên quan đến lãnh vực giáo dục mà thôi

1- Kỷ niệm trước 30/4/1975

Tính nhân bản của người thầy giáo: Chỉ xin nêu ra một đặc tính nầy của Gs Lý Công Cẩn mà ít đồng nghiệp hay nhân viên của trường nhận thức được. Đối với hầu hết nhân viên và Giáo sư, thậm chí đối với các giáo sư ở các trường đại học bạn, GS Cẩn được xem như là *một người khó tính, làm việc hết sức "nguyên tắc"*, ít tỏ ra thân thiện với mọi người dù là đồng nghiệp, nhân viên hay sinh viên. Ông rất nghiêm trang, nói năng chỉ "đủ lời", không thêm không bớt, và nhứt là rất hiếm thấy Ông ...nói đùa!

Tuy nhiên, qua các cuộc thi cử, tôi mới thực sự thấy được cái **Tâm của Ông**. Trước khi đúc kết kết quả một kỳ thi, Ông và tôi thường ở lại văn phòng sau khi trường đóng cửa, tất cả các lớp đã tan học, nhân viên ra về sau ngày làm việc.

Chúng tôi ở lại để làm gì?

Chúng tôi đã làm một việc duy nhứt sau đây, đó là ***cứu xét lần cuối cùng một số sinh viên "đã bị đánh rớt"*** vì thiếu một vài điểm để lên lớp hoặc ra trường. Hồ sơ lý lịch cá nhân của những sinh viên nầy được mang ra duyệt xét tường tận. Và, chúng tôi "vớt" những sinh viên nầy trong những trường hợp sau như:

- Nhà quá nghèo không thể tiếp tục học tiếp nếu bị đánh rớt và có thể phải đi quân dịch;
- Cha đã đền nợ nước và nhà đông con;
- Trong quá trình thi cử lên lớp mỗi năm, có điểm cao, nhưng thiếu điểm ở kỳ thi ra trường...

Đây mới thực sự là do **tính nhân bản trong giáo dục miền Nam cấu tạo thành**, hoàn trái ngược với chính sách "hồng hơn chuyên" và "thi lý lịch" nằm trong não trạng chuyên chính vô sản của CS Bắc Việt ngày hôm nay.

Tình bạn và tình đồng nghiệp: Giữa Gs Cẩn và cá nhân người viết, có những mối thâm giao ngay từ những ngày đầu làm việc tại Trường. Chúng tôi làm việc cật lực và thường xuyên ở trường mặc dù, với chức vị quy định do luật giáo dục, tôi chỉ cần hoàn tất 3 giờ giảng dạy mỗi tuần là hoàn tất nhiệm vụ của một Giảng sư. Nhưng hai anh em chúng tôi thường xuyên trao đổi về tình trạng cũng như chương trình giáo dục, chính sách thi cử và giảng dạy. Chính nhờ các chia sẻ trên, mà chính sách "kiểm tra liên tục" (continuous control) của ban Hóa được đem ra áp dụng trong niên học 1974-75, và tôi được một trợ cấp (grant) cho việc nghiên cứu chính sách trên do **Vietnamese Education Foundation – VEF**), một quỹ trợ cấp nghiên cứu ở bậc đại học do ngân sách của USAID chuyển qua sau 1973, do **Gs Đỗ Bá Khê và Gs Lê Bảo Xuyến** (phu nhân của Gs Lê Văn) phụ trách.

2- Kỷ niệm sau ngày 30/4/75

Vào thời điểm ngay sau ngày 30/4/1975, tâm trạng người dân hoang mang cực độ. Chúng tôi, một nhóm giáo chức của trường Đại học Sư phạm Sài Gòn gồm Gs Nguyễn Văn Trường, Gs Lý Công Cẩn, Gs Lê Trọng Vinh, Gs Trần Kim Nở, Gs Trần Văn Tấn, và người viết (đã ở khu cư xá 57 Tự Đức từ mấy ngày trước 30/4), đang ngồi với nhau để bàn thảo xem phải hành xử như thế nào, trình diện ra sao, vì hôm đó chỉ là ngày thứ hai của "cách mạng", tức thứ năm ngày 1/5/1975.

Tình cờ **Gs Nguyễn Hoàng Duyên**, một thành viên của Ban Hóa học của trường lái Honda đến. Tôi đề nghị với các Gs huynh trưởng để tôi cùng Duyên lên trường xem xét tình hình trước.

Hai anh em đèo nhau trên chiếc Honda dame, mỗi người một tâm trạng bất an, nhưng vẫn không lộ ra. Khi vào khỏi cổng trường, không khí hoàn toàn khác, không còn một không khí quen thuộc như ngày nào. Một cảm giác nặng trĩu nơi tôi khi nhìn thấy một Giảng nghiệm viên thuộc Ban Vạn Vật mang băng vải đỏ nơi cánh tay, chận chúng tôi lại, và hỏi với nét mặt lạnh lùng:" Hai anh vào ghi tên trình diện đi".

Tôi đi lần đến văn phòng Phó Khoa trưởng, cửa mở toang, thấy **Ngô Phàn**, một sinh viên Ban Lý Hóa của trường đã chạy vào bưng hai năm về trước. Phàn hỏi tôi, trên tay cầm khẩu súng lục nhỏ của Gs Cẩn mà anh ta đã lục trong ngăn kéo của bàn viết.

- "Anh có gặp Ô Cẩn không"?
- Tôi đáp:" Gs Lý Công Cẩn sẽ vào trình diện sáng nay".

… Và sau cùng, hai chúng tôi cùng nhau chịu cùng một "nạn kiếp" của miền Nam với những bài học tập chính trị cho giáo chức đại học, phải nghe những lời "huênh hoang" của kẻ chiến thắng, cùng phải chịu "nhức tai" với những bài "thu hoạch" của sư đoàn 304 của trường.

Hình chụp trong buổi Hội thảo về Những vấn nạn Môi trường ở Paris năm 2012

Sau khi đi định cư, anh Cẩn, tại Pháp, tôi, tại Hoa kỳ, chúng tôi có nhiều dịp gặp nhau ở Mỹ và Pháp. Nhưng lần gặp cuối cùng là vào năm 2012 khi tôi qua nói chuyện về môi trường ở Paris. Anh Cẩn đã đi xe lửa từ Montpellier lên Paris, chuyển qua metro, và sau cùng phải lội bộ cả hai cây số với chiếc gậy và nhiều lớp áo manteau dày, anh mới tới được địa điểm nói chuyện.

Thật cảm động khi hai anh em gặp lại nhau và tôi đã không nghĩ đó lại là lần cuối cùng. *Vậy mà tôi vẫn còn mơ tưởng hẹn gặp lại anh tại cổng trường xưa khi Việt Nam không còn bóng dáng của một chế độ chuyên chính vô sản, vô minh, vô lương tri.*

Xin kính cẩn chào tiễn biệt Anh lần cuối, chào một người đồng nghiệp, *một người bạn hiền vừa có Tâm và có Tầm trong lãnh vực giáo dục miền Nam.*

Mai Thanh Truyết
Kỷ niệm ngày anh Cẩn ra đi
20/6/2016

Thương Một Người Vừa Nằm Xuống
Cụ Nguyễn Xuân Hiếu

Được tin một người bạn trẻ cho hay, **Cụ Nguyễn Xuân Hiếu** vừa nằm xuống chiều hôm qua 5/5/2010, tôi đã thẫn thờ trong phút giây sau khi liên lạc và thông báo tin tức nầy đến bằng hữu xa gần khắp nơi.

Cụ Hiếu là một thành viên sáng lập và là **Chủ tịch Hội đồng Quản trị** đầu tiên của **Hội Khoa học & Kỹ thuật Việt Nam** (Vietnamese American Science & Technology Society – VAST) năm 1990. Tiếp theo sau là **Giáo sư Nguyễn Hữu Xương** (San Diego), **Giáo sư Trần Cảnh Xuân** (San Diego), và hiện tại, người viết đảm nhiệm phần hành nầy của Hội từ năm 1997.

Cụ là một thành viên đóng góp tích cực cho Hội, từ những ý kiến tích cực vì đã có nhiều hiểu biết và thông tin về chiến lược và chiến thuật qua một số người thân ở trong guồng máy điều hành của chế độ hiện hành. Những đóng góp của Cụ nhất là trong lãnh vực giao thông chiến lược đã gợi ý cho người viết tầm nhìn quan trọng áp dụng cho việc phân tích nhiều khía cạnh trong việc Việt Nam để cho Trung Cộng khai thác quặng mỏ Bauxite ở Cao nguyên Trung phần Việt Nam.

Cũng chính Cụ là người soi sáng cho người viết một vùng hiểm yếu của Đất Nước là **vùng Tam Điệp**, một vùng có thể làm nơi cố thủ cho dân quân Việt Nam khi bị nạn Bắc xâm. Đây cũng chính là một vùng trong số 305 ngàn mẫu đất, Việt Nam đã để cho Trung Cộng thuê mướn trong vòng 50 năm!

Cụ không biết dùng máy điện toán, nhưng hầu như trong mỗi buổi họp hàng tháng ngoài việc đóng góp ý kiến qua trao đổi, Cụ thường nắn nót nhiều ý kiến khác nhau qua chữ viết còn sắc bén của Cụ, nhiều khi dài hàng 2,3 mươi trang giấy. Cụ chỉ chính thức khỏi sinh hoạt của VAST cách đây độ 4 năm vì không thể lái xe một mình được.

Cụ cũng là thân sinh của một người bạn thâm niên cùng nhau tranh đấu từ ngay những ngày đầu của Hội đàm Paris năm 1968, cùng nhau chia xẻ từng gói mì gói hay ticket ăn quán cơm sinh viên tại Pháp, và hiện nay vẫn còn là đôi bạn tâm giao cùng **hướng về một tiến trình dân chủ cho Việt Nam tương lai.**

Vài hàng viết về Cụ Nguyễn Xuân Hiếu, người viết thành tâm nghiêng mình trước vong linh người quá cố, **một trong nhiều người Việt ở hải ngoại âm thầm đóng góp cho công cuộc chung của đất nước mà không có một mưu cầu tư lợi nào khác ngoài tấm lòng sắc son với đại cuộc.**

Xin thay mặt cho toàn thể **Hội đồng Quản trị** và các thành viên của Hội Khoa học & Kỹ thuật Việt Nam (VAST) Cầu nguyện cho hương hồn Cụ tiêu diêu mơi miền cực lạc.

Mai Thanh Truyết
Orange ngày 6/5/2010

Tiếc Thương Một Người Bạn

Người Bạn tôi muốn nói nơi đây vừa mất ngày 6 tháng 10 năm 2013 lúc sau 10 giờ sáng. Tôi nghe tin Bạn đau nặng do một chứng bịnh rất hiếm là ung thư xương do một siêu vi lạ(!) qua một người bạn thân, bạn Chu Tất Tiến (CTT).

Nghe tin Bạn bịnh, nhiều lần tôi ngồi thừ ra…bao nhiêu câu hỏi được đặt ra là **tại sao lại là Bạn mình**? Tại sao với những **nghiên cứu khoa học giúp đời còn dang dở** mà Trời cao lại đưa Bạn đi xa…?

Khi nghe tin, tôi vội liên lạc với "phân nửa" của Bạn cũng là một bác sĩ, chia xẻ mối quan tâm về Bạn. Một điều tôi khâm phục "phần nửa" của Bạn tôi là *giữa lúc sự sống và sự chết của chồng mình chỉ còn trong gang tấc như thế mà chị vẫn bình tĩnh, an nhiên tự tại khám bịnh nhân, vẫn nói chuyện cùng tôi trong tình bạn bè.* Tôi không thấy nơi chị sự mất bình tĩnh hay đau thương trong đối thoại.

Đó không phải vì không thương chồng.

Đó không phải vì "vô cảm" trước sự ra đi của chồng.

Đó chính là chị đã NGỘ được sự tuần hoàn của Trời Đất, lẽ đương nhiên của cuộc sống.

Chị đã đứng trên nỗi đau khổ riêng tư để tiếp tục *con đường mang tình yêu thương cứu giúp những người cần được giúp trong vấn đề y tế.*

Xin cám ơn chị đã soi sáng cho tôi thêm một lần nữa tấm gương giúp đời vô vị lợi của chị.

Trở về người Bạn của tôi.

Tôi quen Bạn từ đầu năm 2002, sau khi Bạn đọc được bài báo của tôi trên Orange County Register nói về tình trạng ô nhiễm nguồn nước ở Đồng bằng Sông Cửu Long sau hai năm thâu thập mẫu nước và đất ở Việt Nam và phân tích ở Cali. *Từ đó chúng tôi quen nhau, thân nhau, đồng cảm và chia xẻ cùng nhau về những vấn đề của Đất và Nước.*

Bạn tôi, tuy không mở phòng mạch hay khám bịnh, chỉ chuyên tâm về nghiên cứu và điều hành **Cơ quan Nghiên cứu Y khoa Việt Mỹ** (Vietnamese American Medical Research Foundation – VAMRF). Và cũng tại Cơ quan nầy, trong suốt hơn 10 năm qua, tôi thường được lên tiếng nói về những vấn nạn môi trường ở Việt Nam, trao đổi cùng một cử tọa chuyên môn trong ngành y khoa.

Mối thâm tình giữa hai chúng tôi không ngừng ở đây. Bạn hầu như chưa bao giờ từ chối những yêu cầu của tôi trong việc "vác ngà voi", giúp tôi hết mình trong mọi sinh hoạt. Đặc biệt, trong buổi ra mắt sách "**Trận đánh An Lộc**", Bạn đã "chìu" tôi tổ chức một buổi ra mắt rất trang trọng nhằm mục đích vinh danh những người lính chiến tham dự vào cuộc chiến thắng An Lộc. **Trung tướng Nguyễn Văn Minh**, Tư lệnh chiến trường vừa viết xong lời tựa cho cuốn sách, nhưng chưa kịp in thì ông đã ra đi.

Buổi Ra mắt quy tụ **Chuẩn tướng Mạch Văn Trường**, **Trung tá Nguyễn Ngọc Ánh** và cũng là hai diễn giả ngày hôm đó trình bày chi tiết trận đánh. Ngoài sự hiện diện của Bà Nguyễn Văn Minh và toàn thể gia đình đến từ San Diego, còn có mặt người hùng Biệt cách dù **Đại tá Nguyễn Văn Huấn**, **Thiếu tá "diệt xe tăng Cộng" Châu Văn Tài**, một người bạn đồng môn Petrus Ký của người viết. Cũng không quên nhà báo Lê Phát Được và Nguyễn Ngọc Quỳnh đến từ Houston. *Viết ra đây nhằm mục đích nói lên tinh thần của người con Việt, luôn nghĩ về những người lính Việt Nam, dù Bạn và tôi chưa có một ngày được vinh dự "làm lính".*

Về lương tâm nghề nghiệp, Bạn luôn mở lòng để giúp đỡ bạn bè khắp nơi. Bạn đã từng cho tôi ngoài số điện thoại văn phòng, còn thêm điện thoại nhà, điện thoại cầm tay để tôi liên lạc mỗi khi cần đến. Bạn thường dặn tôi, hễ có người bạn nào dù ở địa phương hay đến từ xa, có bịnh trạng ngặt nghèo nào cứ mang đến, để Bạn có thể giúp được gì không? Việc làm nầy hiếm thấy trong y giới của Bạn tôi, giữa một xã hội lấy vật chất cá nhân làm nấc thang "giá trị".

Xin nguyện noi gương Bạn cho những ngày còn lại của cuộc đời.

Một chi tiết có lẽ ít người biết đến, ngay cả người sống bên cạnh của bạn tôi, đó là chuyện **Bạn tôi đã khước từ…cộng tác với phía bên kia**! Số là, một người *"có liên hệ"* với phía bên kia, đã đến văn phòng Bạn và có sự hiện diện của tôi. Mục đích cuộc nói chuyện là Bạn và tôi được lời gọi **tiếp tay cộng tác với cường quyền**. Và câu trả lời khẳng khái và dứt khoát của Bạn là KHÔNG.

Xin cảm phục tấm lòng sắt son của một người con Việt.

Trong số bạn bè ngoài y giới, có lẽ Chu Tất Tiến và tôi là hai người bạn trao đổi nhiều nhứt với Bạn. Chúng tôi nói về nhiều chuyện, *từ chuyện Cộng đồng cho đến nhân sự, từ chuyện khoa học cho đến chuyện nước non, từ một bài publication cho đến những buổi xả "stress" sau công việc.* Ba chúng tôi sống gần nhau, chia xẻ nhau, sửa chữa, phê bình nhau về nhiều khía cạnh.

Thưa Chị **Nguyễn Thị Hoàng Lan**,

Những lời trên đây là những lời đầu tiên và cuối cùng tôi viết cho Bạn tôi, viết giữa cơn xúc cảm cùng độ. Khi nghe bạn Tiến báo tin, tôi đã gọi điện thoại cho chị vì ở quá xa. Chị đã cho tôi số điện thoại của

Bạn trong nhà thương và dặn:" Anh nên gọi cho "ảnh" vì ảnh nhắc đến anh". Chị còn dặn thêm nếu anh gọi vào mà không có tiếng trả lời là ảnh đang được truyền máu Tôi đã gọi và không có trả lời.

Gọi lại cho bạn Tiến, dăn bạn Tiến đi đón tôi vì tôi muốn gặp Bạn khi còn ở dương trần để anh em chia tay nhau lần cuối, nhưng lại không đi được, đành phải lỗi hẹn với Bạn. Xin tạ tôi cùng Bạn.

Thưa Bạn,

Nếu Bạn còn chưa xa cõi ta bà nầy, xin Bạn nhận nơi đây tấm lòng kính phục của một người bạn, lớn tuổi hơn Bạn, nhưng nguyện xin theo con đường phục vụ cho tha nhân với một *cung cách vị tha, một tinh thần từ bi, bác ái* mà ngôn từ không thể hiện hết ý nghĩa so với **TẤM LÒNG** của Bạn.

Bạn tôi, chính là **Bác sĩ, Giáo sư Lương Vinh Quốc Khanh.**

Mai Thanh Truyết
Houston 8/10/2013

Nhớ Về Nhạc Sĩ Nguyễn Đức Quang

Năm 1968, lúc đó tôi đang ở Besancon, Pháp. Hội đàm Paris gồm Việt Nam Cộng Hòa, Bắc Việt, Mặt Trận Giải phóng miền Nam, và Hoa Kỳ bắt đầu nhóm họp vào tháng 5 tại Paris.

Các buổi họp hàng tuần thật gay gắt chỉ *nhắm vào vị trí của từng phái đoàn, và hình thể chiếc bàn vuông hay bàn tròn...* Sau cùng, phải mất hơn sáu tháng mới chọn bàn hình bầu dục làm bàn họp!

Tinh thần sinh viên, đặc biệt là **Tổng hội Sinh viên tại Paris** lúc đó rất hăng say. Tôi hầu như chạy lên Paris hàng tuần trưa thứ sáu, ngay sau khi ra khỏi phòng thí nghiệm. Vì nhu cầu, tôi, lúc đó là **Tổng thư ký Hội sinh viên Besancon**, đề nghị thành lập tờ báo để góp mặt vào phong trào đấu tranh ủng hộ Việt Nam Cộng Hòa.

Tờ báo có tên là **TIẾNG NÓI**, quay bằng rénéo mượn của một Cha giáo xứ tại đây (Anh **Nguyễn Ngọc Lân** phụ trách trình bày hiện đang ở tại Orlando). Báo hoàn toàn do anh chị em sinh viên cùng một số mạnh thường quân tức bà con cư ngụ trong vùng Franche Comté (là tỉnh và Besancon là thị xã của tỉnh). Thời đó, Người Việt mình chưa có business nào hết.

Tinh thần anh chị em sinh viên rất cao lúc đó, hàng tuần thường sinh hoạt tại giáo xứ hay tại câu lạc bộ của ký túc xá. Và bài hát khởi đầu luôn luôn là bài "**Không phải là lúc**..." của Nguyễn Đức Quang được tôi khởi xướng. Và cũng chính bài hát nầy, tôi đã đưa **GS Nguyễn Ngọc Huy** (Cố vấn của Phái đoàn VNCH) và **BS Trần Văn Bình**, bác sĩ riêng của Cụ Trần Văn Hương, lúc đó là Tùy viên Văn hóa của Tòa Đại sứ VNCH đi cùng khắp các tỉnh miền Đông nước Pháp như Colmar, Belfort, Mulhouse, Strasbourg, Nancy...

Anh nhạc sĩ du ca ơi!

Tôi không quên anh, những lời *"**Không phải là lúc ta ngồi đặt vấn đề...**"* tôi đã được nghe anh và Đinh Quang Anh Thái hát trong một buổi du ca tại nhựt báo Người VIệt cách đây không lâu vẫn còn văng vẳng đâu đây.

Tôi và những anh chị em sinh viên tranh đấu thời đầu 1960 sẽ không bao giờ quên anh đâu anh Quang. Anh ra đi, nhưng tối thiểu *anh còn để lại cho những anh chị em cùng thế hệ với nhau ngọn lửa đấu tranh cho chính nghĩa thích ứng với dòng máu năng động và hăng say của tuổi thanh niên.*

Và bây giờ và mãi mãi về sau, anh vẫn còn để lại cho hậu thế niềm tin sắt son để làm một cái gì cho tổ quốc là...*" **làm việc đi không lo khen chê, làm việc đi hãy say và mê cứ bắt tay gan lì chúng ta giải quyết. Mình chậm chân đi sau người ta, mà ngồi đây mãi lo viễn vông, thắc mắc ngại ngùng biết bao giờ.mới làm xong**".

Lời ca của anh đã là một kim chỉ nam cho tôi không những ngày còn là thanh niên, mà vẫn còn tiếp tục trong tôi, một "ông già" chỉ còn một tuổi nữa và được xếp vào "thất thập cổ lai hy". **Tôi không đặt vấn đề với anh em, nhưng chắc chắn tôi đặt vấn đề những người đang tàn phá Đất và Nước của chúng ta, thưa anh Quang.**

Dù lớn hơn anh hai tuổi, tôi vẫn tiếp tục con đường anh đã vạch ra và cố gắng nuôi dưỡng tinh thần thanh niên khai phá cho tương lai của anh mà không nề hà, do dự, cũng như chùng bước trước mọi trở ngại.

Anh Nguyễn Đức Quang ơi!

Ngồi trong office, mặc dù tôi đã đủ tuổi về hưu từ hơn 3 năm qua, mặc dù tôi không còn lo nghĩ về tài chánh cho tương lai nữa, nhưng tôi vẫn tiếp tục bước đi cho trọn con đường đời của **một người trai thời loạn**.

Anh Quang ơi!

Anh mất đi nhưng anh không chết!
Lịch sử Việt Nam sẽ mãi mãi ghi tên một người con nước VIỆT lúc nào cũng nặng lòng với non sông.
Chúc anh an nghĩ cõi vĩnh hằng,

Mai Thanh Truyết
West Covina, 29/3/2011

Việt Nam Ngạo Nghễ

Này bạn ơi, hãy lau khô ngấn lệ
Khóc thương dùm vất vã bà mẹ quê
Suốt cuộc đời nhọc nhằn với nhiêu khê
Vai nặng gánh vẫn lê đôi chân bước

Giọt lệ nào để khóc cho non nước
Bốn mươi năm hơn, trôi ngược dòng đời
Người dân nghèo thêm nghèo đói tã tơi
Thân con gái mang đời ra mua bán

Ai có nghe tiếng thở than ngao ngán
Từng người tù bị cải tạo dã man
Cả đời trai dâng hiến cho giang san
Để đành trút hơi tàn nơi ngục tối

Ai có nghe quê hương đang hấp hối
Bao trẻ thơ vô tội sống gian nan
Bới rác rưởi sáng sớm đến chiều tàn
Mới đổi được chén cơm chan nước mắt

Tôi – Phổ Lập Mai Thanh Truyết

Tận can tràng Mẹ Việt Nam đau thắt
Nhìn bất công đang gieo rắc chém đâm
Một đàn con theo chế độ sai lầm
Đang hủy diệt dần mòn cả dân tộc

Ta đã khóc như bao người đã khóc
Nhưng không làm lợi lộc cho quê hương
Chúng ta cần hiệp lực và can trường
Cùng đoàn kết biểu dương lòng bất khuất

Quê hương ta có còn hay đã mất
Bao máu xương bao tấc đất thấm màu
Bao xác người đã nằm xuống đớn đau
Lời sông núi ta hãy mau đền đáp

Tự do nhân quyền đang bị chà đạp
Người đấu tranh bị đánh đập giam cầm
Sao ta đành ngoãnh mặt trong lặng câm
Khoanh tay đứng khóc âm thầm trong bóng tối

Hãy lau khô giọt lệ bằng lời nói
Hãy tạo nên cơ hội để cùng nhau
Đồng nhất một lòng trước cũng như sau
Xây dựng lại một **Việt Nam ngạo nghễ!!!**

mntt
Houston, TX
April 2013

Cảm tác từ nhạc phẩm *"Việt Nam quê hương ngạo nghễ"* của
- NS. **Nguyễn Đức Quang** -
http://www.youtube.com/watch?v=demX6wk_pSg

Bác Sĩ Nguyễn Duy Cung
- Người Lính Nhân Bản -

Bài phát biểu ngày 28/9/14 tại Westminster, CA

Tôi nhận được bản thảo của quyển sách "***Đời y sĩ trong cuộc chiến tương tàn***" của tác giả Nguyễn Duy Cung từ một người bạn. Tuy nhiên qua nhiều bận bịu với công cuộc tranh đấu cho Việt Nam, tôi quên hẳn đi. Nhưng vừa mới đây, nhân một ngày "nghĩ dưỡng sức' tôi đọc "một lèo" bản thảo cuốn sách.
Tôi đọc và tiếp tục đọc.
Buông tập giấy ra, tôi hình dung được **Bác sĩ Nguyễn Duy Cung**, một người tôi được nghe qua nhiều người bạn kể những hành động của ông đặc biệt trong những ngày hấp hối của VNCH vào tháng 4 năm 1975, nhưng tôi chưa bao giờ được gặp anh trong thời điểm xáo trộn đó.

Cảm nghĩ đầu tiên của tôi là một sự bất ngờ lý thú, bất ngờ vì thấy cuộc đời của tác giả dù trải qua nhiều giai đoạn nghiệt ngã của Đất Nước và của chính bản thân ở cuối đời...mà **anh vẫn giữ được tấm lòng trung hậu với tha nhân và những người thân thuộc** chung quanh mình.
Đó là một đức tính hiếm có của một con người.
Xin trích một đoạn khi anh nói về sự hiểm nguy trong cuộc chiến:
"*Cuộc đời của tôi đã đi qua những đoạn đường chông gai thời chinh chiến tàn khốc, đôi khi quá kinh hoàng trong cơn bom rơi đạn nổ, nhiều lúc tưởng chừng như không thể nào thoát được*

lưới tử thần nếu không có bàn tay mầu nhiệm đã cứu vớt tôi. Tôi có người Mẹ thân yêu đã mất cách đây 50 năm, lúc tôi còn trẻ. Tuy nhiên, tôi có linh cảm như Mẹ tôi lúc nào cũng ở bên cạnh để che chở cho tôi và giúp tôi tránh khỏi những tình huống vô cùng khó khăn và đen tối".

Lời văn tuy mộc mạc nhưng nói lên cái tâm lành của tác giả, cung cách duy tâm của người con Việt chống Cộng sản, luôn nghĩ đến và nuôi dưỡng *một niềm tin mãnh liệt là có một Đấng thiêng liêng che chở mình qua hình ảnh và tình thương của người Mẹ.*

Tôi cảm phục và đồng cảm với Bác sĩ Cung trong những giây phút cuối cùng của cuộc chiến. Trong lúc nhiều đồng nghiệp khác và cộng sự viên đều bỏ đi tìm đường di tản, anh Cung vẫn tiếp tục mổ xẻ, băng bó các vết thương của những người chiến binh Việt Nam trong nhà thương Nguyễn Thái Học. Xin nói, **đây là một việc làm hiếm hoi của một người bác sĩ "thời hiện tại" mà ở xã hội xã nghĩa đầy ác tính nầy, chúng ta ít thấy được tinh thần phục vụ của một lương y thể hiện đúng theo lời thề Hyppocrates trước khi ra trường.**

Tôi không nghĩ quyết định trên của anh Cung thuần túy là do lương tâm của một người y sĩ, mà còn là một níu kéo thiêng liêng nào đó, cầm giữ anh lại.

Tôi muốn nói, đó là **Hồn Nước**.

Hồn nước đã giữ chân anh, cũng như bao nhiêu người con Việt khác *dù biết rõ người Cộng sản và con đường xã hội chủ nghĩa khắc nghiệt và phi nhân bản như thế nào rồi*. Chính vì sự đồng cảm đó với anh, cho nên tôi quyết định viết một vài suy nghĩ về cuốn sách "***Đời y sĩ trong cuộc chiến tương tàn***". Mặc dù cuộc chiến nhìn từ bên ngoài có thể được xem như cuộc chiến tương tàn theo ý của BS Cung, có lẽ vì dưới cặp mắt của một y sĩ, thương vong bên nào cũng là nạn nhân của chiến cuộc hết! Nhưng thực sự, đây chỉ là kết quả của một cuộc chiến do cộng sản Việt Nam mang đến cho quê hương mà thôi. Và, theo chủ quan của tôi, đây không phải là cuộc chiến tương tàn mà là… **cuộc xâm lăng của Cộng sản tiến chiếm Miền Nam thân yêu của chúng ta. Tôi có những suy nghĩ khác với BS Cung về cuộc chiến đó,** đúng như BS Cồn trong phần mở đầu tuyên bố, mỗi người nhìn vào cuộc chiến tùy theo cảm nghĩ của mình.

Hiện tại, anh đang sống trong những giây phút xế chiều của cuộc đời, anh đang chịu nhiều đau thương của thân xác do cơn bịnh ngặt nghèo gây ra, *nhưng anh vẫn viết lại cuộc đời của anh trong một trạng thái hết sức bình thản, an nhiên, và đầy nhân hậu*. Anh vẫn lạc quan và cám ơn cuộc đời đã cho anh nhiều ưu đãi. Và trong những giai đoạn khốn khó nhứt như hiện tại, anh vẫn nghĩ đó là những thử thách để cho anh cố gắng vượt qua.

Tôi không thấy anh thể hiện trong lời văn những tư tưởng yếm thế, buồn phiền hay hờn giận trong suốt chiều dài của cuốn sách. Nếu có chỉ là một bàng bạc thoáng qua vì cảm xúc quá độ; nhưng ngay sau đó, anh nghĩ lại và *tự khuyên mình quên đi để thứ tha...*

Có lẽ chính vì cái Tâm lành đó làm anh vượt qua cơn đau để có một tầm nhìn tích cực và nhân bản hơn trong cuộc sống phù du nầy.

Anh vẫn vui với miếng xôi, với dĩa bánh cuốn, hay cái bánh bao mà bạn anh mang đến trong những lần ghé thăm anh. Anh vẫn say sưa chăm chú vào ván cờ tướng anh đánh với bạn, không phải để tranh thắng thua, mà chính là tìm lại được những giây phút trân quý bên bạn.

Anh cám ơn tất cả, cám ơn bạn bè, và đặc biệt anh không tiếc lời cám ơn người vợ luôn bên cạnh anh và chia xẻ với anh trong mọi tình huống mỗi khi anh có dịp san sẻ trong cuốn sách. Bây giờ, trong những giây phút cuối của cuộc đời, anh nói:*" Tôi may mắn gặp được một người vợ hiền tuy nhỏ tuổi hơn tôi nhiều, nhưng thật "đảm đang" gan dạ, đã không "bỏ" tôi trong thời buổi khó khăn khi tôi còn ở trong các trại tù tập trung của cộng sản"*.

Hoặc:*" Sang Hoa Kỳ, vợ tôi biết chấp nhận thiếu thốn về vật chất riêng tư cho mình, đi làm lụng cực nhọc để cho tôi có đủ phương tiện học hành..."*.

Thưa anh Cung,

Từ một bác sĩ giải phẫu gan dạ của quân lực Việt Nam Cộng Hòa, trực diện với nhiều biến cố gian nan suốt một thời gian dài, nhờ lòng quyết tâm để vươn lên, không đầu hàng nghịch cảnh, anh đã trở thành một *Bác sĩ giải phẫu thẩm mỹ khéo tay tại Hoa Kỳ*.

Xin được khâm phục anh. Anh đã vượt qua bao nhiêu thử thách nhưng Tâm anh vẫn bình an, vẫn an nhiên tự tại. Trong anh, *tôi nghĩ, anh không có tư tưởng chiếm đoạt, một suy nghĩ của đa số đàn ông,* **trong anh không có cái "của tôi"**, do đó, tôi nhìn thấy được niềm an lạc nơi anh. Ngay cả đối với Vợ, anh nói là "**được gặp**" chứ anh không nói là "**vợ của tôi**".

Anh đã thoát ra ngoài cái thường tình!

Chính vì vậy, anh mới đứng dậy được với nỗi đau thể xác do cơn bịnh và nỗi đau tinh thần do …tình người! Ở tuổi như anh, như tôi, mọi sự đều trở nên vô thường phải không anh?

Thưa anh Cung,

Anh không là một nhà văn. Anh viết một mạch hồi ký về cuộc đời như anh nói chuyện. Anh viết để cho con cháu, bạn bè biết về cuộc sống của anh, bình dị và thản nhiên.

Tôi cũng như anh, tôi không là một nhà văn, chỉ "**nghĩ sao nói vậy người ơi**", rất Nam Kỳ. Nhưng tôi viết trong sự chân thật, tôi đáp lại tấm chân tình của anh đối với người thân và tha nhân.

Duyên hội ngộ cho phép tôi chỉ đếm thăm anh một lần duy nhất, và sau đó, vì hoàn cảnh, vì sự "cấm đoán", tôi không còn dịp để thăm anh. Hôm nay, nhân anh có mặt trong buổi Ra Mắt sách nầy do **Diễn đàn Cựu Sinh Viên Quân Y QLVNCH, tôi xin nghiêng mình kính cẩn với tâm phục một Người Lính Việt**

Nam Cộng Hòa không bao giờ đầu hàng trước nghịch cảnh và luôn luôn ngẩng cao đầu …đi vào con đường cứu nhân độ thế.

Anh là Một Người Lính Việt Nam Cộng Hòa Nhân bản!

Tôi viết các suy nghĩ trên liên tưởng đến ngày 14 tháng 7. Ngày nầy cách đây 225 năm, người dân Pháp đã biết đứng lên tháo bỏ gông xiềng phong kiến, khơi mào cho tư tưởng tự do ngày nay.

Thưa anh,

Bao giờ những người con Việt làm được như người Pháp năm xưa để mang lại niềm an lạc cho dân tộc Việt?

Viết lên những dòng chữ nầy, tôi hy vọng luôn được làm bạn với anh để được học hỏi nơi anh, *một người Lính đích thực của* **Việt Nam Cộng Hòa.**

Mai Thanh Truyết
Ngày 28/9/14 tại Westminster, CA

Nguyễn Ngọc Phú Và Tôi

Vào tháng sáu năm 2010, bầu trời Orange không còn rực rỡ nắng ấm như những năm qua. Năm nay thời tiết bất thường. Cái bất thường của Trời Đất dường như chia sẻ những điều nghịch lý thường xuyên xảy ra cho cộng đồng người Việt hải ngoại tại quận Cam trong thời gian gần đây.

Các đường phố không còn rộn ràng với sắc màu của hoa phượng tím, nhứt là ở ngã giao lộ của xa lộ 22, 5 và 57, vì bầu trời xám xịt không làm tăng được sắc sáng rực màu tím hoa cà của màu hoa mùa học trò.

Sở dĩ tôi viết những dòng chữ trên không phải vì còn lưu luyến với tuổi học trò trong khi "chập chững" bước vào tuổi thất thập. Tôi viết ra đây, **chính vì để nhớ và nhắc nhở các bạn trẻ một tấm gương sáng của cộng đồng, của người Việt hải ngoại và nhứt là một tấm lòng sắc son với Đất và Nước đang còn điêu linh và cò chịu dưới ách thắng trị của cường quyền.**

Đôi dòng hôm nay, tôi thực sự dành cho **Nguyễn Ngọc Phú** vì đã gần đến ngày kỷ niệm 5 năm ngày Phú ra đi **ngày 7 tháng 6 năm 2005**.

Phú thân mến,

Tôi biết Phú qua những sinh hoạt cộng đồng và tôi cũng đã gặp Phú một năm trước đó tại trụ sở của **Tổng hội sinh Viên Nam California** đường Western. Phú gọi tôi bằng Bác, nhưng tôi vội sửa lại là nên gọi tôi bằng Chú, thân mật và gần gũi hơn, vì chữ Bác cách xa quá.

Phú dáng người mảnh khảnh, tướng đi khoan thai chậm rãi nhưng vẫn lộ nét tự tin. Đầu luôn ngước thẳng về phía trước. Sau khi Phú ra trường, tôi được biết và chúc mừng Phú đã được nhận vào trường Y khoa.

Trong thời gian tiếp xúc với nhau, *tôi thường chia sẻ với Phú về những trăn trở đối với đất nước. Phú lắng nghe và không có phản ứng*. Tuy nhiên, trong Phú tôi đọc được những nỗi ưu tư qua sự thay đổi của ánh mắt của Phú.

Tình thân thiết cũng như quan điểm về đất nước quá gần gũi nhau, do đó, *tôi mới mạo muội nhờ Phú lấy những mẫu nước ở Việt Nam ở những nơi Phú đi qua*, trong một dịp Phú về thăm viếng quê nhà cũng như quan sát trực diện những niềm đau của đất Mẹ.

Phú đã hoàn thành việc tôi nhờ, và cũng nhờ đó tôi có thêm một số tài liệu về tình trạng ô nhiễm Arsenic ở Đồng bằng sông Cửu Long ngày càng trầm trọng thêm. Cho đến năm 2004 (tôi bắt đầu lấy mẫu nước và đất từ năm 1999 và có cảnh báo tình trạng ô nhiễm arsenic ở Việt Nam vào năm 2002), một số tỉnh ở miền Nam có nồng độ arsenic đã vượt qua định mức cho phép trong nước uống là 10 phần tỷ do WHO ấn định mức an toàn của arsenic trong nước.

Niềm vui của Phú khi được chấp nhận vào Y khoa của đại học UCLA chưa kịp phôi pha, *Phú vội vã ra đi sau cơn đột ngụy* thình lình trong khi sinh hoạt cùng với các bạn sinh viên trong Tổng hội.

Phú ra đi để lại một sự mất mát lớn cho gia đình, cho Tổng hội sinh viên còn đang trên đà lớn mạnh, và nhứt là đối với giới trẻ Việt Nam ở hải ngoại. Cuộc dấn thân, nhập cuộc của Phú tuy ngắn ngủi nhưng tôi tin chắc là đã để lại nhiều dấu ấn đậm nét cho các bằng hữu và cộng sự viên trong thời gian Phú sinh hoạt trong cộng đồng.

Nơi Phú, tôi đã nhìn thấy được một niềm tin sắc son của Tuổi trẻ trước đại cuộc. Phú không mang nặng một quá khứ đau buồn cũng như nhiều mặc cảm của tuổi cha chú trong khi hội nhập vào xã hội mới.

Trên lưng của Phú chỉ có **một hành trang "tích cực"** và lao thẳng vào đời.

Chấp nhận làm và chấp nhận thất bại để từ đó học thêm được một kinh nghiệm mới và tiếp tục Đi Tới nữa. Tôi đã nhìn thấy điều nầy rõ hơn sau khi Phú từ Việt Nam trở lại Hoa Kỳ.

Tôi hy vọng tuổi trẻ Việt Nam hải ngoại rút được một bài học lớn về trường hợp của Nguyễn Ngọc Phú.

Xin nhắc lại, tuổi trẻ Nguyễn Ngọc Phú là có thật!

Và những việc làm của Phú là có thật!

Những lời chân tình của tôi đối với Phú là những lời chân thật, không khách sáo, và những lời tôi viết ra đây chỉ là một vài suy nghĩ mà tôi đang nghĩ đến Phú, về Phú.

Nguyễn Ngọc Phú là hình ảnh của tuổi trẻ Việt Nam chứ không là hình ảnh trong tưởng tượng của "anh hùng" Lê Văn Tám của cường quyền CSBV hiện tại.

Xin đốt một nén hương nhân ngày kỷ niệm ngày ra đi của Nguyễn Ngọc Phú.

Mai Thanh Truyết
Westminster 7/6/2010

Nhà Văn Quân Đội
Hải Triều Lê Khắc Anh Hào
đã Vĩnh Viễn Ra Đi

- Giáo sĩ Huỳnh Quốc Bình -

... Nhưng rất tiếc anh đã "thất hứa". Anh đã ra đi !!!.

"Anh Bình ơi, TS Mai Thanh Truyết vừa báo qua email cho anh em mình biết, anh Hải Triều đã qua đời rồi. Buồn quá anh Bình ơi". Đó là lời nói mà tôi nhận được qua cú điện thoại từ ông Đoàn Trọng Hiếu, người có biệt danh là Biệt Động Quân Đoàn Trọng Hiếu, cho tôi biết lúc tôi đang lái xe từ nơi làm việc về nhà vào tối hôm qua Thứ Năm, ngày 6 tháng 12 năm 2018.

Tin tức về Nhà Văn Quân Đội Hải Triều, chủ bút báo Nguyệt San Việt Nam tại Vancouver BC, Canada qua đời, khiến lòng tôi thật buồn. Tôi có khá nhiều kỷ niệm với ông Hải Triều trong thời gian ông nhận lời cộng tác thường xuyên với tôi trên chương trình hội luận chính trị "Chúng Ta và Thời Cuộc" do tôi điều hợp hằng tuần trên làn sóng đài Tiếng Nước Tôi tại Atlanta, GA và Đài Phát Thanh Việt Nam tại Oklahoma City, để chống cộng.

Về đến nhà, tôi mở email thì nhận được những dòng chữ tuy ngắn nhưng có thể nói là "buồn thúi ruột" từ một số đàn anh mà tôi hân hạnh được làm việc chung, qua các chương trình chống cộng trên làn sóng phát thanh và báo chí.

– Tiến Sĩ Mai Thanh Truyết thông báo: *"Xin thông báo, Hải Triều ra đi rồi các bạn ơi. Buồn quá"*

– **BĐQ Đoàn Trọng Hiếu** than rằng: *"Đường thì còn xa tận cuối chân trời mà anh em mình cứ lần lượt nằm lại dọc đường."*

– **Giáo Sư Ngô Quốc Sĩ** còn buồn hơn: *"Các bạn ơi! Anh Hải Triều ra đi đột ngột quá. Chúng ta mất dần những tiếng nói đấu tranh trong khi cộng sản còn thống trị đất nước! Thật buồn và lo cho tương lai Việt Nam."*

Mới vài tuần trước, tôi có gọi thăm thì được người nhà ông cho biết rằng ông mới vào bệnh viện trở lại, nhưng chắc không có gì đáng ngại. Chúng tôi đã biết ông ngã bệnh từ lâu và tôi là người thường thay quý anh em trong nhóm để liên lạc thăm hỏi và báo cáo tình trạng sức khỏe của ông cho mọi người.

Sáng nay Thứ Sáu, 7 tháng 12 năm 2018 tôi thức dậy sớm và viết mấy dòng như sau: *"Buồn thật buồn. Nghe tin buồn và đọc mấy lời than của quý anh lại càng buồn thêm. Mấy vị cao niên chống cộng quyết liệt thì lần lượt ra đi, còn các bạn trẻ và những người mơ hồ về VC, thì lại không hiểu tại sao có những người chống cộng... tới chiều như thế."*

Thôi cứ để anh Hải Triều đi trước. Riêng anh em mình hãy cố nhớ câu này để mà tiếp tục chống cộng: (God put me on this earth to accomplish a certain number of things. Right now I am so far behind that I will never die. – Bill Watterson). Xin phép tạm thoát dịch: Thiên Chúa cho tôi xuống trần gian để hoàn thành một số công việc nhất định. Nhưng cho đến nay, còn nhiều việc tôi vẫn làm chưa xong, cho nên tôi sẽ không bao giờ chết.

Nhà Văn Quân Đội Hải Triều tham gia "Mạng Lưới Dân Tộc – Dân Chủ – Hành Động" ngay từ những ngày đầu vào tháng Giêng năm 2017. Nhóm chủ trương gồm có: **Tiến sĩ Mai Thanh Truyết, Giáo sư Ngô Quốc Sĩ, Nhà văn Hải Triều, BĐQ Đoàn Trọng Hiếu và tôi là Huỳnh Quốc Bình**. Phía thành viên cộng tác thì có **Nhà văn ThụyVi, nhà biên khảo Long Điền Vương Văn Giàu…**

Cũng vào thời điểm ấy, chúng tôi đã song song thực hiện chương trình phát thanh "Tiếng Dân Việt" www.tiengdanviet.net.

Tính đến ngày hôm nay, chúng tôi đã có tất cả 63 lần hội luận chính trị để phát thanh về trong nước. Cuộc hội luận đầu tiên có tiêu đề: "Nước Đã Tràn Bờ". Quý độc giả, thính giả và thân hữu có thể nghe giọng nói của năm anh em chúng tôi, trong đó có Nhà Văn Hải Triều, tại

đây: https://tiengdanviet.net/2017/01/14/tieng-dan-viet-1-nuoc-da-tran-bo/

Nhà Văn Quân Đội Hải Triều là cộng tác viên thường trực với cá nhân tôi trên chương trình "Chúng ta và thời cuộc". Có những vấn đề thời sự nào cần phải nói gấp cho kịp thời gian tính, thì tôi chỉ cần gọi cho ông biết trước vài mươi phút, ông không ngần ngại cùng với tôi lên làn sóng phát thanh ngay lập tức. Có lần ông còn vui tính nói đùa: "Tưởng gì chứ đục thằng VC là có tôi chơi liền…"

Ông đã cùng tôi thực hiện nhiều cuộc hội luận chính trị trên chương trình "Chúng ta và thời cuộc". Sau đây là một trong những chương trình tiêu biểu mà ông và BĐQ Đoàn Trọng Hiếu đã

cùng tôi có những nhận xét về về cuộc đấu tranh chống cộng qua một đề tài: "Nhìn Về Cuộc Đấu Tranh Chống Cộng Trong Nước". Quý độc giả và thính giả có thể nghe giọng nói quyết liệt của ông tại đây:

https://huynhquocbinh.net/2017/02/15/audio-nhin-ve-cuoc-dau-tranh-chong-cong-trong-nuoc/

Nhà Văn Quân Đội Hải Triều cũng từng bị chụp mũ là cộng sản, nên ông đã tổ chức những buổi tập họp theo hình thức họp báo, để công khai thách thức những kẻ chụp mũ ông là cộng sản có thể xuất hiện, để giáp mặt với ông; nhưng rất tiếc họ không có mặt trong những lần như thế. Ông có tặng cho tôi những DVD các hình ảnh đó.

Ngoài ra năm 2009 ông cũng đã xuất bản một quyển sách có tên là "Chụp Mũ". Ông tặng cho tôi quyển sách này để tôi có thể hiểu thêm về những mánh khóe mà kẻ gian đã chụp mũ ông như thế nào. Sách dày 146 trang, với nhiều dữ kiện và các bài tranh luận, bút chiến vô cùng phức tạp. Sách được mở đầu bằng các dòng thơ với bút hiệu Lê Khắc Anh Hào:

> *Gươm thù phủ áo quốc gia*
> *Bút nghiên cạn mực, gian tà bủa vây*
> *Đời ta còn được bao ngày*
> *Ngẩng lên thẹn mặt, cau mày núi sông*
> *Ra đi trái đất nửa vòng*
> *Mà thù xưa vẫn chất chồng đuổi theo.*

Tháng Giêng 2017 chúng tôi cũng đã cùng ông thực hiện một chương trình hội luận nói về tình trạng kẻ gian chụp mũ người chống cộng là "cộng sản". Quý độc giả và thính giả có thể nghe giọng nói danh thép của ông tại đây:

https://huynhquocbinh.net/2017/01/17/chup-mu/

Trong thời gian quen biết với ông, ít khi tôi nghe ông nói về "cái ta" của ông. Khi viết bài này, tôi phải thu thập từ nhiều nguồn cho một số dữ kiện liên quan đến cuộc đời và các sinh hoạt của ông, hầu cho ai muốn tìm hiểu thêm về ông có dịp tham khảo. Nếu phần này có điều chi sơ sót, xin mọi người thông cảm và cho chúng tôi có cơ hội điều chỉnh.

Nhà Văn Hải Triều tên thật là Lê Khắc Hai, sinh quán tại Phan Thiết, tỉnh Bình Thuận. Từng theo học Đại Học Vạn Hạnh Sài Gòn. Tốt nghiệp cử nhân văn khoa, Ban Báo Chí. Tốt nghiệp trường Bộ Binh Thủ Đức khóa 23. Trước 1975 ông viết dưới các bút hiệu như Hải Triều, Bắc Phong, Thi sĩ Lê Khắc Anh Hào. Ông là Biên Tập Viên báo Sóng Thần. Sau 1975, bị tù cải tạo 5 năm tại các trại Kà Tốt, Sông Mao, Tham Văn, Bình Tu. Năm 1980 vượt biển tìm tự do. Ông ở trại tỵ nạn Pulau Bidong 8 tháng và định cư tại Canada tháng Mười cùng năm. Ông là **Chủ Bút báo Lửa Việt, Nguyệt San Việt Nam tại Canada**. Ông có nhiều văn, thơ tranh đấu đã xuất bản. Ông thường xuyên phát biểu trên các diễn đàn Paltalk với các tên lamsơn, bắctiến, bắcphong.

Những tác phẩm Thơ của Lê Khắc Anh Hào đã xuất bản: **Đường Tổ Quốc** 1998 – **Sỏi đá còn hờn cơn quốc biến** 1990 – **Tự thuở vầng trăng vỡ cuối nguồn** 1997- **Thắp lửa vào thơ 2000** (LKAH, Ý Yên, Trần Thúc Vũ)- **Đoạn trường lưu vong** 2004- **Đêm đợi bình minh** 2012 và **Lục bát đen thời đại Hồ Chí Minh** 2013- **Chinh phụ ngâm khúc Việt Nam Cộng Hòa/thời binh lửa.**

Văn xuôi đã xuất bản: **Vết hằn để lại nghìn sau** 1997 (biên khảo)

- **Chim non trong cơn bão** 2001(truyện) – **Những trận đánh không tên** 2003 – Vũng lầy văn báo hải ngoại 2004 – **Mùa Xuân Đen** (truyện, ký, tản mạn), dày 248 trang, gồm 37 bài viết ở nhiều thể loại, mở đầu bằng một hình ảnh buồn trong trí nhớ, ghi lại qua bút ký về người nữ tù mà tác giả gặp khi bị giam cùng Trại Thẩm Vấn Phan Thiết.

Lần sau chót tôi trao đổi với ông qua email và điện thoại vào tháng 5 năm 2018. Ông cũng gởi cho anh em chúng tôi bài Thơ sau chót mà ông sáng tác. "**Nước mắt Thủ Thiêm**!"

Từ Thủ Thiêm tới Nam Quan

Nam Quan đã mất, lệ tràn Thủ Thiêm
Mưa hay lệ đổ bên thềm
Cửa nhà tan nát không kềm lệ sa!
Đời dân không cửa không nhà
Đời đảng ngôi báu gọi là quang vinh
Giải phóng hóa ra cực hình
Bóng ma cách mạng thất kinh cõi người!
Thành Hồ liệm tắt tiếng cười
Thủ Thiêm tan tác đất trời hận căm
Đảng hồ ngự trị trăm năm
Ba miền Nam Bắc âm thầm ngục đen!

Dù từ bệnh viện mới về nhưng ông cũng quyết liệt nói với tôi là anh em hãy cố gắng chờ ông thêm vài tháng, ông hứa sẽ trở lại để cùng chúng tôi chiến đấu "chống cộng tới chiều". Ông còn nói thêm: "Tôi danh dự là tôi sẽ cùng với anh Bình và các anh em mình chiến đấu chống cộng đến hơi thở cuối cùng…"
Nhưng rất tiếc anh đã "thất hứa". Anh đã ra đi.

Tôi viết bài này để tưởng nhớ, để bày tỏ lòng kính trọng một nhà văn nhà thơ, chiến sĩ của Quân Lực Việt Nam Cộng Hòa, người không còn được cầm súng chiến đấu nhưng tiếp tục cầm viết để đánh cộng.
Em xin vĩnh biệt anh Hải Triều, ông anh khả kính, một chiến hữu, một người bạn vong niên thật chí tình. Cầu xin Ơn Trên cho linh hồn anh được vào chốn Vĩnh Hằng và an ủi những người thân yêu của anh đang đau buồn, thương tiếc trước sự ra đi của anh.

Vĩnh biệt anh!

Huỳnh Quốc Bình
(503) 949-8752
Viết xong tại Salem, Oregon, USA vào lúc 11:30 giờ khuya
Thứ Sáu, ngày 7 tháng 12 năm 2018

Giáo sĩ Huỳnh Quốc Bình

Niên Trưởng Huỳnh Văn Lang và Ký Ức II
Phát biểu buổi RMS Ký Ức Huỳnh Văn Lang
Houston - 11/1/2014

Thưa Quý Vị,

Quý vị đang cầm trên tay quyển Ký Ức II của tác giả *Huỳnh Văn Lang*. Là một công thần từ những ngày đầu của nền Đệ nhứt Cộng hòa, và, tuy không là một nhà báo chuyên nghiệp,

nhưng tác giả, trong cuốn sách nầy đã cho chúng ta thấy thật rõ nét *đặc trưng của một ngòi bút Nam kỳ lục tỉnh, thể hiện con người và đất nước của Sông Tiền Sông Hậu.*

Quyển Ký Ức là một khúc phim quay bằng lời, tuy không có hình ảnh, nhưng chúng ta sau khi đọc xong chắc chắn sẽ hình dung được **khung không gian và thời gian của một giai đoạn giao thời của đất nước**. Đó là giai đoạn của sự giao thoa giữa:

- *Cũ và mới,*
- *Của những khuynh hướng chánh trị về dân chủ và độc lập,*
- *Của những quan niệm rơi rớt lại từ thời phong kiến*
- *Và sự tiếp cận ban đầu với thế giới văn minh bên ngoài của những con người chơn chất và mộc mạc miền Nam kỳ lục tỉnh.*

Tuy nhiên sự giao thoa ấy không tạo ra những xung đột gay gắt như ở một số vùng khác của Việt Nam; mà đây là một sự dung chứa hài hòa giữa hai **nền văn minh cổ xưa và cận đại**. Có lẽ nhờ gạo trắng, nước trong, mà cũng có lẽ nhờ nguồn thực phẩm dồi dào qua dòng Cửu Long xuyên ngang xẻ dọc qua các phụ lưu cho nên con người Nam Kỳ lục tỉnh đã được tác giả tô đậm nét thêm ra.

*Sức sống cũng như sức đề kháng của người dân miền Nam, qua tác phẩm, chúng ta có thể thấy phản ứng của một số nhân vật trong truyện đôi khi **hơi mềm dẻo nhưng không nhu nhược, cương quyết và dứt khoát nhưng không đưa đến tan vỡ thảm khốc**. Đó là bản chất thực sự của người dân miền Nam được tác giả chuyển tải rải rác qua nhiều sự kiện trong buổi giao thời. Cái tâm lành của người dân nơi đây không làm cho những "cuộc cách mạng" trở nên đẫm máu như những nơi khác.*

Xin mời Quý vị tìm đọc để thấy lại một quảng thời xa xưa của miền Nam Kỳ lục tỉnh của tác giả Huỳnh Văn Lang.

Thưa Quý vị,

hhHuỳnh Văn Lang là một nhân vật miền Nam được nhiều người trong giới chánh trị và thương mại biết đến trong suốt hai giai đoạn Đệ nhứt và Đệ nhị Cộng hòa. Ngay từ thời còn hoạt động

Hải quân Trung tá Nguyễn Văn Nghĩa

trong nước, Ông đã sáng tác rất nhiều. Nhưng từ khi ra hải ngoại, sức sáng tác của Ông càng phong phú hơn nữa. Tính đến nay, Ông đã sáng tác những tác phẩm như sau: **Cờ bạc, Chuyện đường rừng, Nhân chứng một chế độ** gồm 3 tập trên 1500 trang, **Khảo luận lịch sử, Các Công chúa sừ giả Trung hoa của nhà Hán, nhà Đường, Các công chúa sứ giả Việt Nam của các nhà Lý, Trần, Lê, và Nguyễn**. Và hai năm trở lại đây Ông đã cho ra mắt "**Đã hơn 30 năm rồi! Du ký Việt Nam**" làm chấn động hải ngoại qua cái nhìn sắc bén về xã hội Việt Nam cộng sản sau khi Ông đi về Việt Nam quan sát toàn thể đất nước.

Năm 2011, Ông cho ra đời cuốn "**Ký Ức Huynh Văn Lang tập I**" gồm trên 650 trang nói về tuổi thơ và thanh niên của chính mình. Hôm nay, Ông sản xuất thêm một đứa con tinh thần nữa, cuốn "**Ký ức Huỳnh Văn Lang tập II**" với trên 800 trang giấy khổ chữ

số 10.

Thưa Quý vị,

Quyển sách được ra mắt ngày hôm nay ghi lại rất nhiều tài liệu trong hai giai đoạn lịch sử mà Ông gọi là "**Thời kỳ Việt Nam độc lập 1955 – 1975**" và vai trò của Ông đóng góp cho xã hội. *Về nội dung*, Ông nói về thời gian làm công chức, làm văn hóa, làm chánh trị, rồi thời gian đi làm ăn để rồi kết thúc bằng chương "chế độ Người lính Cai trị" nói lên giai đoạn sau cùng của Việt Nam Cộng hòa.

Cuốn sách dù nói về "cái Tôi" của Ông, nhưng thật ra diễn tả lại hiện trạng xã hội trong suốt thời gian từ năm 1955 đến 1975, và cái tôi của Ông chính là "cái Sự" mà Ông đã làm, đã thấy và chỉ diễn tả lại mà thôi, chứ không phải nói về mình như bao cuốn hồi ký khác. Mình ở đây cũng có thể là mình như bao người con Việt khác sống trong giai đoạn nầy.

Trong nhiều lần tâm tình riêng, Ông có giải thích tại sao đặt tựa đề là "Ký ức" mà không là Hồi ức hay Hồi ký như nhiều tác giả viết về đời mình…Ông trả lời dứt khoát:" *Tôi nói Ký ức là vì đây là những gì tôi làm, tôi thấy và tôi ghi lại, không tô son vẽ phấn cho cuốn sách, không tra cứu tài liệu thêm mà cũng không hư cấu câu chuyện cho thêm đậm đà.* **Tôi là người Nam, nghĩ gì, nhớ gì nói nấy người ơi!"** Chính vì vậy mà tôi quý Ông và nhận lời giới thiệu cuốn sách Ký ức Huỳnh Văn Lang tập II.

Thưa Quý vị,

Trong cuốn sách ra mắt ngày hôm nay, Huỳnh Văn Lang nói về cuộc đời của Ông trong suốt 20 năm dài, từ lúc làm công chức cho đến khi làm văn hóa, làm chánh trị và đi làm ăn…Sở dĩ tôi nhắc đến điều trên là vì tôi tâm đắc nhứt là chương "**Tôi làm văn hóa**" của Ông vì Chương nầy thực sự nói nên nét đặc thù của một con người miền Nam như Ông, cũng như *trong suốt thời gian nầy Ông đã đóng góp rất nhiều cho văn hóa và giáo dục miền Nam, khởi xướng lên tinh thần hội nhập vào cộng đồng văn minh thế giới sau một thời gian dài qua các triều đại phong kiến và thuộc địa.*

Tôi muốn nói việc Ông đã lập **Hội Văn hóa bình dân** ngay từ năm đầu tiên ở hải ngoại về tham gia vào Đệ nhứt Cộng hòa năm 1954. Theo mô tả của Ông về hoàn cảnh trong buổi sơ khai của nền cộng hòa trong điều kiện eo hẹp về tài chánh và vật chất, công việc khai tâm mở trí cho người bình dân miền Nam sẽ khó thành tựu. Nhưng Ông đã vượt qua được và thành công trong việc giúp người dân ít học miền Nam thấy, hiểu và có được một nghề trong tay từ việc trao dồi văn hóa tối thiểu cho đến tạo dựng cho người dân *có một kỷ năng chuyên môn như các lớp dạy Điện kỹ nghệ, Vô tuyến điện, Họa công chánh, Họa Kỹ nghệ, Giám thị công trường, Ước lượng viên, Vẽ quảng cáo và trang trí, Đánh máy, Kế toán đại cương, Kế toán xí nghiệp, Tốc ký Việt/Pháp, Y tá, Trữ dược, Trợ tá. Dược tá, Cắt may, Thêu đan, Huấn luyện cấp cứu, đào tạo Thơ ký hành chánh.* Tất cả với nhân sự tự nguyện không lãnh thù lao lúc ban đầu. Nhưng về sau nhân sự giảng huấn được phụ cấp di chuyển chút đỉnh. **Có thể nói trong giai đoạn nầy, tinh thần phục vụ của người trí thức miền Nam thể hiện một cách sâu đậm**. Và giai đoạn nầy cũng thể hiện một nền văn hóa giáo dục đặt căn bản vào các tiêu chuẩn **Nhân bản-Dân tộc-Khoa học và Khai phóng.** Phải nói đây là một điểm son so với hiện tại dưới chế độ đem *"giả dối lên ngôi, đạo đức suy đồi, văn hóa đi xuống"*.

Ngoài cơ sở mượn tạm của trường tiểu học Tôn Thọ Tường nằm trên góc đường Galliéni (Trần Hưng Đạo) và Kitchener (Nguyễn Thái Học), Ông còn phát triển ra khắp nơi, trong Nam gồm có Biên Hòa, Ba Xuyên, Bến Tre, Gia Định, Vĩnh Long …đến Xuân Lộc, Ninh Thuận; rồi ra tận Huế, cũng như không quên miền cao nguyên như Bảo Lộc, Đà Lạt , Ban Mê Thuột.

Ông đã vô hình chung đi theo con đường của Cụ Phan Chu Trinh bằng con đường khai mở Dân trí, chấn hưng Dân khí và cải tiến Dân sinh. Đây mới đích thực là con đường đi tới sự sinh tồn của dân tộc.

Ông đã xây dựng một căn bản đại chúng và cùng đại chúng hóa giáo dục, từ đó mang lại cho miền Nam một sinh khí mới. Và chính sinh khí mới đó được Huỳnh Văn Lang nhắm vào giới bình dân, giới khốn cùng của nấc thang xã hội thời bấy giờ.

Đó, mới đích thực là một cuộc cách mạng đúng nghĩa, khác xa với cái gọi là cách mạng xã hội chủ nghĩa mà Cộng sản Bắc Việt đã áp đặt trên Đất và Nước trong hơn 38 năm qua.

Thưa Quý vị,

Nói đến Huỳnh Văn Lang mà không nói đến **Tạp chí Bách Khoa** quả là một thiếu sót. Cho đến nay, rất nhiều người vẫn cho rằng tạp chí văn học nầy chính là do các "sĩ phu Bắc hà' khai mở cho miền Nam; nhưng thật ra theo lời Ông, tạp chí do **Hội Nghiên cứu Kinh tế Tài Chánh sáng lập ngày 15/1/1957.**

Nói về Huỳnh Văn Lang là nói không cùng. Ở lứa tuổi trên 90 mà Ông vẫn còn khả năng sáng tác mạnh, ít người làm được như vậy. Ông còn hứa tiếp tục sẽ ra mắt quyển Ký ức Huỳnh Văn Lang Tập III nói về Thời kỳ lưu vong 1975 – 2010 trong thời gian sắp tới.

Để kết thúc, xin được chia sẻ cùng quý vị trong hội trường Nhà Việt hôm nay, một trong nhiều nhận định xác đáng của tác giả Huỳnh Văn Lang là:" **Tại sao các Sư, Cha cứ lo rao giảng từ bi và bác ái cùng chăm lo từ thiện cho người dân trong nước mà không khai mở CÔNG LÝ cho họ. Chính điều nầy mới mang lại bình an, thịnh trị cho Việt Nam mà thôi".**

Và lời tâm tình của Ông về quyển sách Ký Ức Tập II như sau:" *Viết lại đời của mình cũng như là sống lại đời mình một lần nữa, càng thật với mình thì càng thích thú với những cảm xúc hỉ nộ ái ố của nó. Có những lúc tôi cười với tôi cười với người, có những khi tôi muốn khóc với người cho người...Đến một lúc viết đời mình thành ra một thứ đam mê từ nhỏ đến giờ mình chưa có chưa biết, thành ra viết về mình thành ra như là một cuộc phiêu lưu đi tìm lại mình! Ai bảo cái tôi đáng ghét (le moi est haissable)?*

Đúng! cái tôi đáng ghét thật, chỉ khi mình nói không đúng về mình, láo về mình như tự đề cao mình để hạ thấp người khác, xuyên tạc hay bóp méo sự thật...thì đời của mình cũng như đời của người khác đều là một cuốn chuyện trong đó không cần hư cấu cũng đã thích thú rồi, đáng đọc đáng xem".

Xin trân trọng giới thiệu tác giả sách Ký Ức Tập II.

Mai Thanh Truyết

Cụ Huỳnh Văn Lang và thân hữu ở Houston, Texas

Mười Năm Hoàng Hạc

Thấm thoát Hoàng Hạc đã bay được 10 năm. Mười năm là một dấu ấn đầu tiên, một điểm chuẩn cần ghi nhớ của nhiều sự kiện xảy ra cho mỗi cá nhân, nhóm bạn, hoặc một hội đoàn như Gia đình Thể dục Khí công Hoàng Hạc.

Giờ đây, Thể dục Khí công Hoàng Hạc đã thực sự rời khỏi chiếc nôi Mẹ là Orange County để tung bay khắp nơi. Từ Houston, Denver, qua đến Virginia và sắp sửa viếng Seattle. Xa hơn nữa, Hoàng hạc đã tung cánh vượt trùng dương tới các bến đậu ở Melbourne, Brisbane, Sydney, và với qua tới luôn New Zealand, Hoàng Hạc cũng đã đến một xứ xa xôi cùng thuộc nhóm quốc gia "Down Under" miền cực Nam địa cầu.

Dù cho Hoàng Hạc đã tung bay cao xa như vậy...không có nghĩa là Hoàng Hạc sẽ chùn bước và nghĩ ngơi xét theo quỹ thời gian của tuổi hạc.

Chúng ta hãy nghe Hoàng Hạc Kiều Hạnh, một thành viên đắc lực đã có mặt từ những ngày đầu trong gia đình Hoàng hạc, đã không quên nhắc chúng ta về những điểm căn bản trong thể dục khí công hoàng hạc là:

" Thể Dục Khí Công Hoàng Hạc có bốn nguyên tắc căn bản mà những môn tập khác không có. Đó chính là: "BẮM, VÒNG, VƯƠN, BUÔNG". Chính bốn nguyên tắc này, áp dụng vào những thế tập, giúp cho bạn <u>đốt được năng lượng dư thừa</u>, làm cho bắp thịt bạn săn chắc, giúp cho bạn giảm bớt đau nhức, khỏe mạnh hơn, không mang lại những nguy hiểm, giới hạn kể trên, mà còn giúp cho tinh thần của bạn được thanh thản, sảng khoái, điềm tĩnh, vui vẻ và yêu đời hơn.

1. **Bấm:** mười ngón chân luôn bấm xuống đất khi tập Hoàng Hạc. "Bấm", phối hợp với "vươn" sẽ tiêu bớt đi những mỡ thừa trên cơ thể bạn, đồng thời tạo cho các bắp thịt thêm săn chắc. Có nhiều bạn còn khá trẻ, khi mới gia nhập Hoàng Hạc thường hay bị đau đầu gối, chân nặng, không co hoặc nhấc chân lên được. Khi bước đi, đầu gối còn phát ra những tiếng "pop". Sau một thời gian tập "bấm" theo lời Bs Phạm-gia Cổn, sáng lập viên TDKCHH hướng dẫn, những vị này không còn thấy đau nữa, đầu gối không còn phát tiếng khi di chuyển. Đơn giản vì những thế bấm giúp các bắp thịt ở chân trở nên rắn chắc hơn, các khớp được cử động nhẹ nhàng, mang lại tính uyển chuyển đến khớp và cơ bắp, làm giảm đau nhức.
2. **"Vòng":** Những thế vòng cổ tay và các ngón tay. Các thế vòng này giúp giảm nhức mỏi các ngón tay, cổ tay, vai và khuỷu tay. Thực tế có nhiều người, vì công việc làm hàng ngày phải dùng máy vi tính nhiều, bị chứng đau nhức cổ tay và tê các ngón tay. Chỉ sau một thời gian ngắn tập những thế vòng, chứng đau nhức này đã không còn nữa.
3. **"Vươn":** Vươn thẳng tay ra, vươn lên, vươn xuống, vươn ra trước và ra sau, vươn đến các đầu ngón tay giúp bạn giãn gân, giãn cốt. Phối hợp cả ba thế "Bấm", "Vòng", "Vươn" khi tập Hoàng Hạc giúp bạn chuyển động CẢ CƠ THỂ: từ các ngón tay, cổ, khuỷu tay, đến vai, lưng, đầu gối, chân, làm rắn chắc những bắp thịt, khớp được chuyển động nhẹ nhàng, giúp cho những đau nhức trên cơ thể dần tan biến.
4. **"Buông":** Buông lỏng cả người, từ tinh thần đến thể chất, buông lỏng vai. Thế này giúp bạn buông xả, thanh thản trong tĩnh lặng.

Bốn nguyên tắc "Bấm, Vòng, Vươn, Buông" đã được Bs Phạm-Gia Cổn ghép vào thành bài tập căn bản 7 thế giản dị. Bài 18 và 64 thế phức tạp hơn. Tất cả được thực tập một cách thật tự nhiên, khoan thai và liên tục, tạo nên những bài tập nhịp nhàng, hữu hiệu và đẹp mắt."

Và với những chia xẻ với Bác sĩ Dương Đức Huyên khi phát biểu về ý nghĩa của khí công Hoàng hạc do Bs Phạm Gia Cổn chủ trương:"*TDKC Hoàng Hạc là phương pháp phối hợp **Y-Võ-Nhạc**, mục đích giúp duy trì, bồi dưỡng sức khỏe con người trên 3 phương diện "Tinh Thần, Thể Chất và Xã Hội" với lối tập nhẹ nhàng và liên tục không phải chỉ là những thế đánh võ. Do đó không cần thiết đặt tên các từng thế một*".

Với cảm khái mới đặt tên từng thế để *diễn tả "tình cảm", "nghĩa tình" gắn bó với nhau*, Hoàng hạc đã thi vị hóa từng mỗi thế luyện tập phần trung cấp qua 18 thế, tiếp theo sau phần 7 thế sơ cấp đã nêu ở phần trên:

Thế

1: Khung trời bao la
2: Hoàng hạc tung cánh
3: Trao tặng cánh hoa
4: Tình yêu lứa đôi
5: Khai song vọng nguyệt
6: Nhấn mạnh nghĩa tình
7: Vòng tay thân ái
8: Song đôi sánh bước
9: Trao tặng cuộc đời
10: Thiên địa chứng giám (a)
11: Thiên địa chứng giám (b)
12: Xoa tai vuốt tóc (a)
13: Xoa tai vuốt tóc (b)
14: Tay phải yêu thương
15: Tay trái mặn nồng
16: Dắt tay du ngoạn
17: Hạnh phúc lứa đôi
18: Khắng khít trọn đời

Mới đây mà đã mười năm qua. Bs Phạm Gia Cổn, một người bạn thời trung học LPK lại gọi và "ra lệnh" cho tôi phải viết bài cho Đặc san Kỷ niệm Mười năm Thể Dục Khí Công Hoàng Hạc. Tôi cũng là một thành viên trong những ngày đầu ngay sau

khi bạn Cồn phát động phong trào Hoàng Hạc nầy tại trụ sở của võ đường Hapkido nằm ở góc đường Hazard và Magnolia, thành phố Westminster.

HH Đỗ Hải Minh – HH Nguyễn Văn Bon, Melbourne, Úc – HH Chưởng môn Phạm Gia Cổn – HH Bùi Trọng Cường, Brisbane, Úc – HH Mai Thanh Truyết – 7/2016

Riêng cho năm nay, kỷ niệm mười năm làm tôi liên tưởng đến một bài hát của nhạc sĩ Trần Quảng Nam, bản "Mười năm tình cũ". Nhưng tôi thấy nơi đây, nơi các Hoàng hạc gặp nhau ngày thứ bảy, chủ nhựt không thấy gì …là mười năm tình cũ, mà *mỗi lần gặp nhau, thấy mặt nhau là niềm vui rạng rỡ trên môi mọi người.* Chúng tôi, Hoàng hạc Houston gặp nhau tại Trung tâm cộng đồng Alief của thành phố Houston trong một phòng rộng có máy lạnh dùng để sinh hoạt, và một trung tâm thứ hai của Thể dục Hoàng hạc đặt trong Lạc Hồng, một trung tâm chăm sóc sức khỏe cho người cao niên.

Niềm vui đến từ mỗi thành viên của Hoàng Hạc là ngoài việc tập luyện ra, chúng tôi cùng chia sẻ với nhau rất nhiều chuyện, và bất cứ chuyện gì cũng là một câu chuyện tích cực từ việc thăm hỏi lẫn nhau giữa các thành viên hoàng hạc cho đến những trao đổi về việc vận hành của Đất và Nước của quê hương Việt. Từ câu chuyện dường như phép lạ của một hoàng hạc từ đi đứng khó khăn nay trở nên dễ dàng hơn, đến câu chuyện của một Hoàng Hạc khác hô hấp không được ổn định nay đã không còn cần phải dùng "inhaler" …Và chỉ sau một thời gian "vui chơi" thoải mái với Hoàng hạc, mọi sự trở lại bình thường, mang niềm vui đến với mọi Hoàng Hạc.

Riêng với người viết, trong bốn động thái **Bấm – Vòng – Vươn – Buông,** hai động thái sau cùng là **Vươn và Buông** chính là **hai công án** để nghiềm ngẫm và luyện tập, chuẩn bị cho một tương lai buông xả trong tĩnh lặng ở những ngày cuối đời...

Xin trích đoạn vài tin vui khắp nơi qua kết quả của việc tập luyện Khí công Hoàng hạc như sau:

"Tôi đã bắt đầu tập HH khoảng 3 tháng nay sau khi gặp anh Cồn ở một đám tang ... Lúc đó tôi đang bị đau hông bên trái và chân trái đi đứng khó khăn. Anh Cồn đã giải thích thêm về HH và khuyến khích tôi tập. Chỉ sau 2 ngày tập tôi đã cảm thấy giảm đau 50%, và sau 2 tuần thì hết hẳn đau. Không những hết đau chân mà bệnh Acid Reflux (dịch vị trong bao tử trào lên họng khi nằm ngủ) đã làm tôi mất ngủ hằng đêm cũng đã hết hẳn. Tôi cũng gầy đi khoảng 6, 7 pound sau khi tập 1 tháng."

Hoặc:

"Bốn năm về trước vợ tôi bị đau vai, physical therapy và châm cứu chẳng giúp được gì, tiền mất tật vẫn mang. Trong chuyến thăm Cali, chúng tôi có đến phòng tập học được một lần, vài ngày sau thì đã được anh cồn dạy thêm một lần nữa tại nhà riêng của anh. Lúc đó chưa có DVD để ôn các thế nên vợ tôi tập 7 thế chỉ năm bảy lần, nhưng sau đó vì quên nên chỉ làm 2 thế vòng ngửa và sấp thôi. Thế mà sau một hai tháng kiên trì, vợ tôi đã khỏi bệnh đau vai. Thỉnh thoảng (5, 6 tháng) khi cảm thấy đau nhẹ ở vai, bà ấy chỉ cần "múa" vòng chục lần thì hết đau."

Riêng tại Houston, Bs Phạm Gia Cồn đã đến nơi nầy nhiều lần, đến không phải để "thị sát" một đơn vị mà đến để chia sẻ kinh nghiệm những gì Hoàng Hạc Houston gặt hái được. Mỗi lần đến, *Hoàng hạc Houston* được trang bị thêm nhiều suy nghĩ trong khi tập luyện, bổ túc cho những động tác không đúng cách cũng như đặt trọng tâm nhiều vào việc hít thở, để sự việc nầy đến tự nhiên trong tinh thần thực sự của Hoàng hạc. Vẫn 7 thế căn bản, nhưng nếu mỗi người chiêm nghiệm thêm tùy theo thể trạng của riêng mình sẽ có một thế tập thích ứng với từng cá nhân hơn.

Một suy nghĩ tôi đã hấp thụ được từ bạn tôi là:" *Không có gì là* **PHẢI** cả. Không cần phải tập trung trí nhớ để phải đi đúng bài bản. Không cần trả bài. Không cần phải làm giống người bên cạnh. Không cần phải cố gắng hít thở..." *Mà, tất cả, tập trung vào việc **bấm, vòng, vươn, buông**...nhẹ nhàng và nhịp nhàng qua các động tác theo tiếng nhạc*. Và từ đó, từ hơi thở đến bốn động tác căn bản trên sẽ chuyển vận hài hòa mà trí não của mình không cần tập trung để chỉ huy tứ chi.

Nói với những người có tuổi
Đối với những người "có tuổi" như chúng ta, từ sáu, bảy bó trở lên, ba kẻ thù rước mắt là *mỡ, đường và áp huyết cao*. Trong các xã hội dư thừa thực phẩm như ở xứ nầy, nhà sản xuất nghiên cứu những phương pháp tiếp thị tối đa để "dụ khị" người tiêu dùng là chúng ta trong dịch vụ ăn uống như nhãn hiệu, hình ảnh, màu sắc, và mùi vị... Nếu chúng ta, không có đủ "Phật tánh" trong người để *hạn chế được, tham, sân, si...trong môi trường "ăn uống"*, chắc chắn chúng ta sẽ vướng vào ít nhứt là một trong ba kẻ thù trên. *Nhưng khổ thay, kẻ thù của chúng ta it khi đến đơn độc mà hầu như luôn luôn xâm nhập vào cơ thể chúng ta cả ba, nghĩa là một khi "dính" đường thì khó tránh khỏi cao máu và cao <u>cholesterol</u>, và ngược lại.*

Vì vậy, chúng ta cố gắng đừng để các lời mời gọi của các nhà hàng "fast food" với giá "sale", với hàng mới, những nhà sản xuất các loại nước uống với các quảng cáo đầy hấp dẫn như nước tăng lực "Con bò Mộng".

Xin thưa, tất cả đều không đúng sự thật như những lời quảng cáo. **Đó chỉ là hóa chất và hóa chất!**

Những thức ăn, thức uống trên có thể làm chúng ta khoái khẩu, đã khát...nhưng vô tình chúng ta tự đầu độc lấy chính mình.

Chúng ta tự "nạp" mỡ, đường vào cơ thể mình.

Một trong những kẻ thù khác của chúng ta là các *tiệm ăn "all you can eat"*. Các tiệm ăn nầy giá tương đối rẻ và dọn rất nhiều món, hàng trăm món ăn. Vì vậy, *chúng ta cố ăn cho nhiều, ăn quá nhu cầu của cơ thể.*

Có bao giờ bạn tự hỏi, càng cua sao nhiều quá, tôm sao nhiều quá, cua đá sao nhiều quá, sao có nhiều sò quá, nhiều oyster quá, chưa kể đến gà, vịt, <u>heo</u>, bò, đùi ếch. Chưa kể đến xíu mại, "hắc cảo", bánh bao. Chưa kể đến đủ loại súp. Chưa kể đến shusi Nhựt Bổn, thậm chí đến phở bò nữa, hủ tiếu, bún bò Huế, mì thập cẩm, bánh canh cua, mì Quảng nữa... Và còn nhiều nữa bạn ơi! Chưa kể hàng mấy chục loại tráng miệng, từ trái cây cho đến đủ

loại chè 3,4 màu, chè đậu, chè thưng, chè ba bốn màu, bánh đủ loại, đã được làm sẵn trong các hộp nhỏ.
Nhưng sao lại quá rẻ? Ở Houston, chỉ trả $10 cho một "Senior" trên 65 tuổi mà thôi!
Nhưng còn nhiều nữa bạn ơi. Với lứa tuổi trên sáu bó nầy, chúng ta còn tham gia hội đoàn cùng xứ sở, cùng trường, cùng đơn vị…chưa kể đám cưới của con cái, con cháu bè bạn khắp nơi. **Bây giờ, bạn đã nghĩ làm cho việc "trả nợ áo cơm", sao bạn lại tàn nhẫn bắt tim, gan, bao tử, lá lách, thận làm việc "overtime' cho chính lòng đam mê "ăn uống" của bạn?**
Thưa bạn,
Những điều tôi chia sẻ và viết ra đây là cũng để nhắc nhở cho chính mình. Thôi như vậy, mỗi người trong chúng ta cùng **cố gắng gạt bỏ tham sân si trong "tiến trình ăn uống" nầy nghe!**
Chúng ta đang đứng trước một nguy cơ của toàn cầu cho tham vọng ngự trị thế giới của cường quyền là…đầu độc thế giới bằng hóa chất độc hại trong thức ăn, hàng tiêu dùng trong nhà, và bất cứ một phương tiện nào cần thiết cho con người. Và cường quyền đó chính là Trung Cộng với sự tiếp tay của dảng cộng sản Bắc Việt mà chúng ta nên luôn luôn đề cao cảnh giác.
Đó là mầm móng của các bịnh ung thư không kiểm soát được.
Phải chăng thế giới đang bước vào một giai đoạn Hạ Ngươn chăng?
Chỉ cần 10 phút làm những động tác thư giản, phối hợp với việc hạn chế lòng "đam mê" ăn uống, bảo đảm chúng ta sẽ đánh tan giặc thù ngoại xâm qua "khẩu nhập" qua sự kích thích thị giác, xúc giác, thính giác và cảm giác
Nhân dịp kỷ niệm mười năm ngày thành lập Hoàng Hạc, thân chúc tất cả bạn bè thân, sơ cùng nhau ý thức được rằng tập luyện Hoàng Hạc không phải chỉ ở ngày thứ bảy hay chủ nhựt mà phải làm ở nhà, hoặc trong sở làm, một hay nhiều lần mỗi ngày để tăng cường và bảo tồn sức khỏe vô giá của mỗi chúng ta.

HH *Mai Thanh Truyết*
- Houston, TX 2016
Kỷ niệm 10 năm Thể Dục Khí Công Hoàng Hạc

Anh Khoa Của Tôi

Thưa Anh,

Khi Anh chuẩn bị cho cuốn sách *"Lê Văn Khoa - Một Người Việt Nam"*, Việt Hải có mời tôi viết một bài về Anh. Nhưng thú thật tôi không dám viết, vì trước hết tôi không có một khái niệm cùng hiểu biết nào hết về âm nhạc, cũng như tôi cũng chưa biết hết về Anh trong lãnh vực nầy ngoài những dĩa nhạc hòa tấu kiểu tân nhạc cũng như cổ điển mà Anh đã tặng cho.

Trong thời gian gần đây, mình gặp nhau thường xuyên hơn, trao đổi nhau thường xuyên hơn cũng như những buổi gặp mặt thân mật tại nhà Anh hay nhà tôi để rồi sau đó tiếng hát của ca sĩ **Ngọc Hà**, phân nửa phần đời của Anh vang lên trong đêm thâu càng làm tăng thêm không khí thân mật giữa bạn bè.

Hai Anh em mình nằm trong hai lãnh vực hoàn toàn khác nhau, âm nhạc và khoa học. Nhưng trên thực tế sự đồng cảm dường như thể hiện sau nhiều trao đổi, nhứt là sau khi được nghe Anh kể chuyện về những chuyến đi biểu diễn ở các nơi, đặc biệt chuyến đi Ukraina. Và những câu chuyện Anh kể bên lề về chuyến đi nầy đã làm gợi ý cho tôi viết về Anh.

Thưa Anh,

Anh là một nười miền Nam, nơi dòng sông cửu cuồn cuộn chảy nhưng nguồn nhạc nơi Anh khơi nguồn từ những nét nhạc êm dịu. Cũng có những lúc dồn dập, nhưng cái dồn dập đó chỉ làm khơi động lòng người...chứ không gây ngạc nhiên hay làm người nghe giựt mình.

Nhạc của Anh không hẳn là nhạc cổ điển Tây phương hay cổ nhạc Việt Nam. Nhạc của Anh cũng không là tân nhạc...nhưng nhạc của Anh dường như pha lẫn nhiều dòng nhạc khác nhau từ khắp nơi trộn lẫn theo âm điệu của lối hòa âm độc đáo của riêng Anh.

Anh có thể hòa âm một bài nhạc cổ điển Tây phương theo âm điệu của các nhạc cụ cổ điển Việt Nam và ngược lại, một bài nhạc dân tộc Việt Nam với các nhạc khí Tây phương.

Thưa Anh,

Tôi không được biết Anh học theo trường phái nào hoặc theo hệ phái nào? Nhưng có điều tôi chắc chắn rằng hồn nhạc của Anh mênh mang, **không có giới hạn của ranh giới địa dư hay không gian**. Vì dốt nhạc, cho nên tôi không có khả năng mô tả nhạc của Anh một cách rạch ròi, nhưng tôi có thể nói theo suy nghĩ chủ quan của tôi là Anh có một tâm hồn nhạc lai láng. Và cũng chính nhờ "cái lai láng" nầy mà Anh thu hút được sự đồng cảm của người nghe dù là người Việt hay người ngoại quốc.

Anh đã chuyển tải âm điệu nhạc Việt Nam đi khắp nơi, và chính nhờ vậy mà thế giới đã tìm biết được nơi mãnh đất hình chữ S xa xôi dù đang khổ sở điêu linh với bạo quyền vẫn còn những âm thAnh êm dịu của một người con xa xứ cố gắng mang lại vài phút giây xoa dịu tâm hồn con dân Việt.

Mặc dù tuổi Anh đã hơn nửa chừng xuân của thời thất thập cổ lai hy, trông Anh vẫn còn khỏe mạnh và chững chạc trong khi điều khiển ban nhạc. Những động tác của Anh nói lên ý chí ...vượt thoát, vượt thoát ra ngoài khuôn mẫu cổ điển của người nhạc trưởng. Tôi không biết mô tả như thể nào, nhưng mỗi khi nhìn Anh trong những giây phút nầy dường như Anh không còn là Anh nữa... mà **dường như Anh đã thăng hoa vào một cõi nhạc cao xa!**

Thưa Anh Khoa,

Không biết nói gì thêm, nhưng Anh Khoa ơi! Có phải Anh được sanh ra **do sự giao thoa của Trời Đất hay Anh đã cùng Trời Đất giao thoa với nhau** mỗi khi Anh trình bày một bản hòa tấu mới?

Hay nói một cách khác **Anh đã cột Nhạc vào Anh hay Nhạc đã cột Anh?**

Chúc Anh nhiều thành công và đi trọn con đường âm nhạc độc đáo của Anh.

Thân kính,

Mai Thanh Truyết

ÔB. Bs. Trần Văn Thuần và AC Lê Văn Khoa

Ra Mắt Sách của
Đỗ Hải Minh – Dohamide Abu Talib

Bài phát biểu

của Tiến sĩ MAI THANH TRUYẾT Chủ Tịch Hội Khoa học Kỹ thuật Việt nam (V.A.S.T.) về công trình biên khảo BANGSA CHAMPA: Tìm Về Với Một Cội Nguồn Cách Xa của DO HAMIDE và DO ROHIÊM (buổi lễ ra mắt ngày 8/1.2005 tại hội trường nhựt báo Người Việt Little Saigon, Nam California, Hoa Kỳ)

Thưa Quý Vị Quan khách,
Thưa Quý Vị Bô Lão của Cộng đồng Chăm (Champa),

Tôi không là một nhà nhân chủng học, một nhà sử học, cũng không là một nhà văn. Nói chung, khoa học nhân văn, không là cái nghề của tôi. Nghề của tôi là dạy học, chuyên về Hóa Học. Trong hai thập niên qua tôi làm công việc của một kỹ sư và quản lý. Do nhu cầu nghề nghiệp, và cũng do sở thích, tôi có những nghiên cứu cụ thể chuyên ngành, nói riêng về môi trường, nhất là những đổi thay trong môi trường Việt Nam.

Với vốn liếng căn bản đó, tôi hy vọng giữ được cái vô tư khoa học, đồng thời giới thiệu cùng quí vị những nét tươi mát, dễ thương của một tánh tình, của một cá tính, đồng thời cùng quý vị khởi đầu khám phá một thế giới mới, **thế giới của đồng bào của mình gốc Chăm**. Tôi làm việc này qua quyển sách:

BANGSA CHAMPA
Tìm Về Với Một Cội Nguồn Cách Xa
Của Dohamide và Dorohiêm

Cuốn sách được chia làm hai phần, trong đó nói lên hành trình của một chàng trai tên Dohamide và lịch sử hình thành vương quốc Chăm.
Cuốn sách được chia làm hai phần:

Phần I: Câu chuyện chàng trai Dohamide.
Phần II: Cội nguồn văn hóa xã hội Chăm.

Trong hơn 380 trang giấy và nhiều hình ảnh dân tộc, chúng ta có thể hình dung được sự trang trọng của tác giả trong từng nét chữ. Qua sự thân thiết, chúng tôi được biết tác giả đã thai nghén quyển sách nầy trong một thời gian dài và đã hoàn tất từ năm 2001, nhưng vì hoàn cảnh lịch sử tế nhị lúc đó, mãi đến hôm nay, Bangsa Champa mới được ra mắt quý Vị.

Thưa quý vị,
Dohamide sinh và lớn lên trong một cộng đồng Chăm khép kín. *Khép kín trong địa dư của một cù lao vùng quê Châu Đốc, miền Tây Nam Phần và khép kín trong những lối suy nghĩ bảo thủ và nghiêm khắc của tập quán Hồi giáo Islam* cổ xưa. Anh sớm lên Sàigòn, sống trong một xóm nghèo ở vùng chợ Nancy, anh

phải chiến đấu trong việc tiếp cận với người thành phố. *Chiến đấu giữa cái cũ và cái mới, giữa quá khứ và hiện tại, giữa những giá trị ngàn đời của cha ông và cuộc sống trước mặt* (năng động, cuồng loạn, xô bồ). Cái mới không phải lúc nào cũng đúng, cũng hay, cũng tốt. Cái cũ lúc nào cũng ổn định, vững chắc, dễ chịu, nhưng lắm khi là màn chắn che lấp những giá trị khác, là sức ỳ cản trở bước tiến và sự phát triển bản thân. Cho nên, có dằn co, trăn trở nội tâm, có chọn lựa, chiến đấu cho chọn lựa. Dohamide đã tự soi rọi và ghi lại trung thực hành trình tâm thức của chính mình, hy vọng phản ảnh được phần nào bản chất của những người đồng tộc của mình.

Vừa hơn 10 tuổi, Dohamide đã sớm rời, cái tịch mịch và an bình của đồng nội, cái ổn định và dễ chịu của xã hội Champa, cái thơ ngây của tuổi thơ vô tích sự, để lên Sàigòn. Anh không rành tiếng Việt, và phải ở giữa cái ồn ào, hỗn độn, người đi kẻ lại, tiếng rao hàng, tiếng cãi vã, tiếng kèn, tiếng động của xe cộ đủ loại..., anh không chỉ là người nhà quê lần đầu lên Sài gòn, *anh là một người lạc vào thủ đô của một nước khác.* Cho nên, nhiều mâu thuẫn, nhiều va chạm, anh có nhu cầu cấp bách trở về cội nguồn, tìm lại sự an ổn, trong trắng năm xưa, với những ước mong và hy vọng.

Nhưng cội nguồn thì chẳng thấy đâu...mà chỉ thấy thêm những khó khăn và trăn trở, trăn trở ngày càng thấm sâu hơn để rồi, vào buổi chiều tà của cuộc sống, cuối đời nhìn lại, **Dohamide vẽ lại con đường từ cội nguồn tuổi thơ, lớn lên, thành nhân, rồi giờ đây, trở về nguồn cội của dân tộc Chăm.**

Đó là tâm trạng của một người thiểu số sống ở một xã hội không cùng văn hóa, tập tục và tôn giáo, khiến cho họ luôn sống trong mặc cảm sợ sệt, an phận thủ thường. Tôn giáo, kinh kệ (scriptures), lễ nghi (liturgy), phong tục tập quán, là những bức tường thành kiên cố, giúp họ tự vệ, tự phòng: *phòng chống những cơn lốc của cái mới, cái khác lạ có khả năng đem lại cho họ sự bất ổn, sự mất mát, nhất là mất mát cái di sản văn hóa của họ.* Cho nên, họ không chú ý đến việc hội nhập vào một xã hội mở chung quanh. Dohamide đã nhận thức được điều này *và những vấn đề rộng lớn hơn.* Do đó Anh từ bỏ thái độ khép kín, anh mở tất cả cửa của pháo đài phòng ngự, để đón gió bốn phương.

Cuộc sống vốn vô thường. Văn hóa phải biến đổi, vì tính thẩm thấu tự nhiên của sự tiếp cận văn hóa. Trăm hoa đua nở, mỗi người một khác, mỗi nền văn hóa mỗi khác, mỗi thời mỗi khác. Giao lưu là thường tình, giao lưu Đông và Tây, giao lưu Chăm và Việt. *Giao lưu là liều thuốc cho các bệnh sơ cứng văn hóa, là thần dược cho phát triển văn hóa.* Hình như, anh Dohamide nhìn văn hóa và dân tộc Anh như vậy và anh xử sự như vậy. Lấy nguồn dân tộc, di sản cha ông để đối thoại cái mới, đó là thái độ của anh, trong suốt cuộc hành trình 70 năm tròn dấn thân vào cộng đồng Việt và cộng đồng Hoa Kỳ. Giờ đây, Dohamide ghi lại cuộc hành trình đó, những chứng nghiệm, những cố gắng, kiên nhẫn, trì chí vượt các bức tường cổ tục, để có một cái nhìn thoáng hơn với thế giới bên ngoài, để sống thực hơn và mạnh hơn.

Điều nầy làm chúng tôi liên tưởng đến tác giả Nguyễn Vỹ của quyển "Tuấn Chàng Trai Nước Việt". Tuấn đi cùng khắp giang sơn trong một giai đoạn chuyển mình của lịch sử Việt Nam, một giao mùa từ thời phong kiến và những ngày đầu, người Pháp bắt đầu thay da đổi thịt Việt Nam. Đây là một bức tranh khó quên của một giai đoạn đen tối của Đất Nước. Chàng trai Tuấn đã chứng thực cho cuộc đổi dạng trên, một giai đoạn của đổi thay từ những tập tục quen thuộc của xã hội cũ đến những lối sống Tây phương mới mẻ. Tuấn vừa ngạc nhiên, vừa quy phục hoàn cảnh mà không cho người đọc biết được những trăn trở đích thực của mình.

Đối lại, trong "Tìm Về Với Một Cội Nguồn Cách Xa", tác giả đã cho chàng trai Dohamide làm một cuộc hành trình đúng nghĩa tiến vào một quá khứ mật thiết gắn liền với nguồn gốc Chăm xa xưa. Thêm nữa, chàng trai Dohamide không những đã "chứng" mà còn "nghiệm" rằng lịch sử là một chứng tích của một giai đoạn cũ, khơi lại cội nguồn dân tộc với mục đích duy nhất là tìm lại trong khoảnh khắc bản lai diện mục của chính mình.

Để rồi từ đó, với thời gian đủ dài, Dohamide đã khám phá thêm, cố gắng vươn lên và hoàn toàn hội nhập vào một xã hội mới: *một xã hội trong đó con người được cư xử bình đẳng và sống hài hòa cùng nhau, một xã hội không còn lằn ranh địa dư, nguyên nhân đã tạo ra những mâu thuẫn và nghịch cảnh không cần thiết.* Có thể nói ở điểm này, đây là những nhắn gởi rốt ráo và đắc ý nhất của tác giả qua chàng trai người Chăm Dohamide.

Qua đến phần hai, trong bối cảnh hết sức khó khăn tìm và sắp loại các tài liệu về văn hóa, văn học và văn minh Chăm. Thiết nghĩ tác giả đã cống hiến cho chúng ta một công trình nghiên cứu nghiêm chỉnh qua việc chứng minh các tên **"Lâm Ấp", "Hoàn Vương", "Chiêm Thành"** ... do, hoặc người Trung Hoa hay người Việt Nam đặt ra trong các giai đoạn lịch sử để chỉ một vương quốc Champa, một cơ cấu quốc gia thống nhất chạy dài từ Quảng Bình đến tận Phan Thiết ở phía Đông và vùng Cao nguyên Trung phần Việt Nam ở phía Tây mà thôi. *Tính dung hợp và phân liệt của những sắc tộc vùng cao nguyên và duyên hải Việt Nam được tác giả nhắc đến và phân tích tường tận căn nguyên của vấn đề.*

Từ đó, tác giả có gợi ý về những phân chia do nhiều yếu tố khách quan và chủ quan nhập lại:

- Khách quan là do lịch sử chưa được soi rọi rõ ràng;
- Còn chủ quan là do "cái ngã" của từng bộ tộc.

Nhưng điều quan trọng hơn hết là do một số **"chính sách ẩn tàng"** *của các nước từ bên ngoài,* có ý định muốn mang ảnh hưởng của một loại đế quốc mới xen vào nội tình dân tộc Chăm để tạo áp lực và có thể khuynh đảo trong tương lai. Đây chính là điểm tác giả lưu ý nhiều và bàng bạc trong nhiều chương của quyển sách.

Tác giả để lại nơi đây một bài học và *lời nhắn gởi* là:

*Con người dù ở bất cứ nơi đâu,
cuối cùng rồi cũng sẽ tìm về*

nguồn cội của chính mình".

Tuy đơn sơ, giản dị và mọi người đều rõ nhưng có mấy ai còn giữ được khái niệm nầy trước cuộc sống dẫy đầy bất trắc trong một xã hội với nhiều thay đổi. Về một lời nhắn gửi, thiết nghĩ cộng đồng Chăm, dù sống ở địa phương nào trước kia, nên suy nghĩ về trường hợp Việt Nam. Người Việt dù ở xa quê hay còn sống trong nội địa cũng đều có ít nhiều mầm móng chia rẽ, kỳ thị Bắc Trung Nam. Và đây chính là kết quả của một thời kỳ đen tối của dân tộc do thực dân và đế quốc áp đặt chính sách "chia để trị".

Đây cũng là dấu ấn sâu đậm và đau đớn nhất của dân tộc Việt, đã làm chậm bước phát triển của Việt Nam cho đến bây giờ. Do đó, ***lời nhắn gởi sau cùng của tác giả hướng về các cộng đồng Chăm là đừng để bị chia rẽ vì những âm mưu chính trị của ngoại bang như người Việt đã từng hứng chịu và bị ảnh hưởng trầm trọng cho đến ngày nay.***

Thưa Quý Vị,

Tác giả Đỗ Hải Minh đã khơi mào và mở hướng tiến trình hội nhập cho công đồng Chăm vào xã hội Việt Nam. Một cộng đồng không còn đông dân số, nhưng có một chiều sâu văn minh phong phú. Giúp người Chăm hội nhập vào dòng chính lưu để nâng cao đời sống kinh tế, văn hóa, và tinh thần. Nhưng không vì thế mà mất đi nền tảng văn hóa đặc thù của dân tộc Chăm. Điều nầy đòi hỏi những bậc thức giả tiên phong trong cộng đồng Chăm ở trong nước cũng như ở hải ngoại luôn luôn nhìn lại và giúp đỡ khuyến khích người dân Chăm chơn chất bước vào dòng chính. Và đã đến lúc phải từ bỏ nếp sống "mép lề" cũng như mặc cảm của một loại công dân hạng hai trong một xã hội đa văn hóa. Cộng đồng Chăm không còn có một lằn ranh địa dư ở Việt Nam nữa, và lằn ranh văn hóa cũng mờ dần trong cộng đồng chung của dân tộc. ***Quốc gia là một địa dư ranh giới, trên đó nhiều cộng đồng khác chủng tộc sống tiếp cận nhau.*** Quốc gia Mỹ gồm có người Indian, người gốc Anh, gốc Pháp, gốc Đức, gốc Ấn, Trung Hoa, gồm nhiều chủng tộc da màu, trắng, vàng, Âu, Á, Phi. **Quốc** gia Việt Nam, không chỉ là người Việt mà còn là người Chàm, Radé, Mường, Tày, Thái Trắng, Lô Lô...

Hội nhập vào giòng chính lưu là làm giàu cho nền văn hóa Việt, cũng là cho sắc thái dân tộc Chăm, Mường, Việt v.v... thêm màu sắc, thêm phong phú. Vì thế, quyển "***Tìm Về Với Một Cội Nguồn Cách Xa***" là một trợ duyên cho việc hội nhập nhuần nhuyễn giữa hai cộng đồng dân tộc trong quốc gia Việt Nam.

Thêm vào đó, tác giả đã nêu ra những đường nét thật tích cực cho một dân tộc cố gắng vượt thoát khỏi tình trạng tự cô lập để sinh tồn trong một thời gian dài: thời của những cơn mê cổ tục hoặc thời của **lòng tin mù quán** (bigotry) ở truyền thống dân tộc. Ngày nay, các thôn ấp người Chăm ở Phan Rang, Phan Rí, Châu Đốc, Tây Ninh đã mở cánh cửa hội nhập vào xã hội có người Việt bao quanh. Đây là một hướng duy nhất và cũng là tối ưu cho dân tộc dân tộc Chăm ở Việt Nam do những điều kiện địa lý và lịch sử đặc thù.

Đây là một hình thức hội nhập hỗ tương trước tiến trình toàn cầu hóa trên mọi lãnh vực. Hiện tượng đa văn hóa trong một quốc gia không còn là hình ảnh đối kháng mà là một sự hòa đồng nhuần nhuyễn trong cuộc sống chung với tinh thần bình đẳng ở thế kỷ 21 nầy. Hội nhập mà không bị triệt tiêu, không mất đi bản sắc dân tộc Chăm, và hai văn hóa Chăm – Việt là thành phần căn bản cho nền văn hóa Việt Nam và là một điểm đặc thù cho vùng Đông Nam Á châu vậy.

Tóm lại, qua cuộc hành trình dài của tác giả, từ những ngày thơ ấu ở vùng cù lao Koh Taboong nghèo vùng Châu Đốc, cho đến tuổi thanh niên trong xóm nghèo Nancy Sàigòn. Tác giả đã trải qua bao thăng trầm của cuộc sống, ngay cả đến những lúc lên tột đỉnh vinh hoa thời Đệ nhị Cộng hòa, hay những giây phút hội ngộ cùng Tổng thống Truman. Và sau cùng, cuộc hành trình vẫn tiếp tục trên mãnh đất tạm dung Hoa Kỳ nầy. Với tuổi thất thập cổ lai hi (2004), tác giả đã **VỀ NGUỒN**, đã tìm lại nguồn cội của một dân tộc đã bị quên lãng trong một số người.

Đi tìm cội nguồn cũ, vạch lại đường nét xưa của một quốc gia Chăm, tác giả hy vọng trình bày một giai đoạn của lịch sử, sự hình thành của quốc gia này, sự thăng trầm của một nền văn minh, của một dân tộc; nhưng không vì đó mà phân liệt ra những cách ngăn như những cộng đồng dân tộc khác trong quốc gia Việt Nam. Tính an bình trong chuỗi tư tưởng của tác giả từ trang đầu cho đến trang cuối cùng cho chúng ta chiêm nghiệm được cái **tâm bình đẳng trong tâm hồn tác giả**. Nơi đây thể hiện sâu đậm nhất sự hòa hợp hài hòa giữa những ảnh hưởng của Phật giáo, Ấn giáo, và Hồi giáo của một dân tộc hiền hòa của miền đất Chăm.

Nói về Đỗ Hải Minh, thì cái nguồn từ trong tôi hình như vô tận, tôi biết anh từ lúc còn ở Việt Nam, qua một người học trò cũ của tôi, và là cháu của anh. Biết nhau nhưng chưa hề gặp mặt. Qua đến Hoa Kỳ, trong một hoàn cảnh đặc biệt, chúng tôi đã gặp nhau, và trở thành thân thiết. Cho phép tôi, mượn diễn đàn nầy để chúc mừng anh, mừng sự can đảm, sự kiên nhẫn, quyết tâm đầu tư công sức của anh đã được tưởng thưởng. Mừng anh thêm được một đứa con tinh thần và cũng là một quý tử. Xin anh nhận nơi đây lời khích lệ, tán thưởng và thương mến của một số anh em chúng tôi.

Xin chân thành cám ơn anh và cám ơn Quý Vị.

Mai Thanh Truyết

Orange, Mùa Đông 2004
Chủ Tịch Hội Khoa học & Kỹ thuật Việt Nam – **VAST** -

Phụ chú:

TS MAI THANH TRUYẾT
KHÁCH MỜI THAM GIA IFTAR, BUỔI ĂN TẬP THỂ TRUYỀN THỐNG MÙA NHỊN CHAY RAMADAN CỦA CỘNG ĐỒNG MUSLIM NAM CALIFORNIA, HOA KỲ

Hàng năm vào tháng Ramadan, lịch Hijrah của Islam, mọi người Muslim tức người theo đạo Islam (còn được quen gọi trong dân gian là Hồi Giáo,) không phân biệt hệ phái, trường phái, dân tộc, khắp các vùng đất trên thế giới (khoảng một tỷ hai trăm triệu) đều đồng loạt có bữa ăn vào rạng sáng trước khi mặt trời mọc, rồi nhịn ăn, nhịn uống, trong dân gian

người Muslim nói tiếng Việt gọi nôm na là "nhịn chay" rồi bắt đầu ăn uống trở lại từ khi mặt trời lặn. Việc nhịn chay Ramađan có ý nghĩa biểu tỏ thách thức khắc phục bản thân vượt qua đói khát, tội lỗi, quyết một lòng tuân phục Đấng Thượng Đế ALLAH Toàn Tri Toàn Năng, Đấng Tạo Hóa của vũ trụ và loài người. Nội dung Thiên kinh Qu'An nguyên đã được Thượng Đế Allah Mặc khải cho Thiên sứ Muhammad để truyền chuyển cho loài người vào tháng Ramađan, nên tháng Ramađan được người Muslim tin là Tháng thiêng liêng.

Theo niên lịch Hijrah của Islam, tháng Ramadan năm nay khởi đầu vào ngày 20 tháng 7 T.L. và từ đó, trong phạm vi gia đình hàng ngày đến chiều tối vào giờ giấc được quy định và thông báo, đều có những buổi ăn nói nôm na là "sả chay", gọi thống nhứt bằng tiếng A Rạp là "Iftar", tức bữa ăn chấm dứt một ngày" nhịn chay" không ăn, không uống, trong khi vẫn làm việc sanh sống bình thường. Trong tháng RaMADAN này, tại các thánh đường (masjid) đều có tổ chức những buổi ăn Iftar tập thể, tạo thành một nề nếp sinh hoạt văn hóa đặc thù của người Muslim trên thế giới.

Triển khai ý nghĩa và tầm mức quan trọng của tháng nhịn chay RAMADAN của đạo Islam, từ thời TổngThống Hoa kỳ Bill Clinton, rồi sang thời George W, Bush, và nay đến Tổng Thống Barack Obama, tại Tòa Bạch Ốc đều có chánh thức tổ chức buổi ăn Iftar truyền thống của Islam, khách mời bao gồm giới ngoại giao các nước có đông dân Muslim như Indonesia, Pakistan, các nước A Rạp và đại diện các tổ chức, hội đoàn Muslim tại Hoa kỳ. Buổi tiệc Iftar này đã diễn ra vào chiều thứ sáu 22 tháng 8 năm 2012 và trong bối cảnh chánh trị đang diễn ra ráo riết các màn tranh cử cho nhiệm kỳ mới, TổngThống Barack Obama đã nhân cơ hội đọc một bài phát biểu ý nghĩa thâm sâu và cân bằng, được cử tọa vui cười tiếp đón, nội dung gợi nhớ, qua bản Thiên kinh Qur'An được lưu trữ tại Thơ Viện Quốc Hội Hoa kỳ, cho thấy Islam đã hiện diện vào 200 năm về trước tại Hoa kỳ từ thời Tổng Thống Thomas Jefferson, từ đó, nêu lên sắc thái đa nguyên cố hữu của xã hội Hoa kỳ, trong đó, quyền tự do cùng với quyền hạn con người Mỹ vượt lên trên hết, được cất giữ trong điều 1 Tu Chính Án Hiến pháp Hoa kỳ. Tổng Thống Barack Obama đề cao sinh hoạt mở rộng vòng tay hiểu biết giữa các Đức Tin, và lên án mọi hành vi bạo hành xâm hại đến một Đức Tin đều xâm hại đến toàn bộ Đức Tin, cần bảo tồn của mọi người dân Mỹ.

Tại Thánh Đường al-Rahman, một Thánh đường có quy mô rộng lớn của vùng Nam California, nằm ở đường số 13 Thành phố Garden Grove, nơi tọa lạc Văn phòng của Hội Islam Quận Cam (Islamic Society of Orange County), dưới quyền quản nhiệm của một học giả Islam nổi tiếng, Giáo sư Tiến sĩ Muzammil Siđiqy, các buổi ăn Ifatar giải chay tập thể đều được tổ chức, quy tụ đông đảo người Muslim gốc nguồn từ nhiều nước, Pakistan, Ấn Độ, các nước A Rạp, Malaysia, Indonesia, đặc biệt có một số người Chăm Muslim gốc Việt nam, Campuchea…Ngày 13 và 14 tháng 8 năm 2012, trong số các thực khách đi vào quần chúng tham dự, người ta nhận thấy có một gương mặt quen thuộc của Cộng Đồng người Việt là Tiến sĩ MAI THANH TRUYẾT bao quanh bởi một số niên trưởng người Chăm Muslim cùng hòa mình vào luôn người di chuyển sinh hoạt trong buổi Iftar đầy tình người, nói lên phong cách tương kính, đúng như nhu cầu mở rộng vòng tay thân hữu thông hiểu nhau trong sinh hoạt liên đức tin cao quý như Tổng Thống Barack Obama nhắc nhở và đề cao trong bài phát biểu nhân tiệc khoản đãi Iftar vừa qua tại Tòa Bạch Ốc.

Một vài hình ảnh sau đây minh họa buổi hòa nhập tham dự Iftar của Tiến sĩ MAI THANH TRUYẾT, Chủ Tịch Hội Khoa học Kỹ thuật (VAST) cùng một số niên trưởng Chăm Muslim tại Thánh đường al_Rahman ghi trên.

Ts Mai Thanh Truyết đứng giữa Masjid al-Rahman Haji Tahir, Haji Madress Hussein

Haji TaHIR, Ts Mai Thanh Truyết,
Niên trưởng DOHAMIDE

Lễ nguyện tập thể bên trong Thánh đường/ Do Hamide, Mai Thanh Truyết, Hj Madress Hussein, Haji Math Minh

Quỳ lễ nguyện tập thể trong Thánh đường
Do Hamide, Mai Thanh Truyết,
Abdul Rahman Saleh, Chủ Tịch Islamic
Society of Indochina, Inc.

Khách mời Tiến sĩ MAI THANH TRUYẾT
tươi cười hòa mình với quần chúng Muslim
tham dự buổi Iftar truyền thống

Bài viết: CHÂU PHA
www.chamchaudoc.com

http://giuso.tripod.com/Oct26-09/

Nhận Định Sách GS. Nguyễn Văn Sâm

Bạn Sâm thân mến,

Bạn nhờ tôi viết Lời tựa hay Nhận định tác phẩm mới vừa viết xong của Bạn. Cảm tưởng đầu tiên của tôi sau khi đọc hết bản thảo của cuốn sách là bạn làm cho người đọc **thấy lại toàn cảnh ở Việt Nam những năm đầu tiên sau 1975**.

Từ những mánh mung ở đầu đường xó chợ cho đến những câu nói đầu môi chót lưỡi mà người dân sống ở miền Nam trước 75 chưa hề nghe đến. Cả một xã hội hoàn toàn bị đảo lộn theo chiều hướng hết sức tiêu cực ở tất cả khía cạnh sinh hoạt trong đời sống hàng ngày của người dân chất phác miền Nam. Có thể nói đây là cuốn sách đầu tay của bạn viết về những vấn nạn của Đất và Nước sau 1975, mặc dù ***bạn đã viết rất nhiều sách về chữ Nôm và những câu chuyện đồng quê, câu chuyện có tích cách mặc dù nói về những vấn đề nông thôn nhưng đượm tình dân tộc và có tính cách luân lý giáo khoa thư.***

Bạn Sâm thân mến,

Hôm nay tôi xin mượn cuốn sách nầy của bạn để nói lên tình bạn của tụi mình. Xin độc giả đừng trông đợi tôi có nhận định về cuốn sách của bạn tôi. Bạn và tôi đã cùng học chung trường tiểu học Trương Minh Ký từ năm 1949. Và, dường như là một định mệnh, hai đứa mình lại gặp nhau nơi mái trường Petrus Trương Vĩnh Ký (thầy của Trương Minh Ký).

Rồi bằng đi một thời gian dài, hai đứa mình lại gặp nhau nơi Viện Đại học Cao Đài Tây Ninh, trong đó bạn là giáo sư Phụ tá Viện trưởng, còn tôi, Giám đốc Học vụ của Viện. Cả hai đứa mình không hẹn mà gặp ở những thời điểm khác nhau, từ một đứa học trò tiểu học, rồi lên trung học…và cuối cùng là những người thầy giáo làm việc trong một môi trường đại học của đạo *Cao Đài, vừa nghèo vật chất và phương tiện, nhưng thừa tình nghĩa trong cung cách đối xử giữa Đạo và Đời, trong quan hệ Thầy Trò cũng như phụ huynh.*

Chúng mình đã sống hòa chung một nhịp sống với bà con và sinh viên của một vùng đất khô cằn. Tuy không trọn vẹn vì thảm cảnh 30/4, nhưng chúng mình cùng hãnh diện vì đã cùng một số lãnh đạo Đạo Cao Đài, giáo sư, giáo hữu, và các đồng đạo gây nên một sinh khí mới cho người dân nơi đây. Đó là việc khơi mở một hướng tích cực tiến về Chân Thiện Mỹ qua giáo dục.

Bạn trong ngành văn chương, còn tôi, trong khoa học. Nhưng điểm quan trọng nhứt trong tâm cảm của hai đứa mình là có cùng một Tâm và một Tầm.

- **Tâm là tâm lành trong việc góp phần vào công cuộc giáo dục.**
- **Tầm là viễn kiến về một tương lai đất nước trong tinh thần vô vị lợi.**

Bạn đọc có thể cho rằng tôi đã lạc đề. Nhưng xin thưa, tôi vẫn còn đang nhận định về nội dung của cuốn sách do bạn viết, nhưng không nhận định về những ý tưởng trong các bài viết, những ẩn dụ trong đó, mà tôi chỉ muốn nhận định về chính con người đã viết lên những câu chuyện trong cuốn sách.

Là một người thầy giáo (đã mất dạy vì công cuộc đổi đời do người cộng sản Việt), bạn và tôi vẫn luôn có mộng ước đơn sơ là sẽ trở về làm một người thầy giáo để chuyển tải những thông tin cần thiết cho người dân chất phác của quê tôi. Những lới tôi chia sẻ với bạn tôi cũng là những lời chân tình tôi chỉ mượn nơi nầy để cùng trang trải với bạn.

Bạn còn nhớ từ thời chúng ta còn trẻ, cùng học những giờ Việt văn với Thầy Quan (có tên là Thầy Râu Kẽm). Những giờ nầy, bạn Lễ của chúng ta thường nhảy cửa sổ cúp cua. Ông Cò Nam năm nào ngồi cuối lớp vì vừa lớn con và lớn tuổi. "Chị Hai" Mẫn cũng lệ mệ ngồi bàn sau cùng… Đã hơn nửa thế kỷ qua, nhưng tinh thần của những người thất thập cổ lai hy ngày hôm nay vẫn minh mẫn. ***Trí tuệ vẫn còn sáng suốt. Trái tim vẫn còn cuồn nhiệt với vận mạng của nước non.***

Vì sao, bạn có biết không Sâm?

Đó là vì chúng ta cùng được giáo dục trong **tinh thần Dân tộc, Nhân bản, Khai phóng và Khoa học**. Và chính nhờ vậy mà bạn và tôi vẫn tiếp tục đem tâm lành và trí tuệ đóng góp vào tương lai Việt Nam.

Bạn luôn nhắc nhở tôi là …đừng tuyệt vọng. **Đất Nước sẽ có ngày khơi mở trở lại**. Những cặn bả của xã hội sẽ chảy xuôi vào lòng đại dương một khi cường quyền bị đào thải khỏi quê hương nhường bước cho những người con của Mẹ trở về…

Tôi tin tưởng điều đó sẽ đến trong một tương lai không xa.

Xin bạn tiếp tục đóng góp thêm, và cuốn sách sắp sửa được xuất bản nầy sẽ là một viên gạch chuẩn bị cho đường về quê Mẹ của tất cả chúng ta.

Để kết thúc cho bài viết về cuốn sách, bạn có viết một truyện ngắn tựa đề "***Người huyễn tưởng***", trong đó bạn viết câu chuyện về thằng bạn tên Chơi, cũng học cùng bạn từ tiểu học, qua thời gian đổi thay, cũng vẫn là một hình ảnh của lưu manh, gian dối …ở thời đại nhiễu nhương của chủ nghĩa xã hội. Câu chuyện trên diễn tả lại một xã hội trong đó, bà con chúng ta đang sống ở quê nhà phải chịu trăm bề đắng cay mà không biết tỏ cùng ai. Riêng tình bạn giữa bạn và tôi, bạn luôn trân trọng ngay từ thuở thiếu thời, bạn luôn bảo vệ một người bạn nhỏ nhắn, hiền lành hơn nửa thế kỷ qua…

Mong bạn tiếp tục con đường văn chương của bạn và đóng góp cho kho tàng văn hóa Việt Nam ở hải ngoại.

Mai Thanh Tuyết

Mạn Đàm Cùng Họa Sĩ Văn Vũ

Nhân ngày Lễ Lao Động Hoa Kỳ, tôi có dịp ghé thăm Bác Vũ, một người bạn già tuy mới quen hơn nửa năm qua, nhưng Bác Vũ đã để lại nhiều kỷ niệm đáng nhớ trong tôi. Làm sao quên được khi nhìn thấy Bác khệ nệ mang một chậu mai chiếu thủy đầy hoa trắng đến tận nhà tăng tôi. Bác nói đùa tặng tôi vì tôi họ Mai mà đang "chiếu" thủy. Bác và tôi thân tình hơn từ đó.

Bác Vũ là một cựu quân nhân đã trả nợ non sông trước khi qua định cư tại xứ nầy. Bác là một trong những người tiên phong đi săn ảnh vừa phong cảnh vừa trừu tượng.

Theo lời Bác, *chụp một bức ảnh với kỹ thuật photoshop và máy móc tinh vi hiện đại…thì ai cũng có thể chụp được một ảnh đẹp cả! Nhưng nếu có một chút sáng tạo, một bức ảnh "chết" cũng có thể biến thành một bức ảnh trừu tượng mà mỗi người thưởng ngoạn đều có thể hình dung ra ý nghĩa tùy theo cung cách ngắm nhìn từ một góc độ nào đó. Do vậy, bức ảnh mới trở thành sinh động hơn.*

Bác Vũ cũng là một nhiếp ảnh gia có tên tuổi trong làng nhiếp ảnh từ Việt Nam cho đến hải ngoại. **Tranh của Bác không nằm trong một trường phái nào cả.** Chúng ta có thể nhìn hình dáng Bác giản dị, chơn chất, nhưng những *bức tranh của Bác là cả một không gian mịt mù…từ cổ điển qua trừu tượng, từ chân dung qua ngoại cảnh. Bác vẽ như Bác đang ăn, đang uống, đang thở…*Vẽ một cách tự nhiên. Nghĩ gì vẽ nấy người ơi.

Bác Vũ, một người tài hoa, vừa đa tài mà cũng đa tình...Đọc bản thảo cuốn sách Bác đang chuẩn bị, tôi thấy một bài thơ Bác làm, nói lên tình yêu của một người tình tên T. 17 tuổi. Và hôm nay, ngồi đối diện với Bác, khi đọc lên mấy câu thơ:

"Tôi yêu hai người con gái
T. thứ nhất năm 17 tuổi

....

Tình đầu tiên đã chết giữa mùa thu
Anh dựng bia ái tình làm kỷ niệm
Đem yêu thương xóa bỏ hận thù"

Tôi thấy được mắt Bác vẫn long lanh mơ về một cõi Hà Nội xa xăm nào đó khi nêu lên những câu thơ trên!

Bác, quê ở làng Vũ, tên thật ra là làng Đại Tráng, sau đổi thành Đại Phúc, và bây giờ là thị xã Bắc Ninh. Những người muôn năm cũ ngày xưa vẫn thường khen "trai Làng Vũ và gái Bắc Ninh" là tương hợp cùng nhau vì trai thì đa tình, còn gái thì vừa đẹp dáng và đẹp nết. Và Bác gái chính là gái Bắc Ninh.

Vừa bước vào nhà Bác, tôi bị choáng ngợp vì cả phòng khách

chứa trên dưới 20 bức tranh vẽ và độ 10 bức ảnh chụp được biến dạng bằng bàn tay phù thủy của Bác. Theo lời Bác, Bác đã miệt mài vẽ theo suy nghĩ của mình từ mấy tháng nay để chuẩn bị cho buổi triển lãm và ra mắt sách nói "cuộc đời và sự nghiệp" về nhiếp ảnh và vẽ tranh của Bác.

Trở lại phòng khách của Bác Vũ, có quá nhiều tranh làm tôi không kịp ngắm. Tuy không có nhiều khái niệm về hội họa cũng như chụp ảnh, nhưng lướt qua một vòng, nhìn chung, tôi thấy phần đông, những **nét vẽ có tính cách hướng thượng, lạc quan, tươi mát,** thể hiện một tâm tư yên lành của tuổi trên 80. Tôi hình dung được nét lạc quan, yêu đời, và thanh thản trong những bức tranh của Bác.

Cặm cụi, miệt mài vẽ ra trong đêm khuya qua lời kể của Bác, nhưng những nét vẽ nói lên được tính an nhiên tự tại của chúng. Bác dùng màu tươi nhiều hơn màu tối, nhưng khi dùng màu tối vẫn thấy được thoáng thoáng trong tranh có gì vui vui và trầm lặng trong đó…

Trong câu chuyện, chợt Bác đọc lên bốn câu thơ khi tôi đi ngắm tranh trong phòng khách ngày hôm ấy:

> " Đêm Xuân nghe pháo nổ,
> Bốn bức tường xám rung,
> Có sự gì tan vỡ,
> Trong lòng mình mông lung".

Đêm xuân, pháo nổ, tan vỡ, mông lung…những con chữ buồn bã trong một không gian ảm đạm của lời và ý thơ không làm tôi chùng xuống, mà ngược lại, tôi lại nhìn Bác dưới một nhãn quan khác, một cái nhìn đến một **người nghệ sĩ trong tâm tư luôn luôn mong tìm một cái gì mới cho đề tài hội họa của mình**. Mông lung trong câu thơ Bác dùng chính là ước muốn phá tan những bức tranh hiện có để truy tìm cái mông lung khác của những bức tranh trong tương lai.

Tan vỡ nhưng mà còn. Mông lung trong nét bút.
Sáng tạo cho ngày mai. **Phải vậy không Bác Vũ?**

Các bức tranh của Bác không đề tựa (hay chưa đặt tên), nhưng hôm nay, tôi xin mạn phép Bác để đặt tên cho vài bức tôi ưng ý. Xin đặt tên cho bức ảnh bên cạnh là **Gánh hàng hoa**. Phải chăng khi ngắm nhìn bức tranh, Bác Vũ trong tâm trạng của mình, nhân vật chính trong truyện Gánh Hàng Hoa của Nhất Linh và Khái Hưng, đang mơ về trại Hàng Hoa gần vườn Bách Thảo, Hà Nội ngày nào. Một gợi nhớ của tuổi 17!

"Cũng như mọi lần, Nguyễn Minh đi qua vườn Bách Thảo để về trại Hàng Hoa. Nhưng chiều hôm nay, tuy vẫn phong cảnh ấy mà Minh ngắm thấy xanh tốt, rực rỡ bội phần. Hoa Xoan Tây chàng xem đỏ thắm hơn, hoa Hoàng Lan chàng ngửi thấy thơm ngát hơn, những hoa Sen trắng hồng nhấp nhô trên mặt nước, chàng tưởng tượng ra trăm nghìn nụ cười hàm tiếu thiên nhiên".

Bác Vũ của tôi đang trở về Hà Nội xưa của thuở 17. Như vậy rõ ràng là Bác tuy "trong lòng mình mông lung" mà có định hướng chắc nịch…cho một Hà Nội trở lại như ngày xưa, một Hà Nội ngàn năm văn vật.

Còn một bức tranh khác, tôi đặt tên là **"Mùa hoa học trò"**.
Nhìn bức tranh trên, tôi có cảm tưởng như là Bác đang thả hồn xuôi về phương Nam. Chiếc thuyền con, hoa phượng vỹ…thấp thoáng đâu đây hình ảnh của cung đền thời nhà Nguyễn, kinh đô Huế xưa. Vì Bác vẽ theo tâm tư, theo suy nghĩ cho nên tôi tin rằng

trong ý nghĩ của Bác, **một Việt Nam vẫn sừng sững trong tim**, hiện hữu trong cùng nhịp thở dù Bác đã xa quê hơn 20 năm, thời gian đủ dài để những hình ảnh xưa dễ chìm trong lãng quên của những người con xa xứ.

Một chút lắng lòng trong mùa phượng vỹ của tuổi học trò. Tôi đã thấy Bác vẽ hai bức trong đó có "mùi" hoa phượng. Phải chăng, dù đã cuối đời, nhưng bác vẫn mơ về một thời hoa mộng, dường như Bác không thăng hoa được những gì của tuổi 17.

Sao vậy Bác?

Bức tranh bên cạnh xin được đặt tên là "**Chim điểu cành Nam**". Bức tranh vừa cổ điển vừa trừu tượng. Đôi chim hạc nơi đây, phải chăng nói lên tinh thần bất khuất của dân tộc Lạc Việt ngày xưa và Việt Nam ngày nay, đoàn kết một lòng giữ gìn biên cương bờ cõi. Nét độc đáo của Bác là màu đen của đất tổ… tô điểm

thêm cho màu xanh đại dương mà Lạc Việt phải vượt trùng dương theo dòng Nam tiến trong dòng lịch sử dân tộc.

Chắc chắn, Bác sẽ gây một ấn tượng sâu đậm, một dấu ấn khó quên cho người thưởng ngoạn trong cuộc triển lãm tới vì bức tranh nầy.

Vì sao?

Nó rất dân tộc.

Nó rất Việt Nam.

Và, bức tranh sắp tới đây, tôi muốn đặt tên là

"*Văn minh lúa nước*".

Trong tranh, chúng ta thấy những cây lúa đang trổ bông. Đây là những cây thật và những hạt lúa thật mà Bác Vũ mỗi năm đều phải trồng để giữ giống hơn 10 năm qua. Bác đã mang "*hột giống Làng Vũ*" qua Mỹ nhân một chuyến về thăm nhà. **Và lúa**

Việt Nam, với hồn nước "văn vũ" vẫn trổ bông tươi tốt, trĩu hột bằng đất và nước Hoa Kỳ! Văn minh lúa nước là một niềm hãnh diện của những người con Việt hôm nay, do công tày bồi của tổ tiên Việt đã khai sáng ra nền văn minh lúa nước cho cả vùng Đông Á xa xưa. Khi Bác Vũ trịnh trọng dán những cành lúa trĩu nặng lên tranh, Bác có hình dung ra hình ảnh tổ tiên chúng ta, giống Lạc Việt chạy dài từ phía nam sông Dương Tử chăng? Chi trong năm bức tranh trên, Bác đã cho chúng ta trở về một quá khứ của tuổi học trò. Xa hơn nữa, Bác đã dẫn chúng ta về những cội nguồn xa, quê hương củ. Và xa hơn nữa, một cội nguồn cách xa ngàn năm dư, một nền văn minh lúa nước, nguồn sống của dân tộc cho đến ngày nay.

"Văn minh lúa nước"

Chúng ta đã đi một vòng dọc theo chiều dài lịch sử.
Và bức tranh sau cùng, tôi muốn làm cho phần kết luận của bài cảm nghĩ hôm nay, tôi xin đặt tên bằng tiếng Anh. Đó là "**The healing hill**" (*Ngọn đồi xoa dịu*).
Trước khi kết thúc bài mạn đàm cùng tác giả, tôi muốn đưa bạn trở về trạng thái an bình khi chia tay. Đồi cỏ xanh tươi chạy dọc theo hàng tùng vững chắc nói lên niềm tin sắt son mà Bác Vũ của tôi đã trang trải qua bao nhiêu bức tranh vừa chụp vừa vẽ.

"**The healing hill**" (*Ngọn đồi xoa dịu*).

Niềm tin đó là lịch sử dân tộc là một cuộc tranh đấu bền bĩ, không khoan nhượng, và cũng chính vì thế mà chúng ta đã

có được một dãy giang sơn gấm vóc từ **Bắc chí Nam. Chúng ta hãy quyết gìn giữ lấy.**

Dân tộc ta đã sống hiền hòa, bình an với đồi cỏ xanh tươi, một sự bình an trong tâm hồn.
Xin cám ơn Bác Văn Vũ, cuộc đời Bác trang trải qua quá nhiều hình ảnh xuất phát từ tận đáy lòng của một người con Việt.
Bác đã đi trọn con đường nghệ thuật.
Bây giờ, Bác có quyền ngồi nghỉ ngơi ngắm "ngọn đồi xoa dịu" để cảm thấy tuổi "hoàng hôn" mà vẫn xanh tươi như màu tranh đã vẽ.

Mai Thanh Tuyết

Kỷ niệm Triển lãm của Bác **Văn Vũ**
Houston, 03 tháng 08, 2014

Món Quà Của Bạn Tôi

Tôi có một người bạn, quen nhau gần 50 năm. Chúng tôi gặp nhau trong nhiều hoàn cảnh và không gian khác nhau, đôi khi thật nghiệt ngã.

Trong 5 năm trở lại, chúng tôi lại gần nhau hơn vì sống cùng chung một thành phố trên mảnh đất tạm dung nầy. Khi thì đi ăn với nhau. Khi

Chiếc bình cổ do bạn trao tặng.

thì ngồi uống rượu, hay uống trà bên điếu thuốc. Và cũng nhiều khi cùng nói chuyện Nước Non trước công chúng hay trên TV.

Đi với bạn, tôi thường hay lái xe, đi cùng khắp nơi trong vùng. Bạn tôi khen tôi: "Sao chỗ nào mầy cũng biết đường đi nước bước hết dzậy".

Tính bạn tôi hay đùa như thế. Nhưng tôi cũng trả lời: "Biết đường xá ở Mỹ nầy vì mình sống quá lâu ở đây, nhưng buồn nhứt là mình không rành được đường xá ở Việt Nam. Làm một người con Việt mà không biết đường xá Việt, tệ thật!".

Bổng một hôm, bạn tôi mang đến cho tôi một món quà và nói: "Nhà mầy không có đồ cổ, tao cho mầy một món đồ cổ nầy để mầy "chưng"" (mặc dù bạn tôi thừa biết rằng tôi đã có một món đồ cổ trong nhà!). Đó là một bình bằng sành đường kính độ 6cm, chung quanh bọc bằng một niềng sắt và có quay tròn phía trên. Tôi, một người thực dụng, nào có để tâm vào những loại đồ cổ. Vã lại, khả năng của tôi về đồ cổ cũng chẳng khá gì hơn khả năng tiếng Hán (g)". Tôi, một người chỉ muốn nhìn vào **tương lai cũng chứ không muốn nói về chuyện quá khứ**. Do đó, cái bình cổ bạn tôi cho đã "bị" tôi để trên kệ sách bên cạnh bàn viết mới mua sau khi tôi về hưu.

Nhưng không hiểu tại sao, sáng nay thức dậy, nhìn thấy nó, nghĩ đến bạn và viết vài dòng trên đây cũng như cố tìm ý nghĩa của món quà bạn tặng.

***

Nhìn chiếc bình xinh xinh. Tôi thử tìm hiểu xem bạn tôi có ý muốn nhắn gửi gì không".

Trước hết, tôi nào tha thiết đến những tính chất bác học của chiếc bình như:

- Sản xuất tại đâu?
- Sự tích ra sao?
- Đất sét vào niên đại nào và ở đâu" v.v...

Tất cả những "hiểu biết" trên đối với tôi thật vô nghĩa.

Sau nhiều phút suy nghĩ:

- Chẳng lẽ bạn khuyên tôi "**thủ khẩu như bình**" trong giai đoạn nầy(?) vì thấy tôi bôn ba với chuyện Việt Nam có thể sẽ mang nhiều ▢khẩu nghiệp▢ cho tôi chăng?
- Hay bạn muốn nói tôi hãy còn **cố chấp** (vì chiếc bình đậy nắp). Và ở từng tuổi nầy bạn tôi khuyên tôi hãy mở, mở để thấy tiến trình dân chủ hóa ở Việt Nam tự nhiên sẽ đến trong suy nghĩ "bất chiến tự nhiên thành".
- Hay là bạn muốn tôi, qua vòng niềng bằng kim loại, **đừng để bị buộc chặt trong một định kiến nào** của của chính mình.
- Hay bảo tôi cần phải **thăng hoa cuộc sống.**
- Hoặc ý bạn tôi muốn "**tiên tri**" là những *tội đồ của dân tộc, làm cho dân tộc bị trầm luân và đất nước tan nát vì một ảo tưởng thiên đường cộng sản cho nên chiếc bình bị buộc chặt và đóng kín lại tượng trưng cho một trại tù lương tâm thể hiện sự chôn vùi cuồng vọng của một giáo điều không tưởng*"!

Quả thật, sáng nay tôi rất bận tâm vì cố tìm hiểu ý nghĩa của món quà bạn cho. Trở về bạn tôi, chúng tôi thân và sinh hoạt với nhau nhiều hơn trong giai đoạn hết sức nguy kịch quyết định số phận của Việt Nam Cộng Hòa, khi trên khúc đường Kléber, CS Bắc Việt "mè nheo với Hoa Kỳ qua việc tranh cãi về chiếc bàn Hội nghị Paris" tròn hay vuông, hay méo, hay hình bầu dục ở những năm 1968 và sau đó cho đến ngày ký kết 27 tháng giêng năm 1973!

Rồi vì theo tiếng gọi của quê cha, chúng tôi cùng về Việt Nam mang tâm trạng "*vá lại bức dư đồ rách*" của Tản Đà.

Bạn, con đường kinh bang tế thế.

Tôi, dừng chân bên phát triển giáo dục, hy vọng mang luồng gió mới thổi phảng phất nhè nhẹ nhằm đánh thức những giấc ngủ trưa của những "gốc cổ thụ" trong đại học.

Bạn, tôi, mỗi người mỗi ngã. – KTG Nguyễn Xuân Nghĩa

Và rồi, cơn đại hồng thủy xảy ra cho Việt Nam năm 1975.

Bạn và tôi cùng ở trong tư thế và tâm trạng của người bị hụt hẫng trước thời cuộc. Cùng ở lại Sài Gòn sau 30/4, chúng tôi gặp nhau vài lần để cùng nhận định tình hình. Nhưng sau đó mỗi người mỗi hướng.

Tôi vượt biên. Bạn đi chính thức.

Điểm hội tụ hôm nay là Hoa Kỳ, một nước tạm dung chúng tôi suốt hơn 30 năm qua.

Sau một thời gian dài bôn ba vì cuộc sống, chúng tôi gặp lại nhau và nhìn về một hướng: ***Hướng Việt Nam tương lai***.

Bạn, tranh đấu cho một phát triển Việt Nam ứng hợp với toàn cầu hóa và đúng với đạo đức kinh tế. Bạn rao giảng không ngừng nghĩ những mô hình kinh tế tương lai áp dụng cho nước nhà. Bạn ý thức và làm kinh tế trên bình diện quốc gia, trong lúc nền kinh tế "vi mô" của chính gia đình bạn thì không ổn!

Tôi, đang đi trên con đường "truy quét" những rác rến trong cả nghĩa bóng lẫn nghĩa đen mà cường quyền đã tạo ra và làm phương hại cho cả dân tộc từ hơn 36 năm qua.

Bạn và tôi cùng đi song hành trên hai con đường trong 84.000 con đường theo ngón tay chỉ của Đức Phật.

Viết đến đây, tôi chợt nghĩ ra một ý tưởng mới lạ về món quà của bạn tôi. Có lẽ, vì bạn tôi có một Tâm lành và sự thẩm thấu về Phật giáo cao và sâu hơn tôi; cho nên bạn muốn dạy hay nhắc nhở tôi tu tập thêm nữa bằng món quà của bạn.

Đó chỉ là một món quà của một người bạn, và ý nghĩa của món quà là "không ý nghĩa".

Và nếu chiều hướng suy nghĩ của tôi là đúng, quả thật bạn tôi đã đạt được tánh **KHÔNG** của Phật giáo ở trình độ cao và tôi cần phải học hỏi thêm nhiều.

Cảm ơn bạn món quà có ý nghĩa về tánh KHÔNG.
Cảm ơn cái Duyên đã kết sinh tình bạn gần 50 năm qua.

Mai Thanh Truyết

Mùa Lễ Tạ Ơn - 2011

Người Học Trò

Tôi gặp Huy lần đầu tiên trong ngày tựu trường niên khóa 1973-74 tại Viện Đại học Cao Đài Tây Ninh. Tôi còn nhớ cảm tưởng của mình về khung cảnh ngày hôm đó vì nó ít giống với khung cảnh của những trường đại học khác ở Sài Gòn. Nơi đây, không khí cũng bình thường như những ngày khác trong niên học, có vẻ hơi tẽ lạnh nữa. Nơi tỉnh lẻ nầy, không khí đại học vẫn còn phảng phất một ít tính cách "trung học" nghĩa là vẫn còn nhiều ánh mắt e dè của các cô nữ sinh viên mới lần đầu tiên bước vào lớp học chung với các nam sinh viên. Tôi nghĩ rằng tôi nhớ nhiều về Viện Đại học Cao Đài phần nào cũng vì cảm tưởng nầy.

Thời gian đó, Huy đã là sinh viên năm thứ ba phân khoa Nông Lâm Súc và đồng thời là Tổng thư ký Hội Sinh viên. Còn phần tôi cũng vừa nhận lời hợp tác với Viện. Sở dĩ tôi chú ý đến Huy là vì nhận thấy anh rất hăng say trong các sinh hoạt sinh viên và *thường xuyên góp ý với tôi trong chương trình giảng dạy và điều hành sinh viên vụ*. Huy đóng vai trò gạch nối cần thiết giữa sinh viên và ban điều hành Viện. Anh là một trong số rất nhiều sinh viên đến từ Qui Nhơn, Bình Định.

Đa số những sinh viên nầy có cùng hoàn cảnh tài chánh, không kham nổi đời sống mắc mỏ ở Sàigòn nên tìm về tỉnh nhỏ Tây

Ninh để cùng thực hiện ước mơ đại học. Họ đã phải sống chung trong những nhà trọ thiếu tiện nghi và chia xẻ việc ăn uống mà đối với họ chỉ là sống "cho qua ngày". Bữa ăn hàng ngày thường là cơm gạo lức với rau dền, rau lang hay rau muống luộc chấm nước tương, đôi khi chỉ là nước muối pha. Vậy mà họ vẫn vượt qua các khó khăn trong suốt thời gian theo học. Điều đáng nói là một phần lớn các anh chị nầy lại có học lực trội hơn so với các sinh viên địa phương có gia đình chu cấp tương đối đầy đủ. **Phải chăng cái nghèo, cái khó là động cơ thúc đẩy nhóm sinh viên nầy đi lên!**

Liên hệ giữa Huy và tôi ngày càng thắm thiết. Một trong nhiều kỷ niệm khó quên xảy ra vào năm 1974 khi tôi hướng dẫn phái đoàn sinh viên Cao Đài tham dự một lễ tôn giáo do Viện Đại học Hòa Hảo tổ chức tại Long Xuyên. Ở đó, một đêm không ngủ được giáo sư Hồ Hữu Tường làm chủ lễ. Lần đầu tiên tôi được chứng kiến tận mắt hình ảnh "nam thực như hổ" khi các sinh viên Cao Đài đã không ngại ngùng ăn một cách ngon lành 5, 7 chén cơm đầy với nhiều thức ăn. Việc nầy khó quên được vì ông Tổng thư ký của Viện đã phải tuân theo chỉ thị của tôi mà trích thêm một số tiền lớn để trang trải chi phí cho việc ăn uống "bất thường" nầy trong suốt thời gian ở Long Xuyên.

Trong hai năm cuối cùng của cuộc chiến Việt Nam, chiến sự ngày càng sôi động và các cuộc giao tranh trở nên gay gắt. Trục lộ Sài gòn Tây Ninh thường xuyên bị đấp mô, nhất là ở Suối Cụt và Cẩm Giang. Tuy nhiên các giáo sư vẫn cố gắng hàng ngày đi về chu toàn việc giảng dạy cho gần đến ngày tàn của cuộc chiến (20/4/75). Tinh thần phục vụ cho giáo dục và sinh viên của thành phần giảng huấn thuộc Viện Đại học Cao Đài quả thực là một hiện tượng đáng được nêu cao, đánh tan dư luận không tốt về thành kiến không đẹp của các "giáo sư chạy" ở các đại học tư lập. Xin mượn bài viết nầy để thêm một lần cám ơn và tri ân các giáo sư Đại học Cao Đài đã *tận tình phục vụ sinh viên vì lương tâm chức nghiệp và lòng thương mến sinh viên chứ không phải chỉ vì số tiền phụ trội cho đời sống gia đình và cá nhân.*

Sau 30/4/1975

Khi cuộc chiến đã tàn vào cuối tháng tư 1975, tôi đề nghị Huy về Sài Gòn chung sống với gia đình tôi để đối phó với tình trạng an ninh không cho phép Huy trở về quê quán, cũng như để Huy được tiếp tục hoàn tất chương trình Nông Lâm Súc ở Thủ Đức. Từ đây mối liên hệ Thầy Trò ngày càng khắng khít. Tôi không còn xem Huy như học trò nữa và Huy đã mặc nhiên trở thành một thành viên trong gia đình tôi để cùng tôi gánh vác và chia xẻ nỗi khó khăn, ô nhục xảy đến cho hầu hết dân miền Nam trong giai đoạn đầu của "kế hoạch 5 năm" của cs Bắc Việt.

Tôi còn nhớ có lần Huy đã thay tôi viết bản thu hoạch cho các buổi học tập chính trị dành riêng cho giáo sư đại học. Tôi xin kể ra đây kỷ niệm đáng nhớ đó: Sau hơn ba tháng học tập do Hội Trí thức Yêu nước tổ chức, Huy đã soạn dùm tôi một bài thu hoạch dài hơn 30 trang giấy học trò. Ngày tường trình, khi đến phiên mình, tôi đã ung dung đọc từng chữ những lời giảng dạy của "Bác và Đảng" cùng các lãnh tụ khác cho đến hết buổi. Thời giờ kéo dài làm cho một người rất bực bội, nhưng vì đây là những "lời vàng thước ngọc" cho nên người đó, một nữ giáo sư phụ trách Tổ trưởng học tập, từng giảng dạy môn Hóa hữu cơ trong ban hóa do tôi làm trưởng ban, không thể phát biểu chống đối và phản bác tôi được.

Vị giáo sư đó sau một thời gian nằm trong ban lãnh đạo của Trường Sư phạm, thuộc thành phần "30/4" rồi cũng phải vỡ mộng và lưu lạc nơi phương trời Tây hiện tại. Tôi cám ơn Huy đã hiểu tôi bị dằn vặt khi phải bắt buộc nghĩ và viết ra những điều mình không chấp nhận. *Các bạn đồng nghiệp khác cũng cùng hoàn cảnh hôm đó chắc cũng đã cám ơn Huy và tôi đã giúp họ không phải nghe và ray rứt thêm vì phải nói những lời không thật với chính lòng mình.*

Ngoài ra, Huy cũng đã thay tôi xếp hàng đi mua nhu yếu phẩm do phường khóm phân phối (tôi đã chạy cho Huy có tên trong tờ hộ khẩu của gia đình tôi bằng một số tiền không nhỏ). Huy đã không quản ngại giúp đỡ vợ con tôi cùng lo lắng mọi việc trong nhà. Đôi khi, thấy tôi tỏ vẽ buồn bã, mất tinh thần vì hoàn cảnh bế tắc hiện tại, Huy đã dùng lời lẽ để trấn an tôi, đôi khi còn chạy tìm cho Thầy một vài xị rượu cùng đồ nhắm cho quên đời ..... .

Tình nghĩa Thầy Trò đã thăng hoa đến mức độ không còn có thể diễn tả bằng lời hay thành văn được. Nó đã lẫn vào trong trí trong tâm của cả Thầy và Trò. Tôi đã nhìn thấy tôi nơi Huy và ngược lại rất nhiều khi Huy đã suy nghĩ và hành động như Huy là tôi vậy.

Chuyện vượt biên

Mối thâm tình trên đã thể hiện lần cuối cùng ở Việt Nam khi Huy dự định tổ chức vượt biên cùng một số bạn thân. Công việc tiến hành thuận lợi lúc bắt đầu và cho đến khi gần ngày dự định xuất hành thì một trong những bạn bè trong tổ chức đã phản bội anh em, âm thầm lấy "con cá lớn" ra đi cùng với gia đình và nhiều người khác, chỉ để lại cho Huy và một số người dự định vượt biên một chiếc "taxi" nhỏ thiếu khả năng để đi ra biển cả. Dù vậy, Huy đã không còn chọn lựa nào khác ngoài việc nhắm mắt ra đi với chiếc ghe ộp ẹp và một máy đuôi tôm mong manh. Tuy nhiên, vì Huy vẫn muốn tôi cùng đi để có hy vọng thoát được ra ngoài, nên anh đã chuẩn bị cho tôi tất cả giấy tờ giả mạo cần thiết vì lúc đó tôi không có thẻ chứng minh nhân dân cũng như không sống ở Sài Gòn. Phần tôi đã phải nói với Huy rằng, tôi không thể ra đi bỏ lại vợ con được vì tin rằng vợ tôi không thể nào xoay sở chuyện vượt biên một mình với muôn vàn cạm bẫy vây quanh.

Lần cuối chia tay, tôi đưa cho Huy chiếc nhẫn cưới của vợ tôi để giúp Huy làm lộ phí, còn Huy vẫn tiếp tục thuyết phục tôi:" Em sẽ chờ Thầy ở bến xe nếu Thầy thay đổi ý kiến". Sau nầy, qua bạn bè và các học trò khác, tôi biết được rằng, Huy và các bạn đã chờ tôi cho đến khi chiếc xe đò cuối cùng rời xa cảng để đi về miền Tây. Chuyện vượt biên của Huy và các bạn cuối cùng rồi cũng đi đến một đoạn kết toàn bích khi được tàu Đài loan cứu vớt sau nhiều ngày trôi lênh đênh ngoài khơi, không thức ăn và nước uống vì tất cả các thứ trên đã rơi xuống biển ngay ngày đầu tiên xuất hành. Huy định cư ở Minnesota và tiếp tục việc học cho đến khi có nghề nghiệp vững chắc tại quê người.

Chuyện vượt biên của Huy và các bạn (nhóm 17) đã để lại một dấu ấn lớn trong tôi và Huy. Chúng tôi đã bị buộc tội là lường gạt và tòng phạm lường gạt qua những lời đánh giá của một số bạn bè và bà con tôi đã từng tham dự và đóng góp tài chánh vào chuyện vượt biên trên.

Chuyện ở Hoa Kỳ

Thời gian qua đi, rồi cũng đến lượt tôi vượt thoát được. Không biết nhờ đâu Huy hay tin, và đã gửi tiền qua cho tôi chi dụng trong suốt thời gian ở đảo. Tôi định cư ở Sacramento chưa được một tháng thì Huy từ Minnesota qua thăm tôi. Thầy Trò trùng phùng sau hơn bốn năm xa cách, tôi và Huy như những người thân thiết tự bao giờ lại được gặp nhau. Huy cho biết vẫn còn vừa đi học, vừa làm việc toàn thời gian để có thể chu cấp cho gia đình còn ở lại Việt Nam cũng như cố gắng lo cho các em tìm phương tiện để vượt biên.

Cho đến hôm nay, tôi tin rằng không ai có thể chê trách Huy trong việc hy sinh cho gia đình cũng như tình cảm của Huy đối với bạn bè và tha nhân. Trong số những người bạn thân còn kẹt lại ở Việt Nam, rất nhiều người đã nhận được một máy điện toán cá nhân do Huy gửi về làm quà biếu để con các bạn nầy có thêm điều kiện để vươn lên.

Sau nầy, tuy đường xa cách trở, nhưng hầu như những lần nào có dịp sang California, Huy đều ghé qua nhà tôi để, một là thăm gia đình tôi, hai là dành thì giờ để Thầy Trò trao đổi chuyện nhân tình thế thái. Với tôi, những

chầu lai rai và những lúc hàn huyên tâm sự nầy thường kéo dài cho đến khi cả Thầy và Trò đều mỏi mệt. Quả thật là một niềm an ủi cho cá nhân tôi trong thời gian bắt đầu đời tỵ nạn. Tôi còn nhớ có lần Huy và các bạn về thăm cùng rủ tôi đi Reno, một trung tâm giải trí và cờ bạc ở Nevada, Huy đã kín đáo dúi vào tay tôi một chồng token để tôi có phương tiện tham dự vào cuộc chơi vì Huy biết tôi không có tiền lúc đó.

Thấm thoát đã hơn 40 năm, tình nghĩa Thầy Trò không hề suy suyển mà trái lại ngày càng sâu đậm thêm ra. Trước sau, *Huy vẫn luôn gọi tôi bằng tiếng Thầy, xem các con tôi không khác gì em ruột, mặc dù tôi chưa hề dạy Huy một chữ!* Tôi nghĩ, có chăng tôi đã cho Huy thấy tấm long chơn thật của tôi đối với riêng Huy và với tất cả mọi người.

Có phải vì tôi và Huy đã gặp nhau ở một điểm chung là nghĩ đến tha nhân hơn chính bản thân mình?

Khi tuổi đời đã bước qua "tri thiên mạng", nhưng dường như "trời xanh quen thói "râu mày" đánh ghen" cho nên Huy vẫn sống một mình trong nỗi cô đơn riêng. Đổi lại, tất cả các em của Huy đã được Huy giúp đến bến bờ tự do, khuyến khích chỉ bảo trong việc học hành cho đến ngày thành tựu, và lo lắng cho nên vợ nên chồng. Về phía bạn bè, sự có mặt của Huy bao giờ cũng là niềm vui của biết bao người mong đợi.

Và cuối cùng, Huy cũng đã lập gia đình, định cư tại một miền "đất lạ" Vancouver, Canada.

Trong suốt 10 năm trở lại đây, Huy và tôi có nhiều trăn trở trong cuộc sống cá nhân. Nhưng sau cùng tình nghĩa Thầy-Trò vẫn vượt qua được những "lấn cấn" riêng rẽ, và tình thâm vẫn đậm đà như xưa. Mỗi lần gặp nhau, hoặc ở Cali, hoặc ở Canada, hoặc Seattle...thầy trò vẫn trọn vẹn như những ngày sau 30/4/75.

Tôi viết bài nầy về Huy vì tôi nghĩ *Huy đã làm tất cả những gì mà một người có thiện tâm đã làm. Huy hiếm khi đi chùa, nhà thờ để cầu nguyện, không nói nhiều mà chỉ hành động với lòng từ bi. Dưới mắt tôi, Huy quả là một con Người đúng nghĩa.* Trong lúc còn sống ở quê nhà, dưới áp lực của việc tranh tìm miếng cơm manh áo, lòng người dường như dững dưng trước thảm cảnh của người chung quanh. Trong xã hội ta đang sống hiện tại, vật chất đứng hàng đầu, cá nhân là điểm tựa chính thay thế cho gia đình, vì vậy quả thật khó kiếm được một người chân chính. Tôi may mắn có được một người học trò giúp tôi có thêm được một niềm tin vào tình người.

Tôi không nghĩ mình đã lộng ngôn khi kết luận rằng Huy rất xứng đáng là một tấm gương cho nhiều người trong đó có chính bản thân tôi.

Nếu đọc được những dòng Thầy viết ra đây, chắc Huy không khỏi "bực mình" vì Huy vốn khiêm nhường, nhưng Huy sẽ thông cảm với sự tin tưởng của Thầy rằng Huy vẫn sẽ tiếp tục ... là một người học trò.

Mai Thanh Truyết

Hiệu đính 5/11/2013

Phần III
Có còn gì không?

Lời Cuối Cho Một Cuộc Tình...

Sáng nay, sau khi vừa thảo xong lá thư từ nhiệm để chuẩn bị gửi lên Ban quản trị của công ty trong vài ngày sắp tới, tôi ngồi bất động bên ly trà nóng. Đây là một quyết định manh nha từ đầu năm 2011. Bụng bảo dạ là đã đến lúc phải nghĩ và "về hưu"; nhưng với ý nghĩ, một khi về hưu rồi, việc tranh đấu có thể bị hạn chế trong di chuyển, trao đổi, tài trợ v.v... vì tình trạng tài chánh không cho phép. Nhưng cuối cùng, lý trí vẫn cương quyết bảo vệ quyết định ... **về hưu để có điều kiện thời gian rộng rãi hơn để tiếp tục chiến đấu dù tài chánh có bị hạn chế!**

Lá thư đã được thảo xong ngay sau đó và trong vài ngày tới tôi sẽ rời khỏi căn phòng nầy... từ giã chiếc áo blouse màu trắng mà tôi đã mặc từ năm 1963 cho đến bây giờ.

Tôi sắp sửa từ bỏ nó như đang làm thủ tục "ly dị" một người tình!

Dĩ nhiên là có rất nhiều ray rứt, suy tư ngay cả khi về nhà hay trằn trọc trong đêm thâu. Một quyết định thật khó khăn khi từ bỏ một công việc hết sức nhàn rỗi; nhàn rỗi đến nỗi có thể nói là tôi dùng gần hết "8 giờ vàng ngọc" của sở để: viết bài, đọc tài liệu, liên lạc email và điện thoại đó đây, thậm chí ngay cả những buổi phỏng vấn của truyền thông như báo chí, radio khắp nơi.

*Bao nhiêu năm qua, tôi đã "lợi dụng" nơi nầy để chuyển tải những thông tin về Việt Nam, hy vọng **bà con nơi quê nhà tiếp cận được để tự cứu lấy mình** trước những vấn nạn môi trường vây kín cuộc sống của họ. Những vấn nạn mà những người quản lý* đất nước không lo để bảo vệ người dân như ô nhiễm không khí, ô nhiễm nguồn nước, cùng nhiều vấn đề xã hội khác của quê hương.

1- Trở về thời còn "yêu"

Nhìn lại bức hình trên, hình chụp vào năm 1991 trong một Đại hội của công ty CWM Inc. tại Dallas, quy tụ 22 phòng thí nghiệm khắp nơi trên đất Mỹ về. Trong thời gian nầy tôi đang quản lý một phòng thí nghiệm với khoảng 30 nhân viên làm việc trong một diện tích gần 8.000 sf^2, trong đó gồm 2 Ph.D., 4 Master, và hơn 10 Cử nhân và số thí nghiệm viên còn lại. Đây là một phòng thí nghiệm được chứng nhận theo tiêu chuẩn Hoa Kỳ (accredited laboratory) lớn nhứt của công ty dùng để phân tích và chứng nhận (cerfify) tất cả các chất phế thải lỏng và rắn cũng như quyết định cần phải thanh lọc (treat) như thế nào.

Nơi đây cũng là ***một trung tâm huấn luyện về QA/QC cho các trưởng phòng thí nghiệm rãi rác ở khắp các tiểu bang Hoa Kỳ và Mễ Tây Cơ*** của công ty. Hàng ngày, nơi đây tiếp nhận trên 300 mẫu phế thải kỹ nghệ đến từ khắp nơi và cần được phân tích từ fingerprint (phân tích nhanh) cho đến phân tích toàn diện. Hàng ngày, bãi rác cũng phải tiếp nhận trên dưới 300 xe với trọng tải 80.000 lbs (trọng lượng tối đa tính luôn sức nặng của xe do DOT cho phép). Nói như vậy cho thấy sự bận rộn liên tục của nhân viên ra làm sao. Đó là chưa kể đến một bộ phận chuyên làm và thử nghiệm các "công thức" (recipe) để giải quyết thanh lọc phế thải rắn độc hại bằng phương pháp macro-encapsulation. Sau khi thành công trong phòng thí nghiệm, nghĩa là hàm lượng các hóa chất độc hại  có trong phế thải dưới định mức quy định của EPA (Cơ quan Bảo vệ Môi trường). Công thức trên sẽ được áp dụng và mỗi "mẻ" cần thanh lọc là 20 tấn "rác".

Phòng thí nghiệm nằm trên một ngọn đồi cao, do đó theo luật lệ, cần phải theo dõi mức độ ô nhiễm của không khí ở các khu dân cư nằm trong đường bán kính 15 dặm Anh.

2- Quản lý một chất phế thải

Viết đến đây để cho bà con thấy **việc quản lý chất phế thải rất phức tạp** và gồm nhiều giai đoạn, **cần nhiều nhân lực chuyên môn về phân tích, quản lý, an toàn lao động và nhiều công việc linh tinh khác**. Thủ tục thanh tra từ EPA liên bang và tiểu bang cũng như giám sát của thành phố đi đến kiểm tra có định kỳ cũng như bất thình lình (random) (tôi không dùng chữ đột xuất của Việt Nam bây giờ) xảy ra thường xuyên.

Mỗi phế thải sau khi được thanh lọc xong, sẽ được mang ra đổ ngoài bãi rác (landfill) và ***hồ sơ, lý lịch cùng địa điểm "chôn rác" phải được giữ trong vòng 5 năm***. Nếu có khiếu nại hay cần kiểm soát lại, chúng ta có thể lấy mẫu trở lại để phân tích và chứng minh. Nó không giản dị như quan điểm hiện có ở Việt Nam, là chuyển tải từ nơi xuất phát như nhà ở hay công xưởng ...rồi chở ra đổ vào một bãi đất trống mặc cho ruồi muỗi, nước rỉ (leachate) chảy tràn lan khắp nơi...nghĩa là rác và những hệ lụy của rác trong bãi vẫn...an nhiên tự tại cùng tuế nguyệt!

Bãi rác chứa 13 triệu tấn rác ở West Covina, CA đang được biến đổi để thiết lập một dự án xây dựng sân golf trên đỉnh và một trung tâm nghỉ mát gồm khách sạn, khu thương mại,

sân quần vợt, đường cho ngựa chạy v.v…

3-Trông người mà nghĩ đến ta!

Trong những ngày còn lại bên chiếc máy computer cũ kỹ, tôi cố gắng trang trải ra đây một số suy nghĩ riêng tư của mình, chia xẻ cùng bạn đọc. Trên một mảng tường, tôi dán những hình ảnh "thời gian" trong đó hình ảnh cây phong trước phòng thí nghiệm đã được tôi chụp hàng năm vào tuần lễ đầu tiên của tháng 11, mùa cây bắt đầu thay đổi màu lá...để thấy lại thời tiết...lạnh nhiều hay lạnh ít của trời đất qua sự thay đổi màu sắc của lá. Trong hình, chiếc hình cuối cùng phía dưới bên tay mặt được chụp vào thứ sáu đầu tiên của tháng 11/2011, lá phong màu đỏ nhưng hơi "tái" hơn, vì năm đó tiết trời lạnh sớm!

Rồi đây, trong vài ngày nữa tôi phải giã từ một khung cảnh thân thương mười bảy năm qua nơi mảng tường nầy.

Giã từ! Từ giã! Ly biệt! Biệt ly!
4- Chiếc áo blouse màu trắng

Thực sự tôi đã bắt đầu mặc chiếc áo thân thương màu trắng nầy từ năm 1963 khi còn là một cậu sinh viên năm thứ nhứt trường Y khoa Sài Gòn. Những kỷ niệm nơi số 228 đường Trần Quý Cáp góc đường Lê Quý Đôn, nơi sau nầy, CSBV biến thành nhà triển lãm tội ác Mỹ Ngụy với chiếc máy bay Mỹ "to đùng". Nhưng hôm nay, tội ác của Mỹ đâu không thấy mà chỉ thấy những **lời "xin-cho"** *(cố hữu trong não trạng của người cộng sản)* **người Hoa Kỳ vào lại Việt Nam để làm đối trọng với Trung Cộng**. Còn tội ác của Ngụy (!) ư? Nếu còn, chỉ là những *lời "van xin" khúc ruột ngàn dặm (?) đem đô la về xây dựng đất nước!*

- Kỷ niệm nơi Cơ thể Học viện với Thầy Nguyễn Hữu, Thầy Trần Anh. Tôi có gặp lại Thầy Hữu khi Thầy lưu vong qua Pháp và tội nghiệp thay cho Thầy phải mở một quán ăn nhỏ và bị thất bại. Sau đó, Thầy nhờ một anh học trò cũ phụ tá cho Thầy ở Cơ thể học viện. Đó là BS Nguyễn Mộng Hùng nằm trong nhóm mỗ tim nổi tiếng thời bấy giờ của BS Bernard. BS Hùng đã vận động cho Thầy vào một chân "assistant".

- Sau Cơ thể học viện, rồi đến bịnh viện Chợ Rẫy với Thầy Đặng Văn Chiếu, bịnh viện Từ Dũ với Thầy Hồng (quên họ của Thầy rồi), Bình Dân với Thầy Út, và bịnh viện Nguyễn Văn Học với Thầy Trần Văn Lữ Y (Louis)... (Khi qua Mỹ tôi hân hạnh gặp BS Trần Văn Chơn, em ruột của Thầy Louis, trở thành một người bạn tâm giao ngụ tại Thị trấn Giữa Đàng (Midway City) bên cạnh Tp Westminster, CA).

- Tuổi thanh niên của tôi lúc nầy thể hiện qua một việc làm nho nhỏ trong chiếc áo trắng vào giữa năm 1963, giai đoạn gay cấn của Đệ Nhứt Cộng hòa; số là, vì phải đối đầu với giặc ngoài là Việt Cộng và "thù" trong là những người Việt sống trong lãnh địa quốc gia (dưới vỹ tuyến 17) xâu xé nhau, gây bất ổn cho chế độ Cộng hòa lúc bấy giờ. Anh bạn thân thiết của tôi là Hoàng Cơ Trường và tôi đã làm công tác chích ngừa cho dân chúng ở những vùng bất an ninh như Cần Giuộc, Cần Đước, và Long Đình. Hai anh em cùng đi trên chiếc mobylette vàng của tôi dong ruổi trên các đường mòn hẻo lánh nhưng không hề biết sợ những bất trắc có thể mang đến cho mình do Việt cộng phục kích! (xin có vài giây phút tưởng niệm đến anh bạn Trường của tôi, mất ở Fresno vào tháng 4/1983).

- Sau đó, tôi lại mang chiếc áo trắng thân thương qua Pháp. Những ngày làm học trò, những ngày làm assistant laboratoire, rồi assistant délégée ở Institut de Chimie, Besancon. Chiếc áo trắng trong giai đoạn nầy chính thức mang lại cho tôi lương bổng hàng tháng, để từ đó tôi có thể lo cho vợ con.

- Về lại Việt Nam, cũng với chiếc áo blouse trắng cố hữu của tôi lại "phất pho" nơi **Ban hóa học trường Đại học Sư Phạm Sài Gòn và Đại học Cao Đài Tây Ninh**. Trong thời gian ngắn ngủi chưa đầy hai năm làm việc ở hai nơi nầy, chiếc áo trắng cũng đã giúp tôi làm một số việc nho nhỏ như *gieo cấy ý thức trách nhiệm của sinh viên qua việc bảo quản phòng ốc của trường Sư phạm…bằng cách huy động những ngày đi lau chùi và rửa…nhà vệ sinh của trường!*

Nơi Cao Đài, niềm hãnh diện của tôi trong chiếc áo trắng là **xây dựng và thiết lập các phòng thí nghiệm hóa học, vật lý, sinh thực động vật** trong một thời gian kỷ lục, từ việc thiết kế xây dựng, "đi xin" và thu mua các máy móc và dụng cụ bên ngoài khu nội ô Cao Đài. Từ đó, sinh viên có điều kiện thực tập bên cạnh Chợ Long Hoa, cửa số 1, vì trong nội ô, các việc thí nghiệm nhứt là mổ xẻ động vật là một cấm kỵ của đạo. Việc làm nầy, tôi đã nhờ sự phụ giúp của một số giảng nghiệm viên trẻ mà tôi đã thu dụng, đồng ý với đường lối mở mang và phát triển trên. Xin cám ơn các anh em đã đóng góp một việc làm không nhỏ cho Viện Đại học Cao Đài. Ngày nay, dù nơi đây không còn là một đại học đúng nghĩa dưới chế độ mới, nhưng sự hình thành và phát triển đại học đã khơi mào và làm cho *người dân nơi đây ý thức và thấu hiểu được tầm quan trọng của giáo dục và tin tưởng vào tương lai con em của một miền đất khô cằn Tây Ninh.*

5- "Dấn thân" vào chốn bùn nhơ

Sau ngày "giải phóng", chiếc áo trắng vẫn tiếp tục đeo đuổi tôi, nhưng lần nầy dưới một hình thái khác…là làm việc cho chế độ mới một cách bất đắc dĩ. Trong giai đoạn nầy, thực sự **tôi có "vấn đề" với chiếc áo trắng của tôi**. Sở dĩ tôi gọi là có vấn đề vì chiếc áo trắng tôi mặc trong lúc nầy chỉ là một hành động miễn cưỡng để bảo vệ an ninh cho bản thân và gia đình mà thôi.

Thật sự là tôi đã tạm thời *"ly hôn"* trong trí óc và tư tưởng với người tình của tôi ở giai đoạn *"sống chung với "lũ" nầy*, giống như chính sách "sống chung với lũ" của VC đề ra cho bà con Đồng bằng Sông Cửu Long vì những sai trái trong việc xây dựng

đê bao mà không có điều nghiên làm cho lũ lụt ở miền nầy ngày càng trầm trọng và phức tạp hơn lên.

Cuộc ly hôn tạm thời nầy chấm dứt ngay sau khi tôi thực hiện thành công *"giấc mơ ra biển lớn"*. vào cuối năm 1982.

6- Làm lại từ đầu

Từ ngày đặt chân đến vùng đất tự do, chiếc áo trắng đã được tôi nâng niu trở lại thực sự với sức bật của tuổi trung niên, với những việc làm ở **Medical School ở Minnesota** sau ba năm làm postdoctorate qua đề tài nghiên cứu về các màng của tế bào máu hồng huyết cầu (Red blood cell). Thực hiện được hai báo cáo khoa học (publication) bằng cách chứng minh chính màng (membrane) thứ tư tên Actin 4.1 của hồng huyết cầu là nơi chuyên chở Oxy, và Phosphate đi khắp nơi trong cơ thể. Nơi đây cũng là nơi dừng chân của một gốc tự do (free radical) NO (nitroso…), và gốc tự do nầy chính là nguyên tố trung gian để chuyển tải các hóa chất cần thiết (hay chữa bịnh) lên óc. Đây là một phương pháp trị liệu tương đối còn mới mẻ vừa mới được khám phá và áp dụng từ năm 2015.

Rời Minnesota, người tình của tôi vẫn còn trung thành và dường như có một duyên (hay nghiệp nào đó), *khiến tôi mang người tình vào một nơi không mấy "vệ sinh"*. Đó là, **người tình và tôi cùng đưa nhau sống chung trong các bãi rác kỹ nghệ và rác sinh hoạt gia đình**…từ năm 1987 cho đến giây phút hiện tại đang ngồi "gõ mõ" bằng hai ngón tay cho bài viết nầy. (tuy chỉ "gõ mõ" bằng hai ngón tay, nhưng tôi rất hãnh diện và chấp nhận "thi đấu" với các "bạn già" của tôi để …thi đánh máy!).

Mười bảy năm ngồi ở văn phòng nầy. Chiếc ghế trong hình là chiếc thứ ba tôi đã thay tại nơi đây.

Mười bảy năm qua với tất cả vui buồn trong những lần bị "thanh tra" (inspection) thình lình (random) do EPA Region 9 đến từ San Francisco, hay DTSC (Department of Toxic Substance Control) từ Sacramento, hay từ AQMD (Air Quality Management District) từ Los Angeles, Sanitation District of LA, hoặc Health Department của City West Covina, CA.

Tội nghiệp em tôi, trong suốt 24 năm sau cùng nầy, em tôi phải chịu đựng tất cả những mùi xú uế trên cõi đời ô trọc nầy khi em theo tôi đi cùng khắp các nơi tôi làm việc. Khứu giác của tôi rất nhạy cảm, tôi có khả năng ngửi được những mùi quen thuộc của những hóa chất hiện diện trong chất phế thải. Chính nhờ có một khứu giác "tốt" như trên, cho nên tôi mới ***"ngửi" và "ngộ" được là vùng không khí đang bao trùm Việt Nam ngày hôm nay đang bị phủ đầy hóa chất độc hại phát sinh ra từ chất độc "cơ chế chuyên chính vô sản"***. Điều nầy không giống như Madison Nguyễn ngày nào trong khi đi viếng thăm bãi rác Đa Phước mà vẫn thấy …mùi thơm của tiền tài và chủ nghĩa! Xin nói thêm là bãi rác Đa Phước đang trên đà suy thái vì "cha" đỡ đầu là Bí thư thành ủy Lê Thanh Hải bị "điều" ra Hà Nội, và TGĐ David Dương không còn cơ hội về "quản lý" nữa từ năm 2017.

Trở lại với bãi rác CWM Inc., Kettleman City, chính nhờ khả năng  "ngửi" trên làm cho tôi giải quyết công việc chuyên môn một cách nhanh chóng. Nào là **mùi các hóa chất sát trùng, hóa chất trừ nấm mốc, hóa chất diệt cỏ dại trong đó có chất 2,4,5-T, một thành phần trong hỗn hợp của chất Da Cam**. Tôi, qua mùi, dễ dàng phân biệt được hóa chất nào dẫn xuất từ Arsenic, hay Phtalate, Phosphate, hoặc Carbamate v.v… Chính những sự tiếp xúc nầy làm cho em tôi bị "ô nhiễm", *nhưng với một tình yêu sắt son, em vẫn trung thành sắc son với tôi, và âm thầm chịu đựng như nội dung của* **bài mưỡu Mẹ Mốc trong văn chương việt Nam.**

7- Mối tình con

Con số 17 năm ở chiếc ghế trên làm tôi nhớ lại một mối tình học trò ở tuổi 17, khi học Đệ nhị ban B. Năm đó, toàn hội đồng thi cho ban B ở Sài Gòn chỉ có khoảng 1000 thí sinh, và tôi đi thi ở trường tiểu học Bàn Cờ. Ở Việt Nam, số thứ tự của thí sinh được sắp xếp theo tên, chứ không theo họ, và phòng thi của tôi lại đối diện với phòng thi của nàng vì nàng có tên bắt đầu bằng chữ Th…Vào hôm thi toán, tôi cố gắng làm xong trong vòng hai giờ đồng hồ (trong 4 giờ thi) để rồi nộp bài và đi ra để xem có thể giúp nàng được gì không! Nhìn nàng cuối đầu đăm chiêu và sau đó ngước lên bắt gặp được ánh mắt của tôi, nàng lắc đầu. Lần đầu tiên tôi cảm thấy "bất lực" trong việc phụ giúp người mình "thương"! Viết những dòng chữ nầy, tôi muốn ghi lại một chút kỷ niệm của thời niên thiếu và tôi không ân hận và cảm thấy "tội lỗi" gì cả vì lúc đó tôi chưa…kết duyên với người tình áo trắng của tôi.

8- Tạm dừng

Thưa các bạn,
Chỉ còn một vài ngày nữa tôi sẽ rời nơi đây.
Chắc chắn tôi sẽ mang một chiếc áo trắng còn mới và sạch mang về nhà.
Chiếc áo trắng bây giờ sẽ về hưu trong vài ngày nữa (năm 2012), sẽ không cùng tôi mang tiền hàng tháng về, nhưng tôi tin rằng,

người tình của tôi sẽ không bỏ tôi và *tôi cũng chẳng bao giờ phụ em trong những ngày còn lại trong đời.*

Hôm nay, tuy là "**lời cuối cho một cuộc tình**" nhưng điều đó không có nghĩa là cuộc tình đã chấm dứt, vì mối tình giữa tôi và em vẫn chưa thể nào đi đến kết cuộc được khi mà Đất và Nước đang còn điêu linh, 92 triệu người dân (không kể 4 triệu đảng viên cs) đang còn dưới ách cai trị của… cường quyền.

Vì sao?

Vì, dù sao, dù sao đi nữa, tôi vẫn …yêu em (lời của bài hát Niệm Khúc Cuối). Đã 48 năm hương lửa bên nhau, em và tôi không thể nào đoạn tuyệt với nhau được. Và dĩ nhiên là phải có tiếp nối. **Tiếp nối trong một giai đoạn thăng hoa mới của cuộc đời trong tương lai.**

Chắc chắn em và tôi sẽ bước những bước song hành trên con đường về Quê Hương dưới ánh bình minh rực sáng.

Bao giờ hoa Mai mới nở trên quê hương ta?

On recommence par le commencement!
Một ngày mới sắp sửa bắt đầu.
Em và tôi cùng nhau chuẩn bị lên đường tiếp.

Mai Thanh Truyết
Trích từ sách **"Tâm tình Người Con Việt"**
Mùa Quốc hận 2018

Dân tộc Sanh Tồn Trong Chiều Hướng Toàn Cầu Hóa

Tiến trình toàn cầu hóa hiện đang diễn ra trên thế giới với vận tốc ngày càng nhanh.

Đảng-Trưởng TRƯƠNG-TỬ-ANH
Chủ-Tịch Mặt-Trận Quốc-Dân-Đảng

Từ hậu bán thế kỷ 20, khái niệm về toàn cầu hóa đã nẩy sinh với tốc độ tăng dần. Qua đến đầu thập niên 90, từ ngữ globalization được phổ biến rộng rãi trên thế giới nhờ phương tiện thông tin trên mạng lưới trở thành phổ thông. Bắt đầu từ lãnh vực truyền tin, thông tin, khái niệm toàn cầu hóa dần dần xâm nhập vào các lãnh vực khác như kinh tế, văn hóa, ngôn ngữ khiến cho các biên giới địa dư quốc gia cũng từ từ hòa nhập vào nhau để hướng về một thế giới có nhiều điểm tương đồng nhiều hơn.

Bài viết nầy nhằm đưa ra vài nhận định về việc ứng dụng lý thuyết dân tộc sinh tồn vào thời kỳ thế giới đang mở rộng và tiếp cận một cách nhanh chóng thông qua mạng lưới thông tin toàn cầu.

Với tư cách một đảng viên Đại Việt Quốc Dân Đảng, chúng tôi rất tự hào đứng dưới danh nghĩa **ĐVQDĐ, một đảng chính trị đã do một thiên tài của đất nước là cố Đảng trưởng Trương Tử Anh, mới vừa 25 tuổi đã có khả năng xây dựng nên một chủ thuyết mệnh danh là "Dân Tộc Sanh Tồn" (DTST) để làm khung, làm nền tảng lý luận điều hướng hoạt động đấu tranh vững mạnh hướng về mục tiêu chiến lược lâu dài, không chao đảo trước mọi tình huống, và đã tạo điều kiện cho ĐVQDĐ trường tồn cho đến ngày nay.**

Trên trận tuyến đấu tranh chống CS VN hiện tại, ĐVQDĐ có thể giương cao ngọn cờ DTST đặt trên căn bản đầy tình tự dân tộc và nhân bản làm đối lực đương đầu với chủ nghĩa CS vô thần, mị dân với ảo tưởng dựng nên một nước VN xã hội chủ nghĩa mà ngay cả những người đề xướng ra cũng không xác định được xã hội chủ nghĩa cụ thể là gì.

Mỗi người trong chúng ta, dù có những suy nghĩ nào dị biệt đi nữa, cũng khó có thể phủ nhận được tính cách mạng đầy nhân bản của chủ thuyết DTST. Chính chủ thuyết nầy theo quan điểm của người viết, cho đến ngày hôm nay (2014) vẫn còn là một đối trọng vững chắc đối với ý thức hệ của chủ thuyết Cộng sản, để từ đó áp dụng vào thực tế và điều kiện Việt Nam hầu thúc đẩy nhanh hơn tiến trình dân chủ hóa Việt Nam.

Đó là một xác quyết.

Chúng tôi muốn lập lại một lần nữa, trước tiến trình toàn cầu hóa hiện nay cùng với vai trò của từng quốc gia trên thế giới, dù muốn dù không, Việt Nam cần phải hội nhập vào cộng đồng chung, trong đó **chủ thuyết DTST có khả năng không phải để chuyển hóa mà là xóa tan chủ nghĩa CS hiện đang "bách chiến bách thắng" trên toàn cõi Việt Nam.**

1- Chủ nghĩa Dân Tộc Sanh Tồn trong bối cảnh 1938

Trong tiến trình thành lập Đảng Đại Việt, Đảng trưởng Trương Tử Anh đã hoạch định ra chủ thuyết DTST với mục tiêu duy nhất là phục vụ con người toàn diện. Đây chính là cái khung cho việc tuyên bố thành lập đảng vào năm 1939.

Chúng ta hãy trở lại bối cảnh thời bấy giờ. Trong giai đoạn nầy, trên thế giới, Hoa kỳ mới vừa phục hồi lại kinh tế sau cơn khủng hoảng thế giới vào những năm 30. Ở thời điểm trên, Âu châu vẫn là một trung tâm quyền lực về chính trị, quân sự, và kinh tế. Tại Đức, Đức quốc xả do Hitler cầm đầu, với chủ nghĩa dân tộc cực đoan đang chuẩn bị và huy động tiềm năng quân sự của mình để bắt đầu một cuộc chiến xâm lược. Đó là chiến tranh thế giới lần thứ hai.

Ở Việt Nam, tuy vẫn còn là một quốc gia theo chế độ quân chủ, nhưng nhà vua chỉ ngồi làm vì và thực dân Pháp cố tình duy trì chế độ phong kiến để kềm hãm ý chí đấu tranh và ngăn chận bước tiến của dân tộc Việt.

Tuy nhiên, qua những phong trào của cụ Phan Bội Châu, Phan Chu Trinh, một số nho sĩ Việt Nam đã bắt đầu bước ra khỏi những tầng tháp ngà và manh nha một vài nhận định mới về xã hội qua những tiếp cận và trình bày của hai nhà cách mạng trên. Nước Việt Nam từ đó không còn là một ốc đảo nhỏ nữa. Từ đó, người thanh niên Trương Tử Anh đã khai sáng ra chủ thuyết DTST. Có thể nói đây là một bước ngoặc lớn cho Việt Nam. Vào một thời điểm xã hội Việt Nam đang còn khép kín trong suy nghĩ, đóng chặt cửa trước thế giới bên ngoài, chịu nô lệ trong sự kềm hãm phát triển trên mọi khía cạnh của con người, nhất là phát triển tư tưởng độc lập dân tộc Việt. Chủ thuyết DTST đã khai mở tất cả. **Đảng trưởng Trương Tử Anh** đã vừa mở cánh cửa dân chủ cho Việt Nam. Đó là những nguyên lý sinh tồn qua bốn bước về bản năng sinh tồn của từng cá nhân như: **bản năng vị kỷ, bản năng tình dục, bản năng xã hội, và bản năng suy luận.**

Từ bốn bản năng sinh tồn trên, con người, đặc biệt là con người Việt Nam có thể thẩm thấu và thăng hoa theo chiều hướng hướng thiện:

- *Bản năng sinh tồn không còn thể hiện cho từng cá nhân mà là cho sự sống còn của toàn dân.*
- *Bản năng vị kỷ dù lấy cá nhân làm trung tâm để có một tinh thần độc lập và cũng từ đó khai triển ra thành một tinh thần độc lập quốc dân. Do đó tính vị kỷ không nằm trong nghĩa hẹp của ngôn từ mà được ứng dụng vào cộng đồng*

dân tộc và biến con người trở nên cao thượng hơn có tinh thần biết hy sinh vì đại nghĩa.

Trở lại tình hình đất nước thời bấy giờ, dưới sự thống trị của thực dân Pháp, nước Việt Nam được chia ra làm 3 kỳ có 3 quy chế hoàn toàn khác nhau: Nam kỳ là đất thuộc địa, Trung kỳ có vua là đất bảo hộ, còn Bắc kỳ có Kinh lược sứ, nhưng trên thực tế bị đặt dưới quyền thống trị của Toàn quyền Pháp. Song song với sự phân chia hành chính kể trên, từ đất Bắc, ĐV QDĐ đã phân công một số đồng chí cốt cán xây dựng cơ sở đảng thành 3 Xứ bộ Bắc kỳ, Trung kỳ và Nam kỳ hoạt động trong vòng bí mật để có thể tồn tại.

Cũng chính vì nhu cầu bí mật bắt buộc phải xây dựng cơ cấu điều hành đa dạng, đáp ứng với điều kiện đặc thù của từng địa phương, cộng thêm những khiếm khuyết về thông tin không được xuyên suốt, theo thời gian, vô hình chung đã tạo nên một nề nếp hoạt động biệt lập theo từng Xứ bộ, nhất là sau khi Đảng trưởng TTA mất tích không để lại dấu vết **trong biến cố năm 1946 tại Hà Nội.**
Những đồng chí được bầu lên để điều hành Đảng sau nầy, do hoàn cảnh khách quan và chủ quan không thể nào duy trì đầu mối thống nhất lãnh đạo Đảng được. Đây có thể là một khởi điểm cho "mọi phân liệt" ngày hôm nay.

Từ đó, hình thành mô hình "hệ phái" với những danh xưng như, ĐV Cách Mạng, Tân ĐV v.v... Và dư luận quần chúng bên ngoài cho rằng đó là hình thức phân hóa của Đảng căn cứ vào những dị đồng của một số thành phần lãnh đạo.

Tuy nhiên, *nếu phân tích thực trạng kể trên dưới tinh thần khoa học và phát triển, hiện tượng phân hóa chỉ là về mặt hình thức, còn về thực chất thì dù dưới danh xưng nào đi* nữa, một ĐV QDĐ vẫn ngạo nghễ tồn tại dưới ánh mặt trời vì các "hệ phái" vẫn không từ bỏ danh xưng Đại Việt và nhất là hệ phái nào cũng xác định Lãnh tụ TTA là vị sáng lập Đảng, và tất cả đều sinh hoạt đấu tranh gắn bó với nhau và cùng đặt trên cơ sở chủ thuyết Dân Tộc Sanh Tồn.

Tiến trình phát triển của một đoàn thể chính trị, theo quy luật gồm hai mặt: một mặt chiều thuận tích cực hướng về xây dựng tốt lành, một mặt chiều nghịch tiêu cực kéo đoàn thể đi xuống. Hiện trạng nầy hầu như đều xảy ra trong bất cứ một đảng chính trị nào trên đất Việt. Do đó, trong điều kiện kể trên, điều mà dư luận bên ngoài gọi là "phân hóa", thực sự chỉ thể hiện một cơn bịnh trong việc quản trị và điều hành Đảng. **Cơn bịnh đó có thể được chữa lành một khi có điều kiện khách quan và chủ quan đồng hỗ trợ cho nhau ngõ hầu tạo cơ hội trao đổi và dung hòa quan điểm trên căn bản bất di bất dịch của chủ thuyết DTST.**

2- Luật Dân Tộc Sinh Tồn biến cải

Sau khi hiệp định Geneve chia đôi lãnh thổ, VNCH được thành lập, hình thành một thể chế chính trị của một quốc gia toàn vẹn chủ quyền và độc lập. Từ đó, các đoàn thể chính trị ở miền Nam có điều kiện tham gia việc nước và một bối cảnh chính trị mới xuất hiện. Và cũng từ đó một số đoàn thể chính trị mới thực sự công khai hoạt động.

Đối với ĐV, mô hình thể chế chính trị Đức, Nhật là mô hình lý tưởng của con đường đấu tranh khép kín cố hữu của ĐVQDĐ cho thấy không còn thích hợp nữa trong tình hình chính trị quốc tế mới, vốn chủ trương dân chủ và "mở" để cùng nhau phát triển trước tiến trình toàn cầu hóa. Cố GS Nguyễn Ngọc Huy, một trong những sáng lập viên Tân ĐV từ căn bản Xứ bộ Nam kỳ đã góp công khai triển luận thuyết chủ nghĩa DTST dưới sự soi sáng của thuyết tiến hóa Darwin, đưa lên lý luận xu hướng biến cải vào năm 1964. Từ đó, xu hướng **dân tộc sinh tồn biến cải ra đời.**

Điều nầy không có nghĩa là ĐV đã tách rời, mà đây chỉ là một giai đoạn mở theo tầm nhìn mới, thích hợp với một số đảng viên, cũng như chưa đạt được tính thuyết phục đối với nhiều đảng viên khác. Tuy trong nội tình có khác biệt về tư tưởng và hành động cũng như qua cung cách ứng xử đối với bên ngoài, người đảng viên ĐV trong gia đình ĐV cùng kết hợp hành động khi có biến cố xảy ra cho miền Nam. Đây là một điểm son của những hệ phái ĐV, thoát thai từ một gia đình chung, gia đình Đại Việt Quốc Dân Đảng.

Trở lại chủ thuyết DTST biến cải, GS Huy đã nhận định qua luật tiến hóa của Darwin để thấy rằng sức mạnh của con người chưa phải là một yếu tố then chốt để đưa đến thắng lợi sau cùng. Cũng cần phải có nhiều yếu tố của môi trường chung quanh mới quyết định sự thắng lợi toàn vẹn. Do đó GS Huy đưa ra xu hướng biến cải tức khả năng thích nghi tùy theo hoàn cảnh, lúc tiến, lúc lùi để ứng phó với những thuận lợi cùng bất lợi. Để rồi, sau cùng, tranh thủ phần thắng lợi trước mọi tình huống dù là bất lợi cho đoàn thể của mình. Khái niệm sinh tồn trong giai đoạn nầy được hiển theo nghĩa của sự tiến hóa va tiến bộ của loài người.

Trên đây là một chuyển hướng lớn về luận thuyết của Đại Việt. Tên tuổi của GS Huy sẽ nằm trong danh sách những người khai sáng và tiếp nối truyền thống ĐV. GS Huy còn đưa ra một số điều kiện cho sự sinh tồn trong luận thuyết biến cải cùng 2 hình thức tranh đấu dựa theo hai nguyên tắc đối nội và đối ngoại. **Đó là hai hình thức tranh đấu bên ngoài và tranh đấu với chính nội tâm của mình.** Từ suy nghĩ trên, công cuộc tranh đấu của GS Huy thể hiện hình thức tranh đấu dưới dạng ôn hòa hay bạo động tuỳ theo trường hợp và diễn biến của hoàn cảnh chính trị của quốc gia trong thời điểm trên.

Từ việc soi sáng những khả năng tranh đấu GS Huy đã khai triển thêm thành ba bước khác nhau hay 3 luật để rồi căn cứ theo đó mà hành xử tuỳ theo tình huống đang xảy ra. *Đó là luật sức mạnh, luật biến cải và luật hợp quần và giáo dục.*

Về luật sức mạnh, đứng trước thế phân cực mới trên thế giới, quả thật sức mạnh ngày hôm nay không còn căn cứ theo khả năng quân sự nữa, mà khả năng kinh tế mới là thước đo quyền lực toàn cầu.

Luật biến cải cũng được GS giải thích là khả năng thích nghi theo hoàn cảnh và điều kiện trong tình tarng xã hội lúc bấy giờ. Trước tình thế mới ngày hôm nay, cần phải vận dụng trí óc để thẩm định tình hình ngõ hầu biến cải mọi hợp tác quốc gia phải dựa theo quan điểm đồng thuận, và thế đôi bên cùng có lợi (win-win situation) khỏi bị lệ thuộc vào bất cứ quốc gia nào mà vẫn giữ được tính chất độc lập dân tộc.

Luật thứ ba về hợp quần và giáo dục. Đây là một yếu tố nhập môn rất sơ đẳng đã được giảng dạy từ những ngày đầu tiên của trẻ con miền Nam trong chương trình giáo dục tiểu học qua những câu chuyện ngụ ngôn trong sách quốc văn giáo khoa thư. Nhưng để thực hiện và áp dụng luật trên không phải dễ. Nhìn lại chính chúng ta, *hiện tại bao nhiêu hệ phái của ĐV thực sự đã làm suy yếu tiềm lực lớn lao của một Đảng có quá trình tranh đấu lâu dài và một thời đã được sự ngưỡng mộ và ủng hộ của đại khối dân tộc Việt Nam.*

3- Tiến trình toàn cầu hóa và hội nhập

Kể từ ngày thành lập đảng ĐV cho đến ngày nay, thế giới đã hoàn toàn biến đổi, đi từ một thế giới với những quốc gia khép kín đến hình thái một thế giới mở như ngày hôm nay. tiến trình toàn cầu hóa hẳn nhiên là một tiến trình phải hướng tới vì sự phát triển chung của toàn cầu. Đây là một tiến trình tự nhiên trong phát triển để cùng đưa các quốc gia đến gần hơn và bổ túc cho nhau hơn trên tư thế đôi bên cùng lưỡng lợi. Từ đây, chúng ta cùng lượt duyệt qua hai quốc gia điển hình ở châu Á là Trung Quốc và Nhật Bản để từ đó chiêm nghiệm ra con đường VN có thể đi trong những ngày sắp đến. Cũng từ đó, chúng ta có thể rút ra một số kinh nghiệm đem áp dụng vào điều kiện VN và việc ứng dụng chủ thuyết DTST trong hoàn cảnh hiện tại.

Từ nhiều ngàn năm trước, khi nhân loại đang còn triền miên trong giấc ngủ của thời kỳ bán khai, Trung quốc đã có một nền văn minh cực thịnh, phát minh ra nhiều kỹ thuật căn bản tuyệt vời cho phát triển khoa học kỹ thuật phục vụ nhân sinh. Đó là thuốc súng, giấy, và địa bàn. Nhưng thay vì dùng thuốc súng cho những nghiên cứu ứng dụng vào lợi ích cho đời sống, người Trung Quốc đã làm ra pháo nổ, pháo thăng thiên để mua vui trong các cuộc hội hè đình đám. Đá nam châm, địa bàn... không được ứng dụng cho khoa

học mà tập trung vào việc phát triển địa lý phong thủy để nhàn hạ trong thú ngao du sơn thủy. Giấy được dùng trong việc chế tạo tiền vàng bạc phục vụ cho việc tang chế, cúng tế thay vì sử dụng cho nhu cầu giáo dục. Giấc ngủ dài trên cùng với giấc mơ thiên tử đã làm cho Trung quốc thành một quốc gia đông dân nhất thế giới (1,3 tỷ năm 2003) và có lợi tức đầu người khoảng $1.000 năm 2005, và chỉ tăng trưởng tiệm tiến vào khoảng $8.000 năm 2013. Trung Quốc vẫn còn được xếp hạng là một quốc gia đang phát triển dù tổng sản lượng được xếp vào hạng hai, chỉ sau Hoa Kỳ mà thôi.

Bước vào thiên niên kỷ mới, người Trung Hoa dường như vẫn chưa hình dung và đánh giá đúng đắn nhu cầu dân chủ-toàn cầu hóa trong mọi lãnh vực là một tất yếu không thể cưỡng lại được. *Họ vẫn dùng sức mạnh dựa trên dân số mà làm áp lực khắp nơi, phát triển kinh tế-khoa học kỹ thuật bừa bãi bất kể đến an sinh của chính người dân trong nước và các khuyến cáo của thế giới* như việc xây dựng đập nước thiếu điều nghiên đúng đắn, phế thải kỹ nghệ độc hại được đưa thẳng vào thượng nguồn của các sông, ngay cả sông Mekong làm di hại đến hạ lưu trong đó có Việt Nam. Và việc làm sai trái đó vẫn còn đang tiếp diễn. Trong tiến trình bước vào thiên niên kỷ mới, Trung Quốc chỉ còn có một sức mạnh duy nhất, không thay đổi từ ngàn năm là tánh duy ngã độc tôn và niềm tự hào đông dân nhất thế giới!

Ngược lại, **Nhật Bản** vẫn tồn tại và tiếp tục tăng trưởng nguồn phúc lợi cho người dân. Sức mạnh kinh tế của Nhật, vượt xa các nước Tây phương. Và người Nhật cũng đã từng tự nhận là con của Thiên Hoàng - một chủng loại siêu nhân trên thế giới. *Nhưng khi đứng trước nhu cầu toàn cầu hóa trong việc bảo vệ môi trường và phát triển, người Nhật hay ít ra lãnh đạo Nhật đã quên đi tinh thần yêu nước cực đoan và lần lần hội nhập vào cộng đồng thế giới để cùng giải quyết các vấn nạn chung cho toàn cầu.* Lãnh đạo Nhật đã can đảm chính thức quyết định tiếng Anh phải là thứ tiếng giao dịch cho toàn thể dân chúng sau tiếng Nhật. Bộ Giáo dục Nhật vừa mới đây đã xác nhận dùng tiếng Anh nhằm chuyển biến đất nước mang tính *"quy chuẩn văn hóa toàn cầu"* cho thế kỷ thứ 21. Yêu cầu dùng tiếng Anh như là tiếng nói chính thức trong mọi giao dịch ở các công sở và nơi công cộng. Làm như thế, lãnh đạo Nhật đã chứng minh tầm nhìn xa và đặt quyền lợi tối thượng của quốc gia dân tộc hơn là tự ru ngủ trong niềm tự hào dân tộc cực đoan. Cũng cần nên biết, vào thời điểm 1970, lợi tức đầu người của miền Nam VN là $150/năm, trong lúc đó Nhật Bản có lợi tức $180/năm. Ngày nay, VN đạt được $1.800/năm, và Nhật Bản bỏ xa với trên $30.000/năm. Với mức phát triển sai biệt trên cho thấy rõ ràng rằng trong khoảng thời gian gần 40 năm, mức phát triển để sinh tồn của dân tộc Việt đã không đi đúng hướng. Do đó hiện tượng chậm tiến vẫn còn triền miên dự phần thường trực vào tâm khảm của mỗi người Việt chúng ta.

Trở về đất nước thân yêu của tất cả chúng ta, Việt Nam hiện tại là một dân tộc non trẻ, thông minh, chăm chỉ, hiếu học, cần cù, và có tinh thần cầu tiến. Trên 90% dân số đều biết đọc biết viết. Con số nầy quá cao so với các nước đang phát triển và có điều kiện xã hội tương tự như của chúng ta. Tuy nhiên theo phúc trình của Bộ ngoại giao Hoa Kỳ năm 2013, tổng sản lượng trung bình tính theo đầu người của Việt Nam là $ 1.300/năm (2014), vẫn còn quá thấp ngay cả so sánh với một số quốc gia Phi châu, Lào, và Campuchia! Trên 58 triệu dân (65% dân số) sống trong vùng nông nghiệp và chỉ đạt được 22% tổng sản lượng toàn quốc. Cũng theo phúc trình trên, có 30% dân số sống dưới mức bần cùng. Nếu tính theo định nghĩa của Liên hiệp quốc về mức nghèo tuyệt đối (absolute poverty) tính theo đầu người là US$1/ngày, tỷ lệ trên sẽ còn cao hơn nhiều. (Hoa kỳ chỉ có 1,5 triệu nông dân để cung ứng nhu cầu lương thực cho 320 triệu người Mỹ và viện trợ lương thực đi khắp thế giới.)

Tại sao có sự nghịch lý kể trên? Dĩ nhiên là phải có cái gì bất ổn cho đất nước.

Thiết nghĩ, sự bất ổn cho đất nước cần phải được soi rọi kỹ lưỡng.

Bất ổn đến từ đâu?

Tại sao dân tộc Việt, với niềm tự hào về tiền nhân, hãnh diện vì có một nền văn hóa riêng rẽ và độc đáo... lại phải đi bước thụt lùi so với các quốc gia trên thế giới?

Thậm chí so với những quốc gia trong vùng Đông Nam Á, VN đã từng đứng hàng đầu, giờ đây, với chỉ dấu chính để so sánh mức phát triển qua lợi tức đầu người, VN hãy còn hàng vài chục năm nữa mới có thể hy vọng đứng ngang hàng với Thái Lan hiện tại.

Phải chăng dân tộc chúng ta không có sức sinh tồn mạnh đủ để đưa đất nước đi lên?

Hiện tại, trong nhiều lãnh vực kinh tế-kỹ thuật-khoa học-môi sinh, thế giới đang biến thành một quốc gia lớn, một trật tự mới đang hình thành. Trong bối cảnh đó, càng ngày càng thấy rõ ràng mọi người đều có trách nhiệm. Những gì xảy ra tại Tây Tạng, Vân Nam đều trực tiếp ảnh hưởng đến đồng bằng sông Cửu Long.

Rốt ráo hơn nữa, mọi người Việt đều có trách nhiệm về tình trạng tụt hậu của Việt Nam. Và dĩ nhiên ĐV QDĐ cũng phải có trách nhiệm trước dân tộc. Trách nhiệm đó sẽ được thể hiện như thế nào? Đó là câu hỏi của tất cả đảng viên ĐV cùng động não để có câu trả lời.

Việc ứng dụng chủ thuyết DTST ngay từ bây giờ sẽ là một đề tài để mỗi đảng viên cùng suy nghĩ. Và người viết với tư cách một đảng viên trình bày một số suy nghĩ để chia xẻ cùng toàn thể gia đình Đại Việt.

4- Chủ nghĩa Dân Tộc Sinh Tồn trước tiến trình toàn cầu hóa

Qua nhận định sơ lược về lịch sử của ba quốc gia Trung Quốc, Nhật Bản và Việt Nam, qua phân tích căn bản về thuyết DTST và xu hướng biến cải, và nhất là qua quá khứ gần đây và những kinh nghiệm "đầy dấu ấn" không đẹp của toàn thể ĐV, đứng trước tình thế mới ở Việt Nam, và những thay đổi liên tục trên thế giới về sự phân cực quyền lực,

Chúng ta, những đảng viên Đại Việt cần phải làm gì?

Hành động trong hiện tại và tương lai của những hệ phái Đại Việt sẽ được dân tộc đánh giá trong những ngày sắp tới ra sao?
Câu trả lời sẽ là kết quả của những việc làm của mỗi thành viên trong Đảng.
Nên nhớ, tinh thần của đảng cách mạng ngày hôm nay không còn là một tinh thần **"kín"** nữa, mà phải là một đảng **"mở"**. Sự **gìn giữ bí mật trong nội bộ**, chỉ còn là những kế hoạch hành động trước khi thi hành để cho đối phương không phòng ngừa trước mà thôi. Đảng phải mở, để cho người dân thấy **hướng đi tích cực và rõ ràng của đảng để có thể tạo ra được sự đồng thuận nhiều hơn.**

Người Đảng viên ngày nay đứng trước tiến trình toàn cầu hóa phải là một nhân sự đầy năng động, có khả năng phục vụ quần chúng trong một xã hội mở, chứ không còn là một đảng viên bí

mật, sống trong bóng tối và chỉ lộ diện ra ngoài xã hội trong những trường hợp bất khả kháng mà thôi.

Người Đảng viên ngày nay cần phải **chuyển hóa bản năng vị kỷ thành ra một tinh thần hòa đồng cho cái chung của dân tộc, không còn tính vị kỷ trong ý nghĩa thấp nhất là phục vụ cho chính "cái ta" của mình.**

Người Đảng viên trong suy nghĩ mới ngày nay cần phải chối bỏ mọi rào cản ngăn cách đảng viên/đảng viên và đảng viên/quần chúng để có được một sự hỗ tương cộng sinh, tạo ra thế đứng vững mạnh để làm đối trọng trong mọi giao tiếp với các quốc gia khác. Từ đó sẽ tiến tới tiến trình liên đới về cung và cầu ngõ hầu đạt được sự đồng thuận chung. Đó là thế đôi bên cùng lưỡng lợi.

Người Đảng viên ĐV ngày hôm nay, ngoài tinh thần đoàn kết, củng cố xây dựng đảng, phát triển sự đồng thuận nội bộ để lấy lại uy tín đối với quốc nội và hải ngoại. Làm được những điều trên đây, Đại Việt Dân Tộc Sinh Tồn mới hy vọng đẩy mạnh được tinh thần đấu tranh dành lại độc lập dân tộc cũng như thuyết phục được sự hậu thuẫn của quốc tế trong công cuộc đấu tranh chung này.

5- Thay lời kết

Thế giới ngày nay là một thế giới hoàn toàn mở, mở để đối thoại, mở để đi đến sự đồng thuận trong thế tương quan bổ túc lẫn nhau. Đảng Đại Việt trước sau thiết nghĩ cũng phải đi theo tiến trình nầy. Đảng phải công khai lộ diện trước quần chúng. Thời đại của một đảng cách mạng kín, sống và làm việc trong bóng tối, đảng viên phải ẩn danh hay chỉ dùng bí danh để giữ bí mật về đảng tịch... đã qua rồi. **Đảng Đại Việt sẽ không còn là một đảng cán bộ mà phải là một đảng cán bộ và quần chúng, công khai tranh đấu trên chính trường, nghị trường.**

Làm như vậy mới mong được toàn dân tin tưởng và hỗ trợ. Đảng sẽ không còn giữ hình thức lãnh tụ trong mô hình hình tháp trong đó chủ tịch đảng có toàn quyền hành động và nắm quyền lực tuyệt đối.

Mà, **quan niệm của Đảng ngày hôm nay phải là một tập thể lãnh đạo trong đó ban lãnh đạo cùng nhau trao đổi trong tinh thần đồng chí và tương kính để "quản lý" và "điều hành" đảng một khi đã có sự đồng thuận chung**.

Thực hiện được những điều trên, chúng ta, người Đảng viên Đại Việt ngày hôm nay mới có khả năng phục hoạt lại thế mạnh của Đảng trong thời kỳ chống Pháp giành lại độc lập, rà soát lại những khuyết điểm trong thời gian nắm giữ quyền lực trong giai đoạn đầu của thời Đệ Nhị Cộng hòa, và trong tương lai, đẩy mạnh công cuộc tháo gỡ những bế tắc của dân tộc do sự cai trị sai lầm của những người cộng sản chuyên chính Việt Nam.

Về mặt hải ngoại, kể từ ngày hôm nay, đã chấm dứt thời điểm ra tuyên cáo, tuyên ngôn, nhận định tình hình v.v... rồi "ngồi" chờ đợi. Làm như thế chỉ đánh mất thêm thời gian và chúng ta đã làm như thế trên 40 năm nay rồi. Làm như thế chúng ta đã gián tiếp làm thui chột niềm tin của cộng đồng dân tộc ở hải ngoại cũng như ở trong nước.

Ngày hôm nay, người Đảng viên Đại Việt phải có đủ đởm lược để phát huy tiếng nói của ĐV DTST. *Phát huy không phải là nói suông là phải biết nói, biết viết.*

- **Nói lên**, viết lên chính nghĩa của chúng ta.
- **Nói và viết lên những sai trái của chế độ và** việc làm hiện tại trong công cuộc quản lý đất nước Việt Nam, để tạo điều kiện cho cộng đồng dân tộc hiểu rõ hơn bộ mặt thật của chế độ.
- Thêm nữa, trong giai đoạn nầy, **người Đảng viên Đại Việt Dân Tộc Sanh Tồn phải biết hy sinh, hy sinh cho đại cuộc bằng việc đóng góp vật lực, tài lực, và đóng góp chính**

bản thân cho nhu cầu dành lại dân chủ, tự do cho người dân Việt Nam.

Để kết luận, Đảng viên Đại Việt trân trọng bốn ngàn năm văn hiến của tiền nhân, ngày hôm nay không vì niềm tự hào đó mà dừng chân lại để chiêm ngưỡng quá khứ, một thời vàng son cũng như tự "an ủi" với quá trình hoạt động trong thời gian đã qua. Đảng viên ĐV DTST của Việt Nam phải lên đường, bắt đầu ngay từ bây giờ, cùng nhau điều chỉnh hướng đi để có thể ứng hợp với chiều hướng toàn cầu hóa trên thế giới.

Có như thế, hy vọng cơ hội phát triển quốc gia, và triển vọng tương lai cùng đời sống kinh tế và tâm linh của người dân Việt mới có thể được nâng cao lên.

Tiếng còi xuất quân đã điểm.
Mời tất cả thành viên thuộc mọi hệ phái trong gia đình Đại Việt cùng nhau đoàn kết lại và tiến bước.

Trân trọng và mong lắm thay,

Mai Thanh Truyết

Hiệu đính 4/2014

Mặt Trận Quốc Dân Đảng Việt Nam

Bài phát biểu nhân Ngày Tang Yên Báy tại Houston ngày 17/6/2016

Thưa Quý vị,

17 tháng 6 năm 1930, **Ngày Tang Yên Báy**, ngày Nguyễn Thái Học và 12 liệt sĩ Việt Nam Quốc Dân Đảng bị đưa lên máy chém hầu như ít nhiều người trong chúng ta không còn nhớ, nhưng đối với tất cả đồng chí Việt Nam QDĐ, dù trẻ hay già, dù thanh niên hay nữ tú…đều được tổ chức một cách trang nghiêm hàng năm từ bao chục năm nay, ở hải ngoại cũng như trong nước.

Là người thứ 13 bước lên máy chém, và trước khi lên đoạn đầu đài, Nguyễn Thái Học đã anh dũng thốt lên:

"Chúng tôi đi trả nợ nước đây. Các Anh Chị Em còn sống cứ công nào việc ấy nhé!

"Cờ Độc Lập: Phải nhuộm bằng máu!
"Hoa Tự Do: Phải tưới bằng máu!
"Tổ Quốc còn cần đến sự hy sinh của con dân nhiều nữa! Nhiều nữa!
"Rồi thế nào cách mạng cũng thành công!
"Thôi kính chào Các Anh Chị Em ở lại …!!

Anh Hùng Dân Tộc Nguyễn Thái Học vô cùng an nhiên tự tại và với phong cách của các " Vị Hiệp Sĩ Áo Xanh ". Ngài đã tâm tình cùng Tử Thần:

*"Mourir pour sa patrie
C'est le sort le plus beau,
Le plus digne d'envie !!*

Thật là Một Bản Anh Hùng Ca tuyệt vời:
Chết vì Tổ Quốc
Lòng Ta sung sướng
Trí Ta: Nhẹ nhàng

Và những lời thơ xưa dưới đây vẫn còn văng vẳng trong tâm khảm người đảng viên VNQDĐ như sau:

Gió căm hờn rền rĩ tiếng gào than.
Từ lưng trời sương trắng rủ màn tang.
Ánh mờ nhạt của bình minh rắc nhẹ
Trên Yên Báy âu sầu và lặng lẽ,
Giữa mấy hàng gươm súng tỏa hào quang,
Mười ba người liệt sĩ Việt hiên ngang
Thong thả tiến đến trước đài danh dự:
Trong quần chúng đứng cúi đầu ủ rũ,
Vài cụ già tóc bạc lệ tràn rơi,
Ngất người sau tiếng rú: Ối con ơi!
Họ thản nhiên lần lượt bước lên đài,
Và dõng dạc buông tiếng hô hùng dũng:
"VIỆT NAM muôn năm!" Một đầu rơi rụng.
"VIỆT NAM muôn năm!" Người kế tiến lên.
Và tử thần kính cẩn đứng ghi tên
Những liệt sĩ vào bia người tuẫn quốc.

Và văn tế của Nhà chí sĩ **Phan Bội Châu** khóc Hùm Thiêng Yên Báy như sau:

"Tiếc Nước còn đau,
Nghĩ mình càng tủi!
Nghĩa lớn khôn quên,
Đường xa dặm mỏi!
Giây nô lệ quyết rày mai cắt đứt,
anh linh thời ủng hộ,
mở rộng đường công nhảy, bằng bay;
Bể lao lung đua thế giới vẫy vùng,
nhân đạo muốn hoàn toàn,

phải gắng sức rồng dành, cọp chọi,
Đông đủ người năm bộ lớn,
đốt hương nồng, pha máu nóng,
hồn thiên thu như sống như còn,
Ước ao ao trong bấy nhiêu niên,
rung chông bạc, múa Cờ Vàng,
tiếng Vạn Tuế càng hô càng trỗi."

Thưa Quý vị,
Hôm nay, để tưởng niệm lần thứ 86 Ngày tang Yên Báy, VNQDĐ hải ngoại vừa làm một nghĩa cử hết sức cảm động. Đó là tiến trình đoàn kết của VN QDĐ đã vừa được thực hiện cách đây vài tháng. **Ngày Lễ Tưởng niệm lần thứ 86 Ngày Tang Yên Báy 17 tháng 6 năm 1930 năm nay đã ghi đậm nét qua sự thống nhứt của các hệ phái VNQDĐ,** tôi xin được ghi lại **sự việc hợp nhứt** của của các Đảng phái quốc gia trong giai đoạn chống CS trá hình là Mặt trận Việt Minh ở thời điểm năm 1945.

Thưa Quý vị,
Vào những năm 1945 - 1946 trong tình thế vô cùng phức tạp, **Đại Việt Quốc Dân Đảng** chủ động công cuộc kết hợp các đảng phái quốc gia thành một lực lượng thống nhất.

Tháng 5 - 1945, tại Trùng Khánh, **Đại Việt Quốc Dân Đảng** đã mời các đại diện của **Việt Nam Quốc Dân Đảng, Đại Việt Dân Chính Đảng** tham dự hội nghị gồm có các nhân vật:
*   Đại diện ĐVQDĐ: Nguyễn Tiến Hỷ, Đặng Vũ Trứ, Phan Cảnh Hoàn, Nguyễn Đình Quốc, Nguyễn Sĩ Định, Võ Văn Hải, Phan Bá Trọng.
*   Đại diện VNQDĐ: Vũ Hồng Khanh, Nghiêm Kế Tổ, Vũ Quang Phẩm.
*   Đại Diện Đại Việt Dân Chính: Nguyễn Tường Tam.

Và, Hội nghị Trùng Khánh 1945 đã đạt được kết quả:
*ĐVQĐD, VNQĐD, ĐV Dân Chính kết hợp thành một tổ chức cách mạng thuần nhất với danh xưng: **Đại Việt Quốc Dân Đảng trong quốc nội**
- Danh xưng **Việt Nam Quốc Dân Đảng** vẫn dùng ở hải ngoại, nhất là tại Trung Cộng để thuận tiện trong ngôn ngữ ngoại giao.
- **Đảng Kỳ**: Nền đỏ, vòng tròn xanh, sao trắng.
Vào ngày 15/12/1945, do nhu cầu tình thế phải đối đầu công khai với Mặt Trận Việt Minh, các đảng kể trên kết hợp thành một khối với danh xưng:

MẶT TRẬN QUỐC DÂN ĐẢNG Việt Nam có cơ cấu và thành phần lãnh đạo được sắp xếp như sau:
- **Chủ Tịch Mặt Trận Quốc Dân Đảng**: Trương Tử Anh (ĐVQĐD).
- **Tổng Thư Ký**: Vũ Hồng Khanh (VNQĐD)
- **Các Ủy Viên**: Xuân Tùng (VNQĐD), Nguyễn Tường Long (ĐVDC), Phạm Khải Hoàn (ĐVQĐD), Nguyễn Tường Bách (ĐVDC), Chu Bá Phượng, Nguyễn Văn Chấn, Nguyễn Đình Trí, Phạm Văn Hễ, Nghiêm Kế Tổ (VNQĐD), Phạm Ngọc Chi, Nguyễn Tiến Hỷ (ĐVQĐD).
- **Ban Bí Thư Trung Ương**: Bí Thư Trưởng: Nguyễn Tường Tam (ĐVDC)

Trụ sở công khai của MTQĐD đặt tại trường Đỗ Hữu Vị, ngày 15-12-1945.
Cờ của MTQĐD vẫn giữ nền đỏ, vòng xanh, sao trắng.
Đảng ca là bài ***Việt Nam Minh Châu Trời Đông*** của nhạc sĩ Hùng Lân.
Cơ quan ngôn luận gồm nhiều tờ báo: ***Việt Nam, Đồng Minh, Chính Nghĩa, Đuốc Việt, Thanh Niên, sao Trắng.***
Mặt Trận Quốc Dân Đảng chấp nhận ***Chủ Nghĩa Dân Tộc Sinh Tồn làm kim chỉ nam chống lại Chủ Nghĩa Mác Xít - Leninit của Cộng Sản.***
MTQĐD hoạt động mạnh mẽ và có hiệu quả khắp các tỉnh Bắc Việt vào đến Thừa Thiên và Quảng Nam.
Bộ phận bí mật (còn được gọi là tối cao bí mật) gồm có: **Trương Tử Anh, Nguyễn Tiến Hỷ, Vũ Hồng Khanh, Nghiêm Kế Tổ, Nguyễn Tường Tam.**
Thưa Quý vị,

Từ sự việc họp nhứt của những đảng viên sáng lập ngày xưa trong những giây phút "đen tối" của đất nước, há chẳng phải là một bài học lớn cho các đảng phái quốc gia tại hải ngoại và quốc nội ngày hôm nay hay sao?

Thiết nghĩ, với tình hình hiện tại, Cộng sản Bắc Việt đang trên đường cáo chung vì những vấn nạn nội tại của đảng, oha3i chăng, đã đến lúc những đảng phái quốc gia còn lại dù ở hải ngoại hay quốc nội cần hợp tác cùng nhau trong một số công tác có tính cách chung, mà vẫn giữ tính độc lập trong sinh hoạt nội bộ của mỗi đảng.

Làm được như vậy, hy vọng các đảng phái vẫn còn giữ được tinh thần liên kết và sự tương kính lẫn nhau.

Cám ơn Quý vị đã lắng nghe.

Mai Thanh Truyết

17/06/2016

Phụ lục:

Tuyệt Mệnh Thơ

Thân không giúp ích cho đời,
Thù không trả được cho người tình chung.
Dẫu rằng đương độ trẻ trung
Quyết vì non nước một lòng hy sinh
Con Đường cách mạng mông mênh
Éo le hoàn cảnh buộc mình biết sao
Bây giờ hết kiếp thơ đào
Gian nan bỏ mặc đồng bào từ đây!
Tuy rằng chút phận thơ ngây
Sổ đồng chí đã có ngày ghi tên
Chết đi dạ những buồn phiền
Nhưng vì vận nước truân chuyên buộc mình
Quốc kỳ phấp phới trên thành
Tủi thân không được chết vinh dưới cờ
Cực lòng lỡ bước sa cơ
Chết sầu chết thảm thật là xót xa
Thế ru đời thế ru mà
Đời mà ai biết người mà ai hay!!!

* Nguyễn thị Giang - cô Giang *

Cô Giang Nữ Kiệt
-Nguyễn Tử Hồng-

Tình chồng nợ đảng Gánh Giang San
Thác xuống tuyền đài hận chưa tan
Xương trắng nêu cao gương tiết nghĩa
Máu hồng in thắm chữ Trung Can
Ngàn năm tổ quốc ơn ghi mãi
Một thác tình chung nghĩa trả đền
Thành bại mặc ai người nghị luận
Muôn ngàn năm để tiếng Cô Giang.

****

Phát biểu nhân Ngày Tang Yên Báy tại Houston ngày 17/6/2016

Tiếc Cho Một Người Vừa Nằm Xuống
BS Dương Quỳnh Hoa

Lời của một độc giả chuyển lại bài viết: Bài này của tác giả Mai Thanh Truyết viết ngay sau khi cố BS Dương Quỳnh Hoa mất. Mới đó mà đã 8 năm rồi. Một số các bạn muốn biết về nữ Bác sĩ được xem là người đầu tiên thẳng thắn ra khỏi đảng cộng sản ở Việt Nam vào năm 1979. Bài viết tương đối đầy đủ. Ai chưa đọc thì nên đọc, vì gần đây rộ lên phong trào ra khỏi đảng của những nhân vật một thời sùng kính đảng cộng sản như một tôn giáo. Hôm nay, tôi xin lưu lại ở đây như một nén hương tưởng nhớ 8 năm ngày mất của Bà, một đồng nghiệp đàn Chị, mà tôi đã từng gặp, và tâm sự năm 1986 và vài lần sau đó năm 2001. Vẫn còn nhiều vấn đề về Bà mà một số bài báo phỏng vấn sau này đều bịa đặt để bôi nhọ Bà. Xin mời đọc:

Bà Bác sĩ Dương Quỳnh Hoa (DQH) vừa nằm xuống ngày thứ bảy 25–2–2006 tại Sài Gòn, và cũng vừa được hỏa táng vào ngày thứ ba 28/2. Báo chí trong nước cho đến hôm nay, không hề loan tải tin tức trên. Đài BBC có phỏng vấn Ông Võ Nhơn Trí ở Pháp về tin nầy và phát đi ngày 28/2.

Sự im lặng của Việt Nam khiến cho người viết thấy có nhu cầu trang trãi và chia xẻ một số suy nghĩ về cái chết của BS DQH để từ đó rút ra thêm một kinh nghiệm sống về tính chất "chuyên chính vô sản" của những người cầm quyền tại Việt Nam hiện tại.

1- Ô. Bà DQH và Mặt Trận Dân Tộc Giải Phóng Miền Nam

BS DQH là một người sống trong một gia đình theo Tây học, có uy tín và thế lực trong giới giàu có ở Sài Gòn từ thập niên 40. Cha là GS Dương Minh Thới và anh là LS Dương Trung Tín; gia đình sống trong một biệt thự tại đường Bà Huyện Thanh Quan xéo góc Bộ Y tế (VNCH) nằm trên đường Hồng Thập Tự. LS Tín đã bị ám sát tại Đà Lạt trong đó cái chết của ông cũng không được soi sáng, nhưng đa phần có nhiều nghi vấn là do lý do chính trị vì ông có khuynh hướng thân Pháp thời bấy giờ.

Cơn mộng du của BS DQH

Về phần Bà Hoa, được đi du học tại Pháp vào cuối thập niên 40, đã đỗ bằng Bác sĩ Y khoa tại Paris và về lại Việt Nam vào khoảng 1957. Bà có quan niệm cấp tiến và xã hội, do đó Bà đã gia nhập vào Đảng CS Pháp năm 1956 trước khi về nước.

Từ những suy nghĩ trên, Bà hoạt động trong lãnh vực y tế và lần lần được móc nối và gia nhập vào Đảng CSBV. Tháng 12/1960, Bà trở thành một thành viên sáng lập của Mặt Trận Dân Tộc Giải Phóng Miền Nam Việt Nam dưới **bí danh Thùy Dương**, nhưng còn giữ bí mật cho đến khi Bà chạy vô "bưng" qua ngõ Ba Thu – Mõ Vẹt xuyên qua Đồng Chó Ngáp. Ngay sau biến cố Tết Mậu Thân, tin tức trên mới được loan tải qua đài phát thanh của Mặt Trận.

Khi vào trong bưng, Bà gặp **GS Huỳnh Văn Nghị** (HVN) và kết hôn với GS. Trở qua GS Huỳnh Văn Nghị, Ông cũng là một sinh viên du học tại Pháp, đỗ bằng Cao học (DES) Toán. Về VN năm 1957, ông dạy học tại trường Petrus Ký trong hai năm, sau đó qua làm ở Nha Ngân sách và Tài chánh. Ông cũng có tinh thần thân Cộng, chạy vô "bưng" năm 1968 và được kết nạp vào đảng sau đó.

Do "uy tín" chính trị quốc tế của Bà Hoa thời bấy giờ rất cao, Mặt Trận, một lá bài của CS Bắc Việt, muốn tận dụng uy tín nầy để tạo sự đồng thuận với chính phủ Pháp hầu gây rối về mặt ngoại giao cho VNCH và đồng minh Hoa Kỳ. Từ những lý do trên, Bà Hoa là một người rất được lòng Bắc Việt, cũng như Ông Chồng là GS HVN cũng được nâng đỡ theo. Vào  đầu thập niên 70, Ông được chuyển ra Bắc và được huấn luyện trong trường đảng. Tại đây, với một tinh thần thông thoáng dân tộc, cộng thêm nhiều lý luận toán học, Ông đã phân tích và chứng minh những lý thuyết giảng dạy ở trường đảng đều không có căn bản lý luận vững chắc và Ông tự quyết định rời bỏ không tiếp tục theo học trường nầy nữa.

Nhưng chính nhờ uy tín của Bà DQH trong thời gian nầy cho nên ông không bị trở ngại về an ninh. Cũng cần nên nói thêm là ông đã từng được đề cử vào chức vụ Bộ trưởng Kinh tế nhưng ông từ chối.

2- Ô.B DQH và Đảng Cộng sản Bắc Việt

Chỉ một thời gian ngắn sau khi CS Bắc Việt giải tán Chính phủ Cách mạng Lâm thời miền Nam, Ô Bà lúc đó mới vở lẽ ra. Về phần Ô HVN, ông hoàn toàn không hợp tác với chế độ. Năm 1976, trong một buổi ăn tối với 5 người bạn thân thiết, có tinh thần "tiến bộ", Ông đã công khai tuyên bố với các bạn như sau:" *Các "toi" muốn trốn thì trốn đi trong lúc nầy. Đừng chần chờ mà đi không kịp. Nếu ở lại, đừng nghĩ rằng mình đã có công* với "cách mạng" mà "góp ý" với đảng". Ngay sau đó, một trong người bạn thân là *Nguyễn Bá Nhẫn* vượt biên và hiện cư ngụ tại Pháp. Còn 4 người còn lại là Lý Chánh Trung (giáo sư văn khoa Sài Gòn), Trần Quang Diệu (TTKý Viện Đại học Đà Lạt), Nguyễn Đình Long (Nha Hàng không Dân sự), và một người nữa người viết không nhớ tên không đi. Ông Trung và Long hiện còn ở Việt Nam, còn ông Diệu đang cư ngụ ở Canada.

Ông Huỳnh Văn Nghị và vợ - BS Dương Quỳnh Hoa, chụp ở chiến khu năm 1970

Trở lại BS DQH, sau khi CS chiếm đóng miền Nam tháng 4/1975, Bà Hoa được "đặt để" vào chức vụ **Tổng trưởng Y tế, Xã hội, và Thương binh** trong nội các chính phủ. Vào tháng 7/75, Hà Nội chính thức giải thể chính phủ Lâm thời và nắm quyền điều hành toàn quốc, chuyển Bà xuống hàng Thứ trưởng và làm bù nhìn như Nguyễn Hữu Thọ, Nguyễn Thị Bình, Nguyễn Thị Định…

Chính trong thời gian nầy Bà lần lần thấy được bộ mặt thật của đảng CS và mục tiêu của họ không phải là phục vụ đất nước Việt Nam mà chính là làm nhiệm vụ của CS quốc tế là âm mưu nhuộm đỏ vùng Đông Nam Á.

Vào khoảng **cuối thập niên 70**, Bà đã trao đổi cùng Ô Nguyễn Hữu Thọ:" Anh và tôi chỉ đóng vai trò bù nhìn và chỉ là món đồ trang sức rẻ tiền cho chế độ. Chúng ta không thể phục vụ cho một chế độ thiếu dân chủ và không luật lệ. Vì vậy tôi thông báo cho anh biết là tôi sẽ trả lại thẻ Đảng và không nhận bất cứ nhiệm vụ nào trong chính phủ cả". Đến năm **1979, Bà chính thức từ bỏ tư cách đảng viên và chức vụ Thứ trưởng**. Dĩ nhiên là Đảng không hài lòng với quyết định nầy; nhưng vì để tránh những chuyện từ nhiệm tập thể của các đảng viên gốc miền Nam, họ đề nghị Bà sang Pháp. Nhưng sau cùng, họ đã lấy lại quyết định trên và yêu cầu Bà im lặng trong vòng 10 năm.

Mười năm sau đó, sau khi được "phép" nói, Bà nhận định rằng Đảng CS Việt Nam tiếp tục xuất cảng gạo trong khi dân chúng cả nước đang đi dần đến nạn đói. Và nghịch lý thay, họ lại yêu cầu thế giới giúp đỡ để giải quyết nạn nghèo đói trong nước. Trong thời gian nầy Bà tuyên bố:" Trong hiện trạng của Đất Nước hiện tại (thời bấy giờ), ***xuất cảng gạo tức là xuất cảng sức khỏe của người dân***" Và Bà cũng là một trong những người đầu tiên ***lên tiếng báo động vào năm 1989 cho thế giới biết tệ trạng bán trẻ em Việt Nam ngay từ 9,10 tuổi cho các dịch vụ tình dục trong khách sạn và các khu giải trí dành cho người ngoại quốc do các cơ quan chính phủ và quân đội điều hành***.

Sau khi rời nhiệm vụ trong chính phủ, Bà trở về vị trí của một BS nhi khoa. Qua sự quen biết với giới trí thức và y khoa Pháp, Bà đã vận động được sự giúp đỡ của hai giới trên để thành lập Trung Tâm Nhi Khoa chuyên khám và chữa trị trẻ em không lấy tiền và Bà cũng được viện trợ thuốc men cho trẻ em Việt Nam suy dinh dưỡng nhất là acid folic và các loại vitamin. Nhưng tiếc thay, ***số thuốc trên khi về Việt Nam đã không đến tay Bà mà tất cả được chuyển về Bắc***. Bà xin chấm dứt viện trợ, nhưng lại được "yêu cầu" phải xin lại viện trợ vì…nhân dân (của Đảng!). Về tình trạng trẻ con suy dinh dưỡng, với tính cách thông tin, chúng tôi xin đưa ra đây báo cáo của **Bà Anneke Maarse, chuyên gia tư vấn của UNICEF** trong hội nghị ngày 1/12/03 tại Hà Nội:" Hiện Việt Nam có 5,1 triệu người khuyết tật chiếm 6,3% trên tổng số 81 triệu dân. Qua khảo sát tại 648 gia đình tại ba vùng Phú Thọ, Quảng Nam và Tp HCM cho thấy có tới 24% trẻ em tàn tật dạng vận động, 92,3% khuyết tật trí tuệ, và 19% khuyết tật thị giác lẫn ngôn ngữ. Trong số đó tỷ lệ trẻ em khuyết tật bẩm sinh chiếm tới 72%.

Vào năm 1989, Bà đã được ký giả **Morley Safer**, phóng viên của đài truyền hình CBS phỏng vấn. Những lời phỏng vấn đã được ghi lại trong cuốn sách của ông dưới tựa đề Flashbacks on Returning to Việt Nam do Random House, Inc. NY, 1990 xuất bản.

Qua đó, một sự thật càng sáng tỏ là con của Bà, Huỳnh Trung Sơn bị bịnh viêm màng não mà Bà không có thuốc để chữa trị khi còn ở trong bưng và đây cũng là một sự kiện đau buồn nhất trong đời Bà. Cũng trong cuốn sách vừa kể trên, Bà cũng đã tự thú là đã sai lầm ở một khoảng thời gian nào đó. Nhưng Bà không luyến tiếc vì Bà đã đạt được mục đích là làm cho những người ngoại quốc ra khỏi đất nước Việt Nam.

Sau cùng, chúng tôi xin liệt kê ra đây hai trong những nhận định bất hủ của BS DQH là:" Trong chiến tranh, chúng tôi sống gần nhân dân, sống trong lòng nhân dân. Ngày nay, khi quyền lực nằm an toàn trong tay rồi, đảng đã xem nhân dân như là một kẻ thù tiềm ẩn". Và khi nhận định về bức tường Bá Linh, Bà nói:" Đây là ngày tàn của một ảo tưởng vĩ đại".

BS DQH và Vụ kiện Da Cam

Theo nhiều nguồn dư luận hải ngoại, trước khi ký kết Thương ước Mỹ-Việt dưới nhiệm kỳ của Tổng thống Clinton, hai chính phủ đã đồng ý trong một cam kết riêng không phổ biến là *Việt Nam sẽ không đưa vụ Chất độc màu Da cam để kiện Hoa Kỳ, và đối lại, Mỹ sẽ ký thương ước với Việt Nam và sẽ không phủ quyết để Việt Nam có thể gia nhập vào Tổ chức Thương mại Thế giới (WTO) trong tương lai*. (Việt Nam chính thức vào WTO vào tháng 1/2007).

Có lẽ vì "mật ước" Mỹ-Việt vừa nêu trên, nên Việt Nam cho thành lập **Hội Nạn nhân chất Độc Da cam/Dioxin Việt Nam** ngày 10/1/2004 ngay sau khi có quyết định chấp thuận của Bộ Nội vụ ngày 17/12/2003. Đây là một Hội dưới danh nghĩa thiện nguyện nhưng do Nhà Nước trợ cấp tài chính và kiểm soát. Ban chấp hành tạm thời của Hội lúc ban đầu gồm:

- Bà Nguyễn Thị Bình, nguyên Phó chủ tịch nước làm Chủ tịch danh dự;
- Thượng tướng Đặng Vũ Hiệp, nguyên Phó chủ nhiệm Tổng cục chính trị QĐND làm Chủ tịch;
- GS, BS Nguyễn Trọng Nhân, nguyên Bộ trưởng Y tế, Chủ tịch Hội Chữ thập đỏ Việt Nam làm Phó Chủ tịch;
- Ô Trần Văn Thụ làm Thư ký.

Trong buổi lễ ra mắt, Bà Bình đã khẳng định rõ ràng rằng:" *Chính phủ Mỹ và các công ty sản xuất chất độc hoá học da cam phải thừa nhận trách nhiệm tinh thần, đạo đức và pháp lý. Những người phục vụ chính thể Việt NamCộng Hòa cũ ở miền Nam không được đưa vào danh sách trợ cấp*". Theo một bản tin của Thông tấn xã Việt Nam thì đây là một tổ chức của những nạn nhân chất Da cam, cũng như các cá nhân, tập thể tự nguyện đóng góp để giúp các nạn nhân khắc phục hậu quả chất độc hoá học và là đại diện pháp lý của các nạn nhân Việt Nam trong các

quan hệ với các tổ chức và cơ quan trong cũng như ngoài nước. Thế nhưng, trong danh sách nạn nhân chất da cam trong cả nước được Việt Nam ước tính trên 3 triệu mà chính phủ đã thiết lập năm 2003 để cung cấp tiền trợ cấp hàng tháng, những nạn nhân đã từng phục vụ cho VNCH trước đây thì không được đưa vào danh sách nầy (Được biết năm 2001, trong Hội nghị Quốc tế tại Hà Nội, số nạn nhân được Việt Nam nêu ra là 2 triệu!). Do đó có thể nói rằng, việc thành lập Hội chỉ có mục đích duy nhất là hỗ trợ cho việc kiện tụng mà thôi.

Vào ngày **30/1/2004**, Hội đã nộp đơn kiện 37 công ty hóa chất ở Hoa Kỳ tại tòa án liên bang Brooklyn, New York do luật sư đại diện cho phía Việt Nam là Constantine P. Kokkoris. (Được biết LS Kokkoris là một người Mỹ gốc Nga, đã từng phục vụ cho tòa Đại sứ Việt ở Nga Sô và có vợ là người Việt Nam họ Bùi). Hồ sơ thụ lý gồm 49 trang trong đó có 240 điều khoản. Danh sách nguyên đơn liệt kê như sau:

- Hội Nạn nhân Chất Da cam/Dioxin Việt Nam;
- Bà Phan Thị Phi Phi, giáo sư Đại học Hà Nội;
- Ông Nguyễn Văn Quý, cựu chiến binh tham chiến ở miền Nam trước 1975, cùng với hai người con là Nguyễn Quang Trung (1988) và Nguyễn Thị Thu Nga (1989);
- Bà Dương Quỳnh Hoa, Bác sĩ, nguyên Bộ trưởng Y tế Chính phủ Cách mạng Lâm thời miền Nam, và con là Huỳnh Trung Sơn; **và những người cùng cảnh ngộ.**

Đây là **một vụ kiện tập thể** (class action) và yêu cầu được xét xử có bồi thẩm đoàn. Các đương đơn tố các công ty Hoa Kỳ đã vi phạm luật pháp quốc tế và tội ác chiến tranh, vi phạm luật an toàn sản phẩm, cẩu thả và cố ý đả thương, âm mưu phạm pháp, quấy nhiễu nơi công cộng và làm giàu bất chánh để: (1) Đòi bồi thường bằng tiền do thương tật cá nhân, tử vong, và dị thai và (2) Yêu cầu tòa bắt buộc làm giảm ô nhiễm môi trường, và (3) Để hoàn trả lại lợi nhuận mà các công ty đã kiếm được qua việc sản xuất thuốc khai quang.

Không có một bằng chứng nào được đính kèm theo để biện hộ cho các cáo buộc, mà chỉ dựa vào tin tức và niềm tin (upon information and belief). Tuy nhiên, đơn kiện có nêu đích danh một số nghiên cứu mới nhất về dioxin của **Viện Y khoa thuộc Viện**

Hàn lâm Khoa học Hoa Kỳ, công ty cố vấn **Hatfield Consultants** của Canada, Bác sĩ **Arnold Schecter** của trường Y tế Công cộng Houston thuộc trường Đại học Texas, và Tiến sĩ **Jeanne Mager Stellman** của trường Đại học Columbia, New York.

Chúng tôi đặc biệt quan tâm đến trường hợp của BS Dương Quỳnh Hoa cũng như quá trình hoạt động của Bà từ những năm 50 cho đến hiện tại. Tên Bà nằm trong danh sách nguyên đơn cũng là một nghi vấn cần phải nghiên cứu cặn kẽ.

- Theo nội dung của hồ sơ kiện tụng, *"từ năm 1964 trở đi, Bà thường xuyên đi đến thành phố Biên Hòa và Sông Bé (?) là những nơi đã bị phun xịt thuốc khai quang nặng nề. Từ năm 1968 đến 1976, nguyên đơn BS Hoa là Tổng trưởng Y tế của Chính phủ Lâm thời Cộng hòa miền Nam và ngụ tại Tây Ninh. Trong thời gian nầy Bà phải che phủ trên đầu bằng bao nylon và đã đi ngang qua một thùng chứa thuốc khai quang mà máy bay Mỹ đã đánh rơi. (Cũng xin nói ở đây là chất da cam được chứa trong những thùng phuy 200L và có sơn màu da cam. Chất nầy được pha trộn với nước hay dầu theo tỷ lệ 1/20 hay hơn nữa và được bơm vào bồn chứa cố định trên máy bay trước khi được phun xịt. Như vậy làm gì có cảnh thùng phuy rơi rớt".*

- Năm 1970, Bà hạ sinh đứa **con trai tên Huỳnh Trung Sơn** (cũng có tên trong đơn kiện như một nguyên đơn, tuy đã mất) bị phát triển không bình thường và hay bị chứng co giật cơ thể. Sơn chết vào lúc 8 tháng tuổi.

- Trong thời gian chấm dứt chiến tranh, BS Hoa bắt đầu bị chứng ngứa ngáy ngoài da. Năm 1971, Bà có mang và bị sẩy thai sau 8 tuần lễ. Năm 1972, Bà lại bị sẩy thai một lần nữa, lúc 6 tuần mang thai. Năm 1985, BS Hoa đã được chẩn bịnh tiểu đường. Và sau cùng năm 1998 Bà bị ung thư vú và đã được giải phẫu.

- Năm 1999, Bà được thử nghiệm máu và BS Schecter (Hoa Kỳ) cho biết là lượng Dioxin trong máu của Bà có nồng độ là 20 ppt (phần ức).

Và sau cùng, kết luận trong hồ sơ kiện tụng là: *Bà BS Hoa và con là nạn nhân của chất độc Da cam!?*

Qua những sự kiện trên chúng ta thấy có nhiều điều nghịch lý và mâu thuẫn về sự hiện diện của tên Bà trong vụ kiện ở Brooklyn?

Để tìm giải đáp cho những điều nghịch lý trên, chúng tôi xin trích dẫn những phát biểu của Bà trong một cuộc tiếp xúc thân hữu tại Paris trung tuần tháng 5/2004. Theo lời Bà (từ miệng Bà nói, lời của một người bạn tên Võ Nhân Trí có mặt trong buổi tiếp xúc trên) thì *"người ta đã đặt tôi vào một sự đã rồi"* (fait accompli): *"Tên tôi đã được ghi vào hồ sơ kiện không có sự đồng ý của tôi cũng như hoàn toàn không thông báo cho tôi biết. Người ta chỉ đến mời tôi hợp tác khi có một ký giả người Úc thấy tên tôi trong vụ kiện yêu cầu được phỏng vấn tôi. Tôi chấp nhận cuộc gặp gỡ với một điều kiện duy nhất là tôi có quyền nói sự thật, nghĩa là tôi không là người khởi xướng vụ kiện cũng như không có ý muốn kiện Hoa Kỳ trong vấn đề chất độc da cam"*.

Dĩ nhiên cuộc gặp gỡ giữa Bà Hoa và phóng viên người Úc không bao giờ xảy ra.

Bà còn thêm rằng:" Trong thời gian mà tất cả mọi người nhất là đảng CS bị ám ảnh về việc nhiễm độc dioxin, tôi cũng đã nhờ một BS Hoa Kỳ khám nghiệm (khoảng 1971) tại Pháp và kết quả cho thấy là lượng dioxin trong máu của tôi dưới mức trung bình (2ppt)". (*Với tính cách thông tin, hàm lượng hóa chất Dioxin trong máu của tôi đo đạc vào năm 1996, sau 8 năm tiếp xúc với các hóa chất có chứa 2,3-D và 2,4,5-T là 40ppt, và cho đến nay (2019), tôi không thấy có biến chứng nào cảo do tác hại của Dioxin!*)

Đến đây, chúng ta có thể hình dung được kết quả của vụ kiện. Và **ngày 10 tháng 3 năm 2005**, Ông chánh án Jack Weinstein đã tuyên bố hủy bỏ hoàn toàn vụ kiện tại tòa án Brooklyn, New York.

3- Bài học từ cái chết của BS Dương Quỳnh Hoa

Từ những tin tức về đời sống qua nhiều giai đoạn của Bác sĩ Dương Quỳnh Hoa, hôm nay Bà đã đi trọn quảng đường của cuộc đời Bà. Những bước đầu đời của Bà bắt đầu với bầu nhiệt huyết của tuổi thanh niên, lý tưởng phục vụ cho tổ quốc trong sáng. **Nhưng chính vì sự trong sáng đó Bà đã không phân biệt và bị mê hoặc bởi những lý thuyết không tưởng của hệ thống cộng sản thế giới**. Do đó Bà đã bị lôi cuốn vào cơn gió lốc của cuộc chiến Việt Nam. Và Bà đã đứng về phía người Cộng sản.

Khi đã nhận diện được chân tướng của họ, *Bà bị vỡ mộng và có phản ứng ngược lại*. Nhưng vì thế cô, Bà không thể nào đi ngược lại hay "cải sửa" chế độ. Rất may cho Bà là Bà chưa bị chế độ nghiền nát. Không phải vì họ sợ hay thương tình một người đã từng đóng góp cho chế độ (trong xã hội CS, loại tình cảm tiểu tư sản như thế không thể nào hiện hữu được), nhưng chính vì họ nghĩ còn có thể lợi dụng được Bà trong những mặc cả kinh tế – chính trị giữa các đối cực như Pháp và Hoa Kỳ, trong đó họ chiếm vị thế ngư ông đắc lợi. Vì vậy, họ không triệt tiêu Bà.

Hôm nay, chúng ta có thể tiếc cho Bà, một người Việt Nam có tấm lòng yêu nước nhưng không đặt đúng chỗ và đúng thời điểm; do đó, khi đã phản tỉnh lại bị chế độ đối xử tệ bạc.

Tuy nhiên, với một cái chết trong im lặng, không kèn không trống, không một thông tin trên truyền thông về một người đã từng có công đóng góp một phần cho sự thành tựu của chế độ như Bà đã khiến cho chúng ta phải suy nghĩ, suy nghĩ về tính vô cảm của người cộng sản, cũng như suy nghĩ về tính chuyên chính vô sản của hệ thống xã hội chủ nghĩa. **Đối với chế độ cai trị bởi CSBV, sẽ không bao giờ có được sự đối thoại bình đẳng, trong đó tinh thần tôn trọng dân chủ dứt khoát không hề hiện hữu như các sinh hoạt chính trị của những quốc gia tôn trọng nhân quyền trên thế giới**. Vì vậy, với cơ chế trên, hệ thống

XHCN sẽ không bao giờ biết lắng nghe những tiếng nói "đóng góp" đích thực cho công cuộc xây dựng Đất và Nước cả.

Bài học DQH là một bài học lớn cho những ai còn hy vọng rằng cơ hội ngày hôm nay đã đến cho những người còn tâm huyết ở hải ngoại ngõ hầu mang hết khả năng và kỹ năng về xây dựng quê hương. Hãy hình dung một đóng góp nhỏ nhặt như việc cung cấp những thông tin về nguồn nước ở các sông ngòi ở Việt Nam

đã bị kết án là vi phạm "bí mật quốc gia" theo Quyết định của Thủ tướng Việt Nam số 212/203/QĐ-TTg ký ngày 21/10/2003. Như vậy, *dù là "cùng là máu đỏ Việt Nam" nhưng phải là máu đã "cưu mang" một chủ thuyết ngoại lai mới có thể được xem là chính danh để xây dựng quê hương Việt Nam xã hội chủ nghĩa.*

Chúng ta, những người Việt trong và ngoài nước, còn nặng lòng với đất nước, tưởng cũng cần suy gẫm trường hợp Bác sĩ Dương Quỳnh Hoa ngõ hầu phục vụ tổ quốc và d dân tộc trong sự thức tỉnh, đừng để bị mê hoặc bởi chủ thuyết cường quyền.

Tổ quốc là đất nước chung.
Dân tộc là tất cả thành tố cần phải được bảo vệ và thừa hưởng phúc họa bình đẳng với nhau.

Rất tiếc điều này không xảy ra cho Việt Nam hiện tại.

Ghi chú: *Ngày 3/3/2006, trên báo SGGP,* **GS Trần Cửu Kiếm**, *nguyên ủy viên Ban Quân y miền Nam, một người bạn chiến đấu* của Bà trong MTDTGPMN, có viết một bài ngắn để kỷ niệm về BS DQH. Và chỉ có một bài duy nhứt để tưởng niệm Bà từ đó đến nay.

Mong tất cả trí thức Việt Nam đặc biệt là trí thức miền Nam **học và thấm thía** bài học nầy qua trường hợp của BS Dương Quỳnh Hoa.

Mai Thanh Truyết

Tản Mạn Ngày Tưởng Niệm Chiến Sĩ Trận Vong

Ngày 27 tháng 5 năm 2013 là ngày Chiến sĩ Trận vong (Memorial Day). Từ khu South West, qua lời kêu gọi của một người bạn cựu quân nhân Việt Nam, chúng tôi lên đường tham dự Lễ tưởng niệm và vinh danh chiến sĩ tại Houston National Cemetery nằm trên đường Memorial Drive.

Trên đường đi vào cổng nghĩa trang, từng đoàn người vừa đi bộ, vừa lái xe chầm chậm đi tìm chỗ đậu xe. Chúng tôi cũng nằm trong dòng xe chạy từ từ về hướng **Hemicycle Memorial**, tên gọi của nơi cử hành lễ. Nơi tưởng niệm nầy là do một giáo sư Đại học Rice thiết kế vào năm 1975. Cũng cần nói thêm là Nghĩa trang quốc gia ở Houston nầy được xây dựng từ một nông trại do một thương gia bán với giá rẻ cho thành phố, và khánh thành ngày 7/12/1965. **Với diện tích 419 acres**, nghĩa trang lớn thứ hai Hoa Kỳ chỉ sau nghĩa trang Arlington (450 acres) mà thôi.

Với trên **65 ngàn ngôi mộ**, với hàng hàng lớp lớp cờ Hoa Kỳ được gắn ngay ngắn trước mỗi mộ. Có nơi mộ bia nằm ngang với mặt đất, có nợi mộ bia đứng thẳng, ngay hàng thẳng lối.

Không khí trang nghiêm mặt dù từng đoàn người và xe di chuyển. Sự im lặng làm tăng thêm vẻ uy nghi của nghĩa trang và của **Ngày Tưởng Niệm và Vinh Danh** những cựu chiến binh.

Khi chúng tôi vừa đến buổi lễ cũng vừa bắt đầu lúc 9:45AM bằng bài quốc ca Hoa Kỳ thật trang nghiêm. Sau đó, Trung tá **Kurt Leslie, Air National Guard Commander** bắt đầu khai mạc buổi lễ. Nhìn chung quanh lễ đài, lá cờ vàng ba sọc đỏ phất phới bay trên từng thứ hai của khu Hemicycle Memorial hình vòng tròn. *Một niềm hãnh diện và bùi ngùi trong tôi khi nhìn lá cờ thân yêu tung bay cùng với hàng mấy chục lá cờ khác của Hoa Kỳ; hãnh diện vì thấy biểu tượng của quê hương phất phới tung bay trên một đất nước tạm dung nầy; và bùi ngùi vì nơi đây không phải là quê hương.*

Tiếp theo Trung tá Leslie, Bà Thị trưởng Annise Parker nối lời bằng những lời nói ngắn gọn và thật cảm động:"Hôm nay là ngày tất cả chúng ta hiện diện nơi đây để tưởng niệm và vinh danh những người cựu quân nhân bởi vì họ là những người chiến đấu cho chúng ta.

Kế tiếp sau đó, **Ông Jerry Patterson, Texas Land Commisionner** đọc một bài diễn văn, trong đó tôi ghi nhận được hai câu nói lên trọn vẹn suy nghĩ của mình đối với những người chiến sĩ Cộng hòa Việt Nam. Đó là *"No matter what you think of the war, you honor the warrior"*. Và một niềm se sắc trong tim tôi khi nghe Ông tiếp: "Our nation is still independent and free (because of their sacrifice).

Còn những chiến binh Việt Nam thì sao?

Dù bị đối xử như thế nào đi nữa, *người lính chiến Việt Nam Cộng Hòa*, **chưa hề bị rã ngũ, vẫn hiên ngang hiện diện trong những đoàn diễn hành qua lễ đài**. Nhìn từng bộ quân phục của các binh chủng, các anh chị có già đi, nhưng tôi tin tưởng trong các anh vẫn còn tinh thần chiến đấu của người lính chiến **"Tổ quốc, Danh dự, Trách nhiệm"**. Tiếng vỗ tay khi các anh bước qua nhưng trong tôi, những tiếng vỗ tay trên vẫn còn mang một chút gì uất nghẹn trong cổ họng.

Bao giờ người lính chiến Việt Nam oai hùng đi diễn hành giữa đường phố Sàigòn?

Tôi đã dừng lại và chụp hình cùng vài người lính Việt mà tôi chưa hề quen biết, nói với các anh vài lời ngưỡng mộ và cũng xin cám ơn các anh đã vì quê hương mà phải…xa lìa quê cha, xa mà vẫn gần, gần trong niềm hãnh diện của một người con Việt.

Rời Nghĩa trang thành phố, chúng tôi kịp về **Tượng đài chiến sĩ Việt Nam** trên đường Bellaire cho kịp lễ tưởng niệm đúng 12 giờ trưa.

Cũng những khuôn mặt trên nghĩa trang quốc gia, buổi lễ nơi đây đơn giản hơn nhiều. Phải chăng sự đơn giản nơi đây thể hiện một phần nào …sự thờ ơ của ngưới dân việt cự ngụ ở thành phố nầy. Phải chăng tình trạng vắng bóng sự tham gia của đồng hương cũng phản ảnh phần nào sự phân tán niềm tin và tinh thần thiếu vắng sự hợp quần cho một công cuộc chung là…chiến đấu cho một nước Việt độc lập và tự do như lời của Ông Parker nói trong buổi lễ Chiến sĩ Trận vong ở Nghĩa trang Quốc gia Houston.

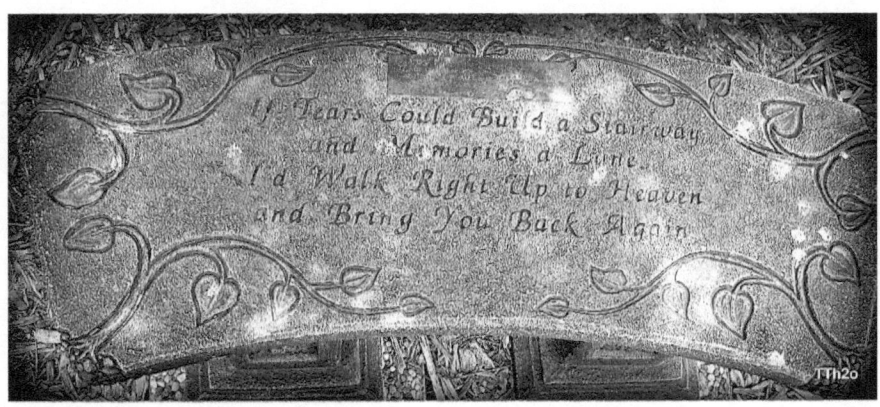

"Nếu nước mắt có thể xây cầu thang và ký ức là con đườngi; tôi sẽ đi thẳng lên Thiên đàng và đưa bạn trở lại đây."

Trên đường về nhà sau một ngày có ý nghĩa, tôi thấy có niềm cay đắng thấm trong tôi. Tuy không nước mắt lưng tròng, nhưng tôi vẫn ngậm nhấm được nỗi buồn ly hương và xót xa cho một dân tộc còn nhiều dày xéo do chính kẻ thù mà **cũng do chính mình mà ra**.

Ngày về quê Cha chắc cũng còn xa...

Kỷ niệm Ngày Memorial Day,
Houston, 27/5/2013

Tiễn anh Trường

Ngày anh đi không kịp về đưa tiễn
Trời Paris bỗng chuyển một màu tang
Nhận hung tin trong sửng sốt ngỡ ngàng
Tim quặn thắt bàng hoàng chưa qua hết

Dù không muốn tin rằng thế là hết
Không thể nào anh không chết anh ơi
Dù cho ngàn giọt nước mắt tuôn rơi
Cũng không thể đổi dời được thực tế

Anh thật sự đã rời xa trần thế
Cây đại thụ văn hóa ngã xuống rồi
Một nhân sĩ của vang bóng một thời
Công đức anh để lại sao kể xiết
Học trò anh từ Cố đô tâm huyết
Vào tới Saigon náo nhiệt miền Nam

Đà Lạt, Cần Thơ, Cao Đài, Vạn Hạnh
Trường Sư Phạm anh giảng dạy khai trí

Với xã hội anh sống đời hoàn mỹ
Trong gia đình toàn vẹn nghĩa Cha con
Cùng Mẹ Cha, đong chữ Hiếu thật tròn
Tình chồng vợ trọn đời anh gắn bó

Anh ra đi nhưng anh vẫn còn đó
Trong tim mọi người kính mến tiếc thương
Anh nhắm mắt chưa nhìn được quê hương
Ngày giải thể chế độ phi nhân nghĩa

Nén hương lòng dâng anh ngày đưa tiễn
Đớn đau này đang xâu xé trong tôi
Không được nhìn anh lần cuối trong đời
Chỉ còn thấy di ảnh qua nhang khói …..

Thôi anh đi …. Anh Trường!!!

MNTT
Paris, 01.07.2018

Chị Sáu Của Tôi

Chị Sáu tôi qua đời hôm **3/5/2014** tại Sacramento. Dù biết Chị bịnh nặng và đang trong giai đoạn cuối của cuộc đời, cũng như quyết định sáng suốt của đứa con trai duy nhứt của Chị là Kiệt, không chấp nhận trợ sinh…để Chị ra đi trong bình yên, nhưng trong tôi luôn ẩn hiện một nỗi bồn chồn khi nghĩ đến giây phút sinh ly tử biệt.

Một tuần lễ trước đó, tôi bay qua Nam Cali đi công việc và lái xe lên Sacramento thăm Chị. Tuy trong cơn nửa mê nửa tỉnh vì Chị phải chịu tiêm morphine mỗi 3 giờ một lần, và thuốc ngủ qua đêm, cho nên người Chị chỉ còn da bọc xương. Khi tôi vào, Chị đang ngủ mê. Nhưng khi lay Chị dậy, Chị mở mắt và cố nhìn tôi. Tôi biết Chị biết tôi đến thăm Chị, mặc dù Chị không còn nhận biết gì nữa từ 10 tháng qua sau một cơn tai biến mạch máu não.

Qua hai lớp mền, tôi thấy mấy ngón tay Chị nhúc nhích. Hiểu 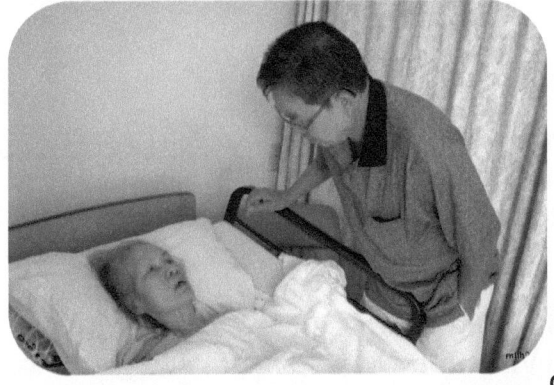 rằng Chị muốn nắm tay tôi, tôi bèn để ngón tay mình xen vào giữa mấy ngón tay Chị. Tôi thấy và cảm được sự trìu mến của một người Chị trước giờ lâm chung níu lấy tay em!

Đứa Cháu, con Chị Hai tôi đã dùng i-phone để cho Chị Hai tôi (90 tuổi) và các cháu bên Pháp nhìn thấy mặt Chị lần cuối. Tôi thấy mắt Chị mở lớn ra, không biết Chị có nghe Chị Hai và các cháu nói gì hay không, nhưng nhìn sắc mặt khô cằn của Chị, phảng phất một niềm vui, đôi môi Chị mấp máy. Anh Bảy tôi và con tôi, cũng như chú thiếm Tư Tưởng, người em cô cậu ruột với tôi cũng vội chạy xe từ San Jose lên thăm. Có lẽ, khi nhìn thấy những người thân thương đã từng một thời sống chung với Chị, để rồi Chị từ giã cõi trần tục nầy.

Thật là cảm động.

Nhưng vì chịu không nổi hình ảnh nầy, tôi vội chụp vài bức ảnh để làm kỷ niệm sau cùng và bước ra ngoài. Qua trao đổi với y tá, tôi ước tính Chị cũng còn cầm cự ít ra cũng được vài tuần dù chỉ được tiếp bằng vài giọt nước vào miệng.

Khi tôi đang trên đường về Nam Cali để bay trở lại Houston thì tôi được báo tin cho biết là Chị vừa qua đời. Tôi bay về Houston thu xếp công việc để rồi, hai ngày sau đó lại trở qua Sacto để cùng phụ với cháu lo đám tang cho Chị Sáu vào thứ bảy 10/5 tại Sacramento Memorial Lawn Cemetery trên đường Stockton.

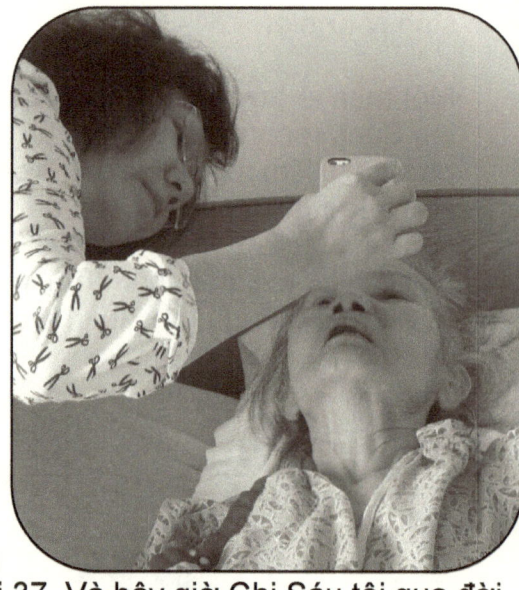

Gia đình tôi có 7 anh em trai và 4 chị gái. Trong 4 chị, có một chị đã mất từ nhỏ. Chị Chín tôi mất vì ung thư ở tuổi 37. Và bây giờ Chị Sáu tôi qua đời nên chỉ còn Chị Hai tôi ở tuổi 90 hiện đang sống ở Paris bên Pháp.

Có thể nói, Chị là đứa con chịu thiệt thòi nhứt trong mấy chị em trong nhà. Lý do là Chị chỉ học lên đến lớp nhứt (lớp năm bây giờ) là phải ở nhà phụ với má tôi lo việc chăm sóc gia đình. Chị Hai tôi học lên đến năm thứ hai trung học, sau nầy làm cô giáo tiểu học và thơ ký kế toán của Bộ Tài chánh, Sài Gòn. Còn Chị Chín của tôi đậu Tú Tài 2 và cũng làm cô giáo Đệ nhứt cấp ở trung học Tân Uyên, Biên Hòa cho đến ngày mất, năm 1974.

Các anh lớn của tôi đều được xuống Sài Gòn học trường Lê Bá Cang, và cũng chính vì vậy mà VC đã kết án Ba tôi theo Việt gian và xử tử (nhưng không chết) vào tháng 8, 1945 dù Ba tôi chỉ là một ông giáo tiểu học của làng.

Chúng tôi bồng bế nhau chạy xuống Sài Gòn ngay sau đêm đó.

Cuộc sống ban đầu ở thành phố rất gian nan, khổ cực vì "chạy giặc" cho nên gia đình trắng tay. Trong thời gian chờ đợi Ba tôi được bổ nhiệm dạy lại, Chị Hai và Chị Sáu là hai trụ cột của gia đình, làm đủ loại bánh để bán kiếm tiền độ nhựt. Hai năm sau đó, gia đình mới tương đối ổn định vì Ba tôi được bổ nhiệm dạy lại tại trường Chợ Quán, đường Trần Hưng Đạo.

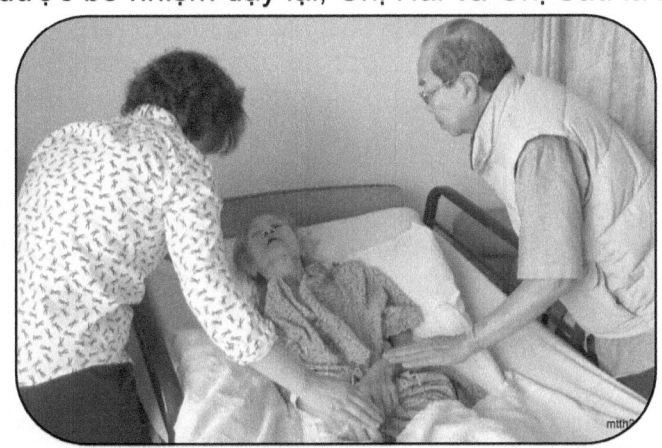

Nói về Chị Sáu tôi là nói vô cùng. Đối với tôi, dù là một người ít học, nhưng **với tấm lòng đôn hậu, huyết thống của Má tôi, Chị luôn chịu thiệt thòi so với các anh chị em khác**. Thương kính anh chị lớn, nhường nhịn các em, nơi Chị luôn ẩn chứa một tình thương bao la của một người mẹ hơn là một người chị đối với các em. Sau những năm tháng dài sống chung trong gia đình anh em hòa thuận, Chị đã mang tinh thần hy sinh cho chồng rồi cho con, một tấm lòng hy sinh vô bờ bến trải rộng khắp gia đình hai bên nội ngoại.

Và kể từ bây giờ, thực sự tôi bắt đầu **bài học chữ NHẪN của Chị đây.**

Từ những ngày bôn ba sau cuộc can qua của đất nước, Chị Sáu và tôi càng gần gũi nhau hơn. Đàn con tôi đã trải qua những tháng dài trong chiếc chòi lá của anh chị sau khi anh Sáu đi học tập về lại Đức Hòa. Và nơi nầy cũng là nơi lẩn trốn của tôi trong nhiều năm tháng mưu tìm con đường vượt biên.

Cho đến khi Chị được anh Sáu bảo lãnh qua Mỹ vào năm 1990, cuộc sống gia đình Chị tương đối ổn định bên chồng bên con cái.

Nhưng rồi khi anh Sáu mất đi vào năm 2007, Chị lại sống âm thầm trong một chung cư dành cho người già ở Sacramento. Trong thời gian sống ở Nam Cali, thỉnh thoảng tôi chạy lên thăm Chị, và trong mỗi lần lên thăm, dù sớm hay dù muộn đến 1,2 giờ sáng, Chị cũng chờ và dọn sẵn một mâm cơm cho em mình ăn, giống như *Má tôi, khi tôi còn là sinh viên, luôn để mâm cơm trong chiếc lồng bàn chờ con…đi chơi khuya về.*

Nghĩ về Chị, xa hơn một chút, về thời điểm mà Má tôi sắp sửa lâm chung năm 1981. Tôi, thằng em của Chị họp anh em trong gia đình lại và cho biết tình trạng của Má sẽ không qua khỏi trong vài ngày tới vì các bạn bác sĩ cho biết như thế.

Dĩ nhiên, chuyện phải lo cấp bách là vấn đề tiền bạc, chi phí cho đám tang sắp đến. Biết Chị không đủ tiền lo cho gia đình, làm sao Chị có khả năng đóng góp việc chung, tôi bèn dúi vào túi áo Chị một số tiền nhỏ, để trước mặt các anh chị em, Chị cũng đã góp phần. Chính điều nầy làm Chị được an ủi nhiều hơn. Và cũng chính điều nầy, tình cảm giữ hai chị em mình ngày càng thêm khắn khít.

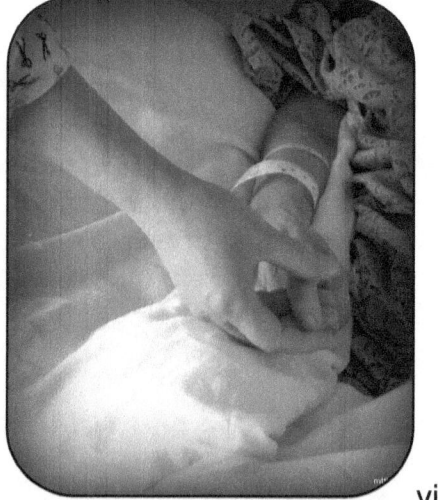

Đối với Chị, như đã nói trên, chuyện riêng tư của mỗi thành viên trong gia đình đều được Chị tôn trọng và trân quý. Tôi nhớ rất rõ, lần tôi lên nhà Chị để giới thiệu người đồng hành của tôi cách đây hơn một năm, Chị ân cần hỏi han như đã thân thiết nhau từ bao nhiêu năm rồi. Chị thốt lên trong tình chị em:" Người nào mầy quyết định thì đã coi như là em dâu trong gia đình rồi". Chỉ một câu nói đơn sơ đó cũng đã xóa tan không khí ngỡ ngàng và xa lạ của người mới vừa bước chân vào gia đình nhà họ Mai.

Chị Sáu,
Hiện giờ phút nầy đây, Chị phiêu bồng nơi nao? Chị quanh quẩn bên con cháu đang lo chuẩn bị cho đám tang ngày thứ bảy 10/5, hay Chị đã đi xa vào một phương trời xa xôi nào đó?

Chị có biết rằng em Chị, con cháu Chị cùng những người thân đang nghĩ về Chị, nhớ Chị, gợi lại những kỷ niệm xa xưa với Chị, mặc dù Chị mới vừa rời xa cõi ta bà nầy chỉ vừa năm ngày, còn nằm trong một phòng lạnh lẽo trong bịnh viện.

Chị Sáu ơi!
Thằng em Chị có cái may mắn là được gần Chị và vui đùa với Chị trong hai chuyến đi chơi xa bằng xe trong năm vừa qua. Chuyến thứ nhứt là đi ngoạn cảnh vùng Napa Valley và San Francisco cùng đi thăm Old Sacramento vào tháng 2, 2013. Chuyến thứ hai vào tháng 9, đi thăm vùng hồ Tahoe bên Nevada.

Chính nhờ hai chuyến đi nầy mà tôi mới giữ lại được rất nhiều hình ảnh của chị qua ống kính của người thợ chụp hình của tôi. Những bức ảnh ngày hôm nay sẽ là dấu ấn cuối cùng của tình chị em mình trước khi Chị đi vào cõi vĩnh hằng.

Chị Sáu ơi!
Lúc những dòng chữ nầy chạy trên bàn phím, tôi ngồi cô đơn trong phòng khách của con Chị. Trong nhà vắng lặng. Chỉ còn

một ngày phù du nữa là Chị em mình thật sự chia xa khi nắp quan tài khép lại. Những giọt nước mắt thật hiếm hoi trong đời của tôi vừa tràn ra khỏi mắt khi nghĩ đến giây phút chia ly trên.

Giã từ! Từ giã!
Ly biệt! Biệt ly!

Xin chúc Chị ra đi bình an trên đường tìm về với Ba Má, anh Ba, anh Năm, và chị Chín và bên sự tiếc thương của bè bạn, con cháu và những người thân yêu đang đứng chung quanh cầu nguyện cho Chị đây.

Em của Chị,

Phổ Lập Mai Thanh Tuyết

Sacramento, 8/5/2014 10:00PM

Hình chị Sáu chụp ở Lake Tahoe 2013

Hình kỷ niệm với chị Sáu và anh Bảy ở Sacramento 2013

Hình kỷ niệm với chị Sáu và anh Bảy
Napa Valley – Valentine 2013

Tản Mạn Về Ngàn Năm Thăng Long

Chỉ còn non hai tháng nữa, Việt Nam sẽ tổ chức đại lễ Ngàn Năm Thăng Long. Buổi lễ sẽ diễn ra ngày *1/10/2010*. Ông Lê Tiến Thọ, Thứ trưởng Bộ Văn hóa, Thể thao, và Du lịch, Chủ tịch Ban Chỉ đạo Quốc gia kỷ niệm 1000 năm Thăng Long là người tổ chức và điều hành buổi lễ nầy.

Kinh phí cho buổi lễ là 94 ngàn tỷ Đồng Việt Nam (VNExpress) tương đương với 4,5 tỷ Mỹ kim (1tỷ Đồng # US$50.000). Với một kinh phí tương đương gần 10% ngân sách quốc gia chỉ để cho "lễ hội". Quả thật Việt Nam đi đầu so với thế giới về việc phí phạm cho những cuộc vui chơi vô bổ nầy.

Nhưng chưa hết, vì buổi lễ diễn ra vào giữa mùa mưa Hà Nội, cho nên sác xuất mưa rất cao, và mái che của sân vận động Mỹ Đình, nơi hành lễ không đủ để che trên dưới 40.000 người dự khán. Vì vậy, có dự án dùng phi cơ "bắn mây" để ngăn mưa trong ngày khai mạc. Theo VNExpress, mỗi lần "bắn mây" trong 3 ngày có thể tiêu hết hơn 10 triệu Mỹ kim.

Trên đây là kinh phí dự trù cho 3 ngày "lễ hội", nhưng chắc chắn kính phí thực sự sẽ "phải" lớn hơn nhiều vì những "rò rỉ" trong thời gian xây dựng và chuẩn bị!

Chương trình đại lễ rất đồ sộ. Theo dự trù, ngày khai mạc sẽ được tiến hành tại vườn hoa tượng đài Lý Thái Tổ và đường Đinh Tiên Hoàng chung quanh hồ Hoàn Kiếm. Sẽ có diễn binh và diễn hành tại Quảng trường Ba Đình. **"Chương trình kỷ niệm sẽ được tổ chức trọng thể, sinh động, đậm đà bản sắc dân tộc, truyền thống lịch sử, văn hóa"**, đó là lời của một thành viên trong Ban chỉ đạo.

Nhưng cho đến hôm nay (12/8), nhiều người dân Hà Nội, cũng như trong nước vẫn không hiểu buổi lễ hội nầy có mục đích để "mừng" cái gì? Vì, Ngày Đại lễ đã được Thủ tướng cọng sản ấn định khai mạc vào **1 tháng 10, rơi đúng vào ngày Quốc khánh của Trung Cộng**. Đây là một sự trùng hợp vô tình hay cố ý, và chính vì vậy mà người dân hoang man!

Qua sự trợ giúp Nhóm Văn Hóa Nhân Bản Lạc Việt, từ tháng 8/2010, tôi đã thực hiện 10 youtube nói lên những thảm trạng hiện tại của Việt Nam thời bấy giờ qua những đề tài dưới đây: (Quý bạn có thể tìm lại những youtube nầy trên Google)

- *Ngàn năm Thăng Long: Thực phẩm Nhiễm độc;*
- *Ngàn năm Thăng Long: Không còn Nước sạch;*
- *Ngàn năm Thăng Long: Mầm mống dịch bệnh'*
- *Ngàn năm Thăng Long Đại họa;*
- *Ngàn năm Thăng Long: Thời đại CS gian ác;*
- *Ngàn năm Thăng Long: Bức tường sánh sứ dài 1950 mét;*
- *Ngàn năm Thăng Long: Hồ Xuân Hương cạn nước;*
- *Ngàn năm Thăng Long: Thực chất Giáo dục ở Việt Nam. V.v…*

Tất cả nói lên cái "nhếch nhác" của CSBV trong khi thực hiện các hạng mục công trình trong các ngày lễ Ngàn năm Thăng Long chỉ nhắm mục đích:

- Phô trương cho thế giới thấy được "cái hợm hĩnh" của chế độ;
- CSBV có thêm đều kiện để rút ruột công trình;
- CSBV có dịp tiêu một số tiền lớn trong ngân sách quốc gia một cách chính thức;
- Bỏ quên những việc tối cần thiết cho quốc gia như giáo dục, môi trường, y tế v.v…

Qua những tản mạn trên, bài viết nhằm mục đích khơi dậy vài *tự ái dân tộc, nếu còn sót lại trong lòng người dân Việt ở cả trong lẫn ngoài nước.*

Một ngàn năm Thăng Long là một ngày đánh dấu mốc *thời gian từ lúc tổ tiên dân Việt dành lại nền độc lập tự chủ thoát khỏi gần 1000 năm bị giặc Tàu đô hộ*. Mà nay, Việt Nam lại tổ chức đúng vào ngày quốc khánh của kẻ thù truyền kiếp là Trung Cộng (*cho đến ngày nay và cả ngàn sau nữa*).

Đây có phải là một sự trùng hợp ngẫu nhiên hay không? Cá nhân người viết nghĩ là không mà là một chủ đích có tính toán kỹ lưỡng của CSBV.

Vì, qua quá trình lịch sử trong vòng vòng 20 năm trở lại đây, *rõ ràng là đường lối, chính sách phát triển đều "rập khuôn" theo hướng phát triển của Tàu*; thậm chí những sự khai thác khoáng sản, rừng phòng vệ, cùng những xây dựng khu kinh tế duyên hải miền Bắc đều nằm gọn trong tay những nhà đầu tư TC.

Như vậy có phải là Độc lập chăng?
Như vậy có phải là Tự chủ chăng?

Có xứng đáng tiêu tốn gần 10% ngân sách quốc gia cho những ngày lễ hội thể hiện một tinh thần nô lệ cho ngoại bang, trong lúc 1/3 dân số còn sống dưới mức nghèo tuyệt đối theo định nghĩa của Liên Hiệp Quốc là 1 Mỹ kim/ngày?

Trong Tuyên ngôn Thiên niên kỷ của Liên Hiệp Quốc mà Việt Nam đã phê chuẩn, trong đó một số giá trị căn bản giữ vai trò thiết yếu trong quan hệ quốc tế của thế kỷ 21 là:

- Về **Tự do**: Điều hành đất nước theo nguyên tắc dân chủ, có sự tham gia của người dân và trên căn bản ý chí của

người dân là bảo đảm tốt nhứt cho việc thực hiện quyền tự do nầy.
- Về **Bình đẳng**: Không được phép tước đoạt cơ hội thụ hưởng kết quả từ hoạt động phát triển của bất cứ cá nhân nào hoặc dân tộc nào.
- Về **Khoan dung**: Con người phải tôn trọng lẫn nhau, trong sự đa dạng về tín ngưỡng, văn hóa, và ngôn ngữ.

Bản tuyên ngôn còn nêu rõ ý thức và hành động về hòa bình, an ninh và giải trừ quân bị, về phát triển và xóa đói giảm nghèo, về việc bảo vệ môi trường chung, về nhân quyền, dân chủ và điều hành tốt, về việc bảo vệ những người dễ bị tổn thương...
Tất cả chỉ nhằm vào mục đích là thế giới cùng nhau phát triển theo chiều hướng toàn cầu hóa nhắm vào 3 mục tiêu:
- *1- Phát triển xã hội,*
- *2- Tăng trưởng phúc lợi cho người dân, và*
- *3- Bảo vệ môi trường.*

Trong tất cả những ghi nhận trên của Bản Tuyên ngôn, Việt Nam cho đến hôm nay vẫn chưa thực hiện được điều gì cả mà còn làm cho đất nước, xã hội Việt Nam ngày càng tệ hại thêm lên. Người dân ngày càng trực diện với với nhiều nỗi đau thường trực, nào là tệ trạng nguồn nước sinh hoạt và thực phẩm tiêu dùng, nào là tệ trạng y tế cùng hạ tầng cơ sở như đường xá, cầu cống ngày càng xấu thêm, nào là tình h trạng đạo đức suy đồi qua hệ hệ thống giáo gục còn quá lạc hậu. Và còn bao nhiêu tệ trạng khác nữa!

Phải chăng đã đến lúc người dân cần phải đứng lên để tự cứu lấy mình?
Câu hỏi trên xin dành cho tất cả bà con trong và ngoài nước suy nghĩ, suy nghĩ để cùng tháo gỡ việc thực thi qua lệnh truyền trong quân đội TC là:

Lộ ố Nàm phố
Dìu ố Nàm sình
Chì ố Nàm tì

Nghĩa là: Lấy vợ An Nam – Tiêu tiền An Nam - Ở đất An Nam. Lịch sử sẽ ghi thêm một tội ác của cường quyền, cam tâm làm nô lệ và dẫn dắt cả dân tộc đi làm nô lệ cho kẻ thù truyền kiếp.

Ngàn năm Thăng Long sắp đến không phải để đánh dấu mối vinh quang của dân tộc mà là một dấu ấn, chuẩn bị cho chính sách đô hộ lần thứ 5 của giặc Tàu, tiếp nối ngàn năm Việt Nam bị Tàu đô hộ trong quá khứ.

Mai Thanh Truyết

Nhớ về ngày Tết Kỷ Dậu,
Ngày Đại phá quân Thanh của
Vua **Quang Trung Nguyễn Huệ**

Thành Quả Giáo Dục Xã Hội Chủ Nghĩa

Lời người viết: Bài viết thể hiện hồi ức những ngày ngay sau 30-4-1975. Sau hơn 42 năm qua, những người thuộc lữ đoàn 30-4 lần lượt "phản quốc" chạy sang Mỹ, Pháp, Canada...Một số ít ỏi tiếp tục làm "thân bọt bèo" cho chế độ. Còn lại, người viết biết được một người còn "ngoa ngoe" làm kiểng "câu chuyện Hoàng Sa-Trường Sa", và một làm "lính kín trí thức" đi đi về về Saigon – Boston. Và thành quả giáo dục xã hội chủ nghĩa ngày hôm nay qua hai hình ảnh ngày khai trường ở phần kết của bài viết. Houston, 11-9-2017

Vào thời điểm ngay sau ngày 30/4/1975, **tâm trạng người dân hoang mang cực độ**. Nhà nhà e dè mỗi khi tiếp xúc hay trao đổi với những người hàng xóm thân thuộc trước kia. Không khí xóm giềng thân mật không còn ứng hợp với câu "bà con xa không bằng láng giềng gần" nữa, đối lại bằng những cặp mắt nghi ngờ, e sợ, nhất là khi thấy bóng dáng một người quen thuộc nhưng trên cánh tay có mang một băng vải đỏ. Đó là hình ảnh tiêu biểu nhứt cho những ngày đầu gọi là "cách mạng".

Chúng tôi, một nhóm giáo chức của trường Đại học Sư phạm Sài Gòn gồm GS Nguyễn Văn Trường, GS Lý Công Cẩn, GS Lê Trọng Vinh (qua đời 1977), GS Trần Kim Nở, GS Trần Văn Tấn (qua đời 2016), và người viết (đã ở khu cư xá 57 Tự Đức từ mấy ngày trước 30/4), đang ngồi với nhau để bàn thảo xem phải hành động như thế nào, trình diện ra sao, vì hôm đó chỉ là ngày thứ hai của "cách mạng", tức thứ năm ngày 1/5/1975.

Tình cờ GS Nguyễn Hoàng Duyên, một thành viên của Ban Hóa học của trường chạy Honda đến. Tôi đề nghị với các GS huynh trưởng để tôi cùng Duyên lên trường xem xét tình hình trước.
Hai anh em đèo nhau trên chiếc Honda dame, mỗi người một tâm trạng bất an, nhưng vẫn không lộ ra. Khi vào khỏi cổng trường, không khí hoàn toàn khác, không còn một không khí quen thuộc như ngày nào. Một cảm giác nặng trĩu nơi tôi khi nhìn thấy một Giảng nghiệm viên thuộc Ban Vạn vật mang băng vải đỏ nơi cánh tay, chận chúng tôi lại, và hỏi với nét mặt lạnh lùng:" **Hai anh vào ghi tên trình diện đi**".
Bước vào một phòng thí nghiệm hóa học, tôi lại thấy anh **Nguyễn Minh Hòa** (sau 30/4 được" xếp" vào *vị trí Trưởng khoa Hóa ĐH Sư phạm "tp HCM"* thay thế chỗ của người viết trước ngày đó, vì "***người" đã từng tuyên bố sau đó là nhờ cách mạng mà vợ tôi mới…mang thai được và tôi có con nối dòng***(!). Đã về hưu hiện tại), một giảng nghiệm viên của tôi, cũng mang băng đỏ trên cánh tay hỏi tôi bằng một giọng lạnh lùng, không còn "lom khom" kính trọng như những ngày trước đó. Dĩ nhiên là tôi ghi tên và bước ra ngoài.
Đi lần đến văn phòng Phó Khoa trưởng, cửa mở toang, tôi thấy *Ngô Phàn, một sinh viên Ban Lý hóa của trường đã chạy vào bưng hai năm về trước*. Phàn hỏi tôi, trên tay cầm khẩu súng lục nhỏ của GS LCC: "Anh có gặp Ô C. không? Tôi đáp:" GS LCC sẽ vào trình diện sáng nay".
Quan sát chung quanh sân trường, tôi chỉ *thấy vài chị "nhà quê" quấn khăn rằn trên cổ, vẻ mặt thể hiện nét thỏa mãn của kẻ chiến thắng bước qua lại, chỉ chỏ các "anh" đeo băng đỏ mà trước đó chỉ vài ngày là những giáo sư của VHCH*. Ngoài ra, không thấy bóng dáng của một "cán bộ" hay "bộ đội" của Bắc Việt nào cả.
Sau đó, Duyên và tôi đi về báo cho các GS đang chờ đợi ở cư xá Tự Đức. Mọi người lên trường trình diện ngay sau khi được chúng tôi thông báo.

1- **Một thời không quên**

Một tháng sau, mọi sự đi dần vào ổn định, nghĩa là mọi thủ tục kiểm soát, kiểm tra đã hoàn tất, số giáo sư của trường được chia ra làm hai nhóm rõ rệt:

- **1- Các giáo sư đeo băng đỏ trong những ngày đầu trở thành các Tổ trưởng và Tổ phó học tập trong đó Tôn Nữ Thị Ninh là một Tổ trưởng sáng giá nhứt**, và
- **2- Số giáo sư còn lại chiếm đa số là Tổ viên.**

Chúng tôi bắt đầu chương trình "học tập" tại chỗ với mỗi tổ khoảng trên dưới 20 người, trong đó, ngoài Tổ trưởng, Tổ phó còn có một GS hướng dẫn học tập mới vào từ miền Bắc. Nơi trường Sư phạm, các "giáo sư" đó đến từ trường ĐHSP Vinh, trong đó, "một cháu ngoan của Bác" tên **Trần Thanh Đạm làm Hiệu trưởng**, "GS" Cao Minh Thì làm Hiệu phó, "GS" Nguyễn Văn Châu và một số "GS" khác như Yến, Thoa …và một số khác tôi không còn nhớ tên. Tuy nhiên, một người Trưởng ban tổ chức mà tôi không bao giờ quên được, đó là Bảy Được, một công an chánh gốc, mà sau nầy đã hỏi cung tôi cùng với một sĩ quan cấp tá công an là chồng của giáo sư Yến nói trên.

Dĩ nhiên những buổi học tập trên có tính chất giáo điều, diễn ra trong tê lạnh vì thái độ bất hợp tác của đa số giáo sư, ngoài những câu hỏi cò mồi của "đám gs đeo băng đỏ". *Tuy nhiên cũng có những giây phút sôi nổi vì các câu hỏi "móc lò" của một số GS trẻ như Duyên và Tuấn làm cho "đám ba mươi" cứng họng, vì họ làm sao có khả năng giải đáp được trong khi chứa trong đầu một tâm thức nô lệ!*

Một kỷ niệm tôi còn nhớ đến hôm nay sau 42 năm là buổi đúc kết học tập. Tổ trưởng của tôi là một tiến sĩ cũng tốt nghiệp bên Pháp và là Phó ban Hóa học thời VNCH tên **Nguyễn Thị Phương**.

Trong suốt thời gian "học tập", Cô Phương thường đi bên cạnh một "nồng cốt" thực sự, có tên Bùi Trân Phượng, con một giáo sư Việt Văn bên Đại học Văn khoa. Cô nầy luôn luôn mặc áo bà ba và quần lãnh đen và cũng "bắt chước" túi sách cán bộ sau lưng, luôn quấn trên cổ một khăn rằn.
Cô nầy luôn luôn "bên cạnh" "anh" **Ba Trực** của thành ủy mỗi lần

đi họp Tổ của **Hội trí thức yêu nước Tp hcm** có trụ sở chiếm **của** Cư xá Phục Hưng cũ đường Nguyễn Thông (Tôi không "CÓ" vào Hội nầy, chỉ "***bị bắt buộc***" đi họp vì các buổi họp nằm trong chương trình của giai đoạn "học tập chánh trị"). Trong thời gian nầy, Phượng còn là sinh viên, nhưng ở thời điểm hiện tại (2017), **Phượng là một "tiến sĩ" làm việc giữa Sài Gòn và Boston…**
Tôi được xướng danh đọc bài đúc kết học tập đầu tiên. Vì đã chuẩn bị trước, tôi đã nhờ người học trò "ruột" hiện ở Vancouver soạn thảo, ghi lại tất cả những lời "Bác Hồ dạy" "Bác Tôn dạy" cùng các phát biểu của "Chú Duẩn" v.v…Tất cả được học trò tôi đúc kết, ráp nối trên 30 trang giấy…
*Và trong suốt buổi đúc kết, tôi là cây đỉnh trong đó. Tôi đã chiếm hết giờ dành cho Tổ để đúc kết. Do đó, sau khi thảo luận bài đúc kết, vì đã hết giờ cho nên các đồng nghiệp còn lại của tôi được ra về khoan khoái vì **đã tránh được nói lên những điều ngược với lòng mình…***

Trong suốt những ngày tháng gọi là "học tập", thỉnh thoảng cũng có những cán bộ cao cấp từ ngoài Bắc vào như **Cù Huy Cận, Xuân Diệu**, và nhiều người khác…giảng dạy về thiên đường cộng sản.

Một hôm, tại giảng đường của Đại học Khoa học có sức chứa gần 500 người, nhà thơ tình lãng mạn "ngày xưa" Xuân Diệu đăng đàn. Có thể nói, chưa bao giờ tôi có thể hình dung được một cán bộ cao cấp của cộng sản, từng giữ chức **Thứ trưởng Văn hóa Bắc Việt có những thái độ và cung cách thiếu văn hóa như thế.**

Ông Xuân Diệu, với cái áo sơ mi bỏ ngoài, mang đôi dép lẹp xẹp, vai mang cái bị da cán bộ…chễm chệ ngồi trên cao trên bục giảng…tự do phát ngôn. Bên cạnh đó hai chai bia Con Cọp BGI 75cc và một ly lớn. **Vừa uống, vừa nói, miệng mồm đầy bọt bia, tay chân "huênh hoang" với luận điệu của kẻ chiến thắng…**

Và những câu nói ngày hôm đó là bài học …đầu tiên của tôi sau "cách mạng" như tựa đề của bài viết nầy và hình ảnh cây cổ thụ minh họa.

Ông ta nói cái gì?

Xin thưa,

Ông ta chê chế độ Việt Nam Cộng Hòa, đặc biệt là giới trí thức miền Nam, giới giáo sư đại học…và ví tất cả như **những cây cổ thụ xum xuê cành lá…nhưng không có rễ.** (Xin các giáo sư có mặt ngày hôm đó, hiện đang ở hải ngoại làm chứng dùm cho tôi, để tôi khỏi bị nói oan là bêu xấu chế độ ưu việt bằng triệu lần tư bản).

2- Một thời để nhớ lại và sẽ không bao giờ quên

Sau 42 năm, nghiệm lại câu nói năm xưa của một thi sĩ "**thương cha thương một, thương ông thương mười" của Tố Hữu, người bạn của Xuân Diệu**, lòng tôi chùng xuống và cảm thương cho một người lớn lên trong "cách mạng", được "cách mạng" nuôi dưỡng… cho nên mới có ý so sánh đầy '**biện chứng**" trên.

Bốn mươi hai năm qua, bây giờ cả thế giới mới thực sự thấy rõ hình ảnh Việt Nam ngày nay, hình ảnh nầy đã chứng minh rành rành qua một đất nước tan hoang từ xã hội băng hoại cho đến đạo đức suy đồi, trong đó *giáo dục thể hiện tất cả những gì tồi tệ nhứt như thầy trò, cô trò…có thể trao thân vì những đổi chác cho một kỳ thi, hay một mãnh bằng*, chưa kể những tệ hại khác không cần phải nêu ra đây. *Có thể nói, trong lịch sử giáo dục Việt Nam chưa có thời đại nào đưa đến* **sự đảo lộn luân thường đạo lý** *như giai đoạn hiện tại của Đất và Nước hôm nay.*

Bài học đầu tiên của Xuân Diệu 42 năm về trước về cây cổ thụ cần phải được xem xét lại.

Kết luận của bài tản mạn nầy cần phải nói cho rốt ráo là "***Cây cổ thụ xã hội chủ nghĩa Việt Nam hiện tại là một cây chết khô, không hoa, không lá, không rễ, và thân cây đã mục nát, thậm chí mối và mọt cũng không còn gì có thể gặm nhấm được***".

Và sau hơn 42 năm, hệ thống giáo dục của CSBV đã biến học sinh thành một công cụ cho đảng như suy nghĩ của Phạm Đình Trọng:"**Học trò thay vì thích thú mặc bộ đồ mới đón năm học mới như đứa trẻ xênh xang áo mới đón ngày tết lại phải mặc đồng phục đồ lính, đội mũ lính, mang vẻ mặt xung trận, đi ắc ê một, hai, tập những bước đi đầu tiên của rô bốt công cụ, của bầy đàn, muôn người như một, không có cá nhân, không còn cá tính**"…trong ngày khai trường cho niên học mới.

Và một tương phản khác của ngày khai trường năm nay 2017 ở một miền núi trên cao nguyên Việt Nam với hình ảnh học

trò ngồi chồm hỗm trên đôi chân đất trong "lớp học – sân trường lầy lội" dưới trời mưa lâm râm, hay phải "du dây" qua thác ghe62ng trên đường đi đến trường!

Mai Thanh Truyết

Phụ chú:

Phan Công • 7 hours ago
Lấy việc trẻ con ghét ngày khai giảng, ghét việc phải mặc đồng phục đến trường bắt đầu năm học mới để nói giáo dục Việt Nam thất bại thì thực sự quá chủ quan. Học sinh ở đâu mà chả thích nghỉ, không thích đi học? Giáo dục VN vẫn đang đào tạo được rất nhiều nhân tài đó như, dù chất lượng và csvc của các trường học, đại học còn khá nhiều hạn chế.

VIETNAMCONGHOA Phan Công • 3 hours ago
Bắt nguồn từ đảng cs, bọn cầm đầu ngụy quyền hà nội. Kế tiếp giáo dục lơ là, ngân sách giáo dục cũng bị cắt xén. Cô giáo bị bắt làm đĩ công khai cho mấy thằng tỉnh, huyện ủy, lên tới trung ương.

Nguoiduatin • 11 hours ago
Kính cảm ơn Chú **Mai Thanh Truyết**. Đọc những gì Chú kể lại mà đắng lòng cho giới trí thức Miền Nam. Trước 1975, nói gì đến các Giáo sư (thứ thiệt), chỉ là Cô giáo dạy lớp tư cũng đủ làm học trò

"chọc trời khuấy nước" tụi cháu kính sợ, không phải vì họ dữ dằn mà nghiêm khắc với lòng bao dung cùng trách nhiệm thật đáng kính trọng.
Còn nhớ có lần cháu đâm bạn học bằng cây viết chấm mực (ngòi bút lá tre). Cháu bị phạt quỳ gối mấy tiếng đồng hồ cho đến khi tan học. Giờ tan lớp cháu vẫn phải quỳ, khi các bạn về hết, Cô ôm cháu vào lòng và nói "Con đừng làm như vậy và phải xin lỗi bạn". Từ đó cháu bớt cà chớn với bạn học, bớt thôi chớ tới giờ này cháu vẫn muốn chọc làng, phá xóm cho đời vui.

Sau 1975, cháu vẫn kính trọng những người "đứng lớp" vì hình ảnh người Cô giáo rơm rớm nước mắt khi bắt thằng học trò quỳ mấy tiếng đồng hồ. Tiếc thay đó chỉ còn là kỷ niệm của một thời cắp sách. Với "trí thức" ngày nay trong chế độ cộng sản. Nhìn những người như giáo sư **Tương Lai - Nguyễn Phước Tương**,

nghe đứa trẻ nói "giáo dục VN đã thối nát" cháu chỉ biết kêu trời.
Bụi đời Trần Văn Trụi

Nguyễn • 19 hours ago
Giáo sư Truyết "Đi học tập", tôi "Đi Tù".
*Bắt phong trần, phải phong trần
Cho thanh cao mới được phần thanh cao*
Nguyễn Nhơn

lưu vong hành Nguyễn • 14 hours ago
Ông Nguyễn Nhơn ơi,
Tôi biết có nhiều người gieo nhân lành, những trẻ thơ vô tội... mà bọn việt cộng giết họ thảm khốc. vô nhân tính! Đôi lúc nghĩ rằng công lý đã không mà thiên lý cũng chẳng còn thì nản lòng lắm! Nhưng nhớ đến tội ác bọn việt cộng đã gây ra cho người thân, bạn bè, đồng bào thì nổi giận sôi trào!

Thời gian lặng trôi, hoàng hôn dần xuống, thân xác héo mòn, tinh thần mỏi mệt, nhân số hao hụt nhưng nhìn lại chúng tôi rất tự hào vì đã làm được những gì trong khả năng để không phải xấu hổ với gia đình, dòng họ, bạn bè, đồng bào.

Đôi lần ghé qua D.C được ông Nguyễn Ngọc Bích cùng bà Hợi tiếp đón hay vợ chồng bà Lễ mời cơm rồi khi tạm ở "am" của ông Phan Vỹ. Nay, họ, người còn kẻ mất, nghĩ mà quặn lòng!

Thôi xin kính ông sức khỏe, tinh thần minh mẫn mà vạch trần những trò bĩ ổi của bọn bợm bãi cho người dân được rõ.

Tom Van Nguyen • 21 hours ago
1. Một chi tiết về Tôn Nữ Thị Ninh mà có thể ít người biết đến. Sau 30/4/75, các "lão thành cách mạng" từ Bắc vào Nam, đã tiết lộ một điều là TNTN có quan hệ "mật thiết" với Xuân Thủy, trưởng phái đoàn CSVN tại bàn đàm phán Hiệp Định Ba Lê 1973. Nếu không có cái gốc XT chống lưng, thì TNTN đã không thể là ĐS lưu động CSVN tại Âu Châu sau nầy.

2. TNTN là người đã tuyên bố một câu trịch thượng và xấc xược khi Mỹ và Liên Âu phê phán CSVN vi phạm Nhân Quyền, đàn áp và khủng bố các nhà đấu tranh cho tự do dân chủ và Nhân Quyền trong nước rằng, "Trong gia đình chúng tôi có những đứa con cháu hỗn láo, bướng bỉnh, thì để chúng tôi đóng cửa lại trừng trị chúng nó, dĩ nhiên là theo cách chúng tôi. Các anh hàng xóm đừng có gỏ cửa mà đòi xen vào chuyện riêng của gia đình chúng tôi".

Batos Klassen Tom Van Nguyen • 14 hours ago
Câu tuyên bố của Tôn Nữ thị Ninh sặc mùi khủng bố và... ngu xuẩn đại ngu xuẩn không biết bà có ăn học không. Bà lấy quyền gì để "dạy" dân bớt hỗn láo bướng bỉnh. Bà lấy gì để che con mắt hàng xóm nhìn vào "gia đình" bà. Người dân không phải là CON của bà. Người dân lịch sự gọi bà là "con mẹ"... câu nói này để dành khắc vào mộ của "con mẹ" theo tui là xứng đáng...

JU MONG Sinh Sự • a day ago
Nền giáo dục xã nghĩa nó sản sinh ra những trí thức như thế?

JU MONG Sinh Sự Tom Nguyên • 21 hours ago

Cũng nhờ nhà sản phỏng dái Miền Nam mới biết được có loại 'bia phải kèm mồi' mới uống được? Hình như 2 thằng đầu bạc là Nguyễn Trọng Vĩnh và giáo sư Tai Ương?

Dân Quê • a day ago
Tôn Nữ Thị Ninh, tên ĂCQGTMCS...
Xem video này sao mê sống ở thời VNCH quá.

Thời VNCH:
1) Từ ngày bắt đầu đi học cho đến ngày ra trường không phải đóng 1 đồng xu.
2) Cuối năm, học giỏi (hạng 1-5), thì được lãnh thưởng các học phẩm & sách vở cho năm sau.
3) Nếu học giỏi, được cấp học bổng cho du học.
4) Bệnh viện chẳng phải đóng bệnh phí đồng nào.

Ở xứ Mỹ:
1) Lớp 1-12, không phải đóng học phí. Lên ĐH phải đóng học phí, đi làm trả lại bá thở luôn. Tuy nhiên cũng có scholarship nếu học giỏi.
2) Cuối năm không có phát thưởng cho người học giỏi.
3) Du học thì hoàn toàn tự túc.
4) Bệnh viện thì phải mua insurance. Trả tiền bác sĩ & bệnh viện muốn sạch túi.

Ở Việt Nam hiện nay:
1) Bắt đầu bước đến trường (bắt đầu từ lớp lá, lớp cây gì đó) là phải đóng học phí suốt đến khi nào không còn đến trường nửa thì thôi. Lại còn phải đi học thêm các lớp thầy cô dạy nửa chứ, tức nhiên là phải đóng tiền.

2) Cuối năm không có phát phần thưởng, nếu có thì là những tấm ảnh của thèng tội đồ của dân tộc Việt chết khô ở nhà xí Ba Đình.
3) Du học là hoàn toàn tự túc.
4) Bệnh viện: Không ứng trước tiền thì không được vào & không được chữa trị.

<u>Tổng kết lại</u>: **Sống ở thời VNCH là sướng nhất.**
Giáo dục: Bao giờ được như... xưa?
Thì ra con mẹ TÔN NỮ THỊ NINH đã là một tên cơ hội cộng sản từ lúc mới phỏng dái 30/4/1975.
Cảm ơn giáo sư Mai Thanh Truyết đã cho dân ngu miền Bắc biết sự thật:
"1. Một thời không quên
Một tháng sau, mọi sự đi dần vào ổn định, nghĩa là mọi thủ tục kiểm soát, kiểm tra đã hoàn tất, số giáo sư của trường được chia ra làm hai nhóm rõ rệt:
    1- Các giáo sư đeo băng đỏ trong những ngày đầu trở thành các Tổ trưởng và Tổ phó học tập trong đó Tôn Nữ Thị Ninh là một Tổ trưởng sáng giá nhất, và
    2- Số giáo sư còn lại chiếm đa số là Tổ viên."
Chả trách sau này, TÔN NỮ THỊ NINH nó được nâng đỡ đến độ được đi làm đại sứ ở châu Âu, về nước ăn tục nói phét như thánh phán, bênh vực độc tài toàn trị để được hưởng bổng lộc của đảng cướp csVN.

Thế mà trước đây, khối người cứ tưởng con mẹ này là Việt kiều yêu nước ở Châu Âu có cảm tình với chế độ cs mà về nước phục vụ cs.

Hai Lúa • <u>an hour ago</u>
(Trích: "Còn lại, người viết biết được một người còn "ngoa ngoe" làm kiểng "câu chuyện Hoàng Sa-Trường Sa", và một làm "lính kín trí thức" đi đi về về Sài Gòn - Boston". Hết trích). Đọc kỹ bài viết, tôi đoán:
- Người "lính kín trí thức" đi đi về về Sài Gòn - Boston" tôi đoán là TS Bùi Trân Phượng, người đã bị cách chức Hiệu Trưởng trường ĐH Hoa Sen, Sài Gòn. Không biết có đúng không?

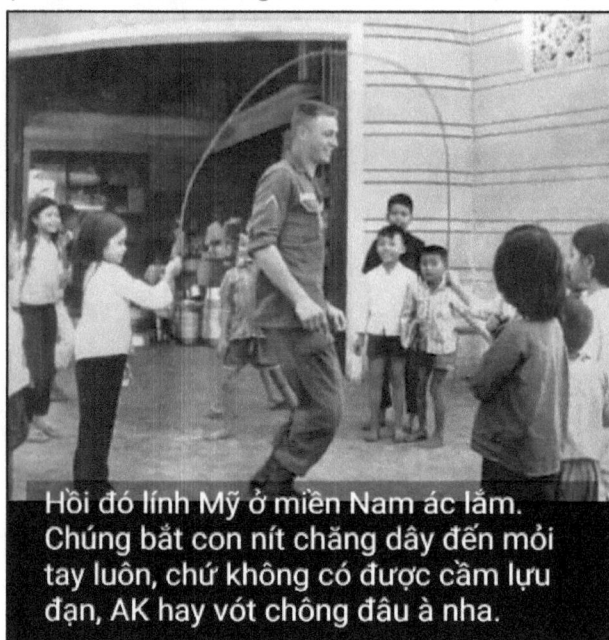

Hồi đó lính Mỹ ở miền Nam ác lắm. Chúng bắt con nít chăng dây đến mỏi tay luôn, chứ không có được cầm lựu đạn, AK hay vót chông đâu à nha.

- Còn "một người còn ngo ngoe" làm kiểng "câu chuyện Hoàng Sa-Trường Sa" thì tôi đoán không ra. Bà con nào biết, làm ơn nói giùm, (cái này rất tế nhị, tôi không dám hỏi tác giả). Xin cảm ơn. (Người viết xin trả lời ngay. Đó là "Tiến sĩ" Nguyễn Nhã.)

- Bài viết của tác giả Mai Thanh Truyết như một cuốn phim rất sống động, gợi lại cho những "giáo viên lưu dung" những kỷ niệm đắng cay! Xin cám ơn tác giả.

Trần Thị Hải Ý •

Một bức ảnh, vạn lời nói

Một bé gái độ tuổi tiểu học, có cha đi biển bị bão nhấn chìm, mẹ ở nhà không có tiền đóng cho trường, nên trường không cho em đi học. Em bé không được dự lễ khai giảng, chỉ đứng ngoài cổng trường nhìn xem các bạn đang dự lễ khai giảng, 04/09/2017. Công ước Liên Hiệp Quốc về quyền trẻ em, Điều 28 câu 1a có chép: **Thi hành giáo dục tiểu học bắt buộc, sẵn có và miễn phí cho mọi người**. *Việt Nam đã ký, rồi trong các bảng hiệu của nhà nắm quyền cộng sản Hà Nội cũng đề:* **"Giáo dục là quốc sách hàng đầu"**. *Vậy tại sao bé thơ này lại buồn bã nhìn vào trường nơi các bạn đang dự lễ khai giảng thế kia?*

Công nhận Mỹ nó ác thiệt, mấy em bé VN phải quay dây cho nó nhảy kìa hihihi. Ác vậy mà người dân tới trẻ em chạy theo với Mỹ và Ngụy không à.

"Một bức ảnh nói lên vạn lời về giáo dục của Xã hội Chủ Nghĩa."

Một Góc Bolsa

Nhắc đến tên gọi Bolsa, hầu hết người Việt hải ngoại đều đã nghe qua, thăm viếng, thậm chí sống theo từng "hơi thở" của Bolsa. Bolsa muôn màu, muôn vẻ.

- ***Bolsa, thủ đô tỵ nạn.***
- ***Bolsa, gió tanh mưa máu.***
- ***Bolsa làm biết bao nhiêu người trăn trở.***

    Khách phương xa, nhất là người VIệt ở những tiểu bang xa xôi hay ở ngoại quốc (đối với Hoa Kỳ) đều có cái háo hức muốn một lần thăm viếng Bolsa.

Bolsa có đủ những sinh hoạt của người Việt; nơi đây là một trung tâm truyền thông, báo chí, truyền hình đông đảo nhất nước Mỹ. Mọi sinh hoạt từ thông tin, văn hóa, văn nghệ, chính trị, ra mắt sách, hội luận chính trị v.v…đều đổ dồn về đây. Bolsa quy tụ tất cả hỉ, nộ, ái, ố…của con người.

Tóm lại, có thể nói Bolsa là một xã hội Việt Nam thu hẹp ở ngoài đất nước. Tác giả Chu Tất Tiến đã từng viết "Bolsa có gì lạ không em", nói lên nhiều khía cạnh của cuộc sống, những dằn co, cọ sát giữa con người với nhau từ vợ chồng, con cái, đến bè bạn, thậm chí đến các bậc trưởng thượng, chức sắc tôn giáo cũng không tránh được những tiếng bấc tiếng chì…

Nhưng có một khía cạnh của Bolsa dường như không được người dân Bolsa lưu ý đến nhiều. Đó là người già, những người

bất hạnh, hoặc tàn tật, hay vì một lý do nào khác… sống âm thầm trong hàng chục nursing home rãi rác chung quanh Bolsa. Đây là một thế giới đơn độc chen lẫn với cái hỗn độn của Bolsa.
Họ là ai?

- Họ là những người già, không còn khả năng tự chăm sóc lấy mình, nhưng vì sống cô đơn, không thân nhân hoặc con cháu vì một lý do gì đó(?) không thể chăm sóc tại gia.
- Họ là những người mất hết khả năng để làm một người bình thường do cuộc chiến Việt Nam, dù tuổi họ chưa già.
- Họ là những người bị tàn phế vì bịnh bịnh nan y hay tai nạn xe cộ.

Nói cho cùng, dù dưới hoàn cảnh nào, họ đã và đang sống trong một xã hội khép kín, hầu như không còn biết đến thế giới bên ngoài, một Bolsa năng động.

Họ đã sống với cái "routine" ngày ba bữa ăn, mỗi sáng có y tá đến hỏi thăm, lấy nhiệt độ, cho uống thuốc. Thỉnh thoảng được ra phòng khách, phòng ăn, hay được đẩy ra sân cỏ…cho thoáng khí…

Những người còn có con cháu thì thỉnh thoảng được con cháu vào thăm trong giây lát, đút cho ăn một vài miếng cơm hay trái cây… *Người viết đã từng chứng kiến một hoạt cảnh là một bà cụ khoảng 80 tuổi, ngồi xe lăn đang ngồi ở phòng khách lớn của một nhà dưỡng lão. Một thiếu phụ trạc độ 50 mang trái cây đã cắt sẵn vào cho mẹ (người viết biết được điều nầy là vì nghe tiếng gọi của thiếu phụ gọi bà cụ là mẹ). Thiếu phụ dường như có điều gì cần phải làm sau đó cho nên có vẻ hối hả trong việc cho bà cụ ăn, hối thúc bà cụ nhai cho mau…Người viết chứng kiến một cách đau lòng là nhiều lần bà cụ vì cố nuốt cho mau nên bị sặt và ói ra ngoài.* Thế là một màn cằn nhằn xảy ra, thiếu phụ vội vã lau miệng bà cụ, và dọn dẹp đồ đạc. Sau đó cho bà cụ uống nước và gấp rút chia tay mẹ với sắc mặt…vô cảm!

Đây là một hoạt cảnh ở Bolsa, chúng ta cùng suy gẫm.

Tình mẫu tử của một người con sống ở một xứ văn minh nhất thế giới như thế nầy hay sao?

Nhưng mục đích của bài viết nhân ngày Tết Con Cọp (2010) không đặt trọng tâm vào những hình ảnh tiêu cực của một số người Việt trong cộng đồng, mà người viết muốn nói đến một khía cạnh tích cực hơn, để chúng ta còn nhìn thấy, cảm nhận được những hình ảnh đẹp còn vương vấn trong lòng người Việt xa xứ.

Đó là những nhóm, toán, cá nhân, hay tập thể bền bĩ và âm thầm đi thăm viếng các viện dưỡng lão vào dịp cuối tuần hay trong ngày làm việc.

Họ là ai?

Nói chung, họ là những người còn có tấm lòng nghĩ đến tha nhân. Họ có thể là một em học sinh, sinh viên, một người nội trợ, một anh thợ may, một người đang còn hoạt động, hay một người đã hưu trí. Tất cả họ gặp nhau ở cùng một điểm chung là **xoa dịu nỗi đau của người bất hạnh**. Họ không có tên của nhóm, của đoàn. Họ không đăng báo quảng cáo. Và họ cũng không cần lời giới thiệu tên tuổi mỗi khi đi viếng nơi nào. Họ âm thầm làm việc, hẹn hò nhau để tụ họp lại, cũng như chia phiên ra để đi thăm nhiều nhà dưỡng lão hơn.

Họ làm gì?

Việc làm của họ thật là giản dị, đem tấm lòng thành trang trãi qua lời ca tiếng hát, mặc dù họ không là ca sĩ hay nhạc sĩ. Nếu chúng ta có dịp đến thăm một nhà dưỡng lão vào ngày nầy, chúng ta sẽ thấy những cặp mắt tuy không còn rạng rỡ, đôi khi còn "nhìn mông lung", nhưng hầu như mọi người đều vui mừng cùng tham gia lời ca tiếng hát chung. Có đến đây thăm, rồi mới thấy được niềm vui của những người sống ở nhà dưỡng lão, mới thấy được giây phút "đợi chờ" của họ đối với những thiện nguyện viên vô danh. Có đến đây thăm mới thấy được không khí sống động, xóa tan sự im lặng và buồn tẻ của nhà dưỡng lão hàng ngày.

Một lời ca xưa, một khúc nhạc thời tiền chiến làm cho họ gợi nhớ lại nhiều kỷ niệm cách xa từ thuở nào. Người viết đã từng chứng kiến một cụ ông 70 tuổi, chỉ lớn hơn một thiện nguyện viên 2 tuổi. Ông cụ nầy bị stroke, ngồi xe lăn, chỉ nói được một vài tiếng và từng là Sĩ quan quân đội VNCH. Khi anh thiện nguyện viên cầm bài hát Quyết tiến đứng bên cạnh cụ, thấy vẻ mặt cụ hân hoan và cùng hát theo tiếng nhạc với tiếng còn tiếng mất. Trong hoàn cảnh nầy, ai cũng thấy được nét hân hoan của cụ, một thoáng chốc sống lại với dĩ vãng oai hùng của mình khi xưa. Chính những giây phút ngắn ngủi ấy, mới *cảm nhận được nhu cầu của những người bất hạnh phải sống trong viện dưỡng lão.*

Những bài hát xa xưa, mặc dù được hát do những ca sĩ bất đắc dĩ nhưng cũng đem lại sự an ủi cho họ, cộng thêm những lời hỏi thăm sức khỏe, những lời trấn an mà họ đã thiếu vắng vì đơn chiếc hay vì con cháu "chậm" đến thăm.

Tất cả nói lên một tấm lòng giữa người và người mà họ đã không có được tùy theo hoàn cảnh.

Còn những người nằm bất động không còn khả năng ra ngoài hội trường để tham gia những buổi "ca nhạc" thì sao?

Thưa Quý bạn. Họ không bị lãng quên đâu. Còn có những Bà tiên, Ông hiền đến tận giường an ủi.

Một câu chuyện thương tâm xin được kể ra nơi đây có thể xem như là một phép lạ. Một anh lính VNCH, tuổi khoảng 50 ngoài, nằm bất động ở một nhà dưỡng lão do một tai nạn xe hơi.

Anh không có thân nhân, và đang ở trạng thái gần như coma từ nhiều tháng qua. Một thiện nguyện viên cũng tình cờ đến thăm, nói chuyện, trấn an anh, nhưng vẫn không được anh có cử chỉ nào báo hiệu cho biết là đã nghe. Vào một ngày khác, người thiện nguyện viên nầy đến thăm nữa. cũng nói bao nhiêu lời; nhưng lần nầy thấy mắt anh lính VNCH chớp chớp. Điều nầy làm chính cô y tá của viện cũng ngạc nhiên vì cô ta, người chăm sóc anh, chưa thấy bao giờ. Sau đó, anh lính, qua cách làm dấu thánh giá một cách vụng về và cặp mắt bắt đầu hé mở, chứng tỏ anh hiểu những gì người thiện nguyện viên nói. Mọi người vui mừng ra về.

Nhiều ngày sau đó, cô thiện nguyện viên lại đến thăm và được cô y tá cho biết là anh lính VNCH có vẻ mong chờ. Hôm nay, cô mang chiếc thánh giá, do một người bạn công giáo cho, đến biếu anh lính. Và phép lạ đã xảy ra khi tay anh cầm chiếc thánh giá: anh đã mở mắt lớn hơn và nói được hai tiếng cám ơn, tiếng nói, theo lời cô y tá, đã im bặt từ ngày anh được mang vào viện dưỡng lão. Anh còn cố gắng ra dấu để cho cô thiên nguyện viên biết là anh cần một quyển thánh kinh. Dĩ nhiên là ước nguyện của anh đã được chiếu cố. Và từ khi có quyển thanh kinh đặt trên ngực, khí sắc anh lính VNCH tươi hơn, và gương mặt không còn "đứng im" như trước nữa, mặc dù anh vẫn còn nằm bất động. Ở một lần khác, một thiện viên gốc Hải quân vào thăm anh. Khi anh lính Hải quân chào anh theo kiểu nhà binh, không biết anh có thấy được hay không, nhưng khi nghe tiếng hai chiếc đế giầy chạm vào nhau, anh lính VNCH khẽ nhết môi và viềng mắt anh chớp chớp. Thật cảm động!

Qua câu chuyện vừa kể trên, chúng ta thấy rằng tình tha nhân có thể biến đổi một phần nào tình trạng sống của con người. Chúng tôi không thể nói chắc chắn đây là một phép lạ, nhưng với một niềm tin vào sức mạnh tâm linh nào đó, có thể khơi dậy được tâm thức người bịnh và làm cho họ nhận thức được sự hiện hữu của họ.

Việc làm âm thầm của những thiện nguyện viên đáng được ghi công vào một góc Bolsa để từ đó mỗi người trong chúng ta tự chiêm nghiệm rằng **mình đã "đóng góp" gì cho "đời" chưa, chứ chưa nói gì đến tổ quốc.**

Bolsa có nhiều tệ trạng. Bolsa có nhiều hình ảnh đẹp. Bolsa cần nhiều bàn tay âm thầm có thể xoa dịu hay khỏa lấp được phần nào nỗi đau của đồng hương bất hạnh nơi đây. Bolsa cần sự tiếp tay của nhiều, nhiều hơn nữa thiện nguyện viên.

Xin hãy ghé thăm một lần bất cứ viện dưỡng lão nào, chúng ta cũng sẽ thấy biết bao khuôn mặt Việt Nam đau khổ, nằm bất động hay ngồi trên xe lăn, biết đâu trong số đó có bạn bè hay thân nhân của chính mình! Một cử chỉ thân ái bằng vạn lời nói đầu môi chót lưỡi. Một nắm tay xiết nhẹ có thể làm cho họ quên đi nỗi buồn vì con cái không đến thăm viếng. Một lời ca cũng có thể làm sống lại một thời xa xưa.

Họ, *những người bất hạnh trong các viện dưỡng lão đang cần chúng ta.*

Mọi sự bất hạnh nào cũng cần được giúp đỡ. Quê nhà bị bão lụt, một đứa trẻ di tật, một ngôi làng thiếu mái trường...tất cả điều cần sự giúp đỡ của chúng ta. Và thử nghĩ, những chuyện thương tâm trên cần sự giúp đỡ của chúng ta trước hay là do trách nhiệm của những người quản lý đất nước. Tình thương, long bác ái cần phải đặt đúng vi trí, như vậy mới có đầy đủ ý nghĩa. Nhưng thiết nghĩ, bên cạnh chúng ta đây cũng còn có nhiều người bất hạnh chỉ cần một ít thì giờ cũng có thể xoa dịu được phần nào niềm u uẩn nơi họ.

Ưu tiên nào chúng ta cần phải làm?

Xin dành câu trả lời cho mỗi chúng ta và người viết hy vọng mỗi người trong chúng ta sẽ tự viết lên "*New Year Resolution*" cho năm Con Cọp nầy.

Mai Thanh Truyết
Kỷ niệm Năm Canh Dần-2010

LỜI DI CHÚC CỦA TIỀN NHÂN: VUA TRẦN NHÂN TÔNG (1258-1309)

Các Người chớ quên! Nghe lời Ta dạy
Chính nước lớn làm những điều bậy bạ
TRÁI ĐẠO LÀM NGƯỜI
Bất nghĩa bất nhân
Ỷ nước lớn, tự cho mình cái quyền ăn nói!
Nói một đường làm một nẻo! Vô luân!
Chớ xem thường chuyện nhỏ ngoài biên ải.
Chuyện vụn vặt thành lớn chuyện: NGOẠI XÂM!
Họa Trung Hoa! Tự lâu đời truyền kiếp!
Kiếm cớ này bày chuyện nọ! TÀ MA!
Không tôn trọng biên cương theo quy ước.
Tranh chấp hoài! Không thôn tính được ta
Chúng gậm nhấm Sơn Hà và Hải Đảo.
Chớ xem thường chuyện vụn vặt Chí Nguy!
Gặm nhấm dần giang sơn ta nhỏ lại
TỔ ĐẠI BÀNG thành cái tổ chim di
Các việc trên khiến Ta đây nghĩ tới
Canh cánh bên lòng "ĐẠI SỰ QUỐC GIA"!
Chúng kiếm cớ xua quân qua ĐẠI VIỆT,
biến nước ta thành quận huyện Trung Hoa!

VẬY NÊN
CÁC NGƯỜI PHẢI NHỚ LỜI TA DẶN
KHÔNG ĐỂ MẤT MỘT TẤC ĐẤT CỦA TIỀN NHÂN ĐỂ LẠI
HÃY ĐỀ PHÒNG QUÂN ĐẠI HÁN TRUNG HOA!
LỜI NHẮN NHỦ CŨNG LÀ LỜI DI CHÚC
CHO MUÔN ĐỜI CON CHÁU NƯỚC NAM TA

Đọc Di Chúc Của Hoàng Đế
TRẦN NHÂN TÔNG

Đọc lời di chúc người xưa
Nhớ từng chữ viết bao giờ mới quên
Rằng xem nước lớn cạnh bên
Luôn luôn nghĩ cách làm phiền nước non

Nói xuôi làm ngược chuyện thường
Lấn từng tấc đất biên cương xa vời
Lấn cho ta mệt rã rời
Cho ngày u tối đầy trời mưa sa

Nếu không thôn tính được ta
Thì gậm nhấm để nước nhà điêu linh
Cho ta nhụt chí khí mình
Cho ta hèn yếu cánh chim lạc bầy

Nên một tấc đất quí thay
Không được để lọt vào tay kẻ thù
Ấy lời Người mãi dặn dò
Hãy luôn cảnh giác đừng lơ ngơ lòng

Lời hoàng đế Trần Nhân Tông
Dấy lên chí khí hào hùng ngàn năm
Dấy lên tiếng sóng Bạch Đằng
Đánh tan xâm lược đức Trần hiên ngang

Giữ từng tấc đất tấc vàng
Lòng ghi khắc mãi những trang sử hồng
Sóng đang gào thét biển Đông
Gọi ta hợp sức chống chung giặc thù

Tràm Vân

DI CHÚC CỦA HOÀNG ĐẾ TRẦN NHÂN TÔNG

"CÁC NGƯỜI CHỚ QUÊN, CHÍNH NƯỚC LỚN MỚI LÀM NHỮNG ĐIỀU BẬY BẠ, TRÁI ĐẠO. VÌ RẰNG HỌ CHO MÌNH CÁI QUYỀN NÓI MỘT ĐƯỜNG LÀM MỘT NẺO. CHO NÊN CÁI HỌA LÂU ĐỜI CỦA TA LÀ HỌA TRUNG HOA. CHỚ COI THƯỜNG CHUYỆN VỤN VẶT XẢY RA TRÊN BIÊN ẢI.

CÁC VIỆC TRÊN, KHIẾN TA NGHĨ TỚI CHUYỆN KHÁC LỚN HƠN. TỨC LÀ HỌ KHÔNG TÔN TRỌNG BIÊN GIỚI QUI ƯỚC. CỨ LUÔN LUÔN ĐẶT RA NHỮNG CÁI CỚ ĐỂ TRANH CHẤP. KHÔNG THÔN TÍNH ĐƯỢC TA, THÌ GẬM NHẤM TA. HỌ GẬM NHẤM ĐẤT ĐAI CỦA TA, LÂU DẦN HỌ SẼ BIẾN GIANG SAN CỦA TA TỪ CÁI TỔ ĐẠI BÀNG THÀNH CÁI TỔ CHIM CHÍCH. VẬY NÊN CÁC NGƯỜI PHẢI NHỚ LỜI TA DẶN:

"MỘT TẤC ĐẤT CỦA TIỀN NHÂN ĐỂ LẠI, CŨNG KHÔNG ĐƯỢC ĐỂ LỌT VÀO TAY KẺ KHÁC". TA CŨNG ĐỂ LỜI NHẮN NHỦ ĐÓ NHƯ MỘT LỜI DI CHÚC CHO MUÔN ĐỜI CON CHÁU."

Phan Châu Trinh

Ông là người Việt Nam đầu tiên đã nhìn thấy trước cảnh "*dịch chủ tái nô*" (Đổi chủ nhưng Dân vẫn là Nô lệ) … Để tránh điều này, ông đã chỉ ra con đường giành độc lập – tự do cho dân tộc là phải bắt đầu từ "khai dân trí, chấn dân khí, hậu dân sinh".

Lời tiên tri của ông xuất phát từ 10 nhận xét vô cùng tinh tế và chính xác về đặc điểm con người Việt Nam mà đối chiếu thực tế ngày nay vẫn còn nguyên, thâm căn cố đế. Tiếc thay các thế hệ nối tiếp nhau đến nay vẫn chưa thực hiện đúng theo lời lời giáo huấn của ông. Dẫu sao, chậm còn hơn không bao giờ, mỗi người Việt Nam chúng ta dù sống ở đâu và làm việc gì, còn trẻ hay đã già hãy chiêm nghiệm những lời dạy trên đây của bậc Tiền bối đáng kính của dân tộc.

Mười điều bi ai của dân tộc Việt Nam

1. Trong khi người nước ngoài có chí cao, dám chết vì việc nghĩa, vì lợi dân ích nước; thì **người nước mình tham sống sợ chết**, chịu kiếp sống nhục nhã đoạ đày.
2. Trong khi người ta dẫu sang hay hèn, nam hay nữ ai cũng lo học lấy một nghề; thì **người mình chỉ biết ngồi không ăn bám**.
3. Trong khi họ có óc phiêu lưu mạo hiểm, dám đi khắp thế giới mở mang trí óc; thì **ta suốt đời chỉ loanh quanh xó bếp**, hú hí với vợ con.
4. Trong khi họ có tinh thần đùm bọc, thương yêu giúp đỡ lẫn nhau; thì **ta lại chỉ quen thói giành giật**, lừa đảo nhau vì chữ lợi.
5. Trong khi họ biết bỏ vốn lớn, giữ vững chữ tín trong kinh doanh làm cho tiền bạc lưu thông, đất nước ngày càng giàu có; thì **ta quen thói bất nhân bất tín**, cho vay cắt cổ, ăn quỵt vỗ nợ, để tiền bạc đất đai trở thành vô dụng.
6. Trong khi họ biết tiết kiệm tang lễ, cư xử hợp nghĩa với người chết; thì **ta lo làm ma chay cho lớn**, đến nỗi nhiều gia đình bán hết ruộng hết trâu.
7. Trong khi họ ra sức cải tiến phát minh, máy móc ngày càng tinh xảo; thì **ta đầu óc thủ cựu, ếch ngồi đáy giếng**, không có gan đua chen thực nghiệp.
8. Trong khi họ giỏi tổ chức công việc, sắp xếp giờ nghỉ giờ làm hợp lý, thì **ta chỉ biết chơi bời**, rượu chè cờ bạc, bỏ bê công việc.
9. Trong khi họ biết gắng gỏi tự lực tự cường, tin ở bản thân; thì **ta chỉ mê tín nơi mồ mả**, tướng số, việc gì cũng cầu trời khấn Phật.
10. Trong khi họ làm việc quan cốt ích nước lợi dân, đúng là "đầy tớ" của dân, được dân tín nhiệm; thì ta lo **xoay xở chức quan để no ấm gia đình**, vênh vang hoang phí, vơ vét áp bức dân chúng, v.v...

Cụ Phan Bội Châu: Sống – Chết

SỐNG

Sống tủi làm chi đứng chật trời?
Sống nhìn thế giới hổ chăng ai?
Sống làm nô lệ cho người khiến?
Sống chịu ngu si để chúng cười
Sống tưởng công danh, không tưởng nước.
Sống lo phú quý chẳng lo đời,
Sống mà như thế đừng nên sống!
Sống tủi làm chi đứng chật trời?

CHẾT

Chết mà vì nước, chết vì dân,
Chết đấng nam nhi trả nợ trần.
Chết buổi Đông Chu, hồn thất quốc,
Chết như Tây Hán lúc tam phân.
Chết như Hưng Đạo, hồn thành thánh,
Chết tựa Trưng Vương, phách hóa thần.
Chết cụ Tây Hồ danh chẳng chết,
Chết mà vì nước, chết vì dân.

	Phan in 1940
Native name	潘佩珠
Born	26 December 1867 Sa Nam, Nghệ An Province, Vietnam
Died	29 October 1940 (aged 72)
Organization	Duy Tân Hội, Việt Nam Quang Phục Hội
Movement	Đông-Du Movement

Phần IV

Phiêu Diêu

Hành Trình Tự Do

Từ xa xa thấp thoáng một vài điểm sáng lập lòe trên sóng nước vùng Cái Côn Cần Thơ trong đêm. Đó là lúc xuất phát của một chiếc ghe chứa 54 thuyền nhân đang đi tìm tự do. Vì tất cả bến bãi đã được "mua" trước nên chuyến đi rất an toàn trên suốt đoạn đường qua cửa biển. Tôi là một trong hai thuyền trưởng "không bằng cấp" đã điều khiển chiếc ghe sau hai đêm một ngày lênh đênh trên biển cả đi thẳng vào **Trengganu** thuộc địa phận Mã Lai. Trengganu là một thành phố nằm sát biên giới phía Nam ngăn cách Mã Lai và Thái Lan. Về phía Bắc ở địa phận Thái Lan là Songkla, một trại tị nạn nổi tiếng về tình trạng khắc nghiệt đối với thuyền nhân.

Trước khi vượt biên, đã có tin đồn rằng Mã Lai không chấp nhận các thuyền nhân Việt Nam nữa và sẽ đẩy tàu tị nạn ra khơi lại khi cận bến. Do đó, khi nhận diện được quốc kỳ Mã ở một trạm đồn trú sát biển chúng tôi liền quyết định ủi bãi mặc dù phải chịu áp lực của sóng to lúc đó. **Tàu chìa mũi đâm thẳng vào bãi cát bên cạnh đồn lính...mà không hề có ước tính nông sâu tại địa điểm trên**. Chỉ trong phút giây, chiếc tàu lật nghiêng và tôi từ trên phòng lái nhảy liều xuống biển. Khi biết rằng biển cạn chỉ tới thắt lưng, tôi bèn la to để mọi người bớt hoảng hốt, và sau đó *từng người một thay nhau nhảy xuống khỏi tàu, ướt đẫm, mất tất cả đồ đạc trừ quần áo mang trên người và cuối cùng cũng đến* *được bến bờ tự do trong hoàn cảnh tệ hại kể trên.* Sau khi định thần và kiểm điểm lại thì thấy thiếu mất một người, mà vài ngày sau xác một cô gái trôi vào một chỗ cách đó vài cây số. Tuy huyền hoặc, nhưng trong hoàn cảnh nầy cũng phải tin lời lưu truyền rằng nơi đây luôn luôn phải để lại một người cho mỗi tàu vượt biên!

Tàu chúng tôi được Mã Lai cho bảng số là PB768 (PB viết tắt cho chữ Pulau Bidong) và tất cả 53 người còn lại được chuyển vào đảo Pulau Bidong sau vài ngày tạm trú ở Trengganu. Khi đi trên tàu cũng như những ngày đầu tiên đến Mã Lai, chưa ai hân hạnh biết được tên cúng cơm của tôi cả. Mãi cho đến lúc trình diện tại SB-Special Branch sau khi cập bến vào cầu Jetty ở Bidong, tôi mới thật thà khai báo tên tuổi do cha mẹ đặt ra khi chào đời. Lý do rất đơn giản là khi quyết định liều mình vượt biên, tôi đã dùng "mãnh lực kim tiền" để mua một chứng minh nhân dân chính thức (không phải đồ giã) và xin được giấy phép chính thức (không phải đồ giã) để đi cào cá tôm ngoài biển. *Tôi đã sống trên ghe rày đây mai đó gần hai năm trước khi đặt chân lên đất Mã với lý lịch chính thức trong thời gian nầy là Trần Văn Đức sinh ngày 24/12/1940 tại Tân An.*

Chỉ vài ngày sau sau khi nhập đảo, một nhân viên Mỹ tiếp xúc và tôi mới biết tên là Ramsey, cựu Đại úy Cố vấn Sư đoàn 25 đóng tại Củ Chi và đã bị thương ở chân năm 1972, gọi tôi lên và cho biết một số tin tức về tình trạng gia đình của con và vợ tôi dù điều nầy tôi cũng đã biết trước khi ra đi. Ông ta bảo tôi cứ an tâm và ông sẽ tiến hành thủ tục nhanh nhất để tôi được đoàn tụ với gia đình.

Từ khi biết được tôi có "liên hệ mật thiết" với "giới chức có thẩm quyền" và biết được lý lịch thật của tôi, hầu như mọi người trên đảo đều nhìn tôi với một cặp mắt không bình thường nữa:

- **Họ thân thiện hơn để cầu cạnh?**
- Một số người khác mà tôi quen biết từ Việt Nam tỏ vẻ lo sợ và né tránh vì sợ tôi tố cáo lý lịch và hành vi ở Việt Nam?

- Còn một số có vẻ ghen ghét vì không được địa vị của tôi chăng?
- Đa số tỏ vẻ kính trọng tôi vì nghĩ **tôi biết chữ nghĩa(?)**

Ôi thôi đủ cả! Nhưng không biết vì tôi tốt số hay có nhiều may mắn mà chỉ hai ngày sau khi đến đảo, một số thanh niên trẻ tuổi mà tôi vẫn còn nhớ tên từng người cho đến bây giờ "rủ" tôi về nhà ở chung trong khu B nằm sát bờ biển; và chăm sóc tôi từ việc ăn uống đến việc xách nước sinh hoạt hàng ngày. Tôi chỉ ngày ngày đi tắm biển và suy nghĩ về các hoạt động tương lai "từ thành phố nầy, tôi sẽ ra đi!!!" (Anh Truyết cám ơn NVHoàng (Hoàng ngáy, Porland), NVHiếu (Boston), TVHoàng (Hoàng méo, Toronto), Oánh (London, Canada). Các bạn trẻ trên đã qua xong Bàn 1-Screening và lần lượt được chuyển qua Sungei Besi trước tôi vài ngày.

1- Trại cấm Sungei Besi

Sungei Besi là một trại tị nạn hình chữ nhựt, dài khoảng 350m, ngang độ 250m, nằm về phía đông bắc của thủ đô Kuala Lumpur, Mã Lai và cách thành phố nầy khoảng một giờ lái xe. Trại chỉ có duy nhất một cổng lớn ra vào. Chung quanh bao bọc bởi hàng rào cao độ 1.8m và phía trên được phủ bằng những cuộn kẽm gai. Trại chia ra làm hai phần: trại A chiếm độ 3/4 diện tích chứa dân tị nạn thuộc diện sẽ định cư tại các quốc gia nói tiếng Anh, trại B thì dành cho các quốc gia nói tiếng Pháp và linh tinh. Trại A gồm 16 nhà "hộp" có giường và bàn ghế trong nhà và tám dãy nhà "long house" là những "ngăn" nhà, không cửa. Mỗi ngăn chứa được tám thuyền nhân. Vào thời điểm 1983, toàn trại có khoảng hơn bốn ngàn tị nạn đang chờ để được đi định cư vào đệ tam quốc gia.

Trong giờ làm việc hàng ngày, nhân viên Hội Lưỡi Liềm Đỏ Mã Lai (Red Crescent) điều hành sinh hoạt của trại. Sau giờ làm việc và cuối tuần là thời điểm của Task Force do một đại úy quân đội Mã tên là Khally chỉ huy.

"Tiểu quốc" Sungei Besi thật ra được điều hành và "quản lý" bởi bốn cơ quan độc lập, chứ không phải "chính phủ trung ương", đại diện cho dân chúng sống tại đây và không có thực quyền gì so với bốn cơ quan sau đây:

- Trước hết là **Hội Lưỡi Liềm Đỏ** của Mã Lai. Đây là một cơ quan hành chánh, điều hành sinh hoạt trại và phụ trách thông tin liên lạc. Họ nhận thư tín và bưu phiếu gửi đến từ thân nhân bên ngoài và chuyển giao cho "chính phủ" tức **Hội Đồng trại**. Họ ăn lương của Mã Lai nhưng Liên Hiệp Quốc phải trả lại tất cả chi phí nhân sự/dịch vụ cho chính phủ Mã. Tuyệt đại đa số nhân viên của Hội theo đạo Hồi nên họ rất quyết liệt trong việc *cấm thịt heo và rượu*. Dân chúng Mã ngoài trại vẫn ngày ngày bán lậu thịt và rượu vào trại cho dân tị nạn. Nếu bị bắt, người vi phạm sẽ bị tịch thu tang vật và có thể bị đánh đập... Trong những trường hợp nầy, đích thân Tổng thống hay Bộ trưởng an ninh phải can thiệp để cứu "phạm nhân"! **Người Mã Lai luôn luôn giữ thái độ hách dịch và xem dân tị nạn như một loại công dân hạng nhì.** Thuyền nhân dù phải chịu sự quản lý của họ, nhưng chắc chắn trong thâm tâm của mỗi người tị nạn khi *rời trại sẽ không chút lưu tình nhỏ* nào vì nhận thấy họ chỉ làm việc để đổi lấy đồng lương chứ không thể hiện một hành động nhân đạo nào cả!

- Thứ đến, **Task Force** là toán quân đội đặc nhiệm do một đại úy và một số quân nhân trực thuộc bộ chỉ huy ở Kuala Lumpur. Nhiệm vụ của họ là giữ gìn an ninh trong trại vào cuối tuần và sau giờ hành chánh mỗi ngày. Nhiệm vụ tuy rất rõ ràng, nhưng cũng chính họ đã gieo rắc tệ trạng xã hội (trong trại) do việc cấu kết với tư bản Tàu (thí dụ như cho phép buôn bán các thực phẩm quốc cấm "xả dàn" sau khi các phái đoàn ngoại quốc và Cao ủy rời trại), **dung chứa du đãng và nhất** là những cán bộ cộng sản vượt biên để làm những việc kém văn minh đối với người tị nạn.

- Thứ ba là **các phái đoàn đến từ các quốc gia** chấp nhận tị nạn, phỏng vấn và quyết định tình trạng định cư của từng người tị nạn. Thường xuyên đến làm việc để thu thập dữ kiện, tài liệu là phái đoàn Hoa Kỳ, sau đó là Pháp vì Pháp cũng là đại diện cho một số quốc gia trong vùng. Phái đoàn của các quốc gia khác đến và đi không định kỳ. Chỉ có phái đoàn Hoa Kỳ làm việc năng nổ và rộn rịp nhất vì đại đa số tị nạn đều xin định cư tại quốc gia nầy. Hầu như hàng ngày, ngoài các nhân viên Sở Di trú và Nhập tịch (Immigration & Naturalization Service tức là INS), còn có thêm nhân viên an ninh, tình báo nói tiếng Việt rành rọt đến *phỏng vấn và điều tra những trường hợp đặc biệt*. Họ làm việc có công tâm nhưng đôi khi quá máy móc thành thử nhiều trường hợp rất thương tâm đã xảy ra *vì tình ngay lý gian hoặc để cộng sản trà trộn vào các nước cho định cư khác nhất là nước Úc*.

- Thứ tư và là tổ chức đáng ghi ơn nhiều nhất về phương diện tình cảm là những "tiên ông và tiên bà"...những người thuộc **các phái đoàn thiện nguyện do Cao ủy Liên Hiệp Quốc** chịu trách nhiệm. Chỉ có một vài nhân viên điều hành Cao ủy được đài thọ tương xứng với công việc về thù lao và phụ cấp; còn đa số đều là tình nguyện viên trong chương trình đại loại như **Peace Corps** của Hoa Kỳ. Họ đã đến từ mọi quốc gia trên thế giới. Họ là những người trẻ tuổi, hưởng phụ cấp rất tượng trưng khoảng US$500/tháng và sống trong điều kiện tương tự như dân ở trại tị nạn. Họ là những người ra về trễ nhất trong ngày. Đôi khi họ còn xử dụng số tiền phụ cấp ít ỏi của họ để giúp tị nạn trong những trường hợp khẩn cấp. Họ làm đủ mọi công tác cần thiết cho cộng đồng tị nạn **như dạy sinh ngữ, huấn nghệ, xã hội, hướng dẫn khải đạo (counseling)** v.v.... Họ chính là những làn gió mát hiếm hoi trong những giây phút căng thẳng và ngặt nghèo của các mảnh đời tị nạn.

- Cũng cần ghi thêm nơi đây những ân nhân của tị nạn là *các linh mục* (quên tên) đã không quản ngại phiền nhiễu và nguy hiểm đối với chính quyền Mã. *Chính các linh mục đã mang tin tức, tiền bạc, giúp đỡ chuyển thư từ...từ các nơi về cho thuyền nhân ngay cả đối với những người không có điều kiện liên lạc.* Đây là một phương tiện thông tin, chuyển ngân hữu hiệu, không thất thoát và đầy tình người so với bưu điện Mã Lai. Xin nhớ ơn các bậc tu hành trên.

2- Con đường tiến thân

Vừa chân ướt chân ráo đến Sungei Besi, lũ bạn trẻ của tôi đã đợi sẵn và đón tôi về dãy Long House 7 lúc đó mới vừa xây cất xong. Tên tôi được cấp ở nhà hộp (có giường ngủ, bàn và đèn điện) tiện nghi hơn, nhưng tôi quyết định sống trong điều kiện của những người "cùng đinh" trong xã hội.

Chỉ hai ngày sau đó, ông Ramsey đến tìm tôi và muốn tôi làm Camp Leader trong thời gian tôi tạm trú ở đây (Nơi đâu cũng có bàn tay lông lá cả!). Và tôi nhận lời. Có lẽ tôi là một dân sự đầu tiên giữ "địa vị" nầy vì trước đó dường như chỉ có sĩ quan quân đội hay cảnh sát làm Trưởng trại mà thôi. Cựu Th.T hải quân ĐQV (định cư ở Westminster) đến đảo trước tôi hơn hai tháng, và là Trưởng trại ở Bidong đã rất ngạc nhiên khi không được tiếp tục làm ở Sungei Besi. Sự kiện nầy đã càng khiến cho nhiều người xác quyết rằng tôi đã được Mỹ, CIA dựng lên để làm "puppet" cho họ (?)

Kể từ đó, mọi người nhìn tôi hoàn toàn khác hẳn! Tôi thực sự là một "Tổng Thống" của một quốc gia có 4.000 dân. Thủ tục định cư của tôi đã được giải quyết một cách mau chóng bởi tòa đại sứ Hoa kỳ tận ngoài Kuala Lumpur và tôi chỉ tuyên thệ trước nhân viên INS (Bàn 4) lúc đó là ông Wallace, không có sự hiện diện của nhân viên và thông dịch viên Việt Nam. Điều nầy càng gây "ấn tượng" cho dân tị nạn vì không ai biết chắc chắn lý lịch đích xác của tôi cả. Vì vậy, tôi càng là một trường hợp bí hiểm đối với nhiều người, làm tăng uy thế cũng như tạo điều kiện cho tôi điều hành "quốc gia" tương đối dễ dàng. Đó là bởi vì não trạng của đại đa số thuyền nhân mang tâm trạng "tâm phục" và "sợ phục", vì sau lưng tôi có Mỹ chứ không phải hiến pháp!

Việc làm đầu tiên của tôi ngay sau khi lên "ngôi cửu ngũ" là dời đô về phía "nhân dân". Số là những Tổng thống tiền nhiệm làm việc trong một văn phòng có máy lạnh, nằm trong dãy nhà làm việc của nhân viên Hội Lưỡi liềm Đỏ, trong lúc, trụ sở Văn phòng trại tức Nội các chính phủ chiếm cứ một dãy nhà lợp thiết, rất nóng...Việc liên lạc và thông tin với Tổng thống do đó đã rất khó khăn vì bị "ngăn sông cách chợ" do thủ tục ra vô văn phòng Trại. Phần tôi quyết định chọn nhân dân, nghĩa là chấp nhận chia xẻ nóng bức và áp bức cùng với đồng bào.

Hai hành động không ở nhà hộp tiện nghi và dời đô về phía "quần chúng" vô hình chung biến tôi trở thành một vị "tổng thống anh minh" và hợp lòng dân, ít nhất về phương diện hình thức ban đầu. Tiếp đó, nội các tị nạn (Camp Council) được thành lập như sau:

- Tổng Thống (Camp Leader): Mai Thanh Truyết
- Thủ Tướng (General Secretary): **Nguyễn Văn Huy**, cựu công chức Ty Công chánh Cần Thơ, hiện ngụ tại Lansing (Michigan);
- Bộ Trưởng An Ninh (Security): **Trần Văn Sơn**, cựu Đại úy Sư đoàn 25 Tây Ninh, Hiện ngụ tại San Diego (California);
- ộ Trưởng Mật vụ (Special Branch tức SB): **Nguyễn Hồng Hải**, Đại úy đã từng được huấn luyện tại trường Hoàng Phố (?);
- Thứ Trưởng Mật vụ: Nguyễn Trường Khương, Thiếu úy
- huấn luyện viên Bộ Tư lệnh Cảnh sát, cư ngụ tại Los
- Angeles, California;
- Bộ Trưởng Y tế (Hospital): BS **Trương Văn Như**, hiện cư ngụ tại Garden Grove (California);
- Thứ Trưởng Y tế: BS **Khương văn Lịch**, hiện cư ngụ tại Wesminster (California);
- Bộ Trưởng Xã hội (Social Services): **Hoàng Ngọc Thủy**, Trung úy QLVNCH, hiện cư ngụ tại Sydney (Úc, hiện tại là LS Ai Hoàng);
- Bộ Trưởng Bưu điện kiêm Tổng Cục Gia cư (Post & Housing): **Hà Văn Thước**, sinh viên, hiện cư ngụ tại Hawai.

Dù không có Bộ Tài chánh, Quốc phòng, Tư pháp và Ngoại giao và nhất là không có ngân sách điều hành và tài nguyên,

Ls. Al Hoàng (Hoàng Ngọc Thủy) – Sydney, Australia - 2016

nhưng quốc gia Sungei Besi vẫn được xếp hạng vào hàng quốc gia bậc trung so với các nước đang mở mang trên thế giới với tổng sản lượng tính theo đầu người tương đương với US$5,00/ngày hay US$ 1,850.00/năm (US$4.00/ngày/người do Cao Ủy LHQ trợ cấp, gạo do Trung quốc đài thọ, quần áo vật dụng do các nước viện trợ). Nên nhớ, lợi tức đầu người của Xã nghĩa Việt Nam trong thời điểm 1983 là chưa đầy US$450/năm.

Nhân viên chính phủ làm việc trong tinh thần tự nguyện, không phụ cấp, không lương bổng và hoàn toàn chia xẻ cùng một điều kiện sống với tất cả mọi từng lớp nhân dân trong quốc gia Sungei Besi nầy. Luật lao động cũng như việc nghỉ phép thường niên hay nghỉ bịnh...không thể áp dụng ở đây...mà nếu có nghỉ thì cũng chẳng biết đi đâu vì đây là một quốc gia hoàn toàn cô lập với tất cả xã hội bên ngoài "vòng rào". Nội các chính phủ làm việc hết sức tích cực rất xứng đáng là "đầy tớ của nhân dân". Đây chính là một quốc gia lý tưởng về phương diện phân bổ phúc lợi đồng đều cho toàn dân từ thượng tầng kiến trúc cho đến hạ tầng cơ sở. **Có thể gọi đây là một thiên đường mà người cộng sản thường cổ súy chăng?**

Nhân viên chính phủ phải làm việc hầu như 24/24 giờ, các viên chức trách nhiệm đều luôn luôn sống trong tình trạng báo động để ứng trực. Những chuyện thường xảy ra trong xã hội là: ***tranh chấp giữa người dân, tranh chấp nhà ở, ghen tuông, khiếu nại về thức ăn, cổ phần ăn, mất đồ đạc, bị ức hiếp, chèn ép...***

và nổi bật hơn cả là những vấn đề an ninh và cuộc tranh chấp quốc cộng tại tiểu quốc nầy.

3- Những vấn đề nóng bỏng

Vấn đề thứ nhất cho nội các trong việc điều hành quốc gia là việc mọi "công dân tạm thời" ở quốc gia nầy đều rất nhạy cảm với chế độ vừa trãi qua và những gì liên hệ đến cộng sản. Có hai loại đối tượng cần phân biệt:
- Một là cán bộ cộng sản vượt biên;
- Và hai là những người có liên hệ với cộng sản mà đa số là "cán bộ 30/4" còn được gọi là sư đoàn 304.

Bộ Mật vụ thu thập hồ sơ, phỏng vấn các thuyền nhân để thanh lọc kỹ lưỡng các đương sự được xem là có "vấn đề" trước khi họ gặp phái đoàn. Đích thân Tổng thống sau đó nghiên cứu và trao đổi tin tức với Hoa Kỳ. Hầu hết **hồ sơ cộng sản là do sự thổi phồng và lòng "quá nhiệt tình" của nhân viên mật vụ**, nhưng cũng có vài trường hợp khám phá đúng hiện trạng của cá nhân có thành tích liên hệ/làm việc với chế độ. Một trường hợp điển hình là Hoàng Ngọc Giàu (mất năm 2016), người đã bị phái đoàn Hoa Kỳ từ chối định cư ba lần, và sau cùng đã được Úc chấp nhận cho định cư tại Sydney.

Vấn đề thứ hai đến từ Task Force của Mã Lai. Họ đã cấu kết để ăn chận phần thức ăn của người tị nạn mà tư bản Trung Hoa đã trúng thầu cung cấp, đến nổi một hộp thịt gà chỉ có vài miếng xương chân gà và nước! Họ cũng đã bao che mở cửa hàng đêm cho người Hoa buôn bán tự do (rượu, thịt heo) trong bản quốc. Tệ hại nhất là việc cấu kết với du đảng để phát triển mãi dâm và mang phụ nữ tị nạn ra Kuala Lumpur hàng đêm để rồi mang trở về sáng hôm sau trước khi các phái đoàn đến làm việc.

Vấn đề thứ ba là đối phó với du đảng. Ngoài việc cấu kết với Task Force trong vấn đề mãi dâm, các du đảng đầu nậu kết hợp một số thành phần du đảng khác mà đại đa số là thành phần bị "xù" không được quốc gia nào cho định cư, do đó phải ở lại trong trại quá lâu có khi hàng bốn, năm năm trước đó. Thành phần nầy sách nhiễu và hiếp đáp đồng bào đến nỗi nếu không có sự can thiệp cứng rắn của Bộ trưởng An ninh thì quốc gia Sungei Besi có thể trở thành đại loạn trong giai đoạn nầy.

Vài đối tượng bất hảo. Như đã nói ở các phần trên, sự thành lập quốc gia Sungei Besi quả là một sự tình cờ. *Mỗi công dân mang trong tiềm thức những tâm trạng khác biệt nên đã thể hiện chúng qua những trạng thái thất tình lục dục khác nhau.* Tuy cùng giòng máu Việt, nhưng có thể nói trong trường hợp nầy, quốc gia Sungei Besi là một **"hợp chủng quốc" về trình độ, và nhận thức.** Thật rất khó cho công việc điều hành quốc gia nhất là giữ gìn trật tự cho các sinh hoạt xã hội. Vừa mới nhậm chức vài ngày, đích thân Tổng thống phải đối đầu với những "thương thảo" hay "dằn mặt" từ các đối tượng bất hảo đã nêu ở phần trên.

- Đầu tiên, **Đại úy chỉ huy trưởng Khally** (Task Force) mời Tổng Thống ăn chiều ở căn cứ Task Force trong trại như một hình thức kết thân nhưng với dụng ý rõ ràng là chuyển đạt thông điệp "*đừng xen vào những chuyện Task Force làm*".

- Tiếp theo, **nhóm du đảng cầm đầu bởi hai anh em Năm Ca và Sáu Hát** mời tôi ăn trưa mà tôi biết chắc chắn là sẽ có rượu và thịt heo là hai món bất hợp pháp. Dù nhận lời nhưng tôi đã cẩn thận bố trí hơn mười nhân viên an ninh canh gác chung quanh căn nhà hộp và các ngõ đi vào để đề phòng Task Force vì nhóm nầy có thể phục kích để triệt hạ tôi. May mắn thay, diễn tiến của buổi ăn thật "thắm tình hữu nghị" tuy tôi cũng mượn dịp nầy để chuyển đạt lời nhắn gửi nghiêm khắc là:"Rượu và thịt heo là hai thứ cấm kỵ có ghi trong văn bản của nội quy, mong các anh đừng xử dụng trong phạm vi trại nữa. Nếu nhân viên tôi bắt gặp lần tới, chúng tôi sẽ có biện pháp mạnh". Tôi tin rằng họ hiểu rõ là tôi không hăm dọa xuông. Cũng nên nói thêm là Năm Ca, cựu trung sĩ quân cảnh, và Sáu Hát, học sinh...vì lý do đánh lộn và có hành vi du đảng mà phái đoàn Hoa kỳ đã từ chối cho định cư hơn năm năm nay. Chỉ không đầy hai tuần sau bữa ăn trên, tôi bắt buộc cho bắt giam Sáu Hát vì tội vi phạm nội quy trại. Nhà tù đầu tiên được thiết lập bên cạnh văn phòng Task Force. Sự kiện nầy làm tôi bị phê phán là đã qua được bến bờ tự do rồi mà còn kềm kẹp đàn áp tị nạn. Nhưng cũng nhờ đó mà trật tự trong trại từ đó về sau tương đối ổn định hơn. Tôi đã lấy quyết định trên không ngoài mục đích mục đích chận đứng sự hợp tác của du đảng với Task Force trong vấn nạn mãi dâm để tôi rãnh tay đối phó với Khally. (Năm Ca và Sáu Hát sau đó bị trả về lại Bidong và bị giam trong nhà tù Mã lai cho đến năm 1992, sau đó không có thêm tin tức).

- Đối tượng thứ ba và nguy hiểm nhất là các **cán bộ cộng sản vượt biên và thân cận của họ**. Họ có thế lực Task Force yểm trợ ngầm vì có liên hệ mật thiết với nhau qua dịch vụ săn gái và chuyển ra Kuala Lumpur. Đại diện của nhóm nầy là Nguyễn Văn Nam, trung úy công an nội chính Bến Tre và hiện có cửa hàng sản xuất tranh thủ công nghệ, huy động hàng chục nhân viên dưới tay. Tên nầy được ra vô Kuala Lumpur thường xuyên bằng xe của quân đội Mã để mua bán nguyên vật liệu và sản phẩm thủ công nghệ. Nên nhớ là, không có thuyền nhân nào được phép ra khỏi trại ngoại trừ các trường hợp như đi bịnh viện khẩn cấp, sanh sản, mổ xẻ, hay do yêu cầu từ tòa đại sứ Hoa Kỳ. Người thứ hai là thiếu úy Hoàng Mạnh Dược, biên phòng Rạch giá. Hai tên nầy có một cuộc sống rất "đế vương" và làm rất nhiều chuyện chướng tai gay mắt mà trước đó không vị Trưởng trại tiền nhiệm nào dám đụng đến họ mà chỉ a tòng theo! Dĩ nhiên là họ bị Hoa Kỳ và các nước khác từ chối cho định cư, tin tức sau cùng năm 1992 cho biết họ vẫn còn ở đây. Hai đối tượng bất hảo nầy đã mua chuộc tôi bằng cách biếu cho tôi một bức tranh "vinh quy bái tổ" với hàng chữ đề tặng vợ tôi. Bức tranh nầy vẫn còn được giữ trong phòng tôi cho đến năm 2007.

Câu hỏi được đặt ra, đối với vấn đề giải quyết định cư vào đệ tam quốc gia của những thành phần như trên, là: **Có nên giữ chân họ mãi trong trại tị nạn chuyển tiếp hay đề nghị trả họ về lại nguyên quán?** Ngày nay tôi vẫn chưa tìm được câu trả lời thỏa đáng khi viết lại những dòng trên đây. Dù các trại tị nạn đã đóng của, nhưng tôi vẫn không có tin tức gì về họ: Bị trả về Việt Nam hay được đi Úc? Xin Bà Con lưu ý về hai trường hợp trên.

4- *Đối phó với Task Force*

Sau khi tạm thời triệt hạ được nhóm du đảng, tôi bắt đầu chỉa mũi dùi về phía Task Force với mục đích tống khứ Khally. Nhân viên của tôi đã thiết lập được danh sách của các cô gái "nhẹ dạ" cũng như "không nhẹ dạ", là những người đã "hành nghề" ở Longhouse 8 lúc đó chưa có người ở, và những người đã đi ra ngoài Kuala Lumpur hàng đêm. Một lần nữa, xin cám ơn sự hữu hiệu của nhân viên dưới quyền của Bộ trưởng an ninh TVSơn. Sau khi thiết lập đầy đủ chứng cớ, tôi xin gặp Cao ủy trưởng và Ramsey. Tôi biết rõ là Cao ủy tị nạn chỉ chăm sóc những vấn đề xã hội như y tế, huấn nghệ, dạy sinh ngữ và khải đạo. Họ không có quyền hạn gì cả trong công việc giải quyết các xáo trộn trong trại. Do đó tôi hoàn toàn tin tưởng vào Ramsey và Tòa Đại sứ Hoa Kỳ, người có thể giúp tôi giải quyết vấn nạn nầy. Cuối cùng tôi thành công trong việc trừ khử Khally và chấm dứt được tình trạng mãi dâm ở tiểu quốc Sungei Besi.

Tuy nhiên **hậu quả của thành tích nầy là tình trạng an ninh cá nhân của tôi từ đó không được bảo đảm nữa**. Số là Đại tá chỉ huy trưởng, có lẽ vì mất phần chia chác trong dịch vụ trên, đã để tâm thù tôi và cho một thiếu tá thay thế Khally theo dõi tôi từng bước một. Họ đã biết được thói quen của tôi thường hay đến bịnh viện để đọc hồ sơ báo cáo của SB mà vị bác sĩ Bộ trưởng Y tế có tính "ham vui" nên thường xuyên có người đẹp ra vào ăn uống có khi nhảy nhót bỏ túi nữa trong khuôn viên bịnh viện đầy đủ tiện nghi với máy lạnh. Task Force hy vọng bắt được quả tang tôi tham gia các sinh hoạt nầy để làm chứng cớ triệt hạ tôi. Họ đã thất bại nặng nề!

Cần phải kể thêm sau đây một thành tích nổi bật của "Tổng Thống thuyền nhân" làm hầu hết **nhân dân của tiểu quốc vui mừng là việc nhận lại được thư và bưu phiếu tưởng đã mất**. Đa số thuyền nhân khi đến Pulau Bidong chỉ ở lại một thời gian ngắn trung bình từ hai đến sáu tuần lễ thôi. Thời gian nầy chỉ vừa đủ để cho họ báo tin đến thân nhân ở ngoại quốc. Khi thân nhân hồi âm và gửi bưu phiếu tiếp tế thì đa số tị nạn đã được chuyển trại qua Sungei Besi. Nhân viên Hội Lưỡi Liềm Đỏ vì tắc trách và thường xuyên "làm thất lạc" (cố ý hay không cố ý) các bưu phiếu trong thư cho nên người tị nạn không nhận được. Biết được việc nầy tôi nhờ Cao Ủy can thiệp. May mắn thay họ cho phép chúng tôi ra tận kho chứa của Hội ngoài Kuala Lumpur để nhận lại các thư cũ. Trong khi phân phối thư chúng tôi đã thu hồi trên US$12,000.00, tiền của thân nhân tị nạn gửi qua từ các quốc gia khác, mang đến niềm vui nho nhỏ cho nhiều người.

Tiếp tục câu chuyện đối đầu với Task Force, tôi thường xuyên bị tên đại tá thay thế Khally đe dọa. Tình trạng nầy trầm trọng và căng thẳng thêm sau khi tôi âm thầm xách động bà con không nhận thức ăn sáng để phản đối nhà thầu cấu kết với Task Force ăn chận phần ăn của tị nạn. Vào một buổi sáng đẹp trời, hơn 2.000 nhân khẩu trên tổng số 4.000 đã tuân theo lời rỉ tai của chính phủ từ chối lãnh phần ăn sáng. Việc nầy làm náo động toàn trại và Task Force biết chắc rằng chỉ do tôi khởi xướng mà thôi. Họ xem tôi như cái gai chận đứng lợi lộc của họ khi chỉ nhận được tiền của 2000 khẩu phần có chữ ký của tôi thay vì 4000, vì sau phần cơm chiều mỗi ngày, tôi phải ký tên trên phiếu phân phối thực phẩm trong ngày và số khẩu phần đã phát ra; từ đó, Ban điều hành trại mới lãnh tiền được.

Tình trạng ngày càng căng thẳng đến nỗi tôi quyết định là phải *tìm mọi cách hợp pháp để mau chóng rời khỏi nơi đây*. Kết quả là một sớm đẹp nắng, Ramsey xuất hiện mà không báo trước đưa tôi ra phi trường cùng với hai mươi em cô nhi để nhờ tôi hướng dẫn qua Hoa Kỳ. Tôi còn nhớ những lời chúc lành và cám ơn của Ramsey về những việc tôi đã làm ở trại Sungei Besi. Sự thực là tôi chỉ được biết mình phải rời nơi đây từ tối hôm trước mà thôi. Hành trang của tôi khi ra khỏi tiểu quốc Sungei Besi thật nhẹ nhàng:

- 1- Không có chương mục bí mật nào ở ngân hàng ngoại quốc;
- 2- Chỉ một bộ quần áo đang mặc trên người mua bằng tiền của học trò và vợ gửi qua;
- Bức tranh vinh quy bái tổ đã kể trên;
- Một phong bì lớn chứa đựng hồ sơ cá nhân mà tôi đã được dặn dò chỉ mở ra khi đặt chân tới Hoa kỳ. Tôi đã không hề nhận lãnh quần áo ở Bộ Xã hội mặc dù chính tôi đã ký nhận hàng tấn quần áo từ các cơ quan thiện nguyện trên thế giới gửi đến.

Tôi rời Sungei Besi sau năm tháng "trị vì". Tuy chỉ là một thời gian ngắn tựa bóng câu qua cửa sổ so với một đời người nhưng giai đoạn nầy đã để lại một dấu ấn sâu đậm. Tôi đã *gặp rất nhiều tấm lòng thành, và những bầu nhiệt huyết trẻ, trong sáng và chỉ có tâm nguyện làm tốt cho những người chung quanh và làm đẹp xã hội.* Mặc dù biết rằng tôi có thể rời trại để đi Hoa Kỳ bất cứ lúc nào vì hồ sơ định cư của tôi đã hoàn tất chỉ hai tuần sau khi đặt chân đến Sungei Besi cũng như được miễn qua trại chuyển tiếp ở Bataan (Phi luật Tân). Nhưng những chuyện nhân tình thế thái ở cái xã hội nhỏ nầy đã làm tôi bận tâm và giữ chân tôi suốt năm tháng dài. Trong khoảng thời gian nầy, quả thật tôi ít có lúc nao nức sớm được gặp mặt vợ con. Thành thật xin lỗi vợ con vậy

5- Tệ trạng xã hội trong thời gian ở trại tị nạn

Nhìn lại xã hội thu hẹp Sungei Besi, tôi có cảm tưởng có một sự buông thả hoàn toàn sau khi mọi người vừa được hít thở một ít không khí tự do. Sự buông thả trên không nằm trong ý nghĩa cao đẹp của Phật giáo mà là một sự buông thả vô trách nhiệm, vô đạo đức của một số người đại diện cho mọi tầng lớp trong xã hội. *Từ cậu thanh niên đến cô thiếu nữ, từ người vợ trên đường vượt biển tìm chồng cho đến những người cha, người chồng trên bước đường xum họp gia đình.* Tất cả vẽ lại nơi đây một bức tranh vân cẩu nói lên rất nhiều tệ trạng xấu xa nhất trên cõi đời ô trọc nầy mà vì tính chất phóng sự vui của bài nầy, tôi không muốn vào chi tiết.

Phần nhiều mỗi người trong chúng ta đều có "những điểm đen" (của Erich Fromm) trong tâm khảm, mà khuynh hướng thường có định kiến khắt khe với người nhưng lại quá dễ dãi với chính mình là một! Nhưng tôi đã may mắn không phạm phải một sai trái nào trong thời gian tạm trú ở đây như "thường tình", mặc dù có biết bao cám dỗ đến từ nhiều phía. Tôi vẫn giữ được "bình an dưới thế", không phải vì tôi biết tự chế, không phải vì tôi có một tấm lòng "trong trắng" và "trung thành với vợ con", mà vì tôi.... **biết SỢ**!

Vì sao?

Đây tuy là một xã hội nhỏ tuy nhiên lý trí cho tôi biết rằng, bất cứ một hành động sai trái nào của mình cũng được loan truyền đi khắp thế giới, vì nơi đâu cũng có tị nạn cả. Do đó tôi **càng phải ráng giữ mình**. Chính nhờ suy nghĩ trên mà tôi thoát khỏi "sự cố" cho bản thân.

Tuy suy nghĩ như trên, nhưng chỉ ba ngày sau khi đặt chân đến Hoa Kỳ, tôi đã làm một việc không tự chế mà mỗi khi nghĩ lại tôi còn cảm thấy "rợn người". Số là, vợ con tôi vì qua định cư trước nên ở chung với ông bà nhạc ở Fresno, California. Khi tới trại tị nạn, vì theo nguyên tắc "thà mỏi chân hơn mỏi miệng" tôi mới đề nghị (nói cho có vẻ lịch sự và văn minh) vợ con nên dọn đi thành phố khác nhưng gần đó. Vợ con tôi nghe lời, lục đục dọn lên Sacramento vài tháng sau đó. Ba ngày sau khi tôi qua định cư tại Fresno vì hồ sơ ban đầu ghi địa chỉ nầy. chúng tôi lên đường về nhà trên chiếc xe do vợ tôi lái. Không hiểu vì "thương" hay "không tin tưởng" tài lái xe của vợ, tôi bảo vợ tôi ngừng lại để tôi lái thế. Thêm một lần nữa vợ tôi nghe lời và để tôi chạy về tới Sacramento an toàn sau gần ba giờ lái mà trong người không có bằng lái xe. Tôi làm tôi sợ TÔI quá trời đi thôi!

Tôi xin kết luận bằng một số bài học đã được rút tỉa ra được trong thời gian "lãnh đạo quốc gia chuyển tiếp Sungei Besi":

- Lãnh đạo phải **chia xẻ THỰC SỰ với cùng điều kiện sống của nhân dân**;
- Lãnh đạo sẽ bị đào thải nếu **phi dân tộc, phản dân tộc và đi ngược lại quyền lợi của toàn dân**;
- **Bám theo chân ngoại bang thì suốt đời chỉ làm nô lệ cho ngoại bang** và sẽ bị loại trừ bất cứ lúc nào ngoại bang thay đổi chính sách;
- *Thiếu chính nghĩa*, hành xử bá đạo, và xử dụng bạo lực để đàn áp nhân dân **sớm muộn gì cũng sẽ bị hủy diệt**;
- Và bài học sau cùng là không thể nào có được độc lập thực sự (trong nghĩa cực đoan) của một quốc gia trước xu thế toàn cầu hóa của thế giới mà *phải chấp nhận liên kết và liên đới với nhau.*

Mai Thanh Truyết

Suy Nghĩ Cuối Cùng của GS Nguyễn Văn Trường về Việc Xây Dựng Một Viện Đại Học Tư Lập ở Việt Nam

Lời người ghi lại: Đây là trích đoạn bài viết chung của GS Nguyễn Văn Trường và Mai Thanh Truyết về sự thành lập Viện Đại học Cao Đài Tây Ninh

Khai phá là đi vào cái mới, đất mới, lãnh vực mới…, ở đó, chưa một ai đến, chưa một ai khai, chưa một ai phá, để xây dựng cái mới.

Cái mới là cái chưa biết. Cái chưa biết nào cũng có những bất ngờ, không trù liệu trước được. Cho nên, **tiến trình khai phá là một tiến trình phiêu lưu**. Cuộc phiêu lưu nào có những hiểm nguy của nó. Vì vậy, ***người tiên phong phải có một tầm nhìn xa và rộng, và phải can đảm nhận trách nhiệm về công trình khai phá.***

Hơn nữa giáo dục, dù là giáo dục Đại Học, vẫn *bao hàm cái ý ổn định, vững chắc*. Dạy học là chuyển giao những giá trị qui định trong chương trình học. Những giá trị nầy, ít nhất là cho đến 4 năm đầu Đại Học, phải là cổ điển, tức là được công nhận là vững bền. **Dân tộc, nhân bản và khai phóng là phương châm chỉ hướng cho nền giáo dục của chúng ta thời bấy giờ**. Nói khác hơn là trong một chừng mực nào đó, ta muốn cột giữ học sinh sinh viên ta trong lòng dân tộc, trong những giá trị ngàn đời của cha ông, mà **ta thiết tha kính giữ**.
Con người mà chúng ta đào tạo cũng phải thấm nhuần tính người, tình người, nhưng không là một mẫu người trừu tượng hay là con

người chung chung của muôn nơi muôn thuở, mà **phải là con người của dân tộc** nầy, trong thời khoảng lịch sử nầy trước đã. Cho nên, dạy học là cột con người hai lần: **cột vào nhân bản, chưa đủ, cột thêm vào dân tộc, cho chắc**. Ý thức rõ như vậy, người dạy đương nhiên thấy có nhu cầu khai phóng: **người cột phải mở**. Tùy lứa tuổi, tùy trình độ học viên, lối dạy phải khoáng đạt, nhiều chiều, và trong mỗi chiều có thuận có nghịch.

Dẫu vậy, nội dung, ngoại trừ các đề tài luận án, đều phải cổ điển, được công nhận là những giá trị cơ bản vững bền.

Người dạy, thường thường không ai là người muốn mạo hiểm. Tôi, một ông giáo, tôi cũng không muốn mạo hiểm trong các công tác giáo dục của tôi.

Vì vậy, mà tôi phải cặn kẽ trao đổi những nghĩ suy và tính khả thi trong công tác hình thành Viện Đại Học.

Người tôi tiếp cận đầu tiên là **Ông Viện Trưởng Nguyễn Văn Lộc**, nguyên thủ tướng chính phủ. Ông rất bình dị. Chúng tôi vẫn xưng hô là anh em, nhờ vậy mà mọi vấn đề được thắng thắng đặc ra và bàn luận.

☐ Tiên quyết là sự an ninh trên con đường Sài Gòn Tây Ninh, chỉ 99 cây số, mà nghe đâu nó xuyên ngang chiến khu của VC. Tôi được biết là Anh vẫn thường đi lên Toà Thánh bằng xe riêng hoặc xe của Tòa Thánh. Tôi có sự xác nhận của nhiều người khác, nói riêng là của ông Thừa Sử Tấn. Tôi cũng nghĩ: Những người sống về nghề móc túi, bấm giây chuyền, nói chung là kẻ trộm cắp, luôn luôn hoàn lại cho khổ chủ nếu khổ chủ là người trong khóm, nơi trú ngụ của mình. Trong cái suy nghĩ đó, thiết nghĩ VC, phải giữ an ninh cho tuyến đường Sài gòn -Tây Ninh, bằng không cái ổ ẩn trú của họ sẽ bị quậy nát, mà dân chúng không bao che cho họ.

☐ **Về viễn kiến về Viện Đại Học**: hình như quí vị trong Đại Đạo nghĩ rằng:

1. Tây Ninh nằm trên con đường chánh đi Nam Vang;
2. Đức Hộ Pháp có nhiều năm ngụ ở Nam Vang;
3. Ánh sáng Đại Học Cao Đài sẽ mở rộng trong hướng Cambodia, và vùng cao nguyên bao quanh Thánh Địa.
4. Vã lại Đạo có huyền cơ.

Nghĩ cho cùng thì những đại học xưa, khởi điểm rất khiêm nhường -Haward (Mỹ) bắt đầu chỉ có 9 sinh viên [1], Notre Dame [2] (Mỹ) là một đại học Công Giáo mà phải 2 năm sau mới được công nhận, Đại Học Sorbonne khởi đầu là một Viện Thần Học, và đến Cách Mạng Pháp (1789) bị đóng cửa [3]

Tôi không tổng quát hóa. Tôi cũng không lấy tiêu chuẩn thời thượng mà đo lường đại học thời nay. Tôi nghĩ *tương lai của một đại học là do mức độ đóng góp của các thế hệ tốt nghiệp đại học đó vào sự nghiệp chung của nhân loại.* Tôi cũng nghĩ giáo dục là đầu tư dài hạn. Giáo dục nhằm vào con người: trí tuệ, tình cảm, tính tình. Mà **con người chỉ có thể là một diễn trình chỉ chấm dứt khi con người ấy yên nghỉ dưới ba tất đất.**

Cho nên chúng tôi thống nhất trong cái nhìn huấn luyện nghề. Ở các trường kỹ thuật lúc bấy giờ, các nghề mộc, tiện, đều được qui định huấn luyện bao nhiêu giờ. Một sinh viên vào trường Võ Bị Thủ Đức, sau 11 tháng ra trường là một ông Thiếu Úy. *Mục tiêu của trường Nông Lâm Súc hay Sư Phạm là trang bị cho học viên một cái nghề: cán sự hay kỹ sư Nông Lâm Súc hoặc giáo sư đệ nhất cấp hay đệ nhị cấp.*

Nói chung, *huấn luyện là có lớp có lang, bài bản rõ ràng, hết bài bản là ra nghề, quen thuộc với một số thao tác, hành vi, để từ đó không ngừng cải thiện tài khéo, tùy duyên mà đổi mới cách nghĩ, cách làm, mở rộng và đi sâu vào nghề nghiệp.*

Trang bị phòng thí nghiệm, hay xưởng máy, hay nông trường, trại chăn nuôi thực tập cho sinh viên rất tốn kém. Thiết nghĩ phải kết nghĩa với một đại học Mỹ hay Pháp, hay Canada, hay Úc. Cũng nên ghi: Từ nghĩ đến thực hiện thường có một khoảng cách khá rộng.

Tôi còn muốn việc huấn nghệ có những điểm đặc thù, thí dụ của **Trường Nông Lâm Súc có tác động gì với việc trồng trọt, chăn nuôi, và lâm sản địa phương**. Chỉ bao nhiêu đó thôi, tôi đã lùng bùng trong đầu rồi. Tôi cũng nghĩ bất cứ ai cũng lúng túng như tôi. **Lúng túng đó là thách đố cho tôi**. Tôi phải tìm học, không ở sách vở mà ở môi trường. Tôi phải lên Tây Ninh, cùng với giáo sư và sinh viên. Tôi khảo sát môi trường, cách trồng lạc, khoai sắn, hột điều (đào lộn hột), cách chăn nuôi, khai thác lâm sản, và thị trường. Miệt ấy, người ta dùng máy John Deere của Mỹ, máy Kubota của Nhật không dùng được vì quá yếu. Nói chung, tôi phải biết nhu cầu của địa phương. Tôi phải tìm cho ra những sắc thái đặc thù cho hai trường Nông Lâm Súc và Sư Phạm Cao Đài của tôi.

Tôi nói khai phá là như vậy đó: là đi vào những vấn đề, mà giờ đây chưa có một ai biết được.

Khai phá cũng có thể hiểu là tôi phải trang bị các phòng thí nghiệm, chỉ nói cho khoa học cơ bản mà thôi, từ A đến Z. Và không những chỉ có vậy, phải biến các phòng ốc thành phòng thí nghiệm, có điện, có nước, có chỗ cho sinh viên thực nghiệm. Và nếu người thợ thi công, hoặc ông thầu thi công làm công quả, làm chùa, thì thúc hối cho hoàn tất, kịp thời thì quả là một điều rất tế nhị. Rồi đến nông trường, trại chăn nuôi, chuyện làm không bao giờ dứt.

Ở đây, khai mở một viện đại học mới, một môi trường giáo dục mới, mà bao quanh tôi là những nhà tu hành, phẩm hạnh cao. Cho nên **khai phá trong bối cảnh nầy bao hàm ý thức trách nhiệm**. Riêng tôi, tối thiểu là tôi trách nhiệm đối với các đồng

nghiệp, đồng sự mà nhận lời mời, hay 'rủ rê' dấn thân vào công trình chung, và nhất là đối với sinh viên của tôi.
Vì vậy, mà có lắm điều, tôi vấn hỏi anh Lộc. Giờ, không nhớ hết được, chỉ ghi lại đôi điều như trên đây. Nhờ vậy mà *ý thức được cái biết của mình thì giới hạn, mà cái dốt của mình thì vô cùng.*

Cũng nhờ vậy mà lăn xả vào việc, không ngại khó, không ngại gian nan, không ngừng học hỏi, tôi luyện khả năng, tài khéo (skills), trí tuệ và tính tình. Đó cũng là xem đổi thay là đương nhiên, **cuộc sống là một giòng chảy không ngừng đổi mới,**

Thiết nghĩ, đông đảo bạn bè tôi chia xớt quan điểm nầy.
Và nhìn lại, tôi có nhiều may mắn.

Nguyễn Văn Trường
Nguyễn Việt trưởng Viện Đại học Cao Đài Tây Ninh 1974-1975
Houston - 12/2017

Tản Mạn Buổi Sáng

Sáng nay, ngày thứ hai trong tuần, ngồi ở bàn làm việc bên ly cà phê sớm vào lúc 6 giờ (tôi có lệ đi làm việc rất sớm dù không bị bó buộc giờ giấc trong công việc), mở máy điện toán và vào web của **Văn hóa Nhân bản Lạc Việt**, tình cờ tôi nghe được tiếng **ca sĩ Ngọc Thủy** réo rắc qua bản nhạc …**Anh Đi Tìm Bông Lúa**. Vào giờ nầy, nhân viên chưa đến, cho nên đây là giây phút thú vị nhứt của tôi, *một mình đối bóng*… tôi thường bắt đầu viết vào những giây phút đầu tiên trong ngày.

Hôm nay, tiếng hát của Ngọc Thủy kéo tôi về một cõi xa xăm, một quê hương đang đắm chìm trong trần luân, đau khổ do vận nước! Bài hát đã được phổ nhạc do **Lại Minh Thuận qua lời thơ của Ngô Đình Vận**, hai chiến hữu đã cùng tôi tranh đấu từ nhiều năm qua qua trận chiến truyền thông nhứt là You tube trên mạng điện toán. Đây là bài hát đệm trong suốt 10 youtube tôi chuẩn bị "tiếp đón" và "cháo mừng" lễ hội "Ngàn Năm Thăng Long" của CSBV vào năm 2010.

Ngọc Thủy đã diễn tả nhẹ nhàng những câu thơ không trau chuốc, mộc mạc nhưng thực sự đã thấm sâu vào trong tôi qua các âm điệu chân quê như: *Anh đi tìm bông lúa, qua một thời giông tố, Anh đi tìm thương nhớ, Đây đó nhiều tan vỡ…Anh đi tìm hơi ấm, đâu có còn hơi ấm, đâu có còn tia nắng, hỡi em!*

Tiếng gọi *hỡi Em* ở đây, phải chăng là tiếng kêu thắm thiết của người con xa xứ gọi về Quê Mẹ, một miền quê miên viễn xa xôi nơi Tiền Giang, Hậu Giang, nổi trôi theo từng con nước Gò Công, Cần Thơ ....và đang choáng ngộp những phồn vinh thực sự giả tạo với những hình ảnh đầy nghịch lý qua một bà già lưng còm ngồi bên vệ đường bán từng bó rau muống héo úa và hình ảnh của những cậu công tử thế hệ tiếp nối của đảng CS lái xe hàng triệu Mỹ kim vun vút trên đường phố!

Chữ Em nơi đây cũng có thể là những lời của Mẹ Việt Nam trách cứ những đứa con xa xứ sao không về để vá lại bức dư đồ đã rách nát!

Dù Em là ai chăng nữa, cũng xin cám ơn Ngọc Thủy, Lại Minh Thuận, và Ngô Đình Vận, ba bạn đã làm cho ly cà phê buổi sáng của tôi có ý nghĩa, đã khơi dậy tình quê hương trong tận cùng trái tim, và đã nhắc nhở cho tôi biết rằng tôi vẫn còn ...bông lúa Việt Nam bên bờ Thái Bình Dương.

Mai Thanh Truyết
West Covina, Thu 2010

Thứ Tư Trống Vắng

Đi lang thang một ngày giữa tuần. Ghé vào quán nhậu. Gọi hai chai bia. Một dĩa đậu phộng. Một dĩa mì xào.

Uống chưa đầy chai. Một người khách lạ bước tới chào.
- Anh có phải là người nói chuyện về thực phẩm trên đài VAN TV Houston không?
- Phải, nhưng anh hỏi có chuyện chi?
- Thấy anh quen quen, xin mời qua bàn tôi. Tôi là **Thành Body**.

Thành hỏi tiếp liên tục.
- Sao anh tới đây? Không sợ mang tiếng sao? Vì đây ồn ào…Ít ai dám vào!!!
- Tôi làm gì có "tiếng" mà phải sợ(?)
- Thôi, mời anh qua bàn tôi. Hai mình nói chuyện.

…Rồi câu chuyện dòn tan.
Lai rai. Phì phà thuốc lá của Thành Body.
Sau hơn hai giờ tròn trong quán nhậu.
Tiêu pha năm sáu… lon bia.
Gấp vài sợi mì…
Nhâm nhi hai ba con tôm.
Rồi vài cọng cải ngọt.
Châm thêm điếu cigar.
Nghe bài "**Cara OK**".
"Dù sao đi nữa tôi cũng …
Đêm đã trọn…
Trống vắng tràn đầy trên đường về ……
Có những lúc lòng như dòng thủy triều, vơi đầy theo con trăng lơ lửng trên cao …..

Mai Thanh Truyết

Lửa

Hình trên đây được chụp vào buổi tối đốt lò sưởi đầu tiên ngày 19/12/2013. Xin nói ngay là kể từ ngày đặt chân trên đất tạm dung Hoa Kỳ, tôi không có thói quen đốt lò sưởi. Những năm đầu tị nạn, thuê mướn appartment cho nên không có lò sưởi.
Sau khi ổn định công ăn việc làm, có nhà từ Fresno, San Diego, Orange…dường như tôi chỉ đốt lò sưởi chỉ đôi ba lần.
Năm nay, tôi quyết định thử đốt lò và "**chơi với lửa**" xem sao. Chính vì vậy tôi đã đốt liên tục mỗi đêm cho đến tối ngày 28/12 và hình ảnh cuối cùng đã bước sang rạng ngày 29.
Trong cuộc đốt lửa, người phó nhòm của tôi cũng phải làm việc suốt những đêm lửa cháy bập bùng. Hàng đêm, cô chụp khoảng vài mươi tấm hình, nhưng đặc biệt đêm cuối cùng, cô phải chụp hàng trăm tấm vì, trong suốt 9 ngày liền, tôi mới ưng ý với việc sắp xếp củi, ngọn lửa và những tia lửa bắn ra, và cuối cùng chiêm nghiệm được một vài điều sau nhiều đêm chơi với lửa.
Đối với những nhà lò sưởi có đường gas gắn sẵn thì việc đốt lò sưởi rất dễ dàng, chỉ việc sắp củi lên khung sắt và bật gas lên mà thôi. Nhưng với tôi, sau khi đi mua các bó củi lớn đường kính hàng một tấc, và không mua củi thông để châm mồi, cho nên việc đốt lò sưởi của tôi đòi hỏi kỹ thuật và kinh nghiệm.
Tôi chỉ dùng giấy báo để làm mồi và vào ngày thứ ba, dùng thêm dầu ăn tẩm lên các thanh gỗ trước. Vì vậy lửa của tôi mỗi ngày có hình dạng khác nhau. Các hình dưới đây là những hình ảnh

tiêu biểu cho những ngày tiếp theo từ 20/12 cho đến ngày cuối 28/12. Các hình trên đều không có "photoshop" tham dự vào ngoài bức hình đầu trang, chỉ dùng photoshop để xóa hình khung sắt dùng để kê củi.

*Hình trên là hình ảnh ngọn lửa ngày 20, một ngày đặc biệt của riêng tôi và cô phó nhòm.. Ngọn lửa cháy ập xuống và các thanh củi đổ chúi vào nhau tạo ra **một hình ảnh hỗn độn, không trật tự và thiếu mỹ thuật**.* Than cháy tràn lan ra phía ngoài, không nằm ở vị trí phía dưới của phần gỗ chưa cháy. **Phải chăng khi đốt lửa lần nầy, tâm tôi thiếu tập trung vào việc "khơi lửa" và "giữ lửa" cho nên mới có cảnh tượng "lộn xộn" như trên?** Sang ngày kế tiếp, lửa và cách bài trí gỗ cũng không khá gì hơn. Ngọn lửa vẫn cháy vô trật tự không tạo ra một nét hay hình ảnh nào có vẻ hài hòa cả.

Ba ngày tiếp theo đó, nhờ có thêm "kỹ thuật tẩm dầu", lửa cháy mạnh hơn, ngọn lửa bùng lên, nhưng vẫn chưa cho thấy hình ảnh nào có thể gợi ra "ấn tượng" cho người đốt lửa, mặc dù các tia lửa bắt đầu …hướng thượng

Tiếp theo, ngọn lửa cháy rực rỡ hơn. Lửa bốc cao, cho ra những **tia lửa tạo hình ảnh vươn lên.** Đó là ngọn lửa tôi ước mơ bùng lên một cách tình cờ trong đêm trước Giáng sinh.

Phải chăng đó là hình ảnh của một "sinh vật" được xuất hiện trên trần thế trong ngày nầy?

Ngọn lửa ngày càng khởi sắc trong những ngày tiếp theo đó (theo chủ quan của tôi). Ánh lửa và sự sắp xếp của củi tạo ra những hình ảnh mỹ thuật hơn.

Lúc tàn canh, *củi và lửa tạo ra được nét hài hòa trong một hang động ấm cúng.* Từng tia lửa bắn ra, điểm tô khung trời tối phía sau. Có thể nói trong những ngày đốt lửa sau cùng nầy, dạng lửa và củi gần như đồng nhứt với nhau:

Hình hang đá và nét sâu thẳm của hang…làm cho tôi liên tưởng đến một cõi nào đó khó với tới được **hay thể hiện một sự bất lực của con người trước sự an bài của Trời Đất!**

Và, những hình cuối sau đây, với than hồng rực rỡ làm nền cho một hang động tưởng tượng. Tôi ngắm nhìn từ nhiều góc độ khác nhau, người thợ chụp hình cũng phải mệt mỏi vì tôi vì phải di chuyển nhiều trong một không gian hạn hẹp và khó khăn vì phải chìu theo yêu cầu của tôi. Nào là lên đèn, nào là chụp có flash, nào là chụp trong đêm để lấy ánh sáng tự nhiên…

Với nền than hồng, ngọn lửa dường như muốn thoát lên cao, nhưng bị che chắn bởi hai phần gỗ chưa cháy tạo thành một tam giác rất "ấn tượng" (Cấm nghĩ bậy bạ trong giờ phút thiêng liêng nầy!) **Phần thanh gỗ đen phía trước, ta có thể hình dung một phần tối trong mỗi con người…và dĩ nhiên với thời gian, khi lửa soi rọi đến, phần "u mê" kia sẽ được rửa sạch.**

Cho đến khi nào?
Cho đến khi nào?

Ánh lửa càng về đêm càng cô đọng. Và sau một *chuỗi tia lửa cuối cùng lóe lên vòm trời riêng tư,* **lửa đã trở về trạng thái "tiềm ẩn" trong tam giác cuộc đời…**

Tôi thấy được gì?
Tôi nghĩ gì trong thời điểm nầy?

Hình lửa sau cùng bên cạnh tạo cho tôi một vài suy nghĩ không giống ai:

- Mặc dù thanh gỗ chưa cháy sẽ được lửa soi sáng sau đó, nghĩa là phần tối sẽ lần lần được soi rọi; nhưng trong tôi có ý tưởng ngược lại, **dường như với thời gian, tôi không còn nhìn thấy được tia lửa hy vọng nào cả!**

- *Thanh gỗ có thể tàn rụi vài giờ sau đó, để lại đống tro tàn…nhưng không đủ nóng để sưởi ấm không gian của căn phòng hẹp và ngoài trời lạnh 54^0F mang vào.*
- *Qua đống tro tàn trong lò sưởi tối nay, câu hỏi được đặt ra là có còn sót lại một vài tia lửa …cuối cùng nào không?*
- *Sức bật trong tôi không còn nữa để khơi dậy ngọn lửa vừa tắt.* **Niềm tin cũng vừa tàn lụn theo sự giã biệt của lửa. Lửa đã bỏ tôi mà đi!**

Lửa đi mà lửa không nói lời nào.
Lửa đi mà cũng hà tiện không buồn nói cho tôi biết là làm thế nào để tôi *"khơi lửa"* và *"giữ lửa"* lại!
Sao lửa không nói?
Có phải là vận nước đã đến ngày tận diệt?
Hay là Hoa Ưu Đàm sẽ không bao giờ nở trên quê hương Việt Nam chăng?
Hay là trong tôi, lửa thanh niên ở tuổi 17, giờ đây cũng tàn lụn theo thời gian để trở thành một "phế nhân" 77 tuổi trước **nỗi đau của tột cùng dân tộc?**

Mai Thanh Truyết

Ngày cuối năm 2013

Ps: *Sau khi người phó nhóm của tôi đọc xong bài viết, cô phán như thế nầy: "Lửa tắt vì anh hết củi thôi! Giản dị thế thôi. Chỉ cần đi mua thêm củi;* **vì anh có khả năng mua củi cũng như lửa trong anh vẫn còn cuồn cuộn bùng cháy"**.

Tôi đã ngộ ra qua câu nói ngắn gọn nầy.
Cám ơn Cô phó nhóm của tôi.

Em, Người Nghệ Sĩ - I

Tôi gặp em "tình cờ" trong một buổi họp mặt của nhóm Nhiếp ảnh COFFA tại Galveston ngày Mardi Gras năm 2013. Lần đầu tiên sinh hoạt với một Nhóm "nghệ sĩ" đi săn ảnh suốt ngày, sáng thức dậy sớm để tìm những góc độ đặc biệt của mặt trời mọc. *Mỗi người mỗi vẽ, mỗi người mỗi hướng*…bình minh chưa ló dạng, ánh vừng hồng vừa tỏa nhẹ trên không trung tận chân trời, nhưng đã có người đứng trên lầu, người tỏa xuống bờ biển. Tất cả hối hả gọi nhau mang "đồ nghề" đi săn hình ảnh bình minh… Em cũng vậy, dù trời còn lạnh, em khoác vội chiếc áo len màu xanh của "một nửa" của em từ Cali qua, vội vã xuống lầu và tiến về phía bờ biển. Thôi thì bấm máy lia lịa. Quay sang chỗ nầy, xây qua chỗ khác, ngắm nhìn mặt trời mọc. Hướng về vùng mây cao. Chụp hình phản chiếu từ mặt trời lên vùng sóng bạc buổi sáng. Cuối cùng em đã dừng chân vẽ một dòng chữ *MNTTh20* trên cát và thâu ảnh từ nhiều góc độ khác nhau.

Thế là hết một weekend cho Nhóm nhiếp ảnh COFFA...Vui và thoải mái.

Trở về đề tài của em gợi cho tôi nhiều suy nghĩ. **Em chụp cả không gian và thời gian**. Em chụp những cành cây trụi lá vươn mình sau nhiều nền ảnh khác nhau như: hình ảnh chân trời buổi chiều tà, hay các làn khói tỏa ra từ những nhà máy. Em chụp nhiều con đường hiu hắt đi vào cõi vô cùng. Em chụp những chiếc lá rơi rơi nửa chừng...Và nhiều nhiều nữa. Đề tài của em đa dạng, nhưng tựu chung là những *nét cô đơn, trừu tượng như ẩn chứa những nỗi buồn dai dẳng héo hắt nơi em.*

Em kín đáo...như cuộc sống của em.

Duyệt qua một số hình ảnh em đã triển lãm trong năm qua, tôi có cảm tưởng em là một người nghệ sĩ cô đơn, lang thang đi săn hình giữa một xã hội năng động chung quanh. *Em như sống trong một thế giới ảo, dùng những hình ảnh thiên nhiên để nói lên* **các ẩn ức sâu thẳm tận đáy lòng**.

Em đã làm việc cực lực, em miệt mài suốt đêm sau những lần săn hình để tìm một vài ưng ý trong hàng ngàn bức hình đã chụp. *Và em sống như không cần biết đến ngày mai và...* **dường như em đã đứng ngoài xã hội em đang sống**.

Vì sao?

Lời giải thích chủ quan trong một số ảnh của em sẽ cho người khác thấy thêm về em.

- Với bức ảnh đầu tiên em treo trong phòng khách nhà em, dưới tựa đề **Lệ Quỳnh** hay Rain: tôi đã thấy được một gương mặt sầu mộng ẩn chứa nơi một lá quỳnh, dưới đó là vài giọt mưa. Phải chăng khi chụp bức ảnh nầy là lúc em đang khóc, khóc cho cuộc đời có nhiều nỗi truân chuyên nơi em? Hoa quỳnh là một loại hoa chỉ nở về đêm, tùy thời tiết, hoa bắt đầu nở vào khoảng 9 giờ tối, đài hoa, cánh hoa...và sau cùng nhụy hoa nở rộ, đầy đặn chỉ trong vòng hai giờ đồng hồ. Và hoa sẽ tàn

ngay vài phút sau khi khoe sắc khoe nhụy với đời! **Có phải điều này nói lên tính chất nghệ sĩ của em chăng?**

- Bức hình kế tiếp: Hình bốn chiếc lá màu hổ phách (lá úa) trên một mảng xanh dương đậm, có tựa đề bằng hai câu thơ *"Hong khô nỗi nhớ trên màu lá, Đợi gió thu về ru xót xa"*. Em gửi gấm gì trong bức tranh nầy? Được biết em sống cô độc trong một căn condo nhỏ, đi đi về về một bóng…mà nỗi nhớ nơi đây là gì? Nếu không là một **hình ảnh xa xăm chưa tượng hình được**? Những chiếc lá khô lơ lửng trong hình, phải chăng đó là những "nỗi nhớ" vô hình trong tiềm thức mà em đã hằng chờ trong hơn mười mấy năm sống trong âm thầm. Em chờ, nhưng không biết mình chờ ai đây?

- Câu hỏi trên có thể được giải đáp khi ta bước qua bức hình thứ ba dưới đề tài "**Soulmate**". À ra thế! Em đã chờ trong tâm thức dưới dạng hình trừu tượng giống như mối tương quan Âm-Dương, Yin Yan…Em không nói ra, em không tâm sự, nhưng *dường như em đang đi tìm trong những lúc săn hình*. Vô tình, em mơ và mong một hình bóng nào đó trong tâm tưởng mà em chưa hề hình dung được cụ thể.

- Qua bức hình kế tiếp dưới tựa đề "**Ngược sóng**", Câu giải đáp càng hiện rõ ra thêm trong hình với những chiếc lá trắng, xanh (lại chiếc lá) bay lơ lửng trong không gian màu xám đen. Ngược sóng nơi đây phải chăng em đã muốn cải lại, vượt qua cái định mệnh nghiệt ngã của cuộc đời của mình. *Em vẫn cố vươn lên, nhưng nỗi vươn lên đó vẫn còn quá yếu ớt, chỉ là một thể hiện trong tâm tưởng, chưa tạo thành một sức bật để* "vượt qua như câu kinh cuối cùng trong Bát Nhã Ba La Mật Đa Tâm Kinh "**Yết đế, Yết đế, Ba la Yết đế, Ba la tăng Yết đế, Bồ đề tát bà ha**".

- Bức hình kế tiếp, không đề tựa, diễn tả những bọt sóng lăn tăn, yếu ớt bồng bềnh trên một không gian biển màu xanh. Nơi đây, tôi vẫn thấy đâu đó profile của một người cô đơn…Đến đây, chúng ta có thể nói là em đã đi vào trong hình, hay **hình chỉ là phản ảnh cuộc đời và tâm trạng của em mà thôi.**

- Bức hình tiếp theo với tựa đề **"Soul Searching"**, in lại hình ảnh một người đi về phía ánh sáng để lại chiếc bóng sau lưng, nặng trĩu những phiền muộn trên tay. Tôi nghĩ bức ảnh nầy mới chính là tâm trạng của em, đi tìm một soul mate vô hình, hay chưa định hình rõ trong em. *Em tìm nhưng vẫn không biết tìm ai? Và tìm ở đâu? Em đi tìm nhưng vẫn không định hướng được? Người đi trên cát, đi để mà đi.* Sao tội nghiệp em tôi quá chừng!!!

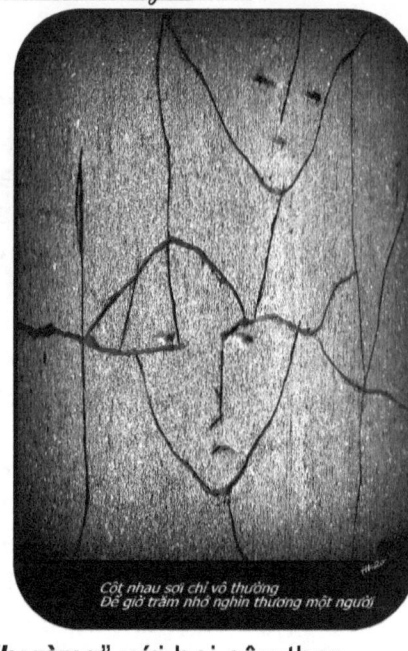

- Sang bức hình **"Sợi Chỉ Vô Thường"** với hai câu thơ:
  **"Cột nhau sợi chỉ vô thường,
  Để rồi trăm nhớ nghìn thương một người"**

Một người ở đây là ai? Em vẫn chưa hình dung được…mà dường như em đã ước mơ(?) rồi sẽ có một ngày sợi chỉ vô thường kia sẽ cột em lại với một người mà *em chỉ thấy trong tâm thức mà thôi.*

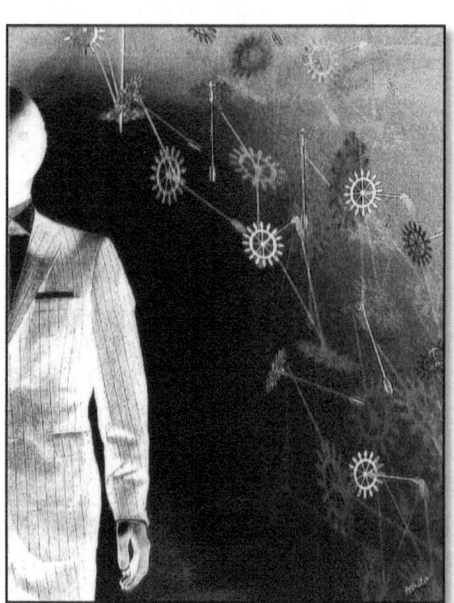

- Qua bức hình **"My Better Half"**, rõ ràng là em mong tìm một better half của em. Em chưa hề thấy được hay nhận được cái "better half" mà em mưu cầu. Cái **"better half"** trong hình chỉ là *một hình nộm đàn ông*, em chụp trong một thương xá đâu đó. Nhưng em ơi, gần đây tôi đã thấy và hé mở được một vài "bí mật" của em. Em đã thu hình *"another better half"*, cũng là một hình nộm trong cửa hàng, nhưng là một hình nữ… Phải chăng em đã hình dung ra, cái nửa kia của mình rồi chăng?

- Có một bức hình mà tôi không thể hiểu được, vì nó không nằm theo chuỗi suy luận, ăn khớp liền lạc *với chủ đề cô đơn và "đi tìm" của em*. Tôi muốn nói đến bức ảnh "**Thủy thần**". Đây là một bức ảnh trừu tượng, nhưng nhìn kỹ ra, ta vẫn thấy một vài mặt người hay quỷ nhảy múa lung tung. Em muốn để ẩn dụ gì cho người thưởng ngoạn đây? Phải chăng đây chỉ để diễn tả lại tâm trạng bất an của em trước những khó khăn nghiệt ngã của đời? *Phải chăng em đã từng chịu thua và buông thả cuộc sống cá nhân của mình trong một thời gian dài?* Nhiều phải chăng trong tôi đặt ra cho em nơi đây vẫn là một áng mây mờ. **Tôi vẫn chưa thấy được bình minh nơi em và ánh sáng soi rọi trong em**…Tôi bị hụt hẫng khi dừng chân nơi bức ảnh nầy…

Em cũng thể hiện nơi đây nỗi khao khát về một người tình mà em hình dung trong tâm tưởng, một người tình đúng nghĩa mà trong quảng đường em đã qua…nhưng chưa hề gặp. *Chính cái lãng mạn nầy đã khiến tôi bước tới em ngay từ phút đầu tiên gặp mặt*. Và chiếc lá tigon khiến em mơ về cái lãng mạn của thú đau thương như TTKH, như George Sand, một lãng mạn không định hướng của thời son trẻ, hay chính cái lãng mạn nầy là hậu quả của một trauma của cuộc chiến Việt Nam thời bấy giờ. Có đúng không em? Và bức hình cuối cùng em treo trên tường là bức "**Về cội**" ghi lại hình ảnh nhiều lá Bồ đề chồng chất lên nhau và hướng về cùng một hướng…**hướng tiến về bờ giác**. Có thể em không biết nhiều về Phật giáo vì em là một tín đồ thuần thành Công giáo.

Nhưng điều đó không có nghĩa là chủng tử của một người con Phật không có trong em. Em trở về cội nguồn trong dòng suối văn hóa dân tộc sau một chuỗi thời gian dài sống trong nghiệt ngã của đời. Em về cội, nhưng em vẫn giữ được niềm tin là sẽ có một ngày em thấy được "sợi chỉ vô thường..." buộc chặt em vào một cõi yêu đương nào đó! *Chính vì niềm tin đó khiến em vẫn sống và vẫn tích cực dấn thân vào những việc làm có tính cách hướng thượng vì tha nhân chăng?*

- Và sau cùng, một bức ảnh em không treo trên tường phòng khách nhà em, nhưng có mặt trong tập sách triển lãm của COFFA, cũng như hiện diện trên màn ảnh computer của em với hai câu thơ đề:

*"Bến cũ giờ đây ta vẫn đợi,
Đường xưa còn đó chẳng ai qua"*

Có thể nói ngay rằng...đường xưa còn đó. *Nhưng đường xưa ở nơi đây chẳng một lần nào có "người qua" trong em*, và tuy là bến cũ nhưng thực sự trong trí lãng mạn của em, đây vẫn là bến mới vì nơi đây không là hiện thực của thời gian qua mà chỉ là trong tưởng tượng của em mà thôi. Và một ngày mới đã đến với em. Và *em đã có người qua, chính là tôi, cách đây hai tháng, em đã cùng tôi song hành trên con đường dẫn ra bến cũ nầy ở Kemah trên đường đi đến Galvaston.* Cũng chính "bến cũ" nầy là nơi em và tôi cùng nhìn về một hướng. Đó chính là hướng tôi muốn nói đến nơi hình ảnh quê nhà ở phần dưới đây.

- Em và tôi đã gặp, và gặp trong ...tình cờ như tôi đã viết ngay từ đầu. Em và tôi đã hát trong tiếng nấc nghẹn cho quê hương cùng với bạn bè bài "**Bên bờ Đại dương**" của nhạc sĩ Hoàng Trọng. Và khi tôi nói về hình ảnh quê cha ở Biên Hòa trong một lần thăm Ba của em năm 1992. Em gặp Ba lần cuối trước khi Ba lìa đời. Em đã ghi lại hình ảnh quê hương trên dòng sông Cửu dưới tựa đề "**Bóng dừa quê xưa**". *Dòng sông Cửu đầy phù sa dung chứa từng mảng lục bình trôi dạt khắp nơi, một hình ảnh tôi ước mơ có một ngày sẽ thu gom lại làm những túi "trà lipton", không phải dùng để uống mà dùng để hấp thụ độc tố arsenic (thạch tín) trong nguồn nước ở quê hương tôi.* Đó là giấc mơ hàng bao năm của tôi nơi mãnh đất tạm dung nầy...và đó cũng là giấc mơ của em một ngày về đóng góp trong việc hàn gắn vết thương thế kỷ mà tộc Việt phải gánh chịu. (Dự tính nầy đã được thực hiện vào năm 2017. Xin mời xem trang web **www.weall.care**

Em và tôi đã hoàn toàn hòa lẫn vào nhau trong ý tưởng trên. Và cũng chính điểm chung nầy là sợi chỉ vô thường buộc chặt em và tôi vào nhau. *Phải vậy không em?*

Lời kết chưa kết thúc
Đến đây, có thể nói là tôi đã *nhận diện em...**từ muôn kiếp trước***, nhận ra bản chất lãng mạn của em từ thời son trẻ do chính em tạo ra. Phải chăng đó chính là cái Nghiệp mà em phải trả cho bản chất này của em.
Chính vì vậy mà những đề tài trong các tác phẩm của em là một định mệnh buồn, cô đơn, ray rứt. Em đã dùng chiếc lá để mô tả cuộc thăng trầm của đời sống và của chính mình. Màu đen em yêu thích thể hiện nỗi niềm "sám hối" trong trang phục em mặc hàng ngày. Em sám hối cho một quá khứ bị quay cuồng trong cơn xoáy của cuộc nội chiến từ ngày em chào đời cho đến ngày em ly hương.....
Em đã rất sáng tạo khi ghi lại qua ống kính, nhưng vẫn cố gắng vượt qua để về với cội nguồn dân tộc. Đó là hình ảnh ***Việt Nam yêu dấu.***
Em đã cố gắng vượt qua cái riêng để hòa mình vào cái chung.
Em đã đi và đi trong lặng lẽ*...*
Niềm lãng mạn, nỗi cô đơn trong em... đã thể hiện trong hầu hết tác phẩm của em.
Nhưng, một khi sợi chỉ vô thường đã trở thành hiện thực, một thực tế hiện tại đã chuyển hóa con người em, biến em thành một entity (N T T), một Nguyên Thủy của một ngày mới, ngày của bình minh rọi sáng những nơi em sẽ bước qua trong những ngày sắp tới.
Em đã bước qua một khúc quanh của đời. Em không còn:
"Tìm nhau từ thuở xa xưa,
Chờ phai màu tóc vẫn chưa được gần!"
Mà là:
" *Chờ phai màu tóc say sưa cuộc ...tình*".

Giờ đây, người nghệ sĩ lãng mạn một thời qua trong em đã thăng hoa để trở thành một nghệ sĩ "mới" tự tin hơn, hòa nhập vào chung nhịp điệu trầm bổng của thiên nhiên.

Em, sau cùng, vững tin vào một tương lai trước mặt. Em đã tìm thấy được nắng ấm giữa mùa đông lạnh lẽo.

Em, trong những chuyến thu hình gần đây, đã ghi nhận nhiều bức hình với nhiều đề tài tích cực hơn, như "**Đôi bướm lượn**", "**Đôi bóng**", "**Song đôi**", "**Bình mình réo gọi**"…. và bỏ lại sau lưng những chiếc lá đơn côi, những cành cây trụi lá, hay những vạc mây, luồng khói hờ hững…, hoặc các cơn sóng vô tình đã từng đưa em vào những bến mê hụt hẫng…!!!

Hy vọng em sẽ cho trình làng trong những ngày sắp tới.

Và từ nay, chữ ký "nghệ thuật" của em sẽ không là Nguyên Thủy TTh2o, mà sẽ là *mntt,* thể hiện sự nối kết huyền diệu của Đất Trời cho chúng ta để cùng góp phần vào công cuộc đấu tranh chung cho quê hương trên quãng đường trước mặt.

Mai Thanh Truyết
Mùa chay 2013
Hiệu đính: 31/07/2019

Ghi chú: ***Bài viết nầy được cảm tác từ album hình ghi lại cuộc Triển lãm nghệ thuật của Nhóm ảnh COFFA năm 2012 tại Houston.***

Vọng ngày xanh

Hai mùa đông trước ta nắm bắt
    Tình sáng trong tâm thật tình cờ
Mình đến tìm nhau trong chớp mắt
    Dư âm ngày cũ như giấc mơ

Rồi một ngày, một ngày làm thơ
Sáng tối trưa chiều luôn ước mơ...
Ngày mai hai đứa cùng chung bóng
    Đi trọn đường tình se tóc tơ

Em đến rót tình ta suối ngọc
Em mang hoa bướm dệt cung đàn
    Ta đã ước hẹn từ muôn kiếp
Tìm nhau dù cho mấy xuân sang...

Em mang một khung trời hoa mộng
Ta cùng nhau ngắm ánh trăng thanh
Tâm tưởng hòa chung một ước vọng
Thanh bình thỏa chí vọng ngày xanh...

    – mntt –

Một Ngày Mới

Mỗi buổi sáng sớm tôi thường hay có ý tưởng lạ. Hôm nay, một ý tưởng lạ đến với tôi khi đưa người bạn tình đi làm việc ở một nhà thương tại Houston. Trong phòng đợi, nhiều bịnh nhân đang chờ tới phiên mình để được khám bịnh. Quan sát từng nét mặt của từng bịnh nhân, tôi có thể hình dung được mức trầm trọng của từng người, tâm trạng lo âu biểu lộ trong từng ánh mắt, và trong vài câu chuyện trao đổi với người thân bên cạnh.

Khung cảnh trên gợi cho tôi hình ảnh một xã hội bất toàn, bất toàn trong ... ơn phước của trời đất ban bố cho mỗi con người.

Tại sao, có người được hưởng quá nhiều ơn phước và có người phải chịu nhiều bất hạnh trong cuộc sống?

Nhằm trả lời câu hỏi trên, có phải mỗi con người khi **sinh ra đã có một số phận đã được an bài sẵn?**

Nếu câu trả lời thêm là đúng. Một câu hỏi khác lại nảy sinh ra trong trí tôi: Con người có thể cải số được hay không, nghĩa là có thể thay đổi được điều bất hạnh thành một cuộc sống bình thường không?

Câu hỏi trước chạy theo câu hỏi sau...như là một thách thức của mỗi người trong cuộc sống.

Suốt gần 38 năm lưu vong, chúng ta đã từng thấy quanh quẩn trong bạn bè những hình ảnh trái ngược: hai người đàn ông cùng một trình độ đại học, cùng một chuyên ngành kỹ thuật và cùng một khả năng sinh ngữ ngang nhau. Thế mà, một đã hội nhập vào cuộc sống mới, một hoàn toàn thất bại với nghề ngỗng không ổn định.

Như thế là thế nào?

Câu trả lời là có thể tại số phận hay tại khả năng thích ứng với môi trường mới.

Hoặc có thể cả hai!

Theo suy nghĩ chủ quan của người viết, những người thất bại và tin rằng rằng số phận của mình đã an bài...là những người chủ bại "bẩm sinh" vì họ không còn khả năng chiến đấu, vượt khó để vươn lên. Họ không thích ứng với xã hội, nhứt là xã hội Mỹ, một xã hội mở, tạo điều kiện cho mỗi người còn có cơ hội để tiến thân với bao trợ giúp ban đầu. Chính vì sự sợ chiến đấu, họ mới tự trấn an lương tâm bằng cách đổ lỗi cho số phận, cho Trời Đất đã an bài...

Còn đối với những người chấp nhận lại từ đầu khi đặt chân vào xứ tạm dung nầy, họ chấp nhận tất cả, từ việc bán pizza, đi bán báo, cắt cỏ, chấp nhận những việc thấp hèn nhứt trong xã hội để từ đó ổn định gia đình và lần lần hội nhập vào dòng chính.

Bao nhiêu người trong cộng đồng chúng ta đi theo con đường thứ hai?

Bao nhiêu người chấp nhận số phận đã an bài?

Tuy không có con số thống kê, nhưng chúng ta thấy cộng đồng người Việt ở hải ngoại vẫn còn sống dưới mức nghèo(!). *Mức nghèo ở đây không so sánh bằng tiền lương thu về của mỗi gia đình so với người bản xứ, mà mức nghèo nơi đây căn cứ vào khả năng hội nhập, ý thức xã hội dân sự, chối bỏ những ràng buộc trong "cái" gọi là truyền thống văn hoá đã lỗi thời rồi, những thói quen tập tục cũ xưa không còn thích ứng với lề lối văn minh hiện tại nữa...*

Tất cả điều kể trên vẫn còn tồn tại trong một số bà con Việt ở hải ngoại chỉ vì cố lưu giữ "những hình ảnh đặc thù của quê hương trong tâm khảm" như những chiếc cầu tre "lắc lẻo", túp lều tranh với lũy tre xanh, hay cô gái Huế chèo ghe trên sông Hương với chiếc áo dài tha thướt, một tô canh chua với thẩu cá kho quẹt, với hình ảnh trẻ con bán báo v.v...

Chính những hình ảnh "quê hương" trên chỉ là một vật cản làm trì trệ sức tiến hoá của dân tộc Việt. Tất cả đã là quá khứ với lịch sử đầy tranh chấp và chiến tranh ý thức hệ chủ nghĩa của dân tộc. Một quá khứ đã đi qua. Một giai đoạn đau thương của đất nước cần phải để lại sau lưng.

Chúng ta, ngày hôm nay cần phải nhìn về phía trước, chuẩn bị cho một Việt Nam tương lai với niềm tin vững chắc là quê hương sẽ không còn hận thù Quốc Cộng nữa.

Tương lai Việt Nam sẽ là những con đường làng được tráng nhựa cùng hình ảnh trẻ con tung tăng với gương mặt rạng rỡ cắp sách đến trường; xa xa một khu trạm xá với lá cờ hồng thập tự, với chữ thập đỏ tung bay trong gió báo hiệu cho người dân biết để được giúp đỡ y tế nếu cần. Xa xa hơn nữa, một toà nhà hành chánh với nhiều nhân viên luôn có nụ cười hiền hoà mỗi khi tiếp xúc dân chúng trong mọi thủ tục hành chánh, hộ tịch, giải thích cặn kẽ cho người dân biết được luật lệ và trách nhiệm của mỗi người dân trong một nước độc lập và dân chủ...

Và nhiều nhiều hơn nữa, Việt Nam tương lai sẽ không còn sự đói nghèo ngự trị, người dân sống trong sự bình an và thanh bình dù đời sống kinh tế gia đình vẫn còn khiêm nhượng.

Thời hạ ngươn đã đi qua, đám mây mù dân tộc đã được giãn toả. Vừng hồng vừa ló dạng nơi chân trời, bình minh đã đến cho Việt Nam thân yêu.

Xin chia sẻ niềm tin buổi sáng cùng bà con xa gần nhân ngày cuối năm Nhâm Thìn.

Mai Thanh Truyết
06/02/2013

Sen Người - Sen Ta

Tôi chọn hoa sen cho những suy nghĩ trong ngày Lễ Xá Tội Vong Nhân vì hoa sen không bị ô nhiễm bởi môi trường xấu, do đó, cho dù có can qua bao nhiêu phong ba bão táp trong hiện tại, nhưng hoa sen Việt Nam sẽ có ngày vượt thoát và nở rộ trên quê hương.

Hôm nay đúng ngày Rằm Tháng Bảy, tôi quyết định ngừng tất cả mọi sinh hoạt trong tháng 7 năm Quý Tỵ để ***tự chiêm nghiệm lại chính mình***. Trước hết, xin cám ơn Trời Đất, Tổ Tiên đã cho tôi còn sáng suốt, năng động, còn trí tuệ để chuyển tải những tin tức cần thiết qua bài viết, paltalk, internet, phỏng vấn trên truyền thanh, truyền hình khắp nơi đến bà con bên nhà…

Xin Cám Ơn tất cả.

Ngay từ giờ phút đầu tiên của Ngày Lễ Xóa Tội, tôi đã nghĩ gì? Xin thưa, ***tôi đã nghĩ đến bông sen.***

Tại sao tôi dùng chữ "**bông**" mà không dùng chữ "**hoa**". Vì một lẽ rất dễ hiểu, tiếng "bông" là tiếng nói má tôi dạy lúc đầu đời, và tôi cũng biết tiếng "hoa" dùng trong văn chương có vẻ "văn hoa" hơn(?).

Bây giờ tôi nói về Hoa Sen.

1- Lịch sử hoa sen

Năm 1952, tại một địa điểm gần thủ đô Tokyo (Nhựt Bổn), TS Ooga, nhà sinh vật học, đã thành công làm nẩy mầm và nở hoa một trong 3 hột sen 2000 năm tuổi đã được khám phá ra một năm trước đó. Và cái tên **Ooga Hasu tức Ooga Lotus** được dùng từ đó đến nay ở Nhựt.

Tại Trung Hoa, hột sen cũng đã được khám phá dưới đáy một hồ khô cạn ở vùng đông bắc nước nầy và có 1300 năm tuổi.

Theo dòng lịch sử, sen đã được nói đến qua huyền thoại thời Ai Cập và dự phần không nhỏ trong Ai cập giáo.

Chúng ta hãy nhìn hoa sen lúc đang rực nở với 15 cánh hoa trắng hay hường lợt (hồng nhạt) và một túi hột ở trung tâm. Đây là biểu tượng của mặt trời, sự sáng tạo (creation) và sự tái sinh (rebirth). Biểu tượng trên rất giản dị vì vào ban đêm các cánh hoa khép lại và chìm xuống dưới mặt nước để rồi ngày hôm sau lại vươn lên và mở ra như mặt trời mọc. Theo huyền thoại sáng tạo Ai Cập, từ thuở tạo thiên lập địa, có một hoa sen thật lớn vươn ra ngoài một vùng nước mênh mông. Và từ đó, mặt trời ló dạng…Đó là ngày đầu tiên của trái đất theo huyền thoại Ai Cập. Câu chuyện quá dài từ **Heliopolis tới Nun rồi tới Atum** (con người đầu tiên sinh ra từ một cánh hoa sen…)

2- Họ nhà sen

Hoa sen có 5 chủng loại trong đó **3 thuộc họ Nymphacea, và 2 thuộc Nelumbonacea**. Nymphacea trắng được xem như là thủy tổ của loài sen đối với truyền thuyết Ai Cập. Tất cả đều nằm trong họ thủy sen (water-lily). Trong truyền thuyết còn có sen Nymphacea xanh (caerulea) ở Ai Cập tìm thấy trong các bức tranh cổ của xứ nầy.

Hiện tại, sen chúng ta thường thấy chính là họ **Nelumbonacea nucifeta** (thường gọi là sen Nhựt Bổn) có lá nổi trên mặt nước và hoa chỉ cao hơn mặt nước vài phân. Từ rễ sen đến hoa có thể dài từ 150 đến 200 phân và lá sen có thể tỏa rộng đến 3 thước đường kính. Sen Việt Nam thuộc họ Nymphacea, lá mọc cao hơn mặt nước và hoa cũng cao trên 20 phân.

Một điểm kỳ thú của hoa sen là khả năng điều tiết nhiệt độ. TS S. Seymour thuộc Đại học Adelaide, Úc chứng minh rằng hoa sen luôn giữ nhiệt độ từ 30-35^{0}C mặc dù nhiệt độ ngoài trời xuống dưới 10^{0}C vì sen có đặc tính tạo nhiệt (heat-producing) có trong một vài loại cây đặc biệt mà thôi.

3- Khía cạnh văn hóa của sen

Từ ngàn xưa, văn hóa Á đông xem hoa sen là một tượng trưng của sự **trong sạch** (purity), **tinh khiết** (virtues) và **buông xả** (non-attachment).

Phật Bà Ấn Độ Lakshmi đứng trên hoa sen và Phật "**Ông**" **Vishnu** tọa trên đài sen hồng một tay cầm búp sen và một tay cầm cánh hoa. Cánh hoa tượng trưng cho sự **lan tỏa của tâm hồn** (expansion of the soul), còn búp sen tượng trưng cho **một tuyên hứa trí tuệ** (spiritual promise).

Kinh Bhagavad Gita 5.10 của Ấn Độ có nói rằng:" *Người nào trong khi thi hành nhiệm vụ mà không vương vấn (non-attachment), thì kết quả dù tốt hay xấu cũng được Đấng tối cao ghi nhận, không xem là một tội lỗi giống như hoa sen đã được miễn nhiễm trong nước dơ vậy*".

Đối với Phật giáo, *hoa sen tượng trưng cho sự trong sạch (purity) của cơ thể, lời nói và tâm hồn trong khi "bơi lội" trong bùn đen của sự vướng bận (attachment) và ham muốn (desire).* Theo truyền thuyết, sau mỗi bước chân của Phật Buddha là một đóa sen rở rộ!

Chữ sen (lotus) trong ngôn ngữ **Sanskrit là** padma, **tượng trưng cho sự đẹp đẻ (beauty), hài hòa (elegance), tuyệt kỷ (perfection), tinh khiết (purity), và quý phái (grace).**

4- Công dụng của sen

Trong tất cả bộ phận của sen đều được con người sử dụng từ rễ (rhizomes-củ) đến thân, lá và hoa sen cùng hột sen.

Lá sen được dung để gói các loại bánh cúng đặc biệt theo truyền thống của một số các dân tộc Á châu như Trung Hoa, Nhựt Bổn, Đại Hàn và Việt Nam. Người Đại Hàn dùng cánh hoa sấy khô (Yeonkkotcha) và lá sen khô (Yeonipcha) thay thế trà để đãi khách. Trong lúc đó, người Việt mình dùng cánh hoa tươi hoặc để trang trí, hoặc để làm salad. Củ sen khô cắt mỏng dùng để nấu chè và được xem là một loại dược thảo trong các bài thuốc. Cánh hoa, lá sen non, cộng sen, củ sen có thể được ăn sống như rau ghém nhưng cần phải thận trọng và rửa cho thật kỹ vì **ký sinh trùng Fasciolopsis buski** thường hay ẩn náo trong đó.

Khi phân tích, củ sen cấu tạo và cho ra nhiều sợi (fiber), sinh tố C, nguyên tố potassium, thiamin, riboflavin, B_6, phosphor, đồng (copper), và mangan, cũng như rất ít chất béo (fat).

Nhụy sen đặc biệt được phơi khô và là một loại trà dược thảo ở Việt Nam và Trung hoa (lianhua cha).

5- Đôi lời chia sẻ

Đồng Tháp Mười!
Đồng Tháp Mười!
Bảy trăm ngàn mẫu đất
Sót chia bốn tỉnh miền Nam
Khắng khít biên thùy chùa Tháp
Nằm bên cánh trái Cửu Long Giang

Hình ảnh mô tả của một bài thơ thời thơ ấu vào những năm 40 của thế kỷ trước nói lên tính bao la của Đất Mẹ, của Đồng Tháp Mười, nơi dung chứa hàng ngàn, hàng vạn hoa sen một thời. Không biết bây giờ, sau cuộc biển dâu, sau nhiều nỗi can qua của đất nước, *Đồng Tháp Mười* có còn những đầm sen bạt ngàn như ngày xưa, hay chỉ là những ao nuôi cá basa, nuôi tôm sú với biết bao hóa chất độc hại như chloramphenicol, nitrofurans, malachite green v.v… đã làm cho hoa hoa sen của tôi biến mất?

Nhưng tôi vẫn có một niềm tin bất diệt cho hoa sen là, hoa không bị tiêu diệt mà *hoa chỉ ẩn tàng đâu đó để rồi một ngày đẹp nắng trong tương lai, sẽ nở rộ tràn Đồng Tháp Mười, tỏa ngát hương thơm khắp miền Nam yêu thương của tôi.*

Tôi chọn hoa sen cho những suy nghĩ trong ngày Lễ Xá Tội Vong Nhân vì hoa sen không bị ô nhiễm bởi môi trường xấu, do đó, *cho dù có can qua bao nhiêu oan nghiệt của chế độ hiện tại, hoa sen Việt Nam sẽ có ngày vượt thoát và nở rộ trên quê hương.*

HOA SEN, một đóa hoa mọc hoang dại trên một vùng đất sình lầy, đầy rẫy những cây cỏ, súc vật thúi rữa, mục nát sau mỗi lần lụt lội của quê hương tôi, Đồng Bằng Sông Cửu Long. Nhưng hoa sen vẫn tươi sắc trắng, vẫn tỏa hương thơm, vẫn vương mình ngất ngưởng dưới bầu trời nắng chói chan rực rỡ.

Hoa Sen hôm nay được xưng tụng trong tôi, được có một chỗ đứng trọn vẹn nơi tôi và cũng là **một biểu tượng tôi muốn hướng đến trong bước đường dong ruổi đó đây.**

6- Suy nghĩ lạc loài

Hình trên là hình Cullinan Park, nằm trên đường Highway 6 ở Sugarland, một thành phố bên cạnh Houston. Công viên nầy là tài sản của Ông Bà **Joseph và Lucie Cullinan hiến tặng cho thành phố trên từ năm 1990**. Đây là một vùng đất rộng chứa một hồ sen trắng mênh mông, có những lối đi bằng gỗ chạy dài ra tận một phần hồ và có tầng cao thấp để khách thưởng ngoạn ngắm nhìn.

Thưa các bạn,

Chắc chắn người Mỹ biết hoa sen sau người Việt mình và cũng chắc chắn người Mỹ cũng không hình dung được hoa sen gần bùn mà chẳng hôi tanh mùi bùn. Lòng trong trắng, tinh khiết, thanh bạch v.v..., biểu tượng của hoa sen trong văn chương VIệt Nam chắc ít người Hoa Kỳ hiểu và biết được.

Hình bông sen với:

Gần bùn mà chẳng hôi tanh mùi bùn...

Các câu thơ trên làm người viết nghĩ đến thân phận của những người lưu vong biệt xứ. Người Mỹ chắc không hiểu ý nghĩa của hoa sen như người Việt Nam, nhưng người Mỹ biết hiến tặng hồ sen cho mọi người dân thưởng ngoạn trong những giây phút nhàn du.

Đó là ý nghĩa người viết muốn chuyển tải trong bài viết nầy.

Đi đến nơi nầy nhiều lần từ tháng 5 năm 2013, nhưng chưa bao giờ tôi có nhiều xúc động khiến tôi phải viết lên như trưa nay. Đến đây từ sáng sớm, mặt trời chưa mọc, chụp nhiều hình ảnh sen trắng pha lẫn vài cánh bèo trên mặt nước làm chạnh lòng người viết, nhớ quê hương chi lạ!

Mùa nầy, sen bắt đầu nở từ đầu tháng 5, và bức ảnh chúng ta thấy dưới đây là hình bông sen chụp vào ngày 25/7 vừa qua. Đây là mùa sen đợt hai vì đợt đầu đã cho ra nhiều búp sen.

Một quê hương xa xôi, nghèo mà thanh bạch, không bợn nhơ trong một xã hội xô bồ nầy, nơi mà tình người hầu như xa vắng.

Tôi ước ao trên bước đường chu du khắp nơi trên đất Mỹ, sẽ có ngày đi viếng một công viên có tên Việt Nam như công viên **Nguyễn Văn Việt Nam** thay vì tên công viên Cullinan…để cho người bản xứ không nghĩ, chúng ta, những người Việt lưu vong chỉ là những …**khách trọ vô tình!**

Chúng ta thường nói người Mỹ ích kỷ, sống theo cá nhân chủ nghĩa, nhưng thật ra, theo thống kê, trung bình mỗi người Mỹ hàng năm dành 5% mức thu nhập của mình cho từ thiện. Biết bao người Hoa Kỳ tình nguyện đi xây cất, sửa chữa nhà cửa cho người nghèo, hay phân phối thực phẩm của chính mình mỗi khi có thiên tai. *Biết bao thanh niên Hoa Kỳ, ngay sau khi tốt nghiệp địa học, tình nguyện đi làm thiện nguyện qua chương trình Peace Corps mà tôi đã từng gặp trên bước đường vượt biên, chấp nhận số lương khiêm nhường trong vài năm trước khi thực sự bước vào đời. Và khi về già, tài sản của họ, thay vì dành dụm cho con cháu, họ hiến dâng lại cho xã hội, một xã hội đã nuôi dưỡng họ trong suốt cuộc đời.*

Đẹp biết bao những hình ảnh như ông bà Cullinan.

Còn chúng ta thì sao?

Xin để mỗi người trong chúng ta tự đi tìm câu trả lời thành thật nhứt đối với lương tâm của mình.

Riêng tôi, tôi thành tâm ước vọng mình được làm bông sen dù trong giây phút để giữ sạch tất cả những vướng bận của cuộc sống hàng ngày.

Làm bông sen để buông xả tất cả tục lụy trần gian.

Và cũng làm bông sen để có được một tâm hồn thanh thoát hướng về cái Thiện, cái Đạo đúng nghĩa.

Cám ơn Ngày Lễ Xá Tội Vong Nhân để tôi có một vài giây phút nhìn lại chính mình.

Mai Thanh Truyết
Memorial Day 2017

Cullinen Park – Sugarland, Texas

Tiếp Tục Câu Chuyện Hoa Sen

Sau khi gửi bài viết "Sen Người-Sen Ta" cho một người bạn vong niên đọc (GS Nguyễn Văn Trường), anh gửi lại cho người viết một bài viết khác có tựa đề "**Bạch Mã Phi Mã**" với lời mào đầu như sau:"Ở tuổi tam thập, tôi tiếp cận với câu '**Con ngựa trắng không phải là con ngựa**.' Hán Việt nói gọn hơn: 'Bạch mã phi mã.' Đó là câu nói của **Công Tôn Long**, khi ông qua một cửa ải, bị quân lính chặn bảo ông phải xuống ngựa. Ông bảo: 'Bạch mã phi mã.' Con ngựa của Ông là con ngựa trắng. Vì ngựa trắng thì không là ngựa, nên ông không xuống ngựa".

Thế nhưng gần đây, nhớ lại thời trung niên, gần hai thập niên sống với những người quân tử thời hiện đại. 'ăn chỉ gần no, mặc chỉ gần đủ ấm', tôi mới ngộ ra cái nghĩa của 'con ngựa trắng không phải là ngựa".

Thì ra cái thời trung niên ấy của anh là thời xã hội chủ nghĩa - xã-nghĩa - sau 30 tháng tư, 1975, ở SàiGòn. Anh xem **xã-nghĩa là một tổ chức tôn giáo**, như Thiên Chúa Giáo thời Torquémada, thế kỷ thứ 15, ở Tây Ban Nha. Anh gọi đó là *Hội-Thánh-Đỏ*, và các tông đồ là thánh. Anh bảo: Họ "**là thánh vì họ luôn nói đúng, cái gì của họ cũng đúng. Những gì khác lời phán của họ là sai, ai nói khác là lạc đạo**". Người lạc đạo, tuy không bị thiêu sống, nhưng tù mọt gong, có thể chết trong tù, và con cháu tam đại bị đài ải, tận cùng kham khổ.

Tôi – Phổ Lập Mai Thanh Truyết

Anh bảo: '*Sống với họ, phải bán linh hồn cho họ*'. Cho nên, người trong xã hội các thánh chỉ có xác người mà hồn thì đã dâng cho các thánh. *Vậy người-thánh không là người: chỉ có xác mà không hồn, hoặc là xác người mà hồn thánh vì nghĩ theo thánh, hành sự theo thánh.* Thánh không là người, vì chỉ biết có Hội Thánh. Con người thì có đúng có sai. Thánh chỉ biết đúng. Cho nên, thánh không hiểu tình người, không có tình người. Người-thánh cũng vì vậy mà không là người. Tương tự như vậy, anh suy ra 'ngựa-trắng không là ngựa".

Thì ra, những cái phi-lý vô cùng - như 'bạch mã phi mã', người - thánh không là người - thế mà thật có trong đời. *Có những cái vô đạo vô cùng mà là đạo*: **Hội Thánh Đỏ, Đức Quốc Xã, Phát Xít Mussoloni và Franco, các Vương Triều Con Trời Toàn Trị (hôn quân hay minh quân), các vị giáo chủ, tiên tri, thế thiên hành đạo**, mà lịch sử nhân loại ghi là: "nạn nhân thây chất thành núi, nước mắt chảy thành sông". Gút lại, hình như anh chỉ muốn nói có điều nầy: *Độc tài toàn trị - vương triều, độc - đảng - độc - quyền tai hại hơn bất cứ một bệnh dịch nào trong lịch sử loài người.*

Chuyện của anh không liên quan gì đến câu chuyện hoa sen của tôi. Thế nhưng bỗng nhiên tôi nhớ lại một lời của **Hòa thượng Thupten Ngodrup**:

"Hoa sen là đóa hoa đẹp nhứt, các cánh hoa mở ra từng cánh. Tuy nhiên, hoa chỉ lớn lên trong bùn. Để được tăng trưởng và thành tựu trí huệ, trước hết bạn phải có bùn - những chướng ngại của đời sống và hệ lụy thương đau... **Bùn nói lên nền tảng chung trong đó mọi người cùng san sẻ, cho dù dưới bất cứ hoàn cảnh nào trong đời sống** ... Cho dù chúng ta có tất cả hay không có gì hết, tất cả chúng ta cùng đối mặt với cùng những cản ngại như: sự buồn tẽ, sự mất mát, bịnh tật, sự chết dần và sau cùng sự chết. *Nếu chúng ta phấn đấu để có thêm được trí huệ, thêm được lòng nhân, thêm lòng từ bi, chúng* ta phải có chủ tâm lớn lên như hoa sen và phải mở từng cánh hoa một."

Thêm một bài hát về Sen và Bùn mà tôi có ý muốn để nguyên bản, không phỏng dịch:

"I am a lotus, you are a lotus, Jesus a lotus, the Guru a lotus, the dearest golden poodle a lotus, all floating on one still pond of **solitude, equally radiant, inseparable, entangled, with pale green stems undulating from the same luscious mud.**
I never hear the breeze whisper, "This one is the Master, that one is the Savior." **I just hear a breath rippling over the waters, singing over the pond,** "How beautiful you are! And you! This one has blossomed, that one is next! How beautiful!"

"Tôi mở tâm để nhận tất cả những gì đến với tôi hôm nay".
Đây có phải là một trong những triết lý của Phật giáo?

Luật vô thường không bỏ quên ai.

Tôi không biết, nhưng tôi cảm nhận như vậy. Trong Phật giáo, *hoa sen nở ra tượng trưng cho một trái tim rộng mở.* Hoa sen nở trên mặt nước, nối dài bằng cuống sen dài và **rễ sen chìm trong lòng bùn dưới đáy sâu tượng trưng cho "cái đẹp" và "ánh sáng" chìm trong tăm tối**. Những ngón tay mở rộng cho ta hình dung được hoa sen với từng cánh sen mở lớn ra, cho ta *hình dung một sự nối tiếp về nguồn cội, và cũng cho ta nhớ lại suối nguồn tươi mát của sự sẵn sàng chào đón cuộc sống bằng một trái tim rộng mở.*

Sen 'chỉ lớn lên trong bùn'.
'Bùn-những chướng ngại của đời sống và hệ lụy thương đau' là cần thiết cho 'sự tăng trưởng và thành tựu trí tuệ'.
Cần thiết nhưng không hẳn đã đủ. Đủ hay không là tùy mỗi cá thể, có hiểu được hay không rằng 'chướng ngại và đau thương - buồn tẻ, mất mát, bệnh tật, lão hóa và sự chết' là đương nhiên, trong cuộc sống. Chạy trời không khỏi nắng, muốn trốn cũng không được. Sanh, lão, bệnh, tử, ái, biệt ly...ai ai rồi cũng phải đối mặt.

Vậy, **sống là ý thức vô thường, chấp nhận thách đố, giáp mặt với chướng ngại và thương đau**. Nói chướng ngại và thương đau là chỉ thấy mặt trái của chiếc huy chương.

Chướng ngại và thuận cảnh, thương đau và hạnh phúc, nghĩ cho cùng là hai mặt của một đồng xu. Nhất thiết không trốn chạy, nếu là vấn đề của mình, liên quan mật thiết với trách nhiệm bản thân, với cuộc sống của tự thân. Có trốn chạy thì vấn đề vẫn nguyên vẹn hoặc trở nên phức tạp hơn, khó khăn hơn, bi đát hơn mà thôi.
Nói cách khác là: **trọn vẹn với cuộc sống...**
Nhờ vậy mà hiểu được sự đời, **'có thêm được trí huệ, thêm được lòng nhân, thêm lòng từ bi'**. Thế nên, **'phải có chủ tâm lớn lên như hoa sen và phải mở từng cánh hoa một.'**
Nói thì dễ. Nhưng nghĩ lại:
Có những chướng ngại khách quan, nhưng khắc nghiệt, đẩy con người vào ngõ cụt. buộc con người cùng đường, tuyệt vọng.
Đó là phải sống dưới một chế độ độc tài toàn trị trong thời đại của sự bùng nổ thông tin, của giao lưu văn hóa, của sự giải phóng con người, của sự thèm khát và ý thức tự do.

Những giá trị như: -vật chất, -trí tuệ, và -cả tâm linh không ngừng chuyển vận và theo đó sự đổi thay này ngày càng nhanh.

Hiểu như vậy, ý thức rõ như vậy, nhưng lại bi chế độ làm mọi cách để nhốt con người vào một xã hội kín. Kiểm soát 'báo đài' , kiểm tra 'đăng ký internet với tên thật '...

Tôi đã sống những năm tháng dài…thiên thu, với các thánh xã-nghĩa. Và thuở ấy, lời của Hòa thượng Thupten Ngodrup chưa đến với tôi, có thể vì chiếc lồng sắt ma quái của Hội Thánh Đỏ Việt Nam, cũng có thể vì chưa đủ duyên lành.

Nghĩ lại, thuở ấy, nếu đọc lời của Hòa Thượng, có lẽ tôi cũng xem như pha, như không có, vô duyên, lạt như nước trà thiu.

Hoặc giả như tôi có được bài thơ sau đây mà một người bạn vừa email cho tôi:

> ***Không có thứ ta muốn,***
> ***Không muốn thứ ta có,***
> ***Không có thứ ta thích,***
> ***Cũng không thích thứ ta có.***
> *Thế nhưng ta vẫn sống và yêu.*

Đó là cuộc sống...

Thì tôi nghĩ đó là một lời châm chọc, làm cho rối thêm, đau thêm, đẩy con người tôi thêm vào tuyệt địa:

Đông đảo bạn bè tôi, hầu hết những người lo cho sự an sinh của gia đình tôi đều đi cải tạo, nói rằng mười ngày, nói rằng một tháng nhưng thật sự là tù không bản án, không qui định ngày về. Đa số họ là những thanh niên, trẻ, trẻ lắm. Phải trẻ mới chịu nổi phong sương, những thử thách của chiến trường. Tôi nghĩ đến những cặp vợ chồng trẻ, vì xa nhau, không biết ngày về, mà gẩy gánh. Tôi nghĩ đến những bà vợ, hai ba con, buôn dọc theo đường từ Hậu Giang đến tận miền núi Bắc Việt để thăm nuôi chồng. Rồi đến 1978 Nhà Nước bắt đầu tổ chức cho vượt biên. Trong bạn bè tôi, 10 người đi, chết hay mất tích ở biển 5 người.

Chưa hết, ở miền Bắc, nhà nhà là gia đình tử sĩ. Lần đầu tiên sau 1975, sau trận bão đầu tiên ở miền Bắc, miền Nam tổ chức cứu trợ, các chức sắc miền Nam, ngỡ rằng có trợ cấp cho mọi nạn nhân; nhưng rồi, nghe đâu chỉ giới hạn cứu trợ gia đình tử sĩ.

Ở miền Nam, thì cái tuổi 18-45, hầu hết, đều vào trại cải tạo, vì đó là cái tuổi nhập ngũ, hoặc là biệt phái về làm công chức hành chánh các cấp, vì nhu cầu công vụ, thí dụ các giáo sư trung học.

Cái sinh lực dồi dào nhất, trong tuổi năng động nhất của hai miền nằm tê liệt trong trại cải tạo.
Thêm đó là chế độ bao cấp: người dân làm, tạo lúa gạo của cải, rồi nạp cho cán bộ 'ngồi mát, ăn bát vàng', rồi nhà nước ban phát lại cho mọi người. Ở SàiGòn, 13.5 kg gạo pha sạn, thóc, tấm, cho mỗi người... Hậu quả, 1979 bắt đầu ăn độn: bo-bo, khoai lang, khoai mì.
Chỉ sáu tháng sau khi được 'giải phóng', ở chợ Phú Nhuận, một anh chạy xích lô oan oán chỉ cái cột đèn điện và nói: *'cái cột đèn nầy, nếu nó có cẳng, có chân nó cũng đi từ lâu.'* Tôi thầm lo ngại cho anh xích lô của tôi.
Lúc bấy giờ, tôi chỉ nghĩ làm sao để thoát khỏi gông cùm đó, không phải trở thành 'người - thánh'.
Hôm nay, trên đất **Mỹ**, tôi mừng được đọc lời của Hòa Thượng và bài thơ bạn tôi gởi qua email. Tôi mừng Hòa Thượng đã thấy hiểu rằng **chướng ngại là cơ duyên cho sự tôi luyện tâm và tánh, cho sự tiến bộ bản thân, và theo đó là sự tiến bộ của loài người.** Mừng rằng lời của Hòa Thượng được phổ biến rộng rãi, nhờ đó mà tôi được thọ lãnh. Tôi cũng mừng bạn tôi bắt gặp một cái nhìn tích cực về cuộc sống, và đã chia sớt với tôi. Có lắm cái mà ta không bằng lòng, thế nhưng *'vẫn sống và yêu đời'*
Sen phát triển từ bùn, bùn của môi trường tự nhiên, đủ sinh khí cho sen, cho triệu triệu hoa đua nở, muôn màu muôn vẻ, chứ không phải là bùn-xã-nghĩa mà buộc hoa chỉ có thể nở một màu mà thôi: màu máu.
Ở xứ tôi, máu và nước mắt dân lành vô tội đã đổ suốt ba thập niên cho chủ nghĩa 'anh hùng cách mạng'?
Chưa đủ.
Phải tiếp tục đổ để nhắc nhở cho dân lành, cho cán bộ, đảng viên các cấp, cho những ai nghĩ khác, làm khác đường lối xã-nghĩa (dù là xã nghĩa lai căn) cho dân lành - rằng lạc đạo có thể là tử hình hoặc với lòng 'khoan dung xã-nghĩa' thì cũng tù mọt gông và tam đại, ba đời, cùng khổ.
   Sen mà sống trong bùn - xã-nghĩa, sen chết non.
Con người mà được nuôi dưỡng bằng môi-trường-máu, môi trường văn hóa đỏ, con người có thể không chết, nhưng thực sự 'đói cho đến chết'. Không chỉ thiếu cái ăn cái mặc, mà còn đói thông tin, nghèo trí tuệ, tinh thần lụn bại. Nếu may mắn không

thiếu thốn vật chất, thì gầy mòn còi cọc ở tình người, kiệt quệ ở trí tuệ. (vì được dạy chỉ có vật chất, phấn đấu cho danh và lợi, phấn đấu để trở thành 'đại gia', vì trí óc phải nhai đi nhai lại những chân lý mà lãnh đạo nhổ ra cho và bị buộc phải nhai lại)

Môi trường văn-hóa-đỏ, nói theo thời, là văn-hóa-thánh, thánh trong cái nghĩa là giam hãm con người trong một lồng kín, cho ăn bằng bùn-xã-nghĩa, chỉ có thể làm nghèo trí tuệ và tâm linh. Thế nên mới sinh ra những luật lệ quái đảng như sau:

1- **Đóng thuế đẻ** (tức là ai vào "xưởng đẻ" phải đóng thuế, một sắc thuế chưa có nước nào thực hiện, chỉ có ở Việt Nam xã-nghĩa là có sắc thuế đẻ);
2- **Dạy tiếng Tàu tại trường tiểu học**. Đây là cách "mười năm trồng cây, trăm năm trồng người" được đảng cộng sản thi hành, dạy tiếng Tàu từ bậc tiểu học để sau nầy lớn lên gắn bó với Trung Cộng, chuẩn bị đưa cả nước sát nhập vào đất Tàu;
3- **Người chết phải chôn sau 48 tiếng**. Chết là phải chôn trong vòng 48 giờ. Thế nhưng, HCM chết từ ngày 2-9-1969, xác vẫn còn nằm trong lăng ở Hà Nội, cán bộ lãnh đạo phải làm gương, nhưng đảng chỉ bắt dân làm, nhưng họ thì không bao giờ làm theo những gì mà họ qui định; 'đừng tin những gì cộng sản nói, hãy nhìn kỹ những gì cộng sản làm';
4- **Xe phải do chính chủ nhân lái**, người khác như con cái, gia đình, bạn bè có bằng lái hợp pháp cũng bị phạt. Đây là thứ luật giao thông rừng, chưa thấy ở các nước khác như Hoa Kỳ, Âu Châu...ai có bằng lái là có quyền lái bất cứ xe nào do ai làm chủ, không thành vấn đề;
5- **Phải đăng ký tên thật khi lên internet**. Để hù dọa những người may mắn có internet, nhắc nhở rằng đảng luôn theo dõi, theo sát các email qua lại;
6- **Đám ma không quá 7 vòng hoa**. Nhưng đám của 'đại gia' hay của các 'thượng thủ', đại lão' đỏ thì bao nhiêu cũng được
7- **Con bất hiếu cha mẹ bị phạt 20 triệu đồng Việt Nam**. Tội bất hiếu bị phạt 20 triệu, nhưng không ghi rõ thế nào là bất hiếu;
8- **Cấm mua bán nhà đất, ô tô bằng tiền mặt**. Mua bán nhà, xe là quyền tự do, ai có tiền thì mua, nhưng giới có tiền và

vàng thì mua dễ dàng, trả ngay…biện pháp nầy nói là nhằm ngăn ngừa tham nhũng, nhưng càng nhiều biện pháp, càng thêm tham nhũng. Thế nên luật nầy chỉ dành cho người dân ngây thơ, còn cán bộ có trả tiền mặt, xài tiền giả cũng không ai dám đụng đến ;

9- **Phạt tới 20 triệu nếu tiết lộ giới tính thai nhi**. Điệu nầy các bác sĩ, phòng thí nghiệm bị mất mất hết khách hàng, luật nầy quá kỳ cục, chả lẽ phụ nữ mang thai, chồng, thân nhân không có quyền biết giới tính bào thai ;

10- **Đề nghị "còn trinh tiết mới được thi hoa hậu"**. Ở Việt Nam, chỉ cần tốn 10 đô la, là gái chơi bời được bác sĩ vá màng trinh, các hoa hậu đừng lo, khoa học tiên tiến giúp cho. Nhưng ban giám khảo có biết ai mất trinh, ai còn trinh mà cấm ;

11- **Công an được phép bắn người cản trở thi hành công vụ**. Luật nầy dành cho công an 'môn bài' bắn người, tức là có license to kill;

12- **Phụ nữ 33 tuổi trở lên không được phép mang thai**. Điều nầy gái phải có chồng sớm để đẻ sớm, đẻ trước năm 33 tuổi;

13- **Có con ngoài giá thú phải xin phép lãnh đạo**. Chắc chắn là Lê Khả Phiêu, Trương Tấn Sang và nhiều cán bộ khác…phải xin phép lãnh đạo để nhìn nhận con rơi, luật mới nầy nếu hồi tố, thì hồ chí minh phải công bố bao nhiêu con rơi, nhưng tiếc là hắn chỉ còn là xác ướp. (Trích một số "kiểu" văn hóa Việt Nam của Bùi Lý Hồng trên internet).

14- Còn nhớ, ngay sau khi chiếm miền Bắc xong, các hợp tác xã được dựng ra và được "lệnh trên" bắt phải xúc tiến chiến dịch thu gom Phân Bắc (cứt người) được bà con thời đó gọi là "nợ cứt" (Owing human waste), mỗi gia đình một tháng phải đóng đủ mười cân, nếu không đóng đủ thì bị cắt gạo. Thật là một chiến dịch có một không hai trong xã hội loài người.

Kết luận:

Sen trong bùn - xã-nghĩa, sen chết.
Người trong văn - hóa - xã - nghĩa mà không chết thì còi.

Và, các Thánh đỏ, cho dù đã có *"khi mê bùn vẫn là bùn, ngộ ra mới biết trong bùn có sen"*, nhưng một khi đã có **văn hóa thánh đỏ** sẽ ngàn đời không bao giờ ngộ được, vì làm sao thấy sen trong bùn được trong khi Tâm, Khẩu, Ý chỉ mơ thấy, nói đến, và nghĩ đến quyền lực, tài sản, gái đẹp v.v…

Họ chỉ thấy "**khi mê sen vẫn là sen, ngộ ra chỉ thấy sen** Như vậy thì…chin mươi mấy triệu người con Việt đều…CÒI! **là con sen**".

Xin mượn bốn câu thơ kết thúc cho bài Bình về quyển Liêu Trai Chí Dị của Bồ Tùng Linh để làm kết luận cho bài viết "Tiếp tục câu chuyện hoa sen":

Cô vọng ngôn chi cô thính chi.
Đậu bằng qua giá vũ như ti.
Liệu ưng yểm tác nhân gian ngữ,
Ái thính thu phần quỷ xướng thi!

Hai đứa trẻ trong hình là hai đóa hoa sen "đời",
lớn lên trong bùn XHCN...
Chúng có thể khuyết tật trí tuệ và tâm linh?

Bản Diễn Nôm của Cụ **Đào Trinh Nhất**:

"Nói láo" mà chơi, nghe láo chơi
Dàn dưa lún phún hạt mưa rơi
Chuyện đời đã chán không buồn nhắc
Thơ thần nghe ma kể mấy lời.'

Mai Thanh Truyết
Viết trong Vô Thường 2017

Em, Người Nghệ Sữ II

Buổi triển lãm ngày 22 tháng Hai sắp đến có nhiều thể loại, nhất là loại ảnh đen trắng, đường phố, được nhiều người yêu thích. Tuy nhiên những ảnh trừu tượng, tĩnh vật cũng sẽ tạo được sự chú ý của giới yêu nghệ thuật. Tuần này, COFFA xin giới thiệu sáng tác của Nguyên Thủy, một loại ảnh trừu tượng, đầy màu sắc, phản ảnh từ tâm hồn tác giả. Nguyên Thủy nhìn và **dùng màu sắc khéo léo để diễn tả tâm tình, gửi gắm khúc mắc của con tim trong mỗi bức ảnh**. Ảnh của cô cũng mang ý thơ, hòa lẫn với hội họa để tạo màu sắc lúc gợi ý vui tươi, mạnh bạo, lúc sậm buồn tức tưởi và ảnh có sức níu kéo để người xem phải ngỡ ngàng ngừng chân đôi phút. Trần Trọng Cường – COFFA

Qua Thiệp mời và vài lời giới thiệu của anh Trần Trọng Cường, một thành viên trong Nhóm COFFA về các tác phẩm của Nguyên Thủy, anh đã mô tả các bức hình mang ra triển lãm lần nầy của tác giả nói lên "tâm tình của người chụp gửi gắm khúc mắc của con tim trong mỗi bức ảnh…". Riêng tôi, cảm nghĩ trên hoàn toàn đúng, nhưng đó là những suy nghĩ từ một người thưởng ngoạn. Nếu nhìn lại tác phẩm mà tác giả đã triển lãm cũng trên COFFA tháng 12/2012, chúng ta sẽ thấy nhiều chuyển biến trong đời sống của tác giả từ đó đến nay.

Tôi đã gặp em ngay sau lần triển lãm trên, và đã có bài viết về *"Em, Người Nghệ sĩ !"* sau khi nghiền ngẫm các bức hình em treo trên tường nhà em và có những nhận định trong phần **Lời kết chưa kết thúc**

Đến đây, có thể nói là tôi đã *nhận diện em…**từ muôn kiếp trước***, nhận ra bản chất lãng mạn của em từ thời son trẻ do chính em tạo ra. Phải chăng đó chính là cái Nghiệp mà em phải trả cho bản chất này của em.

Chính vì vậy mà những đề tài trong các tác phẩm của em là một định mệnh buồn, cô đơn, ray rứt. Em đã dùng chiếc lá để mô tả cuộc thăng trầm của đời sống và của chính mình. Màu đen em yêu thích thể hiện nỗi niềm "sám hối" trong trang phục em mặc hàng ngày. Em sám hối cho một quá khứ bị quay cuồng trong cơn xoáy của cuộc nội chiến từ ngày em chào đời cho đến ngày em ly hương…..

Em đã rất sáng tạo khi ghi lại qua ống kính, nhưng vẫn cố gắng vượt qua để về với cội nguồn dân tộc. Đó là hình ảnh ***Việt Nam yêu dấu.***

Em đã cố gắng vượt qua cái riêng để hòa mình vào cái chung. ***Em đã đi và đi trong lặng lẽ****…*

Niềm lãng mạn, nỗi cô đơn trong em… đã thể hiện trong hầu hết tác phẩm của em.

Nhưng, một khi sợi chỉ vô thường đã trở thành hiện thực, một thực tế hiện tại đã chuyển hóa con người em, biến em thành một entity (N T T), một Nguyên Thủy của một ngày mới, ngày của bình minh rọi sáng những nơi em sẽ bước qua trong những ngày sắp tới.

Em đã bước qua một khúc quanh của đời. Em không còn:

"Tìm nhau từ thuở xa xưa,
Chờ phai màu tóc vẫn chưa được gần!"

Mà là:

" *Chờ phai màu tóc say sưa cuộc ...tình*".
Giờ đây, người nghệ sĩ lãng mạn một thời qua trong em đã thăng hoa để trở thành một nghệ sĩ "mới" tự tin hơn, hòa nhập vào chung nhịp điệu trầm bổng của thiên nhiên.
Em, sau cùng, vững tin vào một tương lai trước mặt. Em đã tìm thấy được nắng ấm giữa mùa đông lạnh lẽo.

Có thể nói, tác phẩm của Em trong cuộc triển lãm lần nầy hoàn toàn đổi khác. Cũng dùng những hình ảnh thiên nhiên nắm bắt được trong tình cờ chứ không phải những cuộc săn tìm ảnh có chủ đích như phần đông những người chụp ảnh tài tử hay chuyên nghiệp.

Những bức hình của Em đến không ngoài sự tình cờ trong một chuyến đi chơi xa, hay một buổi đi dạo nơi công viên, hoặc các buổi họp mặt, hay cuộc biểu tình ngoài cộng đồng, thậm chí ngay cả trong lúc lái xe...Do đó, hình em chụp rất tự nhiên và được thu vào máy ảnh chỉ trong một sát na nào đó mà thôi.
Em không chuẩn bị, một cánh cửa sổ nhà bên đường khi xe chạy vụt qua, một vạc cỏ úa bên công viên, hay một con ngựa thong dong gặm cỏ...sự gặp gỡ giữa **người chụp ảnh và cảnh vật được chụp dường như chỉ "gần" nhau trong một tích tắc đồng hồ nếu không nói là một sát na thôi**.
Nhìn hình, không thể nào nói Em thuộc một trường phái nào cả!
Trừu tượng ư?
Siêu thực ư?
Mà đã là nghệ thuật, nhứt là nghệ thuật chụp ảnh thì **tại sao lại phải đóng khung vào một trường phái?**
Nếu đóng khung như vậy, người nghệ sĩ đâu còn là người nghệ sĩ chân chính nữa. Có chăng họ sẽ là những "nghệ nhân" của xã hội chủ nghĩa Việt Nam hiện tại!

May mắn thay, giống như cá tính của Em, Em đã vượt qua những khuôn phép cứng ngắt trong trường lớp, Em bước ra ngoài những chuẩn mực "sách vở" của một người học chụp ảnh. Em tự do như tinh thần phóng khoáng của Em trong suy nghĩ. Chính vì đó, những bức ảnh chụp của Em *nói lên được một góc cạnh nào của cuộc sống, của chính Em, và của chính tình cảm của mình.*

Và kết quả, những bức hình hôm nay, tôi có thể biện giải tâm tư của Em sau hơn một năm trường "quan sát". Nếu, trước kia, tôi nhìn Em như: ***"Duyệt qua một số hình ảnh Em đã triển lãm trong năm qua, tôi có cảm tưởng Em là một người nghệ sĩ cô đơn, lang thang đi định hình chính "mình" giữa một xã hội năng động chung quanh. Em như sống trong một thế giới ảo, dùng những hình ảnh thiên nhiên để nói lên các ẩn ức thâm sâu nơi đáy lòng".*** Tôi đã đặc biệt chú trọng vào bức hình "chiếc lá tigôn" vượt sống trong một môi trường khắc nghiệt mà Em gán cho tên "**Hanging On**" dưới đây:

Đây là một bức ảnh hết sức ưng ý đối với tôi về cả phương diện nghệ thuật và nét chấm phá độc đáo của phần kết luận của tác giả bức ảnh trên. Có thể nói, nhìn chiếc lá tigon đơn độc, đầu lá chìa ra phía trước trong một không gian rêu phong của một bức tường cũ kỹ. Dường như Em thu hình nầy ở nhà của một anh bạn trong Nhóm ở Galveston thì phải. *Có thể thấy được hình ảnh không gian ba chiều nơi đây.* Và chính tiêu đề "Hanging on" đã nói lên ước mơ tiềm ẩn của Em, *mơ một ngày được "hanging on" với một người và bước đi song đôi trong quãng thời gian còn lại.* Nơi đây diễn tả được tính tuyệt vời trong cung cách lãng mạn của Em.

Nhìn toàn cảnh, chúng ta có thể thấy sự hiện diện của sự chết qua bức tường rêu phong và những vết nứt lâu đời ngược lại với **chiếc lá tigon sừng sững vươn lên trong nỗi niềm cô đơn.** Dù vậy tigon vẫn cố bám víu một cách yếu ớt, tựa vào nỗi hắt hiu của

của môi trường chung quanh để vươn lên. *Đây là **hình ảnh tuyệt vời mà tôi khám phá ra Em qua bức ảnh nầy.***

"Em cũng thể hiện nơi đây nỗi khao khát về một người tình mà em hình dung trong tâm tưởng, một người tình đúng nghĩa trong những đoạn đường em đã qua…nhưng chưa hề gặp. Chính cái lãng mạn nầy đã khiến tôi bước tới Em ngay từ phút đầu tiên gặp mặt. Và chiếc lá tigon khiến Em mơ về cái lãng mạn của thú đau thương như TTKH, như George Sand, một lãng mạn không định hướng của thời son trẻ, hay chính cái lãng mạn nầy là hậu quả của một "trauma" sau cuộc chiến Việt Nam thời bấy giờ.
Có phải vậy không Em?"

Và ngày hôm nay, Em không còn truy tìm "**Soul Searching**" hay "**My Better Half**", hoặc "**Sợi Chỉ Vô Thường**" nữa vì Em đã tìm được cái "nửa" kia cho nên các hình trình làng lần nầy có những tựa đề vui tươi hơn, nói lên tâm trạng hiện tại của Em. Đó là hai bức ảnh "**Màu Hạnh Phúc**" và "**Nỗi Nhớ Ngọt Ngào**" dưới đây:

Đây không phải là hai bức hình trừu tượng hay siêu thực hay được "photoshop' gì cả mà chỉ là chiếc bình bông lớn màu

amber trang trí trong khách sạn Atlantic ở Freeport, thủ đô của Bahama, trong chuyến du lịch bằng tàu tháng 12 vừa qua. Nếu chúng ta nhìn kỹ và để ngược lại bức hình thứ hai, chúng ta sẽ thấy bóng dáng của người chụp trên chiếc bình. Chính hai bức ảnh nầy nói lên niềm vui của Em vì đã có một "một nửa kia" bên cạnh.

Ở bức *"Tan Tác"*, chỉ là hai miếng ván hàng rào sau garage nhà. Lần trước, Em đã triển lãm chỉ hình một miếng ván với một mắc ốc thôi, cho thấy nỗi cô đơn triền miên trong Em. Nhưng hôm nay, lại đủ đôi lại mang dáng dấp của Em trong hình nữa!

Một chùm ảnh tôi rất ưng ý gồm năm bức ảnh: **"Mắc Bẫy", "Cỏ Úa", "Trở Về Cát Bụi", "Trở Về Với Chân Nguyên", và "Niềm Tin"**. Đây là một tập hợp nói lên trọn vẹn bức chân dung của cuộc sống nhân gian, bon chen, tàn lụn, và cuối cùng trở về cát bụi như kiếp ve sầu…chỉ sống lại sau mỗi chu kỳ…17 năm.

Cuộc nhân sinh là thế đó. Cuối cùng, tất cả cùng trở về với Chân Nguyên qua biểu tượng chiếc bánh xe đưa ta trở về lại với Chánh đạo. Để rồi từ đó, cửa sổ Niềm tin sẽ đưa ta vào tư thế an nhiên tự tại trong cõi đời ô trọc nầy.

Phải thế không Em?

Tôi có thể so sánh bức hình Niềm tin bên cạnh cũng giống như bức hình Em đã trình làng năm 2012. Đó là bức *"Về Cội"*, trong đó, ghi lại hình ảnh nhiều lá Bồ đề chồng chất lên nhau và hướng về cùng một hướng…*hướng tiến về bờ giác*. Có thể Em không biết nhiều về Phật giáo vì Em là một tín đồ thuần thành Công giáo. *Nhưng điều đó không có nghĩa là chủng tử của người con Phật không có trong Em. Em trở về cội nguồn trong dòng suối văn hóa dân tộc sau một chuỗi thời gian dài sống trong nghiệt ngã của đời. Em về cội nguồn, nhưng Em vẫn giữ được niềm tin là sẽ có một ngày Em thấy được "sợi chỉ vô thường…" buộc chặt em vào một cõi yêu đương nào đó! Chính vì niềm tin đó khiến Em vẫn sống và **vẫn tích cực dấn thân vào những việc làm có tính cách hướng thượng vì tha nhân chăng?***

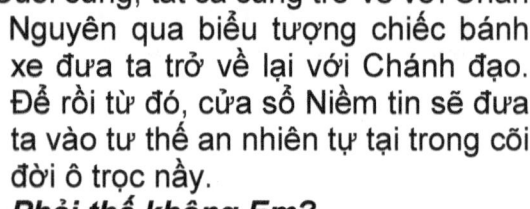

Sau cùng, bức ảnh có vẻ siêu thực, nhứt là màu sắc mà Em đặt tên là "***Đam mê nồng cháy***" (Burning Desire). Bức ảnh có xuất xứ từ một buổi Em đi dạo cùng tôi trong công viên trên đường West Houston Road. Và cũng tình cờ Em nắm bắt được một đám mây màu đỏ như trong hình. Chỉ trong chớp mắt sau khi chụp xong, đám mây tan biến mất, chỉ còn lại Em và tôi. Do đó, ý nghĩa qua hình, thể hiện tâm trạng của tác giả, và chính suy nghĩ trên cũng chỉ xảy ra trong một sát na ngay sau đó mà thôi.

Tóm lại, nếu gọp chung tất cả những hình ảnh Em trình làng trong cuộc triển lãm COFFA lần nầy nói lên trọn vẹn tâm thức của Em, **một người nghệ sĩ thong dong trong mọi đề tài, trong mọi tình huống**. Thời gian và không gian không là mối bận tâm của Em mỗi khi Em cất máy hình lên bấm. Em không chú tâm cũng như không mong cầu có được một tấm hình đẹp… để được ngợi khen.

Mà Em làm, Em chụp như là một nhu cầu của vô thức và vô hình chung phản ảnh tâm trạng và cuộc sống của Em. Em không làm dáng khi…chụp hình. Máy hình của Em là một chiếc máy cũ kỹ, không tối tân, không chuyên nghiệp. Đôi khi, nó chỉ là chiếc điện thoại di động. Và hình ảnh Em thu được thể hiện những nét chấm phá trong khung trời rộng mở của Em, và cũng có thể là những ước mơ thầm kín từ thuở nào.

Chỉ vừa hơn một năm, Em đã nhìn đời tích cực hơn, những ám ảnh "***chạy trốn***", những "***tâm trạng bất an***" và "***thả trôi cuộc sống***" trong một thời gian dài đã trở thành dĩ vãng. Các ẩn ức dồn nén trong một thời gian dài trên đã chuyển hóa trong Em, để mang Em trở về với cuộc sống trong một **tâm trạng bình an hơn, tin tưởng hơn cho một ngày mai nắng đẹp.**

Để rồi ngày hôm nay, *niềm tin và màu hạnh phúc của loạt hình trình bày trên tô điểm thêm cho Em nhiều suy nghĩ tích cực hơn nữa. Đây chính là lúc Em định hình được những gì Em cần* nắm bắt trong những chuyến du hành trong tương lai. Và **con người nghệ sĩ của Em sẽ thăng hoa theo chiều hướng quê hương với 96 triệu bà con nơi quê nhà còn đang oằn hoại dưới ách của cường quyền vô cảm và vô minh.**

Tôi mong có một ngày không xa, Em sẽ cho trình làng một loạt hình với biết bao điều tích cực, thể hiện một tấm lòng sắt son với quê hương, mang **lại Niềm Tin và Nguồn Hy Vọng cho một NGÀY MAI tươi đẹp cho quê hương** với cờ vàng rực rỡ tung bay.

Cám ơn Em đã cho tôi soi rọi vào tận những nỗi niềm sâu kín trong tâm tư Em.

Mai Thanh Truyết

Kỷ niệm Ngày Triển Lãm COFFA 22-23/2/2014
Houston, Texas

Tưởng Niệm Biến Cố 9/11 Tại Houston

Chiều ngày 8 tháng 9 vừa qua, tại Tượng đài Chiến sĩ Houston trên đường Bellaire, một buổi Lễ Tưởng niệm biến cố 9/11/2001 tại New York. Đây là một buổi Lễ phối hợp Việt-Mỹ. Có nhiều nhân vật dân cử Mỹ - Việt và đại diện các hội đoàn quân đội và tôn giáo tham gia.
Buổi lễ diễn ra trong bầu không khí trang nghiêm và có chuẩn bị kỹ lưỡng. Xin cám ơn ban tổ chức.
Xin trưng dẫn vài hình ảnh dưới đây nói lên tính cách trang nghiêm của buổi lễ tưởng niệm:

Trên đây là những hình ảnh tượng trưng cho buổi lễ ngày hôm ấy. Bầu không khí trang nghiêm diễn ra sau buổi lễ dâng hương tưởng niệm các nạn nhân 9/11 do một mục sư Tin Lành người Mỹ và một Việt.
Ngay sau đó trời bắt đầu mưa ngày càng nặng hột. Buổi lễ phải thu hẹp lại.
Sau cơn mưa, nhiều quan khách và khan giả đã bỏ về hơn phân nửa. Tuy nhiên buổi lễ vẫn tiếp tục và chương trình văn nghệ diễn ra cho đến hơn 8 giời tối bằng những bài hát khơi dậy tinh thần dân tộc do các ca sĩ địa phương đảm trách trong đó có ca sĩ Kim Phượng và Nguyễn Quỳnh.

Tuy nhiên có một điều cần lưu ý nơi đây, xin đề nghị quý vị đã phát biểu trong buổi lễ tưởng niệm cần xét lại bài "diễn văn" của mình. Vì đây là một buổi lễ ngoài trời, nắng nóng và mưa rào đến rất bất chợt. Điều nầy đã xảy ra ngày hôm đó. Hình dung quan khách và người tham dự phải…đội nắng, chịu mưa để nghe những bài giới thiệu, diễn văn dài lê thê lết thết như thế nào!

Xin quý vị rút kinh nghiệm cho những lần "ra quân" tới.

Nhân cơ hội nầy, người viết xin được nhắc lại biến cố 9/11 năm 2001 cũng như những hệ lụy về sau cùng các ngộ nhận về Al-qaeda, người Muslim, và đạo Islam trong đó nhiều người trong chúng ta vẫn nghĩ là đạo Hồi.

1- Biến cố 9/11

Vào ngày 11 tháng 9 năm 2001, khủng bố xử dụng các máy bay chuyên chở hành khách tấn công vào nhiều nhiều trụ sở dân sự, quân sự, và ngay cả Tòa Bạch ốc bằng cách khống chế phi công để điều khiển máy bay tự sát đâm vào các địa điểm kể trên. Chỉ có một chiếc máy bay nhắm vào tòa Bạch ốc đã được sự giúp sức và hy sinh tánh mạng của hành khách để kháng cự lại, làm cho quân khủng bố không đạt được mục đích và máy bay đâm xuống đất ở một địa điểm cách xa mục tiêu hàng 200 dặm. Đây là một hành động anh hùng của người Hoa Kỳ.

Về thiệt hại nhân mạng ngay sau đó, có 2.996 người chết tại chỗ và 19 không tặc, trong đó có 372 người có quốc tịch ngoại quốc. Trong số người chết, có 125 nạn nhân ở Ngũ Giác Đài và 292 nạn nhận trên đường phố chết vì miển bê tông hay kim loại rơi từ trên cao xuống. Thậm chí có những người chết vì nạn nhân nhảy từ lầu cao xuống và chạm phải người đi đường. Về nạn nhân người ngoại quốc có 67 người có quốc tịch Anh, Công hòa Dominic với 47 nạn nhân, Ấn Độ, 41, và một kỹ sư VIệt chết tại Ngũ Giác Đài. Không có nạn nhân người Do Thái nào tử thương cả mặc dù ở World Trade Center có hàng ngàn nhân viên người Do Thái hay gốc Do Thái. Điều nầy tạo ra một dư luận cho rằng tình báo Do Thái đã biết trước ngày "D" của quân khủng bố và không đi làm việc ngày hôm đó chăng?

Về số nạn nhân thoát chết ngay sau khi các máy bay đâm vào, đặc biệt, ở Tòa nhà phía Nam (South Tower), có 14 thoát khỏi ngay sau đó và 4 người ở tầng thứ hai của toà nhà nhảy xuống và thoát chết. Sau khi hai tòa nhà hoàn toàn sụp đổ, chỉ có 23 người sống sót dưới đống bê tông trong đó có 15 lính cứu hỏa và cứu cấp 27 giờ sau cuộc tấn công.

2- Những ngày sau biến cố

Người Hoa Kỳ có một đặc tính hết sức đặc biệt là **nhìn vấn đề bằng nửa ly nước đầy**, nghĩa là ngay sau khi biến cố, tâm lý dân chúng còn hoang mang, sự sợ hãi còn lộ trên những gương mặt dân chúng, đặc biệt người dân New York, nhưng cuộc sống và các sinh hoạt hàng ngày vẫn tiếp tục.

Chỉ sau một thời gian ngắn, chính quyền và người dân cùng bắt tay vào việc một mặt hàn gắng vết thương cho thân nhân của người qua đời, cứu trợ nạn nhân còn sống sót, một mặt thiết lập một hệ thống phòng bị mới trước tình hình khủng bố trên khiến cho từ đó đến nay (2013), quân khủng bố chưa thể nào tái diễn như cuộc khủng bố 9/11 mười hai năm về trước.

Chúng ta hình dung những bàn tay khắp nơi trên nước Mỹ và thế giới chuyển tải vật và hiện vật giúp đỡ nạn nhân hàng tỷ Mỹ kim. Trong lúc đó, bao nhiêu nhà truyền đạo khắp nơi, trên báo chí, trên truyền hình, truyền thanh, thậm chí những buổi thuyết giảng về tôn giáo ngày chủ nhựt trong nhà thờ cũng điều **nói lên đức tính tha thứ và cầu nguyện cho kẻ ác hồi tâm**. Duy nhứt chỉ có một "nhà sư" Việt, **tên Nhất Hạnh** đã lợi dụng cơ hội nầy để rao giảng lòng hận thù người Hoa Kỳ và quân đội Việt Nam Cộng Hòa bằng cách thuyết giảng ngay tại

Trung tâm Thương mại Thế giới ngày 26/9/2001, giữa những đống gạch vụn của Ground Zero, nói lên tính dã man của hai quân đội trên bằng cách dội bom tiêu hủy Thị xã Bến Tre với 300.000 nhà dân vào năm 1970 (thiết nghĩ vào thời điểm nầy thị xã Bến Tre có dưới 100.000 dân mà thôi). **Thật đáng khinh cho một nhà "tu hành"** đã từng tự xưng "Thượng tọa", "Thiền sư" khai sáng một môn phái Phật giáo ở bên Pháp mà vọng ngôn, phạm phải một trong năm điều luật cấm kỵ căn bản của Phật tử là "**nói láo**".

"Ông" ta chấp nhận trả 40.000 US$ tiền đăng báo để tuyên truyền có lợi cho cs Bắc Việt tại nơi xảy ra biến cố, chuẩn bị cho ngày về Việt Nam với những cuộc tiếp rước bằng kiệu, bằng lộng vàng và kim tuyến và "long bào" từ Bắc chí Nam, và cũng để có những cuộc tiếp rước và hội kiến với những nhân vật chủ chốt trong đảng cs Việt. Để rồi, vài năm sau đó, ngôi "chùa" do ông ta xây dựng, thu hút gần 400 "tín đồ" theo ông tại Tân Rai, Bảo Lộc cũng bị cs giựt sập để xây dựng nhà máy khai thác quặng Bauxite tại nơi đây.

Đây cũng là một bài học cho người Việt hải ngoại, những người còn manh tâm hợp tác với Việt Cộng ...để hàn gắn viết thương Việt Nam do chính họ gây ra chỉ vì một ý thức hệ ngoại lai cộng sản.

3- **9/11 hiện tại**

Người Mỹ luôn hướng về tương lai, còn quá khứ chỉ là kinh nghiệm để rút tỉa và chuẩn bị cho tương lai. Hướng về phía trước, nhưng người Mỹ không quên, không quên không phải để trả thù, mà không quên để các thế hệ về sau xem đó là một bài học lịch sử.

Đài Tưởng niệm và Bảo tàng viện Quốc gia 9/11 đã được xây dựng có tên là **The National September 11 Memorial & Museum** hay tên tắt là **9/11 Memorial và 9/11 Memorial Museum** để tưởng niệm cuộc tấn công 9/11 năm 2001.

Đài và Bảo tàng viện nầy cũng dùng để kỷ niệm và tưởng nhớ nạn nhân cuộc ôm bom tự sát vào Trung tâm Thương mãi nầy năm 1993 làm chết 6 người. Hai đài trên đã được bắt đầu xây cất từ năm 2006 do nhà thầu và kiến trúc sư Michael Arad.

Ngày 11/9/2011, nhân lễ kỷ niệm 10 năm ngày tấn công tự sát, một buổi lễ trang trọng ở tại Đài tưởng niệm (Memorial) diễn ra với sự chủ tọa của Tổng thống Hoa kỳ. Và ngày 12 tháng 9 năm 2011, Bảo tàng viện (Museum) bắt đầu mở cửa cho dân chúng. Chỉ trong vòng ba tháng sau đó, hơn một triệu người đã viếng thăm hai nơi nầy.

Như trên đã nói, người Mỹ không quên biến cố 9/11 và họ đã bền bĩ chuẩn bị và hoàn chỉnh hệ thống phòng vệ cũng như truy lùng các thành viên chủ chốt của Al-qaeda, một nhóm khủng bố mà tình báo Mỹ kết luận là họ chính là thủ phạm của 9/11 và nhiều vụ khủng bố nhắm vào người Hoa Kỳ từ đó đến nay.

Lần lượt, những nhân vật đầu não của Al-qaeda *(phát âm theo tiếng Á Rập là Al-co-i-da)* lần lượt bị bắt hay bị giết chết, và gần đây nhứt, Mullar Sangeen Zadran, một thủ lãnh khác của Al-qaeda bị giết ngày 9/6 vừa qua, người mà Mỹ đã truy lùng suốt 12 năm qua. Tên nầy là thủ phạm của nhiều vụ bắt cóc lính Mỹ và sát hại họ. Cũng cần nêu ra đây cho đến bây giờ, nhiều người vẫn cho rằng Al-qaeda là nhóm người thuộc Hồi giáo cực đoan, để rồi từ đó đi đến kết luận là Hồi giáo là hiếu chiến và "sắt máu" gieo rắc tội ác, khủng bố khắp nơi trên thế giới. Và kết luận nguy hiểm nhứt, tạo dựng ra nhiều ngộ nhận và chia rẽ tôn giáo là "Đạo Hồi" chủ trương khủng bố, giết người…v. v…

Do đó, người viết xin được nêu ra vài suy nghĩ của mình dựa theo sự hiểu biết về Đạo Hồi và Đạo Islam qua cuốn sách **"Clear your doubts about Islam"** do Saheeh International, Saudi Arabia ấn hành năm 2008 và bản dịch ra tiếng Việt của Dohamide Abu Talib tức Đỗ Hải Minh, một người Chàm Châu Đốc, tốt nghiệp Quốc gia Hành Chánh khóa 7 và MA về Chính trị học

tại Hoa Kỳ, đã từng giữ nhiều chức vụ quan dưới thời Đệ nhứt và Đệ nhị Việt Nam Cộng Hòa.

4- Đạo Hồi và Đạo Islam

Ngay từ khi còn ở Việt Nam và cả những năm ở Hoa Kỳ cho đến năm 2000, người viết vẫn còn nghĩ là Đạo Hồi và kinh Qur'An xuất phát từ xứ Pakistan (người Việt Nam gọi là Hồi Quốc). Khi Pakistan dành lại độc lập từ Ấn Độ sau thế chiến thứ hai, Hồi quốc bị chia làm hai: Đông Hồi và Tây Hồi. Đông Hồi tức là Bangla Desh bây giờ. Còn Tây Hồi tức là Pakistan bây giờ, đa số theo đạo Islam. Do đó, có thể nói không có đạo Hồi mà chỉ có đạo Islam mà thôi. Người Chàm vùng Châu Đốc trong một số sử liệu của Việt Nam cũng được xem như có gốc là Hồi và theo đạo Hồi. Nhưng thật ra họ là những người

Muslim theo đạo Islam.
Như tất cả các tôn giáo khác trên thế giới như Thiên Chúa Giáo, Phật Giáo, đạo Islam cũng có nhiều hệ phái khác nhau như Shiites và Sunny v.v...
Xin được trích lời nói đầu của quyển sách nói trên:" *Còn một khối lượng lớn quan niệm sai lạc và hiểu lầm về đề tài, thường được khích động bởi các đảng phái chánh trị, đưa êm vào trong đó, những quyền lợi của họ, để yểm trợ các kẻ đối nghịch với Islam.*

Ngoài ra, chính người Muslim vốn ban đầu đã bị đột ngột náo động và bối rối bởi các sự việc xảy ra trong những năm gần đây, thực sự không biết phải đáp ứng ra sao với thử thách. Bây

giờ, họ đột ngột bừng tỉnh trước tình hình khẩn cấp phải phản bác về nhiều đòi hỏi và sự lên án sai lạc đang được loan truyền chống lại nề nếp sống của họ. Họ bảo vệ chân lý, và một cách thích hợp, các quyền hạn và danh dự của người Muslim ở khắp mọi nơi trên trái đất.

Islam là tôn giáo và là nề nếp sống của vào khoảng một phần năm dân số thế giới. Người Muslim thuộc các dân tộc, văn hóa và chủng tộc khác nhau, nhưng tôn giáo của họ chỉ dạy rằng một cách nhứt thiết, tất cả con người được bình đẳng, và phải không có sự phân biệt giữa họ với nhau trên căn bản các khác biệt bề ngoài như màu da, thân trạng giai cấp, hoặc niềm tin cá nhân bao giờ mà họ vẫn là những người công dân an bình và tôn trọng luật pháp. Phong cách của một số nhóm hoặc cá nhân lãnh đạo sai lạc bên ngoài dòng chính Islam không thể bị gán cho tôn giáo nặng nề hơn nạn bạo hành ở Bắc Ireland hoặc các hoạt động băng nhóm Mafia có thể bị gán cho Thiên Chúa giáo."

Thánh Địa Mecca ở Arab Saudi

Và cách nhìn của người Muslim và đạo Islam có thể được tóm tắt như sau:" Người dân của các nền văn hóa trần thế thường không hiểu tại sao người Muslim hành đạo không thể luôn luôn phù hợp hoàn toàn với lề lối sống hiện đại được Tây phương hóa; tại sao họ khăng khăng đòi hỏi về một kiểu loại y trang riêng biệt hoặc về việc dâng lễ nguyện vào những thời điểm nhứt định. Họ có khuynh hướng nhận thức các thái độ của người Muslim như đòi hỏi một cách không cần thiết và không có chỉ dấu dung hòa. Các hiểu lầm thường do các khác biệt không thể sai lạc giữa khái niệm của tôn giáo và khái niệm của người Muslim. Quả thật, Islam có thể xem như lạ lùng đối với một xã hội trong đó, tôn giáo không còn thủ giữ một vai trò tối trọng trong cuộc sống hằng ngày; nhưng có vai trò đối với một người Muslim hiến dâng. Islam là cuộc sống, và không có phân chia giữa thế tục và thiêng liêng.

Do bởi sự hành đạo chiếm giữ một vị trí nhỏ hẹp trong cách nhìn, người gia nhập văn hóa phương Tây thường không hiểu mối quan hệ giữa một người Muslim và tôn giáo của y hoặc cái gì thúc đẩy y nắm lấy một hướng đi riêng biệt trong cuộc sống. Nhưng trong góc nhìn của Islam, tôn giáo không phải chỉ là một vấn đề cá nhân hoặc một cái gì có tính tiểu biểu liên hệ đến một lãnh vực hạn định của sự sinh tồn của con người. Trái ngược lại, nó lôi cuốn theo sự đóng khung một lề lối sống cân bằng chung, thích hợp chẳng những cho người Muslim mà cho cả mọi người hướng về hòa bình, công lý và tôn trọng quyền hạn của nhau. Một cách đơn giản hơn, có thể nói Islam hàm ý theo đuổi hạnh phúc, an ninh và sự hoàn chỉnh đạo đức. Trong con tim người Muslim, tôn giáo của họ vẫn là cả một nơi ẩn trú an toàn và một động lực thúc đẩy hữu hiệu nhứt để xử lý tất cả các loại thách thức. Đồng thời, nó **bảo toàn tính cách nổi bật của người Muslim tin đạo và khuôn mẫu của nền văn hóa riêng biệt của họ.**

Một cá nhân ở phương Tây có thể nhìn tôn giáo trong nội vi một toàn cảnh hạn định liên hệ đến riêng sự tôn thờ - một sự việc riêng tư và một con người và Thượng đế (Allah). Nhưng trong Islam là một hệ thống năng động tổ chức sự tiến triển của cuộc sống chiếu theo các nguyên lý căn bản tổng quát và các quy pháp đảm bảo lợi ích tiềm lực cho các sự tiến bộ trong khoa học và công nghệ cũng như các cơ sở tiện nghi vật chất. Do bởi không có xung đột giữa Islam và nghiên cứu khoa học, mỗi phát kiến mới trong thế giới sự việc, năng lượng, thời gian và không gian chỉ làm gia tăng cho người tin đạo vào đức tin và thái độ khiêm tốn đã được thiết định đối với Allah, dự phóng và hệ thống hóa một kế hoạch như thế và xong, đưa giao cho nhân loại địa điểm và vai trò cao cả bên trong đó. Trong nội vi sự hiểu biết này còn lại để nói rằng những người Muslim có hiểu biết không cần chủ nghĩa thế tục do bởi họ không có vấn đề với tôn giáo".

Hy vọng rằng bằng cách đưa ra những thông tin chính xác trên, thế giới này sẽ đương nhiên đi đến chỗ **nhận biết Islam như thực có và không như được họa vẽ ra bởi những người đối đầu với Islam**. Cũng như thế giới nầy có trên 2 tỷ người theo đạo Islam trong đó Indonesia (Nam Dương) là một quốc gia đông dân nhứt theo đạo nầy vẫn hội nhập vào thế giới Tây phương nhịp nhàng trong tiến trình toàn cầu hóa.

Và Al-qaeda là một cơ cấu tổ chức vận dụng tôn giáo Islam vào mục tiêu tranh đấu hoàn toàn có tính chất chính trị, chống lại các thế lực của "ngoại bang" tức Tây phương trong lịch sử đã thủ giữ vai trò thực dân đế quốc nhứt là tại vùng Trung Đông. Tuy nhiên, khi đề cập đến Al-qaeda, giới truyền thông phương Tây chỉ nhấn mạnh và gán cho nhãn hiệu "nhóm Hồi giáo cực đoan, khủng bố" và xuất phát từ Vương quốc Arab Saudi. Nhân vật sáng lập và lãnh đạo là Obama Bin Laden đã di chuyển địa bàn hoạt động sang Pakistan để tuyển dụng và phát triển cùng huấn luyện lực lượng nhân sự. Bin Laden đã bị hạ sát tại quốc gia nầy.

Hy vọng những dòng chữ trên đánh tan một số ngộ nhận giữa Islam và Al-qaeda. Để rồi, từ đó chúng ta nhìn người Muslim và đạo Islam như một thành phần trong cộng đồng thế giới, sống hài hòa cùng nhau trước tiến trình toàn cầu hóa.

4- Kết luận

Nhân ngày tưởng niệm 9/11 tại Houston, xin được chia xẻ cùng quý vị những cảm nhận về ngày nầy cùng tìm hiểu về nguyên nhân cuộc khủng bố, suy nghĩ tích cực của người Mỹ qua cung cách hành xử sau biến cố. Và người viết cũng không quên nêu lên một vài hiểu biết và cảm nghĩ về đạo Islam.

Thế giới ngày hôm nay là một thế giới đa cực về kinh tế, chính trị, văn hóa và tôn giáo. Các vấn đề trên vốn đã phức tạp và đang gây ra nhiều xáo trộn cho cuộc sống của người dân trong nhiều quốc gia. Thêm nữa, nếu vấn đề dị biệt tôn giáo biến thành một cuộc tranh chấp quân sự, thế giới sẽ phải qua những cơn biến động khó kềm hãm. Kinh nghiệm những cuộc chiến tranh tôn giáo trong quá khứ đã là một bài học lịch sử quý báu cho chúng ta.

Lịch sử không cần một sự tái diễn không cần thiết trên.
Để tưởng niệm biến cố 9/11, chúng ta nên nhìn về toàn cầu, nơi có trên 2 tỷ người dân không có hệ thống nước sạch, hoặc không đủ nước sinh hoạt, không có nhà vệ sinh, không có trường học và được học hỏi về vệ sinh thường thức. Những người nầy cũng không được tiếp cận với nhu cầu cần thiết tối thiểu căn bản của con người.
Chúng ta nhìn về Việt Nam, nghĩ về Việt Nam, nơi mà bà con ruột thịt của chúng ta đang quằng quại dưới cơ chế chuyên chính vô sản của CS Bắc Việt.
NHÌN về, NGHĨ về để tích cực HÀNH ĐỘNG *chứ không nói những lời thương cảm trên đầu môi chót lưỡi cho số phận bà con mình còn dưới ách cộng sản.*
Mong lắm thay!

Mai Thanh Truyết
9/11/2013

Tình Thơ Viễn Xứ

Ngày này năm xưa Anh ở đâu
Để Em lưu lạc chốn giang đầu
Bao nhiêu năm rồi "sao mới gặp"
Cho Em rưng rưng lệ tình sầu

Ngày này năm xưa ở Saigon
Hy vọng đối thoại ngỡ vẫn còn
Nhưng Anh vỡ mộng vì ảo tưởng
Vượt biển ra đi lòng héo hon ….

Gặp lại Em xưa từ kiếp nào
Bước chân viễn xứ sống chiêm bao.
Em, Anh ta cùng chung chí hướng
Một lòng tranh đấu đừng lãng xao!!!

mntt

Tương Lai Hồi Tưởng

Tựa đề bài viết nầy dựa theo một quyển sách của một nhà văn Nhật bản, **Tanaka**, ấn bản tiếng Anh. Tôi thấy quyển sách trên trong Phân khoa Kiến trúc của Đại học Washington, St Louis, Missouri trong chuyến viếng thăm thành phố nầy. Quyển sách đề tựa **"Nostalgic Future"**. Tuy chỉ đọc sơ qua lời tựa nhưng tôi đã nhìn thấy viễn kiến của tác giả là dụng tâm nhìn lại quá khứ để vẽ ra một tương lai áp dụng trong ngành kiến trúc.

Do đó, cũng có thể nói đề tựa Việt cũng có thể là **"Nhớ về quá khứ để chuẩn bị cho tương lai"**, hoặc **"Nhìn quá khứ, Thấy tương lai"**. Điều nầy rõ ràng áp dụng cho từng quốc gia để từ đó nhận diện ra nền văn minh, văn hóa của mỗi dân tộc qua chiều dài lịch sử của mỗi nơi trong từng thời điểm một.

Trong gần 3 tháng, tôi đã từng chu du qua nhiều tiểu bang, California, Nevada, Arizona, New Mexico, Texas, Arkansas. và Missouri, một chặng đường dài hơn 7.000 dậm, để từ đó chiêm nghiệm ra một vài **suy nghĩ về con người, dân tộc, và chính** *tự thân*. Mỗi nơi để lại nơi tôi nhiều dấu ấn về thời gian, văn minh của từng dân tộc cũng như phong cảnh hết sức đặc thù của một đất nước đa dạng như Hoa Kỳ.

Tại **bảo tàng viện Getty, Santa Monica, CA**, tôi thấy được sức mạnh của Hoa Kỳ qua sự phục vụ cộng đồng hay trả lại cho quốc gia những gì người dân đã thừa hưởng được từ đất nước sinh ra hay cưu mang mình. ***Đó là lòng từ thiện và sự cống hiến trở lại***. Nhiều nhà tỷ phú đã đóng góp và để lại một kho tàng vô giá qua **hàng chuỗi bảo tàng viện về con người, văn minh và lịch sử**. Hệ thống chuyên chở lên đỉnh đồi bằng xe điện kéo đều miễn phí cho người thăm viếng.
Có đi đây đi đó mới thấy thiên nhiên ưu đãi cho đất nước tạm dung nầy (tuy là tạm dung nhưng phần đông chúng ta đã sống trong đó như...một người khách trọ vô tình!).

Đến **Albuquerquy, New Mexico**, chúng ta mới thấy *tuyệt vời với ánh rán hồng hoàng hôn phản chiếu lên bầu trời xanh lơ và tỏa rộng về những mesa (phần bằng phẳng của dãy núi đối diện bọc chung quanh thành phố. Chúng ta sẽ thấy ánh hồng chiếu rọi cả vòng cung bao bọc thành phố nầy. Và vòm chân trời thẳng tắp chia ra ranh giới rạch ròi giữa mây và ráng hồng.*
Còn nhiều hơn nữa ở **New Mexico, thành phố Santa Fe** là một thành phố xưa nhứt của Hoa Kỳ với di tích của những căn nhà đầu tiên từ năm 1726 cũng như ngôi nhà thờ cổ xưa vẫn còn sừng sững cùng tuế nguyệt. Đi về hướng Nam gần giáp biên giới tiểu bang Texas, ta sẽ thấy vùng **White Sands** với hàng trăm ngàn mẫu cát trắng tạo dựng bằng những sinh vật, cây cỏ thoái hóa từ hàng ngàn năm trước. Qua thời gian những lớp đá vôi và gypsum (thạch cao – calcium) biến thành những đụn cát (dune) mịn màng nhưng không di chuyển như những đụn cát biển ở quê hương, vì cây cỏ đã bám trên đó.
Nếu hồi tưởng lại trong một sát na, ta sẽ chạnh lòng khi thăm viếng nơi đây.
Vì sao?
Quê hương mình cũng có những đụn cát vàng chạy dài từ Cam Ranh xuống Phan Thiết. Và những đụn cát trên di chuyển theo từng làn gió và theo mùa. Tôi vẫn yêu quê hương tôi nhiều lắm.

Trên bước đường ngàn dặm, ta sẽ còn thấy nhiều nơi danh lam thắng cảnh nơi đây, nhưng có một điều làm cho tôi phải mất hai ngày để "cưỡi ngựa xem hoa" qua gần 7, 8 bảo tàng viện nơi thành phố cổ St Lous tại Missouri. Cũng chính nơi đây, vào năm 1986 tôi đã có dịp qua thăm khi tôi có một booth về nghiên cứu khoa học của trường Y khoa Minnesota dưới sự tài trợ của National Institute of Health (NIH). Phải nói, từ các bảo tàng viện trên chúng ta sẽ thấy tất cả văn minh của nhân loại từ thời cổ đại, trước BC hàng ngàn năm cho tới thời cận đại. Cũng được biết, **thành phố St Louis là một trung tâm tàng trữ hồ sơ lớn nhứt của Hoa Kỳ**.

Chúng ta từng hãnh diện với *màu xanh Huế (blue de Hue)* của thế kỷ 19 với 4, 5 ngàn năm văn hiến, màu xanh nhạt mờ trên những bình sứ thô sơ hay trên các chén bát thâu lượm được từ một chiếc tàu chìm ở gần Hội An cách đây độ khoảng 5 năm. Các món sành sứ nầy đã được triển lãm và bày bán tại Hoa Kỳ. Hôm nay, tại những bảo tàng viện trên, chúng ta sẽ thấy các bức tranh hay đồ sành sứ, hay điêu khắc với màu sắc đỏ xanh vàng tím...rực rỡ vẫn còn đậm nét được sáng tác hàng 5, 10 thế kỷ trước.

Tôi chú ý đi tìm khắp xem có nơi nào có sản phẩm của Việt Nam hay không từ thời cổ đại cho tới ngày nay. Quá thất vọng vì không tìm được, nhưng ở đây chúng ta có thể thấy sản phẩm văn hóa của một vài quốc gia Phi Châu, một quốc gia mà người Việt thường hay xem thường. Ngay cả những hình ảnh vải vóc, thảm dệt từ thế kỷ 17, 18 của văn minh Phi Châu cũng có mặt nơi đây. Cũng cần nói thêm một điều là từ những năm đầu thế kỷ 19, vì choáng ngợp với văn minh và nghệ thuật Âu Châu, Hy Lạp...người Mỹ đã đổ xô tìm học. Và cho đến hôm nay, có thể nói về nghệ thuật, tranh vẽ, điêu khắc và các thể loại khác, *người*

Hoa Kỳ là một tổng hợp của tất cả các quốc gia khác trong các lãnh vực trên!
Quả thật nơi đây thể hiện rõ nét "tương lai hồi tưởng" của người Mỹ.
Ngay cả ở thời đại đồ đá và đồ đồng, cũng không thấy "dáng đứng" Việt Nam trong đó. *(Giả sử nếu có trưng bày sản phẩm "thời đồ đểu", chắc chắn tên Việt Nam hiện đại sẽ chiếm trọn vẹn trong bất cứ bảo tàng viện nào trên thế giới).*
Trở về lại tôi, nhớ lại vào năm 1983, chỉ vài tháng sau khi vừa đặt chân lên Fresno (thành phố miền Trung California), tôi đã làm một đoạn TV dưới tiêu đề "Looking back" (Nhìn lại Quá khứ). Tôi đã tự viết script cho mình để làm độc thoại trong vòng 5 phút. *Phim chiếu cảnh tôi đi qua, đi lại trong một công viên, thỉnh thoảng ngồi trên băng ghế…để nói về bầu nhiệt huyết của tuổi 30 bị thui chột vì nỗi can qua của đất nước.*
Nơi đây tôi nhìn lại quá khứ nhưng chưa thấy được tương lai vì vừa mới cư ngụ nơi đất mới chỉ một thời gian ngắn, tâm trạng vẫn còn chơi vơi trước cuộc sống. Cho nên, lời lẽ rất bi quan và tương lai còn quá mịt mù. Hôm nay hồi tưởng lại những lời tiêu cực ngày xưa làm cho tôi thêm ngỡ ngàng; vì **chính nhờ cái khó khăn của thuở ban đầu mà tôi còn khả năng diễn tả những hồi tưởng của ngày hôm nay.**
Trở lại các bảo tàng viện, khi xem một bản vẽ tên giấy canvas hình một người đang cố ngoi lên bên bờ vực, sắc mặt hết sức nghiêm trọng lẫn tuyệt vọng, tôi nhớ lại câu chuyện thiền của Suzuki, cũng nói lên đề tài này. *Một người té xuống vực, cố bám víu từng gốc cây cội rễ, nhưng càng bám càng bị rơi vào hố thẳm. Trong lúc tuyệt vọng và đang nhắm mắt chờ cái chết đến với mình, người ấy chợt nhìn thấy một đóa hoa tỉ muội vừa nở rạng bên cạnh trong lúc chiếc rễ anh đang nắm sắp sửa rời hốc đá. Một nụ cười mãn nguyện cùng lúc thân xác anh ta đi vào vực thẳm. Tư tưởng Âu và Á có điểm khác biệt là như thế đó.*
Trở về tôi, một người bi-polar: **một "người xã hội" và một "tôi nguyên sơ"**. Trong tôi luôn luôn có sự hiện diện của hai bản thể trên và liên tục dằn co suốt 70 năm qua. *Con người xã hội năng động, chiến đấu bền bỉ cho cái Thiện, cố gắng đẩy lui cái Ác, cùng chiến đấu cho một Việt Nam an bình trong đó con người đối xử tử tế với nhau.*

Nhưng trong suốt 70 năm qua, con người xã hội đã ngự trị và đè nén con người nguyên sơ của tôi, và **bản thể thứ hai nầy chưa bao giờ được sống trọn vẹn mà chỉ sống dưới lớp dù của con người xã hội qua cái ngã**, hay tham vọng do môi trường bên ngoài tạo thành. Và chính vì vậy, suốt thời gian qua, *cái tôi nguyên sơ bị phai mờ và chìm đắm trong cơn lốc chủ nghĩa cùng với vận nước điêu linh.* Còn tôi nguyên sơ thì sao? Tôi nguyên sơ vẫn sống trong trạng thái "hibernation", nghĩa là bao năm qua vẫn triền miên ngủ trong giấc ngủ mùa đông của con gấu Bắc cực. Ngủ, nhưng chủng tử "tôi nguyên sơ" vẫn thức. Gần 3 tháng qua, chu du trên nhiều miền đất nước tạm dung để thấy lại mình. Đây không phải là nostalgic future hay looking back mà thực sự muốn thấy mình trong hiện tại, ngay giây phút trên bàn phím trong lúc nầy.

Đôi khi vẫn còn dằn co giữa hai bản thể, nhưng quả thật, từ khi đặt bút viết những lời nầy, "cái tôi" nguyên sơ đang ngự trị trong tôi và **đang đi cùng tôi trong cuộc hành trình về với chân nguyên.**

Tôi đang đi về đâu?

Hiện tại vẫn chưa có câu trả lời rốt ráo, nhưng chắc chắn rằng tôi đã đi và đang đi vào cái **"chân không"** (emptiness-vide), đi vào cội nguồn nguyên thủy; tuy nhiên, khái niệm trên vẫn còn mù mờ chưa định hình rõ ràng…

Bước đi chắc nịt, không còn dò dẫm dù hai bên đường vẫn còn nhiều bụi mờ làm vướng bận mắt của tôi nguyên sơ. Nhưng tôi vẫn tiếp tục đi…

Trong tôi nguyên sơ, không còn có câu hỏi tự đặt ra "Que sera, sera" vì tôi đã thấy rõ con đường mình đi. Tôi nguyên sơ đã cùng tôi song hành hướng về cõi chân không!

Mà chân không là gì?
Chân không trong "tôi xã hội" là một cuộc chiến đấu cho lý tưởng trong lành, không mưu cầu chiếm đoạt quyền lực, không nhằm tạo ra một legacy nào đó. Chính vì vậy mà **"tôi xã hội" đã sống và làm "cách mạng" đã hơn 25 năm qua, chứ không làm chánh trị.**

Còn tôi nguyên sơ còn lại hôm nay là một cuộc **chuyển hóa tự thân**.
Sống cùng một nhịp thở với cái tôi đến từ cát bụi, sống tự nhiên với vạn vật, không cố gắng, không mưu cầu…
Trời nắng nhìn thấy niềm vui rạng rỡ của thiên nhiên,
của con người.
Ngắm hoa lá nẩy mầm khoe sắc mùa Xuân.
Tâm cảnh hai thời điểm vẫn là một.
Vẫn giữ niềm thư thái trong an nhiên tự tại.
Trời mưa vui với sự tươi mát của cây cỏ.
Nhìn cành cây trụi lá của mùa Đông.

Sự chuyển hóa hay sự thay đổi ngôi của "tôi xã hội" và "tôi nguyên sơ" có làm tôi trăn trở chăng?
Chắc chắn là không. Vì tôi rõ, một khi đã định hình được tôi ở dạng nào của tính bi-polar trong tôi rồi, lúc đó **sẽ có một thông lộ mới đã sẵn sàng cho Tôi đi.**
Phải chăng, ngày hôm nay, trong giờ phút hiện tại nầy, tính bi-polar (xin tạm dịch là "nhị dạng" hay "nhị cực") đã biến mất, nhường chỗ lại **trong tôi chỉ còn "độc dạng" (mono-polar) để tiếp tục đi về với nguyên thủy của cuộc sống, cát bụi trở sẽ trở về với cát bụi, hay về lại thể chân không của vạn vật.**
Phải chăng sẽ chẳng còn tương lai hồi tưởng, cũng như chẳng còn quá khứ hồi tưởng trong tôi hiện tại?

Phải chăng gia đình, xã hội,
quê cha, đất tổ đã xa rời trong Tôi?

*Phải chăng Tôi đã đạt và thoát khỏi
vòng lẩn quẩn của cõi Ta Bà nầy?
Phải chăng tôi là Tôi, mà cũng
không phải là Tôi nữa?*

Phở Lập – Mai Thanh Truyết
Hiệu đính 1/2016

Phần V
Tôi nói với & Cho Tôi

Quãng Đường Soi Rọi Bản Thân

Chân tuy đã mỏi... nhưng vẫn đi
Sức yếu nhưng lòng vẫn xuân thì
Anh em nhớ lấy lời tâm huyết
Lời thề năm xưa... chớ bất nghì!

1- Tuổi thơ của tôi

Tôi được sinh ra ở một vùng quê nghèo, chung quanh phần đông là những nông dân lam lũ với sớm trưa nắng rám và nghề chanh chính là làm tá điền cho các điền chủ. Gia đình tôi thuộc loại trung lưu. Ba tôi làm thầy giáo, có đâu 10 mẫu ruộng. Các anh chị lớn của tôi được gửi lên Sài Gòn đi học trung học.

Sinh ra vào giai đoạn khốc liệt của thế chiến thứ hai. Cuộc chiến lan rộng tàn bạo và quê hương tôi. Ở Việt Nam, Việt Minh bắt đầu nổi dậy đánh Tây (?) khắp nơi. Sau khi sinh tôi ra, Má tôi bị bịnh cho nên không có sữa, tôi phải uống nước cơm với đường phèn; do đó người tôi vốn nhỏ lại thêm èo uột.

Vào một đêm giữa năm 1945, những người làm "cách mạng(?)", tức những người tá điền của Ba tôi, nghe theo lời dụ dỗ của Việt

Minh đã đến nhà và mang theo bản án tử hình cho Ba. Lý do kết án Ba tôi là Việt gian vì biết nói tiếng Pháp, vì Ba có con cho theo học tiếng Pháp, và Ba tôi thường xuyên nói chuyện trao đổi với quân lính Pháp đóng đồn gần đó.

Thế là nhà tôi bị đốt cháy hoàn toàn. Ba tôi bị cột vào một cây chuối bên hông nhà. Má tôi cùng các chị và hai anh kế của tôi đứng cách pháp trường "chuối" chỉ độ ba thước. Có lẽ nhờ Ơn phước của ông bà tổ tiên, Ba tôi không chết mà chỉ bị thương nơi cánh tay trái, mà họ tưởng là đã giết được Ba tôi, do đó họ rút đi vì sợ Tây đến.

Chúng tôi bồng bế nhau về Sài Gòn từ đêm đó, ở nhà trọ của các anh lớn.

Trôi giạt ở Sài Gòn, gia đình tôi rất khổ cực vì Ba tôi chưa được nhận vào chân thầy giáo tiểu học ở đây trong một thời gian dài. Tôi không còn nhớ thời gian nầy là bao lâu, nhưng tuổi thơ của tôi rất vui vì…các chị tôi làm đủ mọi thứ bánh để đem đi bán dạo, và dĩ nhiên tôi luôn luôn có phần ăn do các chị cho.

Gia đình tôi được ổn định khi Ba tôi được phục chức và dạy học trở lại. Tôi nhớ vào khoảng đó tôi được 7 tuổi. Ba tôi dạy tôi ở nhà. Ngày đầu tiên tôi chính thức được đi học là vào thẳng lớp Tư (tức là lớp 2 bây giờ) chứ không qua lớp Năm.

Tuổi thơ của tôi thật êm ả, mặc dù bên ngoài biết bao biến cố đến cho Đất Nước tôi mà tôi không biết vì còn quá nhỏ.

Việt Minh nổi dậy.
Nhựt Bổn cướp chính quyền do người Pháp lúc đó.
Rồi Nhựt đầu hàng.
Người Pháp trở lại.
Rồi cuộc chiến giữa Việt Minh (cộng sản) và Pháp.

Rồi tôi nghe các anh chị kể vụ Trần Văn Ơn bị bắn chết ngày 9/01/1950, và đám ma rất to, kéo dài từ bót cảnh sát Quận Nhì từ đường Galliéni (đường Trần Hưng Đạo) cho đến nơi chôn cất ở nghĩa địa kế cận sân vận động Cộng Hòa đường Nguyễn Kim trong Chợ Lớn.

Tôi cũng được chứng kiến những ngày quân cộng sản tập kết sau hiệp định Geneve, 20 tháng 7 năm 1954. Nhà tôi lúc đó ở đường Dumortier tức Cô Bắc bây giờ (trước 1975) gần một khách sạn nơi góc đường Galliéni và Arras, làm nơi tập trung cán bộ Việt Cộng để chuẩn bị tập kết về Bắc vỹ tuyến 17. Tôi cũng đã theo mấy anh tôi đến gần khách sạn để "chọi đá" phản đối Việt Cộng!

Đó là tuổi thơ của tôi.

Êm ả. Sống trong sự nuông chìu đùm bọc của Ba Má và các anh chị.

2- *Tôi, trưởng thành*

Một người bạn vong niên từ thời trước ngày 30/4/75 (mất vào năm 2018 – 88 tuổi) đã từng khuyên tôi là cuộc đời vốn đã bất toàn, toa ***đừng mong chờ những gì tuyệt đối***. Toa đừng đòi hỏi thiên hạ phải có những ứng xử như toa.

Phải biết thông cảm và suy nghĩ trong những điều kiện riêng tư của mỗi tha nhân v.v....

Đối với những điều anh khuyên, tôi đã chiêm nghiệm cũng như trải nghiệm trong suốt hơn 45 năm quen biết anh. Và tôi cũng đã ứng dụng cũng như điều chỉnh trong cung cách hành xử của mình đối với tha nhân. Cho đến nay, kinh nghiệm và kết quả của bao năm qua là:

- Tôi **không áp đặt** suy nghĩ của người khác phải giống như mình;
- Đối với người thân, tôi **bớt đòi hỏi** họ phải làm theo lề lối hướng dẫn và tính toán của mình, đặc biệt là đối với con cái. Con cái tôi đã từng phải chịu nhiều áp lực và đôi khi là "nạn nhân" của tôi trong thời niên thiếu của chúng. Cũng may là tôi đã nhận thức kịp sau nầy để cho mối liên hệ cha con trở nên hòa hoãn và thân tình hơn;

- Đối với nhân viên trong sở làm, có 3 giai đoạn trong cuộc đời làm việc của tôi là ở Pháp, Việt Nam và Hoa Kỳ.
Ở Pháp: Đối với sinh viên Pháp hay Việt tôi đều thân thiện và xem họ như là một người bạn trẻ. **Không có ngăn cách** của một người phụ trách lớp thí nghiệm, mà chỉ đóng vai trò hướng dẫn đúng nghĩa.
Ở

Việt Nam: Không khí giáo dục bảo thủ hơn, trang nghiêm hơn, nhưng tôi vẫn giữ được giữa **vị thế người "Thầy" và người anh hướng dẫn**. Do đó, đối với sinh viên, sự gần gũi thân mật nảy sinh; từ đó, *cung cách giao tiếp thoáng hơn, không như khoảng cách...cần có của một giáo sư và sinh viên theo lối suy nghĩ bảo thủ*. Đối với đồng nghiệp hay nhân viên trong Ban Hóa học, tôi cư xử trong tình thân và đồng nghiệp hơn là vị trí của "Ông Trưởng ban". Trong hai niên học ngắn ngủi ở Việt Nam, tôi đã học hỏi được nhiều điều như:

"Thầy Truyết" (ngồi thứ 6 từ trái qua) trong một buổi du khảo với sinh viên Sư phạm Sài Gòn năm 1974.

- o Lối dạy ở Việt Nam còn quá từ chương, còn học chay nhiều hơn thực tập và thí nghiệm;
- o **N**gười thầy cố tình "không muốn gần sinh viên để giữ khoảng cách, ngoại trừ một số ít giáo sư trẻ;
- o *Sinh viên Việt Nam còn thụ động*, chăm chú nghe lời giảng của giảng viên, ít đặt câu hỏi và còn lệ

o thuộc người thầy quá nhiều v.v…

Ở Mỹ: Tôi có dịp dạy môn Hóa học và thí nghiệm ở King College (Fresno). Trong thời gian nầy, tôi đã có nhiều kinh nghiệm trong công việc quản lý chuyên môn ở kỹ nghệ cho nên **thay vì đem text book ra giảng dạy, tôi nói nghiều về các áp dụng hóa chất trong kỹ nghệ và nặng phần trao đổi, vấn đáp, nhiều khi ra ngoài đề dù vẫn trong tinh thần giảng dạy hóa học**. Sinh viên rất thích giờ của tôi. Ngoài ra, tôi có dạy một lớp tiếng Việt ở San Diego College, nơi đây sinh viên chỉ học vì tò mò và vì muốn có thêm credit trong chương trình học, cho nên tôi không thấy hứng thú nhiều lắm trong việc giảng dạy nầy. Tóm lại trong 3 không gian, 3 hoàn cảnh, 3 chủng loại sinh viên khác nhau, tôi thể hiện vai trò của người thầy giáo như *một hướng dẫn viên, một người bạn lớn tuổi*, và đặc biệt trong thời kỳ dạy ở Việt Nam, **tôi rất tâm huyết đối với sinh viên vì muốn tạo một luồng gió mới cho lớp trẻ trong việc giáo dục và hướng dẫn dù cung cách hành xử nầy cũng bị một số "bậc đàn anh", những "cây cổ thụ" trong ngành giáo dục đại học miền Nam phê phán khá gay gắt**! Và đặc biệt hơn nữa, sau ngày 30/4/75, cũng vì sự "gần gũi" sinh viên mà tôi bị gán cho là có "tính quần chúng", một độc quyền của CS BV, do đó, tôi bị…loại ra khỏi ban giảng huấn của trường Đại học Sư phạm Sài Gòn, sau sáu tháng học tập "chính trị" ở trường. Tôi còn nhớ như in câu chuyện trao đổi ngày hôm đó là, Hiệu trưởng Trần Thanh Đạm, một cháu ngoan của "Bác Hồ" đã gọi tôi vào văn phòng và phán:"

Vì lý do cách mạng, tạm ngưng công tác giảng dạy của anh một thời gian…". Và tôi trả lời không do dự:" *Tôi còn trẻ, tôi còn những 20, 30 năm để đóng góp cho Đất Nước, tôi vẫn chờ đợi được*. Cám ơn Ông đã thông báo". Tôi bước ra khỏi phòng ngay và tạt ngang qua văn phòng thơ ký, xin một tờ giấy "bổi", viết vài chữ…từ nhiệm và nhờ cô thơ ký "ruột" trao "thư từ nhiệm" cho Ông ta!

Trên đường về nhà, bấy giờ tôi mới cảm thấy sợ vì thái độ của mình có thể sẽ phải trả giá rất đắt có khi đến mất mạng như chơi. May mắn thay, mọi sự diễn ra êm ả và tôi còn ngồi đây bên bàn phiếm chia xẻ mấy dòng đến bạn đây.

Trở về thời gian ở Hoa Kỳ, trong 27 năm làm việc (không kể 3 năm làm post doc.) tôi hơi **khắc khe đối với nhân viên**, vì tôi nghĩ "họ" phải biết và làm như cá nhân mình, *nghĩa là khi giao một công việc mà tôi có thể làm trong vòng một giờ, tôi mong có được kết quả ấy trong khoảng thời lượng tôi muốn.* Chính vì điểm nầy mà tôi thường tạo ra nhiều áp lực cho nhân viên trong những năm đầu tiên nắm vai trò quản lý chuyên môn.

- Tôi đã phải ra tòa làm chứng vì đề nghị đuổi một nhân viên kỹ sư người Việt (là con của một người bạn tôi tuyển vào) vì ý thức kỷ luật của anh ta (ỷ lại vào sự quen biết với tôi);
- Tôi cũng đã ra tòa một lần thứ hai trong vụ đuổi một Lab Manager vì cô ta tố cáo tôi "cấu kết" với CEO để đuổi cô vô cớ.

May mắn thay, trong hai lần ra tòa tôi được miễn tố vì tôi được Công ty bảo vệ. Đây cũng là một vài kinh nghiệm quý giá của tôi trên đất tạm dung nầy.

3- Những ngày cuối đời

Năm 2012, tôi xin về hưu, sau hơn 11 tháng dần co với suy nghĩ *"về hưu" hay "tiếp tục làm việc"!* Vì sao?

- Vì công việc hiện tại quá dễ dàng, làm việc và hiểu tánh nhau với CEO, điều kiện duy nhứt của Ông ta cho tôi là:" *Làm sao qua được tất cả inspection từ Federal, State, City là được rồi*". Ngoài ra việc đi lại, giờ giấc làm việc của tôi không là vấn đề;
- Sở dĩ tôi dằn co là vì, nếu tiếp tục làm việc, dù công việc có quá dễ dàng, và mức thu nhập cũng quá đủ để tôi có thể chi

tiêu cho những chuyến…xuất hành… nhưng vẫn bị "vướng chưn", không thoải mái đi đây đi đó, nếu cần;
- Nếu về hưu, tôi sẽ quyết định…nhận lời dễ dàng đáp ứng lời mời ở một địa phương nào đó. Nhưng ngược lại, **vấn đề tài chánh sẽ là một trăn trở lớn**!

Chính vì vậy mà tôi mất gần cả năm để suy nghĩ.
Nhưng cuối cùng, *tiếng cuốc kêu* đã khiến tôi chọn lựa con đường …thứ ba, tức là về hưu!
Và hơn sáu năm nay, tôi đã đi, có thể nói, gấp nhiều lần hơn 10 năm về trước.

Tên một ngã 5 ở ngoại ô Paris
Tôi vẫn tiếp tục đi, vẫn tiếp tục nói, vẫn miệt mài không kể sáng trưa chiều tối hay khuya. Vẫn tiếp tục nhả tơ ngõ hầu mang những tin tức, suy nghĩ, cảnh báo…cho bà con trong nước biết tình trạng nguy khốn của dân tộc, việc Hán hóa của Trung Cộng đang xảy ra ngày càng nhanh hơn do các Thái thú biết nói tiếng Việt, đó là Đảng Cộng sản Bắc Việt!

4-   Tạm kết
Trên đây, tất cả là những gì tôi ghi lại qua ký ức mà tôi nhớ rất rõ. Nhớ để cố gắng hết sức trung thực với chính mình. **Không thêm thắt. Không hư cấu. Không tô son đánh phấn cho chính mình!**
Không dám tự nhận là cuộc đời mình gồm trong ba chữ Bi Trí Dũng trong triết lý Phật giáo, nhưng tôi chỉ dám xác quyết là **tôi đang cố gắng theo hướng chỉ tay của Đức Phật**.

Phở Lập Mai Thanh Truyết
Lễ Chiến sĩ Trận Vong Hoa Kỳ 2017 và cập nhựt 1/2019

Tản Mạn Về Quê Tôi
Viết cho thời Tuổi thơ thập niên 1940 – 2017

Chợ Bàu Trai

Đã lâu lắm rồi, tôi có …một đêm không ngủ. Câu chuyện đã xảy ra vào một ngày…năm 2017, sau khi làm xong 30 phút Hội luận với Nhà báo Trương Sĩ Lương, ở một đài phát thanh trên Dallas. Thông thường, sau khi vào giường ngủ, đọc năm ba trang sách là tôi …**lang thang …đi về Việt Nam ngay trong giấc mộng.**

Nhưng tối hôm đó thì không!

Sau khi đọc xong quyển sách của anh bạn ở Montréal, anh **Lê Tấn Lộc**, một người thầy giáo và cũng là một chiến sĩ cho một Việt Nam tương lai không còn CSBV, tôi đã tắt đèn từ lâu, nhưng không tài nào chợp mắt được. *Tôi không ngủ được vì những hình ảnh xa xưa của anh bạn Lộc của tôi*, mặc dù quá tuổi thất thập rồi, nhưng anh vẫn còn khả năng ghi lại những **hình ảnh kỷ niệm của vùng quê của anh ở Vĩnh Long, của ngôi trường anh đã học, của mái nhà người thầy dạy anh đờn và đóng kịch Nguyễn Trãi, Trần Hưng Đạo…., thậm chí còn ghi lại vài mối tình quê thời còn là học sinh.**

Trí óc tôi vẫn mãi quay cuồng trong bao hình ảnh của bè bạn khắp nơi sau hơn 30 năm với "làng văn trận bút", những hình ảnh về quê "tôi" của các bạn văn. Nào là **Nguyên Nhung, Houston** dù có quê ở tận miền Bắc xa xôi, nhưng **vẫn chấp nhận một góc Cần Thơ là quê mình**. Những bài viết nhẹ nhàng tả lại lối mòn trong xóm, bà bán quán chạp phô đầu ngõ, cùng những "giây phút" chạnh lòng trong vài mối tình thuở học trò.

Nào là cô em **Tiểu Thu** ở tận Montréal mà cũng còn nhớ vanh vách về vùng **quê Vĩnh Long của mình**, với bao kỷ niệm đầu đời, chiều chiều đạp xe nhìn về ...phía xa xăm hay nhìn mong ngóng ai đó(?). (ghi nhận là TT có nói với tôi đó là "hư cấu" chứ không phải" chiện" thiệt! mà hư cấu hay không cũng là kỷ niệm phải không TT, có anh Thành làm chứng đó!)

Nào là anh bạn thầy giáo của tôi **Nguyễn Lộc Thọ, Orange** trên **Đặc san Hậu Nghĩa**, hãnh diện nói về vùng quê **Đức Hòa** đầy Việt Cộng của mình, bước ra khỏi ngõ là thấy...VC rồi.

Nói lên để hoài niệm, để cho bà con cô bác mình vẫn còn một quê, có một quê. Bạn Thọ nói về Đức Hòa có Xóm "Quế" (Huế) làm nón lá do cha Bình mang nhiều gia đình Huế về khi chuyển về làm giám mục ở đây.

Lại một cô em cũng là một nhà giáo **Ngọc Dung**, Vancouver, dù gốc gác cũng ở tận miền Bắc, nhưng cô em vẫn thường hay viết lại kỷ niệm về quê **Đà Lạt ngày xưa trong các bài viết**, kể lại kỷ niệm trên đường Ngô Tùng Châu về hướng Lữ quán Thanh Niên và bưu điện, kể lại Cà phê Tùng năm xưa...và dĩ nhiên **một vài vấn vương xưa trong cái không khí lãng mạn sương mù Đà Lạt trên đường đi đến Trại Hầm hay quanh bờ hồ Xuân Hương...**

Và còn nhiều bạn bè khác viết ra đây không hết, *ai cũng hơn một lần viết và nói về quê mình…*

Còn tôi!

Nếu ai có hỏi quê tôi ở đâu?

Tôi chỉ trả lời vỏn vẹn là "**quê tôi ở Hậu Nghĩa**" mà thôi. Và nếu có hỏi thêm nữa, tôi cũng chỉ có thể nói thêm là tôi sanh trưởng tại ấp Bàu Trai, **làng Tân Phú Thượng**, quận Đức Hòa, tỉnh Cholon (giấy khai sanh bằng tiếng Pháp viết chữ Chợ Lớn ra như ậy, và tôi chỉ thấy một lần một, từ lâu lắm rồi, đâu chừng gần 70 năm về trước).

Có một chuyện mà tôi nghe kể lại trong một lần họp mặt **Gia đình Hậu Nghĩa** tại Nam Cali, Cựu Tỉnh trưởng Hậu Nghĩa, Đại tá Tôn Thấn Soạn đã vạch mặt trò giả mạo "***Địa đao Củ Chi***" của CS Bắc Việt năm nào.

Hậu Nghĩa là một tỉnh cũ ở Nam phần Việt Nam thời Việt Nam Cộng hòa. ***Tỉnh này tồn tại từ năm 1963 đến 1976***. Tỉnh được thành lập theo Sắc lệnh số 124-NV của Tổng thống Việt Nam Cộng hòa ngày 15/10/1963, từ phần đất tách ra của các tỉnh Long An, Gia Định và Tây Ninh. Tỉnh lỵ đặt tại **Bàu Trai**, gọi là thị xã Khiêm Cương. Tỉnh gồm 4 quận (24 xã): Củ Chi, Đức Hòa, Đức Huệ và Trảng Bàng. Dân số năm 1965 là 176.148 người, năm 1974, dân số tăng lên 232.664.

Vào tháng 2 năm 1976, ***tỉnh bị "khai tử" do CS Bắc Việ***t và các phần đất được chia cho ba tỉnh lân cận. Quận Trảng Bàng sáp nhập vào tỉnh Tây Ninh, Củ Chi sáp nhập với quận Phú Hòa của tỉnh Bình Dương thành huyện Củ Chi nhập vào thành phố Hồ Chí Minh, còn hai quận Đức Huệ và Đức Hòa nhập vào tỉnh Long An.

Theo lời anh chị tôi kể và sau nầy đọc sách báo thêm, quê tôi đã nhiều lần thay tên đổi họ, từ tỉnh Chợ Lớn rồi Long An, và sau cùng là Hậu Nghĩa dưới thời Đệ Nhứt Cộng Hòa. **Tỉnh lỵ Hậu Nghĩa gọi là Khiêm Cương chính là ngôi làng nơi sanh tôi ra**. Do đó, tỉnh lỵ rất nhỏ so với các quận như Đức Hòa, Hiệp Hòa, Củ Chi, và Đức Huệ…những vùng đất *làm cho biết bao nhiêu cô nhi quả phụ phải trả giá rất đắt kể cả mạng sống trong cuộc chiến do CS Bắc Việt gây ra trong suốt 20 năm*.

Tôi đã biết về quê tôi chừng đó mà thôi.

Xin đừng hỏi nữa vì tôi sẽ không biết trả lời sao?

Chính vì thế mà tôi không hề viết gì về quê nhà cả, ngoài một kỷ niệm mờ mờ ảo ảo còn vương vất trong trí óc lúc còn non nớt của tôi mãi đến ngày hôm nay, **kỷ niệm của một thời…Việt Minh vùng dậy, đốt thôn xóm, xử tử nhiều người dân mộc mạc, chất phác vào những năm 44,45 trong đó có Ba tôi**.

Theo lời Má tôi kể lại khi tôi chưa đầy 3 tuổi, *Ba tôi đã bị trói thúc ké cạnh bụi chuối bên hông nhà. Lệnh xử tử được đọc ra là vì* **Ba tôi là "Việt gian" và là địa chủ, có con gửi theo học trường Pháp dưới Sài Gòn**, *nói tiếng Pháp với lính Tây đóng ở đầu làng…, có nuôi ngựa đua và thi đua ở trường đua Phú Thọ v.v…Và Ba tôi bị bắn ngã gục xuống sau khi bị trói thúc ké bên bụi chuối, chỉ cách chúng tôi khoảng 3 thước gồm hai bà chị lớn, cùng hai ông anh, và tôi.*

"Họ" tưởng Ba tôi chết rồi, sau đó đốt nhà, cướp của... rồi đi.

Từ đó gia đình tôi trôi giạt xuống Sài Gòn ngay đêm hôm đó (không còn nhớ ngày!?) và Ba tôi được cứu sống.

Và tôi chỉ trở về thăm quê tôi **một lần một và chỉ một lần một** mà thôi sau "giải phóng" (?) vào năm 1976, để nhìn thấy mồ mả của Ba Má tôi lần đầu cũng là lần cuối cho đến khi phải đành đoạn lìa xa quê cha đất tổ chỉ **vì "cái gọi là" cơ chế chuyên chính vô sản của những người không còn chút nhứt điểm lương tri của ...con người**.

Lễ khánh thành Thánh thất Cao Đài Hậu Nghĩa

Đó là những gì tôi biết về quê tôi, nơi chôn nhau cắt rún, nơi an nghỉ của những người thân yêu nhứt đời của tôi. Nói như vậy để thấy rằng tôi là một con người tệ bạc, *không có một hình ảnh quê nhà nào trong đầu, không giữ được tình quê, tình xóm giềng quê cũ!*

Vì vậy cho nên, cứ mỗi lần đọc một bài viết ghi lại những dấu ấn của quê mình do các bạn văn, nhứt là trong Đặc san Hậu Nghĩa hàng năm mà tôi là Cố vấn không biết tự bao giờ...làm lòng tôi chùng xuống. **Tôi không có được may mắn như các bạn để có thể viết rõ ràng về quê mình, ngay cả một vài kỷ niệm đơn sơ ở nơi chôn nhau cắt rún nữa.** Và đó cũng là lý do tôi mất ngủ tối hôm đó vì một vài câu thơ tình con cóc của lứa tuổi học trò ở quê của anh bạn Lộc Montréal của tôi.

Hỡi những người con Việt tha hương của tôi ơi!

Các bạn có bao giờ có những ý nghĩ của một người con Việt **không hình dung được nơi chôn nhau cắt rún** của mình không?
Có ai giống như tôi đây không?
Các bạn có bao giờ có những giây phút chạnh lòng như thế nầy bên ly cà phê đắng và chiêm nghiệm về tuổi thơ của chính mình hay không?

Một mình trên bàn giấy trong một căn phòng ở nhà, nơi tôi viết lên những dòng chữ trên đây, nơi tôi trải qua suốt bao năm trời căm cụi những bài viết về môi trường, về thực phẩm, và nhứt là những suy nghĩ về phương cách "**Chống Tàu Diệt Việt Cộng**" để tìm **"một lối thoát cho Việt Nam"**. Không một USB nào nằm trong ngăn kéo của bàn viết mà tôi không biết chứa đựng những hồ sơ gì cho công việc "chống lại công cuộc Hán hóa của Trung Cộng" của tôi?
Va đây chính là nơi tôi trang trải, chia sẻ với bè bạn khắp nơi về

những suy nghĩ của một người con Việt về những vấn đề Việt Nam.

Thế mà, **nghĩ về quê tôi, tôi chỉ biết lờ mờ**...

Tội nghiệp cho tôi không các bạn?
Có bao giờ bạn nghĩ, **bạn sẽ mất quê khi bạn bị tách rời ra khỏi nguồn cội trong khi sống ly hương như hiện nay không?**
Có bao giờ bạn nghĩ, **hồn quê luôn luôn ở bên cạnh bạn dù bạn không hề nhắc đến hay nghĩ đến hay cảm nhận không?**

Ý nghĩ viết về quê tôi, dù cho một lần như hôm nay, tôi cũng chỉ có chừng đó để chia sẻ cùng bạn mà thôi. Hình ảnh quê nhà thì mờ mờ ảo ảo...nhưng **tôi vẫn tin rằng hồn quê nơi tôi đã khắc sâu tự trong vô thức**, chỉ cần một sát na nào đó, chỉ cần một khơi dậy nào đó, **hồn quê sẽ cuồn cuộn chảy vào tâm khảm chúng ta.**

Hậu Nghĩa của tôi

Các bạn ơi!
Qua những dòng tản mạn trên đây tôi muốn nhắn gửi tới các bạn rằng, dù ở một nơi xa xôi nào trên quả địa cầu nầy. dù bạn bị tách rời khỏi quê cha đất tổ, sống tha phương nhưng "không cầu thực", nhưng **hồn quê của bạn vẫn hiện diện dai dẳng trong lòng bạn, trong tâm trí bạn.**
Hồn quê đã ẩn tàng trong tận sâu thẳm của tâm hồn bạn.

Nhưng có ai giống như hoàn cảnh của tôi không?
- **Thời thơ ấu**: Không biết Quê là gì?
- **Thời thanh thiếu niên**: Biết Quê qua lời kể của Ba Má Anh Chị.

- **Thời trưởng thành**: Biết Quê qua nửa vòng trái đất.
- **Thời lưu vong**: Biết Quê trong tâm tưởng và trong vô vọng.

Biết bao giờ Tôi mới nhìn lại Quê hương đích thực của tôi đây? Bạn không sống gần **QUÊ**, trong **QUÊ**, nhưng **QUÊ vẫn có trong bạn.**

Hồn Quê vẫn sống trong tiềm thức của bạn.

Và **Hồn Quê tôi muốn nói nơi đây, chính là** HỒN NƯỚC đó bạn ạ!

HÔN NƯỚC đang réo gọi chúng ta mau về dựng lại bức dư **đồ rách** do con người **vô tâm, CSBV** đang dày xéo Đất và Nước chúng ta.

Hồn quê đang réo gọi để tôi còn:

*"Ngẩng đầu hẹn
với quê cha,
Tôi còn đốm lược
xây nhà Việt Nam"*

Mai Thanh Truyết

Anh Trường Của Tôi

Lời nói đầu: Bài viết kỷ niệm này trích ra từ "Tâm Tình Người Con Việt" của Ts Mai Thanh Truyết cung cấp cho Việt Báo (tháng 6-2012). Tác giả kể về Gs. Nguyễn Văn Trường, cựu Tổng trưởng Giáo Dục của VNCH và cũng là cựu Viện trưởng Viện Đại học Cao Đài Tây Ninh, một cơ sở văn hóa ra đời nhằm phát triển vì nhu cầu giáo dục cho tỉnh nhà và cũng là việc đóng góp cho công cuộc giáo dục ở cấp quốc gia.

Sau khi vào làm việc tại Đại học Sư phạm Sài Gòn, tôi đã gặp anh Nguyễn Văn Trường trong buổi giới thiệu tôi với một số bạn đồng nghiệp mới. Mặc dù biết anh Trường đã từng làm Tổng Bộ trưởng tới hai lần lúc đó (còn một lần thứ ba nữa trong hai ngày cuối cùng còn lại của VNCH), nhưng tôi không hình dung được một người đã từng giữ chức vụ điều hành ngành giáo dục cho cả nước thời VNCH lại là một người bình dị như thế sao?

Từ sự ngạc nhiên đó, lần lần tôi làm thân với anh. Biết anh thêm, với dáng người dong dỏng cao, ăn nói nhỏ nhẹ và quá lễ phép đôi khi khiến cho người nghe nghĩ là "sáo ngữ"; nhưng đối với tôi, **nơi anh Trường thể hiện một sự hiền hậu, khiêm cung của một người thầy giáo**, đúng như những bài viết của anh trong những năm đầu định cư ở Hoa Kỳ.

Có quá nhiều kỷ niệm với anh, cũng như học hỏi được rất nhiều điều khuyên răn của anh đối với tôi, một *"con ngựa non háo đá"* (biệt danh do nhiều đồng nghiệp đặt cho tôi) trong những ngày tháng đầu tiên về lại quê nhà.

Trong suốt gần 40 năm quen biết nhau, hôm nay tôi mượn những trang sách nầy để bày tỏ mối thâm tình và chia xẻ vài sự kiện nổi bật liên quan đến anh và tôi, người tôi xem như là một người anh trong gia đình nhứt là trong 20 năm qua trên đất tạm dung nầy.

1- Làm việc tại Đại học Cao Đài

Vừa quen biết anh chưa đầy một tháng ở Đại học Sư phạm Sài Gòn, anh đã ngỏ ý mời tôi tham gia vào Viện Đại học Cao Đài. Không biết anh căn cứ vào đâu mà anh biết tôi rất năng nổ và hăng say trong cung cách làm việc. Anh đề nghị tôi phụ trách xem lại chương trình giảng dạy, tổ chức phòng thí nghiệm và lo việc mời thêm giáo sư trong ban giảng huấn nhứt là bên ban giáo dục sư phạm khoa học. (Bên ban giáo dục văn chương đã có GS Nguyễn Văn Sâm phụ trách rồi). Tôi nhận lời với chức vụ Giám đốc Học vụ.

Anh Trường với vai trò Quyền Viện trưởng lúc đó, đã để cho tôi toàn quyền sắp xếp cũng như lo việc xây dựng các phòng thí nghiệm bên ngoài nội ô Tòa Thánh cạnh chợ Long Hoa. Với tuổi trẻ và lòng hăng say, mọi việc đều suông sẻ trong suốt hai niên khóa 1973-1974 và 1974-1975. Trong thời gian làm việc ở đây có hai sự kiện nổi bật trong lề lối thi cử qua cung cách hành xử quá "cứng rắn" của tôi lúc bấy giờ (Viết lên những hàng chữ hôm nay, tôi cảm thấy hối hận vì mình đã quá nặng tay lúc đó!).

Viện Đại học Cao Đài năm xưa

Câu chuyện thứ nhứt: Trong kỳ thi cuối năm, kỳ 1 vào tháng 6, 1974, tôi phụ trách đề thi và kiểm soát cuộc thi, bạn tôi, GS Mã Thành Công, Phó Viện trưởng là Chánh chủ khảo cuộc thi. Trong một buổi thi, đề thi đã được phát ra gần 2 giờ, một sinh viên, nguyên là Hiệu trưởng một trường trung học Đệ nhứt cấp ở Tây Ninh, đến trễ và xin được vào thi. Tôi không đồng ý với lý do đề thi đã phát ra rồi. Với tư cách một Hiệu trưởng đương thời và cũng với tư cách gia đình chức sắc trong Đạo, cô lên khiếu nại với bạn tôi, GS Công.

Kết quả là cô phải đi về đợi kỳ thi khóa 2 vì Công biết ý tôi và không thể để cô vào thi được. Cũng trong khóa thi đầu tiên nầy, tôi được mang hỗn danh là "ông thầy hắc ám" vì tôi đã thay đổi áo sơ mi nhiều lần trong suốt buổi thi, cũng như tôi đã mào đầu là *"trước khi làm thầy, tôi đã là học trò, mà đã là học trò ắt phải biết những mánh khóe "làm bùa".* Do đó, xin các anh các chị đừng "đánh bùa", nếu tôi bắt được thì miễn xin xỏ. Nói như thế nhưng trong suốt cuộc thi nầy không có ai bị "bắt" cả! Có thể ví tôi còn non tay, mà cũng có thể vì các sinh viên đã mang truyền thống đạo đức của con em trong đạo mà không làm điều xằng quấy chăng?

Câu chuyện thứ hai: Cũng ở khóa thi nầy, trong một kỳ họp Hội đồng khoa để công bố kết quả, một chức sắc xin cho con được chấm điểm đậu vì em nầy đã vắng mặt trong một buổi thi. Tôi nhứt định không đồng ý với lý do, nếu cho em sinh viên nầy thi đậu thì phải cho tất cả thí sinh phải được đậu kỳ nầy dù với số điểm thấp đi nữa. Anh Trường, mặc dù phải khó xử với Đạo, nhưng cuối cùng cũng phải làm theo quyết định của tôi. Xin cám ơn anh đã giữ cho Đại học Cao Đài có được "credit" vì đã làm theo đúng tinh thần công bằng trong giáo dục.

2- Lớp Tiến sĩ giáo dục ở Đại học Sư Phạm Sài Gòn

Vào khoảng giữa niên học 1973-1974, GS Tần Văn Tấn, Khoa trưởng cho họp Hội đồng khoa của trường và cho biết tình hình giáo dục chung, trong đó Ông nêu rõ khuynh hướng giáo dục mới bây giờ nghiêng về lề lối giáo dục của Hoa Kỳ cũng như ảnh hưởng rất lớn của giáo chức tốt nghiệp từ hệ thống này cho nên các giáo sư của trường đã tốt nghiệp từ Pháp cần phải "học thêm" để có văn bằng Tiến sĩ giáo dục.

Và Ông đã thực hiện điều trên bằng cách tổ chức lớp tiến sĩ giáo dục "tại chức". Tôi còn nhớ lớp nầy gồm: Gs Nguyễn Văn Trường (Houston), Gs Lý Công Cẩn (Montpellier, Pháp), Gs Đàm Trung Pháp (Dallas), Gs Trương Minh Đức (Canada), Gs Phạm Văn

Quảng (Westminster), Gs Phạm Cao Dương (Huntington Beach), Gs Phạm Đình Tiếu (mất), và tôi. Trong ban giảng huấn gồm có: Gs Dương Thiệu Tống, Gs Lê Quang Tiếng, Gs Tô Thị Ánh và một số giáo sư khác tôi không nhớ hết tên.

Lớp học bị dang dở vì quốc nạn 30/4. Kỷ niệm giữa anh Trường và tôi trong giai đoạn nầy là chúng tôi cùng làm chung một tiểu luận nhan đề*:" **Triết lý giáo dục trong Đạo Cao Đài"**. Đây là một đề tài hết sức mới mẻ và anh Trường phải bỏ ra hơn hai tháng trường để nghiên cứu. Còn phần tôi chỉ phụ họ và trình bày trong buổi thuyết trình mà thôi. Chỉ như vậy thôi mà tôi vẫn được "cờ rề đít"!

3- Những ngày sau 30/4

Ngay sau khi CS Bắc Việt chiếm cả đất nước, người dân Sài Gòn hầu như hụt hẫng vì biến động quá bất ngờ, nhứt là đối với giới giáo chức. Tâm trạng hoang mang. Tình trạng an ninh cá nhân rất bấp bênh vì không biết người CS sẽ hành xử như thế nào. Mối lo ngại nầy đè nặng lên các giáo chức xuất thân từ Hoa Kỳ và dạy các môn nhân văn. Rồi đến vấn đề tài chánh gia đình. Như đã biết, người thầy giáo chỉ trông cậy vào đồng lương 5 cọc 3 đồng, và giới nầy ít biết xoay sở ngoại trừ một thiểu số nhỏ. **Một khi đã gắn liền với nghiệp giáo thì phải chấp nhận chữ nghèo**. (Nếu một ông giáo nào "giàu" chắc hẳn là phải có những

"dịch vụ" khác như bán cours, dạy thêm, làm "affaire" v.v…). Anh Trường vẫn không tránh khỏi tình trạng chung, lại cưu mang thêm 4 cháu nhỏ và hai thân mẫu hai bên nội ngoại. Nhưng anh cũng phải bương chải, cũng phải "chà đồ nhôm" sống chung đụng với giới giang hồ qua chợ trời.

Với những tâm trạng vừa kể trên, làm sao người thầy giáo còn đủ lương tâm và trí tuệ để làm công việc truyền giảng tri thức cho học trò được? Cuộc sống kinh tế đã quá khó khăn lại thêm nỗi bất an, lo sợ không biết mình bị công an gọi đi…"làm việc" lúc nào!

Đó là tâm trạng chung của giáo chức trong giai đoạn "quá độ" nầy. Riêng đối với tôi, đã từng mang danh hiệu "điếc không sợ súng" và chính vì biết cá tính của tôi, anh Trường luôn khuyên nhủ tôi bình tâm lại và ráng sống cho qua cầu. Dù kính trọng anh, nghe và hiểu lời khuyên của anh, nhưng làm sao tôi có thể" nhịn" được khi có biết bao nhiêu cảnh tình *chói tai gai mắt* diễn ra hàng ngày trên khắp miền Nam. Vì vậy anh chỉ mong cho tôi vượt biên mới có thể bảo tồn được tính mạng.

Bao lần anh đã nói, **bao lâu "toi" còn ở đây thì tính mạng "toi" sẽ không an toàn**.

Tôi thấy anh lo và sợ thực sự cho tôi. Tôi thương và quý anh chính vì cái tình anh đối với tôi. Và sau cùng anh chỉ an tâm khi biết chắc rằng tôi đã cho vợ con đi vượt biên trước rồi sau đó tới phiên tôi đi.

4- Những ngày đầu tiên của anh Trường tại Hoa Kỳ

Sau bao nhiêu lần thất bại, các con của anh Trường vượt biên thành công trong hai đợt. Đợt đầu 3 cháu, nay đều thành đạt tất cả; đợt sau là cháu Út, cũng đã thành công. Anh chị qua Hoa Kỳ theo diện đoàn tụ. Hai tuần sau khi anh đặt chân đến Houston, tôi cũng có dịp đi họp công ty ở Dallas. Khi biết tin anh đã có mặt ở Houston, sau khi họp xong ở hãng xong, tôi vội mướn xe và đến thăm anh chị ở Houston.

Anh em gặp nhau. Trùng phùng sau bao năm, mừng mừng tủi tủi...vì được gặp nhau trên xứ lạ, cách quê nhà ngàn trùng...Tôi ở lại chơi với anh chị và các cháu chỉ vài ngày mà thôi, nhưng có biết bao nhiêu chuyện để nói và cũng có nhiều thông tin vui buồn lẫn lộn.

Chỉ hai tuần sau đó, tôi mời anh chị qua Cali để tôi có dịp đưa đi thăm bè bạn và đồng nghiệp, phần lớn tập trung ở vùng nầy. Có thể nói chuyến đi một tuần lễ ở Cali là một chuyến đi nhớ đời. Anh em kề cận nhau suốt cuộc hành trình, nói biết bao nhiêu chuyện, chuyện xưa, chuyện nay, chuyện người đi, chuyện người ở lại với trăm bề đắng cay…

Dường như Anh tham dự hầu hết những buổi Hội thảo của Hội Khoa học & Kỹ thuật Việt Nam (VAST) trong 10 năm đầu anh đến Mỹ. Nhưng sau nầy vì sức khỏe, anh chậm viết bài và bớt sinh hoạt lại. Nhưng mỗi lần tôi qua Houston để nói chuyện hay thăm anh em, anh Trường đều có mặt cũng như không quên đãi "thằng em" một bữa cơm gia đình trong đó anh không quên mời đông đủ bạn bè của anh và của tôi.

Có một lần qua thăm anh vào tháng 9, 2011 nhân chuyến đi Dallas tham dự Nghị Hội Toàn Quốc. Anh đã già hơn sau lần mổ tim. Lần nầy, hai anh em nói chuyện gần như suốt đêm, nói về chuyện gia đình tôi, chuyện Việt Nam **mà tôi dự định làm một cuộc phiêu lưu mới** (?), chuyện Đạo và Đời.

Nơi anh và tôi có cùng một điểm chung lớn về quan niệm Đạo. Cùng tin tưởng Đạo, nhưng thấy những câu chuyện trong Đạo có tính cách "huyền thoại" và không thực tế! Chỉ tin khi nào "***Được Nghe và Được Thấy***".

5- Câu chuyện tiếp tục

Trong suốt thời gian qua, giao tình giữa anh và tôi ngày càng thắm thiết. Còn biết bao kỷ niệm không cần phải nói ra nơi đây. Nhưng có một điều tôi phải nói, vì đó là mấu chốt của hầu hết mọi trao đổi giữa anh và tôi.

Anh luôn bắt đầu câu chuyện bằng…" **Cuộc sống vốn đã bất toàn, thôi thì…**" rồi sau đó mới thực sự bắt đầu. Tôi nghĩ đây không phải là "câu thiệu" để anh nói trước khi bắt đầu câu chuyện…mà chính là anh tự nhắc nhở anh và cùng nhắc nhở người đối thoại nên có cái nhìn tương đối hơn trước cuộc sống. Nếu cuộc sống *không-bất toàn* thì còn đâu là cuộc sống nữa?

Nhưng với tôi, những lời trên là một công án cần suy gẫm cho chính tôi. Vì đã là bất toàn cho nên nếu cuộc sống có mang đến nhiều nỗi bất hạnh cho mình hay người thân của mình, điều đó cũng là một lẽ thường tình, không cần phải đau khổ hay bận tâm.

*Cái tương đối trong vạn vật chính là để thử thách chân tâm...từ đó tâm mới có thể đạt được điểm "**Định**" trong bản thể con người.*

Tôi nói cho tôi hay tôi nói cho anh đây anh Trường?
Năm 2012, anh 82 tuổi, tôi, 70. Ở cái tuổi "thất thập cổ lai hy" của thời xưa đã không còn đúng với thực tế ngày nay nữa...vì anh vẫn còn tráng kiện và còn khả năng trí tuệ để chuyển tải những tư tưởng của mình trên trang giấy. Tôi vẫn còn xông xáo, bôn ba khắp nơi vận động cho một cuộc đổi đời cho Việt Nam. Mình vẫn còn sức sống và tin tưởng tích cực ở một ngày mai.

*Nhưng dù sao, mình cũng đủ chính chắn để nhận thức rằng nguồn tham sân si trong người đã dịu bớt (không dám nói là tắt hẳn), nỗi thất tình lục dục cũng vơi đi theo thời gian sinh lý của con người và sự tiến gần đến **trạng thái an nhiên tự tại của nhận thức**. Dù không là thánh thiện, nhưng trong anh thể hiện một nhân tâm đôn hậu, đôn hậu trong từng câu nói, trong từng cử chỉ và nhứt là trong ánh mắt hiền hòa của anh.*
Tôi không quá lời khi viết những câu trên về anh. Về phần tôi, tuy không còn cao ngạo rằng "*xưa nay nhân định thắng thiên cũng nhiều*" như ngày xưa nữa, nhưng vẫn còn giữ được bầu nhiệt huyết để làm con én tuy không làm nên mùa xuân, nhưng vẫn có thể báo hiệu cho một mùa xuân trong tương lai.

Như vậy mình chưa già phải không anh?

Anh Trường,

Những lời anh khuyên, những lời anh dặn vẫn còn đây. Đứa em của anh đã "thuần" trong suy nghĩ, và vẫn tiếp tục đi trên con đường chông gai mà chính mình đã vạch ra. Chân thành cám ơn những chỉ vẽ của anh trong suốt hơn 40 năm qua.

Xin hứa cùng chị và các cháu là sẽ mang anh về lại Sài Gòn sau khi vắng bóng cường quyền!

(Tác giả xin sửa lại câu kết luận vì Anh Trường của tôi đã ra người thiên cổ rồi.)

Phổ Lập – Mai Thanh Truyết
Kỷ niệm ngày anh ra đi 3 -1-2018

Nói về Việt Nam Tương Lai

Trong dịp ra mắt cuốn sách "Những Vấn Đề Môi Trường Việt Nam" năm 2010 tại Orange, CA, Luật sư Nguyễn Hoàng Duyên, một đồng nghiệp ở Ban Hóa học, Đại học Sư phạm Sài Gòn trước 1975 có nêu bốn câu thơ của **Võ Quốc Lịch** như sau:

Ngẫu nhiên trời đất xoay quanh
Ngẫu nhiên cha mẹ sinh thành ra con
Ngẫu nhiên trong cuộc mòi mòn
Ngẫu nhiên đưa ngực hứng đòn tử sinh

Duyên đọc ra đây để nói về những việc làm của tôi trong mấy chục năm qua và tình nguyện chấp nhận "đòn tử sinh" từ nhiều phía. Và cũng mỉa mai thay, đòn tử sinh nầy không những đến từ những người CS Bắc Việt, nguyên nhân của mọi khổ đau của dân tộc. Mà đòn tử sinh còn **đến từ phía những người đã từng là bạn** trong một thời gian dài, nhưng vì khác quan điểm và …con đường về quê hương, cho nên biến thành thù. Và **đòn tử sinh thứ ba đến từ những kẻ "nửa hồng nửa xanh"**, những người thường thường xuôi theo làn gió vì quyền lợi cá nhân.

Nhưng dù sao đi nữa, chính nhờ ba đòn tử sinh trên mà tôi vẫn tiếp tục…**mài kiếm dưới trăng** như lời một người bạn chiến đấu trong gần 50 năm, Tiến sĩ Phan Văn Song bên Pháp.

Cho đến ngay giờ phút viết những lời cáo bạch cùng đọc giả, ***người viết vẫn còn tiếp tục mơ***. Chính vì vậy, cuốn sách Việt Nam Tương Lai mới đến với bạn đọc. Tôi không mong tìm về những hình ảnh đẹp thời xa xưa ở Việt Nam như hình cậu bé chân đất ngồi vắt vẻo trên lưng trâu, hình cô gái Huế mặc áo dài chèo ghe trên sông Hương, hoặc là những hình cầu tre lắt lẻo trên những đường đất nước Đồng bằng sông Cửu Long mà là …*mơ về hình ảnh:*

- ***Các em nhỏ áo quần chỉnh tề, mang giày săng đan xếp hàng đi vào lớp học khang trang sạch sẻ;***
- ***Các cô gái Huế thướt tha đang làm việc trước máy điện toán, hay lịch thiệp hướng dẫn các đoàn du lịch ngoại quốc đi thăm di tích huy hoàng của cố đô Huế với lăng tẩm những vì vua Việt Nam;***
- ***Những cầu tre xiêu vẹo được thay thế bằng những chiếc cầu bê tông vững chắc, trên đó xe đạp, xe gắn máy có thể chạy thong dong và an toàn.***

Tuy đó là *những giấc mơ hiện tại, nhưng người viết với niềm tin khẳng quyết là quê hương dấu yêu của chúng ta sẽ có một ngày mới như thế đó.*
Và, ***Việt Nam Tương Lai*** ra đời sẽ là một sự phác thảo những giấc mơ trên biến thành hiện thực bằng cách chuẩn bị cho tương lai Việt Nam một khi không còn bóng dáng những người quản lý Đất và Nước với một não trạng chuyên chính vô sản bịnh hoạn. (Quyển sách "Việt Nam Tương Lai" I và II đã xuất bản năm 2914)

Đây chỉ là một đóng góp sơ khởi mà người viết đặt trọng tâm vào các lãnh vực ưu tiên cần phải làm một khi hoa dân chủ, dân quyền nở rộ trên quê hương. Dĩ nhiên, những gợi ý trên cũng cần tất cả đóng góp của những người con Việt, dù ở quê nhà hay tha hương trên khắp nẻo đường.

Dù tuổi đời đã qua con số bảy, nhưng người viết vẫn còn thao thức cho một ngày về, một ngày về không cần "mài kiếm dưới trăng" nữa mà là ***"an bần lạc đạo"*** **trong cảnh chập chùng non nước của vùng quê bên dòng sông Cửu.**

Cho đến hôm nay, tôi vẫn tiếp tục đi trên con đường chông gai hầu mong thực hiện những giấc như bài thơ Về Lại Saigon mà tác giả là một "nửa" của bản thân viết từ năm 2012 sau khi đọc tác phẩm "Tâm Tình Người Con Việt":

Xin mời những người con Việt duyệt qua Việt Nam Tương Lai.

Mai Thanh Truyết
Người con Việt viết cho Quê hương-2013

Lớp Lý Hóa 2 của Tôi

Lời người viết: Bài viết nầy viết theo ký ức về những hoạt cảnh và suy nghĩ trong quá khứ cách đây 38 năm, có thêm sự giúp sức của hai cựu sinh viên Đại học Sư phạm Sài Gòn, lớp Lý Hóa 2 niên học 1973-1974. Xin cám ơn hai chị Hồng Oanh và Tú Anh

Sau khi thủ tục hành chánh hoàn tất việc thu dụng vào Đại học Sư Phạm, tôi được phân nhiệm vào Ban Hóa học với chức vụ Trưởng ban và ngạch Giảng Sư vào tháng 9 năm 1973. Tôi bắt đầu đi làm việc hàng ngày. Mặc dù đã có trên 2 năm giảng dạy ở Besancon, nhưng không khí giữa các đồng nghiệp với nhau vẫn làm cho tôi bỡ ngỡ mặc dù nói cùng một ngôn ngữ Việt Nam, *nỗi bỡ ngỡ ban đầu có lẽ vì tôi là một người mới chưa tạo được niềm tin nơi đồng nghiệp*. Nhưng chưa đầy một tuần lễ sau, tôi khám phá ra rằng, Ban Hóa học tuy chỉ có 15 nhân viên giảng huấn và phòng thí nghiệm, nhưng vô hình chung chia ra làm hai nhóm, nhóm "thân chính quyền" (tức là nhóm thân cận với GS Phó khoa trưởng, Lý Công Cẩn) và nhóm trẻ, độc lập với tinh thần cầu tiến. Tôi không quên nhắc đến các Giảng nghiệm viên trẻ đã giúp tôi trong khoảng thời gian nầy và về sau nữa như Nguyễn Hoàng Duyên (bây giờ là Luật sư ở San Jose), Nguyễn Văn Kim (hiện là hướng dẫn viên du lịch bằng tiếng Pháp ở Việt Nam), Lôi Quốc Quế (hiện là Giám đốc một Công ty chà xát và đánh bóng gạo ở VN), Nguyễn Văn Hùng (hiện cư ngụ tại Adelaide, Úc).

Vốn tính cởi mở, bình dân và dễ bắt chuyện, tôi đã làm thân được với nhóm thứ hai nầy, và nhờ đó tôi biết được sinh hoạt cùng một số tính tình của các đồng nghiệp. Chính những buổi ngồi "tán gẫu" ở Câu lạc bộ sinh viên, tôi mới hiểu thêm nhiều cung cách sinh hoạt và giảng dạy đặc thù ở Ban Hóa học.

1- Buổi học đầu tiên

Thắm thoát buổi dạy đầu tiên của tôi bắt đầu trên Quê Mẹ. Tôi phụ trách lớp Lý Hóa 2, nghĩa là đã qua 3 năm đại học, với môn giảng dạy là Hóa Cơ cấu (Structural Chemistry), mỗi tuần 4 giờ. Lớp tôi có tất cả 34 anh chị gồm 23 trai và 11 gái. Các anh chị trong lớp thuộc lứa tuổi từ Canh Dần (1950), Tân Mão (1951), Nhâm Thìn (1952) và Quý Tỵ (1953). Sở dĩ biết được những điều trên là vì, trước khi bắt đầu buổi học đầu tiên, tôi đã vào *văn phòng sinh viên vụ lượt duyệt qua thành phần sinh viên trong lớp để biết thêm về gia cảnh của mỗi sinh viên để được dễ dàng giao tiếp trong những ngày sắp đến.*

Trong hai giờ học đầu tiên, ngoài việc giới thiệu "thân thế và sự nghiệp", tôi nói lên quan điểm và "triết lý" của tôi trong việc giảng và dạy.

Trước hết, tôi minh định rất rõ là tôi không dám "làm Thầy" của quý anh chị, mà **vai trò của tôi chỉ là chuyển đạt những thông tin khoa tin khoa học đến các anh chị mà thôi.**

Tôi mời gọi *sự đối thoại trực tiếp, chấp nhận phản bác trong tinh thần cởi mở, khoa học, và tôn trọng lẫn nhau.*

Và triết lý "giáo dục ba xu" của tôi về môn hóa học là "*mỗi trường hợp là một trường hợp đặc thù, nghĩa là chúng ta sẽ không bao giờ có thể lập lại một phản ứng hóa học giống nhau (identical) hai lần*". Dù cho có cùng một áp suất, nhiệt độ, cân lượng giống nhau nhưng thực hiện vào thời điểm t_0 và t_1 đã là khác nhau rồi. Thêm nữa, cấu trúc của các hóa chất tham dự vào phản ứng tuy cùng một tên gọi nhưng phân tử hay nguyên tử tạo thành hóa chất trên sẽ không giống nhau. Tôi diễn dịch "triết lý" nầy dựa theo thuyết tương đối để từ đó đi đến kết luận là trong mọi sự kiện hay hiện tượng xảy ra trên quả đất nầy **luôn cả trong tình yêu đều chỉ là tương đối.** Nếu có tuyệt đối thì tuyệt đối đó chỉ là tương tuyệt đối mà thôi.

Các lập luận triết lý ba xu của tôi cũng đã làm ngạc nhiên không ít cho những anh chị trong lớp học suốt hai giờ.

Sau buổi học đầu tiên, một số sinh viên đến gặp tôi, nói chuyện, trao đổi nhau…và từ đó ngày càng thâm tình hơn lên và lớp LH2 nghiễm nhiên trở thành lớp "chou chou" của người "Thầy" MTT cho mãi đến ngày viết lên những dòng chữ nầy, mặc dù tôi cũng đã dạy các lớp khác, nhưng không có được những kỷ niệm đầy ắp của những anh chị em LH2.

2- Giảng dạy và Thi cử

Nhận thấy cách dạy và học cùng chế độ thi cử của giáo dục Việt Nam thời bấy giờ vẫn còn rập khuôn theo phương pháp cũ, nghĩa là người thầy dạy liên tục một bộ môn cho đến hết học kỳ, để rồi sau đó ra một kỳ thi cuối khóa. **Và bài thi phải là một đề tài khó, phức tạp…để chứng tỏ "người Thầy" học cao và hiểu rộng**. Chính quan niệm nầy đã là một cản lực cho bước tiến của sinh viên và làm chậm lại việc đào tạo nhân tài cho đất nước.

Xin những bậc "Giáo sư tiền bối", những Trưởng lão trong ngành giáo dục VNCH hãy can đảm nhận lấy trách nhiệm của mình một khi đã để biết bao nhiêu sinh viên vì thi rớt, phải rời mái trường, vào quân trường và đã hy sinh mạng sống cho cuộc chiến!

Từ đó, quan niệm về "*việc kiểm soát liên tục*" để làm nhẹ bớt gánh nặng cho sinh viên ở cuối khóa, nghĩa là sau vài ba chương học, người phụ trách giảng dạy cho ra một kỳ kiểm tra, để rồi, cuộc thi cuối học kỳ chỉ chiếm một tỷ lệ % nào đó. Kết quả cuộc thi là tổng hợp tất cả các kỳ kiểm tra và thi cuối học kỳ. Tổ chức như vậy thì **sinh viên tương đối không bị nhiều áp lực thi cử cuối năm**, và người phụ trách giảng dạy phải mất thêm thời gian chuẩn bị ra đề thi và chấm thi. Điều nầy ít có "giáo sư" nào áp dụng vì mất nhiều thì giờ mà không "sanh lợi" (thù lao).

Do nhận xét trên cùng hấp thụ một nền giáo dục Tây phương qua cung cách giảng dạy và chế độ thi cử không từ chương, tôi đã áp dụng phương pháp kiểm soát liên tục và giảng dạy qua các thí dụ giản dị trong bộ môn hóa cơ cấu. Điều nầy đã làm cho một số "lão" giáo sư ở đại học lân cận phê phán và cho tôi một biệt danh là "***ngựa non háo đá***", cũng như các đồng nghiệp thuộc "nhóm thân chính" cho là tôi …. **không biết dạy**.

Và tôi vẫn tiếp tục đi theo con đường đã vạch sẵn và năm sau, 1974, hai dự án nghiên cứu rất giản dị của tôi là: "**Phương pháp kiểm soát liên tục trong thi cử**" và "**Phương pháp giảng dạy hóa học bằng thực nghiệm**" đã được **Vietnam Education Foundation** (VEF) chấp thuận và đã giải ngân để bắt đầu nghiên cứu. Rất tiếc hai dự án không thể hoàn tất được vì nỗi can qua của dân tộc.

Trở lại lớp LH2, dù biết hầu hết các anh chị đã đậu chứng chỉ Cơ cấu nầy bên Đại học Khoa học, nhưng tôi vẫn tiếp tục "giản dị hóa" cách dạy và cũng nhờ chính phương pháp nầy mà tôi có nhiều thì giờ trao đổi với sinh viên và hiểu tâm trạng của các anh chị nhiều hơn qua những lời tâm sự…

Học không những là hấp thu những lời thầy giảng mà học còn là hấp thụ được nhân cách của người thầy. Nếu suy nghĩ trên là đúng, tôi hãnh diện là người thầy của lớp Lý Hóa 2 niên khóa 1973 – 1974 của tôi.

3- *Các sinh hoạt sinh viên ngoài giờ*

Ngoài việc đứng lớp, văn phòng tôi hầu như lúc nào cũng có sự hiện diện của anh chị em LH2 đến thăm và trao đổi. Tôi dành nhiều thời giờ để tiếp sinh viên hơn là lên lớp dạy. Với ngạch Giảng sư, chỉ cần dạy 3 giờ/tuần là đủ lãnh nguyên lương (khoảng 72.000$VN thời đó). Còn nếu dạy thêm sẽ lãnh lương phụ trội. Do đó, nhiều đồng nghiệp mong được chia nhiều giờ dạy và mỗi khi dạy xong thì biến khỏi "hiện trường" (lớp học) ngay để làm những chuyện khác.

Trong suốt thời gian hai niên học 1973-1974 và 1974-1975, tôi dành trọn thời gian 3 ngày cho Sư phạm và 2 ngày cho Đại học Cao Đài, và chính vì thế tôi có rất nhiều cảm tình và có nhiều dịp sinh hoạt chung với hai trường trên. Sau đây là những sinh hoạt điển hình với lớp LH2 của tôi:

- **Làm sạch khu nhà vệ sinh của ĐH Sư Phạm**: Với ý thức bảo quản của công, tôi phát động phong trào làm vệ sinh và làm sạch trường lớp. Dĩ nhiên tôi chọn LH2 làm "chủ lực". Và ngày J, một ngày chủ nhựt đã đến với chương trình làm sạch khu nhà vệ sinh của trường. Tất cả anh chị em mặc quần áo ngắn để dọn hai dãy nhà vệ sinh. Thay vì lấy acid acetic để tách các chất vôi và cáo bẩn đóng trên các bàn cầu và máng tiểu, tôi dùng acid chlorhydric để cho có phản ứng nhanh hơn. Sau hơn hai giờ, hai dãy nhà vệ sinh trở nên sạch sẽ và không còn phẳng phất mùi "nước đáy quý" (mùi ammoniac) nữa. Chương trình nầy đã được lập lại một lần nữa trước ngày Đất và Nước lâm vào cơn hồng thủy Bắc phương.

- **Thăm viếng Viện Đại học Cao Đài**: Trong chiều hướng trao đổi sinh hoạt trong sinh viên, tôi thực hiện một chuyến thăm Viện Đại học Cao Đài cho các anh chị lớp LH2. Chuyến viếng thăm gồm ngoài việc tiếp xúc giữa hai trường, còn có sinh hoạt văn nghệ vào buổi tối cùng viếng thăm khu Tòa Thánh Tây Ninh. Chính hai ngày sinh hoạt nầy, làm cho anh chị LH2 nhận thức rõ là sinh viên Cao Đài rất nghèo qua các buổi cơm đạm bạc chỉ có dưa cà, rau muống luộc ở Đền Thánh Mẫu cũng như điều kiện học tập còn quá thô sơ so với sinh viên Sài Gòn. Tuy nhiên, một điểm nổi bật làm cho LH2 của tôi cảm động là tinh thần và đạo đức của tín đồ Cao Đài trong cố gắng tạo dựng một cơ ngơi giáo dục cho người dân vùng đồng khô cỏ cháy nầy.

Trong buổi tối trình diễn văn nghệ, bài hợp ca "Dậy mà đi" do liên trường đồng ca đã gây xáo trộn và bắt buộc tôi phải chấm dứt chương trình văn nghệ. Số là vào thời điểm dầu sôi lửa bỏng vào tháng 4 năm 1974, hầu hết mọi sinh hoạt học đường đều có sự hiện diện của cảnh sát chìm và nổi. Điều nầy cũng không là một ngoại lệ ở Viện Đại học Cao Đài. Mặc dù trường nằm phía bên trong khuôn viên của Tòa Thánh, nhưng tôi được thông báo là *có toán cảnh sát chìm có mang vũ khí len lỏi trong số sinh viên đang tụ họp sinh hoạt*. Do đó, khi bản nhạc trên được hát lên, anh trưởng toán cảnh sát đến gặp tôi ngay và yêu cầu giải tán. Tôi đành phải chấm dứt chương trình trong sự hối tiếc của sinh viên.

4- Ủy lạo học sinh bị pháo kích ở Cai Lậy

Ngày 9 tháng 3 năm 1974, tại trường tiểu học Cai Lậy, vào khoảng 8 giờ sáng, trong khi học sinh đang chuẩn bị xếp hàng vào lớp, Việt Cộng đã pháo kích vào và làm thiệt mạng tại chỗ 23 em học sinh và 45 em bị thương, thay vì tấn công vào một căn cứ quân sự của VNCH cách đó độ 2 cây số. Hành động dã man nầy đã khiến cho Richard Falk, một vận động chính trị theo hướng khuynh tả và chống chiến tranh phải báo động trên toàn nước Mỹ lúc bấy giờ.

Tôi quyết định đến xem hiện trường. Sau khi thu góp nhiều hiện kim và hiện vật của sinh viên cùng đồng nghiệp. Chỉ hai ngày sau đó, chuyến xe buýt của trường chuyên chở khoảng 50 sinh viên đa số là LH2 và hai đồng nghiệp trẻ. Chúng tôi trực chỉ về Cai Lậy. Đây cũng là lần đầu tiên tôi đi trên quốc lộ 4, nhìn thấy tận mắt nông thôn Việt Nam cùng cảm nhận được nỗi bất an của nông dân trước hiểm họa xâm lăng của cộng sản Bắc Việt trong đó Mặt trận Giải Phóng Miền Nam chỉ là một con cờ và là một chiêu bài của họ mà thôi.

Trong chuyến đi nầy tôi thấm thía và mỉa mai cho câu nói "**nhiều điều phủ lấy giá gương, người trong một nước phải thương nhau cùng**". Thương nhau đâu không thấy, mà chỉ thấy toàn hận thù và giết chóc lẫn nhau, và sau cùng nạn nhân chính là những người dân vô tội. Sự sai trái của việc pháo kích lầm lại còn được tuyên truyền là "quân ta" đã tiêu diệt địch ra rả trên đài phát thanh Hà Nội thời bấy giờ. **Địch, phải chăng chỉ là những mái đầu xanh vô tội.**

Câu chuyện pháo kích lầm và diệt địch nầy không chỉ xảy ra ở Cai Lậy mà đã xảy ra khắp nơi từ vỹ tuyến 17 đến tận mũi Cá Mau trong suốt 20 năm của cuộc chiến.

Cám ơn các anh chị LH2 đã giúp tôi nhìn được tận mặt cuộc chiến, trong đó một bên tham chiến (CSBV) chỉ vì ý thức hệ mà quên đi nhân tính hiền hòa của dân tộc Việt.

5- Tính quần chúng

Qua suốt gần hai năm làm công việc giảng dạy và sinh hoạt với sinh viên, GS Huỳnh Ngọc Tiểu, phụ trách sinh viên vụ của trường, và năm sau, 1974, GS Lê Quang Tiếng (hiện ở Pasadena, CA) lên thay thế, cả ba chúng tôi làm việc rất mật thiết, thường xuyên chia xẻ cùng nhau một số vấn đề của sinh viên, dĩ nhiên không quên những yếu tố chính trị nhạy cảm, tức cuộc chiến Quốc Cộng đang xảy ra trên quê hương.

Nên nhớ, **người cộng sản luôn cổ súy tinh thần phi chánh trị trong đại học** trong thời điểm nầy, nhằm mục đích ru ngủ sinh viên để tập trung vào việc học. Nhưng trên mặt khác, bằng chiến dịch rỉ tai, khuyến dụ, thậm chí họ còn hăm dọa và kích động người sinh viên tham gia vào cuộc lật đổ chế độ Mỹ - Thiệu. Chính nhờ Văn phòng sinh viên vụ mà các sinh viên như Ngô Phàn, Mai Hồng Thu (học ban Lý hóa Đệ nhứt cấp) sớm bị khám phá, phải chạy vào bưng trước khi gây nên "tội ác" nơi chốn học đường (hai tên sinh viên nầy đã từng chỉa súng lục vào tôi ngày 1/5/1975 khi tôi vào trường trình diện). Thiết nghĩ, nếu các trường đại học khác ở Sài Gòn có chính sách sinh viên vụ nghiêm chỉnh, những trường hợp như Lê Văn Nuôi, Huỳnh Tấn Mẫm chắc khó xảy ra! Nhưng không phải vì thế mà trường Đại học Sư phạm tránh được nạn sinh viên thân cộng.

Mối giao tình giữa tôi và các đồng nghiệp trong sinh viên vụ, cùng các sinh hoạt sinh viên có tính cộng đồng chắc chắn làm cho các sinh viên thân cộng và nằm vùng chú ý và báo cáo lên thượng cấp. Cũng có lẽ từ đó tôi **bị kết án là phản động (?) vì có tính quần chúng, một độc quyền của người cộng sản.**

Và cũng chính vì thế mà tôi bị đì, ngay từ ngày đầu tiên CS kiểm soát trường. Sau cùng tôi phải chạy đi nơi khác tìm chỗ ẩn thân.

6- Cuộc họp mặt lịch sử

Ngay sau khi màn "học tập tại chỗ" cho giáo chức đại học hoàn tất cùng việc phân loại sinh viên cảm tình Đoàn, cho đến sinh viên thuộc gia đình tư sản hay phản động, ban lãnh đạo nhà trường bắt đầu chuẩn bị cho việc học tập trở lại và tuyển sinh viên năm Dự bị vào trường vào giữa năm 1976. Dĩ nhiên là tôi không được dự một phần nhỏ nào trong việc tổ chức trên. Tôi chỉ là kẻ đứng bên lề "cuộc chơi".

Một buổi chiều giữa tháng 6 năm 1976, tôi mời tất cả sinh viên LH2 đến nhà tôi ngụ tại đường Nguyễn Minh Chiếu, ngay sau lưng Nha Hàng Không Dân Sự nằm trên đường Cách Mạng 1-11.

Phòng khách nhà tôi có kích thước 5x8 mét, được dọn dẹp bàn ghế vào sát tường để dành đủ chỗ trống cho khoảng 30 anh chị em đến dự hôm đó. Tôi ngồi giữa, khoác bên ngoài áo sơ mi một áo kimono màu xanh do một người bạn Nhựt tặng. Phía sau lưng áo có một vòng tròn màu trắng trong đó có ghi chữ **Xuất (出)** (theo lời GS Nguyễn Văn Sâm, một người bạn từ thời tiểu học nói chữ nầy là do hai chữ Sơn gộp lại).

Sau khi hàn huyên mọi chuyện, nhứt là tình hình trong trường, vì lúc đó tôi đã rời khỏi nơi chốn thân thương nhiều kỷ niệm để đi vào một cuộc phiêu lưu mới. Tôi mang ra một can nhựa 10 lít chứa đầy rượu mía Hiệp Hòa. Tôi mời mỗi người uống cùng tôi một chung rượu. Sau mỗi chung rượu mời, tôi tự đáp lễ một chung cho chính tôi, nghĩa là tôi đã uống tổng cộng 30 chung rượu trong một thời gian ngắn.

Tiếp theo, tôi mời các anh chị lên sân thượng xem "vườn thượng uyển" của tôi do một anh sinh viên Cao Đài đã chia ngọt xẻ bùi ngay sau ngày 30/4/75. Đó là Lê Phú Huy hiện ở Vancouver, Canada. Tôi đã bắt đầu xây xẩm mặt mày, có lẽ vì vừa uống nhiều rượu, vừa bị trúng gió khi lên sân thượng, và cũng có lẽ vì tôi quá cảm động không ngờ hầu như tất cả LH2 của tôi đều có mặt ở nhà tôi hôm đó.

Tôi cố gắng tiễn chân từng sinh viên một. Vừa dắt xe đạp ra khỏi cửa nhà tôi, Chị ĐTTV ghé tai tôi nói nhỏ: "Thầy nên cẩn thận, họ đang tìm cách bắt Thầy đó". Tiếp theo, Chị CHO đi bên cạnh nhắc tôi coi chừng vì có vài anh nằm vùng trong nhóm. Cảm kích vì lời nhắn của hai Chị, tôi trấn an bằng cách cho hai Chị biết là tôi cũng đã **phòng ngừa kỹ lưỡng tình trạng xấu nhứt xảy ra cho tôi rồi...tức là đi tù là cùng.**

Buổi họp mặt ngày hôm đó cho đến bây giờ dường như đang xảy ra trước mắt tôi. Các Anh, các Chị Lý Hóa 2 ơi! **Thầy của các Anh các Chị vẫn còn một lòng sắt son với quê hương và luôn dồn tâm sức vào tiến trình mang lại tự do, nhân quyền cho 88 triệu bà con đang còn quằng oại dưới gông cùm của cường quyền.**

Đây là một lời hứa của Thầy và cũng là *một Lời Nguyền của một người con Việt*.

7- Lớp Lý Hóa 2 hiện tại

Trong hồi ức giữa mùa Lễ Tạ Ơn năm nay, tôi cố tìm lại những hình ảnh cũ lớp LH2. Trong số 34 sinh viên, tôi hình dung vị trí từng anh, từng chị ở dãy lớp học bên phía Ban Văn Chương do Phó Khoa trưởng Lê Văn (quá cố tại Hoa Kỳ cuối năm 2009) phụ trách. Xin được liệt kê ra đây danh sách các anh chị:

- *Các anh:* - Nguyễn Cấp – Trần Văn Chương – Nguyễn Bá Dũng – Lê Xuân Dũng – Phạm Long Hải – Lê Thành Hiếu – Nguyễn Đức hoành – Nguyễn Thành Hiệp – Nhiêu Khương Huê – Liêm (gốc Chàm) – Trần Mạng – Nguyễn Hữu Mỹ - Nguyễn Hữu Ơn – Lê Tấn Phát – Nguyễn Thanh Sơn – Nguyễn Long Thành – Nguyễn Văn Thiện – Nguyễn Chí Thiện – Nguyễn Thiều – Trần Đăng Ứng - Nguyễn Thanh Vân – Nguyễn Ngọc Vượng – Nguyễn Hữu Vy.

- *Các chị: - Nguyễn Thị Tú Anh – Trần Thị Dung – Nguyễn Thị Hồng Hoa – Bùi Tuyết Hồng – Nguyễn Thị Kim Loan – Trần Thị Bích Liên – Chu Hồng Oanh – Nguyễn Thị Ngọc Sanh – Phí Thị Từ - Đinh Thị Tùng Vân – Nguyễn Thị Kim Yến.*

Những anh chị LH2 mà tôi đã gặp hay biết tin tức lần lượt xin được kể ra đây.

Được biết anh Huỳnh Long Hải đã qua đời. Anh Lê Thành Hiếu được bổ dạy ở trường Trung học Hậu Nghĩa (dù tỉnh nầy đã bị xóa tên và xáp nhập vào tỉnh Long An khi CS vào) thời gian đầu và sau đó anh rời nhiệm sở...

Tôi đã liên lạc được chị Chu Hồng Oanh vào cuối năm 1985 khi tôi đang làm post doctorate ở Medical School ở Minneapolis, Minnesota. Nhưng sau đó lại mất liên lạc. Mãi đến năm 2009 mới gặp lại cùng với chị Nguyễn Thị Tú Anh cùng một người anh là Anh Tú, trưởng lớp LH3 năm 1974, lớp mà tôi có dịp phát bằng ra trường vào tháng 6, 1974 (bằng cấp lúc đó chỉ là một cuộn giấy cứng tượng trưng mà thôi).

Năm 2010, tôi có dịp đi ăn với chị Nguyễn Thị Ngọc Sanh đến từ San Jose ở nhà chị Oanh. Cùng thời gian đó tôi lại được dịp gặp chồng của Chi Đinh Thị Tùng Vân, **một** bác sĩ thành công (về tài chánh) ở Việt Nam qua Hoa Kỳ thăm con đang du học tại đây.

Tôi lại may mắn gặp anh Nguyễn Chí Thiện, du lịch qua Mỹ. Gần đây nhứt, tôi có dịp tiếp hai vợ chồng Lê Xuân Dũng tại Houston. Ngoài ra tôi cũng được biết các anh chị em LH2 vẫn còn sinh hoạt thường xuyên ở quê nhà trong tinh thần đồng môn.

Dù nhiều anh chị bỏ nghề. Nghe nói anh **Nguyễn Thành Hiệp**, phấn đấu và được làm...đến Chánh sở học chánh quận Nhà Bè (?), nhưng sau đó chán nản cung cách giáo dục cs cho nên phải từ nhiệm. Anh **Nguyễn Thanh Sơn**, trưởng lớp LH2, cùng vượt biên và đã gặp tôi tại Sungai Besi, Mã Lai. Anh tỏ vẻ e ngại khi thấy tôi làm Trưởng trại lúc đó; nhưng tôi đã trấn an cho anh là **Thầy không bao giờ hại trò cả**, cũng như những hành động phấn đấu của anh lúc đó chỉ vì chưa nhận thức được bộ mặt thật của những người cộng sản mà thôi. Anh đã định cư ở Canada.

8- Kết luận

Vừa ghi lại những dòng chữ trên, tôi dường như cũng vừa trút bỏ một tâm sự từ hơn 40 năm qua. Đối với tôi, *mối quan hệ giữa Trò và Thầy rất quan trọng. Tuy đây là một khoảng cách xa nếu so* với vai vế, *nhưng nếu người thầy biết vận dụng mối quan hệ tương tác giữa thầy trò, người học trò hay người sinh viên sẽ giúp cho người thầy diễn đạt vai trò của mình hay hơn, uyển chuyển hơn.* Sau hết, trong giao tiếp chân thật, nhờ đó, học trò có cơ hội quan sát mình rõ hơn và có thể có những nhận xét chính xác hơn giúp người thầy trong việc giảng dạy.

Tôi đã có may mắn hướng dẫn và sinh hoạt với LH 2 và chính nhờ đó, qua những cọ sát trong xã hội, thăng trầm của cuộc sống và qua thời gian, **tâm hồn tôi dung chứa nhiều hình ảnh tích cực hơn là tiêu cực.**

Các Anh Chị, ngay từ những giây phút đầu, đã gợi ý cho tôi thử nghiệm một phong cách dạy mới là **phá vỡ rào cản Thầy-Trò**, một điều khó làm và khó được các đồng nghiệp khác chấp nhận vì quan niệm Nho giáo còn quá sâu đậm trong tâm khảm người Việt mình. Và cũng chính vì quan niệm Nho giáo trong đầu óc người Việt khiến cho đất nước khó có thể phát triển trọn vẹn được vì những ràng buộc "phi lý" của đạo Nho!

Các Anh Chị đã cho tôi thể hiện cái Tâm nhân bản và ý thức cộng đồng khi đã cùng tôi tham gia vào những sinh hoạt ngoài học đường, điều mà nhiều đồng nghiệp khác không thích làm hay không muốn làm.

Cám ơn các Anh Chị Lý Hóa 2.

Hy vọng chúng ta sẽ cùng cạn chén trà trong một tương lai không xa tại Sài Gòn.

Mai Thanh Truyết

Một thời không quên
Mùa Lễ Tạ Ơn 2011 và Hiệu đính 2019

Cảm Nghĩ Về Ngày 30 Tháng Tư

Không biết tự lúc nào sau ngày 30 tháng tư năm 1975, mỗi năm vào dịp nầy lòng tôi lại thêm một lần chùng xuống sâu hơn. Trước khi về hưu vào năm 2012, công việc hàng ngày vẫn chu toàn 8 giờ để trả nợ áo cơm, một vài giờ cho dịch vụ tư vấn về môi trường của tôi, cũng như thì giờ cho các buổi phỏng vấn hay ngồi suy tư và viết bài hoặc đi đó đi đây…tôi đã cảm nhận được một nỗi niềm u uẩn nào đó trong tôi. Nhưng bây giờ, mặc dù đã giã từ nợ áo cơm, nhưng niềm u uẩn trên vẫn tiếp tục còn trong tôi ngày càng…dai dẳng hơn thêm.

Tại sao lại có hiện tượng như vậy trong tôi?

Có lẽ, vì tuổi đời ngày càng cao, và niềm hy vọng về một ngày mùa xuân nở hoa trên quê hương còn xa vời vợi…cho nên nỗi buồn của tôi càng thêm ray rứt và dường như còn điểm thêm đôi nét tuyệt vọng trong tâm tư ….. (?)

Bỏ qua những ngày tháng nghiệt ngã sau 30/4/1975 lúc còn lại ở Việt Nam trước khi vượt biên, phải thành thật mà nói, lúc đó tôi không có thì giờ để "buồn" như hôm nay, vì miếng cơm manh áo và mãi lo "tìm đường ra đi" (cứu thân) cho một gánh nặng gia đình với 4 đứa con dại…

Bỏ qua những năm đầu tiên sống đời tị nạn, tôi cũng chưa thực sự quan tâm gì mấy cũng như không có thì giờ để buồn…như nỗi buồn hôm nay vì một đời sống tạm dung nơi xứ người.

Nhưng chỉ trong vòng 25 năm trở lại đây, khi gia đình tương đối ổn định và sau khi bắt đầu bước vào con đường tranh đấu cho

Việt Nam qua ngã môi trường, tôi mới thực sự cảm thấy buồn. Và *mỗi năm nỗi buồn đó càng se sắc hơn, ngậm ngùi hơn và sâu đậm hơn.*

Buồn để mà buồn một mình!
Không thể nào nói tôi buồn không hiểu vì sao tôi buồn được. Mà tôi hiểu và hiểu rất rõ nỗi buồn thực sự của tôi vì hai lý do:
– *Đất Nước còn điêu linh,* – và *Bà con mình vẫn còn chìm đắm trong nỗi nhục nhằn làm công dân hạng hai cho một chế độ phản dân tộc chưa từng thấy trong lịch sử Việt Nam.*

Nhìn lại những ngày bắt đầu từ giữa tháng tư năm 75, có thể nói cả thành phố Sài Gòn đang lên cơn sốt. Nào là chạy đôn chạy đáo thăm dò tình hình…mặc dù biết rằng miền Nam đang trong cơn hấp hối, nhưng cũng mong tìm và hy vọng một phép lạ. Nào là, đối với những người có chút tiền, lo chạy đi đổi tiền, làm…áp phe, hay do là tin tức tìm đường ra đi.

Tin tức đồn đãi nhiều khi trái ngược nhau, tin vui lẫn với tin buồn. Nhưng nỗi buồn của tôi thực sự buồn khi rời trụ sở USAID ở đường Lê Văn Duyệt sau khi làm "thủ tục" …ra đi. Cầm tấm thẻ vô tri có hình của một "ông giáo trẻ" đầy nhiệt huyết, mà khi về lại Việt Nam năm 1973, nguyện sẽ làm một cái gì cho thanh niên Việt Nam. Tôi không thiết ăn cơm chiều hôm đó. Nếu tôi nhớ không lầm, đó là ngày thứ tư 09/4/1975.

Tới thứ hai tuần sau đó vào khoảng tuần lễ thứ hai của tháng tư, lên Đại học Cao Đài Tây Ninh, tôi lại được mấy anh chàng "CIA" trẻ đóng trên đài phát tuyến ở đỉnh Núi Bà cho tôi biết rằng ngày mai, họ sẽ rút về Mỹ và khuyên tôi nên rời bỏ quê hương qua một giọng Bắc rất rành rọt. Suốt các buổi lên lớp sau đó, tôi nói như người mất hồn, một tâm trạng mà chính giờ phút viết lên dòng chữ nầy, tôi lại thêm một lần "phiêu diêu" nữa.

Đi? hay Ở?
Hai chữ nầy ám ảnh mãi nơi tôi trong suốt thời gian còn lại cho đến ngày 30/4 năm đó.
Hình ảnh Ba tôi lẩn quẩn trong đầu. *Hình ảnh một ông giáo già đã về hưu từ lâu, căm cụi viết thư cho con mình đi du học mỗi buổi sáng thứ năm trong tuần, để rồi, sang sáng thứ bảy đem thư ra Bưu điện gửi đi cho kịp chuyến máy bay Air France bay về Pháp, để cho con mình nhận được thư đúng ngày thứ hai*. Việc nầy xảy ra đúng như in, không hề sai sót suốt hơn hai năm trời sau khi tôi du học bên Pháp cho đến khi Ba tôi mất. Ba tôi mất ngày Chủ nhựt và thứ hai sau đó tôi vẫn nhận được thư

ba viết trước khi nhận được điện tín của anh tôi.

Còn Má tôi. Một người mẹ già gặp lại và sống với con chưa đầy hai năm... Mà cũng chính trong thời gian nầy, tôi luôn bận bịu với những "đam mê" cho cuộc sống, chuẩn bị cho con đường "công danh" của mình... thì làm sao tôi có thì giờ chăm sóc hay hỏi han đến mẹ già. Và mỗi khi nhìn lại mình, chính tôi cũng phải tự thú rằng mình cũng không có thì giờ để nghĩ đến mẹ mình nữa trong thời gian nầy. ***Tôi thật có lỗi với má tôi nhiều và nỗi ân hận vẫn còn ray rứt mãi trong tôi. Và giờ đây, khi viết những dòng chữ nầy, tôi chỉ còn biết mỗi đêm nhìn ảnh mẹ để sám hối.***

Trở lại thời gian giữa tháng 4 năm xưa. Tâm trí tôi luôn bị ray rứt với tâm trạng nửa **Ở** nửa **Đi**.

Đi không đành cũng vì mẹ già đơn côi.
Đi không đành cũng vì bầu nhiệt huyết của tuổi trẻ níu kéo lại để làm một "cái gì" cho quê hương.

Và đi cũng không đành vì một suy nghĩ non dại (mà chắc cũng có nhiều người suy nghĩ như tôi), đó là "***Mình có thể đối thoại với người cộng sản, vì trước khi họ là cộng sản, họ cũng là người Việt Nam với đầy đủ dân tộc tính; vì vậy mình có thể hợp tác được***".

Khi đã biết sai lầm thì đã muộn, tôi phải trả cái giá gần 8 năm trong nhà tù lớn Việt Nam dưới chế độ nầy. Biết là sai lầm trong giai đoạn đó, nhưng tôi không bao giờ hối hận vì quyết định trên. Vì sao? *Vì chính cái sai lầm oan nghiệt nầy đã làm cho tôi hiểu được người cộng sản Bắc Việt như thế nào...và chính điều sau nầy làm cho tôi dứt khoát hơn là chúng ta,* ***những người con Việt hiền hòa không thể nào sống chung với những người luôn mang não trạng chuyên chính vô sản và không có tình người.***

Cái sai lầm nầy cũng giống như cái sai lầm của người thầy giáo Tạ Ký khi đi học tập về cùng ngồi uống rượu với Gs Tôn Thất Trung Nghĩa và tôi tại Chợ Đuổi nằm tại góc đường Lê Văn Duyệt và Trần Quý Cáp năm 1981 như sau:
*"**Hai mươi năm mới biết chuyện xưa lầm.**
Thì tuổi trẻ đã biến thành uất hận!"*

Chiều thứ hai 28/4, khi một tên phi công (tôi không muốn nhắc tới tên nầy lên đây, vì làm sao tôi quên được tên những kẻ phản bội quê hương) dội bom dinh Độc Lập, và từ đó lịnh giới nghiêm 24/24 được ban hành. Tôi liền chạy lên nhà một người bạn vong niên trên cư xá giáo chức ở đường Tự Đức.

Tôi đã chứng kiến được gì và đã học được gì?

Xin ghi lại vài dòng để chiêm nghiệm nỗi đau thương, nhục nhằn của những đứa con Việt trước cảnh quốc phá gia vong. Đó là:

- Hình ảnh một Trung tá TQLC chạy từ Đà Nẵng về nhà người anh cũng ở cùng cư xá, *hình ảnh giọt nước mắt lưng tròng khi anh cởi chiếc áo trận và cắt từng nút áo cũng như hai bông mai bạc trên cầu vai. Anh nói với người anh qua giọt nước mắt và trong từng tiếng nấc* "**Anh xem như em đã chết ngày hôm nay**".

- Hình ảnh từng đoàn trực thăng Mỹ chiếu đèn sáng rọi vào mặt chúng tôi trên sân thượng của cư xá trong lúc tháo chạy và chở người đi ra hạm đội.
- Hình ảnh những người lính tôi không còn nhớ Dù hay Thủy Quân Lục Chiến tiếp tục chiến đấu ở cầu Phan Thanh Giản trên con đường đi ra Ngã tư Hàng Xanh. Tiếng súng bắt đầu ngay sau khi tướng Minh tuyên bố đầu hàng lúc 10 giờ 37 phút sáng 30/4. Và tiếng súng chỉ im lặng lúc xế trưa, có nghĩa

là tất cả anh em binh sĩ đã chiến đấu cho đến quả lựu đạn cuối cùng.

Chuyện Đi và Ở đã được tôi quyết định ở khúc quành định mệnh nầy, không khác chi khúc quành của nhân vật Thiệu (trong quyển tiểu thuyết "Dòng sông định mệnh" *của nhà văn Doãn Quốc Sĩ),* "phải" *rời bỏ khúc quành của con sông Đuống đầy kỷ niệm tuổi thơ với Yến, người bạn thời trẻ thơ mà sau nầy trở thành…người tình muôn thuở cho đến cuối đời, cùng di cư vào Nam tìm tự do.*

Qua ngày thứ năm 1/5, lệnh trên radio yêu cầu (bắt buộc thì đúng hơn) mọi công chức phải đến trình diện tại trụ sở làm việc của mình. Sáng đó, tại cư xá có mặt Ông Khoa trưởng, Ông Phó Khoa trưởng và một số giáo sư, tôi và một giảng nghiệm viên tình nguyện vào Trường Sư phạm xem tình hình.

Mọi sự có vẻ êm xuôi vì "họ" chưa có người vào tiếp quản, ngoài một số "cơ sở" địa phương thôi. Nhưng một hình ảnh khác làm bẽ bàng và làm đảo lộn những suy nghĩ tốt đẹp trong tôi khi nhìn thấy **một số đồng nghiệp của mình mới chỉ vừa cách đây một ngày**, *nay đã mang "băng đỏ cách mạng" từ cung cách hướng dẫn chỗ để xe, cho tới thái độ trong lúc nói chuyện*. Đáng phỉ nhổ nhứt là những người nầy ngày nào thưa anh, xưng em với tôi, mà nay trở mặt dương dương tự đắc tự xưng tôi, tôi, anh, anh một cách trơ trẽn.

Có những chị giáo sư thước tha, dịu hiền trong khi lên lớp mà nay ngoài băng đỏ, thậm chí còn để lá cờ vàng ba sọc đỏ dưới chân bàn đạp ga xe nữa. Và hơn nữa, có giáo sư trong suốt thời gian chưa đầy hai năm ngắn ngủi của tôi, đã xem tôi như "thần tượng" mặc dù biết tôi đã lập gia đình rồi, thường xuyên đi ăn uống chung; thậm chí đã dám cùng tôi "nhậu thịt chó" nữa...Người đó bây giờ là một "công thần" của chế độ.

Làm sao tôi quên được lần đổi tiền đợt I ngày 22/9/1975, đổi 1đ tiền "chính phủ cách mạng lâm thời miền Nam" tức tiền "ngân hàng Việt Nam" lấy 500 đ tiền Việt Nam Cộng Hòa hay "tiền Ngân hàng Quốc gia Việt Nam". Người dân chỉ đổi được mỗi gia đình 100.000 đ mà thôi.

Làm sao tôi quên được lần đổi tiền đợt II ngày 3/5/1978, đổi 1 đ "tiền thống nhứt XHCN" tức tiền "ngân hàng nhà nước" lấy 1 đ tiền "ngân hàng Việt Nam" và mỗi gia đình chỉ được đổi 100 đ mà thôi.

Làm sao tôi quên được lần đổi tiền đợt III ngày 14/9/1985, đổi 1 đ tiền ngân hàng nhà nước cũ lấy 1đ tiền ngân hàng nhà nước mới (tiền thống nhứt Bắc Nam).

Làm sao tôi quên được lần đánh tư sản đợt I ngày 11/9/1975, cướp của và tịch thu nhà những người được cho là tư sản cùng bắt đi vùng kinh tế mới. Chiến dịch nầy gọi là X1.

Làm sao tôi quên được lần đánh tư sản đợt II, tức chiến dịch X2, từ tháng 3/1978 tới cuối năm 1990 nhắm vào tư sản tiểu thương, những nhà tiểu thủ công nghệ, ước tính trên 14.000 gia đình tại Sài Gòn.

Làm sao tôi quên được lần đánh tư sản đợt III tức chiến dịch X3, song hành với chiến dịch X2 tại Sài Gòn nhằm mục đích trục xuất người cũ ra khỏi nơi ở và điền khuyết vào bằng gia đình cán bộ ngoài Bắc vào. **Đây là một âm mưu thâm độc nhằm "Bắc kỳ hóa" thành phố Sài Gòn**. Tính đến tháng 9/1989, ước tính có đến 950.000 người bị đuổi khỏi Sài Gòn, và có khoảng 150.000 gia đình cán bộ Bắc Việt được điền khuyết vào.

Làm sao tôi quên được những đợt học tập cải tạo, đáng kể nhứt là đợt cuối cùng vào tháng 6/1975, kêu gọi công quân cán chính tập trung mang theo lương thực cho một tháng…để rồi tất cả bị lường gạt và phải chịu lao động khổ sai từ một hai năm cho đến hơn 17 năm đối với những cán bộ hành chánh và quân đội cao cấp của Việt Nam Cộng hòa….

Tôi" đặt **vấn đề" với người Cộng sản Bắc Việt**, kẻ thù ở phương Bắc đang tiếp tay đóng vai trò "thái thú biết nói tiếng Việt" cho Trung Cộng thực thi **Đại Họa Mất Nước** để hoàn tất công cuộc Bắc thuộc lần thứ V.

Nhưng tôi cũng không quên dứt khoát đặt vấn đề với **những kẻ cuối đời vẫn còn bon chen danh lợi,** bất kể cố ý hay vô tình, bị rơi vào cái bẫy lợi danh của Cộng sản, **cái bẫy của "cây gậy và củ cà rốt"** với cây gậy đập trên đầu mà củ cà rốt vẫn không cho ăn, cái bẫy của Cộng sản muốn mượn tay người Quốc gia "bôi đen" người Quốc gia chống Cộng, cái bẫy "gây rối cộng đồng" do những tay ăn bã của cộng sản; những kẻ dễ đánh mất thân phận làm "người" của mình, bất kể đó là loại "người" gì; lắm khi đó

là những con "ếch" muốn làm con "bò", cho dầu "ếch" hay "bò", "nhỏ" hay "lớn", vẫn không phải là… "người".

Thưa Bà con,

Đối với chuyện Nguyễn Phú Trọng bị đột quỵ trong những ngày gần đây, CSBV đã cử Nguyễn Thị Ngọc Thịnh giữ quyền Chủ tịch Nước và Nguyễn Khắc Vượng giữ quyền Tổng bí thư Đảng rồi. Như vậy kể như xong, nhưng chưa tuyên bố mà thôi. Chờ xem những tranh chấp, đấu đá tiếp theo.

Ngày 1/7 dân chúng Algeria đứng lên chống độc tài Abdelaziz Bouteflica, bắt buộc ông ta từ chức sau 20 năm cầm quyền.

Ngày 8/4 sau những biểu tình liên tục từ tháng 12/2018 của dân chúng, TT Sudan Omar al-Bashir phải ra đi sau 30 năm cầm quyền.

Và 14/4 Chủ tịch NPTrọng bị đầu độc(?). Matin Luther King từng nói: *"Trong thế giới này, chúng ta không chỉ xót xa vì những hành động và lời nói của người xấu mà còn cả vì sự im lặng đáng sợ của người tốt"...*

Hình chụp một cảnh "đổ quân" lên Vùng Kinh Tế Mới của các nạn nhân bị Cộng Sản Hà Nội cướp nhà

Hiện tại, sự kiện tăng thuế xăng 4 lần trong vòng một tháng, cước phí BOT tăng lên vô tội vạ khắp nơi. Tất cả điều trên là những lý do chính đáng để người con Việt và Tuổi Trẻ trong nước cùng vùng lên đòi lại quyền sống và quyền làm người theo *Điều 3 của luật Quốc tế Nhân quyền "Mọi người đều có quyền sống, tự do và an toàn cá nhân"*. Giai đoạn nầy là cơ hội ngàn vàng cho chúng ta, những người con Việt trong và ngoài nước ...làm **LỊCH SỬ**.

Xin ghi lại và góp phần vào những Ngày Buồn Tháng Tư của những người con đất Việt.

Nhắc lại Nỗi Buồn Tháng Tư nhằm mục đích không phải là ủy my, than thở...mà là cùng khơi lại để **Bà Con không quên những đọa đày dã man mà CSBV đã gây ra cho dân chúng** *miền Nam*, cũng như để khẳng quyết **một quyết tâm duy nhứt là xóa bỏ cơ chế chuyên chính vô sản của họ!**

Trên đây, xin diễn lại **bức tranh vân cẩu chập chùng những ý nghĩ lộn xộn trong những ngày quốc phá gia vong.** Xin chia xẻ cùng bà con.
Đây không phải là lời tự thú hay than thở, hay nói về mình.
Nơi đây tôi chỉ muốn nói lên vài điều suy nghĩ của một người con Việt mà thôi.

Đó là:
- **Truyết, đừng bao giờ mơ tưởng những cộng sản Bắc Việt là người Việt Nam.**

Tiểu đoàn 6 Thần Ưng dựng cờ trên cổng Cổ Thành

Và để thoát khỏi ý nghĩ tiêu cực trong những ngày đau thương của Đất và Nước, tôi tự điều hướng cho chính mình cần phải hành xử trong tương lai như:
- Đứng trước quá khứ, hãy ngả mũ. **Đứng trước tương lai, hãy XẮN TAY ÁO** (H.L. Mencken) và chúng ta **phải tiếp tục giữ lửa Quê Hương trong lòng mãi mãi.**

- Lời ca của cố nhạc sĩ du ca Nguyễn Đức Quang đã kéo tôi về với thực tại, bài "**Không phải là lúc**", bắt đầu bằng "**Không phải là lúc ta ngồi đặt vấn đề**", để rồi kết thúc bằng một

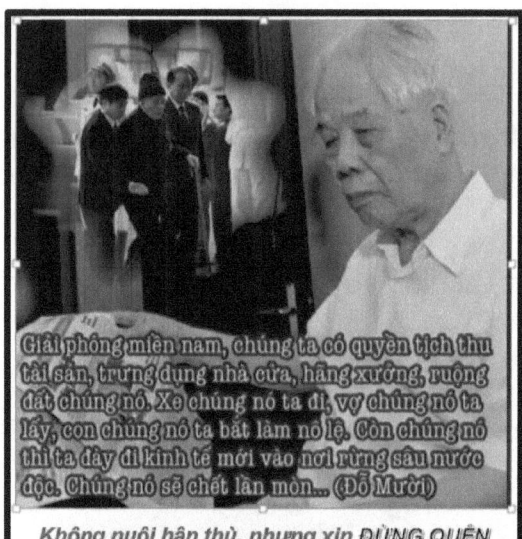

Không nuôi hận thù, nhưng xin ĐỪNG QUÊN

quyết tâm dứt khoát *"...Làm việc đi không lo khen chê, làm việc đi hãy say và mê, cứ bắt tay gan lỳ, chúng ta giải quyết. Mình chậm chân đi sau người ta, mà ngồi đây nghĩ*

- *lo viển vông, thắc mắc ngại ngùng biết khi nào mới làm xong!"*

Và cũng chính vì mang quyết tâm trên mà tôi vẫn "Không đặt vấn đề với anh em, nhưng chắc chắn đứa con Việt nầy dứt khoát đặt vấn đề những người đang tàn phá Đất và Nước của Ông Cha để lại.

Hãy hẹn ngày chúng ta về ***dựng lại cờ trên Cổ thành Quảng Trị***!

Mai Thanh Truyết
Nỗi buồn tháng tư năm 2016
Hiệu đính 2019

Đài Tưởng niệm Chiến tranh
Việt Nam ở Cranberra - Australia
30 Tháng 4, 2017

Tản mạn Ngày Thứ bảy Tưởng niệm Chiến sĩ VNCH

Hình chụp 10:00AM ngày 27/5/2017

Cứ đến ngày Thứ bảy, chúng tôi, một nhóm người tự nguyện ra Tượng đài chiến sĩ đường Bellaire để nguyện cầu và tỏ *lời tri ân các Anh hùng, Tử sĩ Việt Nam và Đồng Minh đã hy sinh tánh mạng trong cuộc chiến đấu chống cộng sản tại miền Nam Việt Nam.* Anh Trương Văn Cao, thuộc Tổng hội Quân cảnh, chính là người khởi xướng ngày tưởng niệm hàng tuần nầy từ năm 2000.

Sở dĩ tôi có mặt nơi đây mỗi khi không đi xa vì công việc là vì thấy đây là một việc làm có ý nghĩa. Tôi chưa hề đi lính một ngày nào, nhưng rất quý trọng người lính Việt Nam Cộng Hoà. Suốt 30 năm qua, *mỗi lần nói chuyện trước cử toạ đa số là cựu quân nhân, tôi đều tỏ lòng cám ơn các anh chị đã hy sinh một phần thân thể và đời sống để bảo vệ miền Nam, ngăn chặn sự xâm nhập của cs Bắc Việt, để cho tôi có được một cuộc sống an bình, học hành, thu thập những kiến thức, và cùng chia sẻ với bà con...*

Chính vì ly do đó mà **tôi thương yêu người lính dưới bất kỳ binh chủng nào** từ người lính hiện dịch, lính trừ bị, hay địa phương quân. Khi đến tượng đài chiến sĩ ở Houston, gặp một số đồng hương thường đến, đặc biệc có anh chị Hai Trang, tôi cảm thấy ấm lòng và gần gũi. Ít ra, cũng còn có những người con Việt còn ưu tư và tưởng nhớ đến những người đã hy sinh vì tổ quốc thân yêu. Có anh đến từ NW Houston, có bạn lên từ S Houston..., con đường tuy không xa lắm nhưng cũng không gần cho những "ông già" trên 70 lái xe hơn 30 phút trên xa lộ.

Sau khi chào hỏi các bạn cựu quân nhân mà tôi đã biết mặt cũng như chưa quen. Đúng 10 giờ, anh Thu, người phụ trách "buổi lễ" mang một chậu hoa cắm lên lư hương lớn đặt giữa tượng đài. Anh đốt một bó nhang, rồi phân phối cho mọi người có mặt hôm đó. Hôm nay, tôi được đọc:" Lời nguyện cầu trước Tượng đài", trong đó ghi rõ:

" Nguyện cầu Hồn Thiêng Sông núi và Anh Linh các Tử Sĩ hộ trì cho Đất Nước và con Dân Việt Nam trong cũng như ngoài nước được:
- *Tổ Quốc và Non Sông Việt Nam được trường tồn vĩnh cửu. Dân tộc Việt Nam luôn bất khuất, quật cường*

trước mọi kẻ thù tàn phá, xâm phạm lãnh thổ và lãnh hải Quốc gia.
- Những chiến sĩ đang can trường tranh đấu ở quê nhà cũng như tại hải ngoại đạt được nhiều thắng lợi, dành lại Tự Do, Nhân Quyền và cuộc sống ấm no, hạnh phúc cho hơn 90 triệu đồng bào tại Việt Nam.
- Lá Quốc kỳ nền vàng ba sọc đỏ là biểu tượng cho Quốc gia Việt Nam được sớm tung bay trên mọi nẽo đường đất nước, nêu cai chánh nghĩa ngàn đời từ Bắc chí Nam.

Chúng tôi ngày hôm nay gồm 14 người, hầy hết là anh chị em cựu quân nhân và có lẽ tôi là người dân sự duy nhứt trong buổi lễ cầu nguyện. Mỗi người một nén hương, chấp tay xá 4 xá trong bầu không khí trang nghiêm. Tôi im lặng ngắm nhìn lá cờ vàng bay phấp phới trên bầu trời xanh lơ. Lá cờ vàng như đang vui mừng vì thấy còn có những người con Việt đang hướng lòng về biểu tượng của tư do và dân chủ.

Thật cảm động, Trong tôi dường như có một luồng máu nóng chạy trong người. Nói không ra lời, nhưng tôi biết chắc chắn rằng bao **hương hồn anh linh tử sĩ đang ghi nhận lời cầu nguyện của chúng tôi ngày hôm ấy.**

Xin cám ơn tất cả anh chị em cựu quân nhân đến tham dự buổi lễ cầu nguyện rất có ý nghĩa ngày hôm đó.

Ước mong sao cho đồng hương nơi đây cảm được việc làm đầy ý nghĩa trên, dành chút thì giờ đến Tượng đài mỗi thứ bảy, chỉ trong vòng **15 phút hồi tưởng quá khứ Miền Nam**, góp lời cầu nguyện cho quê hương sớm thoát khỏi ách gông cùm của cs Bắc Việt.

Mai Thanh Tuyết
Lễ Memorial Day -29-5-2017

Tản Mạn Cuối năm 2009

Giữa cái tĩnh lặng (5 giờ sáng) của ngày cuối cùng của năm trong văn phòng, và còn hơn một giờ nữa nhân viên mới đến làm việc, bên cạnh ly nước trà buổi sáng sớm, người viết vội ghi những suy nghĩ tản mạn dưới đây.

Một năm đã qua, một năm với biết bao thay đổi ở Việt Nam và thế giới. Riêng cho Việt Nam, và nếu nhìn lại suốt 365 ngày dài, chúng ta thấy gì?

Cho dù có cái nhìn hết sức lạc quan, cho dù cố gắng tìm một điểm son cho chế độ hiện hành, chúng ta vẫn không thể nào kiếm được một điểm nào dù thật nhỏ nhoi!

Rất tiếc! Một đất nước với 86 triệu nhân khẩu theo thống kê 2009, một đất nước với 86 triệu bộ óc mà không nảy sinh ra được một điều hay, một điều đẹp cho người dân.

Vì sao?

Chỉ vì đất nước nầy đang bị "cai trị" bởi một nhóm quyền lực với một hệ thống công an sẵn sàng bóp chết tất cả mọi khát vọng tự do dân chủ của người dân. Ngôn ngữ ba dòng thác cách mạng tuy không còn được sử dụng như những ngày đầu tiên chiếm miền Nam, nhưng thực sự, sự trấn áp còn thô bạo hơn nữa trong hiện tại.

Những hình thức trấn áp áp dụng cho người dân thấp cổ bé miệng đôi khi còn dã man hơn những đòn thù thời Trung cổ, tuy không chặt tay, móc mắt, tuy không treo cổ, xẻo thịt.... nhưng hình thức trấn áp ngày hôm nay tinh vi hơn nhiều bằng nhiều hình thức khủng bố khác nhau như:

- *Việc chà đạp nhân phẩm của con người trực tiếp dưới bộ áo quần công an;*
- *Chế độ còn tạo dựng ra những nhóm gọi là côn đồ để trấn áp phật tử, con chiên Thiên chúa hay Tin lành, tín đồ Hòa Hảo, Cao Đài trong suốt chiều dài của năm, và diễn ra từ Bắc chí Nam.*

- *Chế độ còn thẳng tay bóp chết mọi mầm mống dân chủ tự do của tất cả người dân nào không chịu đi bên "lề phải" của chế độ.*

Với một vài khẩu hiệu, một vài bài viết, Trần Anh Kim bị 5,5 tù vì tội "**âm mưu lật đổ chế độ**". Và sẽ còn biết bao tuổi trẻ Việt Nam trong những ngày sắp đến sẽ phải chịu tù tội vì những hành động tương tự như cựu Trung tá của chế độ Trần Anh Kim.

Nhìn chung, có thể nói **tuổi trẻ Việt Nam ngày hôm nay không còn biết sợ nữa**. Qua những blogger, qua những tâm tình nhằm mục đích kêu gọi sự chuyển hóa theo chiều hướng tích cực của chế độ hầu mang lại không khí tự do cho người dân; nhưng trong suốt một năm qua, điều nầy không xảy ra và thay vì lắng nghe và "sửa đổi", chế độ càng tăng cường sự đàn áp, khủng bố ngày càng tồi tệ hơn nữa.

Chúng ta đang sống trong thế kỷ 21, thế kỷ của tin học, thế kỷ của công nghệ nano mà vẫn còn những đòn thù nhan nhản giữa thủ đô ngàn năm văn vật như *việc quăng phân, đổ đồ dơ trước nhà các chiến sĩ tranh đấu cho tự do và dân chủ, như đánh đập các cụ già giữa thành phố đông đảo người qua lại và dưới mắt*

người ngoại quốc.

Chưa bao giờ sĩ diện quốc gia Việt Nam bị đánh giá thấp như ngày hôm nay.

Đất nước sau gần 35 năm thống lãnh toàn cõi, chế độ ngày càng xa rời người dân, một chế độ biến dân thành kẻ thù của những người quản lý. Và nghịch lý thay, kẻ thù chính thống là Trung Cộng lại được "nâng niu" lên hàng huynh đệ nếu không nói là "phụ mẫu".

Chưa có cái nhục nào cho dân tộc như cái nhục ngày hôm nay. Trong lịch sử, Lê Chiêu Thống, Trần Ích Tắc chỉ là những cá nhân cúi đầu uốn lưỡi trước TC để mãi quốc cầu vinh. Còn hôm nay, cả một tập đoàn lãnh đạo thần phục và mọp mình trước kẻ thù truyền kiếp để thẳng tay đàn áp cả dân tộc *mình*.

Những vết nhơ ấy đời đời lịch sử sẽ ghi tạc.

Ải Nam Quan với cột mốc bị dời xuống phía Nam gần 1.000 thước. Thác Bản Giốc và hàng ngàn cây số vuông biên giới phía Bắc đã mất về tay Bắc phương. Hoàng Sa, và một số đảo ở Trường Sa đã là quận huyện Tam Sa của tỉnh Hải Nam, vùng biển Đông của Việt Nam đã bị tiến chiếm mà không có một lời phản đối. Tàu đánh cá TC bị nguy khốn ngoài biển Việt Nam được Hải quân Việt Nam đến tiếp cứu, còn ngư dân đánh cá Việt Nam bị "tàu lạ" cướp bóc trên hải phận, thậm chí nằm trong hải phận 12 hải lý, hải quân CSBV vẫn án binh bất động. Chỉ nội việc không dám nêu đích danh TC mà chỉ e dè nói đến "*tàu lạ*" là một sĩ nhục cho quốc gia rồi.

Còn đâu đã hết. Cao nguyên Trung phần Việt Nam đang dậy sóng hơn một năm nay chỉ vì Việt Nam đã giao khoán cho TC khai thác bauxite, hoàn toàn không "biết" họ đang làm gì với hàng ngàn công nhân (hay quân nhân dưới dạng công nhân) ở trong các khu biệt lập như Tân Rai và Nhân Cơ.

Và dù đã giao khoán cho TC từ hơn một năm nay, nhưng Thủ tướng CS Nguyễn Tấn Dũng qua Phó Thủ tướng Hoàng Trung Hải mới ra chỉ thị cho các Bộ liên quan lập thủ tục cung cấp giấy phép khai thác. Đây là một việc làm hoàn toàn vi phạm Luật Môi trường của Việt Nam, đã được Liên Hiệp Quốc trợ cấp 3 triệu Mỹ kim để thành lập, trong đó quy định công ty khai thác phải nộp bản nghiên cứu tác động môi trường trước khi duyệt xét toàn bộ quy trình sản xuất. Điều nầy đã không xảy ra vì "ông chủ" là Ông nội TC.

Nghịch lý hơn nữa là Việt Nam lại vừa ký kết với Cambodia nhằm mục đích đầu tư 6 tỷ Mỹ kim để khai thác bauxite tại đây. Việc làm nầy giống như đem đất hương quả của cha ông ngàn đời cho ngoại bang dày xéo rồi chạy qua nhà hàng xóm thuê đất cày

Nếu việc nầy thể hiện tinh thần quốc tế vô sản, tinh thần xã hội chủ nghĩa, đề nghị lãnh đạo Việt Nam nên dâng hiến tất cả con dân chất phác còn lại cộng chung với bầu đoàn thê tử qua phục vụ cho đàn anh nước lớn cho trọn tình "sông liền sông, núi liền núi" và trọn nghĩa của "16 chữ vàng".

Tuy suốt trọn một năm không thấy được một điều nào tích cực cho lãnh đạo Việt Nam, nhưng người viết vẫn tin với một niềm tin sắt đá là chắc chắn Việt Nam sẽ phải thay đổi trong một tương lai gần đây. Lý do là ngày hôm nay, có nhiều chỉ dấu cho thấy tuổi trẻ Việt Nam đã không còn vướng bận "sinh tử phù" "sợ" của đảng nữa, mà là qua hồn thiêng sông núi, đã cấy sinh tử phù sợ đó qua những đảng viên nồng cốt.

Và càng trấn áp, càng sử dụng bạo lực tàn bạo chừng nào, họ đã để lộ bản năng sợ hãi cho người dân và quốc tế thấy rõ bộ mặt thật của chính họ.

Đã đến lúc, những người cộng sản Việt Nam cần phải diện bích và sám hối. Nếu không, trúc rừng còn lại cũng sẽ không đủ để viết lên hết những vết nhơ của dân tộc trong giai đoạn lịch sử nầy.

Mai Thanh Truyết
Houston, TX 2009

Toàn Cầu Hóa Khoa Học: Thực Tế hay Ảo Tưởng

Vào năm 2000, Hội Đồng Hàn Lâm Viện Liên Quốc (Inter Academy Council) đã được LHQ thành lập với như một kho dữ kiện nhằm mục đích cung cấp những kiến thức độc đáo và cố vấn cho Ngân hàng Thế giới cùng các tổ chức quốc tế khác. Hội đồng nầy có nhiệm vụ khuyến khích và thúc đẩy các quốc gia cần phải khai triển thêm chiến lược phát triển khoa học và công nghệ của mỗi nước.

Khái niệm về toàn cầu hóa khoa học đã được manh nha từ hội nghị Thượng Đỉnh Rio de Janeiro 1992 tại Ba Tây và việc hình thành của HĐ HLV LQ là kết quả của cuộc vận động lâu dài. Ngày 7 tháng 12,2001 nhân lễ kỷ niệm 100 năm thành lập giải Nobel, vị đại diện 100 khôi nguyên của giải nầy đã kết luận trong một bài phát biểu như sau:" Để có thể sống còn trong thế giới *chúng ta đã biến dạng, chúng ta cần phải học tập để nghĩ đến một hướng đi mới. Hơn bao giờ hết, tương lai của mỗi quốc gia tùy thuộc vào những điều phát kiến tích cực của cả nhân loại"*. Do đó, vấn đề toàn cầu hóa khoa học không còn là một vấn đề cần phải bàn cải nữa, mà là mục tiêu của tất cả quốc gia trên thế giới phải nhắm tới. Thế giới cần phải đẩy mạnh tất cả những tiến bộ khoa học như trong lãnh vực giáo dục, viễn thông, ngân hàng, y khoa, công nghệ, và môi sinh trong tinh thần hỗ tương cộng tác và tương tác liên hệ (inte-dependence).

Vào đầu tháng 2, 2004, Ông **Kofi Annan**, Tổng Thư Ký LHQ đã chủ tọa một buổi tường trình của Hội đồng Hàn Lâm Viện Liên Quốc (HLVLQ) sau gần 4 năm thành lập. Chủ đề của báo cáo là:" **Chiến lược toàn cầu xây dựng kỷ năng khoa học và công nghệ**". Trong đó, báo cáo kêu gọi cần phải có một sự hợp tác chặt chẽ hơn nữa giữa các khả năng khoa học liên quốc và chia xẻ các thành quả thu lượm được đến tất cả cộng đồng khoa học trên thế giới. Đặc biệt, đối với các quốc gia đang phát triển, ngân sách dự trù cho việc nghiên cứu khoa học và công nghệ ít nhất phải từ 1,0 đến 1,5% tổng sản lượng quốc gia để hy vọng các nước nầy có thể theo kịp sức cạnh tranh và phát triển giữa các quốc gia toàn cầu.

Với mục tiêu trên, Hội đồng *hy vọng sẽ thu ngắn được khoảng cách giữa các quốc gia "giàu" và "nghèo"*. Đây cũng chính là một vòng lẩn quẩn đối với các quốc gia đang phát triển. Lý do khách quan chính là các quốc gia nầy không có đủ ngân sách để nghiên cứu và đào tạo, cho nên khoảng cách ngày càng xa hơn so với các quốc gia đã phát triển. Do đó cần phải đẩy mạnh nhu cầu nầy cho các nước đang phát triển. Kết luận của báo cáo nhấn mạnh:" Các *quốc gia đang phát triển phải tận dụng mọi cố gắng toàn dân cùng với sự giúp đỡ của các quốc gia bạn. Đối với sự thay đổi về tiến bộ nhanh chóng trong hiện tại, sẽ không còn đủ thời gian cho các nước nầy phí phạm thêm nữa nếu muốn hội nhập và thu hẹp khoảng cách giàu-nghèo."*

Rõ ràng, đây là khái niệm rất cao thượng của LHQ. Nhưng đứng về mặt thực tế, các quốc gia trên thế giới đã tiếp nhận và thẩm thấu khái niệm trên từ 4 năm qua như thế nào?

Câu trả lời gồm cả hai phần: tích cực và tiêu cực.

Có rất nhiều chỉ dấu đậm nét nói lên **tính cách tiêu cực** hết sức rõ ràng của vấn đề là:

- Trong hiện tại khoảng cách giữa các quốc gia Bắc Bán cầu và Nam Bán cầu (giàu – nghèo) dường như dài thêm ra. Các nước kỹ nghệ hóa tiếp tục làm chủ thế giới nắm bắt hầu hết tất cả phát minh, sáng kiến ngay cả những sáng kiến đến từ các quốc gia đang phát triển.

- Về nhân sự, vẫn còn **tình trạng xuất cảng chất xám của các quốc gia nghèo đến những quốc gia đã phát triển**;
- Về tài nguyên và nhân công, các quốc gia nghèo vẫn còn là nơi sản xuất rẻ tiền để phục vụ cho những nước giàu;
- Chính sách **"bế quan tỏa cảng" trong lãnh vực khoa học** vẫn được một số quốc gia giàu áp dụng thay vì chia xẻ kiến thức với cộng đồng thế giới. Cho đến nay, Hoa Kỳ vẫn lo ngại Cộng đồng Âu Châu sẽ là một vùng cạnh tranh kinh tế quyết liệt vào năm 2010 qua sự việc yểm trợ tài chánh dồi dào cho nghiên cứu của Hội đồng Cạnh tranh Âu Châu (EU Competitiveness Council);
- Hiện tại, về phương diện khảo cứu khoa học, Hoa Kỳ vẫn hành xử giống như thời chiến tranh lạnh Mỹ – Nga trước kia. Văn phòng Kiểm soát Tài sản Ngoại quốc vẫn cấm cảng việc in ấn các báo cáo khoa học của các quốc gia như Iran, Sudan, và Cuba vào các tạp chí khoa học Hoa kỳ;
- Và quan trong hơn cả là **các quốc gia giàu vẫn tiếp tục vi phạm quy định về xuất cảng phế thải độc hại** trong đó có phế thải hạch nhân qua các quốc gia nghèo, trái với những điều mà họ đã ký kết trong Thượng Đỉnh toàn cầu hóa tại Rio De Janeiro năm 1992 ở Ba Tây. (Một thí dụ là HK đã xuất cảng máy điện toán và truyền hình đã phế thải qua Việt Nam, Trung Quốc, và Pakistan hàng năm có thể lên đến trên 50 triệu máy).

May mắn thay, bên cạnh những tiêu cực vừa kể trên, chúng ta vẫn còn thấy **nhiều hình ảnh tích cực**, và chính những hình ảnh nầy đã mang lại niềm hy vọng cho tương lai cho sự toàn cầu hóa khoa học.

Trước hết, cần phải kể đến **Eugene Garfield Foundation**, tổ chức đã mang đến sự thành lập HĐ HLV LQ. Và Hội Đồng nầy có mục đích kết hợp với 14 quốc gia khác và các Hàn lâm viện của các quốc gia đệ tam, trong đó TS Goverdhan Mehta, đại diện Ấn Độ và TS Bruce Alberts, đại diện Hoa Kỳ làm đồng Chủ tịch Hội đồng.

Thứ đến là ở kỳ Thượng đỉnh 1992, **các quốc gia hậu kỹ nghệ đã đồng ý xóa nợ cho các nước đang phát triển là 0,7%** tổng sản lượng của các nước đang mắc nợ hàng năm. Năm 1995 các nước giàu chỉ thực thi xóa nợ đến 0,27% và năm 2002, có nnhiều quốc gia đã đạt được 0,7% đúng theo yêu cầu.

Từ hai thành quả tích cực vừa kể trên, trong nhiệm kỳ 1999 – 2004, Hội đồng HLVLQ đã cố gắng hoàn tất điều tra căn bản về khả năng khoa học và phát triển của các nước trên thế giới cũng như trình bày những nhận định và đề nghị đến LHQ và Ngân hàng Thế giới, để hai cơ quan nầy có thêm dữ kiện để giải quyết các vấn nạn của những quốc gia nghèo. Năm 2000, HĐ tiếp nhận sự yểm trợ của chính phủ Hoàn Lan, Alfred Sloan Foundation, Rockfeller Foundation, Carnegie Group.

Và gần đây nhứt, cần phải kể đến Bill Gates, vị hoàng tử của toàn cầu hóa. Bill Gates và Bill & Melinda Gates Foundation đã đóng góp hàng chục tỷ Mỹ kim cho các quốc gia cần giúp đỡ trên thế giới từ giáo dục đến y tế cùng vệ sinh phòng dịch.

Từ những hiện tượng tiêu cực và tích cực trong việc toàn cầu hóa thế giới, hiện tại chúng ta đang đứng giữa hai quan niệm suy tư đối nghịch: **Đây là một thực tế cần phải chấp nhận hay chỉ là ảo tưởng trong khái niệm về toàn cầu hóa khoa học?**

Chắc chắn sẽ khó có câu trả lời rốt ráo cho câu hỏi trên. Tuy nhiên, chúng ta cần thấy rõ là các quốc gia Bắc Bán cầu không thể nào tiếp tục khai thác và kéo dài khoảng cách giàu – nghèo so với các quốc gia Nam Bán cầu. Sẽ có một ngày sau cùng cho tình trạng nầy, để từ đó thế giới sẽ bình an hơn. *Nếu không, cơn* đại hồng thủy "nhân tạo" *có thể xảy ra và hiện tượng hâm nóng toàn cầu sẽ là một trong những nguyên nhân đầu tiên xóa tan cuộc sống trên hành tinh của chúng ta.*

Hy vọng trong tương lai sẽ còn nhiều mạnh thường quân trên cương vị quốc gia để có thể từ đó **biến một thế giới không cân đối, không bình an đến chiều hướng phát triển hài hòa hơn**. Từ đó *chúng ta có* thể tạo dựng lại đúng vị trí trong sáng vai trò của khoa học là **Bảo vệ Di sản Thiên nhiên cho Toàn cầu.**

Sau cùng, **toàn cầu hoá khoa học có thể được hiểu như là một hướng phải đi của thế giới hơn là một điểm đến cần phải đạt được.**

Có được suy nghĩ như thế, chúng ta mới hy vọng đạt được ý nghĩa cao cả nhất của danh từ toàn cầu hoá trong chiều hướng phát triển chung cho toàn thế giới

Và sự an bình của thế giới trong tương lai sẽ tuỳ thuộc vào quyết định của tất cả các quốc gia chứ không tập trung vào quyết định của một cường quốc nào cả.

Mai Thanh Truyết

Văn hóa VN: Toàn cầu hóa và Thị trường - BBC

TOÀN CẦU HÓA MÔI SINH

Kể từ khi đúc kết bảng Thông Cáo Chung cho hội nghị Thượng Đỉnh về môi sinh tại Rio de Janeiro năm 1992, đại diện của 170 quốc gia trên toàn thế giới đã nhóm họp một lần nữa ở New York vào tháng 6/1997 để lượng định kết quả sau khi ký kết nhiều điều luật áp dụng cho toàn cầu. Tiếp theo, hàng năm các quốc gia trên thế giới cũng đều tổ chức thêm nhiều hội nghị thảo luận về các chuyên đề còn vướng mắc, đặc biệt là sự hâm nóng toàn cầu, và những năm sau nầy đổi tên lại là «Sự thay đổi khí hậu» qua COP23 tạo Bonn, Đức quốc vào tháng 11/2017.

Các ký kết sau đây đã được khơi mào từ năm 1992 và đang được tiếp tục bàn thảo và chi tiết tùy theo điều kiện từng vùng một:

- Ký kết về **Đa dạng sinh học** đã nêu lên tính chất bảo vệ môi trường, giám sát/chia sẻ hỗ tương các vấn đề môi sinh giữa các quốc gia;
- **Luật về Biển** để điều hòa các mặt kinh tế trên mặt biển cũng như định ranh hải phận và bảo vệ nguồn cá biển của từng quốc gia một;
- **Luật Đánh cá** ngoài biển khơi năm 1995 áp dụng cho toàn thế giới;
  - Ký kết giữa Âu châu và Hoa kỳ về việc **hạn chế lượng khí thải** hồi vào bầu khí quyển để bảo vệ lớp ozone (1996);

- **Luật cấm chuyển vận các chất phế thải kỹ nghệ** kể cả phế thải nguyên tử qua các nước kém mở mang.

1- **Kết quả sau 27 năm**

Sau 27 năm ròng rã hoạt động phối hợp từ sau hội nghị Thượng đỉnh trên, các kết quả ghi nhận thể hiện nhiều mặt tích cực lẫn tiêu cực.

Nhìn chung về các mặt tiêu cực thì sự ***gia tăng mức độ ô nhiễm không khí và sự giảm thiểu nguồn nước sinh hoạt là mối lo ngại hàng đầu cho thế giới*** mặc dù có quá nhiều luật lệ ràng buộc các quốc gia với nhau về hai vấn đề trên. Và kết quả dây chuyền là *lượng ngũ cốc sản xuất cũng như lượng protein động vật sẽ không tăng trưởng kịp với đà gia tăng dân số trên thế giới*. Nguy cơ **nạn đói có thể xảy ra** trầm trọng hơn trong tương lai ở những nước có đông dân cư và kém mở mang.

Về mặt tích cực, cần phải kể đến trước tiên là ***mức gia tăng dân số giảm dần*** dù còn có nhiều nơi không hạn chế được mức sinh sản như ý muốn. Với sự tiếp tay của các quốc gia giàu, cộng thêm trình độ dân trí ở các quốc gia đang phát triển tăng dần, mức gia tăng dân số đã giảm so với năm 1992, mặc dù dân chúng có tuổi thọ tăng lên và sống mạnh khỏe hơn.

Về môi sinh có nhiều chỉ dấu cho thấy cố gắng trong việc giải quyết và thanh lọc môi trường ở nhiều quốc gia nhất là ở những quốc gia đang phát triển để từng bước hội nhập vào cộng đồng quốc tế.

Các quốc gia kỹ nghệ đã có nhiều cố gắng trong việc cải thiện môi trường, điển hình như:

- Như việc **Đại học Toronto** (Canada) đang đi gần đến kết luận trong việc nghiên cứu cải tạo đất ở những vùng đã bị lão hóa vì thâm canh và sử dụng quá nhiều hóa chất như phân bón và thuốc trừ sâu bọ;
- **Đại học MIT** (Hoa Kỳ) đã nghiên cứu một số cây trồng qua kỹ thuận gene để có thể chống mặn và hấp thụ muối ở những vùng bị nước mặn xâm lấn. Và cũng chính kỹ thuật gene nầy sẽ giúp cho các thế hệ thực vật trong tương lai sẽ có sức đề kháng cao, tăng năng suất... do đó sẽ tiết giảm diện tích trồng trọt cùng phân bón và nước tưới tiêu;
- Trước những nguy cơ của việc sử dụng nhiều hóa chất như phân bón, thuốc sát trùng, diệt cỏ dại v.v... một số quốc gia đã ý thức và

cổ súy nông dân áp dụng phương pháp trồng trọt không dùng hóa chất, phương pháp hữu cơ (organic farming method). Kết quả trước mắt là phương pháp nầy **làm giảm ô nhiễm mạch nước ngầm, và nông dân tránh được việc tiếp xúc trực tiếp với các loại hóa chất độc hại;**

- Âu châu đã đi đầu cho chương trình trên bằng cách tăng diện tích trồng trọt theo phương pháp trên;
- Ở Ý và Áo, diện tích đất áp dụng đã tăng hơn bốn triệu mẫu tây, chiếm hơn 10% tổng số diện tích trồng trọt từ năm 1999.

Tuy nhiên nhiều vấn đề tồn đọng vẫn còn quá nhiều ảnh hưởng trực tiếp lên hành tinh của chúng ta đang sống như:
- *Sự bất cân đối về mức độ giàu/nghèo giữa các quốc gia.*
- *Sức mạnh và quyền lực chính trị/kinh tế của một số quốc gia đã phát triển;*

Đó là hai yếu tố căn bản ảnh hưởng đến môi trường sống và là cội nguồn bất ổn cho tương lai của các quốc gia. Đây cũng là những khuyến cáo do **Worldwatch Institute** đúc kết qua cuốn bạch thư **Chỉ dấu sinh tồn 2000** - Vital signs 2000. Để rồi, hàng năm đều có một Vital Signs cho từng vùng một, thí dụ như hình bên cạnh là sự quyết tâm (resolutions) của *Vital signs 2017 ở Winnigeg, Canada*

2- Những vấn đề tồn đọng hiện nay

Nạn nghèo đói: Mặc dù có sự kêu gọi của thế giới qua hội nghị Copenhagen (Đan Mạch) vào năm 1995 với chủ đề "*quốc gia giàu phải viện trợ và xóa nghèo cho quốc gia nghèo*" nhưng khoảng cách giàu nghèo giữa các quốc gia trên càng tăng. Bắc bán cầu và Nam bán cầu có hai đời sống kinh tế trái ngược. Trong năm 1999, kinh tế toàn thế giới khơi động trên 41 ức Mỹ kim (1 ức= 10^{12}) cho sinh hoạt và dịch vụ...nhưng 45% số lượng trên đã đi vào 12% dân số của các quốc gia hậu kỹ nghệ. Hiện tại vẫn còn trên 1.5 tỷ người sống trong tình trạng nghèo tuyệt đối (lợi tức dưới US$1.25/ngày). Và tình trạng nghèo đói nầy tiếp tục tăng thêm mặc dù có nhiều kết ước của các quốc gia giàu về việc chia sẻ và giảm thiểu phân nửa số lượng người nghèo trên thế giới vào năm 2015. Theo nhận định của thủ tướng Đan Mạch trong kỳ họp của Liên Hiệp Quốc về **Hội nghị giảm nghèo tại Geneve** (Thụy Sĩ) vào tháng 6/2000 thì các nước giàu cần phải cố gắng thêm để đạt được tiêu chuẩn trên.

Cũng trong năm 1999, các nước đang mở mang hiện còn nợ các quốc gia phát triển 2.5 ức Mỹ kim. Tình trạng trên ảnh hưởng rất lớn đến các nước nghèo vì đôi khi mức nợ cần phải thanh toán chiếm hơn 39% ngân sách quốc gia. Chính tình trạng nầy đã khiến cho các nước nghèo không thể giải quyết được các vấn nạn thay đổi môi trường (thiên tai) như ngập lụt và đất chùi như đã xảy ra tại Venezuela vào tháng 12/1999. Thảm trạng nầy khiến cho trên 30.000 người thiệt mạng.

Các quốc gia phát triển đã hứa sẽ giúp đỡ tài chánh cho các quốc gia kém mở mang trong kỳ đại hội thượng đỉnh năm 1992, Liên Hiệp Quốc đã đưa ra đề nghị cụ thể là nên trích 0,7% tổng sản lượng quốc gia cho viện trợ. Nhưng hiện tại, mức viện trợ cho các nước nghèo chỉ đạt được 0,3% cho năm 1992 và 0,27%, năm 1995. Và chỉ tiêu mới nhất là sẽ đạt được tiêu chuẩn 0,7% cho năm 2012. (Lợi tức đầu người ở Việt Nam cho năm 1992 là US$230/năm đã tăng lên US$330/năm trong năm 1999, $1.600/năm cho năm 2017. Cũng trong năm 1999, lợi tức của người dân Lào là US$377/năm.

Cung và Cầu: Vẫn còn 20% dân chúng trên thế giới tiêu thụ 80% nguồn tài nguyên thiên nhiên! *Chính thiểu số người dân sống trong các quốc gia giàu nầy làm cho môi trường càng thoái hóa nhanh hơn* như nhận định của Molly Sheehan trong bạch thư chỉ dấu sinh tồn 2000 trên. Chúng ta hình dung số lượng giấy sử dụng ở các quốc gia phát triển cao hơn chín lần mức tiêu thụ ở các nước nghèo. Số lượng xe sử dụng ở Bắc Mỹ, Tây Âu và Nhật Bổn cao gấp trăm lần ở Ấn Độ và Trung Cộng theo ước tính của UN Population Fund.

Mặc dù chính quyền của các quốc gia giàu đã đưa ra nhiều chính sách để **cố gắng hạn chế sử dụng bừa bãi tài nguyên thiên nhiên, cải tiến quy trình sản xuất "sạch", tái sử dụng các phế phẩm để giảm thiểu phế thải độc hại...tuy nhiên người dân ở những nước nầy vẫn còn nhiều thói quen xấu trong sinh hoạt hàng ngày như phí phạm nguồn nước sinh hoạt và năng lượng.**

Vấn đề Dân số: Vì nhu cầu cung cấp lương thực cần tăng theo tỷ lệ thuận với đà gia tăng dân số, các quốc gia đang mở mang cố gắng luân canh và thâm canh để gia tăng ngũ cốc. *Việc làm nầy khiến cho đất đai bị cằn cỗi sớm hơn dự liệu trong vài vùng trên thế giới do đó mức độ phá rừng tăng nhanh hơn...* Đối với các quốc gia đã phát triển, mức gia tăng dân số tương đối ổn định, và mức tăng trưởng lương thực hoàn toàn phù hợp và có tính khả thi cao so với điều kiện xã hội dự kiến cho một vài thế hệ tiếp theo. Ngược lại, ở các nước đang mở mang, việc tăng trưởng dân số quá nhanh và khó kiểm soát vẫn là vấn nạn chính cho các chính quyền nói trên. *Từ tình trạng thiếu phương tiện, nguồn vốn cho đến dân trí người dân còn thấp kém.... quả thật khó cho các nước đang mở mang có thể hoạch định được một chương trình hay kế hoạch hữu hiệu về kiểm soát sinh sản.*

Năm 1994 tại Cairo (Ai Cập) vấn đề hạn chế sinh sản được đặt ra nhưng vẫn còn tùy thuộc vào quyết định riêng của từng quốc gia. Cần nên nói thêm là yếu tố tôn giáo cũng là một cản ngại đáng kể trong vấn đề nầy. Năm 1959, nhà dự phóng Aldous Huxley trong bài thuyết giảng «**Tình trạng nhân loại**» (The Human Situation) tại Đại học Santa Barbara ước tính có 2,8 tỷ nhân khẩu hiện diện trên quả đất. Năm 1970, con số nầy tăng lên 3,7 tỷ được ghi nhận trong **Ngày Địa cầu** - Earth Day đầu tiên. Ba chục năm sau dân số tăng lên 6 tỷ. Năm 2017 là 7,4 tỷ; và dự đoán cho năm 2030 là 9 tỷ. Trong tương lai, *gần 98% của mức gia tăng dân số xảy ra ở những quốc gia đang phát triển như vùng Sahara (Phi Châu),* **và dân số sẽ gấp đôi cho mỗi chu kỳ 23 năm!**

Theo thống kê, tính đến tháng tư năm 1999, dân số **Việt Nam** có 76.327.921 người, tăng 11,9 triệu so với năm 1989. Tỷ lệ tăng dân số trung bình của thời kỳ 1989 – 1999 là 17%, giảm 5% so với thời kỳ 1979 – 1989. Năm 1998 tỷ suất sinh là 2,5 con cho một phụ nữ trong hạn tuổi sinh đẻ, giảm hơn 1/3 so với cách đó 10 năm. Tuy nhiên, mức độ gia tăng vẫn còn cách xa so với chỉ tiêu 2,0 con cho một phụ nữ. Đến năm 2017, dân số Việt Nam tăng lên đến hơn 95 triệu.

Dự kiến tăng trưởng dân số của một vài quốc gia trên thế giới cho năm 2035 là: Hoa kỳ 275 triệu năm 1999, tăng lên 408 triệu, Trung Cộng 1,3 tỷ lên 1,6 tỷ; và Ấn độ từ 1,0 tỷ lên 1,6 tỷ.

Rừng, Đất đai và Thực phẩm: Trong khi các nước hậu kỹ nghệ đang đẩy mạnh việc trồng rừng, tái tạo rừng và hạn chế phá rừng cho kỹ nghệ giấy và xây cất... thì sự thất thoát rừng ở các quốc gia kém mở mang đang trên đà báo động. Vì nhu cầu phát triển và tăng diện tích đất trồng trọt, nạn phá rừng bừa bãi làm cho rừng bị hủy diệt với tốc độ nhanh hơn việc tái tạo rừng. Trung bình hàng năm trên thế giới có khoảng 13,7 triệu hecta rừng biến mất. Riêng tại Việt Nam, năm 1994 tổng diện tích rừng chiếm 44% theo cơ quan Lương Nông quốc tế, nhưng năm 1980 còn khoảng 24% và tính đến năm 1998 chỉ còn 17% trên tổng diện tích đất đai! Với tốc độ phá rừng kể trên, thì trong tương lai chúng ta khó có thể lường được hậu quả của những thiên tai sẽ xảy ra cho Việt Nam như thế nào!

Về lương thực: Mặc dù mức sản xuất đang trên đà gia tăng nhưng vẫn còn trên 800 triệu nhân khẩu trên thế giới đang chiến đấu với nạn đói và thiếu dinh dưỡng. Việc sử dụng thuốc trừ sâu rầy bừa bãi, phương pháp trồng trọt còn quá thô sơ, kỹ năng hiểu biết và ứng dụng phân bón còn yếu kém... Đó là những nguyên nhân chính làm cho hơn 300 triệu hecta đất dùng cho nông nghiệp bị thoái hóa hay không thể khai khẩn được. Thêm nữa, khoảng 1,2 tỷ hecta đất đang báo hiệu hiện tượng lão hóa và cho năng suất rất kém. Sự sa mạc hóa của đất ngày càng ảnh hưởng mạnh lên tổng diện tích đất trồng trọt trên thế giới. Tình trạng nầy chiếm hơn 1/4 đất nông nghiệp tương đương với 3,6 tỷ hecta. Một đại hội chống sa mạc hóa diễn ra trong năm 1996 đã cảnh báo về vấn đề nầy và khuyến cáo các quốc gia giàu nên viện trợ các nguồn thực phẩm thặng dư đến các nước nghèo, song song với việc cung cấp các kỹ năng tiên tiến để giúp các nước nầy tăng năng suất sản xuất thực phẩm. Hiện nay, tình trạng thoái hóa của đất vẫn tiếp tục tăng nhanh. Đây cũng là một bế tắc cho thế giới.

Nguồn nước sinh hoạt: Hiện tại vẫn còn 1/3 dân số trên thế giới sống trong tình trạng thiếu nguồn nước để sinh hoạt hàng ngày. Nếu không có biện pháp thích ứng trong việc phân phối và tái tạo nguồn nước thì theo ước tính đến năm 2025 sẽ có 2/3 dân số không đủ nước để sử dụng. Trên thế giới, lượng nước ngầm bị thất thoát hàng năm là 160 tỷ thước khối, tương đương với lượng nước cần thiết để sản xuất 1/10 lượng lương thực nông phẩm cho nhân loại. Do đó, việc thanh lọc và tái sử dụng nước thải sinh hoạt của dân chúng là ưu tiên hàng đầu. Thêm nữa, nếu lượng nước thải hồi không được thanh lọc, số nước nầy sẽ làm ô nhiễm mạch nước ngầm khiến cho tình trạng khan hiếm nước sạch càng tăng thêm.

Dự phóng về mức cung/cầu nước cho 118 quốc gia trên thế giới cho năm 2025 đã được Viện Quốc tế Quản trị nước - **International Water Management Institute** (Washington) nghiên cứu, phân loại, và đề xướng một số cảnh báo sau đây: cuộc chiến tranh trong tương lai nếu có, sẽ khơi nguồn từ việc tranh giành nguồn nước sinh hoạt.

Căn cứ theo phân loại của viện nghiên cứu trên, có bốn loại quốc gia được phân chia tùy theo tình trạng khan hiếm nước sau đây:

- 17 quốc gia không đủ nước cho nhu cầu so với nguồn nước đã có năm 1990; đó là các quốc gia vùng **Trung Đông, Nam Phi, Tây và Nam Ấn Độ, Tây và Tây Bắc Trung Cộng;**
- 24 quốc gia cần phải tăng nguồn nước lên 100% để đối phó với sự gia tăng dân số như các **quốc gia chung quanh sa mạc Sahara Phi châu**;
- 32 quốc gia cần phải luân canh và dùng kỹ thuật cao để giảm lượng nước sử dụng cho nhu cầu nông nghiệp như **Bắc Phi Châu, Nam Dương, Miến Điện, Nam Mỹ, Mễ Tây Cơ, và Trung Cộng;**
- Sau cùng số quốc gia còn lại như **Bắc Mỹ, Tây Âu, Việt Nam** mặc dù còn đủ lượng nước để sinh hoạt và tưới tiêu nhưng cũng cần phải đẩy mạnh việc thanh lọc lại để tái tạo nguồn nước...

Trường hợp Việt Nam, vào năm 2000 có 54% dân chúng sống trong các đô thị lớn được hưởng nguồn nước sạch và ở vùng nông thôn, nước sạch chỉ được phân phối cho nông dân là 34%. Nếu tính tổng số dân Việt Nam ở thời điểm này là 78 triệu và có 72% dân chúng sống ở vùng nông thôn thì ***có khoảng 46 triệu dân chúng vẫn dùng các nguồn nước không hợp vệ sinh vào các nhu cầu hàng ngày***! Và tình trạng trên vẫn không cải thiện được bao nhiêu, cộng thêm mức độ ô nhiễm arsenic (thạch tín) đang xảy ra ở hầu hết trên 1 triệu giếng đóng từ Bắc chí Nam hiện nay. (Xem mức độ ô nhiễm arsenic qua www.weall.care (2018) của cùng tác giả).

Qua Báo cáo **Hiện Trạng Môi Trường Quốc Gia 2016** trong chuyên đề: Môi Trường Đô Thị của Bộ Tài Nguyên Môi Trường, xuất bản ở Hà Nội: «Theo số liệu thống kê năm 2015, trong tổng số 787 đô thị trên cả nước có 42 đô thị có công trình Xử Lý Nước Thải đạt tiêu chuẩn quy định tức 5,3%». Nghĩa là có đến **94,7% nước thải ra môi trường không đạt tiêu chuẩn**. Điều này giải thích vì sao: «*Nước mặt ở các sông, hồ, kênh, mương nội thành, nội thị hầu hết đã bị ô nhiễm do tiếp nhận chất thải từ các hoạt động phát triển đô thị, khả năng tự làm sạch thấp, nhiều hồ đã trở thành nơi chứa nước thải của các khu vực xung quanh*. Mặc dù đã có những nỗ lực cải thiện thông qua các dự án cải tạo nhưng ô nhiễm nước mặt tại các khu vực này vẫn đang là vấn đề nổi cộm tại hầu hết các đô thị hiện nay».

Việt Nam hiện có (2015) khoảng 17,2 triệu người (tương đương 21,5% dân số) đang sử dụng nguồn nước sinh hoạt từ giếng khoan, chưa được kiểm nghiệm hay qua thanh lọc, theo thống kê của Viện Y học Lao động và Vệ sinh Môi trường. Điển hình như tỉnh Tiền Giang, chỉ tính riêng xã Hưng Thạnh đã có hơn 50% dân cư vẫn phải dùng nước chưa được an toàn (nước giếng nhiễm phèn, nước sông ngòi ô nhiễm, nước mưa…) cho sinh hoạt hàng ngày.

Theo thống kê của Bộ Y tế và Bộ Tài nguyên – Môi trường, trung bình mỗi năm Việt Nam có khoảng 9.000 người tử vong vì nguồn nước và điều kiện vệ sinh kém. Cũng theo đánh giá tổng hợp của Bộ, hằng năm có gần 200.000 người mắc bệnh ung thư mới phát hiện mà một trong những nguyên nhân chính bắt nguồn từ ô nhiễm môi trường nước và nhiễm độc thực phẩm.

Trên thực tế, một số địa phương như xã Hưng Thạnh, xã Thạnh Tân (Tiền Giang), xã Duy Hòa (Quảng Nam), các ca nhiễm ung thư, viêm nhiễm ở phụ nữ do sử dụng nguồn nước ô nhiễm chiếm đến gần 40% dân cư toàn xã, có nơi lên đến 50%.

Việt Nam hiện thuộc nhóm quốc gia "thiếu nước" do lượng nước mặt bình quân đầu người mỗi năm chỉ đạt **3.840m3**, thấp hơn chỉ tiêu 4.000m3/người/năm của Hội Tài nguyên Nước Quốc tế (IWRA). Đây được xem là một nghịch lý đối với một quốc gia có mạng lưới sông ngòi dày đặc và vũ lượng thay đổi từng vùng từ 1500 – 2000 mm hàng năm.

Ô nhiễm Đại dương: Đại dương bị ô nhiễm do nhiều nguyên nhân khác nhau trong đó ô nhiễm từ các sinh hoạt trên đất liền chiếm hơn 80%. Do đó nguy cơ ảnh hưởng đến sức khỏe của người dân sống dọc theo các bờ biển trên thế giới, chiếm 66% dân số toàn cầu. Thêm nữa, lượng hải sản bị đánh bắt bừa bãi vẫn tồn tại (chiếm khoảng 60%)

nhất là ở những vùng đang xảy ra tranh chấp hải phận giữa các quốc gia.

Năm 1995, tại hội nghị Basel (Thụy Sĩ) gần 100 quốc gia đã đồng ý và chấp thuận bộ luật kiểm soát và thanh lọc phế thải độc hại cùng việc quản lý các bờ biển nhất là những vùng biển san hô được đặc biệt lưu ý đến vì đây là nguồn tài nguyên lương thực biển dồi dào nhất. Tuy nhiên cho đến nay, các khuyến cáo trên không được đa số các quốc gia thi hành. **Các nước đang phát triển vẫn tiếp tục thải hồi phế thải kỹ nghệ vào thẳng sông ngòi và đại dương, sử dụng chất nổ và cyanide để săn bắt cá.** Trong lúc đó, một số tổ chức ở các quốc gia đã phát triển trong đó có Hoa Kỳ cũng dùng cyanide để đánh bắt cá kiểng ở những vùng biển san hô! Tệ trạng nầy làm hủy hoại vùng biển san hô như ở vịnh Hạ Long (Việt Nam) theo kết quả nghiên cứu của Hải học viện Nha Trang gần đây. Một khi vùng san hô bị hủy diệt, cá tôm không có nơi trú ẩn và sinh sản cũng như không có đủ lượng phiêu sinh vật, nguồn lương thực chính của tôm cá, do đó sẽ một số loài sẽ bị tiệt chủng hay di chuyển qua những vùng khác. **Tình trạng khan hiếm nguồn protein cá sẽ càng thêm trầm trọng hơn nhứt là sau thảm nạn Fromosa Vũng Áng từ tháng 4 năm 2016 trở đi.**

Thời tiết: *Tình trạng thán khí và các hợp chất hữu cơ có chlor ngày càng tăng* dần trong không khí có nguy cơ phá vỡ lớp ozone trên bầu khí quyển và làm nhiệt độ trung bình trong không khí tăng lên. Mặc dù đã đồng ý ký kết trên căn bản làm giảm thiểu luồng khí thải hồi vào bầu khí quyển từ năm 1992 tại Rio de Janeiro, cộng thêm khuyến cáo Kyoto năm 1997, hầu hết các quốc gia ký kết đều không tuân thủ lời kết ước.

Theo nghiên cứu vào năm 2000, thì **trước năm 1995 cây cỏ và đất hấp thụ khoảng 50% tổng số thán khí thải hồi trên thế giới, trong lúc đó biển hấp thụ khoảng 40%**. Nhưng từ năm 1999 trở đi, nạn phá rừng và đất trồng trọt bị chai cằn vì bị khai thác quá độ, cho nên mức hấp thụ của thực vật giảm đi so với biển. Từ đó biển trở thành đối tượng chính cho các nghiên cứu ứng dụng vào việc thanh lọc khí carbonic trong không khí.

Nhiều nhà nghiên cứu đã lưu tâm và dự phóng về hệ quả của hiện tượng hâm nóng toàn cầu cho thế kỷ 21. Từ năm 1990, Hoa kỳ đã có dự luật nghiên cứu về sự thay đổi thời tiết- **Global Change Research Act** trong đó ghi rõ mục tiêu nghiên cứu và hệ quả ảnh hưởng lên nguồn nước, rừng, đời sống sinh vật, sức khỏe của người dân, biển và đời sống biển. **Trung tâm Dự phóng và Nghiên cứu Thời tiết Hadley** (Anh Quốc) tiên đoán thế giới trong tương lai là sẽ có mưa nhiều ở một số nơi và hạn hán ở nhiều vùng khác.

Thiên tai sẽ xảy ra thường xuyên hơn và khó được dự báo trước...do đó hậu quả sẽ tàn khốc hơn. Trong khi đó, Viện nghiên cứu Thái Bình Dương về Phát triển, Môi trường, và An toàn - **Pacific Institute for Studies in Development, Environment, & Security** tại California dự đoán rằng *thế giới sẽ nóng hơn, mưa nhiều hơn, ít tuyết cho mùa đông, nạn hạn hán và ngập lụt xảy ra thường xuyên hơn cho nhiều vùng và không có chu kỳ nhất định.* Các tảng băng ở Bắc cực và Nam cực tan dần và làm tăng lượng nước trên đại dương do đó làm thu hẹp lại diện tích đất sinh hoạt cho loài người. Dự phóng nầy đã trở thành hiện thực cho năm 2017 vừa qua.

Năng lượng: Mức nhiệt năng lượng do than đá, dầu hỏa, khí đốt... được sử dụng tương đối ổn định ở các quốc gia có kỹ nghệ tân tiến. Tuy nhiên, việc ứng dụng rộng rãi các nguồn năng lượng khác như thủy điện và nguyên tử năng trong vòng 50 năm trở lại đây đã gây ra nhiều hệ quả nghiêm trọng cho bầu khí quyển và môi trường sống của loài người. Hiện tại các quốc gia đã phát triển đang lần lần tháo gỡ các đập nước đã xây dựng cho việc sản xuất thủy điện để **hy vọng tái lập lại hệ sinh thái đã bị hủy diệt.** Đối lại, các quốc gia đang phát triển vì nhu cầu năng lượng đang cố gắng xây dựng các đập thủy điện qua tài trợ hay vay mượn của Ngân hàng thế giới, Ngân hàng phát triển Á châu. Việc làm thiếu cân nhắc, không điều nghiên kỹ lưỡng nầy sẽ tác hại mạnh mẽ đến các thế hệ tương lai.

Sự thôi thúc và hỗ trợ trong việc xây dựng các đập thủy điện ở các nước đang phát triển nhất là các nước vùng lưu vực sông Cửu Long của các cơ quan quốc tế nói trên không phải là một hảo ý để giúp đỡ các quốc gia trong lưu vực có điều kiện để phát triển. Đó chính thực là do chủ tâm muốn giải quyết các tồn đọng kỹ thuật và nhân sự chuyên môn núp bóng dưới danh nghĩa nhân đạo!

Lượng năng lượng cần thiết ước tính cho năm 2050 sẽ tăng gấp đôi so với hiện tại. Tuy nhiên sự phân bố năng lượng không đồng đều. Trên hai tỷ dân trên thế giới hầu hết ở các nước kém mở mang vẫn không được hưởng những tiện nghi do điện mang đến. Và cũng cần nói thêm rằng, một số quốc gia đã cố gắng nghiên cứu sản xuất ra nguồn năng lượng "sạch" để giảm thiểu ô nhiễm. Đó là ***điện năng do ánh sáng mặt trời và gió.*** Hai công nghệ nầy tạo ra năng lượng và không làm ô nhiễm môi trường. Đáng kể nhứt là năng lượng đến từ gió. Đây là nguồn năng lượng có độ tăng trưởng nhanh nhất trong năm 1999 (tăng 39%) và năng lượng mặt trời (tăng 30%). Cần phải kể thêm năng lượng không tạo ra ô nhiễm khác là các bóng đèn dạ quang có fluor (compact fluorescent lamp_CFL). Trong tương lai ba nguồn năng lượng nầy sẽ là những tác động chính trong việc làm giảm thiểu/ngăn chận hiện tượng hâm nóng toàn cầu. Điều nầy đã được chứng thực qua các báo cáo trong ***Thượng đỉnh COP23 tại Đức.***

Phế thải kỹ nghệ: Các chất phế thải kỹ nghệ như: hóa chất hữu cơ, hợp chất chứa kim loại nặng, phế thải nguyên tử, y tế v.v... vẫn là một nguy cơ lớn cho nhân loại ảnh hưởng sâu đậm đến sức khỏe con người và làm đảo lộn hệ thống môi sinh toàn cầu.

Theo thống kê năm 2015, Việt Nam có 83 doanh nghiệp đã được Bộ Tài nguyên và Môi trường cấp phép và khoảng 130 đơn vị do các địa phương cấp phép đang hoạt động. Riêng công suất giải quyết chất thải nguy hại của các cơ sở được Bộ Tài nguyên và Môi trường cấp phép là khoảng 1.300 nghìn tấn/năm trên tổng số chất thải rắn toàn quốc ước tính là 800.000 tấn/năm. Tổng số lượng chất thải nguy hại mà các đơn vị này thu gom, xử lý được trong năm 2012 là 165.624 tấn; năm 2013 là 186.657 tấn; năm 2014 là 320.275 tấn. Căn cứ vào khối lượng chất thải phát sinh này, tỷ lệ thu gom, thanh lọc chất thải nguy hại hiện nay chiếm khoảng gần 40% tổng lượng chất thải nguy hại phát sinh trên toàn quốc.

Riêng tại Việt Nam, các phế thải kỹ nghệ và y tế chưa được quan tâm đúng mức. Lượng thải rắn từ các bệnh viện chứa khoảng 400.000 tấn/năm (2014) trong đó, cũng theo ước tính tại Sàigòn, sở rác thành phố chỉ thu gom được 20% chất thải trên tổng lượng rác ở các bịnh viện. Phần còn lại thì do các bịnh viện xử lý hoặc chôn hay đốt.

Đa dạng Sinh học: Những vấn đề còn tồn đọng trên thế giới nêu ở phần trên đã đem lại ảnh hưởng trực tiếp lên mặt địa cầu đặc biệt là mức độ tiệt chủng của một số sinh vật trên trái đất đang trên đà gia tăng nhanh chóng. **Dân số tăng trưởng, kỹ nghệ phát triển, rừng bị hủy diệt....làm cho vùng đất sinh sống của sinh vật toàn cầu bị thu hẹp lại**. Theo ước tính sẽ có vào khoảng 50.000 chủng giống thực vật và động vật biến mất trong vòng vài thập niên tới đây. Cho đến nay, các dự luật về an toàn sinh học (bio-safety) vẫn chưa được sự đồng thuận giữa các quốc gia trên thế giới.

3- Thay lời kết

Tất cả những vấn nạn trên thế giới đã trình bày trên đây đang dần dần được thế giới quan tâm, tháo gở hay cải thiện. Tuy nhiên đa số vẫn còn trong tình trạng dậm chân tại chỗ dù hàng năm Thượng đỉnh COP vẫn hiện diện và đề ra thêm giải pháp…nhưng tình trạng chung vẫn chưa thay đổi bao nhiêu:

- Làm cho thế giới mất quân bình trong nhiều lãnh vực.
- Khoảng cách giàu nghèo tăng thêm giữa các quốc gia cũng như giữa các từng lớp trong cùng một quốc gia.
- Mức phúc lợi phân phối bất cân đối trong xã hội.

Các vấn đề tuy được thảo luận kỹ lưỡng, nhưng sau cùng hầu như trong mọi vấn nạn, phương cách giải quyết cũng như việc giải quyết vi phạm vẫn còn lơ lững và không có tính cách quyết liệt. Tình trạng "**cái lý của kẻ mạnh**" (kinh tế-quân sự) vẫn xảy ra khắp nơi trên quả địa cầu. *Trong mỗi thương thảo hay nghị hội, các quốc gia đã phát triển cao trên thế giới dường như không thật lòng và có mục đích che đậy một số ẩn ý hay hậu ý chính trị hơn là giải quyết vấn đề hay giúp đỡ các quốc gia kém mở mang đứng lên.*

Trong một khía cạnh khác, như vấn đề toàn cầu hóa kinh tế qua **Diễn đàn Kinh tế thế giới lần thứ 48 tại Davos**, Thụy Sĩ kết thúc ngày 26/01/2018. Hơn 3.000 người tham dự Diễn đàn, trong số đó có hơn 1.900 lãnh đạo doanh nghiệp, *70 nguyên thủ quốc gia và người đứng đầu chính phủ*, cùng nhiều nhà hoạt động xã hội dân sự nổi tiếng. Mặc dù, tất cả các lãnh đạo quốc gia thi nhau lên diễn đàn kêu gọi *tiến trình toàn cầu hóa cần phải có đạo lý hơn*, cần ưu tiên chia sẻ các nguồn phúc lợi, vì đây là điều kiện duy nhứt để chống lại các khuynh hướng cực đoan từ các quốc gia độc tài và xã hội chủ nghĩa.

Tuy nhiên, dư luận trên thế giới vẫn lo ngại trước **một viễn ảnh khủng hoảng kinh tế mới.**

Các quốc gia nhóm họp dù nhắm vào yếu tố kinh tế hay môi trường **vẫn còn giữ thái độ thụ động trước áp lực hay hướng dẫn của các thế lực quốc tế cả về chính trị lẫn kinh tế**.

Sau cùng, việc giải quyết ô nhiễm môi trường hay bảo vệ môi sinh của những quốc gia trên đây, đôi khi chỉ là những **lá bài cho các tính toán chính trị đen tối** nhằm mục đích mang lại lợi nhuận và quyền lợi kinh tế tối đa cho nước mình mà thôi.

Vấn đề chính yếu là lãnh đạo các quốc gia đang phát triển phải sáng suốt và biết sắp xếp thứ tự ưu tiên những gì cần phải xây dựng và phát triển phù hợp với điều kiện của từng quốc gia một.

Việt Nam cần có một hướng giải quyết các vấn đề sống còn trên một cách rạch ròi.

Đảng CSBV không còn thì giờ để tranh dành quyền lực, quyền lợi, thanh toán và tiêu diệt lẫn nhau nữa.
Đã đến giờ CSBV phải cáo chung rồi.

Tuổi trẻ Việt Nam phải đứng lên làm lịch sử!

Mai Thanh Truyết
Hội Bảo vệ Môi trường Việt Nam
Houston, 25-1-2018

Toàn Cầu Hóa Ngôn Ngữ

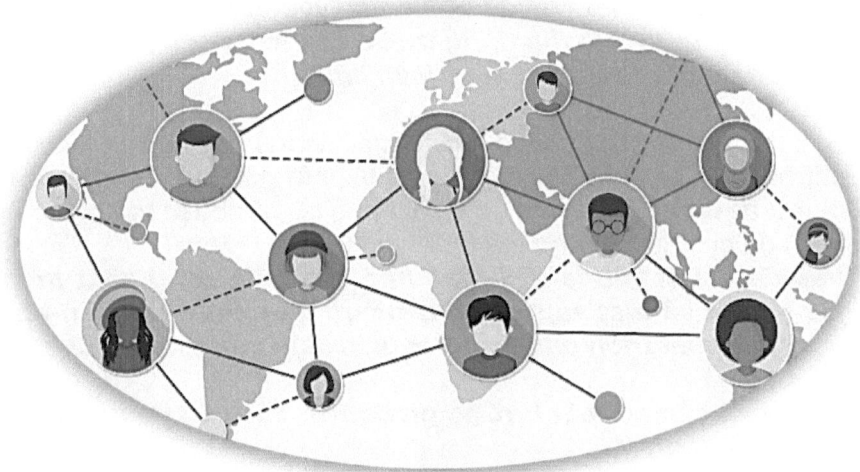

Danh từ toàn cầu hóa đã trở thành một từ quen thuộc trong ngôn ngữ của hầu hết các quốc gia trên thế giới. Nói đến toàn cầu hóa, đa số đều liên tưởng đến sự toàn cầu hóa về kinh tế, chính trị, kỹ thuật, phát triển và môi sinh... Nhưng còn một yếu tố thiết nghĩ cần phải nhấn mạnh thêm trong lãnh vực văn hóa là vấn đề ngôn ngữ. Do đó, nội dung của bài viết nầy nói lên một vài mối quan tâm về sự toàn cầu hóa ngôn ngữ, hay đặc biệt hơn nữa, **Anh ngữ** trong hiện tại là một sinh ngữ quốc tế có khả năng áp đặt và ảnh hưởng lên văn hóa của các quốc gia trên toàn thế giới.

1- **Việc xử dụng Anh ngữ trên thế giới**

Trên thế giới, hiện có khoảng trên dưới 500 triệu người đang sử dụng tiếng Anh như là một quốc ngữ, và khoảng phân nửa dân số dùng Anh ngữ như là một ngôn ngữ thứ hai. Hiện tại, số lượng người đang học tiếng Anh tại các quốc gia tăng dần và theo dự báo sẽ có phân nửa nhân loại sẽ thông thạo tiếng Anh vào năm 2050. Sự áp dụng tiếng Anh vào chương trình giáo dục của các quốc gia đã trở thành một nhu cầu cần thiết trước tiến trình toàn cầu hoá ngày hôm nay.

Dù phải chấp nhận hay phủ nhận, Anh ngữ hoàn toàn đã được xem như một "**linga franca**" (ngôn ngữ giao tiếp) cho truyền thông toàn cầu. Câu "**Anh ngữ là một sinh ngữ quốc tế**" đã được **Brian Paltridge** phát biểu đầu tiên trong kỳ hội nghị về ngôn ngữ tại Đông Tây Học viện thuộc đại học Hawai năm 1978. Từ đó, có rất nhiều thảo luận đã được khơi mào về tính chất phức tạp trong việc xử dụng Anh ngữ như là một ngôn ngữ của thế giới.

Tính phức tạp nầy thể hiện trong cả hai phần lý thuyết và thực hành. Và cũng bắt nguồn từ đó, có rất nhiều bài viết trong các đại học lưu ý và cảnh báo về tính áp đặt của Anh ngữ. *Dư luận quần chúng khắp nơi cũng bắt đầu lưu tâm đến vấn nạn nầy vì quan niệm rằng sự dung nạp Anh ngữ vào chính quốc có thể làm sói mòn các giá trị văn hoá của dân tộc bản địa.*

Nói cho rốt ráo, việc sử dụng Anh ngữ đã tăng trưởng và dự phần trong hầu hết các lãnh vực như hội nghị, thương mãi, giáo dục, nghiên cứu, điện ảnh, âm nhạc, du lịch, và ngay cả trong các ngành đặc biệt như hàng không, hàng hải, tin học và truyền thông. Hiện tượng nầy đã xảy ra khắp toàn cầu từ các thành phố văn minh ở Âu châu cho tới các vùng thôn dã của các quốc gia ở Phi châu hay Á châu. Cho dù ở bất cứ nơi nào, cho dù

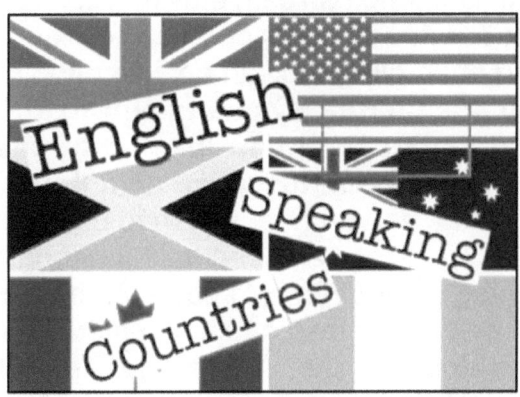

có nhiều dị biệt về văn hóa, phong tục và tôn giáo, Anh ngữ cũng đã được sử dụng nhuần nhuyễn dưới hai dạng nói và viết để thông đạt đến các mục tiêu truyền thông. Tuy nhiên, *nếu nhìn dưới một góc độ khác, nhiều người đã bắt đầu nghi ngờ sự tiện dụng của Anh ngữ sẽ trở thành một nhân tố tiêu cực trong tiến trình toàn cầu hóa của sinh ngữ nầy.*

Kể từ các thế kỷ trước, và tương tự như các sinh ngữ thực dân như Pháp, Tây Ban Nha, Bồ Đào Nha, Anh ngữ cũng được sử dụng như một sinh ngữ chính ở các xứ thuộc địa. Học sinh ở những quốc gia không nói tiếng Anh, đã được cổ súy và khuyến khích học Anh ngữ song hành với các ngoại ngữ khác để được tiếp cận với văn minh và văn hóa Tây phương.

2- Anh ngữ tại Hoa Kỳ

Hoa Kỳ là một hợp chủng quốc và thời gian lập quốc chỉ vừa hơn 220 năm. **Quốc gia nầy thể hiện một tính đa văn hóa thực sự.** Hơn bất cứ quốc gia nào trên quả địa cầu, Hoa Kỳ đã hiện có 85 ngôn ngữ khác nhau đang được giảng dạy trong hệ thống giáo dục trong nước. Các ngoại ngữ lần lần chiếm giữ vai trò quan trọng tùy theo mật độ dân cư ngoại quốc cư ngụ trong từng học khu giáo dục. Sự nhìn nhận Hoa kỳ là một melting pot cách đây hơn nửa thế kỷ có lẽ không còn thích hợp cho ngày hôm nay.
Vì, xã hội Hoa Kỳ hiện tại không còn là một xã hội thuần nhất và cuốn hút văn hóa của các sắc dân di dân nữa. Xã hội Hoa kỳ hiện tại là một xã hội đa văn hóa. Chính sự đa dạng văn hóa nầy làm cho Hoa Kỳ tiến nhanh và tiến tự nhiên theo tiến trình toàn cầu hóa. Sống ở Hoa Kỳ lần lần ta không còn cảm thấy mất cội nguồn, mà ngược lại, những nét đặc thù tinh túy của dân tộc lại càng thêm khởi sắc vì sự chung đụng giữa các văn hóa dị chủng khác nhau. **Tiến trình toàn cầu hóa tại Hoa Kỳ chẳng những không biến các bản sắc văn hóa của các di dân thành một, mà là một tập hợp các dị biệt văn hóa của từng sắc dân.** Sau cùng tất cả quy tụ lại thành một khối đa văn hóa, tuy khác biệt nhưng không mâu thuẩn, tuy đặc thù nhưng vẫn sống hài hòa trong một xã hội thực sự đang tiến vào kỷ nguyên mới của toàn cầu. Hoa Kỳ là hình ảnh nhỏ minh họa cho sự toàn cầu hóa: nhiều dân tộc Đại Hàn, Việt Nam, Trung Hoa, Phi, Ấn, Á Rập, Mễ, Trung Mỹ, Đông Âu, v.v... sống chung đụng nhau. *Melting pot là hình ảnh táo, nho, xoài, mận, cam quit để chung lại quậy tán nhỏ thành một melting pot, là dân Mỹ.* Đó là hình ảnh không còn nền văn hóa gốc. Khoảng hai thập niên gần đây, người ta hình dung lại Hoa Kỳ là một **salad bowl**, rau cải, cà rốt, tô mát, hành, ngò... ở bên nhau, vẫn giữ những mùi vị đặc thù của chúng, nhưng vẫn có cái chất kết hợp như dầu, dấm, tiêu, muối...để làm nên một salad bowl.
Tại Hoa kỳ, các di dân, một nguồn nhân lực đã và đang đóng góp một phần không nhỏ vào kinh tế của quốc gia nầy, được giảng dạy Anh ngữ như một sinh ngữ thứ hai (English as a second language-ESL) trong tiến trình hội nhập vào đời sống và văn hóa địa phương. Tuy có để ý đến nguồn gốc của người di dân, nhưng chính sách trên có mục đích duy nhất là giúp người di dân sớm hội nhập vào dòng chính của xã hội Mỹ, và dĩ nhiên, sau đó người

di dân ít có điều kiện để sử dụng ngôn ngữ của nguyên quốc nữa. Có chăng là chỉ xử dụng trong phạm vi gia đình và các ngôn từ của quốc gia gốc sẽ lần lần bị quên lãng (trường hợp của trẻ em Việt Nam sống tại Hoa Kỳ).

Trên bình diện thế giới, Hoa Kỳ lần lần chiếm lĩnh thế thượng phong trong tư cách một siêu cường và lãnh đạo thế giới trong các lãnh vực quân sự, kinh tế, chính trị, và công nghệ. Do đó, nếu muốn đuổi kịp theo các đà tiến hóa trên, các quốc gia khác không còn con đường nào khác hơn là phải học và biết Anh ngữ. Từ hiện tượng trên, hầu hết các quốc gia không nói tiếng Anh, đặc biệt nhất là những quốc gia đang phát triển bắt đầu chấp nhận và sử dụng Anh ngữ trong giao tế, xem như đây là một phương tiện cần thiết để tiến thân mà chưa nhận thức được rằng Anh ngữ sẽ là mầm mống ảnh hưởng bất lợi lên nền văn hóa của họ trong tương lai. Hơn nữa, với tư cách thượng phong và siêu cường, Hoa kỳ đã làm cho người Mỹ có thái độ cao ngạo, tự cao tự đại trong việc tiếp cận với các nền văn hóa khác trên thế giới. **Việc học một sinh ngữ khác Anh ngữ đối với người Hoa Kỳ không là một nhu cầu cần thiết**. Trong hệ thống giáo dục Hoa Kỳ ở bậc trung học, chỉ có một vài ngoại ngữ được ghi vào chương trình học như Pháp, Đức, Tây Ban Nha, và Nga... và học sinh chỉ cần hoàn tất bốn lục cá nguyệt để đạt được tiêu chuẩn tốt nghiệp. Ngược lại, trong hầu hết các hệ thống giáo dục Âu châu và Á châu, học sinh cần phải trải qua bốn niên học để hoàn tất học trình sinh ngữ.

3- Anh ngữ tại Pháp

Có thể nói nước Pháp là một quốc gia cưỡng lại sự áp đặt của tiếng Anh trong mọi giao dịch. Có lẽ vì tự ái dân tộc, và cũng có lẽ vì người Pháp bảo thủ và không thích học thêm tiếng nước ngoài? Hàng năm chính phủ Pháp vẫn chi tiêu hàng trăm triệu Mỹ kim cho các chương trình hỗ trợ tiếng Pháp ở nước ngoài, đặc biệt là các quốc gia thuộc địa cũ, trong đó có Việt Nam.

Người Pháp đã từng hãnh diện về văn minh, văn hóa của họ. Họ vẫn còn đang tự hào về một sắc dân thuần chủng gaulois, văn minh nhất thế giới ở thế kỷ 21 nầy. Họ cũng đã phủ nhận Anh ngữ như là một ngôn ngữ của toàn cầu. Hậu quả, dân Pháp là một trong những dân tộc kém ngoại ngữ trên thế giới. Với những suy nghĩ trên và cung cách tiếp cận còn khép kín trong hành xử và trong tư tưởng, với tâm khảm đầy tự hào và tự mãn dân tộc, người Pháp từ ở thế cường quốc số một trên thế giới từ thế kỷ 19, đã đi xuống và tuy vẫn được xem là một cường quốc nhưng tiếng nói của nước Pháp bớt được lắng nghe.

Với tầm quan trọng của Anh ngữ trước tiến trình toàn cầu hóa, cũng như cảm nhận được tính cực đoan và bảo thủ của dân Pháp. Người Pháp, trong lãnh vực internet, cố gắng dịch thuật các từ thông dụng trên truyền thông tin học ra Pháp ngữ mà đôi khi không hiểu rõ ý nghĩa thực sự của các từ đó. Đại để như **CD rom ra Cédérom, start-up ra jeunes pousses, hoặc stock option ra option sur titre**. Quốc gia nầy đã thể hiện hai luồng tư tưởng hoàn toàn trái ngược và có cung cách hành xử không giống ai trước sự toàn cầu hóa ngôn ngữ. Hiện tượng trống đánh xuôi, kèn thổi ngược thật rõ ràng. Chính quyền và người dân Pháp không đi cùng một hướng. Kể từ tháng 2/2000, chính phủ Pháp đã đề ra trong luật an toàn không lưu về việc sử dụng Anh ngữ khi đi và đến phi trường De Gaulle (Paris). Nhưng phi công Pháp vẫn không chấp hành luật trên và vẫn dùng Pháp ngữ trong trao đổi. Năm 1994, Bộ trưởng Giáo dục Pháp Claude Allègre yêu cầu các nhà nghiên cứu, khoa học gia trình bày bằng Anh ngữ trong khi viết khảo luận hay báo cáo; kết quả cho thấy rằng tuyệt đại đa số các tài liệu nghiên cứu từ Pháp vẫn hoàn toàn được soạn thảo bằng Pháp ngữ.

4- Anh ngữ áp dụng cho các quốc gia trên thế giới

Trên thế giới ngày nay, người Hoa Kỳ không gặp khó khăn trong khi giao dịch thương mãi hay đi du lịch vì họ biết rằng Anh ngữ sẽ được xử dụng bất cứ nơi nào họ định đến. Ngược lại, du khách khi nhập cảnh vào Hoa Kỳ phải cần thông dịch viên hay phải có một trình độ Anh ngữ để trao đổi với người Mỹ trong mọi dịch vụ. Trên thế giới, tất cả phi công thương mãi đều được huấn luyện bằng Anh ngữ để được thống nhất thi hành các quy luật an toàn không lưu. Trong truyền thông, công nghệ tin học, Anh ngữ cũng được sử dụng cùng khắp. Tại Liên Hiệp Quốc, mặc dù Anh ngữ chỉ là một trong bốn sinh ngữ chánh được dung trong các văn kiện chính thức trong đó có Pháp, Nga, và Hoa ngữ, nhưng tiếng Anh vẫn được hầu hết các đại biểu dùng để trao đổi lẫn nhau.

Vậy, đứng trên bình diện của từng quốc gia, vấn đề được đặt ra là: **Các ảnh hưởng của việc toàn cầu hóa ngôn ngữ cần phải được duyệt xét lại để tìm một hướng đi phù hợp với điều kiện văn hóa và phong tục của từng địa phương?** Phần trình bày tiếp theo sẽ nói lên tính đặc thù của một số quốc gia trong phương cách hóa giải hoặc cân bằng vấn nạn toàn cầu hóa ngôn ngữ.

- **Đức Quốc**: Trước hết, **Đức quốc** với chủ nghĩa dân tộc cực đoan trước đây đã làm náo động thế giới qua hai cuộc đại chiến và làm tê liệt thế giới một thời gian. Ngày nay, lãnh đạo Đức đã nhận thức được sự sai lầm trên và lần lần điều chỉnh kể từ sau thế chiến thứ hai. Ngôn ngữ chính là Đức ngữ đã được tiếp thu thêm nhiều từ mới từ Anh và Pháp ngữ. Hiện tại, người dân Đức đã học và trao đổi với thế giới bên ngoài bằng Anh ngữ và phát sinh ra một ngôn ngữ đặc trưng gọi là **Denglisch**, một điều thật hiếm hoi so với người Đức bốn thập niên về trước. Đức là một cường quốc đứng thứ tư trên thế giới hiện tại trên bảy cường quốc đứng đầu.

- **Trung Cộng**: Gần chúng ta nhất là **TC**, một quốc gia hầu như đi ngược lại hoàn toàn với Hoa Kỳ trên phương diện toàn cầu hóa. Từ ngàn xưa, xã hội Trung Quốc là một xã hội phong kiến lấy nông nghiệp làm nền tảng. Hơn 50 năm dưới chế độ xã hội chủ nghĩa với biết bao kế hoạch nhảy vọt trên giấy tờ…Trung quốc vẫn còn bị xếp vào hạng các quốc gia đang phát triển. Chủ nghĩa dân tộc cực đoan vẫn cho phép người Trung Hoa suy nghĩ với một cung cách tự mãn và chính họ vẫn tự công nhận xuất thân từ nguồn gốc của một dân tộc thượng đẳng "con trời" (Thiên tử) và tổ quốc Trung Hoa là trung tâm của nhân loại. Họ vẫn còn tự ru ngủ với những áng văn chương tuyệt tác, những bài đường thi tứ tuyệt vượt thời gian và không gian…của Lý Bạch, Đỗ Phủ, Thôi Hiệu…

Và cuối cùng họ chơi vơi, chới với trước tiến trình toàn cầu hóa. Xã hội Trung Quốc, tuy đã mở nhiều so với hai mươi năm trước đây, nhưng vẫn chưa đủ mở vì các lực cản của chế độ chuyên chính đang áp đặt lên đất nước Tàu.

Nhưng trong vòng 10 năm trở lại đây, Trung Quốc đã áp đặt Anh ngữ vào chương trình giáo dục từ lớp ba bậc tiểu học. Hiện tại, có khoảng trên dưới 100 triệu người Trung Hoa có khả năng tiếng Anh trong giao dịch.

- **Iceland**: Tại **quốc gia ốc đảo Iceland**, mặc dù toàn thể dân chúng đều thông thạo Anh ngữ, nhưng dưới mắt của Mary William Walch, **Icelandic** là một ngôn ngữ ái quốc

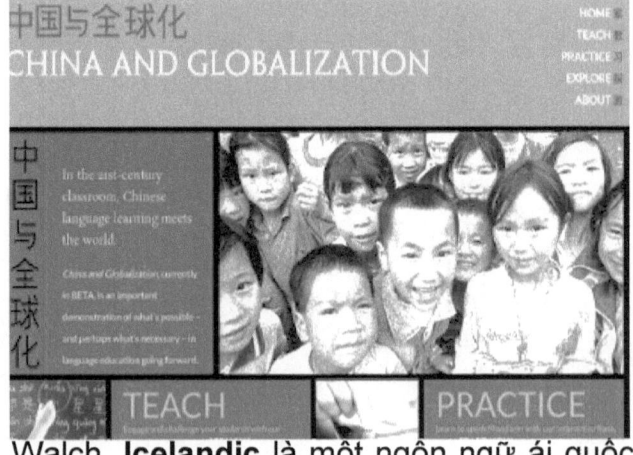

(patriotic language) bất khả xâm nhập và thay thế. Nhưng trên mạng lưới truyền thông internet, Anh ngữ vẫn được sử dụng và Microsoft đã "vứt vào sọt rác ngôn ngữ Icelandic" (lời của M.W. Walch). Microsoft cũng đã từ chối chuyển window 98 ra ngôn ngữ ái quốc của quốc gia nầy. Trước hiện trạng trên, Iceland cố gắng chuyển ngữ các từ trên window thành ra các từ Icelandic mới với mục đích bảo tồn ngôn ngữ của chính quốc. Điều nầy đã làm cho giáo sư Arnason ở đại học Iceland không đồng ý và căm phẫn, vì dưới mắt ông đây là một nguy cơ to lớn vì *"học sinh cầm máy computer, và ngôn ngữ của computer sẽ trở thành ngôn ngữ được áp dụng cùng khắp ngay cả nơi nhà bếp"*. Do đó vấn nạn nầy sẽ đưa đến một nguy cơ khác là làm thế nào để cho trẻ con Iceland trong tương lai còn nói được tiếng Icelandic.

- **Na Uy, Thuỵ Điển, Phần Lan, và Hoà Lan**: Ngược lại, các quốc gia vừa nêu đã dung hợp được các khuynh hướng đối nghịch cực đoan và chấp nhận những từ Anh ngữ như là những ngôn từ mới của Na Uy và làm giàu thêm kho tàng danh từ khoa học và truyền thông cho quốc gia.

- **Ghana:** Tại **Ghana** (Phi châu), dân số của quốc gia nầy khoảng 9 triệu người và có khoảng hơn 50 ngôn ngữ khác nhau được sử dụng trong mọi dịch vụ. Hiện tượng đa ngôn ngữ nầy làm cho **Anh ngữ trở thành một thứ ngôn ngữ trung gian** ở cấp giáo dục trung học, đại học và các dịch vụ công cộng. Đa số báo chí nơi đây ấn hành bằng Anh ngữ. Đài phát thanh quốc gia chuyển đạt tin tức cũng bằng Anh ngữ ngay cả ở nông thôn.

Việc sử dụng Anh ngữ đã mang lại nhiều kết quả tích cực trong giáo dục, truyền thông, và hiệu năng trong việc điều hành quốc gia, nhưng ngôn ngữ nầy cũng đã bắt đầu đưa đến nhiều mối quan ngại cho chính quốc Ghana. **Dòng sóng ngầm của chủ nghĩa đế quốc có thể xảy ra bất cứ lúc nào từ sự áp đặt ngôn ngữ trên vì hiện tại dù** muốn dù không, Ghana cũng không thể nào tách rời được **hấp lực chính trị-kinh tế của Hoa Kỳ**. Hiện trạng phân liệt do hai yếu tố chính trị và xã hội đã chia người dân Ghana làm hai loại công dân. *Đa số người Ghana nói được tiếng Anh có thái độ hống hách, tự cao tự đại và tỏ vẻ khinh miệt các đệ nhị công dân Ghana không nói được tiếng Anh. Tình trạng nầy có thể làm hủy diệt các thổ ngữ của Ghana trong tương lai.*

- **Nhật Bản**: Qua trường hợp **Nhật bản**, việc xâm lấn của Anh ngữ đã thể hiện một hình thức rất khác biệt. Nicholas Christof đã nhận định trong một bài viết trên báo New York Times rằng giới trung niên và bô lão Nhật bản lộ rõ hai trạng thái tâm lý phiền não và bất ổn. Họ phải trực diện với nhiều thách đố trong sinh hoạt hàng ngày như phải nhận diện các bảng chỉ đường mới, khó khăn trong việc chọn lựa món ăn trong các thực đơn ở hàng quán hay truy tìm các quán ăn có nhà vệ sinh. Hơn nữa, họ gặp thêm nhiều cản ngại trong việc đọc sách, xem truyền hình, theo dõi tin tức, sử dụng máy điện toán và trầm trọng hơn cả là việc tiếp cận và thông cảm thế hệ trẻ của Nhật bản.

Trong một quốc gia có truyền thống dân tộc cao như Nhật mà hầu hết mọi diễn đạt được trình bày bằng Anh ngữ hay

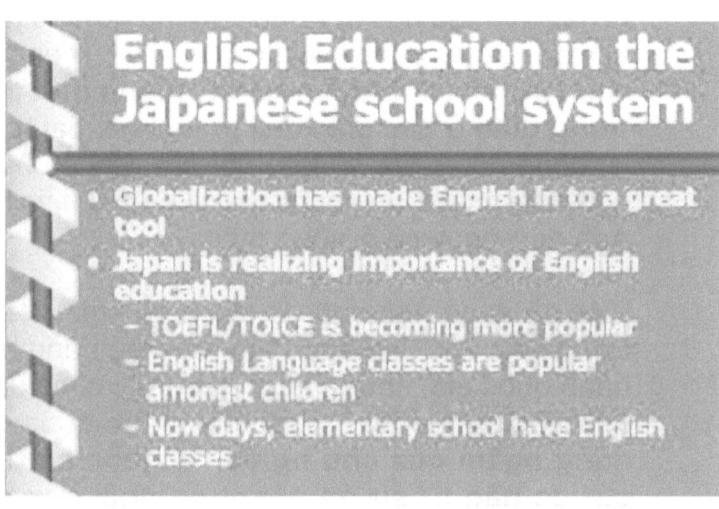

"ba rọi" làm người Nhật lớn tuổi không hài lòng. Các từ du nhập từ Anh ngữ như **Sutaato botan thay thế cho Start button, Kurikku thay thế cho Click, Paati menyuu cho Party menu, Ruijiana sutairu kurabukeeki cho Louisiana-style crab cakes**... thể hiện tính thời thượng ở giới thượng lưu nhưng rất "cà chớn" về phương diện ngôn ngữ học. Lứa tuổi trung niên quan ngại cho tương lai của Nhật bản. Tuổi trẻ Nhật bản ngày càng chìm đắm trong khuynh hướng chấp nhận Anh ngữ làm ngôn ngữ chính cũng như ngôn ngữ **Japlish** (tiếng Anh-Nhựt) ngay cả trong điều kiện họ có khả năng diễn đạt nhuần nhuyễn bằng ngôn ngữ của chính quốc. Ảnh hưởng của tiếng Anh càng hiện rõ thêm qua sự phân biệt hai thế giới sống khác biệt áp dụng cho lớp trẻ và lớp già tuy cùng nhau chia một mái nhà Nhật bản.

Nhật bản phải chịu ở thế bại trận năm 1945 khi đất nước hoàn toàn bị tàn phá về đủ mọi mặt. Nhưng người Nhật chấp nhận sự nhục nhã chấp nhận đi theo bước chân Mỹ để khôi phục lại kinh tế cho đất nước. Họ tự cởi trói, thoát khỏi những tập tục cổ truyền không còn thích hợp với tiến bộ mới. Họ chấp nhận sự du nhập một số "văn hóa Hoa kỳ" vào văn hóa dân tộc cực đoan, từ bỏ không luyến tiếc những tập tục có thể gây trở ngại cho đà phát triển theo chiều hướng toàn cầu. Họ đã chấp nhận Anh ngữ là một ngôn ngữ chính thức sau Nhật ngữ trong hành chánh và trao đổi quốc tế. Và Nhật, ngày nay là một cường quốc đứng thứ hai sau Hoa kỳ.

- **Việt Nam**: Trong trường hợp **Việt Nam**, ảnh hưởng của văn hóa và ngôn ngữ Pháp rất quan trọng kể từ cuối thế kỷ 19. Vào giữa thế kỷ 20 có thể nói rằng hầu hết trí thức từ Bắc chí Nam đều xử dụng Pháp ngữ một cách rành rọt. Trong chương trình giáo dục trung học và đại học Việt Nam thời đó, Pháp ngữ là một ngôn ngữ chính dùng cho việc giảng dạy. Nhưng cho đến niên học năm 2000, trong kỳ thi tốt nghiệp trung học trên toàn quốc với tổng số 528.380 học sinh, chỉ còn 18.006 thí sinh chọn Pháp ngữ, trong khi đó có 471.585 thí sinh chọn Anh ngữ (và chỉ trên dưới 10 ngàn chọn Nga ngữ làm sinh ngữ chính). Nói tóm lại, Anh ngữ đã chiếm lĩnh toàn cầu trong hầu hết mọi lãnh vực trên hành tinh nầy.

Đối với Việt Nam, tâm lý chuộng Anh ngữ đã xâm nhập lên mọi sinh hoạt của người dân, đặc biệt nhất là ở các thành phố lớn. Hơn bao giờ hết, xã hội Việt Nam đã cho chúng ta thấy một hình ảnh rạch ròi nhất trong tinh thần chuộng Anh ngữ ngày hôm nay. Muốn đạt đến đỉnh cao địa vị kinh tế-chính trị-xã hội, ngoài tính "hồng hơn chuyên" người dân cần phải "thông thạo" Anh ngữ. Hầu hết những cửa ngõ cho tương lai đều phải bắt đầu bằng Anh ngữ. **Từ đó một số bản sắc dân tộc có thể lần lần biến mất do sự du nhập vào xã hội những "văn minh" Tây phương không phù hợp với tinh thần Việt Nam.**

Thay lời kết

Để kết luận, dù chiếc huy chương nào cũng có hai mặt, nhưng thiết nghĩ cũng cần phải cân nhắc để có thể giữ thế thăng bằng cho xã hội. *Nếu nhìn trên bình diện tích cực, hiện tượng toàn cầu* hóa Anh ngữ đã giải quyết một phần nào vấn nạn nghèo đói ở một số quốc gia đang phát triển, làm cho đời sống của người dân ở các quốc gia nầy từng bước được nâng cao hơn về nhiều mặt.

Nhưng nếu nhìn về một khía cạnh khác, nếu chính quyền bản xứ không sáng suốt, tâm lý và dân trí người dân không được chuẩn bị và cân nhắc kỹ lưỡng thì **việc toàn cầu hóa ngôn ngữ sẽ làm đảo lộn cả hệ thống văn hóa-xã hội- kinh tế-chính trị của những quốc gia đang phát triển.**

Việt Nam đã có truyền thống văn hóa lâu đời và bền vững. Nhưng lịch sử cũng đã chứng minh rằng, trong thời Pháp thuộc và trong chiến tranh gần đây xã hội-phong hóa Việt Nam đã bị ô nhiễm, đã có nhiều rạn nứt và xáo trộn không những vì hệ lụy của chiến tranh mà cũng vì tinh thần *"vọng ngoại"* trong đó Pháp ngữ ngày xưa và Anh ngữ ngày nay là một trong những thước đo giá trị trong nấc thang xã hội Việt Nam.

Sự xâm lăng của tiếng Anh đối với Việt Nam là một cơ hội và cũng là một nguy cơ có thể lấy mất bản chất dân tộc Việt. Tiếng Anh đồng nghĩa với sự tiến bộ, phát triển và tiếng Việt bị hiểu là lạc hậu, không thức thời theo suy nghĩ của một số không nhỏ người Việt ở hải ngoại cũng như ở quốc nội. Việc du nhập tiếng Anh vào Việt Nam là một con dao hai lưỡi. Biết sử dụng thì sẽ giúp cho đất nước tiến bộ rất nhiều, còn không sẽ mất bản sắc dân tộc như Phi Luật Tân. **Qua quá trình hội nhập tiếng Anh trong vài thập niên gần đây, thiết nghĩ Việt Nam có nguy cơ trở thành Phi hơn là Nhật Bản**. Một khi dân tộc bị đánh mất bản sắc của mình thì chỉ còn là con rối, chờ cho người ta dựt giây mà thôi.

Ngôn ngữ quốc gia là hồn nước và phải cần được bảo vệ để tránh các áp đặt hay trấn áp như một số nhà ngôn ngữ học cảnh báo do sự toàn cầu hóa ngôn ngữ gây ra. Khái niệm về sự kiện nầy đã là một thực tế đang diễn tiến trên toàn cầu. Do đó, muốn tránh khỏi sự cuốn hút của sức mạnh toàn cầu hóa trên, các quốc gia đang phát triển cần phải có một **tầm nhìn dân tộc và nhân bản** mới hy vọng bảo tồn được hồn nước cho dân tộc. Nên nhờ rằng, dù Anh ngữ là một ngôn ngữ toàn cầu nhằm mục đích thông tin, trao đổi và đối thoại giữa các quốc gia đối tác trên thế giới. Nhưng điều đó không có nghĩa là chúng ta phải hội nhập và áp đặt hoàn toàn Anh ngữ trong giao dịch mà quên đi ngôn ngữ của chính quốc. Bởi lẽ, **ngôn ngữ chính quốc mới thực sự thể hiện được hồn nước và văn hoá dân tộc**. Đó mới đích thực thể hiện tính đặc thù của từng quốc gia.

Đừng vì lợi nhuận trước mắt, đừng vì nhu cầu phát triển kinh tế cấp bách, và cũng đừng vì phải bảo vệ chiếc ghế quyền lực mà bỏ quên hồn nước thiêng liêng của dân tộc.

Phổ Lập Mai Thanh Truyết

Hoài Bảo Việt Nam

Nơi đây đất khách quê người
Làm sao yên ổn sống đời lưu vong
Bao năm vận nước long đong
Bấy lâu ta vẫn hoài mong một ngày

Tự do dân chủ no đầy
Văn mình tiến hóa đắp xây quê nhà
Hướng về quê Mẹ nhạt nhòa
Viễn phương cố nén xót xa dâng tràn

Ra đi trong những ngỡ ngàng
Bao giờ trở lại thăm làng quê xưa
Mây buồn đổ xuống cơn mưa
Khóc dùm ta giọt lệ chưa khô cần

Tình quê nợ nước nhớ chăng
Làm sao không khỏi băng khoăng ngậm ngùi
Có gì lấy để làm vui
Khi quê hương Mẹ bao người lầm than

Còn gì sau buổi tiệc tàn
Hay là chỉ thấy bẽ bàng lòng thêm
Câu kinh khẩn nguyện từng đêm
Công bằng, nhân bản xây nền Việt Nam!!!

- mntt -

Trường Đại Học Sư Phạm Sài Gòn

Về lại Việt Nam năm 1973, việc làm đầu tiên của tôi khi đặt chân đến Sài Gòn là chỉ vài ngày sau, tôi đi mua chiếc xe đạp với giá 25.000 Đồng. Sau khi đi "chu du" gần hai tháng trường để nhìn lại những hình ảnh cũ trên đường phố cùng viếng thăm bè bạn sau bao năm xa cách. Trong suốt giai đoạn nầy, tôi vẫn còn mãi mê với *quá khứ, vẫn còn mộng du (ban ngày) với nhiều cảnh cũ người xưa,* những hình ảnh đã mang tôi về một quá khứ của tuổi thanh niên trong suốt thời gian tôi vắng mặt nơi quê nhà.

Trong tôi, vẫn còn rất nhiều hình ảnh thân thương tôi đã đánh mất gần mười năm qua, và lần lượt được thấy lại qua những so sánh trong ký ức xa xưa và các hình ảnh hiện tại trước mắt. Tôi đã sống lại kỷ niệm nơi trường tiểu học Trương Minh Ký, góc đường Nguyễn Thái Học và Trần Hưng Đạo (đường Kitchener và Galliéni), nơi trường Petrus Trương Vĩnh Ký, Đại học Khoa học, đường Cộng Hòa (đường Nancy), nơi Đại học Y Khoa, đường Trần Quý Cáp (đường Richard) và Cơ thể Học Viện đường Minh Mạng v.v…

Cũng xin nhắc lại vào thời điểm nầy, bộ mặt Sài Gòn hầu như đổi khác, không còn nét thơ mộng như xưa, và người thành phố dường như đang **mang nặng nỗi ưu tư nào đó trên nét mặt mỗi khi xuôi ngược trên đường phố**. Có lẽ người dân Sài Gòn lo sợ cho một sự việc không lành cho miền Nam thân yêu trong những ngày sắp tới!

Vì sao?

Vì Hoa Kỳ mới vừa ký kết Hiệp định Paris với Cộng sản Bắc Việt ngày 27 tháng Giêng năm 1973...và hình ảnh một nửa quê hương của Đất Nước sắp sửa lọt vào tay họ. Họ đây chính là Cộng sản Bắc Viết. Đây đó, văng vẳng những dư âm của các dự mưu chạy ra khỏi nước của nhiều người quen mà tôi nghe được mỗi lần ghé thăm. Những lời trách nhẹ của gia đình, tại sao tôi lại trở về giữa lúc dầu sôi lửa bỏng nầy, càng làm cho tôi mang thêm một tâm trạng bất an! Và còn nhiều nhiều nữa!

Đó là tâm trạng của đứa con Việt ở những ngày tháng đầu tiên trở về quê Mẹ!

1- Trường Đại học Sư Phạm Sài Gòn: Duyên hay Nghiệp?

Trước nỗi hoang mang của người Sài Gòn, bầu không khí nơi đây dường như ngừng động lại qua những tin đồn tiêu cực cho tương lai miền Nam, tuy có hơi dao động, nhưng cuối cùng rồi tôi cũng phải đi tìm một chỗ để làm việc, mặc dù nhiều bè bạn và người quen đã giới thiệu tôi vào những nơi "công quyền", nhưng đều bị tôi từ chối.

Một hôm, khi đạp xe trên đường Duy Tân và khi quẹo qua công trường Dân Chủ (Con Rùa) tôi thấy một bảng ghi "Viện Đại Học Sài Gòn". Ghé mắt nhìn vào, tôi quyết định vào thăm Viện. Bước lên lầu một, tôi gặp Cô thơ ký nhìn tôi và hỏi:

- Ông muốn gặp ai?
- Tôi ở ngoại quốc về, muốn viếng thăm Viện và xin gặp Ông Viện Trưởng.

Sau đó, Cô bảo tôi phải ghi tên và ghi mục đích viếng thăm để Cô vào trình GS Viện Trưởng. Ngồi chờ chưa đầy 5 phút sau, tôi thấy đích thân GS Trần Văn Tấn, người tôi chỉ nghe tên chứ chưa hề gặp mặt, đứng trước mặt tôi và mời tôi vào văn phòng. Sau vài câu chuyện mào đầu, ông hỏi tôi đã có ý định làm việc ở đâu chưa?

Tôi trả lời rằng:" Vì tình hình và không khí chộn rộn lúc nầy cho nên tôi muốn tìm một nơi tương đối yên ổn để "ẩn thân". Và tôi tiếp: "Tôi muốn vào dạy học ở một trường nào đó trong giai đoạn nầy..."

Ông nói ngay không do dự là nơi đây có hai trường thích hợp với khả năng của anh mà tôi có thể sắp xếp cho anh được Đó là, Đại học Khoa Học và Sư Phạm. Nhưng ở Đại học Khoa Học có nhiều phức tạp, không khí nhiều khi "căng thẳng" vì một số ít nhân sự còn bon chen và ở nơi đây có quá nhiều "cây cổ thụ"; còn nơi Sư Phạm thì có anh em. Sau nầy tôi mới hiểu chữ "anh em" của Ông VIện Trưởng là vì nơi trường Sư phạm có nhiều giáo sư tốt nghiệp từ Pháp.

Khi nghe được chữ "anh em", tôi lấy quyết định ngay tức khắc và xin Ông Viện Trưởng (Quyền Viện Trưởng thì đúng hơn, vì sau đó, tôi được biết, GS Tấn không bao giờ làm Viện Trưởng vì có "quan hệ" thân mật với "một" người yêu của Hoàng Thượng thời bấy giờ).

Làm thủ tục và chỉ vừa hơn một tuần lễ là tôi nhận được giấy tờ chính thức của Tổng Ủy Công Vụ gửi giấy trình diện trường Đại học Sư Phạm. Ai dám nói con rùa Hành chánh của VNCH chậm lục đâu?

Âu cũng là Duyên?

2- Trường ĐẠI HỌC SƯ PHẠM SÀI GÒN

Trường ĐHSP Sàigòn tọa lạc tại số 280, đường Cộng Hòa, quận 5, Sàigòn, giáp với phía sau trường Đại học Khoa học (ngày nay là đường An Dương Vương, Tp Hồ Chí Minh).

Trường được thành lập bắt đầu từ **niên khóa 1958-1959**, theo hệ 3 năm. Để được nhận vào học năm thứ nhất, sinh viên phải qua một kỳ thi tuyển. Niên học đầu tiên nầy, nhà trường cũng chấp nhận cho vào học ngay năm thứ 2 những sinh viên Đại học Văn khoa, ít nhất đã đỗ bằng Dự bị và những ai đang theo học trường Cao đẳng Sư phạm muốn chuyển trường.

Tôi – Phổ Lập Mai Thanh Truyết

Từ niên khóa **1962-1963 trở đi, học kỳ theo hệ 4 năm**: Sinh viên phải đậu ít nhất là chứng chỉ Dự bị Văn khoa hoặc Dự bị Khoa học rồi mới được nộp đơn dự kỳ thi tuyển vào Đại học Sư phạm. Mỗi năm trường tổ chức một kỳ thi tuyển vào khoảng cuối tháng 7 (sau khi đã có kết quả kỳ thi Dự bị ở Đại học Văn khoa và Đại học Khoa học), mỗi khóa thi tuyển trường sẽ chọn lại cho mỗi ban từ 25 đến 30 sinh viên, sau khi trúng tuyển các sinh viên nầy sẽ tiếp tục học thêm 3 năm nữa và khi ra trường, tốt nghiệp với văn bằng "***Giáo sư Trung học Đệ nhị cấp***".

Từ năm 1972, Trường ĐHSP Saigon bắt đầu tổ chức thêm kỳ thi tuyển vào các ban Toán, Lý Hóa và Anh Văn cho các ứng viên vừa đậu tú tài toàn phần. Học kỳ sau khi trúng tuyển là 2 năm cho đệ nhất cấp và 4 năm cho đệ nhị cấp. Năm đầu tiên được gọi là năm "dự bị".

Sau ngày 30/04/1975 hệ thống học Dự bị Văn khoa hay Khoa học trước rồi mới được dự kỳ thi tuyển vào ĐHSP không còn nữa mà tất cả các thí sinh đều thi tuyển thẳng vào ĐHSP sau khi đã đậu bằng tú tài toàn phần.

Sinh viên ĐHSP được cấp học bổng nhưng phải ký giấy cam kết, sau khi tốt nghiệp sẽ phục vụ cho trường Trung học nhà nước ít nhất là 10 năm. *Số tiền học bổng cũng được tăng lên dần theo với đà lạm phát, lúc đầu mỗi sinh viên được lãnh mỗi tháng 700 đồng VN, từ khoảng năm 1960/1961 số tiền học bổng là 1500 đồng VN và đến năm 1970 thì mỗi sinh viên được lãnh khoảng 3000 đồng VN mỗi tháng. (Người viết : Phạm Thị Nhung)*

Từ 1958-1962 theo hệ 3 năm gọi là Cao Đẳng Sư phạm. Khóa 3 năm cuối cùng : 1962-1965. Tiếp theo là 2 khóa 4 năm: 1963-1967 và 1964-1968. Như thế năm 1966 không có sinh viên ra trường.

Từ 1966 trở đi bắt đầu khóa 3 năm + 1 năm chứng chỉ dự bị Văn khoa hoặc Khoa học. Như thế năm 1965 không có thi tuyển. *(Bổ túc của Vũ Lưu Xuân)*

Hình ảnh và Vài nét về Trường Đại học sư Phạm Sài Gòn trích từ web daihocsuphamsaigon.org của một cựu sinh viên Ban Văn chương Trần Thị Thanh Hương, Paris.

3- Những cải tổ theo chiều hướng giáo dục mới

Từ năm 1972 trở đi, một số giáo sư tốt nghiệp hoặc tu nghiệp từ Pháp và Mỹ trở về làm cho bộ mặt trường Sư phạm có thêm sinh khí mới. Đó là: Lê Bảo Xuyến (Bà Lê văn -Huntington Beach- Hoa Kỳ), Nguyễn Thị Đủ (Giáo dục-Việt Nam), Nguyễn Thị Phương (Hóa học- Rennes-Pháp), Mai Thanh Truyết (Hóa học-Houston-HK), Lê Thanh Hoàng Dân (Giáo dục Sư phạm – Orlando-Florida), Lê Quang Tiếng (Toán – Pasadena-Hoa Kỳ), Trần Kim Hạnh (Vạn vật-Giáo dục-Texas), Bùi Thị Lạng (Hải dương học-Việt Nam), Trần Kim Nở (Anh văn-Giáo dục-Dallas), Phạm Văn Quảng (Anh văn-Tâm lý giáo dục-Westminster-HK), Dương Kim Sơn (Tâm lý gia đình-Anh Văn-Toronto-Canada), Lê Thành Việt (Anh văn-Scramento-HK), Dương Thiệu Tống (Tâm lý giáo dục-Việt Nam). Nguyễn Hữu Phước (Giáo dục-Huntington Beach-HK). (Danh sách có thể còn thiếu vì tác giả viết theo ký ức).

4- Khởi sắc như thế nào?

Có thể nói đây là một cố gắng của Ban Giám đốc trường và các giáo sư về nước trong khoảng thời gian trên. Đứng đầu là Khoa trưởng Trần Văn Tấn (1930-2016), giáo sư Toán và có thể nói, ông là người giáo sư đã từng đi nghiên cứu, hội thảo về giáo dục trên hầu hết các quốc gia tiến bộ và đang phát triển trên thế giới. Từ đó, ông có một tầm nhìn rất thoáng cho giáo dục Việt Nam. ***Những buổi họp Hội đồng khoa thể hiện một tinh thần cởi mở, các thành viên phát biểu và góp ý thoải mái***. Từ đó sáng kiến của luồng gió mới từ ngoại quốc về được lắng nghe.

Xin đan cử một vài cải cách sau đây:

- Áp dụng **phương pháp kiểm soát liên tục** để làm giảm bớt áp lực của sinh viên trong kỳ thi cuối học kỳ (được thử nghiệm ở Ban Hóa học).
- Mở lớp ***Tiến sĩ giáo dục tại trường*** để các giáo sư tốt nghiệp tại các quốc gia ngoài Hoa Kỳ có điều kiện thẩm thấu một phương pháp và quan niệm giáo dục mới, nhứt là trong ngành sư phạm.
- Lớp Tiến sĩ trên cũng là một phương tiện để các giáo sư tốt nghiệp tại Việt Nam hay chưa có bằng Tiến sĩ có điều kiện thăng tiến kiến thức và nghề nghiệp.

- Về thực nghiệm và phương pháp giảng dạy trung học qua thí nghiệm: Trường đã **thành lập các ban tu chính** để cập nhật hóa những thí nghiệm mới thay thế cho chương trình thí nghiệm quá xưa. **Ban Hóa học** đã đi đầu trong lãnh vực nầy.
- Thử ứng dụng một hình thái giáo dục mới như **điều chỉnh khoảng cách giữa Thầy – Trò** để giảm bớt những lề lối cổ điển và khắc khe trong quan niệm Quân-Sư-Phụ khô cứng của tinh thần Nho giáo. Từ đó, *tạo điều kiện cho sinh viên đối thoại với người thầy một cách thoải mái hơn, để rồi, người thầy biết thêm về tâm tư, nguyện vọng của sinh viên*. Do đó, hiệu năng của việc giảng dạy sẽ tăng hơn.

Đó là một số cải cách ban đầu. Nhưng tiếc thay, cuộc can qua của đất nước xảy ra chỉ một thời gian ngắn sau khi trường Sư Phạm bắt đầu chuyển hướng mới trong hai niên học cuối cùng của miền Nam.

Rồi sau 30/4/1975, những hình thái giáo dục từ thời thực dân, từ thời đầu của thế kỷ 20, cộng thêm lề lối "giáo dục xã hội chủ nghĩa" biến trường Sư phạm đương thời (sau hơn 43 năm qua) thành một nơi **đào tạo ra người thầy giáo**, *không phải để khai tâm, khai trí hay đào tạo sinh viên thành một giáo viên giảng dạy, mà thực sự* **"chế tạo" một thế hệ thanh niên thành công cụ rao giảng cho chế độ, nói tốt cho chế độ**, *còn việc giảng dạy chuyên môn trở thành thứ yếu.*

Trường Sư phạm cũng phải chịu cùng chung số phận trên. Chế độ thi tuyển rập khuôn theo miền Bắc thời chiến tranh, và cho đến hôm nay, vẫn "vũ như cẩn":

- **Áp dụng chính sách "hồng hơn chuyên", chính sách duyệt xét lý lịch** có công với cách mạng hay là "ngụy".
- Về nội dung, **đề thi luôn luôn đề cao xã hội chủ nghĩa**, chiến tranh chống Mỹ, triết lý Mác Lenin là "vô địch", là "đỉnh cao của thời đại". Ngay cả trong các đề thi chuyên môn cũng đậm nét hận thù như những câu hỏi hoàn toàn "không giáo dục" như "một chiếc máy bay B-52 bị quân ta bắn rơi, thử xét xem có bao nhiêu đinh ốc trong máy bay đó (đề thi năm 2007...ghi lại theo trí nhớ)". Còn các câu hỏi về khoa học là những câu hỏi từ chương có trong "sách giáo khoa" in sẵn, hàng năm tuy có "hiệu đính" nhưng những lỗi lầm trong sách năm trước vẫn còn nhan nhản hiện lên trên sách mới vừa "hiệu đính" mà sinh

viên cũng phải học. Người thầy tuy có thấy sai nhưng vẫn phải dạy giống như trong sách, không được "góp ý".

Chính vì vậy mà *một số người sau khi tốt nghiệp một vài năm, vì sự ray rứt của lương tâm đành bỏ dạy đi làm nghề khác.*

Trường Sư phạm đã được đổi lốt vì bị thay thế mái ngói gạch nung âm dương cổ kính bằng những "viên gạch plastic màu đỏ chói" vô tri vô giác, thể hiện rõ não trạng xã hội chủ nghĩa mới.

Tôi tiếc cho ngôi trường Sư phạm của tôi cũng như tôi tiếc cho một người nằm xuống là BS Dương Quỳnh Hoa vì tin tưởng vào cách mạng xã hội chủ nghĩa mà những ngày cuối đời phải sống trong ray rứt và chết đi trong quên lãng, mặc dù, một thời, Bà đã được phủ lên chiếc áo "Bộ trưởng Y tế" của "cái gọi là" "Chính phủ cách mạng lâm thời miền Nam Việt Nam".

Mai Thanh Truyết
Westminster, CA
Tháng 8, 2015

Ghi chú:
Giáo sư Lê Tấn Lộc (Montreal-Canada) đính chánh lại về tên gọi của Trường trong niên khóa 1958 – 1962.

Trường ĐHSP được chính cố Tổng Thống Ngô Đình Diệm ký nghị định thành lập, năm 1958 và ghi rõ ràng danh xưng rõ ràng là TRƯỜNG ĐẠI HỌC SƯ PHẠM.

Nghị định cho phép các sinh viên xuất ngoại năm 1960 sang Pháp tiếp tục học trình cũng ghi rõ sinh viên năm thứ mấy của Trường ĐHSP (Nghị định số 988-TTP/KH ngày 8 tháng 10 năm 1960 của Phủ Tổng Thống. Tôi còn lưu giữ Nghị định nầy).

Và các sinh viên tốt nghiệp từ năm 1958 vẫn được cấp Văn Bằng Tốt Nghiệp Đại Học Sư Phạm. (nếu tốt nghiệp)

Văn bằng nầy cho phép các đương sự được tuyển dụng làm giáo sư trung học đệ nhị cấp "chuyên khoa" (tùy môn theo học) CHÍNH NGẠCH.

Thân mến,
Lê Tấn Lộc
Triết 1/1958

Đại Học Cao Đài Tây Ninh

Tháng 9 năm 1973, lần đầu tiên tôi bước chân vào Viện Đại học Cao Đài Tây Ninh nhân dịp khai giảng niên học 1973 – 1974. Mọi cảnh vật đều hoàn toàn xa lạ với tôi từ màu sắc trang trí trên các tòa nhà trong nội ô Tòa Thánh cho đến con người. Màu trắng với chiếc áo dài tỏa khắp mọi nơi tôi bước qua. Nhìn chung quanh, khung cảnh ngày nhập học, tôi ước tính khoảng trên dưới 1.000 sinh viên, giáo sư, nhân viên cùng bà con bổn đạo cùng nhiều chức sắc có mặt buổi sáng hôm đó.

1- Ngày khai trường

Buổi lễ khai trường do **Ngài Khai Đạo Phạm Tấn Đãi** và **Giáo sư Nguyễn Văn Trường**, Quyền Viện trưởng làm chủ tọa. (Ngài Bảo học Quân **Ls Nguyễn Văn Lộc**, Viện trưởng đang đi chữa bịnh bên Pháp). Trong không khí trang nghiêm cộng thêm tiếng nói hùng hồn và mạnh bạo của Ngài Khai đạo làm cho khung cảnh ngày khai trường thêm đậm phần tôn giáo hơn là phần "đại học".

Tôi được GS Trường giao phụ trách phần nhiệm Giám đốc Học vụ của Viện để điều hành chương trình học cho hai *Phân khoa Sư Phạm và Nông Lâm súc*, cùng việc mời chọn giáo sư cũng như xem lại các chương trình hiện đang được giảng dạy và tất cả các phần vụ thuộc về sinh viên vụ và hành chánh v.v…Với chức vị nầy, tôi được trả lương 20.000 Đồng/tháng thời bấy giờ, tương đương với một binh nhì VNCH có vợ và 2 con.

2- Bước đầu bỡ ngỡ

Công việc quả thật ôm đồm với một người vừa mới về nước trước đây chưa đầy 6 tháng. Do đó, ngoài công việc Trưởng ban Hóa học ở Đại học Sư phạm Sài Gòn, tôi hầu như dành trọn thời gian cho Tây Ninh, quê ngoại của tôi.

Trước hết, nhìn qua chương trình học, vì tất cả đều tập trung trong Nội ô Tòa Thánh tọa lạc trong một khu nhà hội họp của Đạo mà tôi không còn nhớ tên. Tầng trệt dùng làm cho các lớp học và văn phòng Viện. Tầng trên là khu nghĩ qua đêm cho các Giáo sư. Các buổi ăn trưa diễn ra tại tòa nhà Thánh Mẫu kế bên cạnh với những món rau đậu đạm bạc hàng ngày dành cho sinh viên và bất cứ bổn đạo hay người dân địa phương.

Lần lần quen dần với với không khí và nhân sự điều hành trong viện, tôi lần lượt quan sát thêm và thấy Viện Đại học sao mà nghèo quá, **không có gì hết** ngoài những phòng ốc chứa bàn ghế làm "giảng đường" vì tôi vẫn còn mang hình ảnh của một Viện đại học Tây phương. Và chính nhờ những hình ảnh đó mà tôi có nhiều thiện cảm với Cao Đài.

Âu đó cũng là cái DUYÊN.

Viện Đại học Cao Đài năm xưa

Sau hơn ba tháng quan sát, tìm hiểu, nghiên cứu chương trình và làm quen với sinh hoạt của Viện, tôi nhận thấy còn có quá nhiều điều trong chương trình giảng huấn cần phải cải sửa. Tạm thời, tôi chưa dám đụng tới chương trình lý thuyết và sự phân chia giờ giấc trong các bộ môn giảng dạy vì ở phần nầy tương đối ổn định, do đó, ưu tiên thay đổi không cao. **Tôi tập trung vào các chương trình tập sự và thực hành cùng việc xây dựng phòng thí nghiệm.**

Xin thưa, từ ngày thành lập Viện Đại học, **sinh viên chỉ học "chay"** ngoài một số giờ cho sinh viên sư phạm đi thực tập giảng dạy ở trung học Lê Văn Trung hay trung học Tây Ninh hoặc Đạo

Đức Học Đường, và sinh viên Nông Lâm Súc chỉ thực tập… "ngoài ruộng" và trại nuôi cá Tây Ninh v.v… Còn phòng thực tập thí nghiệm hoàn toàn không có.

3- Việc yểm trợ của chánh phủ VNCH cho Viện Đại học tư lập

Trong tinh thần khuyến khích mở mang giáo dục đại học tại địa phương, chánh phủ VNCH có chính sách giúp đỡ tài chánh cho các Viện Đại học tư lập trực thuộc các tôn giáo lớn như Phật giáo, Thiên Chúa giáo, Cao Đài, và Hòa Hảo. Ngân sách đã được Thượng viện phê chuẩn. Có tất cả 5 Viện: VĐH Vạn Hạnh, Sài Gòn thuộc Phật giáo, VĐH Đà Lạt, Đà Lạt và Minh Đức, Sài Gòn thuộc Thiên Chúa giáo, VĐH Cao Đài, Tây Ninh thuộc Cao Đài, và VĐH Hòa Hảo, An Giang thuộc Hòa Hảo.

Trong niên khóa 1973-1974, cả 5 Viện được cấp ngân sách là 200 triệu Đồng VN và được chia đồng đều. Qua niên khóa 1974-1975, phụ cấp chánh phủ tăng lên 300 triệu. Đại diện 5 Đại học thường xuyên họp hàng tháng trên tầng hai Charner, nằm ngay góc đường Nguyễn Huệ và Lê Lợi. Viện trưởng Viện Đại học Hòa Hảo Lê Phước Sang lúc đó là Thượng Nghị sĩ, Chủ tịch Ủy ban Giáo dục Thượng viện. Ông cho biết, nếu muốn "rút" tiền phụ cấp thì phải chấp nhận 30% tiền "huê hồng" (commission). Tất cả đại diện các Viện đành phải chấp thuận điều kiện trên. Đại diện của Cao Đài là Phó Viện trưởng Mã Thành Công (hiện là một Đại đức tu ở chùa tại Thủ Đức).

Riêng cho niên khóa 1974-1975, chưa có Đại học nào nhận được tiền trợ cấp giáo dục trên trong số 300 triệu, nhưng theo tin hành lang ở ngân hàng thì tiền trợ cấp trên đã được rút ra 200 triệu vào đầu tháng 4, 1975 (?). Ai rút số tiền đó ra mà không phân phối cho các Viện, hiện nay vẫn còn là một câu hỏi lớn?

4- Ngân sách Viện Đại học Cao Đài

Vì *ngân sách điều hành Viện Đại học do bên đạo lo liệu* và cũng không được công bố, vì vậy cho nên, trong buổi họp trên Viện, tôi đã mạnh dạn đề nghị lên Ngài Khai Đạo và GS Trường việc *cần phải thành lập ngay các phòng thí nghiệm Hóa học, Vật lý, Địa chất, Sinh học, Thực vật và Động vật và phải xây cất trường ốc, phòng thí nghiệm bên ngoài khu Nội ô Tòa Thánh*. Ngài Khai Đạo vội vã đáp lời ngay là bên bản Đạo sẽ cố gắng chạy tiền và lo việc xây cất, còn bên Đại học lo sơ đồ xây cất và lo vấn đề nhân sự giảng dạy cùng truy tìm nguyên liệu, hóa chất và dụng cụ để thực tập. GS Trường hội ý tôi về vấn đề nầy. Với tinh thần dấn thân và lý tưởng, cũng như bản tính hơi "liều mạng", tôi nhận lời phụ trách tất cả dù trong đầu tôi chưa có khái niệm nào về tình hình mua bán nguyên vật liệu, dụng cụ hay hóa chất ở xã hội Việt Nam Cộng Hòa thời bấy giờ…

Thật là một sự liều mạng đầy tự tin của tuổi trẻ hay nói nôm na là "điếc không sợ súng". Bây giờ nghĩ lại tôi mới giựt mình!

Các phòng thí nghiệm ở Đại học Sư phạm hay bên Khoa học là những phòng ốc cổ xưa, biến cải làm phòng thí nghiệm cho nên không thích hợp với mô hình phòng thí nghiệm mới. Được biết một phân khoa của Đại học Khoa học Sài Gòn ở tại Thủ Đức do GS Đinh Văn Hoàng, ban sinh vật làm Phó Khoa trưởng chỉ vừa xây dựng vài năm trước, tôi bèn đi "tham quan" và từ đó có được "bảng vẽ" của các phòng thí nghiệm của Viện Đại học Cao Đài Tây Ninh.

Khi xem qua bảng vẽ do kiến trúc sư "local" sáng tác, Ban xây dựng của đại học nói sẽ làm giống như Giáo sư vẽ vậy, và các phòng thí nghiệm cũng như giảng đường sẽ được xây tại cổng số 1 trước khi vào Nội Ô, cạnh chợ Long Hoa.

Không biết việc vận động tài chánh như thế nào, cũng như việc huy động nhân công ra làm sao? Nhưng chỉ trong vòng trên dưới sáu tháng, một dãy nhà ba từng lầu với đầy đủ phòng thí nghiệm ở tầng trệt và các lớp học cùng một giảng đường lớn tọa lạc sừng sững trên mãnh đất cằn cỗi Tây Ninh.

Trong suốt thời gian xây dựng cơ sở, tôi phải chạy đôn chạy đáo đi tìm nhân sự giảng dạy và chấp nhận "ăn chay" nằm đất trên Tây Ninh 3, 4 ngày một tuần hay nhiều hơn nữa trong thời gian chuẩn bị các phòng thí nghiệm. Kết quả là Viện có thêm 6 Giảng nghiệm viên cơ hữu trẻ tình nguyện phụ trách các bộ môn thí nghiệm với một đồng lương kém xa so với cuộc sống và lương của các đồng nghiệp ở Sài Gòn.

Viết đến đây, xin ghi nhận tinh thần đóng góp và hy sinh của các đồng nghiệp trẻ của tôi trong thời gian làm việc chung, trong tinh thần anh em, chỉ vẽ lẫn nhau, cùng hy sinh để làm một cái gì cho **con cháu của một miền đất nước nghèo, cần được soi sáng và khai mở thêm.** Đó là hai lý do chính để cho Việt Đại Học Cao Đài mở hai phân khoa Sư Phạm và Nông Lâm Súc trước tiên.

Xin ghi nhận tinh thần của các anh chị em trẻ như Phương (hiện ở Florida), Ngọc (Việt Nam), Xuân (Việt Nam), và 3 anh chị em khác tôi quên tên (xin lỗi).

Chính sự hiện diện của Viện Đại học Cao Đài Tây Ninh có tầm vóc "mới" nầy đã làm nức lòng bà con, phụ huynh và là niềm hãnh diện chung của Đạo Cao Đài. Tôi thực sự nhìn thấy được những ánh mắt long lanh biểu lộ niềm vui của mọi người mỗi khi tôi có dịp tiếp xúc khi lên Tây Ninh. *Và kết quả là hầu như trên mỗi chuyến xe chuyên chở giáo sư về lại Sài Gòn, anh tài xế đều ghé nhà tôi, dù tôi có hay không có mặt trong xe để gửi lại một túi trái cây, đặc sản Tây Ninh tùy theo mùa như vú sửa, sa bô chê, mít, li ki ma, đôi khi một bịt cát chứa tôm càng xanh Bến Kéo, v.v…* mà tôi không hề biết người cho là ai. Vô tình bà con Tây Ninh biến tôi thành một kẻ "tham nhũng" trong ngành giáo dục!

Có thể nói chưa bao giờ tôi có những giây phút hạnh phúc như ở giai đoạn nầy.

Trở lại việc trang bị các phòng thí nghiệm, các dụng cụ như kính hiển vi rất cần thiết cho Ban Sinh thực động vật học. Qua tin "tình báo" do bạn bè quen ở Sư Phạm, tôi được biết phòng thí nghiệm của GS Phạm Hoàng Hộ vừa được Hoa Kỳ viện trợ một số kính hiển vi mới, do đó các máy cũ đã cho vào kho…Tin tức nầy làm tôi vui sướng, nhưng vẫn không biết làm thế nào để "approach" vấn đề vì dù sau tôi chỉ mới vừa chân ướt chân ráo và tuổi "gõ đầu trẻ" còn quá nhỏ, chưa bước vào "giang hồ" nhiều cho nên ít người biết "đến "tên".

Nhân một dịp may, cây thiên tuế tại đền Thánh Mẫu trổ bông, một nhánh hoa có thân cao trên 3 mét tỏa hương thơm ngào ngạt. (nghe nói cây phải già trên 30 năm mới có thể ra bông như vậy). Tôi bèn làm một màn ra mắt GS Hộ bằng cách đem "kiến" nhánh hoa trên để giáo sư ướp và giảng dạy cho sinh viên. Và kết thúc của cuộc diện kiến nầy là tôi có 15 kính hiển vi cũ mang về cho phòng thí nghiệm Cao Đài.

Và các dụng cụ linh tinh cần thiết khác cho các phòng thí nghiệm cũng như hóa chất, tôi nhờ một người dược sĩ MGM (hiện đang ở Orange county, CA) lúc đó đang làm việc cho dược phòng của giáo sư Thái Tường gần Ngã Sáu Sài Gòn. Cầm tất cả các danh sách liệt kê, tôi nói với anh ta một cách vừa đùa vừa nghiêm khắc là:" Đây là danh sách tôi muốn mua, nhờ M. tìm dùm cho. Tôi tin tưởng và chấp nhận M. có ăn huê hồng trong đó, nhưng đừng đập đổ vì Viện còn nghèo lắm". Dĩ nhiên, tôi cũng đã so và truy tìm giá cả qua bạn bè trước đó rồi.

Chỉ hơn một tuần sau, danh sách liệt kê trên đã được kê giá cả và tôi thấy hợp lý. Tôi bèn làm một bảng yêu cầu Viện chấp thuận và xuất chi khoảng 1,5 triệu Đồng. Chỉ nội trong ngày, Viện qua Ô Trưởng ban Tài chánh trao ngay tiền mặt cho tôi mang về Sài Gòn.

Tối hôm đó, sau khi xem xong báo cáo và ký duyệt các công văn hàng ngày do tài xế mang xuống, GS Trường lật đật chạy đến nhà tôi và nói với tôi rằng" toa liều mạng quá!" và bảo tôi phải đem tiền đó mở chương mục để làm thủ tục thanh toán. Tôi trả lời là ngày mai tôi giao tiền cho người ta và lấy hàng rồi và mình không có thời gian để làm các thủ tục hành chánh như anh nói. *Tôi xin chịu trách nhiệm và tai tiếng nếu có.* Lại thêm một lần "điếc không sợ súng" nữa.

Không đầy hai tuần sau đó, mọi nhu cầu đã được cung cấp đầy đủ. Có dụng cụ, có thêm máy quay ronéo, các Giảng nghiệm viên làm việc cật lực hầu như ở lại Viện ở Tây Ninh suốt 5, 6 ngày trong tuần, nào quay bài thực tập, nào phải lắp ráp và thử nghiệm những phần thí nghiệm trước...

Và chỉ khoảng độ một tháng sau đó, tất cả các lớp giảng dạy và phòng thí nghiệm được khai trương ở khu nhà mới nầy. Không khí khởi sắc hẳn ra. *Sinh viên Cao Đài mới thực sự thấy những phản ứng đổi màu qua việc xác định nồng độ của các hóa chất căn bản như acid, sút* v.v...và sinh viên sinh vật chính tự tay mình ướp và tẩy những lá cây để có sắc đỏ, xanh, vàng tím mà các chị đã từng ép vào quyển tập lưu bút ngày xưa thời học sinh...Các sinh viên thực tập về mổ xẻ động vật như cá lóc, ếch...mới nhận diện rõ ràng đâu là bao tử, đâu là trái tim...được trải dài trên một miếng ván sau mỗi lần mổ xong... Khi nhìn trái tim ếch được tách rời, nhưng tim vẫn còn đập qua phản xạ...mang tên một nhà bác học nào đó mà tôi đã quên *(cái muốn quên mà vẫn cứ nhớ, cái muốn nhớ mà vẫn cứ quên. Đó là một nghịch lý bất tận nơi con người tôi, một cái tôi đáng ghét).*

Tuy trên đây là những bước căn bản cho thí nghiệm, nhưng đối với người dân hiền hòa và chất phác Tây Ninh, những thành tựu trên là một thành quả rất lớn.

Có thể nói, năm 1974 là năm Viện Đại học Cao Đài Tây Ninh đã tiến một bước dài làm nức lòng người dân địa phương cùng bổn đạo. Đó cũng là một niềm hãnh diện chung qua tinh thần hy sinh cho công cuộc chung thể hiện khắp mọi từng lớp dân chúng và Toà thánh.

Có nhìn thấy hàng ngày, nhiều xe chở xi măng, cát đất, cây gỗ, gạch ngói... cũng như nhìn hàng ngàn công nhân làm việc cật lực với buổi ăn trưa đạm bạc trong một thời gian dài mà không hề than vãn. Họ là những tín đồ tự nguyện, nghĩa là làm không công...

Đó là tinh thần Cao Đài, tinh thần của sự đùm bọc và chia xẻ, đạo đức của một con người đích thực sống cho tha nhân qua giáo lý Cao Đài.

Đây là một kỷ niệm đầu đời của một người con Việt trên bước đường dấn thân trong tinh thần Nguyễn Công Trứ.

*Đây cũng là một bài học quý giá cho người viết vì đã nhận thức được rằng cần phải có **Chánh Kiến, Chánh Tâm, Chánh Định và một tâm hồn Vô Ngã** mới có thể thực hiện những việc làm nho nhỏ trên.*

Xin Cám ơn Viện Đại học Cao Đài đã cho tôi có được những kinh nghiệm đầu đời trong việc phục vụ.

Xin cám ơn Ban điều hành Viện qua các chức sắc cao cấp tiêu biểu như Ngài Khai Đạo, Ngài Bảo Đạo, Ngài Hiến Pháp đã gửi niềm tin cho một người trẻ một cách trọn vẹn. (Ba vị chức sắc trên qua đời một cách bất đắc kỳ tử chỉ vài tháng sau ngày 30/4/1975).

Xin cám ơn **Gs Nguyễn Văn Trường** đã tin tưởng hoàn toàn vào một người em vừa mới hội nhập vào con đường phụng sự cho tha nhân.

Và cũng xin cám ơn **triết lý và tinh thần Đạo Cao Đài đã soi rọi và hướng dẫn người viết trên bước đường đời còn lại**. Đây cũng là kết luận cho bài tham luận dài năm 1974 trong một khóa học về Tiến sĩ giáo dục đầu tiên tại Đại Học Sư phạm Sài Gòn do GS Nguyễn Văn Trường và Mai Thanh Truyết biên soạn.

Phổ Lập Mai Thanh Truyết
Kỷ niệm Tết Tân Mão 2011 và Hiệu đính 1/2019

Trả Lại Thiên Nhiên Cho Thiên Nhiên

Bachalpsee in the Swiss Alps; generally mountainous Areas are less affected by human activity.

Tiến bộ khoa học cùng với việc phát minh nhiều công nghệ mới trong thời gian gần đây đã cho ra đời nhiều ứng dụng hầu thỏa mãn nhu cầu mà con người cần đến hay nghĩ đến. *Con người ngày càng say mê trong những khám phá mới, tìm thêm nhu cầu mới dù cần thiết hay không cần thiết cho cuộc sống.* Cuộc chạy đua do chính con người đặt ra có vẽ như không có điểm đến! Và hơn nữa, *cuộc đua nầy càng kích thích thêm tham vọng ngự trị của con người, làm tăng thêm* **ngã vọng đến một mức độ khó kềm chế được trong cuộc chinh phục thiên nhiên.**

Với khả năng khoa học hiện có, con người hầu như làm chủ thiên nhiên trong việc chế tạo các sản phẩm mới để phục vụ cho nhu cầu của nhân loại. Đôi khi những nhu cầu đó hoàn toàn không cần thiết.
Con người ngày càng **xử dụng nhiều hóa chất khác nhau** *để kiến tạo ra những sản phẩm tổng hợp theo ý muốn hay theo nhu cầu và dĩ nhiên trong hóa trình tổng hợp hay phản ứng đã sinh ra một số* **sản phẩm phụ không cần thiết** (chất phế thải). *Chính*

những chất sau nầy trở thành những vấn nạn cho đời sống con người do đó **con người bị bắt buộc phải giải quyết hay thanh lọc**...

Như vậy, vấn đề **Sinh** (sản xuất ra sản phẩm mới) và **Diệt** (thanh lọc các sản phẩm phụ, không cần thiết hay độc hại) là một hiện tượng tuần hoàn, xoay dần liên tục trong đời sống con người. Con người khai triển trí thông minh để cố tạo ra nhu cầu mới thì cần phải nặn óc nhiều hơn để thanh toán các phế phẩm độc hại. Và nếu nói theo tinh thần Phật giáo, con người càng chạy theo cái **NGÃ** của mình thì phải gánh thêm **NGHIỆP** càng nặng.

1- Trái đất và Thiên nhiên

Vạn vật đã tự sắp xếp theo một thứ tự nào đó của thiên nhiên. Từ ngàn năm trước nếu nhìn lại, khi khoa học chưa phát triển nhiều và con người có một hiểu biết rất hạn chế, **thiên nhiên vẫn ưu đãi và tạo dựng ra một đời sống tương đối an lành**; số mầm bịnh không nhiều so với hiện tại, và sự xuất hiện những mầm bịnh mới, nhất là những loại ung thư xuất hiện trong vài chục năm trở lại đây. Đó là sản phẩm của các hóa chất độc hại xâm nhập vào cơ thể con người tạo ra những biến đổi gen không kiểm soát được. Đó cũng chính là sản phẩm của con người qua khoa học!

Con người đã lạm dụng khoa học và với niềm tự tôn họ tin rằng sẽ chiến thắng được thiên nhiên, kiểm soát thiên nhiên, và luôn cố gắng thỏa mãn lòng kiêu hãnh của mình.

Để cuối cùng *thiên nhiên đáp lại rằng, hãy còn quá nhiều ẩn số mà con người chưa thể giải đáp được!*

Thiên nhiên đã vận hành tuần hoàn, có chu kỳ thời tiết mưa, nắng, bão, lụt...cho từng khu

There are many plant species on the planet.

vực trước kia; mà hôm nay con người đã làm đảo lộn các chu kỳ trên một cách không kiểm soát nổi.

Hiện tượng hạn hán, bão lụt xẩy ra thường xuyên hơn không theo một chu kỳ tuần hoàn nào có thể tiên liệu như trước kia cách đây vài thập niên. Bầu khí quyển tiếp tục nóng dần mặc dầu chỉ tăng 1^0C trong hàng trăm năm nhưng cũng đủ tạo nên những hiện tượng rạn nứt và nóng chảy của các lớp băng ở Nam Cực. Năm 1997, ở **Ross Ice Shelf Nam cực**, một tảng băng có kích thước 100 x 30 dặm, bị rạn nứt từ 25 năm trước, đã tách rời khỏi Nam cực, tiến về hướng xích đạo và bị tan rã trên đường di chuyển.

Năm 2010, một tảng băng khác có kích thước tương tự ở vùng **Ronne Ice Shelf** đang tách rời và tiến về hướng xích đạo. **El Nĩno** là hiện tượng nước biển bị hâm nóng xảy ra theo chu kỳ tự nhiên vào *khoảng tám đến mười năm vào các thập niên trước*; mà nay chu kỳ trên đã bị thu ngắn lại và không có những dấu hiệu báo trước rõ ràng như trước kia nữa.

Năm 1998 hiện tượng nầy đã gây ngập lụt cho Hoa kỳ và hạn hán cùng bão lụt ở Việt Nam. Và sau đó hiện tượng **La Nina** tiếp theo làm đảo lộn thời tiết ở miền Đông Hoa Kỳ, làm cho quá nóng ở mùa đông và giá lạnh theo sau đó cộng thêm nhiều cồn lụt lội và gió lốc bất thần ở miền Trung Tây Hoa kỳ. Gần đây nhứt, cuối tháng 8 và tháng 9, 2017, cơn bão Harvey tàn phá Texas, và Irma tàn phá Florida và còn tiếp theo nhiều cơn bão đang hoành hành ở vùng biển Trung Mỹ châu. Như vậy, chúng ta giải thích làm sao đây?

Hãy nghe **Tổ chức LHQ về Khí tượng Thế giới** - The UN World Meteorological Organization (WMO) nói về Niño và La Niña có những biến động về nhiệt độ đáng kể ở *vùng nước nhiệt đới nóng* của vùng nhiệt đới Thái Bình Dương: **El Niño làm gia tăng nhiệt độ** và *La Niña làm giảm nhiệt độ trung bình của nước biển ở vùng nầy.*

Những thay đổi về nhiệt độ này liên quan chặt chẽ với các biến động khí hậu chính trên khắp thế giới, đặc biệt ở Châu Mỹ La tinh, Australia và Đông Á, có thể kéo dài cả năm hoặc hơn nữa. ***Cả El Nino và La Niña đều có khả năng phá vỡ các mô hình***

thời tiết bình thường và ảnh hưởng rộng rãi đến khí hậu ở nhiều nơi trên thế giới.

Tóm lại *con người* **càng thách thức thiên nhiên** *càng phải* **gánh thêm nhiều hậu quả** *không thể lường trước được.*

2- Khủng hoảng môi sinh

TS James Lovelock đã từng đưa ra quan niệm "quả đất là một sinh vật đơn thuần". Từ quan niệm trên, ông đưa ra giả thuyết *"Trái đất là một hệ thống tự điều chỉnh gồm sinh vật, đất đá, đại dương, và khí quyển bao gồm như một hệ thống tiến triển, luôn luôn cố gắng điều hòa những điều kiện sống thích hợp cho đời sống trên quả đất".* Nhưng có lẽ, **ngày hôm nay đã đến lúc trái đất của chúng ta không còn tự điều tiết nữa để có thể ứng hợp với sự "khai thác' quá độ của con người.**

A *swamp* area in Everglades National Park, Florida, USA.

Do đó, dù thiên nhiên hay môi trường sống của con người tự nó đã được sắp xếp theo một hợp lý nào đó mà con người chưa đủ khả năng để lý giải thì làm sao có khả năng để hàng phục thiên nhiên được. Thiết nghĩ, càng vận dụng khả năng của mình để thách đố thiên nhiên, con người càng đi vào ngõ cụt, không lối ra. Và hôm nay, con người càng gần đến chỗ bế tắt hơn nữa khi tìm cách giải quyết những vấn nạn môi sinh trên thế giới do chính con người tạo ra:

- Không khí bị ô nhiễm đến mức báo động;
- Nguồn nước sinh hoạt bắt đầu cạn kiệt về lượng cũng không còn trong lành về phẩm như trước kia nữa.

Con người bị bao vây từ trên vùng trời, dưới đất và ngay cả trong lòng đất trong nhiều lãnh vực:

- *Nguồn nước ngầm đã bị ô nhiễm cũng như mức độ ô nhiễm ở các đại dương tăng nhanh làm nguồn lương thực như cá tôm bị nhiễm độc và số lượng sinh vật bị tiệt chủng tăng dần;*
- *Ngay cả trong lòng đại dương, các hóa chất độc hại như PCBs, DDT thoát ra từ các nhà máy xản xuất từ hơn 30 năm trước, theo dòng nước và trầm tích ở dưới biển sâu như ở vùng Palos Verdes Shelf nằm ngoài khơi Los*

Trước áp lực bị thiên nhiên bao vây từ mọi phía, con người cố gắng tìm cách thanh lọc các sản phẩm độc hại cho chính mình tạo ra! Và cứ thế vòng lẩn quẩn trên tiếp tục xoay tròn: **Tạo và Hủy**. Con người càng cố gắng tẩy trừ ô nhiễm thì trong quá trình thanh lọc đó lại sản sinh ra một số ô nhiễm mới.

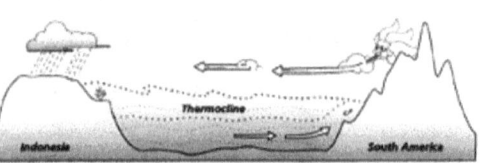
Normal conditions (Non El Nino)

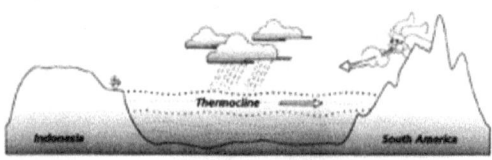
El Nino conditions

3- Phương cách giải quyết "duy lý"

Theo quan niệm hiện tại, con người đang dùng các phương pháp sau đây để thanh lọc môi trường: phương pháp hóa học, sinh hóa học, cơ học, vật lý, thẩm thấu.

- **Phương pháp hóa học** dựa theo nguyên tắc dùng một hay nhiều hóa chất tác dụng lên chất độc cần thanh lọc để biến chất ấy thành một chất không độc hại hay đem độ **độc hại xuống đến mức chấp nhận được** (threshold limit). Vấn đề được đặt ra là con người ngày càng khó thích ứng với định mức đã định trước kia và do đó cần phải xử lý lại những chất phế thải đã được xử lý để đem định mức độc hại xuống thấp hơn. *Sẽ không thể nào có được một định mức cố định và trường cửu cho một chất độc hại nào cả!*

  Cũng như sự thích ứng của con người trước một sản phẩm độc hại đó cũng thay đổi theo thời gian và tùy thuộc vào sự khám phá liên tục của khoa học về ảnh hưởng của chất độc vào cơ thể con người. Tóm lại chu kỳ xử lý nầy

rất tốn kém về tài chánh cũng như về nhân lực và thời gian.
- **Phương pháp sinh hóa học** cũng cho ra những sản phẩm phụ được định mức không độc hại hôm nay nhưng có thể sẽ trở thành những chất độc hại ngày mai.

Các phương pháp xử lý khác đều để lại những phụ phế phẩm hoặc cần phải có những thanh lọc đặc biệt như bảo hòa hóa (stabilization treatment evaluation) đặt căn bản trên ciment để biến các chất được thanh lọc thành một khối cứng chắc được lưu trữ trong các bãi chứa đặc biệt có tên là macro-encapsulation. Đây là phương cách thanhloc5xử lý một số kim loại độc hại như: Arsenic, Selenium, Chì, Thủy ngân v.v… và một số hợp chất hữu cơ độc hại có nồng độ thấp.

Đối với hợp chất hữu cơ có hàm lượng cao, pesticide, herbicide, insecticide, dioxin, PCBs v..v… phương pháp đốt ở nhiệt độ cao khoảng 3.000°C (incineration) được dùng đến để tiêu hủy các phần tử nầy. Hiện nay phương pháp nầy đã bị EPA cấm hẳn.

Trái lại **chất độc phóng xạ** được nhốt kín trong các thùng phuy có thành dầy và được chôn kín trong các hầm béton ở Nevada đối với Hoa Kỳ. Còn Nga sô (cũ) thì đem các thùng phuy trên để dưới lòng đáy biển Bắc Hải.

Ba loại thanh lọc căn bản kể trên: bảo hòa hóa chất độc hại, đốt ở nhiệt độ cao hay nhốt kín trong các thùng phuy…đều không đưa đến một giải pháp thỏa đáng nào cả, trái lại *càng làm tăng thêm nhiều hệ lụy tiếp theo cho con người*. Các chất được bảo hòa cần phải được xử lý lại để đem định mức xuống thấp hơn. Các lò đốt ở nhiệt độ cao là một trong những nguyên nhân của nguồn chì (lead) trong không khí chứ không hoàn toàn do động cơ xe thải ra, và gây ra một số ảnh hưởng nhà kính lên bầu khí quyển (greenhouse effect).

Các khoa học gia đã chứng minh rằng biện pháp thiêu đốt ảnh hưởng nhiều đến lớp ozone trên tầng khí quyển: *cứ mỗi 5 tấn chất rắn được thiêu hủy, có khoảng 1 tấn tro sẽ được thải vào bầu khí quyển và các chất mang mầm mống bịnh ung thư như dioxin, PCBs… có trong chất phế thải được thiêu đốt sẽ đi vào không khí….* California là một trong nhiều tiểu bang ở Hoa Kỳ đã không còn cung cấp giấy phép xây cất thêm lò đốt từ năm 1990. Còn đối với các thùng phuy chứa phóng xạ, người ta đã tìm thấy nước biển vùng Bắc Hải có mức phóng xạ cao hơn bình thường và một số phóng xạ đã được ghi nhận từ các hầm chứa ở Nevada.

Tóm lại các quan niệm hiện tại đang được áp dụng để xử lý các chất phế thải kỹ nghệ đều có tính cách tạm thời, giai đoạn và quá tốn kém nhưng không đem lại hiệu quả như con người mong muốn.

4- Hiệu ứng nhà kính

Nguyên nhân gây ra hiệu ứng nhà kính là do thán khí và một số khí thải kỹ nghệ thải hồi vào bầu khí quyển. Tuy nhiên, cũng còn có nhiều giả thuyết khác nhau đến từ nhiều trường phái khoa học về cách lý giải cho hiệu ứng nhà kính. Một số khoa học gia trong khi nghiên cứu về hành tinh Hỏa tinh (Mars) đã đưa ra một giả thuyết về sự thành hình của mặt địa cầu như sau: **Chu kỳ nóng lạnh của trái đất là một hiện tượng tuần hoàn**. Trong hiện tại, quả địa cầu đang đi vào một cuộc vận hành "nóng" để rồi sau đó…sau một vài thiên niên kỷ sẽ chuyển trở qua chu kỳ "lạnh".

Lý do căn bản để làm điểm tựa cho lập luận nầy là vin vào thời đại của người Viking ở Bắc Cực thời gian trước khi di cư vào phía Nam vào thế kỷ thứ 6. Ở vào thời điểm nầy, những vùng có người Viking sinh sống, vẫn có nhiều đồng cỏ do đó họ có điều kiện để chăn nuôi và trồng trọt, chứ không là một tảng băng vĩ đại như hiện tại. Nếu giả thuyết nầy là một sự thật thì thuyết Âm Dương cũng có thể là một giải đáp cho bài toán nóng lạnh của trái đất.

Theo sự suy diễn của thuyết Âm Dương, sự vận hành của trái đất tùy thuộc vào chu kỳ tuần hoàn của từng giai đoạn. Khi đến chu kỳ **Âm, liên quan đến mặt trăng**, do đó mực nước có thể bị dâng cao. Và khi trái đất chuyển qua chu kỳ **Dương, liên quan đến mặt trời**, thời tiết nóng dần lên.

Tuy nhiên, dù lý giải như thế nào đi nữa, chúng ta cũng đã nhận rõ là trái đất hiện đang nóng dần, nghĩa là hiện tượng hâm nóng toàn cầu đã là một hiện thực. Ngoài những nguyên nhân được nêu ra qua sự phát triển công kỹ nghệ trên thế giới, con người còn tận dụng khai thác tài nguyên thiên nhiên làm đảo lộn hệ sinh thái nhiều vùng trên trái đất. Từ đó, tạo ra những ảnh hưởng dây chuyền mà con người không thể kiểm soát hay tiên liệu được như hiện nay.

Còn một nguyên nhân cho đến ngày nay không được các nhà khoa học lưu tâm đến là vào thời điểm năm 1750, dân số trên toàn thế giới chỉ chiếm khoảng vài trăm triệu. Hiện nay, quả địa cầu là nơi cư trú của trên 7 tỷ nhân mạng, phóng thích mỗi ngày, theo ước tính, hàng triệu tấn khí carbonic nhiều hơn rất nhiều so với thời điểm 1750. Điều nầy cũng có thể nào là một phần lý giải cho sự hâm nóng toàn cầu?

5- Hướng giải quyết mới

Đi tìm một phương hướng khác để giải quyết vấn đề ô nhiễm hiện nay quả là một nan đề cho bất cứ nhà khoa học nào có lương tâm và có một tầm nhìn đúng đắn về dự phóng tương lai. Dùng khoa học hay kỹ thuật thuần túy để giải quyết ô nhiễm môi trường đã gặp những bế tắc kể trên.

Từ ngàn xưa Phật Thích Ca đã gợi ý là dùng thiên nhiên để giải quyết và điều chỉnh những vấn nạn của thiên nhiên (do con người gây ra!) trong khi rao giảng đạo Từ Bi của Ngài. Ngài đã nhắc nhở rằng mọi sinh vật kể cả cây cỏ đều có một đời sống riêng góp phần vào sự hài hòa của thiên nhiên và nếu hủy diệt một mầm sinh vật nào đó, có thể làm đảo lộn sự hài hòa ấy. Do đó nguyên lý dùng thiên nhiên để giải quyết các vấn nạn *của thiên nhiên là một suy nghiệm căn bản cho mọi phương pháp xử lý ô nhiễm môi trường trong hiện tại và tương lai.*

Trong chiều hướng đó các nhà khoa học đã tìm về thiên nhiên để suy nghiệm và giải lý từ các chu kỳ tuần hoàn của cây cỏ để đưa ra các phương pháp thích nghi cho việc xử lý ô nhiễm môi trường. **Nguyên lý SINH – DIỆT** của Phật giáo có thể được đem ra áp dụng ở trường hợp này để mang lại sự cân bằng cho hai nhu cầu phát triển và cải thiện môi sinh. Vì vậy, trong thiên niên kỷ thứ ba này, nhiệm vụ chính yếu của các nhà khoa học trên thế giới là:

- **Phải tập trung trí tuệ để bảo vệ và tái tạo sự tuần hoàn nguyên thủy của thiên nhiên;**
- **Nghiên cứu những công nghệ sạch để thay thế các nguồn năng lượng đang sử dụng hiện tại.**
- **Truy tìm các giải pháp thiên nhiên để giải quyết vấn nạn ô nhiễm trên thế giới.**

Trong thiên niên kỷ thứ ba nầy, con người có hai nhu cầu chính yếu: *nhu cầu phát triển và sản xuất sản phẩm để sinh tồn* và *nhu cầu giải quyết các phụ phế phẩm* để làm sạch môi trường do nhu cầu phát triển tạo ra.

Một thí dụ đơn giản về liên quan giữa hai nhu cầu trên là *trường hợp ô nhiễm nitrate* (một mầm bịnh có thể gây ra hội chứng blue syndrome baby cho trẻ em dưới sáu tháng và có thể làm chết người) trong nguồn nước sinh hoạt của con người. Vì cần tạo ra nhiều sản phẩm về lương thực (lúa gạo, gia súc...) con người cố gắng tăng năng suất bằng cách bón nhiều phân, xịt thêm nhiều loại thuốc sát trùng (cho lúa gạo, cây trồng), tập trung chăn nuôi (cho gia súc) ... do đó nguồn nitrate thải hồi từ phân bón, từ phân gia súc thấm vào lòng đất và đi vào mạch nước ngầm, nguồn nước sinh hoạt chính của con người. Tại hạt Orange, California Hoa Kỳ, và ở những vùng tập trung chăn nuôi và canh tác ở những xứ đã phát triển đều có độ nitrate trong nguồn nước cao hơn định mức chấp nhận gấp nhiều lần hơn.

Nhiều phương pháp vật lý, hóa học, sinh hóa học đã được đem ra thử nghiệm và áp dụng nhưng vẫn chưa giải quyết được vấn đề vì quá tốn kém về nhân lực và tài lực.

Sau cùng các khoa học gia đã khám phá ra bèo (duckweed), là loài thủy sinh có rễ chùm, có tính tăng trưởng rất nhanh trong một thời gian ngắn nếu được trồng trên nguồn nước chứa nitrate. Và chính khám phá nầy là câu giải đáp tối ưu cho bài toán nitrate. Hiện tại đã có một nhà máy sản xuất cây giống duckweed ở Mễ Tây Cơ, có diện tích hàng trăm mẫu và phương

Lemna with a few *Lemna* and *Wolffia* fern, *Azolla* (brownish *Spirodela* patches)
Photo by John W. Cross Skillikorn
Spirodela and the water Photo by Paul
Photo by Dane Deal, Roxboro, NC

Các họ bèo duckweed

pháp nầy đã được xử dụng rộng rãi ở các tiểu bang miền Nam Hoa kỳ trong việc xử lý nitrate
trong nguồn nước. Gần đây nhất, trước vấn nạn ô nhiễm arsenic trong nguồn nước ở Bangladesh, cây rau Rán (một loại Dương xỉ - Fern) có tên khoa học Ptearis Plittata, cũng như rễ cây lục bình cũng được dùng để lọc arsenic trong nước.

6- Làm sạch bầu khí quyển

Trong tiến trình sản xuất năng lượng cho nhu cầu của con người trên thế giới, thán khí hay carbon dioxide (CO_2) đã được thải ra tan vào không khí do việc thiêu đốt than, dầu khí, khói xe, nhà máy v. v.. . Thán khí là một thành tố quan trọng nhất trong việc gây ra sự hâm nóng toàn cầu. Theo Cơ quan bảo vệ môi trường Hoa kỳ (EPA) và Bộ năng lượng (DOE), kể từ khi cách mạng kỹ nghệ toàn cầu bắt đầu khoảng 200 năm trước đây thì lượng thán khí trong bầu khí quyển tăng từ 280 mg/L lên 370 mg/L (Năm 2016, lượng than khí trong không khí đã qua ngưỡng cửa 400mg/L). Hoa Kỳ cũng đã ước tính trong vòng 20 năm tới, lượng thán khí sẽ tăng lên 43%. Do đó, nhu cầu thiết yếu hiện tại là phải tìm một phương cách tối ưu để giảm thiểu lượng thán khí này. Nguyên tắc căn bản được các nhà khoa học lưu ý đến là làm cách nào "nhốt" thán khí lại và chuyển hóa khí này thành than và nước. Nhiều phương pháp đang được thí nghiệm như sau:

- ***Thán khí sẽ được bơm vào phía dưới các lớp đất đá*** nằm sâu trong lòng đất, hoặc bơm vào các rừng rậm để cho cây cỏ hấp thụ và biến cải thành oxy và carbon.
- ***Thán khí từ các nhà máy sẽ được hóa lỏng và bơm thẳng vào lòng biển*** sâu độ 1000 mét xuyên qua hệ thống có chứa chất sắt để tạo ra nguồn "phân bón" cho các loài phytoplankton như phiêu, tảo và vi khuẩn sống trong nước biển có khả năng đồng hóa diệp lục tố như cây cỏ trong không khí. Các sinh vật này sẽ hấp thụ thán khí và phóng thích dưỡng khí (oxy) vào nước biển. Phương pháp này đã được đem áp dụng ở vài nơi khi nghị định thư Kyoto ra đời năm 1997 qua cam kết tự nguyện của các quốc gia phát triển trên thế giới là giảm thiểu mức thải hồi thán khí và lấy định mức thải hồi của năm 1990 làm tiêu chuẩn. Theo Peter Brewer, khoa học gia ở Monterey Bay Aquarium & Research Institute thì hiện tại có khoảng 20 triệu tấn thán khí "đi vào"

biển hàng ngày, di chuyển và trộn lẫn với nước biển ở dưới sâu tạo thành những luồng nước có nồng độ thán khí thật cao. Luồng nước này di chuyển và hòa tan theo thời gian để cuối cùng biến mất trong lòng đại dương. Từ khái niệm đó, vào cuối thập niên 90, các hãng dầu của Na Uy đã bơm thẳng thán khí vào lòng biển để khỏi phải trả tiền thuế do việc thải hồi vào không khí theo quy định của nước nầy.

- ***Các phương pháp vi sinh*** cũng được khoa học gia ở đại học MIT và Harvard nghiên cứu đến qua việc dùng vi khuẩn Prochlorococcus. Vi khuẩn này hiện diện trong nước biển và có nhiệm vụ hấp thụ và biến thán khí thành than. Mục đích của cuộc nghiên cứu là làm cách nào để tăng lượng vi khuẩn trong nước biển nhanh chóng để làm tăng thêm tiến trình biến đổi trên.

7- Biến cải đất và làm sạch nguồn nước

Cho đến nay, phương pháp thông dụng nhất để biến cải các vùng đất đã bị ô nhiễm là đất sẽ được đào xới lên và đem đi chôn ở một nơi khác. Việc làm này chính là việc di chuyển "ô nhiễm" từ một điểm A đến điểm B, chứ không phải là một phương pháp giải quyết ô nhiễm. Do đó, từ hơn một thập niên trở lại đây, việc nghiên cứu các vi khuẩn có khả năng hấp thụ các chất hữu cơ và kim loại độc hại phế thải trong kỹ nghệ là mục tiêu cấp bách của các khoa học gia trên thế giới.

Năm 1994, **Terry Hazen** đã dùng kỹ thuật thổi mạnh vi khuẩn trộn lẫn với các khí (bio-sparging) vào lòng đất sâu dưới đáy sông Savannath, South Carolina vì nơi đây đã bị ô nhiễm trichloroethylene (TCE); một dung môi căn bản dùng trong việc rửa dầu mỡ bám vào máy móc. Vi khuẩn sử dụng có tên là Methylo sinus trichosporium được trộn lẫn với khí methane có công dụng biến cải TCE thành thán khí. Chỉ trong vòng 2 năm, phương pháp sinh thoái hóa nầy (bio-degradation) đã làm sạch lòng sông kể trên.

Thêm nữa, các phương pháp vi sinh kích thích (bio-stimulation) dùng loại vi khuẩn thích hợp cho từng loại hóa chất làm ô nhiễm như chromium (trong kỹ nghệ hạch nhân để chống lại sự hao mòn), PCBs (trong kỹ nghệ điện và bán dẫn). Song hành với những phương pháp vi sinh, phương pháp dùng thiên nhiên để giải quyết ô nhiễm được đặc biệt lưu ý trong những năm gần đây. Các khoa học gia trên thế giới đã nghiên cứu trên 350 chủng loại thực vật có khả năng hấp thụ các kim loại và nguyên tố độc hại như arsenic, cadmium, selenium, và các hợp chất chứa chlor, nguyên nhân của các mầm bịnh ung thư.

Cây hướng dương có khả năng hấp thụ phóng xạ trong nước và đất đã được dùng để biến cải vùng đất ô nhiễm sau tai nạn ở nhà máy nguyên tử ở Chernobyl, Ukraine. Một loại cỏ ở vùng Alpine có khả năng hấp thụ kẽm trong đất. Cây bạch dương (poplar) hấp thụ TCE, tetrachloro methane. Một loài bèo duckweed hấp thụ nitrate. Cây mù tạt (mustard) thuộc họ Thlaspi goesingense có khả năng hóa giải nickel. Lena Q. Ma thuộc đại học Florida đã thành công trong việc dùng cây dương xỉ Pteris Vittata để hấp thụ arsenic trong đất. Người viết cũng đã thí nghiệm với cây dương xỉ thuộc họ Nephrolepis Obliterata bằng cách bơm lượng arsenic vào trong đất. Sau một tuần lễ phân tích lượng arsenic còn lại trong đất và lượng hóa chất này trong lá cây thì thấy kết quả rất khích lệ. Cây dương xỉ thuộc họ Rán nầy đã mọc dọc theo sông rạch miền Nam Việt Nam và đã được người dân vùng đồng bằng sông Cửu Long dùng làm rau ghém trộn lẫn các rau khác.

Các hợp chất hữu cơ, nguyên nhân của nhiều bịnh ung thư như trichloroethylene (TCE), 1,1,1-trichloroethane (TCA), carbon tetrachloride (CCl_4) là dung môi cơ bản được dùng trong hầu hết các kỹ nghệ hóa chất. Qua thời gian, các chất nầy thấm vào lòng đất và đi vào mạch nước ngầm. Cây bạch dương (poplar), một loại cây thẳng đứng rễ ăn thật sâu vào lòng đất, được dùng để hấp thụ các hóa chất trên. Gordon, giáo sư tại Seattle đã chứng minh rằng

95% chất TCE ô nhiễm trong nguồn nước đã được hấp thụ để cho ra carbon dioxide (CO_2) và các muối chlorides. Và với phương pháp nầy phí tổn chỉ bằng 1/3 so với phương pháp bơm và khử (pump-and-treat method) và còn bảo vệ được môi trường vì không tạo ra ô nhiễm mới do phế phẩm của việc xử lý.

Gordon cũng đã thành công trong việc áp dụng cây khuynh diệp (eucalyptus) và cây liễu (willow) để hấp thụ các hợp chất hữu cơ chứa chlore và brome, hai thành tố của mầm bịnh ung thư. Đối với các chất mang mầm mống ung thư cao như pesticide, dioxin, PCBs ... thay vì dùng phương pháp đốt ở nhiệt độ cao như đã nói trên, các khoa học gia đang thu thập thêm nhiều kết quả khả quan ban đầu trong việc áp dụng phương pháp suy thoái sinh học (bio-degradation) để xử lý. Và với phương pháp nầy bầu không khí sẽ được bảo vệ trong lành.

Sau hết, các loài hải sinh vật nhuyễn thể như ốc, hến, hào trong biển cả cũng được chiếu cố đến và là một trợ thủ đắc lực trong việc làm sạch nguồn nước biển được ví như là những máy lọc thiên nhiên (nature's filter). Trong gần 20 năm, National Oceanic & Atmosphere Administration đã quan sát những vùng bị ô nhiễm dọc theo bờ biển Hoa kỳ và đã chứng minh được rằng từ năm 1986 trở đi, ở vùng Palos Verdes, California (vùng bị ô nhiễm DDT nặng từ năm 1973), lượng DDT và PCBs trong cá đã giảm dần theo thời gian do sự hấp thụ của các loài nhuyễn thể.

Các thí dụ đan cử trên đây nói lên một đường hướng mới và đúng đắn trong việc dùng thiên nhiên để bảo vệ thiên nhiên và xử lý môi trường. Và sự chuyển hướng nầy ngày càng có tính thuyết phục cao. **Một khi đã được bảo vệ đúng đắn và hài hòa trong chu kỳ tuần hoàn của vạn vật, thiên nhiên sẽ mang lại nguồn cây xanh trên hành tinh của chúng ta, bầu khí quyển sẽ được tái tạo lại, trong lành hơn và tươi mát hơn**. Và với sự chuyển hướng nầy, con người hy vọng sẽ tìm thấy lại cuộc sống trong lành đã mất.

8- Giải pháp duy nhất: "Tái hòa giải" với thiên nhiên

Con người đã ảo tưởng là có thể sống không cần đến thiên nhiên, trong khi bản thân sự tồn tại của cơ thể con người đã là hiện thân cho sự đa dạng sinh học, với bao nhiêu tế bào, vi khuẩn tồn tại cộng sinh. Nguyên Giám đốc Bảo tàng Quốc gia về Lịch sử Tự nhiên Pháp nhấn mạnh là: loài người không thể phá hủy được sự sống, bởi các biểu hiện của sự sống sẽ vẫn tồn tại, cho dù loài người không còn nữa. *Nhưng rất có thể là, với đà diệt chủng hiện nay, con người sẽ biến mất cùng với các loài động vật có xương sống, với các loài thực vật quen thuộc trong vườn nhà của chúng ta.*

Biến đổi khí hậu khiến tình hình càng trở nên khó khăn hơn. "*Giải pháp duy nhất*", theo ông, đó là "*tái hòa giải một nền kinh tế mới,*

được cân nhắc một cách kỹ lưỡng với thiên nhiên". Tình hình hiện nay là "đã quá trễ để có thể bi quan".
Không ai biết được thời điểm nào thảm họa sẽ là "*không thể đảo ngược*". Chỉ có một cách duy nhất là hành động khẩn cấp.

Phải chăng dân chúng bị bỏ rơi, lãnh đạo dân túy xuất hiện?
Về nguồn gốc sâu xa của sự trỗi dậy của các thế lực chính trị cực đoan đe dọa môi trường, sinh thái hiện nay, nhà sinh học Pháp dẫn lời nhà triết học Edgar Morin: "*Khi những người cầm quyền bỏ mặc một bộ phận lớn dân chúng ở bên lề xã hội, thì chỉ cần một "guru" (hay một người lãnh đạo có sức mê hoặc) đầu tiên đến, ông ta sẽ dành chiến thắng*". Đó là trường hợp lãnh đạo cực hữu Jair Bolsonaro ở Brazil vừa đắc cử tổng thống, hay chiến thắng của hai đảng dân túy tại Ý mới đây. Và sự hiện diện của Tổng thống đương nhiệm của Hoa Kỳ, TT Trump cũng có thể được hiểu là một **Guru Hoa Kỳ**!
Trong một bài xã luận của **Libération**, mang tựa đề "***Đe dọa***", nhấn mạnh tình thế rất nan giải của nhân loại hiện nay, khi cộng đồng quốc tế cần đến các nỗ lực phối hợp, thì các thế lực dân tộc chủ nghĩa, thờ ơ với mọi việc diễn ra ngoài biên giới quốc gia, đang trỗi dậy ở khắp nơi.

Cần có một đóng góp "phi thường" của thiên nhiên cho kinh tế
Không chỉ là bệ đỡ cho sự sống của con người, *đa dạng sinh học còn có đóng góp quyết định vào nền kinh tế nhân loại*. Báo Le Monde dẫn thêm một con số của báo cáo WWF gây bàng hoàng: đóng góp của "*các loài côn trùng và chim chóc thụ phấn*" cho nông nghiệp hàng năm tương đương với 125.000 tỉ đô la, gấp 1,5 GDP toàn cầu (chưa tính đến các đóng góp khác của thiên nhiên). Nhà môi trường **Pascal Canfin** bình luận: "*nếu phải trả tiền cho dịch vụ này, mô hình kinh tế hiện nay của chúng ta sẽ phá sản*".

9- Thay lời kết
Tiến trình làm sạch thiên nhiên và trả lại thiên nhiên những nguồn nước trong lành, bầu khí quyển tươi mát, bảo vệ những cánh rừng nơi trú ngụ của các thú vật sắp bị tiệt chủng, bớt phí phạm những nguồn tài nguyên thiên nhiên trên thế giới nhất là nguồn nước sạch .... là bổn phận và trách nhiệm của mọi người trên

hành tinh nầy. Đã tự nhận là một sinh vật thượng đẳng, con người không thể từ chối bổn phận trên được.

Việt Nam từ khi mở cửa để phát triển từ năm 1986 trở đi, tình trạng môi trường ngày càng xuống cấp tệ hại. Tương tự như ở Trung Cộng, có thể nói rằng mức độ tiếp nhận ô nhiễm do con người tạo ra ở Việt Nam đã đến mức giới hạn tối đa (threshold limit) rồi.

Có nhiều chỉ dấu đã báo động về mức giới hạn tối đa trong hiện tại. Đó là, *hệ thống sông ngòi từ Bắc chí Nam đã và đang biến thành những dòng sông chết*, hệ lụy tất yếu của sự phát triển bừa bãi và không cân bằng với việc bảo vệ môi trường. Một khi thiên nhiên không còn khả năng tự điều tiết để tái tạo hay làm sạch môi trường thì hệ quả về sự suy thoái môi trường ở Việt Nam sẽ khốc liệt hơn và con người sẽ không còn đủ khả năng để điều chỉnh hay cứu chữa nữa. *Và chính sự khuất tất trên của những người quản lý đất nước hiện tại đã là một rọng tội đối với những thế hệ tiếp nối.*

Mỗi người trong chúng ta, nếu ý thức được điều đó, cần phải biết gìn giữ và bảo vệ môi trường sống chung quanh mình. Đó là một phương cách an toàn và nhân bản nhất trong thiên niên kỷ thứ ba.

Và hơn nữa, *có làm được như thế, chúng ta đã trả lại một phần nào món nợ mà chúng ta đã vai mượn trước của các thế hệ sau do việc làm suy thoái môi trường và phí phạm tài nguyên trong quá trình phát triển kỹ nghệ để phục vụ con người.*

Mai Thanh Truyết
Mùa Bão 2017

Tản Mạn Về Thuyết Tiến Hóa

Chúng ta hiện đang sống trên một hành tinh đã có chiều dài lịch sử hàng triệu năm. Từ ngàn năm trước và cũng có thể là ngàn năm sau…đã có những hiện tượng xảy ra trong thiên nhiên, chúng ta không thể nào giải thích được. Những sự kiện không giải thích được đó, có một số người không chấp nhận. Nhưng đối với một số người khác, họ cho đó là một thích thú, một hình thức kích thích con người động não để lý giải một hiện tượng, hay một sự kiện không bình thường nào đó đã xảy ra.

Có nhiều câu hỏi cho những hiện tượng đã xảy ra, nhiều khi không thể dựa vào những chứng tích khoa học để lý giải. Thí dụ như các **khái niệm về tính không** (nothing) và **sự vô cùng tận** (infinity) đều nằm ngoài tầm của mọi suy nghĩ dựa theo luận lý và tính hợp lý trong cung cách suy nghĩ nhị nguyên.

Thêm một thí dụ khác về niềm tin của một nhóm người, một dân tộc đều dựa theo những tập tục được truyền đạt từ tổ tiên xa vời vợi…cho đến ngày nay. Nếu những niềm tin ấy còn tồn tại thì con người ngày hôm nay khó có thể lý giải theo mức suy nghĩ với logic thông thường. Người nầy sẽ tin hoàn toàn và người khác sẽ phản bác lại. Mỗi người đều có suy nghĩ riêng về niềm tin nầy và hầu như không ai có thể thuyết phục được ai cả.

Vì vậy **thuyết tạo dựng** (creation) và **thuyết tiến hóa** hay biến cải (evolution) muôn đời vẫn là hai đối kháng cho mọi cuộc tranh luận, dù dưới hình thức tôn giáo hay ngoài xã hội. Một số nhà khoa học dựa vào **thuyết Big Bang** để nhận định về thuyết tiến hóa nhu sau: "*Đây là một lý thuyết có tính khoa học có thể chấp nhận được để lý giải nguồn gốc của mọi vật thể (species) trên trái đất*". Và họ cho rằng thuyết tạo dựng không có căn bản khoa học.

Đến đây, chúng ta nên dừng lại vấn đề biện luận hay phản biện về hai quan điểm đối nghịch trên đây vì không nằm trong chủ đích của bài viết.

Mục tiêu của bài nầy chỉ mong nêu lên vài suy nghĩ về khía cạnh khoa học và sinh vật học để chia xẻ một số quan niệm căn bản về thuyết tiến hóa mà thôi.

Dĩ nhiên, trong cùng một danh từ có thể có nhiều nghĩa khác nhau và cung cách suy diễn cũng còn tùy theo trường hợp, hoàn cảnh và thời điểm xử dụng danh từ đó. Thí dụ, danh từ **"bridge"** cũng có nhiều nghĩa tùy theo người xử dụng như đang chơi bài, trong văn phòng nha sĩ, hay ngoài công trường xây dựng. Do đó, danh từ **evolution** cũng không là một ngoại lệ. Đứng về phương diện khoa học và sinh vật học, thuyết tiến hóa được hiểu như là **sự thay hình đổi dạng đời sống sinh vật (biological lifeforms).**

Từ định nghĩa trên, chúng ta phân biệt ra được 6 nhận thức có thể suy diễn về quan niệm tiến hóa theo thứ tự thời gian kể từ thời tạo thiên lập địa. Đó là:

- **Quan niệm về vũ trụ tiến hóa** (cosmic evolution): Cho đến bây giờ hoàn toàn chưa có một luận cứ khoa học nào chứng minh được có sự sống của sinh vật trước khi có hiện tượng Big Bang. Do đó, có thể kết luận là quan niệm về vũ trụ tiến hóa không dự phần vào sự thay hình đổi dạng đời sống sinh vật;

- **Quan niệm về hóa học tiến hóa** (chemical evolution): Trong gia đoạn đầu của thuyết Big Bang, khinh khí hay hydrogen là hóa chất đầu tiên hiện diện trên địa cầu. Dưới sức nóng hàng triệu độ của địa cầu thời bấy giờ, và dưới áp suất thật cao, các nguyên tố hydrogen kết hợp lại lần lần, và cuối cùng chúng ta có một chuỗi nguyên tố trong bảng phân loại tuần hoàn hiện tại. Dĩ nhiên là trong điều kiện vật chất như ở giai đoạn nầy, không thể nào có sự hiện diện của đời sống sinh vật được.

- **Quan niệm về tiến hóa hành tinh** (planetary evolution): Hiện tại cũng chưa có gì chứng minh được là ở có sự sống trên các hành tinh. Khoa học hiện đại chỉ mới vừa đưa ra giả thuyết là có "vết tích" oxy va nước trên một vài hành tinh. Nhưng đó chỉ là những giả thuyết dựa theo các phóng ảnh vệ tinh ghi nhận được mà thôi.

- **Quan niệm về tiến hóa hữu cơ** (organic evolution): Các khảo sát về sự hiện diện của đời sống có tên là abiogenesis. Dĩ nhiên là đời sống sinh vật phải có trước khi chúng ta có thể nói về các cơ chế tạo ra sự thay hình đổi dạng trong đời sống sinh vật. Từ khái niệm trên, "nguồn gốc của sự sống" và "sự sống thay đổi như thế nào" là hai lãnh vực hoàn toàn khác nhau trong nghiên cứu. Do đó, khi nói đến tiến hóa hữu cơ thì e cũng không chỉnh, vì chúng ta chỉ khám phá ra sự sống sau đó mà thôi, còn sự sống trước đó (trước khi được khám phá) đã tự hiện hữu rồi. Từ suy luận trên danh từ abiogenesis để chỉ sự khảo sát về đời sống nguyên thủy cũng khó thích hợp được với hoàn cảnh lúc đó.

- **Quan niệm về tiến hóa xã hội** (social evolution): Theo quan niệm nầy, xã hội có những bước tiến thay đổi tự nhiên tùy thuộc vào từng khu vực hay từng vùng con người sinh sống. Từ đó, chúng ta nhận định rõ nhất yếu tố xã hội ảnh hưởng lên mức phát triển, đôi khi khôngtheo chiều thuận với văn minh ban đầu. Như vùng Trung Đông, Á Châu đã có những nền văn minh cực thịnh so với Aâu Châu trong thời cổ đại. Nhưng hiện ạti xã hội ở hai nơi nầy không được phát triển và thăng hoa tiếp tục, mà lại bị thụt hậu so với Aân Châu. Trường hợp Bbắc Mỹ cũng là một trường hợp rất đặc thù có phát triển nhảy vọt chỉ trong vòng vài trăm năm sau ngày lập quốc.

- **Quan niệm về tiến hóa vĩ mô và vi mô** (macro & micro-evolution): Các nhà khoa học không thể chấp nhận danh từ "loài" (kinds) như là một chủng loại cho đời sống. Đây là quan niệm của những nhà tin vào lý thuyết tạo dựng. Làm sao chúng ta có thể định nghĩa được hay giải thích được "loài" hiện tại là gì và như thế nào? Loài có phải là sự biến đổi giữa cây cỏ và thú vật trong đó có con người sơ khai trong sự thay hình đổi dạng không? Sau cùng, ngay chính quan niệm giữa vĩ mô và vi mô cũng không có chỗ đứng vì vĩ mô cũng chỉ là một tập hợp của nhiều vi mô mà thôi. Tuy nhiên dưới nhãn quan của các nhà sinh vật học, hiện tượng tiến hóa vi mô là một số cơ chế đã được sắp xếp sẵn và ảnh hưởng lên sự thay đổi đời sống của con người. Trong lúc đó, sự tiến hoá vĩ mô có cơ chế ảnh hưởng lên một nhóm người, hay một dân tộc để rồi từ đó, mới thành hình khái niệm về dân tộc và quốc gia.

Tóm lại, trong 6 quan niệm về tiến hóa trên đây, chúng ta có thể nhận thức bằng lý luận và khoa học là sự tiến hóa và sự thay hình đổi dạng đời sống con người đến từ sự tiến hoá hữu cơ, và sự tiến hóa vĩ mô hay vi mô chỉ là một hệ luận từ sự tiến hóa hữu cơ và các giai đoạn tiếp theo sau.

Từ nhận thức trên đinh nghĩa về sự tiến hóa của con người có thể được diễn dịch như sự thay đổi trong các thể dạng (types) như người Âu Châu, Á Châu, cũng như tỷ lệ với những nét chánh đặc biệt của nhóm người sống trong hoàn cảnh môi trường khác nhau như người Trung Hoa, người Việt Nam. Thuyết về sự tiến hóa có chọn lựa như trên dường như có căn bản vững chắc và có tính khoa học hơn tất cả các loại thuyết tiến hóa khác và đại diện của thuyết nầy chính là Darwin suy diễn từ thế kỷ 19.

Tổng hợp lại, từ những tản mạn trên đây, chúng ta rút ra được những gì?

Cũng như thuyết tiến hoá hay biến cải được suy diễn như thế nào qua thuyết dân

tộc sinh tồn của nhà cách mạng Trương Tử Anh được soi sáng và bổ túc bởi thuyết biến cải của cố GS Nguyễn Ngọc Huy?

Qua thời gian, từ buổi sơ khai của loài người cho đến giai đoạn phát triển văn minh khoa học cực thịnh như hiện tại, con người đã lần lần thích nghi với môi trường sống, sự đổi thay của khoa học (tiến bộ) và có thể nói phúc lợi mà con người có được ngày hôm nay là do sự tích lũy của tất cả trí tuệ con người qua thời gian.

Từ suy nghĩ đó, chúng ta nhận thức rằng các chủ thuyết từ dân tộc sinh tồn đến biến cải hay thuyết tiến hóa chỉ là những danh xưng trong từng gia đoạn của chiều dài lịch sử loài người. Tất cả đã thể hiện qua những suy nghĩ, hành xử, và thụ hưởng phúc lợi của xả hội qua từng giai đoạn mà thôi.

Đứng về mặt chính trị, nhất là qua cung cách suy diễn và lý giải dưới nhản quan của một đảng viên của một đảng chính trị, có thể có những khác biệt về luận lý, khác biệt qua sự diễn dịch về đường lối, chính sách của đảng. Nhưng rốt ráo lại, đó chỉ là những khác biệt có tính cách hình thức, mà cốt lõi của vấn đề vẫn là sự thích ứng của con người và xã hội ứng hợp với trào lưu thời đại trước tiến trình toàn cầu hóa. Con người dù dưới chính thể hay chủ nghĩa nào cũng phải thích nghi và ứng hợp với sự tiến hóa chung của nhân loại trong thời điểm hiện tại.

Đó mới là ý nghĩa thật sự của sự sinh tồn chính đáng.

Giai đoạn hiện tại nầy không cho phép chúng ta trở về những lý thuyết trừu tượng nữa, mà phải thực sự trực diện trước một thực tế ngay trước mắt.

Quản lý và điều hành đảng ngày hôm nay phải là cung cách quản lý và điều hành một xí nghiệp, trong đó thành phẩm sản xuất không là những sản phẩm vật chất cho người tiêu dùng, mà là những thành phẩm trí tuệ, những chính sách phát triển làm tăng thêm phúc lợi và nâng cao dân trí và đời sống người dân, cũng như sự tạo dựng một xã hội có được những quyền tự do căn bản cho con người dù bất cứ ở đâu.

Ngày hôm nay, tình trạng tôn thờ lãnh tụ không còn có chỗ đứng nữa, bởi lẽ lãnh đạo đảng phải là một tập hợp trí tuệ để hoạch định đường lối và phối hợp nỗ lực thúc đẩy thực hiện đường lối nầy.

Suy nghĩ được như thế tính đảng lần lần sẽ mở hơn, thoáng hơn, và người dân bình thường sẽ không còn nhìn đảng và đảng viên trong sự dè dặt, e ngại như trước kia nữa. Vì đảng cũng chỉ là một bộ phận của xã hội, chu toàn một nhiệm vụ đã được phân công như tất cả mọi thành viên trong xã hội để cùng nhau góp phần vào sự phát triển và tiến bộ chung của đất nước. Nghĩ được như thế đảng mới hội tụ đủ điều kiện tích cực hòa nhập vào dân và dân sẽ sẵn sàng hưởng ứng, yểm trợ chủ trương đường lối của đảng, đồng thời tích cực hòa nhập vào đảng để phục vụ dân tộc và Đất Nước.

Mai Thanh Truyết
Orange 30/4/2007

Tản Mạn Về Ngày Tôn Sư Trọng Đạo

Vào ngày 2/12/2012, như thường lệ hàng năm, Gs **Nguyễn Thanh Liêm**, Lê Văn Duyệt Foundation tổ chức Ngày Tôn Sư Trọng Đạo.

Năm nay, BruceTrần, TGĐ Đài truyền hình VHN cùng phối hợp tổ chức ngay tại đài và trực tiếp truyền hình.
Đây là một truyền thống cần được duy trì nhứt là tại hải ngoại, để từ đó con cháu chúng ta, những người trẻ lớn lên tại xứ tạm dung nầy hiểu thêm một khía cạnh văn hóa của Việt Nam.
Ngày Tôn sư trọng đạo có thể được hiểu nôm na là ngày Nhớ ơn Thầy vì "một chữ cũng là Thầy, nửa chữ cũng là Thầy" (nhứt tự vi sư, bán tự vi sư) theo quan niệm ngày xưa, ảnh hưởng của Khổng giáo và Nho giáo.
Người Thầy ngày xưa dạy cho ta, ngoài chữ thánh hiền còn dạy cho ta nhiều điều tốt trong cuộc sống từ lời ăn tiếng nói, cung cách đi đứng, khuôn phép ứng xử với đời v.v…Còn người Thầy trong hiện tại, nhứt là tại hải ngoại, môi trường đích thực của "học trò ngày nay", đàn em, đàn cháu của chúng ta đã tiếp thu những gì từ người Thầy nơi học đường?
Có chăng chỉ là những kiến thức đã được ghi trong "text book"!
Và nhiệm vụ của người Thầy được gói trọn trong việc truyền đạt

trên. Ngoài ra, người Thầy ngày nay không còn một trọng trách nào khác đối với học trò…Như thế, người Thầy chỉ giữ một vai trò đơn giản hơn, và công việc của người Thầy được xem như một công việc như trăm ngàn việc khác trong xã hội.

Thế nhưng, một câu hỏi được đặt ra là, chúng ta có cần giữ lại truyền thống nầy không? Nghĩa là lưu giữ Ngày nhớ ơn Thầy.

Xin trả lời: Có và Không.

Có, là vì dù muốn dù không, xã hội Việt Nam vẫn còn ảnh hưởng không ít thì nhiều của tinh thần Quân, Sư, Phụ trong tâm khảm của chúng ta (những người đã sống và hành nghề thầy giáo trước 1975 ở Việt Nam).

Và Không, đối với thế hệ trẻ ở hải ngoại ngày hôm nay, vì họ đã và đang hấp thụ một nền giáo dục mở, thực dụng, và "máy móc"…, và vì mối liên hệ Thầy Trò ngày nay dường như không còn nữa ngoài những giờ đứng lớp cùng sự trao đổi đôi bên không ngoài những chương trong sách giáo khoa.

Như vậy, thái độ của chúng ta như thế nào trước sự thật trên?

Có cần tiếp tục suy nghĩ những câu "chú" cúng ngắt của Khổng Nho không?

Có cần truyền đạt tinh thần Tôn sư trọng đạo trong ý nghĩa cổ điển cho thế hệ đàn em, đàn con cháu mình không?

Thiết nghĩ câu trả lời là: **Không.**

Vì thế giới ngày nay là một thế giới động, một thế giới chuyển dịch rất nhanh, không còn "tĩnh" như xã hội ngày xưa nữa. Thế giới của toàn cầu hóa, thế giới của tin học. Cho nên những câu thiệu như "áo mặc không qua khỏi đầu" cần phải được cần phải được xét lại, vì hoàn toàn không còn hợp thời hợp cảnh nữa. Suy nghĩ trên cần phải được loại trừ trong tâm khảm của những người Thầy, người Cha còn giữ ý nghĩa trên.

Ngày nay, trước tiến trình toàn cầu hóa, sẽ không còn áo mặc không qua khỏi đầu mà là ***áo mặc "phải" qua khỏi đầu, con phải hơn cha, trò phải giỏi hơn Thầy***…mới hy vọng các thế hệ đàn con, đàn cháu chúng ta sẽ mang Đất và Nước đi lên.

Thế hệ đàn anh, lớp người đi trước phải là những viên gạch lót đường cho thế hệ đàn em, những người đi sau bước lên và tiến tới.

Đó mới chính là cốt lõi trọn vẹn của ý nghĩa ngày Tôn Sư Trọng Đạo trong nhận thức ngày hôm nay.

Mai Thanh Truyết

Người Thầy "mất dạy" ở Việt Nam xã hội chủ nghĩa.
2/12/2012

**Lễ khánh thành tượng đài Petrus Ký
San Jose, California 2018**

Wabi Sabi – Triết Lý Của Sự Bất Toàn

Kính dâng và tưởng nhớ GS Nguyễn Văn Trường, người luôn luôn tôn trọng và chấp nhận tất cả những bất toàn trong cuộc sống của người viết...

Wabi Sabi là một triết lý thẩm mỹ cổ xưa bắt nguồn từ **Thiền tông**, đặc biệt là **trà đạo**, một nghi lễ thuần khiết và đơn giản, trong đó các bậc thầy *đánh giá cao cái chén được làm thủ công và hình dạng bất thường, với men không đồng đều, vết nứt, và vẻ đẹp hư hỏng trong sự không hoàn hảo có chủ ý của của người tạo ra cái chén.*

Triết lý Nhật Bản tôn vinh vẻ đẹp trong những gì là tự nhiên, sai sót và tất cả những gì không hoàn chỉnh.

Các chén cổ trong phòng khách của bạn được đánh giá cao vì những vết nứt và sứt mẻ của nó?

Điều gì sẽ xảy ra nếu chúng ta học cách "phát giải thưởng" những bất toàn, vết nứt trong lòng và những khiếm khuyết trong cuộc sống lộn xộn của chúng ta?

1- Khái niệm về Wabi-Sabi - *Tại sao sự hoàn hảo là mục tiêu sai lầm?*

Wabi-Sabi (侘寂) là một thuật ngữ Nhật Bản có thể hiểu là sự chấp nhận **tính phù du** (transience) và sự không hoàn hảo. Đây là một phong cách sống giúp chúng ta cảm nhận và trân trọng vẻ đẹp của những thứ không hoàn hảo (imperfection), không vĩnh viễn, không trọn vẹn và từ những thứ khiếm khuyết nầy, *một thứ tưởng chừng vô dụng, xấu xí lại có **vẻ đẹp tiềm ẩn** đến bất ngờ.*

Nếu sự luôn đổi mới là trò chơi của suốt cuộc đời bạn, việc theo đuổi sự hoàn hảo không phải là cách để đạt được điều đó. Chúng ta hãy **xem xét vẻ đẹp của một cái chén bị móp méo rồi từ đó chúng ta sẽ nghiệm ra...cái đẹp!**

Khi con người chúng ta nhận định những **"cái nhứt"** như: cà phê tốt nhứt, xe tốt nhứt, điện thoại tốt nhứt, ứng dụng tốt nhứt, trường học tốt nhứt, bác sĩ giỏi nhứt, đầu bếp giỏi nhứt, công ty tốt nhứt, CEO giỏi nhứt, lực sĩ giỏi nhứt, huấn luyện viên giỏi nhứt, các nhà thiết kế tốt nhứt, diễn viên xuất sắc nhứt, phim hay nhứt, trang phục đẹp nhứt, nhà thiết kế tốt nhứt của trang phục đẹp nhứt, đạo diễn xuất sắc nhứt của những nữ diễn viên xuất sắc nhứt mặc trang phục đẹp nhứt và danh mục bắt mắt nhứt.v.v…

Để làm nổi bật sự ngưỡng mộ của chúng ta về các **sự "nhứt"** trên, chúng ta tạo ra danh sách, viết lên banner và làm các nghi lễ để tưởng thưởng. v.v… như: trải thảm đỏ, chuẩn bị giải thưởng và danh hiệu sáng bóng, làm giấy chứng nhận, v.v…

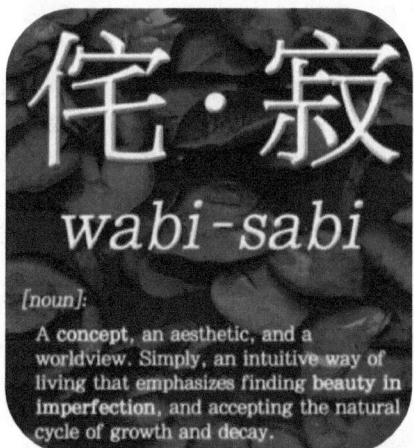

Thực sự, những cái nhứt trên đã là "nhứt" chưa?

Do đó, sẽ còn những cái nhứt tiếp theo khi có **sự đổi mới và sáng tạo mới** do con người tạo ra.

Tuy nhiên, nơi hoàn hảo nhứt đối với sự đổi mới là gì?

Trong một thế giới hoàn hảo, những ý tưởng hay nhứt sẽ thu hút những người tốt nhứt. *Nhưng, trong thực tế, chúng ta hiếm khi nghĩ những ý tưởng tốt nhứt đưa ta đến thành công.* Thường xuyên hơn, sự đổi mới bắt đầu với những ý tưởng không hoàn hảo được kết hợp với nhau bởi một nhóm ý tưởng không giống nhau và đồng dạng. Tất cả có thể đưa đến cơ hội không hoàn hảo!

Nếu chúng ta có một ý tưởng tuyệt vời – nhưng cần phải mất một thập kỷ để ý tưởng đó được chú ý đến. Đó là không hoàn hảo. Đổi mới không phải là một khoa học hoàn hảo và do đó, *không nên được thực hiện để hành động như thể nó là hoàn hảo.*

Chúng ta cần các số liệu mới, các quy trình mới và các ưu đãi mới để khuyến khích việc theo đuổi và công nhận sự không hoàn hảo của cuộc sống thực tế. Nhưng trước khi chúng ta bắt đầu xây dựng các căn bản hạ tầng để hỗ trợ sự đổi mới, trước hết *chúng ta phải thay đổi thế giới quan của mình*. Chúng ta không chỉ phải thay đổi cách chúng ta nghĩ, mà là *những gì chúng ta tin*.

**Chúng ta phải học cách chấp nhận sự không hoàn hảo như một
tài sản trong quá trình đổi mới trong ta.**

2- Vài ý nghĩa của Wabi Sabi

Lối sống Wabi Sabi là gì? Nguồn gốc của Wabi-Sabi xuất phát từ Thiền tông, có nghĩa là có một khía cạnh tâm linh quan trọng đối với nó. Wabi xuất phát từ gốc *"wa" có nghĩa là hòa hợp, hòa bình, yên bình và cân bằng. Sa* có nghĩa là *"sự nở rộ của thời gian"*.

Nghệ thuật nhiếp ảnh Wabi Sabi là gì? Wabi-Sabi dành cho nhiếp ảnh gia. ... Đơn giản chỉ cần đặt: *"wabi-sabi" là thẩm mỹ Nhật Bản/Zen về vẻ đẹp của sự không hoàn hảo, vô thường, và tự nhiên"*. Nếu bạn có *một chiếc quần jean yêu thích đã "dính" vào cơ thể của bạn trong những năm dài đằng đẵng, đó là "wabi-sabi".*

Thẩm mỹ Nhật Bản là gì? Thẩm mỹ Nhật Bản là một tập hợp các lý tưởng cổ xưa bao gồm *wabi* (vẻ đẹp thoáng qua và rõ rệt), *sabi* (vẻ đẹp của sự tự nhiên và thời gian), và *yūgen* (ân sủng sâu sắc và tinh tế). Những ý tưởng này, và những ý tưởng khác, nhấn mạnh đến nhiều tiêu chuẩn văn hóa và thẩm mỹ của Nhật Bản về những gì được coi là trang nhã và ôn nhu.

Wabi-Sabi không chỉ là một cách nhìn, mà còn là *"một lối sống biết trân trọng và chấp nhận sự phức tạp đồng thời đề cao sự đơn giản"*, tác giả **Richard Powell** đã viết trong cuốn *Wabi-Sabi Simple*. Ông cho rằng triết lý này thừa nhận ba thực tế đơn giản: **Không có gì là mãi mãi, không có gì là hoàn toàn và không có gì là hoàn** hảo. Thậm chí nhiều khi **Wabi Sabi** còn được gọi là "***Zen of things***", như một minh họa cho rất nhiều giáo lý minh triết của nhà Thiền.

Theo học thuyết Zen của Phật giáo Nhật Bản, có bảy nguyên tắc thẩm mỹ của Wabi-Sabi:

- Kanso - sự đơn giản
- Fukinsei – sự thăng bằng
- Shibumi - vẻ đẹp trong sự tinh tế
- Shizen – sự tự nhiên
- Yugen – sự tinh tế sâu sắc
- Datsuzoku – sự thanh tao
- Seijaku - sự yên tĩnh

Phong cách wabi sabi là gì? Trong tính thẩm mỹ truyền thống của Nhật Bản, wabi-sabi là quan điểm của thế giới tập trung vào *việc chấp nhận sự thoáng qua và không hoàn hảo*. Thẩm mỹ đôi khi được mô tả là một trong những vẻ đẹp "không hoàn hảo, vô thường và không đầy đủ".

3- Hãy rời xa "hoàn hảo"

Các bạn hình dung trong một thời điểm nào đó, khi con cái của bạn còn trong thời kỳ tuổi thơ, chập chững trong các lớp tiểu học. Mỗi lần tan trường về, chúng lượm những lá cây khô, một vài hòn sỏi có góc cạnh "đẹp đẹp". Đối với chúng, những vật thể trên rất quý giá, được chúng nâng niu, ít nhứt là trong một khoảnh khắc nào đó. Từ đó, bạn có thể nghĩ là, đó là những kho báu của chúng qua những kết cấu, hình dạng và màu sắc đặc biệt của các vật thể trên, mỗi thứ độc đáo mỗi vẻ. Vì vậy, điều kỳ diệu chỉ là cung cách chúng đang có, chỉ vậy thôi!

h một "wabi-sabi" ở nhà một bạn v

Trong cuộc sống và văn hóa Nhựt, "sự đơn giản" thường là hình thức bề ngoài cho một cuộc sống đã được tổ chức tỉ mỉ, tính toán cho sự hoàn hảo. Người Nhựt thường

được dạy từ nhỏ trong gia đình, là *cố gắng tối đa để làm cho tốt nhất, sáng nhất, và phi thường nhất.*
Nhưng cái gì có thể nguyên thủy đơn giản hơn là chấp nhận? (But what could be more radically simple than acceptance?)
Richard Powell, tác giả của "**Wabi Sabi Simple**" nhận định: "Chấp nhận thế giới là không hoàn hảo, chưa hoàn thành, và thoáng qua, và sau đó đi sâu hơn và tung hê thực tế đó, là điều giống như tự do." ("Accepting the world as imperfect, unfinished, and transient, and then going deeper and celebrating that reality, is something not unlike freedom").
Do đó, ý tưởng từ bỏ "hoàn hảo" và thậm chí "đủ tốt" (good enough) không thể cưỡng lại sự hấp dẫn trong cuộc sống, thí dụ như các dấu vân tay, vết sẹo trên thân thể và những đường "xếp" trên mặt khi chúng ta cười. Tất cả **hoàn toàn không hoàn hảo**, và mỗi người trong chúng ta đều có thể ngắm lấy vẻ đẹp không hoàn hảo trong đó.

4- Nhìn về phương Đông

Để tìm hiểu thêm về sự bất toàn, hãy nhìn về phía Đông. **Wabi-Sabi đại diện cho sự chấp nhận sự bất toàn** (imperfection). Khái niệm này có nguồn gốc từ giáo lý Phật giáo và bao gồm việc công nhận sự bất đối xứng, bất thường, và khiêm tốn như các thuộc tính của sắc đẹp tùy theo nhãn quan của mỗi người.

Trong một ý nghĩa rất thực tế, ý tưởng của wabi-sabi mời gọi người xem xét sự không hoàn hảo - một vết lõm trong một cái chén đồng hoặc một vết nứt trong một bình thủy tinh – hay những nét đổ nát qua thời gian của một bức tượng Phật.

ật Phật đầy sương gió bên hè nhà hàng xó

Tất cả như là một vật thể có giá trị.
Phật nói **62 tà kiến** vì ngoại đạo chấp một chiều mà trở thành phân biệt nhị nguyên, chỉ biết một mà không biết **tất cả trong một**. Phật có cái nhìn rộng lớn nên thấy nếu ráp 62 tà kiến lại trong một cái nhìn phổ quát thì tất cả đều đúng, *trong khi người*

Phật tử kia cứ bắt chước Phật chê tất cả đều là tà kiến nên lại chấp vào "không", do đó không thể nào có được **cái nhìn bất nhị** (không phải là cái nhìn "nhứt nguyên).

Ý tưởng ôm lấy sự không hoàn hảo hoàn toàn là cái nhìn ngược lại của chúng ta có trong thế giới Tây phương.

Và như vậy, khi bạn chiêm nghiệm để tạo ra một nền văn hóa của sự đổi mới - để truyền cảm hứng cho những người tốt nhất và sáng nhất của bạn để đổi mới - **biết rằng trước tiên bạn phải khuyến khích việc theo đuổi sự không hoàn hảo**. Điều này không có nghĩa là chấp nhận thất bại. Nó có nghĩa là để nắm bắt học tập. Các nhà sáng tạo không có ý định thất bại từ ban đầu. Họ quyết định học hỏi, tìm tòi. *Họ sử dụng sự không hoàn hảo như một phương tiện để kiểm tra các giả định của họ về những gì có thể*. Và một ngày nào đó, họ sẽ có **một sản phẩm hoàn hảo vào thời điểm đó**.

- **Robabi Griggs Lawrence**, tác giả của cuốn sách "**Bất toàn đơn giản: Xem xét lại ngôi nhà Wabi-Sabi**" (Simply Imperfect: Revisiting the Wabi-Sabi House), trong đó, nếu một cái rương cũ có ý nghĩa với bạn, hay một ngăn kéo của bàn viết của bạn bị mất đi, thì những điều đó không nhất thiết phải là một chướng mắt. Nó cũng có thể là một dấu hiệu cho thấy các mãnh (có vết tích trên) đã được sử dụng và rất được ưa thích. *Utsukushii*, một từ ngữ tiếng Nhật có ý nghĩa là **cho "đẹp"**, đã xuất phát từ ý nghĩa ban đầu là "**được yêu**."

- Hãy suy nghĩ về màu sắc có trong tự nhiên: **xanh, xám, tông màu đất và rỉ sét**. Điều này tạo ra một **bầu không khí yên bình và hài hòa**. Wabi-Sabi không có nghĩa là ôm lấy sự lộn xộn, mà là "có suy nghĩ và làm việc đằng sau nó, không bỏ bê." Một ấm trà tinh tế không thể tỏa sáng nếu nó được nằm trong một tủ chất chứa đầy nghẹt những

những vật thể khác; mà là bạn phải cần chuẩn bị một không gian để bạn có thể cho nó đứng riêng và thực sự đánh giá cao nó mỗi khi bạn đi qua đi lại. Mọi đồ vật trong nhà bạn phải đẹp, hữu ích, hoặc cả hai trong cái nghĩa wabi sabi của bạn!

Sự chào đón sự không hoàn hảo này trong cuộc sống của bạn là trọng tâm của khái niệm wabi-sabi của Nhật Bản, có nghĩa là "**vô thường, không hoàn hảo và không đầy đủ.**" Từ này xuất phát từ hai từ riêng biệt. "Wabi" mô tả sự sáng tạo của vẻ đẹp hoàn hảo thông qua việc bao gồm các loại hoàn hảo đúng, chẳng hạn như một bất đối xứng trong một chén sứ thủ công (tương phản với độ chính xác của chén làm bằng máy). "*Sabi*" phản ánh loại vẻ đẹp phát triển theo độ tuổi, chẳng hạn như sự xuất hiện của quá trình oxy hóa bề mặt của một bức tượng đồng.

Thông thường, wabi-sabi được áp dụng cho các nguyên tắc thiết kế, chẳng hạn như tạo không gian sống để tránh các phòng khách trùng hợp với nhau vào những năm 1940 hoặc '50. Điều này bao gồm tập trung vào các loại không đối xứng bạn sẽ tìm thấy trong tự nhiên - ghế bằng gỗ thủ công, sự rủ xuống tự nhiên của một cánh hoa khô trong một chiếc bình hoặc một chiếc túi da mòn đã được đi theo bạn trong suốt một thời gian dài.

Nhưng không phải tất cả wabi-sabi đều có chủ ý. **Thiên nhiên là nguồn tốt nhất của thẩm mỹ wabi-sabi**. Và khi bạn hòa hợp với thế giới bên ngoài, bạn bắt đầu thấy wabi-sabi ở những nơi khó xảy ra nhất. Đó là:

- Các vết nứt trong vỏ cây, một dấu hiệu của sự trưởng thành khỏe mạnh;
- Hoặc các vết nứt cằn cỗi trên khuôn mặt của chúng ta khi chúng ta già đi;
- Hoặc nét mặt rám nắng, tự tin khi chúng ta đạt được sự khôn ngoan trên suốt quảng đường dài;
- Và, **Krishnamurti** đi sâu hơn, nói rằng linh hồn chúng ta đều được cấu thành bằng cùng một loại giấy báo, xuất phát từ các nếp gấp trong bài báo và qua thời gian từ từ được gấp lại thành những nếp và khi mở ra, thì đó là những trải nghiệm của chính bạn.

Rốt ráo lại: *Hãy rung những chuông vẫn còn có thể rung*

Hãy quên đi lời chào mời hoàn hảo của bạn
Trong mọi thứ đều có vết rạn nứt
Đó là cách ánh sáng len vào"
Leonard Cohen

(Ring the bells that still can ring
Forget your perfect offering
There's a crack in everything
That's how the light gets in.
Leonard Cohen)

5- Hiện tại

Kết luận trong đời thường là:

- Ngày hôm nay chúng ta **không còn thấy cần thiết** phải lấy tư tưởng về giáo dục, luân lý, **những lời giảng dạy của Khổng Tử** làm mẫu mực trong cuộc sống nữa;

- Cũng không còn là lúc bình luận chiến lược, chiến thuật …**đánh nhau qua các thế trận của …Binh pháp Tôn Tử nữa!**

Chính vì vậy mà con người và Đất Nước Việt phải chịu sự trì trệ biết bao thế hệ, đặc biệt trong suốt 43 năm qua.

Vì vậy,

- Chúng ta cần phải áp dụng ý tưởng dân tộc từ tiền nhân để lại cộng thêm chiều hướng đổi mới của dòng lịch sử dân tộc để tiến đến sự toàn hảo trong cái bất toàn của trời đất.

Xin hãy chấp nhận sự bất toàn của dân tộc để làm kim chỉ nam cho những hướng mới trong việc mưu tìm sự toàn bích trong cái bất toàn…

Phở Lập Mai Thanh Truyết
Trên bước đường Đoạn Ái
Houston, TX 15/8/2018

1- Góp ý của bạn "free duck" trên DLB

Cám ơn tác giả, tôi xin phép góp thêm một ý về câu "Triết lý Nhật Bản tôn vinh vẻ đẹp trong những gì là tự nhiên, sai sót và tất cả những gì không hoàn chỉnh".

Từ thế kỷ thứ 15, họ cũng nghị ra một nghệ thuật tên là Kintsugi (hoặc Kintsukuroi), có nghĩa là "sửa chữa vàng". Nghệ thuật Nhật Bản sửa chữa đồ gốm bị phá vỡ với một sơn mài đặc biệt phủ bột vàng, bạc, hoặc bạch kim. Các đường nối vàng rực rỡ trong các vết nứt của đồ gốm, tạo ra một ngoại hình độc đáo cho mảnh ghép.

Phương pháp sửa chữa bảo tồn kỷ niệm lịch sử độc đáo của mỗi tạo tác bằng cách nhấn mạnh lịch sự "gãy xương" và bị phá vỡ của nó, thay vì che giấu hoặc ngụy trang những nét gẫy. Kintsugi thường làm cho mảnh được sửa chữa thậm chí đẹp hơn bản gốc, làm sống lại nó với cuộc sống mới.

https://mymodernmet.com/kin... Những kỹ thuật này họ học từ thiền học, cái cũ và cái mới có thể sống chung với nhau để tạo nên cái gì đẹp hơn.

Tôi đọc rất nhiều về lý thuyết xã hội chủ nghĩa vì muốn thấu hiểu tại sao văn hóa Việt-Nam lại rơi toàn diện vô một văn hóa theo chủ nghĩa duy vật, và bác bỏ vùng tâm linh là nơi sáng tạo. Vùng tâm linh thời nào cũng có thể bị nhiều tư tưởng khác nhau "xâm chiếm" rồi cai trị khi khả năng quán chiếu bị đánh mất vì vậy nếu muốn tồn tại thì hành động quán chiếu có thể vị rất cốt lõi.

Theo tôi thì văn hóa cộng sản thờ "quyền lực". Họ hiểu vùng tâm linh rất sơ sài vì ảnh hưởng chủ nghĩa duy vật. Khi họ chú ý tới vùng tâm linh thì mục đích chính của họ là thống trị để cai trị mà thôi. Bởi vậy mới có những hành động thăng chức HCM lên phật Hồ, trong khi sự thật họ tôn thờ "phát triển" và thị trường. Trước đó thì đánh tự bản mại bản, cướp của người, quản lý không hiệu quả vì dốt nhưng vẫn chễm chệ ngồi trên ăn trước nhờ quyền lực...đói meo thì mở cửa đổi mới nhưng vẫn nắm cái ruột tượng là đất đai, rồi tự cho phép ngồi xổm trên hiến pháp muốn chia cho ai thì chia, muốn thu hồi lúc nào thì tùy tiện. Bởi vậy, sau hơn 40 năm đổi mới vấn đề đất đai là một vấn đề có thể làm chế độ suy xụp. Thay vì "quán chiếu" về những tư tưởng và hành động sai của họ, họ chỉ biết buộc tội kẻ "phản động". Chỉ có họ mới có quyền định nghĩa "hoàn chỉnh" là gì.

Thôi thì dành mơ rằng một ngày nào đó sẽ có một luồn gió mới cuốn đi một nền văn hóa chỉ biết dựa trên thuyết lịch sử duy vật cũ kỹ, tàn bạo.

2- *Phỏng dịch trên web*:

"Một sự giải độc cho sự che đậy của việc cầu toàn như vậy thường được trình bày bởi những cuốn sách thuộc loại này, Wabi-Sabi Welcome cung cấp giấy phép cho độc giả để chậm lại và tiếp đãi khách với sự khiêm tốn với chú ý và hài lòng." — Nathan Williams, người sáng lập Kinfolk

Wabi-Sabi Chào mừng bạn đang chia sẻ một ấm trà với bạn bè. Nó đang chuẩn bị thức ăn ngon để nuôi dưỡng, không phải để thể hiện. Nó giữ một giỏ dép ấm cúng ở cửa cho khách. Đó là bộ khăn trải giường đã mài mòn, bó hoa của cành cây được bó lại, muỗng nĩa không cùng bộ và chén bát gia truyền truyền với tinh thần của các bữa ăn được phục vụ với tình thương yêu.

Trong cuốn sổ tay giải trí tươi sáng này, tác giả Julie Pointer Adams mời độc giả đến những ngôi nhà nghệ thuật, dễ dàng trên khắp thế giới - Đan Mạch, California, Pháp, Ý và Nhật Bản - và dạy chúng ta cách biến hành động hào phóng hòa mình vào nghệ thuật sâu sắc hơn ở bên nhau.

Trong cuốn sách này, độc giả sẽ tìm thấy: những ý tưởng và công thức nấu ăn bất ngờ, chu đáo từ khắp nơi trên thế giới; các mẹo để tạo môi trường thân mật, thân thiện; hướng dẫn lựa chọn bền vững, trang trí tự nhiên cho ngôi nhà; và những bức ảnh đầy cảm hứng từ những ngôi nhà mà wabi-sabi được dệt vào cuộc sống hàng ngày.

- Edited from Google translation.

https://www.amazon.com/Wabi-Sabi-Welcome-Imperfect-Entertain-Thoughtfulness-ebook/dp/B01L83TSOG

Zeus và Tôi & Sabi

Chiều hôm qua 26/12, tình cờ trong một tiệc Giáng sinh tại nhà nhạc sư Lê Văn Khoa, tôi nhìn thấy được một con chó Chihuahua đang nằm ngủ trên ghế. Chó thật giống con chó Zeus của tôi năm nào. Và dĩ vãng đã trở về…

Zeus là tên một vị thần Hy Lạp, trong tự điển có ghi là:" The Greek god who is king of gods and man and husband of Hera, compare Jupiter". Đây là cái tên con chó Chihuahua lai tôi xin cho đứa con trai Út tôi vào năm 1991 ở một trung tâm lưu giữ chó mèo của thành phố Fresno, miền Trung California. Khi mang về Zeus được 8 tuần lễ.

Ngay cả tên Zeus tôi cũng không hiểu nghĩa là gì trước khi tra tự điển và được diễn giảng như trên. Con tôi học lớp sáu (Đệ thất) có ý muốn nuôi một con chó. Vì tính khắc kỷ và điều kiện sinh sống có nhiều trở ngại khi nuôi một súc vật trong nhà, nhưng vì chìu con cái cho nên tôi chấp nhận cho nuôi với điều kiện khắt nghiệt là chó không được ngủ trong nhà.

Chính vì quyết định nầy mà tôi vô tình trở thành một loại người "animal cruelty" trong suốt nhiều năm khi còn ở Fresno. Zeus vẫn có "cái giường" để ở hàng ba trong góc cửa ra patio. *Ban ngày được vô nhà chạy chơi, nhưng ban đêm tuyệt đối không ở trong nhà.*

Mùa hè, trời Fresno nóng, chuyện Zeus ở ngoài không thành vấn đề, nhưng mùa đông, thời tiết nơi đây cũng lạnh, nhiều khi xuống tới 32^0F. Con tôi vì thương chó nhưng không dám đem vào nhà, mà chỉ để một ngọn đèn 40W gần giường ngủ của Zeus. Ngoài

cực hình trên, Zeus còn phải chịu nhiều cực hình khác trong thời gian ở tại đây. Và hai cực hình điển hình nhứt là:
- Nhân một chuyến dẫn các con đi cắm trại bên Mễ, tôi gửi Zeus cho một người bạn một tuần lễ. Sau khi cắm trại xong, rước Zeus về, chỉ thấy một thân xác còi cọc vì theo lời người bạn suốt cả tuần Zeus không ăn chỉ uống nước cầm hơi và gầm gừ liên hồi mỗi khi có ai đến gần.
- Cực hình thứ hai của Zeus là có một lần nhà tôi bị trộm phá vỡ cửa sổ vào nhà. Khi các con đi học về, không thấy Zeus mừng đón như mọi khi. Chúng túa đi tìm và thấy Zeus nằm bất động bên một góc vườn sau, chắc có lẽ bị kẻ trộm đá và bị thương. Zeus bỏ cả ăn uống trong mấy ngày mới bình phục lại.

Tuy nhiên trong suốt thời gian ở đây, mặc dù bị tôi bạc đãi trong đối xử như thế, nhưng tôi cũng có nhiều kỷ niệm đẹp với Zeus là **Zeus đã cùng tôi đi lang thang những nơi nào tôi đi đến**. Có thể nói Zeus là kẻ đồng hành của tôi, khi thì Lost Lake, khi thì Mammouth Lake, khi thì chạy quanh len lõi trong các vườn nho hay cam trong vùng.

Thời gian nầy là một giai đoạn bắt đầu một mối giây liên lạc mật thiết hơn giữa Zeus và tôi. Cái nhìn và cung cách đối xử của tôi bớt đi khắc nghiệt, nghĩa là cho Zeus vào nhà, nhảy lên giường của các con….

Rồi thời gian qua, năm 1995, gia đình tôi chuyển về San Diego vì phải chạy theo công việc, *Zeus và tôi mới thực sự trở thành một người bạn*. Nhà tôi lúc nầy là một ngôi nhà cuối cùng nằm trên đỉnh đồi. Ngoài hàng rào ngăn chắn phía sau nhà, tôi còn là sở hữu chủ gần 100 thước đất thoai thoải trên triền đồi bao quanh nhà. Tình bạn giữa tôi và Zeus ngày càng sâu đậm. Có thể nói, nơi đâu tôi đi, nơi đâu tôi đến đều có Zeus bên cạnh. Từ những bãi biển hoang vắng vùng San Diego chạy dài gần tới biên giới Mễ. Chúng tôi đã lên tận **núi Julian** vùng phía Đông của San Diego, nơi có một loại táo (apple) đặc biệt để làm bánh Apple Pie nổi tiếng.

Đặc biệt hơn cả là chúng tôi thường ra bãi biển của một thành phố nhỏ tên **Cardiff by the Sea** nằm trên Quốc lộ I. Tại nơi nầy vào năm 1996, một trận sóng ngầm đã đẩy những hòn đá cuội tròn như quả trứng nằm dưới đáy biển hàng chục dặm. Chỉ nội một đêm đá đã phủ kín bờ biển, lan qua mặt đường và phủ cả một đoạn đường rầy xe lửa.

Phải mất gần một tuần lễ, nhân viên kiều lộ mới dọn sạch đá trên đường rầy xe lửa và quốc lộ 1. Nhưng bãi biển trở thành một bãi đá (thay vì là bãi cát) tròn lẳng và mỗi lần sóng nổi lên từng loạt, vô số đá xô đẩy nhau, chạy vào bờ và chạy trở ra biển cả. *Hiện tượng nầy tạo thành một âm thanh như một bản hòa tấu, và cung bật trầm bổng thay đổi tùy theo cường độ của sóng biển.*

Chúng tôi thường ra đây sau hoàng hôn và ngắm sóng biển hàng giờ hầu như mỗi buổi chiều sau khi đi làm về.

Trong ba năm lưu lại San Diego, cũng có nhiều kỷ niệm với Zeus và kỷ niệm sau cùng đưa đến cái chết của Zeus, xin được lần lượt kể ra:

- Như đã nói ở phần trên, nhà tôi có triền núi bao chung quanh cho nên thường hay có các con skunk lẩn quẩn ở sân nhà sau để kiếm ăn. Có một lần, Zeus "đánh lộn" với skunk, và kết quả là tôi phải thay một bộ nệm của thằng con vì Zeus thua chạy vào nhà và mang cả mùi hôi đặc biệt, không thể nào tẩy rửa được.
- Một lần khác, vào mùa xuân, rắn rattle snake thường hay đẻ con, và cả bầy cả mẹ lẫn con hay trườn quanh quẩn sau nhà...Lầm nầy chỉ một tích tắc, Zeus thoát khỏi toi mạng vì tôi thấy kịp ngay khi rắn mẹ chuẩn bị phóng vào Zeus. Thật hú vía.

Năm 1997, khi các con rời khỏi nhà, tôi dọn về Orange vì hãng giao cho tôi một nhà máy thanh lọc nước thải tại West Covina. Kể từ đây tôi mới thực sự là chủ nhân của Zeus, và Zeus cũng không còn ai làm bạn nữa ngoài tôi ra vì hai đứa con cuối cùng đi học xa. Sau nhà tôi, ngoài sân hè sau, còn có một khoảng đất rộng trên 5.000 ft, mà sau nầy tôi trồng rất nhiều cây ăn trái như ở Việt Nam.

Zeus và tôi ngày càng thân thiện và những nghiêm cấm từ thời ở Fresno đã tan biến từ lâu. Bây giờ Zeus tự do nhảy lên giường tôi. Mỗi tối, Zeus nằm bên cạnh trong khi tôi đọc sách. Đôi khi Zeus chui tọt vào mền và nằm dưới chân tôi.

Ngày ngày, Zeus rất thính mũi và khi xe tôi chưa chạy vào driveway là Zeus đã chực sẵn rồi. Và nhứt định không tránh xe tôi. Zeus làm như thế chỉ vì muốn lên xe đi với tôi mà thôi. Do đó, hầu như mỗi ngày, trước tình huống như thế, tôi phải mở cửa bên hành khách để Zeus nhảy lên xe cho đi một vòng. Mà đã yên đâu, Zeus còn đòi hỏi phải hạ cửa kiếng xuống để anh ta nghiêng đầu ra ngoài ngắm cảnh nữa chứ!

Nhưng rồi, thời quan qua, vào năm 2005, tuổi Zeus đã được ước tính 14 năm x 7 = 98 tuổi. Zeus yếu hẳn đi, bước đi chập chạp và không còn chạy nhảy hay chơi những trò mạnh bạo như thời còn thanh niên nữa.

Một hôm Zeus bỏ ăn, nằm bất động, tôi phải gọi một đứa con đang ở Davis gần Sacramento về để đưa Zeus đi bác sĩ. Kết quả là Zeus bị sưng phổi qua X-Ray và được trị liệu bằng trụ sinh.

Trong vòng một tuần lễ sau đó, bịnh tình không thuyên giảm, và mỗi lần kẹp viên trụ sinh với một miếng thịt, tôi đã năn nỉ Zeus uống thuốc. Zeus cố gắng nghe lời tôi, nhưng nuốt viên thuốc rất khó khăn, đôi khi bị sặt lên sặt xuống.

Ngày cuối trước khi mất, Zeus cố gắng nài nĩ tôi chở đi chơi một vòng. Vì quá yếu, Zeus không thể nhảy lên xe khi tôi mở cửa, do đó, tôi phải bồng Zeus lên. Có lẽ cảm được đây là chuyến đi cuối cùng Zeus không muốn xuống xe, nhìn tôi với cặp mắt van lơn đòi đi nữa. Lần nầy tôi phải chở Zeus đi mấy vòng…

Một đêm trước khi mất, dường như có linh tính báo cho tôi biết rằng Zeus sắp chết, sau khi tôi ghé thăm thầy bổn sư chùa Liên Hoa, tôi mua một tô phở mang về cho Zeus. Zeus cố gắng uống vài muỗng do tôi đút. Tối đó, tôi đem giường của Zeus để cạnh giường tôi và không quên đắp kín cho Zeus.

Hừng sáng hôm sau, tôi thức sớm và không thấy Zeus đâu cả, tôi vội chạy qua phòng thờ Ba Má tôi, thấy Zeus nằm duỗi chân nằm ngay dưới bàn thờ. Thân nhiệt Zeus còn ấm, nghĩa là mới ra đi chưa lâu. Tôi vội vàng gọi cho thằng con Út, chủ nhân thực sự của Zeus, ở Santa Cruz.

Chưa đầy 6 giờ sau, tất cả 4 đứa con tôi tề tựu về nhà…và quyết định sau cùng là chôn Zeus dưới cây cam nơi tôi thường ra ngồi đọc sách và uống trà sau khi đi làm về.

Zeus mất năm 2005 vào tháng 5, tôi không còn nhớ ngày, nhưng chắc chắn không phải là ngày 19 tháng 5. **Tôi khẳng quyết như thế vì biết Zeus là một "người hiền" không thể chết vào ngày "trùng" được.**

Mỗi năm, tôi thường **làm một kỷ niệm cho Zeus**, cho đến tháng 7 năm 2007. Biến cố gia đình khiến tôi không còn giữ căn nhà để còn có dịp gần Zeus được. Tôi đã xa hẳn Zeus từ đó.

Bây giờ là 2010, sắp bước qua 2011. Một buổi Giáng Sinh đầy ý nghĩa tạo cho tôi một dịp nhớ về Zeus, qua hình ảnh con chó của chủ nhà, **giáo sư Lê Văn Khoa.**

Tôi đã nghĩ nhiều trên đường về nhà tối hôm qua và quyết định sang mai (tức là giờ nầy) sẽ viết một bài về Zeus khi vô sở làm. Tôi đã trọn lời hứa với Zeus. Nhưng Zeus đâu còn nữa. Và lần lần tôi càng chiêm nghiệm thêm **Sắc tức là Không, cũng như Không không là Sắc trong cõi Ta bà nầy**.

Phổ Lập
Giáng Sinh 2010

Phụ chú 2019:

Hiện tại, tôi đã có **Sabi,** một cô thuộc giống Maltise lai, khoảng 3 tuổi. Cô đến nhà tôi là do một sự tình cờ cách đây khoảng 8 tháng. Số là Cô ta "đi lạc' vào nhà một người bà con và cho dù bị đuổi ra nhiều lần, nhưng Cô nhứt định ở lại nhà nầy. Vào thời điểm đó, tôi đang ở xa nhà. Nhìn hình Cô, tôi có ý nghĩ ngay là xin nhận "adopt" ngay. Tên Sabi là phần sau của chữ Wabi-Sabi, tựa một bài viết của tôi nói về triết lý về sự bất toàn theo quan điểm của người Nhựt. Hiện tại, tôi đã huấn luyện được Cô là khi đi dạo quanh nhà hay ngoài công viên mà không không cần phải xích dây như trong hình trên nữa, mà là thả cho Cô chạy nhảy tự nhiên. Tuy nhiên, tôi chưa làm được như Chàng Zeus của tôi, là khi đi ra ngoài chàng ta không rời tôi nửa bước, dù trong vườn nhà, hay ngoài bãi biển. Tôi bước đi, Chàng bước theo bên cạnh. Tôi dừng lại, chàng dừng theo. Tôi ngắm biển, chàng cũng làm theo.

Có Sabi, nhưng tôi vẫn không quên Zeus mặc dù tình cảm giữa tôi và Sabi đang khắn khít hơn nhưng rồi ….

Tin buồn: Chiều nay, vào lúc 7 giờ tối ngày 11 tháng 4 năm 2019, tôi dẫn Sabi đi dạo quanh xóm. Sabi bước qua đường chứ không chạy mau như thường lệ, tôi thấy một xe SUV chạy mau quá ước tính khoảng 40 m/h. Tôi hét lên Stop. Stop…Nhưng không còn kịp nữa, xe đã cán ngang người Sabi. Sabi ra đi ngay trước mắt tôi và vì tôi bất lực không cứu được Sabi! Cách đây hơn hai tuần, tôi đã tập được Sabi là mỗi lần tôi cầu nguyện và sám hối trước bàn thờ, Sabi đều ngồi bên cạnh tôi vào buổi sáng và tối trước khi đi ngủ. Ở nhà, bất cứ lúc nào, bất cứ giờ nào, nếu không có "Mammy" của Sabi ở nhà thì Sabi không hề rời tôi nửa bước:

- Khi tôi làm việc trên bàn phím, Sabi nằm cạnh ghế, cũng như rất nhiều lần, nhảy lên chiếc giường đặt phía sau ghế, Sabi gát hai chân trước lên hai bờ vai tôi;
- Khi tôi xuống nhà xem tin tức trên TV, Sabi cũng nhảy lên nằm bên đùi tôi;
- Khi tôi vào giường đọc sách hay check laptop, Sabi cũng nằm kế bên;
- Khi tôi ngủ hẳn, Sabi nằm dưới chân tôi.

Mỗi lần đi ăn ngoài, tôi đều mang về vài miếng xương và thịt bò cho Sabi. Sabi không thích ăn thức ăn của Sabi, nhưng mỗi lần tôi bảo" Sabi, eat" là cô bé ăn ngay…
Mỗi khi thấy tôi sửa soạn quần áo, Sabi biết tôi sắp đi và đòi theo, nhưng khi tôi nói "Sabi stay home", cô ta tiu nghĩu bước vào nhà. Nhưng khi tôi nói "go" là Sabi chạy theo ra xe đứng ngay cửa sau xe và chờ tôi mở cửa. Tôi đã tập Sabi gần như đã thuần được Zeus trước kia chỉ trong vòng 9 tháng.

Mà nay, Sabi lại bỏ tôi ra đi…

Vừa đem Sabi vào gia đình không bao lâu, Sabi…niềm vui mới của tôi trong bài viết kỷ niệm về Zeus tối hôm qua, nay nay Sabi đã …thành ra thiên cổ rồi.

Giờ đây, trong giờ sám hối hàng đêm tôi lại đem thêm tên Sabi vào trong lời cầu nguyện. Sabi ra đi làm cho tôi càng thấm thía thêm hai chữ *Sắc – Không*.

Sabi siêu thoát đi nghe Sabi. Lời cuối cùng Ba dặn con…

Viết xong lúc 9:00PM
11/04/2019

Tâm tình của Sabi
07/14/17 – 04/11/19

Một ngày mùa Hè giữa tháng 7 năm 2018 Sabi "đi hoang" và chui lạc vào cửa garage đang hé mở của nhà một bà cô dễ thương, yêu thú vật, nhất là yêu chó. Thế là Sabi được bà cô cho ăn cùng với hai chú chó nuôi trong nhà là Mickey và Bobby. Mỗi ngày sau đó Sabi đều trở lại cho đến 5 ngày sau thì Sabi quyết định ở lại luôn không chịu rời nhà bà cô nữa. Đứa con gái của bà cô dẫn Sabi đi vòng quanh xóm để xem có ai nhận diện Sabi không thêm 5 ngày nữa vẫn không có ai chịu nhìn nhận Sabi cho nên bà cô tạm thời đành cho Sabi ở lại trong nhà. Sabi nghe qua điện thoại khi bà cô nói chuyện với cô cháu và cô ấy bằng lòng đem Sabi về nuôi vì bà cô không chăm sóc nổi thêm một đứa nữa.

Chờ thêm 2 ngày, Sabi được hai vợ chồng cô cháu đến đón về. Theo thủ tục, 7 giờ sáng ngày hôm sau, cả hai vợ chồng bồng

Sabi lên sở thú y để báo cáo. Khi đến nơi, người gác cổng sau khi nghe cô cháu trình bày về "hoàn cảnh" của Sabi rồi nhìn khuôn mặt ngây thơ trong trắng như thiên thần của Sabi, ông ta nói "nếu là ông thì ông sẽ giữ Sabi chứ không đưa Sabi vào làm thủ tục xin nuôi. Vì Sabi sẽ được giữ ở đó 1 tuần để theo dõi sức khỏe, nhưng không ai biết việc gì sẽ xảy ra cho Sabi …. Một cách gián tiếp, ông ta nói rằng một cô chó lại giống Maltese, lông trắng, nho nhỏ (12lbs) như thế này thì sẽ có người nhanh tay chộp mất thôi. Vợ chồng cô cháu vui mừng bồng Sabi về và đi chích ngừa cũng như gắn chip vào Sabi để lỡ Sabi có đi lạc thì người ta có cách báo cho người chủ Sabi biết.

Thế là Sabi có chủ mới, có nhà mới và tên mới. Sabi gọi Ông chủ và cô chủ vì thấy cô chủ chưa "già" lắm. Cô mất khoảng hơn một tuần để tìm tên cho Sabi. Lúc mới gặp, Sabi còn gầy yếu xanh xao với cái cổ thon và cao một cách kiêu sa như một cô gái "bắc kỳ" cho nên cô chủ gọi Sabi là "Backy", nghe giông giống như tên "Becky" của người Mỹ. Các con của cô đòi đặt tên nào là "Lulu", "Bambi", "Lucy" ……

Hình này chụp lúc Sabi trên đường về nhà mới.

Nhưng sau đó cô chủ suy nghĩ lại và lấy chữ sau của bài ông chủ viết về thuyết Wabi-Sabi của Nhật để hoan hỉ đặt tên cho Sabi. Ông chủ có vẻ hơi khó tính và không thân thiện với Sabi gì mấy. Nhưng cô chủ thì lại "cưng" Sabi lắm. Cô nói khi vợ chồng cô còn đang đi họp ở Cali, bà cô gởi hình của Sabi qua cho xem và cô đã "mết" Sabi rồi. Sabi được cô mua xà bông thơm tắm rửa, chải tóc, áo mưa, áo lạnh, giày boots, giây đeo có mề đai khắc tên Sabi và số phone của cô và ông chủ. Mấy hôm đầu, Sabi bị ngủ dưới lầu trong cái ổ mà bà cô tặng cho Sabi. Mặc cho ông chủ cầu nhầu cằn nhằn, cô chủ thương tình không nỡ để Sabi ngủ một mình dưới lầu sợ ma, nên cô mang Sabi lên lầu và cho ngủ chung phòng.

Chỗ ở mới của Sabi là một căn nhà ngăn nắp, tĩnh lặng vừa đủ cho hai vợ chồng về hưu nay có thêm một thành viên nên có vẻ xôn xao hơn. Nhưng thật ra cô chủ vẫn còn đi làm ở bệnh viện và trường học khi có người cần thông dịch. Còn ông chủ thì Sabi thấy ông ấy thường làm bạn với *"người tình hình chữ nhật"* từ sáng đến tối. Những ngày đầu, Sabi được cô chủ lo lắng và chăm sóc nhiều hơn. Từ việc ăn uống, tắm rửa và đi tè, đi ị ..... đều do cô chủ làm hết. Dù mưa hay nắng, lạnh hay nóng, Sabi được cô dẫn đi đầu làng cuối xóm sáng trước khi cô đi làm và chiều sau khi cô về. Vì mới tới chỗ lạ và vì mỗi khi có khách đến nhà mở cửa ra vô không để ý nên Sabi quen chân hay chạy "thoát" ra ngoài và bị ông chủ bắt về. Có lẽ vì ông chủ phải chạy rượt theo Sabi xuất mồ hôi, mỏi đầu gối và còn bị cô chủ "la" nên ông ấy "giận" và "không ưa gì Sabi. Và có lẽ vì thói quen này nên Sabi mới lạc tới tay hai người chủ mới này.

Nhưng khi trời mát, ông chủ thường rủ cô chủ đi công viên nên Sabi cũng được đi ké. Sợi dây cột Sabi không đủ dài để Sabi được tung tang chạy nhảy lên xuống sườn đồi thoai thoải trong công viên. Cũng từ những lần đi dạo như vậy mà ông chủ dần dần có cảm tình với Sabi hơn. Mỗi khi có dịp đi ra ngoài như đi bưu điện hoặc khi cô chủ nhờ ông đi chợ mua thêm vài thứ lặt vặt, Sabi đều được ông cho đi theo xe một vòng. Ông chủ có hai gia đình người bạn đều có chó. Một gia đình có 2 con và gia đình kia có đến 5 con luôn và Sabi cũng đã được đến thăm cả hai gia đình và còn được ở trọ khi ông chủ và cô chủ đi xa.

Một tháng sau, ông chủ có việc phải lái xe qua Cali mang những thùng sách về nên phải gởi Sabi đi ở trọ nhà của hai người bạn trẻ có 2 con chó của ông chủ, Sabi lại bỏ "chạy rong" ra ngoài khiến cho hai người bạn quýnh quáng lên. Cũng may nhờ đeo tấm thẻ có tên và số phone, một người hàng xóm tốt bụng đã gọi báo cho biết để đến bồng Sabi về. Sabi rất thích được ở trọ nhà này vì có 2 người bạn đồng chủng nhưng khác phái. Một bạn là "ông già dê" tên Sam, còn bạn kia là cậu bé Spark chưa đầy một tuổi. Cả hai người bạn này đều thích Sabi. Một bạn theo "dê" Sabi, còn bạn Spark thì tưởng Sabi là Mẹ nên cứ theo đòi bú sữa Sabi trong khi Sabi mới có 3 tuổi. Sau nhà là một khoảng sân thật rộng nên Sabi hay rủ hai người bạn chạy đua xuôi ngược với mình. Nơi đây, cô chủ trẻ trồng đủ loại hoa và cây kiểng cùng vài loại rau thơm, rau quế, rau hung. Vườn hoa nhà này thật đẹp và có đủ loại như một "botanical garden" có thể bán vé vô cửa cho người đến xem. Cô chủ trẻ rất lo lắng cho Sabi còn ông chủ trẻ thì thật là tử tế với Sabi vì cho Sabi ăn pâté và đủ loại thức ăn vặt. Lúc về lại nhà chỉ có một mình nên Sabi rất nhớ Spark vì nó cứ theo đùa giỡn, cấu xé với Sabi suốt ngày.

Khi phải đi xa lần kế tiếp, Sabi được gởi tới trọ ở gia đình người bạn có đông chó hơn. Vào đến gia đình này Sabi đơn thân độc mã phải đối phó một lúc đến 5 người bạn đồng chủng và đồng phái luôn. Ông chủ và cô chủ gia đình này tuy nuôi nhiều bạn của Sabi nhưng cũng rất quý Sabi. Sau khi ổn định được tình hình, Sabi đã có một chỗ đứng cao hơn vì được cả ông chủ và cô chủ ưu đãi. Ngày thì được ăn cơm với gà nướng cộng thêm được ăn dặm với những gì ông chủ nhà móm cho Sabi từ bàn ăn xuống. Còn đêm thì được ngủ trên gối với cô chủ nhà và còn được làm model cho cô chủ nhà chụp hình. Ông chủ nhà này thường ra

sau vườn Nhật của ông để "tập Khí công" tìm cảm hứng. Sabi cũng theo sau để ra vườn tắm nắng và "làm thơ". Sau vườn nhà này tuy thiết kế theo kiểu Zen nhưng cũng rộng như nhà người bạn kia nên Sabi tha hồ chạy ngược chạy xuôi thoải mái hai cặp giò của mình.

Mỗi lần đi thăm cháu Nội, cô chủ đều đưa Sabi đi theo. Nhà mấy cháu cũng có một chú French Bulldog 1 tuổi tên Hugo. Mặc dù chú này nặng ký, phục phịch không leo nổi lên cầu thang lầu nhưng chú này cũng thích "dê" Sabi lắm luôn. Đứa cháu trai thì đòi dẫn Sabi đi chơi, còn đứa cháu gái thì thích Sabi hơn nên cô bé đòi đổi Hugo lấy Sabi.

Có lần Sabi nghe ông chủ hối thúc phải mang Sabi đi cắt buồng trứng nhưng cô chủ chần chờ chưa hẹn bác sĩ thú y cho Sabi thì Sabi có "việc riêng". Tội nghiệp cô chủ phải đi mua tã lót cho Sabi và thay tã hai ba lần một ngày cho Sabi. Vậy mà việc này của

Sabi kéo dài gần 4 tuần lễ. Để rồi sau đó, Sabi đã được đi giải phẫu như dự định. Khi được đón về, Sabi bị gây mê nằm run lập cập như con mèo ướt. Ông chủ đã cởi áo lạnh đắp cho Sabi và cô chủ ôm chặt Sabi trên suốt đoạn đường về. Những ngày tiếp theo, cô chủ bồng bế, nấu những miếng thịt gà thật mềm đút cho Sabi ăn từng miếng. Thế rồi Sabi hồi phục rất nhanh. Chỉ 3, 4 hôm sau là đã leo trèo leo xuống thang lầu được rồi.

Những con chó của người khác thì cho cái gì cũng ăn, từ rau cải, táo, khoai gì cũng nuốt. Riêng Sabi rất kén ăn và chỉ thích ăn thịt gà đủ kiểu. Nào là gà nướng, gà luộc, gà hấp, gà rôti …. Cho đến khi ông chủ đi ăn nhà hàng mang về Tbone cho Sabi. Thế là Sabi được voi đòi tiên. Chỉ muốn ăn thịt bò thôi chứ không thèm ăn thịt gà nữa và cũng không ăn những hột thức ăn tròn tròn, dòn tan khô khốc nữa mà chỉ thích ăn thịt bò. Cô chủ khui hộp pâté đút từng muỗng cho Sabi mà Sabi cũng ăn lấy lệ, cho cô vui lòng được vài miếng rồi ngoây ngoẩy bỏ đi chỗ khác. Cô tìm cách làm thịt gà kiểu khác cho Sabi ăn mà Sabi chỉ ngửi thôi rồi cũng bỏ đi hoặc quay mặt chỗ khác khi cô đưa đến miệng Sabi. Có lẽ cô buồn là lo cho Sabi bị đói lắm nên mới đi mua thêm đủ thứ thức ăn vặt cho Sabi. Trong 3 món cô mua, Sabi chỉ thích có một thứ là "khô bò" (for dog). Có lần cô chủ bỏ quên gói khô bò của cô trong túi xách đi chơi về, Sabi tìm ra "nhậu" sạch bách rồi chạy đi tìm nước uống vì cay quá. Cô chủ về tới nhà thấy tô nước cạn khô nên đổ thêm vào mà Sabi cũng uống cạn luôn. Cô lấy làm lạ cho tới khi khám phá ra thủ phạm xơi hết gói khô bò của cô. Và vì Sabi không thích ăn thịt heo nên cô chủ cho rằng Sabi theo đạo Hồi.

Tháng 10 năm ngoái, cô chủ lên thăm con gái ở tiểu bang khác. Con gái của cô mua tặng Sabi một bao thức ăn vặt hữu cơ (organic snacks) mà con chó của cô ấy rất thích, nhưng vì cái tật kén ăn Sabi cũng chê luôn.

Hôm Noel vừa qua cô con gái có về thăm và mang theo cô chó cưng của cô ấy tên Belle nên cô chủ của Sabi đưa bịt snack lại cho Belle.

Ngày qua ngày, thế mà đã được 9 tháng rồi và cũng đủ thời gian để Sabi chinh phục được tình cảm của ông chủ khó tính của Sabi. Sabi không những được ngủ trên lầu mà bây giờ còn được ngủ trên giường nằm giữa hai người. Những hôm trời lạnh, Sabi quay tựa vào lưng ông chủ qua đến cô chủ để tìm hơi ấm và tìm bàn tay cô chủ gãi nhẹ khiến Sabi "phê" từ đầu đến chân. Cô chủ rất kỹ lưỡng. Sau mỗi khi Sabi đi ra ngoài về, cô chủ đều lau chùi Sabi sạch sẽ thơm tho bằng giấy "babywipes". Sabi thường được cô bồng lên

nựng nịu và hôn lên đầu như em bé và mắng yêu Sabi là

Sabi mừng sinh nhật Ông Chủ

"stinky" sau 2 tuần chưa được tắm. Cô nói cô muốn tắm Sabi mỗi tuần nhưng sợ Sabi bị khô da nên không dám tắm nhiều. Cô em họ của ông chủ mỗi lần

gặp và thấy cô chủ bồng Sabi trên tay đều nhắc đi nhắc lại rằng Sabi là "Chuột sa hũ nếp" khi vào nhà này.

Mỗi khi được đi ra ngoài, Sabi rất thích rượt mấy con sóc và nghĩ rằng Sabi cũng có thể trèo lên cây để bắt sóc.

Công việc dẫn dắt Sabi đi ra ngoài dần dần đã được chuyển qua tay ông chủ vì cô chủ gần đây bận rộn hơn với công việc mới. Ông chủ cũng đã huấn luyện Sabi biết phủ phục dưới chân khi ông gõ mõ tụng kinh dâng lời tạ ơn mỗi sáng và mỗi tối. Dần dần, Sabi tập đi ra ngoài và biết chạy về nhà mà không cần ông chủ cột dây dắt đi. Cô chủ rất lo sợ việc Sabi chạy ra ngoài không cột dây sợ nguy hiểm vì nhà gần mặt đường. Sabi biết nghe lời ông chủ nên Sabi ngày càng được ông chủ cưng hơn xưa. Sabi cũng rất biết "nịnh". Đang nằm trên giường được cô chủ gãi lên gãi xuống từ đầu xuống lưng, nhưng hễ thấy ông chủ mặc áo sửa soạn đi ra ngoài là Sabi phóng ngay xuống đi theo. Khi ông chủ viết bài trên máy vi tính thì Sabi nằm dưới chân hoặc đu lên lưng ghế. Ngược lại khi kiến cắn bụng thì Sabi đi kiếm cô chủ trong nhà bếp. Lúc cô bận nấu nướng hoặc dọn rửa chén bát, Sabi nằm ngay trên bàn chân của cô như cô tình nhắc nhở rằng Sabi đang đói.

Tháng 5 sắp tới đây, có hai vợ chồng người bạn từ Cali qua thăm. Cô vợ đã từng nghe cô chủ của Sabi kể chuyện về Sabi cũng như thấy hình Sabi làm model trên Facebook của cô chủ. Cô ấy nói Sabi dễ thương quá, kỳ này qua thăm cô ấy sẽ "bắt cóc' Sabi mang về Cali. Nhưng rồi hôm nay, ngày 11 tháng 4, nỗi lo sợ của cô chủ đã thành sự thật. Trong lúc ông chủ dẫn Sabi đi ra ngoài cho buổi chiều, một chiếc xe SUV chạy quá tốc độ ấn định trong khu vực đã cán ngang qua mình của Sabi và lấy đi mạng sống của Sabi trong một sát na phù du. Sabi vẫn còn nghe vang vẳng bên tai tiếng ông chủ thất thanh gọi cô chủ lấy cái mền ra mang Sabi vào nhà. Khi cô chủ ra tới thì ông chủ đã đặt Sabi nằm nghiêng mình bên trái trên bãi cỏ bên đường để che khoảng bụng bị rách tung ra đầy máu vì bị bánh xe lăn qua. Rất may là hình hài Sabi còn nguyên vẹn. Cô chủ ôm và gọi tên Sabi không ngừng nhưng mắt Sabi bình thản khép dần không một tiếng rên rỉ qua ngàn chiếc hôn và từng giòng nước mắt của cô chủ.

Sabi biết ông chủ còn đau lòng gấp mấy lần hơn vì ông chủ chứng kiến tận mắt tai nạn xảy ra. Một định mệnh quá nghiệt ngã đã đột ngột mang Sabi về bên kia thế giới sau hơn 9 tháng được làm con cưng của gia đình này.

Tháng 4 với những vết thương lòng vẫn chưa lành của hàng vạn người dân Việt trong và ngoài nước đang quấn lên vành khăn tang trong lòng cho ngày Quốc hận. Tháng 4 năm nay Sabi đã đi vào giấc ngủ thiên thu, để lại thêm một vết thương lòng cho ông chủ và cô chủ thân thương của mình. Có lẽ vì ý nghĩa của chữ Sabi là nét đẹp không hoàn hảo cho nên Sabi đã không được sống trọn vẹn với hai người chủ đã thương yêu Sabi hết lòng nhưng Sabi và hai người chủ này đã có những kỹ niệm thật đẹp trong 9 tháng ngắn ngủi với Sabi.

Với muôn vàn tiếc, thương & nhớ!!!

Houston 11 Tháng 4, 2018

Belle & Sabi – Noel 2018

Tản Mạn Về Ái Lực

Vốn là một người học hóa học, làm những việc "mưu sinh" liên quan đến hóa học trong hơn 40 năm, rồi *tiếp tục làm, viết, nói, "bắn" lên mạng lưới toàn cầu những câu chuyện về hóa học, liên quan đến hóa học…*tất cả đều chuyển tải một *ước nguyện của một người con Việt là mang lại cho Đất và Nước Việt Nam thân yêu một Môi Trường Sạch*: Sạch từ đất, nước, không khí cũng như sạch trong cơ thể dân tộc được cấu tạo bằng những hóa chất căn bản…***Carbon (C), Hydrogen (H), Oxygen (O), Nitrogen (N) tức C.H.O.N***. và một số vi kim loại khác…

Hôm nay, người viết có ý muốn tản mạn về ***ÁI LỰC***. Danh từ nầy được chuyển dịch từ chữ ***AFFINITY.***

Theo định nghĩa, ***Ái lực là một thước đo sức hấp dẫn giữa một tiếp thể và phối tử của nó*** (Affinity is a measure of the strength of attraction between a receptor and its ligand).

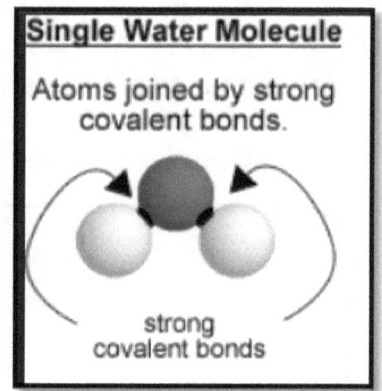

Trong hóa học, có những kết nối như giữa hai nguyên tử Oxygen và Hydrogen trong phân tử nước H_2O (H-O-H) bằng kết nối (-) kết hợp giữa một điện tử (electron) của Oxy và một của Hydro để tạo thành một nối cộng hóa trị (covalent) hay một "couplet" (của hai electron). Nhìn hình minh họa, bạn thấy hai gạch đen chỉ sự liên kết "chặt chẽ" giữa nguyên tử Oxy và hai nguyên tử Hydro.

Cũng còn có một cách kết nối khác, trong hóa học gọi là kết nối **Van Der Vaals** là sự kết nối giữa hai phân tử (molecule) giống nhau hay khác nhau, nhưng vẫn có thể liên kết với nhau thành một kết nối như hình minh họa phía dưới (hai hình bầu dục) kế bên. *Nếu chúng ta "nhân cách hóa" sự kết nối nầy, người viết gọi là* **"Ái lực"**. Cho đến hiện tại, trong lãnh vực chuyên môn về hóa học, sách vở vẫn ghi kết nối trên là "kết nối Van Der Vaals", nhưng người viết rất thú vị khi "đặt tên" cho kết nối trên là "ái lực" ở những ngày đầu tiên khi về giảng dạy ở Đại học Sư phạm Sài Gòn trước 1975. Và bài viết tản mạn hôm nay xin được nói về cái lực "ái lực".

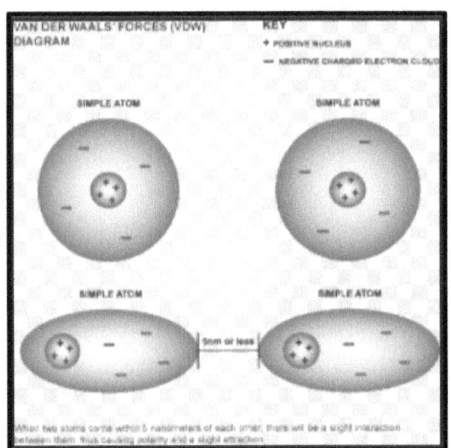

1- Câu chuyện đụng xe

Chuyện kể trên xa lộ. Anh A đang lái xe trên xa lộ. Chị B cũng đang lái xe, chạy phía sau xe anh A. Không biết gì lý do gì, chị B tăng tốc độ (làm sao mà biết hay tiên liệu phản ứng của một người đàn bà?!) và hít xe anh A một cái rầm!

Hai người tấp xe vô lề đường, mở cửa xe và đi ra gặp nhau.

- Xe chị đụng tôi từ phía sau, chi cho xin giấy bão hiểm xe của chị. Anh A nói

Với một nụ cười tươi tắn (nhưng **hơi lẳng** một chút xíu), chị B trả lời:

- Chuyện đâu còn có đó thưa anh. Có lẽ chúng mình có duyên gặp nhau. Em có chai rượu, mời anh cùng uống để mừng duyên hội ngộ.
- Không còn gì bằng. Anh tên ..., còn em, quý danh là chi?
- Em tên.... Mừng gặp anh.

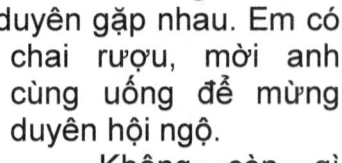

Hai người vui vẻ lai rai. Khi chai rượu vơi đi, chị B lấy iphone số 10 vừa mới mua của Apple ngày phát hành đầu tiên hôm 4/11 vừa qua, ra bấm số.

- Em làm gì vậy? A hỏi
- Tôi gọi cảnh sát, vì anh uống rượu lái xe và thắng gấp cho nên tôi mới…hút "đít" xe anh!

Câu chuyện kết thúc bằng chiếc còng số 8 khóa tay anh A lại!!!

2- Chúng ta thấy gì?

Câu chuyện có liên quan gì đến ái lực không?

Thưa có bạn ạ. Cả anh A và chị B đều có ái lực như mô tả "*khoa học*" ở phần trên. Ái lực của anh A là có "***ái lực máu***" từ thời Bình Xuyên còn mở số đề, số 35. Còn ái lực của chị B là "***tính ưu việt của đàn bà***" (xin lỗi quý phụ nữ) cũng như tài ứng biến…để đẩy ái lực máu của anh B vào…vòng lao lý, chuyển bại thành thắng. Nếu chúng ta dịch chữ affinity là ái lực, điều nầy có nghĩa là:

- Ái là yêu;
- Và lực là sức mạnh.

Trong hóa học, kết nối ái lực (Van Der Vaals) là một kết nối không bền vững, chỉ xảy ra giữa hai phân tử có thể giống nhau hay khác nhau, nhưng không có được như kết nối bền vững trong ái lực "covalent" như trong thí dụ ở phân tử nước.

Như vậy, chúng ta thấy một kết nối chặt chẽ hay bền vững (stable) là kết nối cộng hóa trị và một kết nối "không bền vững" (unsustainable) là kết nối Van Der Vaals hay kết nối ái lực.

Kết nối chặt chẽ (tuy nhiên cũng tương đối) trong quan hệ giữa người nam và người nữ là "***tờ giấy hôn thú***".

Còn kết nối "ái lực" thể hiện việc kết hợp giữ hai người nam, hay hai người nữ, hoặc giữa một người nam và một người nữ kết hợp "***ngoài luồng***"!

3- Thế giới hôm nay

Nếu chúng ta bước sang câu chuyện đang diễn ra ở thủ đô Tây Đức cũ là Bonn, nơi diễn ra Hội nghị về Khí hậu Toàn cầu COP23 (từ 6 đến 17/11/2017), chúng ta thấy gì nơi gần 200 đại biểu các quốc gia trên thế giới nhóm họp để…tiếp tục bàn về việc giải quyết sự "***hâm nóng toàn cầu***" (global warming), tên gọi trước kia, và bây giờ là sự ***biến đổi khí hậu*** (**climate change**). Danh xưng có đổi, nhưng có thể nói não trạng của các thành viên đi phó hội trước và sau vẫn …***trước sau như "nhứt"***, nghĩa là không thay đổi qua những lời hứa, ký kết, hạ quyết tâm như":

- Giảm việc tăng nhiệt độ bầu khí quyển từ nay (2015) cho đến năm 2100 là 2^0C, hay cố gắng xuống còn $1,5^0C$;
- Đóng góp 200 tỷ Mỹ kim từ đây đến năm 2020 để giúp các quốc gia giải quyết sự thay đổi khí hậu ở các nước đang phát triển;
- Chấm dứt việc xử dụng năng lượng hóa thạch (tức việc dùng than đá làm ra năng lượng) ở năm 2050, và tăng việc xử dụng năng lượng tái tạo như gió, mặt trời, thủy triều v.v…;
- Và nhiều nhiều nữa như trồng rừng, cải thiện nông nghiệp, kiểm soát chăn nuôi *và chấm dứt việc xử dụng hóa chất độc hại*…

*Tất cả những kết nối trên đều là kết nối Van Der Vaals, kết nối ái lực hay nói "trắng ra" là **kết nối giả tạo** mặc dầu có ký thành văn bản, có "đóng mộc" cũng giống như bản hôn thú…có thể bị xé toạt lúc nào cũng được, chỉ cần một đối tác nào đó…muốn thay đổi như trường hợp TT Trump hồi tháng 6/2017, rút ra khỏi những ký kết ở COP21 ở Paris do TT Obama ký. Và kết nối COP23 năm nay cũng là … Vũ Như Cẩn mà thôi. Chúng ta cần một **KẾT NỐI MỞ**, một **KẾT NỐI …VÔ TRỤ** ở cõi Ta Bà nầy mới có khả năng giải quyết những vấn đề của quốc gia và thế giới.*

Mỗi quốc gia, mỗi chúng ta cần diện bích thêm nữa để hy vọng … thấy được ánh sáng ở cuối đường hầm!

Mai Thanh Truyết

Houston - Tháng 11, 2017

Phụ lục:

Góp ý của Chu Tất Tiến – Bắc Kỳ Di Cư – Việt Nguyễn:

Ái lực là chi? Có phải Tình?
Tình Người, Tình Bạn,
Tình ... linh tinh
Hễ gặp ở đâu, là yêu đó!
Đôi khi bị dính bất thình lình!
Dính tay thì gỡ dễ như không
Dính chân thì phải cột tơ hồng
Dính cả...hai mình thì chết chắc!
Tránh sao cho khỏi phận long đong!

Long đong thì lại phải kêu Trời!
"Cứu con cho khỏi họa một đời"
Trai trẻ tiêu tùng trong phút chốc
Phen này thì chết chắc, người ơi!
Thôi thế thì xin tu tại gia
Ăn chay, uống nhạt, một mình ta
"Thế sự thăng trầm, quân mạc vấn!"
Xem phim, hát hỏng, đã đời ta....

Chu Tất Tiến - 11/15/17

Đoạn Ái

Nghĩ – Hiểu – Tập

Hôm nay, ngày 23 tháng 11 năm 2017, tôi muốn nói về tôi.

Chỉ trong vòng một tháng, giữa tháng 10 và 11, tôi đã trải qua ba chuyến du hành từ miền Tây Hoa Kỳ, San Jose, đến miền Trung, Dallas, và miền Đông Washington DC. Mỗi chuyến kéo dài 5 ngày, nhưng thực sự làm tôi hụt hẫng …vì mệt!

Tổng cộng gồm 3 buổi hội luận, thuyết trình chính thức trước cộng đồng, nhiều buổi hội luận, trao đổi với các hội đoàn, nhóm nhỏ, 4 buổi phỏng vấn trên truyền hình, 4 buổi phỏng vấn trên truyền thanh, và hơn 4 giờ thâu youtube ở ba nơi (mỗi youtube kéo dài khoảng 15 phút, như vậy sẽ có 16 youtube sắp ra mắt).

Tôi nói gì mà lắm thế?
Tôi nói về Đất và Nước nơi sinh tôi ra. Tôi nói về chuyện:
- Chuyện Môi trường, Y tế;
- Chuyện Cộng sản Bắc Việt;

- Chuyện Trung Cộng triệt hạ nguồn lương thực bằng cách chận nước sông Cửu Long từ đầu nguồn bằng đập Cẩm Hồng, Vân Nam;
- Chuyện TC đầu độc dân tộc Việt qua thực phẩm nhiễm độc vì có chứa độc chất kích thích (excitotoxins) để tạo ra "hương vị giết người" (mượn lời tựa quyển sách "The taste that kills" của **BS Russel Blaylock**) nhằm mục đích triệt hạ tinh thần chiến đấu của các thế hệ tương lai của dân Việt sau khi Hán hóa Việt Nam;
- Chuyện CSBV dựa vào Mỹ và Tây Phương trong trục "Ấn-Thái Bình Dương" để còn nước (?), còn dân(?) và còn mạng(!); nhưng nếu theo Tàu chắc chắn mất nước, mất đảng, mất dân, và luôn cả mất mạng!

Ngày hôm nay, tôi dứt khoát tập trung để trang trãi, để nói về mình trong suy nghĩ, hiểu và tập trong "pháp môn" *Đoạn Ái*. Mùa Thanksgiving năm nay, đối với phong tục tập quán Mỹ là một **Mùa Tạ Ơn**, gia đình xum hợp, ăn gà tây với bí đỏ nhằm cám ơn các dân tộc bản địa (indigenous people) nhứt là Dân Da Đỏ giúp những di dân tiên phong tức là dân tộc Hoa Kỳ hôm nay ở vùng Đất Hứa Mới.

Còn tôi, sẽ không có gà tây, sẽ không có gia đình để sum hợp...tôi chỉ có bàn phím và người tình "một mắt" để nói lên cảm nghĩ và suy tư của một người con Việt xa xứ về ngày Lễ Tạ Ơn nầy.

1- Tuổi Capricorn

Tôi tuổi Capricorn. Theo lịch Tây phương, đây là dấu thứ mười của chu kỳ hoàng đạo, *nói lên tất cả về công việc khó khăn*. ***Người Capricorn đều có tham vọng và quyết tâm;** sau cùng họ sẽ đạt được mục đích mà họ muốn dù có muôn vàn khó khăn.*

Cuộc sống của Capricorn là một "dự án lớn" cho những người mang tuổi này, và họ thích ứng với hoàn cảnh bằng cách áp dụng cách tiếp cận thực tế cho hầu hết mọi hành động họ muốn làm và thực hiện. Capricorn cũng thực tế, từng bước một và thực tế và càng thực tế càng tốt. Người sinh ra dưới ký hiệu Capricorn rất tận tâm với mục đích mà mình chọn lựa, **hầu như đến mức bướng bỉnh.** Những chiến thắng chắc chắn có *mùi ngọt ngào nhưng cũng có những đắng cay …dù mục đích đã đạt được.*

Con Dê tượng trưng cho Capricorn. Dê thích leo lên đỉnh núi, nơi không khí trong lành. Trong cùng một cách nghĩ, Capricorn muốn lên đến đỉnh cao của lĩnh vực được lựa chọn của người mang tuổi nầy. Không phải lúc nào Dê cũng là đi dạo trong công viên, vì vậy có thể Dê sẽ bị chảy máu, sức móng, rách tai… trên đường hành sự. Nhưng cuối cùng, **Dê cũng "đứng dậy" và đi tiếp**. Những đặc tính riêng biệt độc đáo của Dê:

- **Những điểm yếu:** - Biết tất cả - Khó tha thứ - Không chấp nhận hạ mình - Mong đợi và chấp nhận điều tồi tệ nhất xảy ra cho chính mình;

- **Những điểm tốt:** - Luôn tích cực trong công việc – Biết lắng nghe – Sống với niềm Tin và hướng thượng.

Tất cả những ghi nhận trên được trích từ các mạng lưới toàn cầu.

2- Ái

Sau hơn bảy thập niên hiện diện trên cõi ta bà nầy, cuộc sống cũng đã trải qua quá *nhiều "ngả rẽ"* (turning point), quá nhiều bước đi gập ghềnh cũng như bằng phẳng. Có những lúc tưởng chừng như yên ả, nhưng thực sự là những sóng ngầm, giông tố chập chùng… Có những lúc hầu như tuyệt vọng nhưng rồi …an bình lại hiện đến…

Về **Vô minh**, Đức Phật định nghĩa như sau: "*Và này các Tỷ kheo, thế nào là Vô minh? Này các thầy Tỳ kheo, không biết rõ về* Khổ*, không biết rõ về* Khổ tập*, không biết rõ về* Khổ diệt*, không biết rõ về* con đường *đưa đến Khổ diệt, đây gọi là Vô minh*".

Mọi cá nhân hiện hữu đều có "***Tự ngã***" và thường xuyên cố gắng nuôi dưỡng, phát triển tự ngã giữa sự thật "***Vô ngã***". Chính lối tư duy và hành động này đã nuôi dưỡng Vô minh và thúc đẩy con người khư khư lấy ý niệm: "**Cái này là của tôi, là tôi, tự ngã của tôi**" càng lớn, trong đó *chủ thể nhận thức đã có mặt tác ý lên mọi hành động mà con người biểu hiện ra bên ngoài.*

Tất cả cũng do chính mình, cũng do cái tôi còn **lùng bùng trong vô minh** cho nên mới ra cớ sự. Chính vì vậy, suy nghĩ về đoạn ái đã được tôi chiêm nghiệm và tìm hiểu cách đây khoảng 10 năm. *Mười năm ngập lặn trong những toan tính, trong những cuộc hành trình phức tạp, trong quyết định chính chắn và cũng không chính chắn và trong vội vã...*

Để rồi, ngày hôm nay trong cái tĩnh mịch của đêm thâu, mới thấy chữ "**ÁI**" cũng chính là do vô minh tạo dựng!

Chính là do **Vô minh** *cho nên mới có Hành, do Hành mới có Thức, do Thức mới có Danh sắc, từ đó, do Danh sắc mới có Thọ, rồi từ* **Thọ sinh ra Ái**. *Kết cục, từ Ái mới nảy sinh ra* **thất tình, lục dục**...*Đó là sự vận hành của tất cả* **Khổ Uẩn** *trong nhân gian.*

Ái không phải là thực thể tự có và không thể tự nó vận hành độc lập. Nó càng không phải là bản chất hay lẽ sống của con người mà **chỉ là kết quả hiện hành của vô minh**. *Thêm nữa, Ái còn lấy Vô minh làm thức ăn thức uống, một khi Vô minh hiện hữu đầy đủ, Ái sẽ hiện hữu đầy đủ. Vì thế, Ái mang bản chất của sự Vô minh và Khổ đau.*

Kinh nghiệm của cuộc sống ở cõi ta bà nầy cho thấy, *con người sinh ra để sống với các khát vọng hạnh phúc không thật và sự thỏa mãn lạc thú với thất tình lục dục. Dục vọng càng bốc cháy thì con người càng khổ đau không nguôi.*

Và,

"Do Vô minh diệt nên Vô minh tận, do **Vô minh tận nên nảy sinh ra ra Thức diệt**".

Sau cùng, đây mới thực sự là sự Đoạn diệt của toàn bộ Khổ Uẩn.

3- Đoạn ái

Trên thực tế, đã là con người, cũng do lòng ham muốn thỏa mãn "**Khát ái**" cho nên **vô minh theo đó mà vận hành** và dẫn đến sự hình thành các cảnh giới khác nhau, gọi là tam giới: *Dục giới, Sắc giới, Vô sắc giới.* Vì vậy, cần phải bước ra khỏi đời sống khát ái. **Đoạn trừ Ái là đoạn trừ Vô minh.**

Nhưng... Vốn làm người, làm sao bỏ được Khát ái hay Tham ái...

Do đó, **cần phải Đoạn ái.**

Mà Đoạn ái như thế nào?

Chỉ có một con đường duy nhứt để đoạn ái là chính mình cần có suy nghĩ, thực hành một nếp sống bước ra khỏi **thế giới của Vô minh do lòng khát ái**.

Bởi vì, *chính Ái luôn trói buộc con người đi vào sự thỏa mãn của các chấp thủ và chơi vơi trong Khổ uẩn. Thậm chí, Ái còn đưa con người hoài niệm về quá khứ và mở ra những viễn cảnh tương lai hão huyền, không thực tế.*

Một khi con người chế phục được Ái sẽ đem lại *an nhiên tự tại*, tâm trí trở nên thanh tịnh, sáng suốt để giải quyết các công việc của chính mình, và cho mọi người. Từ đây, **Tuệ sẽ phát triển**, cuối cùng Ái sẽ không còn có mặt và Vô minh cũng vắng bóng. Con người an trú trong thế giới an bình của chính mình.

Đó là chân hạnh phúc.

Một khi đã bước ra khỏi thế giới của Vô minh rồi, mặc nhiên, chúng ta đang hành trình trong tiến trình **Vô ngã** vì đã thoát khỏi lòng khát Ái thì mình không còn chấp thủ mọi hoạt động gây khổ ưu và phiền não cho bản thân và mọi người.

4- Tập

Nói đến đây, qua những sự hiểu và suy nghĩ trên, làm thế nào để **Tập** đây. Việc nầy, Người có cá tính của con Dê Capricorn đã hành xử như thế nào?

Để trả lời: *Vẫn còn ở bậc tiểu học trên con đường tận diệt Vô minh để xóa lòng khát ái và cuối cùng nhằm tiến tới giai đoạn Đoạn ái!*

Với trình độ nhận thức trên đây, hiện tại, "mình" vẫn còn quần quại trong chấp ngã, trong khát ái, làm sao tiến dần đến ... Vô minh được. *Làm sao di chuyển cái "Tôi" ra khỏi những định kiến, thiên kiến, thoát khỏi hai chiếc hàm thiết làm cho "con ngựa" chỉ đi theo một con đường định sẵn do Vô minh vẽ ra???*

Vẫn biết mọi vật trên đời nầy đều **Vô thường**, phải thay đổi và hoại diệt; *không vật gì thường hằng dù chỉ trong phút giây*, hay một sát na ngắn ngủi.

Tôi hiện tại đã không phải là tôi ở sát na trước đó!

Biết mà sao vẫn để Vô minh dẫn đường?

Đó có phải là do **Duyên hay Nghiệp kết thành?** (Với tôi, Duyên và Nghiệp giống nhau)

Vô ngã là cái tôi được giải thoát.

Vô ngã là sự giải thoát, tức là xa lìa mọi sai lầm của các pháp của tâm thức, không bị xúc thọ ái ràng buộc. Và "**trong sự giải thoát là sự hiểu biết**"

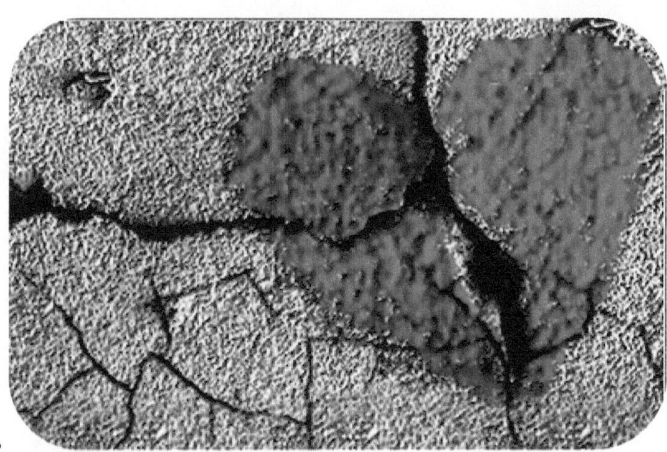

5- Kết Luận

Vẫn biết Vô ngã là khi cái Tôi được giải thoát.

Vậy mà, làm sao thoát khỏi cái ngã và thoát khỏi vòng Vô minh qua ***sự qui kỷ*** (non-egocentric).

Chỉ còn hình dung được việc tập chú vào tâm niệm kinh Bát Nhã **"Yết đế, Yết đế, Ba la Yết đế, Ba la tăng Yết đế, Bồ đề. Tát bà ha"** để vượt vòng Vô minh và mang lại sự an bình trong Tâm và Trí...chứ không hề mong cầu được đi qua...Bờ Giác!
Một người:

- Thời thơ ấu: Không biết Quê là gì?
- Thời thanh thiếu niên: Biết Quê qua lời kể của Ba Má Anh Chị.
- Thời trưởng thành: Biết Quê qua nửa vòng trái đất.
- Thời lưu vong: Biết Quê trong tâm tưởng và vô vọng trong kiếp tha hương.
- Thời xế bóng: **Làm sao giải tỏa vòng vô minh do chính mình tạo dựng ra?**

Biết đến bao giờ Tôi mới nhìn lại Quê hương đích thực của tôi đây?

Mai Thanh Truyết
Viết cho ngày Lễ Tạ Ơn 2017

Cảm Tác Về Tinh Thần Genshai

Đừng bao giờ đối xử người khác bằng thái độ khiến người đó cảm thấy nhỏ bé.

GENSHAI-GEN-Shy - Never treat another person in a manner that will make him feel small. - Kevin Hall, Aspire.

Một ngôn từ có thể làm cho thế giới trở nên tốt hơn. Con chữ giống như mật khẩu. Chúng mở khóa sức mạnh. Chúng mở cửa. - Kevin Hall. One word could change the world for the better. Words are like passwords. They unlock the power. They open the door -Kevin Hall.

Genshai nghĩa là gì?
Genshai là một danh từ tiếng **Hindi cổ** có nghĩa là: **Bạn không bao giờ đối xử với bản thân hoặc tha nhân theo cách khiến bạn hay tha nhân cảm thấy nhỏ bé**.

Tại sao đột nhiên có một sự quan tâm đến Genshai?
Tác giả **Kevin Hall** giới thiệu chữ **Genshai** trong chương đầu tiên của cuốn sách:"**Khao khát: Khám phá mục tiêu của bạn thông qua sức mạnh của ngôn từ"** (Aspire: Discovering Your Purpose Through The Power of Words).

*Genshai trong ứng dụng đầy đủ nhứt của nó có nghĩa là **tình yêu huynh đệ-tỷ muội vô điều kiện**.*
Cốt lõi của việc nắm bắt lấy khái niệm nầy bắt đầu với chính chúng ta.

Điều cần nhứt là hãy trung thực. Có bao nhiêu lần trong ngày chúng ta tự mắng mình và nói những điều tự kiểm từ đó tự làm hạ thấp cá nhân mình?

Có bao giờ chúng ta phun sơn graffiti (một cách nói ẩn dụ) lên bức tường cá nhân (personal wall) yên tĩnh, sâu sắc của chúng ta không? Câu trả lời cho tôi là trong khi tôi đã học được cách làm điều nầy ít hơn nhiều so với trước đây, nhưng tôi vẫn làm nó thường xuyên hơn tôi muốn.

Tại sao nó rất quan trọng?

Bởi vì cách tôi đối xử với bản thân tôi phản ảnh cách tôi có thể đối xử với tha nhân. Chính vì vậy, *tôi nhìn thế giới chung quanh tôi như tôi thấy chính mình.*

Để áp dụng đầy đủ Genshai, bản thân phải bắt đầu với chính mình.

Một trong những trụ cột của **Khí sắc Tam giác** (Character Triangle) là **Tôn trọng** (respect). Điều nầy bắt đầu với sự **Tự trọng** (self-respect). Vì vậy, sự thách thức trong mỗi chúng ta là thực hiện các bước để áp dụng tinh thần Genshai một cách có ý thức hơn trong công việc (và cuộc sống hàng ngày). Điều nầy có nghĩa là chúng ta cần phải thành thật chấp nhận và *làm việc trên những thiếu sót của chính mình nhưng, dù thế nào đi nữa cũng không làm hạ thấp bản thân mình hoặc bất cứ ai khác.*

Thành thật với chính mình có thể được thể hiện mà không cảm thấy …thấp hèn hơn.

Tính khí chuyển dịch (Character Move): Kevin Hall đã viết như sau trong tạp chí của ông về Genshai: Tôi sẽ viết chữ Genshai trên một tờ giấy và dán nó lên mặt kiếng trong phòng tắm. Mỗi ngày tôi sẽ nhìn vào gương với tình yêu, danh dự và niềm tôn trọng, với chủ tâm:

* Hãy thách thức Kevin, và mỗi ngày hãy nhìn vào gương với tình yêu, danh dự và niềm tôn trọng. Làm điều đó một cách có ý thức và nhằm mục đích là:
* Xác định bạn đồng nghiệp tại nơi làm việc phản ảnh Genshai một phần nào đó.
* Quan sát và cảm ơn người đó.

1- Một thí dụ về tinh thần Genshai

Nếu bạn đang đi bộ và ném một đồng xu vào ly của một người vô gia cư đang ngồi bên vệ đường xin tiền. Bạn đã thực hiện một nghĩa cử tốt vừa hào phóng và đầy lòng… từ thiện. Nhưng nếu bạn muốn sống đúng nghĩa của tinh thần Genshai, bạn sẽ quỳ xuống ngang tầm với người đàn ông vô gia cư kia, nhìn thẳng vào mắt anh ta và hai tay mở rộng đồng xu trong khi mỉm cười, và từ từ đặt đồng xu vào ly của anh ta.

Từ cử chỉ đó, bạn sẽ hình dung được sự khác biệt giữa hai **cung cách "cho"** trong ý định cho, tràn đầy cảm xúc và chứa chan tình yêu của bạn với nghĩa cử thứ hai! Đó là tinh thần Genshai đó bạn ơi!

Từ đó, chúng ta thấy được gì?
Chúng ta thấy có ba điều chúng ta **cần biết ơn và công nhận hàng ngày**:
Nhật ký hàng ngày cần nên ghi nhận những điều sau:

a- Những người xuất hiện trên **Con đường đi** (Path) của tôi giúp tôi hoàn thành Mục tiêu của mình;
b- Các hành động của tôi được thực hiện theo **Khát vọng** (Aspirations) và **Cơ hội** (Opportunities);
c- Những suy nghĩ giúp tôi sáng tạo ra một cuộc sống có **Nghĩa lý** và **Ý nghĩa tràn đầy** (Meaning and Significance).

Và điều kiện cần thiết để cho bản thân thực hiện trong những **Thời điểm** (Moments) và **Kỷ niệm hạnh phúc nhất** mà bản thân gặt hái được là:

a- Luôn mang theo hai cuốn sách bên mình, một cuốn bản thân đang ghi chép và một, đang đọc;
b- Bản thân buông bỏ những suy nghĩ của chính bản thân. Giống như lá trên cây, khi đúng thời điểm, bản thân sẽ rơi xuống và biến mất, nhưng suy nghĩ trên của bản thân sẽ vẫn tồn tại.

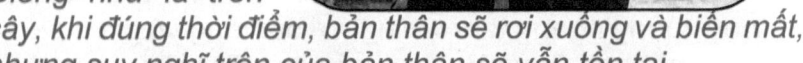

Vì vậy, nhằm truy tìm mục tiêu của bản thân, cần phải viết nhật ký mỗi khi bản thân cảm thấy cần và nhận ra là bản thân đang hạnh phúc. Từ đó, bản thân tự hỏi và sau đó viết ra câu trả lời về 3 câu hỏi sau:

* Làm thế nào bản thân có thể mang lại nhiều niềm vui hơn vào cuộc sống của bản thân mỗi ngày?
* Làm thế nào bản thân có thể trở nên **lớn hơn** (greater) với những điểm nào mà bản thân thấy **nổi bật nhất**?
* Làm thế nào bản thân có thể làm tốt nhất cho tha nhân bằng sự "lớn hơn" (greatness) của chính mình?

Và câu trả lời đơn giản là **TÌNH YÊU!**
TÌNH YÊU luôn là câu trả lời. Khi nghi ngờ, hãy hỏi?

2- Tình yêu sẽ làm gì?

Mỗi ngày bản thân đều có cơ hội để có một khởi đầu mới, bất kể chuyện gì đã xảy ra. Bản thân đã có một sự lựa chọn. Không bao giờ để tha nhân quyết định cho bản thân, những gì bản thân có thể hoặc không thể mơ ước.

Ước mơ là miễn phí, vì vậy hãy để cho những giấc mơ của bản thân bay bổng.
Bây giờ đề nghị bản thân viết ra ước mơ lớn nhất của mình.
Ước mơ lớn nhất của bản thân có vẻ xa tầm tay với?
Bản thân chỉ cần nghĩ rằng bản thân có sức mạnh và khả năng để đạt được ước mơ đó.
Sức mạnh của trái tim: *Tôi cam kết (với tôi) làm cho cuộc sống của tôi, trong năm tới, hoàn toàn khác đi và người quen trước đó không thể nào nhận ra được.*
• Khi bản thân mang **chính tâm mình** vào ước mơ, nó sẽ mạnh hơn lý trí gấp 100 lần. Ma thuật (magic) đã đến từ suy nghĩ đó, đó tôi ơi! **Bản thân cần nên thay đổi cách tiếp cận với mọi vật.**

3- Bốn quy tắc để sống theo: - Chính xác - Đúng hẹn - Có ý tứ - Làm hết mình.

Ngoài ra còn biết nói "Cảm ơn" - "Chấp nhận" - và "Thừa nhận".
Thêm nữa, sự chứng thực "Mặt trời mọc" (Sunrise) qua năm điều tâm niệm vào buổi sáng và buổi tối sẽ làm bản thân "lớn" thêm là:

- Tôi xứng đáng;
- Tôi có khả năng và có thể;
- Tôi tin tưởng bản thân mình;
- Tôi tha thứ cho bản thân và tha nhân;
- Tôi rất "tràn đầy" (abundant).

Và **TÌNH YÊU luôn là câu trả lời.** Tha nhân tự hỏi - *Tình yêu sẽ làm gì?* Mỗi chữ, mỗi suy nghĩ tạo ra tương lai của bản thân. Hãy xem những gì bản thân nói và hành động trong cuộc sống hiện tại và tương lai.

4- **Sức mạnh của Viễn kiến**:

Tôi là ánh sáng. Tôi đang yêu. Tôi hiện hữu. Chúng ta là một. Cảm ơn bạn.

a- Ba nguyên tắc chuẩn hàng ngày: 1- Bản thân cần *nhận diện mục tiêu* của mình. 2- *Hài hước* – Bản thân phải mĩm cười, cười lớn và làm sáng tỏ những tình huống nhất định. 3- Bản thân cần có một *hệ thống hỗ trợ vượt trội* (có thể từ một người bạn, người hôn phối, thậm chí có thể là con cái của bản thân).

b- Không nên tập trung vào sự thành công. Mà tập *trung vào sự đóng góp, phục vụ, và chia sẻ*. Những gì bản thân cho ra và nhận được, từ đó, ***quyền sinh sống (birthright) của bản thân sẽ "tràn đầy"***.

c- Nếu bản thân có cơ hội chia sẻ thông điệp trên với tha nhân, trái tim của bản thân sẽ nói gì? Nếu không ngoài Tình Yêu!

5- **Sức mạnh của hành động**: Tập trung vào âm nhạc chứ không phải xây dựng.

• *Bản thân nên có ước mơ xa hơn những gì đã thực hiện hơn là những gì tha nhân nghĩ là bản thân đã hoàn tất;*

• *Khi bản thân trực diện với nghịch cảnh, bản thân cũng sẽ nhận được một món quà tương đương hoặc tốt hơn;*

Điều quan trọng nhất là làm thế nào "**Tôi trở nên tốt hơn Tôi trước đó**"?

Đó là về việc nhìn vào nội tâm, truy tìm lại những gì **bản thân yêu thích và gửi lại cho tha nhân!**

5- Genshai đã giúp bản thân như thế nào?

Đó là một hướng tuyệt vời để làm rõ hành trình của bản thân với tha nhân. Nó hỗ trợ bản thân để đi đến những kết nối bền chặt đầy yêu thương với tha nhân. Và chính tinh thần Genshai nhấn mạnh rằng mối liên hệ đó ngày càng thân mật hơn. Khi chúng ta giúp đỡ một người khác, chúng ta giúp chính mình. Bản thân không thể đưa ra một cái ôm (hug) mà không nhận lại một cái ôm khác đầy thương yêu của tha nhân.

6- Mục đích cuộc sống của bản thân là gì?

Mục đích sống của bản thân không hẳn thuộc về bản thân, mà còn liên đới đến tha nhân như những vấn đề giúp đỡ, quà tặng v.v… khiến tha nhân cảm thấy yêu đời hơn, mạnh mẽ hơn. Những điều đó đã biến những lo lắng, vấn đề khó xử, nỗi đau của tha nhân trở thành hạnh phúc và yêu đời hơn. *Bản thân vừa làm cho tha nhân cảm thấy đặc biệt, không còn nhỏ nhoi, yếm thế nữa!*

Mục đích đích thực của cuộc sống là không mưu cầu được hạnh phúc. Nó phải vừa là hữu ích, mang lại danh dự, chứa đầy từ bi, và sau cùng cuộc sống sẽ biến bản thân chứng nghiệm được là *"mình đã sống thực và sống lành mạnh"*.

Tinh thần Genshai làm cho bản thân không bao giờ đối xử khiến cho tha nhân cảm thấy nhỏ bé, ngay cả đối với chính bản thân. Về bản chất thuần túy nhất, tinh thần Genshai còn là:

- Nâng đỡ nhau để có một **cuộc sống phong phú hơn, viên mãn hơn** (fulfilling lives);
- Xóa bỏ suy nghĩ "bản thân cảm thấy thấp kém hay vượt trội hơn tha nhân".

7- Kết luận - Một học viên của Genshai sẽ xử dụng ngôn ngữ như thế nào?

Bản thân nghĩ có một cách tốt hơn để làm điều này, điều nọ.
Hoặc tránh điều này, điều nọ.
Tại sao bản thân lại phải làm theo cách đó?
Bản thân luôn nghĩ về việc nâng cao nhân vị của tha nhân lên.

Bản thân không cổ súy cho sự thất vọng và thốt ra những âm điệu hạ thấp chính mình và tha nhân.
Đừng bao giờ, bao giờ bản thân thốt ra:"**Chuyện gì bản thân cũng biết hết**".

Và lời nói sau cùng cho bài viết là:

- *"Hãy cư xử chính bản thân với lòng kính trọng"*.
- Giữ trong tâm trí một ý tưởng cao cả hơn về giá trị, kỹ năng của bản thân như một con Người.
- Rốt ráo hơn nữa, *Chính Bản thân là con Người!*

Mong rằng trong một khoảnh khắc nào đó, bạn hãy thử áp dụng những nguyên tắc của tinh thần Genshai trong bài viết này để có thể khơi mở cho bản thân có điều kiện nhận diện lại **"bản lai diện mục"** của chính mình và điều chỉnh lại "thân - khẩu - ý" nhằm thích hợp hơn với chữ Hòa trong khi giao tiếp với tha nhân trong cuộc sống hiện tại.

Mai Thanh Truyết
Houston, 19/4/2019 –
Good Friday

Tôi Nói Với Tôi

Hàng năm, vào tháng 11, tôi đều chụp hình cây phong trước văn phòng của tôi ở đường Azusa, West Covina, CA. Cứ mỗi độ đầu tháng 11, lá cây phong bắt đầu chuyển màu. Tôi thường chụp hình vào tuần lễ thứ hai của tháng để nhìn một phần lá đổi màu mà thôi.

Vì sao tôi để tâm nhiều đến tháng 11?
Vì trong suốt thời gian còn tồn tại trên cõi ta bà nầy, tháng 11 là tháng mang đến cho tôi hai dấu ấn mà tôi vẫn mang theo trong suốt cuộc hành trình truy tìm…Cái Tôi!
Thưa Quý Bạn,
*Phần trên của thân cây ngả qua màu cam đậm và chừa phân nửa phía dưới vẫn còn màu xanh, tuy không còn là màu xanh biếc lúc còn "**thanh xuân**", nhưng màu xanh đã có một vài điểm "**sương**" sang màu ngà ngà.* Căn phòng nầy là nơi tôi "trụ trì" trong suốt 17 năm trời. Nếu bạn nhìn bức hình trên, có tất cả 13 hình in dấu thời gian tháng 11 hàng năm ở vùng West Covina nầy. Tuy chụp vào cùng một thời điểm mỗi năm, nhưng thời tiết thay đổi, có khi sang thu sớm hay mùa hè kéo dài, do đó có khi Bạn thấy **lá xanh còn nhiều hoặc lá vàng và lá đổ sang màu hổ phách nhiều hơn…**
Và vào cuối tháng, tôi lại chụp một lần nữa, lần nầy *lá cây đã hoàn toàn thay màu chuyển sang màu "gạch đỏ tím xậm"* (mauve), sắp sửa chuẩn bị cho một chuyến ra đi…mùa lá rụng!

Từ đó,

Thưa các Bạn,

Cái đẹp của màu lá cây ở tuần lễ thứ hai được tôi nhìn như **đời người cuối tuổi trung niên**, tóc đã ngã qua màu muối tiêu, đầy kinh nghiệm chính chắn cũng như đã trải qua một đoạn đường "chiến binh" khá dài.

Còn cái đẹp của lá vào tuần lễ thứ tư của tháng thể hiện nét **dày dạn phong sương của cuộc đời,** có những lúc lên bổng xuống trầm để rồi kết tinh lại thành từng chiếc lá khô.

Cuối cùng, từ từ lìa khỏi thân cây như, giống như **tâm trạng của một người sắp sửa chấm dứt thời gian dong ruổi trên đường hoạt động.**

Sở dĩ tôi không muốn nói tới giai đoạn sắp sửa lìa đời của con người, vì với tôi, **làm sao chúng ta có thể từ bỏ cõi tạm dung nầy được** một khi nợ trần chưa trả dứt? và nợ nước chưa đền xong?

Sống ở giai đoạn cuối của cuộc đời, ta không thể làm như *chiếc lá "an nhiên tự tại" chờ một cơn gió thoảng để xa lìa thân cây,* mà là **cần phải cô đọng những suy tư, toan tính để làm một chuyến tàu cuối cùng** trước khi…đi qua bờ giác.

Hình chụp tại Cty BKK vào ngày 7/11/2012

Và tôi đang làm điều đó cho đến hôm nay - 2018.

Cuối tháng 3/2018 vừa qua, tôi vừa hoàn tất quyển sách (hy vọng là cuối cùng trong đời), đó là quyển "**LỐI THOÁT CHO VIỆT NAM**" trong đó tôi đã trang trải và đúc kết tất cả những suy nghĩ của chính mình về Đất Nước trong suốt 30 năm thực sự nghĩ, viết, và "làm" cho Quê Hương.

Bây giờ, tuy nói như thế, nghĩ như thế, nhưng hàng năm, mỗi lần nhìn lá phong vào tuần thứ tư của tháng 11, tôi vẫn cảm thấy có gì lâng lâng trong đầu. Đó là:

- *1 - Những hình ảnh cũ đã hiện về, hình ảnh từ lúc tuổi thơ choáng ngợp ánh đèn của thủ đô Sài Gòn thời cuối năm 1945*

khi vừa "chạy giặc" từ dưới quê ở Bàu Trai, Hậu Nghĩa cùng với gia đình;
- 2 - Hình ảnh từ thưở thanh xuân hoa mộng với bao mối tình học trò, sinh viên, cùng với biết bao thêu dệt của mộng giang hồ;
- 3 - Và cuối cùng, hình ảnh cùng dư âm còn lại của những quyết định thành bại trong tuổi trung niên và gần cuối đời.

Có nhiều quyết định tôi làm đúng, mà cũng có không ít quyết định sai.

Nhưng trong giờ phút nầy, cung cách suy nghĩ nhị nguyên "***đúng – sai***" trong tôi không còn có ý nghĩa gì nữa!

Khi lá đã sắp sửa rời thân cây thì… *có nghĩa gì đâu của sự thành bại*.

Một khi đã chấm dứt cuộc đời, tất cả chỉ là một chữ KHÔNG

Nói như thế!

Nghĩ như thế!

Nhưng mỗi lần tháng 11 qua đi, lòng tôi vẫn cảm thấy bồi hồi. Thêm một năm trôi qua, **đường về Việt Nam ngày càng dài thêm** và *tuổi đời lại đồng biến với thời gian và sức người sinh học cũng có giới hạn trong cõi ta bà nầy...*

Đường xa chi mấy!

Càng đi, tuy vẫn một lòng sắt son với Đất Nước nhưng dạ vẫn chưa yên vì quê hương còn quá xa, với tay không tới.

Nhìn lại suốt chặng đường đã qua, bè bạn cũng lắm, cùng khắp năm châu.

Nhưng bây giờ, ở buổi hoàng hôn của cuộc đời, bước đi của tôi dường như nặng hơn, chậm hơn, và cô đơn hơn. Nhìn bên tay mặt, liếc qua tay trái, tôi hình như chẳng còn thấy ai bên cạnh, có chăng là những hình ảnh mờ mờ ảo ảo, ẩn ẩn hiện hiện chung quanh.

Tôi có bị quáng gà hay không?

Thưa không. Chắc chắc là không!

Một người bạn thân của tôi đã từng ví von đất Bolsa là đất "thần kinh", nhưng không phải là đất của vua chúa, của những cô gái Huế thướt tha, mà là đất của những **người bị bịnh thần kinh**! Tôi hoàn toàn chia xẻ suy nghĩ sarcastic nầy của bạn. Gần tròn 6 năm chuyển qua Houston, tôi vẫn phải chiêm nghiệm tình trạng gió tanh mưa máu của cộng đồng, mất đoàn kết giữa những người nói cùng một tiếng nói mà *dường như…quá cách xa?*
Ngoài ra, tôi còn nhận thấy thêm rằng con người hôm nay quá mau thích ứng với hoàn cảnh dù trong điều kiện tốt hay xấu, đổi màu nhanh hơn kắc kè!
Phải chăng đây cũng là một hình thức "sinh tồn" trong chủ thuyết sinh tồn của Cố Đảng trưởng Trương Tử Anh, hay xu hướng "Biến cải" của Cố GS Nguyễn Ngọc Huy?
Hay đây là một loại sinh tồn của của thời kỳ trước cuộc cách mạng khoa học kỹ thuật trong thế kỷ 18?
Từ Chủ thuyết dân tộc sinh tồn, rồi Xu hướng biến cải cố gắng mang đến một lộ đồ cho dân tộc tiến về một nước Việt có tự do, nhân quyền, và còn giữ được truyền thống dân tộc, *chứ nào phải như cung cách hành xử của nhiều "bậc thức giả" vẫn còn …đong đưa trong chính cái vô minh của mình hiện tại!*
Tôi đã từng viết những bài về tháng tư buồn, bây giờ lại thêm tháng 11 buồn nữa.
Suốt hơn 30 năm qua, tôi vẫn nghĩ mình như là thân con én, dù không mang lại mùa xuân, nhưng cũng có thể báo hiệu mùa xuân.
Nhưng ngày hôm nay, tôi đã hoàn toàn sai lầm, thân con én nầy đã không hoàn thành nhiệm vụ *"báo hiệu mùa xuân"* vì… **đêm đen mùa đông của Dân tộc vẫn còn mịt mù trước mắt!**
Biết đến bao giờ tôi nhìn thấy được mùa Xuân Dân Tộc đây? Mong các bạn trả lời giúp cho.

Phổ Lập Mai Thanh Truyết
Cuối Thu 2018

Về Lại Sài Gòn

Anh từng hẹn nhiều lần
Cùng bè bạn, người thân
Sài Gòn ta gặp lại
Ngày nắng đẹp thật gần

Ước mơ anh cưu mang
Thanh bình khắp xóm làng
Nhân quyền được tôn trọng
Nhà cầm quyền minh quang

Anh mơ một bệnh xá
Cho mỗi làng mỗi xã
Có thuốc men cấp cứu
Đủ chăm sóc mọi nhà

Mơ mái trường nho nhỏ
Cho Thầy, Cô, học trò
"Câu thiệu" không nhồi sọ
Vào đầu những trẻ thơ

Anh ước mơ nông dân
Được học cách canh tân
Chăn nuôi và trồng trọt
Thu lợi thêm bội phần

Anh mơ thấy tình người
Chào nhau trong niềm vui
Tình thâm láng giềng gần
Năng thăm hỏi tới lui

Anh mơ được bảo vệ
Từng tấc đất thôn quê
Tạo môi trường lành mạnh
Chuẩn bị cho ngày về

Những nhắn gởi năm xưa
Ray rứt sao cho vừa
Ước nguyện còn dang dở
Xót xa hoài đong đưa

Còn biết nói gì hơn
Bốn mươi ba năm tròn
Quê hương còn quằn quại
Dưới chế độ ngông cuồng

Bao nhiêu năm đấu tranh
Ôm giấc mộng chưa thành
Tóc pha màu sương khói
Hoài vọng còn mong manh

Bao ước mơ ngọt ngào
Bao cảm xúc dâng cao
Tâm tình người con Việt
Ân cần anh gởi trao

Sài Gòn ơi Sài Gòn
Dù tên gọi không còn
Anh vẫn mong vẫn hẹn
Ngày về lại Sài Gòn!

— mntt —
Tháng 2, 2013

Phần VI
Nói với Tuổi Trẻ

Mục Tiêu Vĩnh Cửu Trong Đấu Tranh của Người Việt Yêu Nước Chân Chính

Trên bước đường đấu tranh vì quốc gia dân tộc và dân chủ cho đất nước, chống Cộng sản, chúng ta hầu như phải đối mặt với những diễn biến bất ngờ có khả năng bị vướng mắc vào những sự kiện hoặc tình tiết mang tính cục bộ. Vì vậy, *trong sách lược đấu tranh, chúng ta cần nên luôn luôn phải tự cảnh giác, dự trù phân biệt rõ rệt những phản ứng mang tính chiến thuật và kế hoạch hành động nhằm mục tiêu chiến lược lâu dài.*

Bài viết này có mục đích kiểm điểm lại và nhận diện thực lực, nói nôm na là nguồn vốn ở bệ phóng để sẵn sàng cất cánh hướng về mục tiêu đã định ở chân trời, tạo ra một tiền đề lý luận và thực tiễn trao đổi giữa các thức giả có quan tâm, xây dựng một tầm nhìn rộng và xa cần thiết trong hành động.

1- Kiểm điểm và nhận diện thực lực đấu tranh

Trải qua 43 năm từ khi Cộng sản Bắc Việt xâm chiếm miền Nam Việt Nam cho đến nay, ước lượng đã có khoảng ba triệu người Việt rời bỏ đất nước, sang định cư ở nước ngoài, trải rộng từ Âu Mỹ sang Úc, Á. Tùy theo các thể chế chánh trị khác nhau nhưng thuộc thế giới tự do, các nước tạm dung này nói chung đều tạo điều kiện cho người Việt tỵ nạn phấn đấu vượt qua những khó khăn hiển nhiên ban đầu, đạt được một cuộc sống vật chất tương đối ổn định, trong khi bà con thân thuộc tại quê hương phải sống triền miên trong đói nghèo dưới một thể chế chánh trị kềm kẹp khắc nghiệt sắt máu, tập trung củng cố đặc quyền cho một giai cấp cán bộ cọng sản nắm giữ quyền sinh sát trên căn bản "Đảng lãnh đạo, Nhà nước quản lý" kèm theo chiếc bánh vẽ dối trá "Nhân dân làm chủ"!

Vì nhu cầu sống còn trên đất lạ quê người, người dân Việt ty nạn không còn con đường nào khác hơn là con đường **phấn đấu gian khổ, cực lực lao động** mưu sinh tạo dựng lại sự nghiệp, mở đường cho bản thân và cả con cháu thăng tiến qua con đường học vấn hội nhập hướng về tương lai.

2- Thành quả thật là rõ ràng

Chỉ trong khoảnh khắc thời gian không bao lâu, đã thấy xuất hiện khắp nơi, ở các nước tạm dung, một số khu phố với các cửa hàng doanh nghiệp hầu như ngành nào cũng có, thể hiện bản sắc Việt Nam qua các bảng hiệu bằng tiếng Việt. Nổi bật nhất có thể ghi nhận là các văn phòng luật sư, bác sĩ, nha sĩ, địa ốc, điện toán,... cung ứng các dịch vụ đòi hỏi trình độ đào tạo trường lớp đại học có chọn lọc, chứng tỏ tiềm năng hội nhập và thăng tiến của con người Việt Nam ở xứ người.

Một số hàng quán phục vụ ăn uống, giải trí vui chơi do chính người Việt làm chủ cũng đua nhau nở rộ theo thời trang, nói lên tính trù phú sung túc về vật chất của người dân Việt ty nạn bên cạnh những cộng đồng thuộc các sắc dân khác. Khuynh hướng hưởng thụ vui chơi này hẳn nhiên cũng có những mặt tiêu cực làm nảy sanh một giới cả trẻ lẫn già sa vào vòng tiêu cực vì đồng tiền mà phải lao vào cảnh tù tội vốn không dung tha cho ai cả.

Tuy nhiên, song song, cũng đã hình thành và xuất hiện các hội đoàn thuộc các ngành nghề khác nhau về văn hóa, xã hội, giáo dục v.v..., kể cả hải lục không quân trong hàng ngũ quân lực Việt Nam Cộng hòa, quy tụ các thành viên, đồng đội, đồng nghiệp đã từng chen vai sát cánh sống chết bên nhau trong nghề nghiệp, trên chiến trường, ở quê nhà.

Người ta tìm lại nhau, để ăn uống, để trao đổi thông tin cùng chia xẻ những vui buồn và nhất là những kỷ niệm tủi nhục trên bước đường lưu vong. Từ đó, các cộng đồng người Việt ty nạn đã được tổ chức thành những bộ máy quản lý điều hành theo quy chế theo khuôn khổ quy định của nhà nước Hoa Kỳ, tạo căn bản pháp lý cho các sinh hoạt công cộng, hòa nhập vào dòng chính lưu của xã hội bao quanh đồng thời khai thác hưởng dụng dịch vụ y tế, xã hội hiện có của nhà nước nầy.

Tại Hoa kỳ, địa danh "**Little Saigon**" được chánh thức công nhận đặt cho một thành phố có khoảng hơn ba trăm ngàn người Việt sinh sống tại Nam California (Hoa Kỳ), mệnh danh là "thủ đô của người Việt tỵ nạn" mang lại niềm tự hào dân tộc, nhưng đồng thời cũng nhắc nhở và gợi lại hình ảnh đau thương của một thủ đô đã bị đánh mất về tay Cộng sản xâm lược ở quê nhà từ tháng tư năm 1975 và nay đã bị Cộng sản đổi bằng tên Hồ Chí Minh.

Đột nhiên, vào tháng 1 năm 1998, cũng tại Little Saigon kể trên, đã nổ ra "vụ Trần Trường". Trần Trường vốn cũng là một người Việt tỵ nạn, nguyên đã lập ra được một cửa hàng khai thác dịch vụ bán và cho thuê băng video ở khu phố Bolsa, đã lặng lẽ treo hình Hồ chí Minh và cờ đỏ ngôi sao vàng của CSBV trong cửa hàng Hành động này đã dấy lên một phong trào tự phát ít ai ngờ là đã kéo dài đến 52 ngày đêm, quy tụ có ngày đến hơn mười ngàn người trong đó, có cả những người từ các địa phương xa đến, nói lên sự phẫn nộ của người dân Việt tỵ nạn căm thù Cộng sản.

Sự kiện này cũng đã phơi bày ra ánh sáng một thực tế không ai có thể phủ nhận được là trong các cộng đồng người Việt tỵ nạn có những thành phần cộng sản mà giới bình dân thường gọi là "*bọn Việt cộng nằm vùng*". Sự xâm nhập của Cộng sản nằm vùng vào trong cộng đồng người Việt tỵ nạn ở các nước tạm dung nói chung và tại Hoa kỳ nói riêng, đều phát xuất từ các nguyên nhân khách quan và chủ quan:

- Cần nhớ rằng trong hàng ngũ các thuyền nhân vượt biên, CSBV theo một kế hoạch đã định sẵn, đã có tổ chức gài người của họ vào, nhứt là trong nhóm người Hoa gọi là "các nạn kiều" được CSBV cho ra đi theo diện bán chánh thức, mở ra rất nhiều khả năng thương lượng điều kiện tương nhượng để đôi bên cùng có lợi.

- Ngay trong diện H.O. dành cho các cựu tù nhân chánh trị, được phép ra đi chánh thức ra đi, bao gồm các quân nhân, công chức Việt Nam Cộng hòa đã bị CSBV lùa vào các trại cải tạo, rồi được thả về, cũng có thể có các thành phần Cọng sản làm ra và sử dụng "Giấy ra trại" giả lấy tên những trại viên xấu số đã chết trong thời gian giam cầm, để làm hồ sơ xuất ngoại, cho đến nay không bị phát hiện.
- Và qua ngả kết hôn với người Việt tỵ nạn, các thành phần Cộng sản cũng đã thu xếp cho con cháu và cán bộ trà trộn vào.

Theo lý lẽ thông thường, vụ Trần Trường đã gióng lên tiếng chuông báo động và cảnh tỉnh đối với người dân Việt tỵ nạn rằng đã đến giai đoạn CSBV từ quê nhà chứng tỏ, qua hành động, sự hiện diện của chúng tại các nước tạm dung, bắt đầu **công khai thực hiện sách lược lũng đoạn hàng ngũ người Việt tỵ nạn tại Hoa Kỳ** rồi. Và nhiều người đã tiên đoán sự kiện nổi bật này chắc chắn sẽ có tác dụng nung nấu và phát huy thêm tinh thần tranh đấu chống Cộng sản tại đất Nam Cali và sẽ lan rộng khắp nơi

Nhưng những gì thực sự diễn ra sau đó không đúng như người ta tiên đoán, bởi lẽ những làn sóng chống đối nổi lên tiếp đó không tập trung vào đối tượng Cọng sản, mà lại dội trở ngược vào sự lấn cấn nội bộ bao quanh việc quản lý thùng tiền do đồng bào đóng góp trong các buổi tụ họp đêm ngày đả đảo tên Trần Trường! Sự chống đối này làm phát sinh lời qua tiếng lại ồn ào đả kích lẫn nhau giữa các nhân vật có liên quan, có tác dụng gây rạn nứt trong nội bộ người dân Việt tỵ nạn, dư luận quần chúng nói chung; rồi cũng lần hồi từ từ lắng dịu qua thời gian, và đâu cũng vào đấy.

Mô hình đấu tranh của Giáo sư Nguyễn ngọc Huy lưu lại:

- Phân công rõ rệt trong tổ chức;
- Hải ngoại yểm trợ kể cả việc huy động hậu thuẫn của quốc tế;
- Xây dựng thực lực trong nước.

Nhưng ngay sau đó, hiện tượng **phân hóa trong nội bộ vì trống vắng lãnh đạo** sau khi Giáo sư Nguyễn Ngọc Huy qua đời do việc tách rời hai tổ chức Liên Minh Dân Chủ và Liên Minh Dân Chủ kiên định lập trường.

3- Hiện tượng phân hóa mang tính biểu kiến

Bịnh ấu trĩ (Maladie enfantine) trong đấu tranh chống Cộng sản là bước đường tự nhiên trên bước đường đấu tranh phát triển và hội nhập. Do đó:

3.1 Xác định mục tiêu vĩnh cửu trên bước đường dấu tranh

Những người Việt thành tâm yêu nước mà chúng tôi mạn phép mệnh danh là những Việt yêu nước chân chính, cần được phân biệt hẳn với người Việt Cộng sản yêu nước giả hiệu. Những diễn biến lịch sử xảy ra trong những thập niên qua đã cho mọi người thấy rõ thủ thuật gian trá của CSBV trong việc vận dụng chiêu bài "yêu nước" triệt để khai thác tinh thần dân tộc vốn đã nằm trong huyết quản của mọi người dân Việt bình thường.

Từ đó, được tô vẻ thêm với thêm khẩu hiệu "yêu nước là yêu chủ nghĩa xã hội" kêu vang, kích động đóng góp sức lao động hy sinh hết mình, thực sự chỉ càng ngày càng củng cố quyền lực và quyền lợi của một cấu trúc đảng viên cộng sản chặt chẽ ăn chịu với nhau, trên cương vị là tư bản đỏ bóc lột tận xương tủy người dân bị khép vào khuôn khổ của một chánh sách toàn trị không tài nào cất đầu lên nổi.

3.2 Những bài học lịch sử

- Chiến tranh chống thực dân Pháp;
- Thỏa ước Fontainebleau để tạo chỗ đứng tiêu trừ phe quốc gia; loại trừ Phan Bội Châu và các thành phần quốc gia;
- Liên minh công nông;
- Chánh sách đấu tố cải cách ruộng đất;

- Xâm lược quốc gia Việt Nam nhằm áp đặt chế độ cộng sản theo chiến lược toàn cầu của Cọng sản quốc tế.

4- Thay lời kết

Trò chơi dân chủ không xa lạ gì với quy luật đào thải. Sánh như con trốt từ trên nền đất xoay chiều cuốn hút, ngày càng lên cao, bỏ lại rơi rụng những tổ chức và thành phần theo đuổi mục tiêu giai đoạn, đem con bỏ chợ.

Để rồi, sau cùng chắn chắn **sẽ còn tồn tại với dân tộc, với đất nước những thành phần cốt lõi tinh hoa, cang cường gắn bó với mục tiêu vĩnh cửu của đất nước và dân tộc, vượt thắng Cộng sản, giải phóng dân tộc, giải phóng đàn con Việt.**

Mai Thanh Truyết
Một Ngày mới cho Việt Nam - 2013

Hãy Trang Bị Hành Trang Để Tự Cứu Mình

Chính người dân trong nước cần phải tự trang bị hành trang để tự cứu mình

Thưa Quý bà con,

Hàng năm, mỗi lần gió Đông về gợi nhớ lại những ngày của tháng chạp, tháng chuẩn bị cho cái Tết cổ truyền Việt Nam mà dư luận ở Việt Nam (có thể qua gợi ý của Việt cộng) đang cổ súy phong trào hủy bỏ những ngày truyền thống thiêng liêng nầy, những dòng chữ sau đây xin gởi vài lời chia xẻ cùng với bà con ở trong nước.

Thưa Quý bà con,

Một điều chắc chắn là, chúng tôi, những người tha hương khắp nơi trên thế giới sẽ không quên và sẽ không bao giờ quên nỗi đau khổ của bà con ngày nào còn dấu chân của cường quyền trên quê hương. Lại thêm một năm qua đi, bà con càng chịu thêm nhiều áp bức, gia đình phải ly tán vì miếng cơm manh áo, vì bị cướp đất, dời nhà, thậm chí phải chịu lao tù vì đã can đảm đứng lên nói tiếng nói dân chủ nhân quyền cho Việt Nam.

Thưa Quý bà con,

Câu chuyện Việt Nam vẫn là mối ưu tư hàng đầu của mỗi người trong chúng ta. Nó chiếm lĩnh trọn vẹn quỹ thời gian của chúng ta, trong những lúc ăn uống, lúc làm việc kiếm cơm, ngay cả những lúc trà dư tửu hậu nữa. Vì sao?

Vì đó miền đất tổ của cha ông ngàn đời để lại. Vì đó là nơi trên 85 triệu bà con mình còn quần hoại đau khổ trước gọng kềm của chế độ cộng sản. Chúng ta không thể vui trong hoàn cảnh như thế. Chúng ta không thể quên dù là trong giây phút tiếng kêu thương tuyệt vọng của những người cùng khổ trên quê hương. Do đó, người Việt ở hải ngoại luôn luôn đứng bên cạnh cùng Quý bà con.

Chúng ta đang sống trong thời đại toàn cầu hóa, trong một thế giới đa cực. Chúng ta không còn dựa theo một chủ thuyết tư bản hay chủ nghĩa xã hội để làm nền cho sự phát triển đất nước. Ngày hôm nay chúng ta không còn thì giờ để chiêm nghiệm và "lập thuyết" nữa.

Thế kỷ 21 hôm nay cho chúng ta thấy một thế giới MỞ, mở cho mỗi cá nhân và mở cho tập thể thậm chí cũng mở cho những người quản lý đất nước. Thế giới ngày hôm nay không còn chỗ đứng cho chủ nghĩa cộng sản độc tôn, độc đảng. Quan niệm lãnh tụ phải được thay thế bằng cung cách làm việc tập thể (team work). Kinh nghiệm Việt Nam cho chúng ta thấy chính sách quản lý của 14 Ủy viên Bộ Chính trị Việt Cộng đã đưa đất nước vào chỗ bế tắt và nghèo đói.

Vì vậy, giải quyết câu chuyện Việt Nam chỉ là cố gắng động não về những phương cách ngõ hầu mang lại trong tương lai những phúc lợi về y tế tối thiểu cho bà con Việt, cải thiện hệ thống giáo dục đã bị ô nhiễm và hủy hoại sau thời gian dài chịu sự áp đặt của chế độ, cũng như giải quyết những vấn nạn môi trường mà chế độ đã phát triển quốc gia trong chiều hướng hủy diệt môi trường thay vì bảo vệ.

Đảng và Nhà Nước Việt Nam hiện tại không giải quyết được những vấn đề dân sinh dân trí cho người dân, thậm chí còn làm cho vấn đề ngày càng trầm trọng thêm lên.

Đã phải đến lúc chính người dân trong nước phải tự trang bị hành trang để tự cứu mình như những thông tin, những hiểu biết trong cuộc sống hàng ngày đối mặt với nguy cơ ô nhiễm nguồn nước, không khí, và trong đất, nguy cơ trước trong thực phẩm và nhứt là nguy cơ trước những vi phạm quyền của con người đã ghi rõ trong Bản tuyên ngôn quốc tế nhân quyền của Liên Hiệp Quốc mà chế độ hiện hành đã phê chuẩn.

Thưa Quý bà con,

Muốn thực hiện những suy nghĩ tích cực trên, và trong điều kiện hạn hẹp của một người con Việt sống xa quê hương, những gì người Việt hải ngoại cần phải làm ngày hôm nay là chuyển tải những thông tin khoa học, những biến chuyển thực sự đang xảy ra trên đất nước mà người dân quốc nội không hề biết qua chính sách thông tin một chiều của chế độ.

Những tin tức cập nhựt nhứt về nguy cơ Hán hóa, về nguy cơ diệt chủng của Trung Cộng dù ít dù nhiều cũng có thể làm bà con càng cảnh giác thêm nữa.

Lại thêm một năm qua, Quý bà con, nhứt là tuổi trẻ Việt Nam đã vượt qua sự sợ hãi do chế độ đã cấy sinh tử phù vào lòng dân tộc từ những ngày đầu tiên dày xéo miền Nam thân yêu của chúng ta. Nhưng hôm nay, mọi sự đã xoay ngược 180 độ. Chính những người cộng sản Việt đã bị sinh tử phù của chính họ xâm nhập vào não trạng. Càng đàn áp, càng trấn lột người dân, càng phát biểu những lời đanh thép, cao ngạo, chính là lúc người cộng sản …đang sợ.

Họ sợ người dân, họ sợ tuổi trẻ và họ sợ với chính những đảng viên đang cùng chung một việc là áp dụng chuyên chính vô sản với dân. Sự đoàn kết chung quanh đảng dưới lá cờ chủ nghĩa Mác Lê chỉ còn là những tiếng vọng từ đáy vực, một chuẩn bị cho hiện tượng Big Bang của đảng cộng sản Việt Nam trong những ngày sắp tới mà thôi.

Thưa Quý bà con,

Nhân ngày cuối năm, vọng về cố hương, với tư cách một con dân Việt, xin thành tâm chúc lành đến bà con và mong sao bà con vẫn giữ vững niềm tin, vẫn chân cứng đá mềm để có thể vượt qua quốc nạn do cường quyền áp đặt lên đất nước suốt 35 năm qua. Và từ niềm tin đó, chúng ta không tuyệt vọng cho tương lai của dân tộc.

Nam Quốc Sơn Hà nam đế cư
Tiệt nhiên định phận tại thiên thư
Như hà nghịch lỗ lai xâm phạm
Nhữ đẳng hành khan thủ bại hư

- Lý Thường Kiệt -

Sơn hà nước Nam thuộc quyền vua Nam. Điều này đã ghi rõ trong sách nhà Trời. Nếu kẻ nào dám đến xâm phạm chắc chắn sẽ bị thảm bại Bài thơ bất hủ Nam Quốc Sơn Hà này của danh tướng Lý Thường Kiệt đời nhà Lý, được coi là Tuyên Ngôn Độc Lập của nước Việt Nam, hồi thế kỷ 11.

Vào năm 1075, vị tướng lẫm liệt này đã lãnh đạo 10,000 quân thuỷ bộ nước Nam tiến lên phía Bắc, tấn công Tầu, đổ bộ vào bờ biển Quảng Đông. Trong 3 ngày thần tốc, 2 thành ở châu Khâm và Liêm thuộc tỉnh Quảng Đông thất thủ, 8000 binh lính nhà Tống chết phơi thây.

Năm sau, Tầu rầm rộ kéo quân xuống nước Nam phục thù, lại bị đại bại, không vượt nổi sông Cầu. Tướng Lý Thường Kiệt cũng giỏi dẹp loạn nội địa và phá quân Chiêm Thành. Đến năm 84 tuổi còn ra trận và Cụ mất năm 85 tuổi.
Hội Khoa học & Kỹ thuật Việt Nam

Mai Thanh Truyết

Hội Khoa học & Kỹ thuật Việt Nam
Một ngày cuối đông Kỷ Sửu-2010

Ngọn Lửa Thiêng Giúp Các Phong Trào Biểu Tình Đang Tiếp Diễn

Mọi năm, vào những ngày cuối năm, tôi thường viết một bài...tản mạn cuối năm. Thông thường, tôi nói lên cảm tưởng về ngày cuối năm, lời văn có vẻ "sách động" mang nhiều ý nghĩa kêu gọi đấu tranh, mang lại tự do, nhân quyền cho Việt Nam; hoặc nói lên những bất công của chế độ hiện hành, những thông tin về ô nhiễm môi trường và trách nhiệm của cường quyền.

Tôi viết ra, "post" lên internet, nói chuyện trên radio, TV, và paltalk trên nhiều diễn đàn...

Nhưng năm nay, chỉ còn vài ngày nữa là đến Giao thừa Năm Con Cọp. Ngồi thử người trong văn phòng, người tôi chùng lại...nghĩ miên man. Không phải tôi mệt mỏi trên bước đường tranh đấu. Điều nầy chứng nghiệm cho tôi, là tôi vừa xuất bản hai cuốn sách, một cuốn tuyển tập trong đó có những bài viết đấu tranh của các nhân vật đại diện tôn giáo và những nhà tranh đấu ở Việt Nam: cuốn ***Việt Nam Ngày Nay***, đã ra mắt tại nhựt báo Việt Báo ngày 16/1/2011. Và một, cuốn *Những* ***Vấn Đề Môi Trường Việt Nam*** do tôi góp nhặt từ hơn 15 năm qua qua những bài viết về Việt Nam sẽ ra mắt ngày 19/2/2011 tại báo Người Việt, California.

Nói ra như thế để thấy rằng tôi vẫn "***còn lửa***". **Nhưng tại sao lòng tôi chùng lại trong những ngày cuối năm nầy? Tôi đã làm gì cho quê hương, dân tộc suốt hơn 35 năm nay?** Tôi đã làm gì khi thấy bà con bên nhà chịu ngàn nỗi đắng cay dưới sự cai trị sắt thép của cường quyền hơn 35 năm qua? **Xin hỏi các bạn trẻ trong và ngoài nước đã làm gì cho tiến trình mang lại tự do và dân chủ cho Việt Nam chưa?**

Và cũng xin tự hỏi còn có biết bao nhiêu người con Việt tha hương mang cùng một tâm trạng như tôi?
Trên đường lái xe đến nơi làm việc, radio RFA vừa thông tin rằng trong năm 2010, ***Việt Nam đã xuất cảng 6,8 triệu tấn gạo, nhiều nhứt từ trước đến giờ…mà người nông dân cũng không đủ ăn***….vì lợi nhuận cao do tiền bán gạo đã vào tay thương buôn nhà nước, các hiệp hội lúa gạo cũng do nhà nước quản lý, cùng những thủ đoạn như ép giá khi gặt lúa vì nông dân không có đủ bồn chứa, phải bán đi thôi.

Chưa kể những số nợ cần phải thanh toán khi vay mượn mua lúa giống, phân bón, thuốc bảo vệ thực vật, tất cả đều tăng vọt gấp nhiều lần hơn mức bội thu lúa cho năm nay. Như vậy nghèo vẫn hoàn nghèo. Công lao động của nông dân vào tay tất cả nhóm ngườ trung gian dưới sự che chở của cường quyền.

Tệ hơn nữa, những nhu cầu thực phẩm khác ngoài lúa gạo không được khuyến khích, cho nên phải nhập cảng từ phương Bắc, ngay cả những vật dụng thông thường như văn phòng phẩm, viết chì, viết mực, bao thơ, miếng bùi nhùi chùi xoong nồi, các miếng sponge để rửa chén…cũng phải nhập cảng từ bên Tàu qua.

Về hàng nông sản khác như cà rốt, cải bắp trong 10 tháng qua, đã nhập cảng trên 21 ngàn tấn, giết chết vùng Đà Lạt, một trung tâm trồng cà rốt, cải bắp, su hào…nhờ khí hậu ôn đới. Ngay cả hành lá cũng nhập cảng gần 8 ngàn tấn. Thậm chí tăm xỉa răng cũng phải nhập cảng 1.118 tấn từ Trung Cộng.

Trên đây là những thông tin chính thức từ Hải quan Việt Nam, nhưng chắc chắn những mặt hàng nhập cảng lậu qua các cửa biên giới sẽ còn cao hơn nhiều.

Quản lý một đất nước với 86 triệu dân mà phải nhập cảng luôn cả tăm xỉa răng…thì quả thật là một xã hội xã hội chủ nghĩa siêu phàm, theo đúng "định hướng xã hội chủ nghĩa" của đảng đề ra.

Có thể nói 97% con dân Việt phải cật lực **CÀY** để cho 3% đảng viên, cán bộ đặt quyền đặt lợi **HƯỞNG**.

Như vậy mà chế độ vẫn còn tồn tại hơn 35 năm qua.

Tuy nhiên, ở những ngày cuối năm con Cọp, một tia hy vọng ở cuối đường hầm là phong trào dân chủ do những người trẻ xứ Tunisia đứng lên làm lịch sử, kéo theo sự đồng thuận của quân đội đã kết thúc hàng chục năm độc tài của Tổng thống độc tài Ben Ali.

Và đây chính là ngọn lửa thiêng giúp cho các phong trào biểu tình đang tiếp diễn ở Yemen, Algeria, và nhứt là ở Ai Cập qua sự "bớt cứng rắn" của cảnh sát trong việc đàn áp biểu tình.

Còn Việt Nam thì sao?

Năm con Mèo có thể là năm bản lề cho làn gió dân chủ thổi vào Đất Nước thân yêu của chúng ta một khi quân đội đứng về phía dân tộc như quân đội Tunisie đã làm.

Tất cả tùy thuộc vào chúng ta, đặc biệt **Tuổi Trẻ Việt Nam**

Mai Thanh Tuyết
Hoa Kỳ ngày 26/1/2011

Thư Cuối Năm Gởi Bà Con Trong Nước

Thưa Quý bà con,

Hàng năm, mỗi lần gió Đông về gợi nhớ lại những ngày cuối cùng của tháng chạp, tháng chuẩn bị cho cái **Tết cổ truyền Việt Nam** mà dư luận ở Việt Nam (có thể qua gợi ý của VC) đang cổ súy phong trào hủy bỏ những ngày truyền thống thiêng liêng nầy. Những dòng chữ sau đây xin gởi vài lời chia xẻ cùng với bà con ở trong nước.

Thưa Quý bà con,

Một điều chắc chắn là, chúng tôi, **những người con Việt tha hương khắp nơi trên thế giới sẽ không quên và sẽ không bao giờ quên nỗi đau khổ của bà con ngày nào còn dấu chân của cường quyền trên quê hương**. Lại thêm một năm qua đi, bà con càng chịu thêm nhiều áp bức, gia đình phải ly tán vì miếng cơm manh áo, vì bị cướp đất, dời nhà, thậm chí phải chịu lao tù vì đã can đảm đứng lên nói tiếng nói dân chủ nhân quyền cho Việt Nam.

Thưa Quý bà con,

Câu chuyện Việt Nam vẫn là mối ưu tư hàng đầu của mỗi người trong chúng ta. Nó chiếm lĩnh trọn vẹn quỹ thời gian trong cuộc sống của chúng ta, trong những lúc ăn uống, lúc làm việc kiếm cơm, ngay cả những lúc trà dư tửu hậu nữa.

Vì sao?

Vì đó miền đất tổ của cha ông ngàn đời để lại. Vì đó là nơi trên 86 triệu bà con mình còn quằn hoại đau khổ trước gọng kềm của chế độ. Chúng ta không thể vui trong hoàn cảnh như thế. Chúng ta không thể quên dù là trong giây phút tiếng kêu thương tuyệt vọng của những người cùng khổ trên quê hương. Do đó, người Việt ở hải ngoại luôn luôn đứng bên cạnh cùng Quý bà con.

Chúng ta đang sống trong thời đại toàn cầu hóa, trong một thế giới đa cực, chúng ta **không còn dựa theo một chủ thuyết tư bản hay chủ nghĩa xã hội để làm nền cho sự phát triển đất nước** được nữa. Ngày hôm nay chúng ta không còn thì giờ để chiêm nghiệm và "lập thuyết" nữa.

Thế kỷ 21 hôm nay cho chúng ta thấy một thế giới **MỞ**, mở cho mỗi cá nhân và mở cho tập thể thậm chí cũng mở cho những người quản lý đất nước. Thế giới ngày hôm nay không còn chỗ đứng cho chủ nghĩa độc tôn, độc đảng. **Quan niệm lãnh tụ phải được thay thế bằng cung cách làm việc tập thể** (team work). Cung cách làm việc tập thể vẫn có lãnh đạo sau sự việc cả tập thể đồng thuận. Nhưng những sự đồng thuận tiếp theo vẫn do quyết định của tập thể. Như vậy, Làm việc tập thể vẫn có …lãnh đạo, nhưng tuyệt nhiên không có "lãnh tụ". Vì nếu có, chúng ta sẽ dẫm chân vào vết xe của CSBV rồi.

Kinh nghiệm Việt Nam cho chúng ta thấy chính sách quản lý của 14 Ủy viên Bộ Chính trị (thời 1010), Việt Nam đã đưa đất nước vào chỗ bế tắc và nghèo đói vì mọi quyết đoán đều do…Tổng bí thư đảng!

Vì vậy, **giải quyết câu chuyện Việt Nam chỉ là cố gắng động não về những phương cách ngõ hầu mang lại trong tương lai những phúc lợi về y tế tối thiểu cho bà con Việt, cải thiện hệ thống giáo dục đã bị ô nhiễm và hủy hoại sau thời gian dài chịu sự áp đặt của chế độ, cũng như giải quyết những vấn nạn môi trường mà chế độ đã phát triển quốc gia trong chiều hướng hủy diệt môi trường thay vì bảo vệ.**

Đảng và Nhà Nước Việt Nam hiện tại không giải quyết được những vấn đề dân sinh dân trí cho người dân, thậm chí còn làm cho vấn đề ngày càng trầm trọng thêm lên. Đã phải đến lúc chính *người dân trong nước phải tự trang bị hành trang để tự cứu mình như những thông tin*, những hiểu biết trong cuộc sống hàng ngày đối mặt với nguy cơ ô nhiễm nguồn nước, không khí, và trong đất, nguy cơ trước trong thực phẩm và nhứt là nguy cơ trước những vi phạm quyền của con người đã ghi rõ trong Bản tuyên ngôn quốc tế nhân quyền của Liên Hiệp Quốc mà chế độ hiện hành đã phê chuẩn.

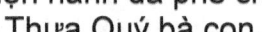

Thưa Quý bà con,

Muốn thực hiện những suy nghĩ tích cực trên, và trong điều kiện hạn hẹp của một người con Việt sống xa quê hương, những gì người Việt hải ngoại cần phải làm ngày hôm nay là:

• Chuyển tải những thông tin khoa học, những biến chuyển thực sự đang xảy ra trên đất nước mà người dân quốc nội không hề biết qua chính sách thông tin một chiều của chế độ;

• Những tin tức cập nhựt nhứt về nguy cơ Hán hóa, về nguy cơ diệt chủng của Trung Cộng dù ít dù nhiều cũng có thể làm bà con càng cảnh giác thêm nữa.

Lại thêm một năm qua, Quý bà con, nhứt là tuổi trẻ Việt Nam đã vượt qua sự sợ hãi do chế độ đã cấy sinh tử phù vào lòng dân tộc từ những ngày đầu tiên dày xéo miền Nam thân yêu của chúng ta. Nhưng hôm nay, mọi sự đã xoay ngược 180 độ. Chính những người cộng sản Việt đã bị sinh tử phù của chính họ xâm nhập vào não trạng. **Càng đàn áp, càng trấn lột người dân, càng phát biểu những lời đanh thép, cao ngạo, chính là lúc người cộng sản …đang sợ.**

Họ sợ người dân, họ sợ tuổi trẻ và họ sợ với chính những đảng viên đang cùng chung một việc là áp dụng chuyên chính vô sản với dân.

Sự đoàn kết chung quanh đảng dưới lá cờ chủ nghĩa Mác Lê chỉ còn là những tiếng vọng từ đáy vực, một chuẩn bị cho hiện tượng Big Bang của đảng cộng sản Bắc Việt trong những ngày sắp tới mà thôi.

Thưa Quý bà con,

Nhân ngày cuối năm, vọng về cố hương, với tư cách một con dân Việt, xin thành tâm chúc lành đến bà con và mong sao bà con vẫn giữ vững niềm tin, vẫn chân cứng đá mềm để có thể vượt qua quốc nạn do cường quyền áp đặt lên đất nước suốt 35 năm qua.

Và từ niềm tin đó, **chúng ta không tuyệt vọng cho tương lai của dân tộc.**

Mai Thanh Truyết
Một ngày cuối đông Kỷ Sửu-2010

Trả lời các câu hỏi của Cô Giáo Trần Thị Lam
THẮC MẮC BIẾT HỎI AI?

Sinh ra trong thời bình, đã từng tự hào về màu cờ sắc áo, đã từng yêu đảng, yêu bác. Nhưng càng trưởng thành, tôi càng đặt ra cho mình nhiều câu hỏi:
THẮC MẮC BIẾT HỎI AI?

Thưa Cô Giáo Lam,
Tôi xin tự giới thiệu, tên tôi là Mai ThanhTruyết làm nghề "**dạy học**" từ lâu lắm rồi. Tôi phụ trách giảng dạy ở Phòng thí nghiệm Hóa Vô cơ tại trường Institut De Chimie, Besancon, Pháp; Giảng sư, Trưởng ban Hóa học trường Đại học Sư Phạm Sài Gòn (trước 30/4/1975); Giám đốc Học vụ Viện Đại học Cao Đài, Tây Ninh (trước 1975); Giảng viên, Phân khoa Ứng dụng, Đại học Vạn Hạnh, Sài Gòn (trước 1975); Lecturer, King College, Fresno, Hoa Kỳ, đã nhận được "***Thắc mắc biết hỏi ai?***" của Cô trên mạng lưới toàn cầu.
Vì vậy, hôm nay xin mạng phép trả lời theo thứ tự 13 câu hỏi của Cô.
***1*-**Việt Nam có 9.000 giáo sư, 24.000 tiến sĩ nhưng không có bất kỳ bằng sáng chế nào. Vậy những giáo sư, tiến sĩ đó, họ làm gì?

- Thưa Cô, **tôi xin bổ túc là với số lượng Giáo sư và Tiến sĩ trên đây, Việt Nam cũng có một vài bằng sáng chế "đứng tên chung" với một vài khoa học gia ngoại quốc.** Có thể nói, trên 80% khoa bảng trên làm việc trong ngành **QUẢN LÝ, HÀNH CHÁNH và làm "đầy tớ dân".** Chính vì vậy mà Bộ Chính Trị, Trung ương đảng, Quốc hội, Hội đồng Chánh phủ có lỷ lệ Tiến sĩ cao nhứt so với các quốc gia trên thế giới, bỏ xa Hoa Kỳ…Nhưng, trong giáo dục và nghiên cứu thì lèo tèo …vì không nằm trên chính sách của cơ chế đảng! Một số rất ít có trình độ cao, nhưng vì có **CHUYÊN nhưng thiếu HỒNG** cho nên chỉ ngồi chơi xơi nước.

Thưa Cô giáo Lam,
Theo Rockefeller Institute, Chi nhánh ở Australia, sau 30 năm, từ 1975 -2005, **người Việt tị nạn cọng sản ở hải ngoại có 15,500 bằng sáng chế** (patents), Thái Lan có 6,500 và Singapore có 7,500. Trong khi **toàn quốc Việt Nam cộng sản chỉ có 256 bằng sáng chế** mà phần lớn bị phủ nhận (denied) vì là cóp theo, dịch theo và báo cáo không kiểm chứng.

2- Giáo dục Việt Nam cải cách không ngừng, vậy tại sao 63% sinh viên thất nghiệp khi ra trường?

- Đúng như Cô nói, giáo dục Việt Nam cải cách không ngừng, hàng năm đều có những bộ phận chuyên môn nghiên cứu, sửa chữa và in lại sách giáo khoa, tiêu tốn một tỷ lệ lớn trong ngân sách giáo dục, nhưng, rất tiếc **những lỗi trong sách năm trước vẫn còn nguyên, và cộng thêm những lỗi mới được thêm vào trong tất cả bộ môn từ văn chương đến khoa học.** (Cô có thể kiểm chứng điều nầy bằng cách lên Google truy tìm sẽ thấy). Chương trình học nặng nề và từ chương, cũng như các môn học vô ích như **Chính sách Đảng, Tư tưởng HCM** v.v... chiếm một tỷ lệ thời gian lớn gần 1/3 thời lượng của chương trình học.

Và nội dung chương trình không hề đặt trọng tâm vào sự phát triển quốc gia trong điều kiện hiện tại và viễn kiến của đất nước trong tương lai. Vì vậy, sinh viên tốt nghiệp không đủ chuyên môn và chuyên sâu khi bước vào làm việc trong các hảng xưởng.

3- Báo chí ca ngợi người Việt Nam thân thiện, hiếu khách, vậy tại sao đa số du khách nước ngoài tuyên bố sẽ không quay trở lại Việt Nam lần thứ 2?

- Vì không biết khuyến mãi – Cơ sở không đủ tiêu chuẩn – Hạ tầng cơ sở còn yếu kém – Danh lam thắng cảnh vẫn còn trong thời kỳ "hoang dã" - Thiếu thành thật - **Lường gạt - Trấn lột** – Nhân viên tiếp khách du lịch không được huấn luyện chuyên môn, thiếu lễ độ. Và còn biết bao "sự cố" trong giao tế giữa khách du lịch và dịch vụ ở Việt Nam, khiến cho hầu hết du khách ngoại quốc đều...một lần đi không bao giờ trở lại nữa...

4- Đảng Cộng sản Việt Nam thừa nhận rằng chưa có nhận thức rõ, cụ thể và đầy đủ về thế nào là "**Nền kinh tế thị trường định hướng xã hội chủ nghĩa**", vậy rốt cuộc ai nghĩ ra mô hình này?

- Cho đến giờ phút trả lời câu hỏi nầy, tôi chưa thấy một tài liệu nào giải thích "nền kinh tế thị trường theo định hướng xã hội chủ nghĩa" cả. Ngay chính nhiều đời TBT Đảng CS Bắc Việt đã từng nói tính ưu việt của nền kinh tế nầy, nhưng không nói ưu việt ở điểm nào, họa chăng là ưu việt...**XUỐNG HỐ CẢ NƯỚC** đã được toàn thể dân chúng diện kiến hàng ngày sau 30/4/1975.

5- Nhiệm vụ của báo chí truyền thông là nói lên sự thật hay là nói lên những điều có lợi cho đảng?

- Cả nước có trên 800 tờ báo, hàng trăm đài truyền thanh, truyền hình...nhưng chỉ có một **LẼ PHẢI** mà thôi. Còn truyền thông **LẼ TRÁI** thì phải trốn chui trốn nhủi, nếu không thì bị vào tù, bị phạt tiền hay bị côn đồ thanh toán, dằn mặt...Bao nhiêu năm rồi, tàu đánh cá Việt Nam bị Trung Cộng ức hiếp, cướp bóc, giết hại...mà vẫn tiếp tục thông tin là"**tàu lạ**".

6- Nhà nước nhận lương từ tiền thuế của dân để làm việc phục vụ nhân dân hay để cai trị nhân dân?

- Để trả lời câu hỏi nầy của Cô, tôi chỉ đưa ra một thí dụ là Nhà nước hay "Đầy tớ dân" làm việc có thể nói 24/24 (trong nhiều vị trí lãnh đạo cơ quan) nhưng chỉ nhận được lương khoảng US$200 (của hàng Tổng Bộ trưởng). Nhưng trên thực tế, các đầy tớ nầy có nhà giá trị hàng triệu Mỹ kim, tiền bạc khắp nơi, nhiều nhứt là ở các ngân hàng ngoại quốc; con cái đã "hạ cánh" an toàn bằng cách đi "du học", chuyển vận tài sản ra nước ngoài chuẩn bị cho cha ông hạ cánh an toàn sau đó. Như vậy, **Đầy tớ dân chẳng nhằm phục vụ nhân dân, chẳng nhằm cai trị nhân dân mà là…hút máu nhân dân.**

Theo Tổng Cục Thống Kê, vào năm 2012 Việt Nam có 246,144 người làm việc cho 34,378 cơ sở của tổ chức chính trị, đoàn thể, xã hội được nhà nước đãi ngộ theo chế độ. Số cán bộ, công chức làm việc cho các tổ chức chính trị, đoàn thể, xã hội được nhà nước trả lương chiếm **7.2% nhân lực làm việc cho nhà nước và 1.1% tổng lực lượng lao động xã hội**. Nếu tính cả số cán bộ không chuyên trách ở cấp xã, phường, thôn, xóm (hoạt động trong các tổ chức quần chúng công cấp cơ sở), tổng số người hoạt động trong lĩnh vực tổ chức quần chúng công (có biên chế và không có biên chế) ước tính vào khoảng 337,981 người.

Một nước có khoảng 93 triệu dân mà cần đến 2,8 triệu cán bộ công nhân viên chức so với Hoa Kỳ, với 320 triệu dân, chỉ cần khoảng 1,8 triệu công chức mà thôi! Đây cũng là một tính ưu việt của CS Bắc Việt.

7- Công an là lực lượng được thành lập để bảo vệ dân hay bảo vệ chế độ?

- Chỉ nội trong một câu chuyện điển hình là khu công nghiệp Vũng Áng, Formosa, chúng ta đã thấy rõ ràng sự đàn áp của công an và công an giả dạng côn đồ đàn áp người dân như thế nào rồi. *Giây thần kinh "tình dân tộc, nghĩa đồng bào" của họ đã bị liệt từ khi được nhồi sọ hay tẩy não bằng cơ chế chuyên chính vô sản, bằng tư tưởng HCM, bằng lý thuyết không tưởng Mác Lê bịnh hoạn…*

Hình ảnh ngày 18/10/2016 vừa qua, do bạn đọc cung cấp mô tả **hàng trăm Cảnh sát Cơ động của đảng cộng sản Bắc Việt đang được cung cấp bữa cơm tối trong nhà ăn của Formosa Hà Tĩnh**. Tin tức cho biết phải có đến hàng ngàn

CSCĐ sinh sống trong nhà máy Formosa nhiều ngày nay. Chưa rõ tại sao họ lại có mặt ở đây, phải chăng họ đến để tránh lụt miền Trung hay chuẩn bị để đàn áp bà con sắp sửa tấn công Formosa để "bắt vài con tin công nhân Tàu?

8- Khẩu hiệu của quân đội là "trung với đảng", vậy sao khi hi sinh lại ghi trên bia mộ là "tổ quốc ghi công" chứ không phải "đảng ghi công"?

- Cô cần bổ túc thêm là khẩu hiệu của quân đội là "trung với đảng, hiếu với dân". Đảng CS Bắc Việt đã từ lâu đánh đồng hai chữ với nhau là **"tổ quốc" và "đảng". Tổ quốc là đảng**. Mà đảng cũng là tổ quốc. Cô đã từng nghe Tố Hữu ngâm:"Bên đây biên giới là nhà Bên kia biên giới cũng là quê hương". Do đó, tổ quốc hay quê hương, hay đảng cũng chỉ là một, thậm chí xứ sở Trung Cộng cũng là …quê hương của đảng ta, thưa Cô.

9- Tại sao có "huân chương kháng chiến chống Pháp, chống Mỹ" mà lại không có "huân chương kháng chiến chống Tàu"?

- Quá giản dị mà Cô vẫn hỏi! Làm gì có ..sự Chống Tàu của CS Bắc Việt. Suốt 1026 năm Bắc thuộc, thái thú trong thời gian nầy là người Tàu nói tiếng Hán. Bây giờ, **Thái thú ngày hôm nay biết nói tiếng Việt với giọng đặt sệt Bắc Kỳ ở miền núi!**

10- Đảng cử thì đảng bầu, tại sao đảng cử lại bắt dân đi bầu?

- Đây chỉ là một câu sáo ngữ mà thôi, thưa Cô. Thêm một lần nữa Đảng nào biết có chữ DÂN trong đầu. Dù dân có bầu hay không, cuộc bầu cử vẫn xảy ra và vẫn có **100% "dân bầu" cũng như "Đảng" đắc cử!**

11- Chủ nghĩa xã hội là chế độ ưu việt, vậy tại sao nó sụp đổ tại Nga, nơi nó được sinh ra và tại sao chỉ còn vài quốc gia theo mô hình này?

12- Tư tưởng Mác-Lenin là tư tưởng khai sáng nhân loại, vậy tại sao tượng Lenin bị phá sập tại Nga và các nước đông Âu trong tiếng hò reo của nhân dân?
Để trả lời chung hai câu hỏi 11 và 12, xin Cô xem lại câu hỏi số 6. Xin kết luận *"**Con giun xéo lắm cũng quằn**".*
13- Hồ Chí Minh từng nói: "Không, tôi chẳng có tư tưởng gì ngoài tư tưởng chủ nghĩa Mác-Lê". Vậy giáo trình tư tưởng Hồ Chí Minh ở đâu ra?

- *Giáo trình tư tưởng HCM ở nơi Ông Thiến heo, nơi Ông Thợ chích dạo, nơi Ông Cạo mũ cao su, nơi Ông Bồi Tây, và ở nơi 4 triệu CS Bắc Việt vô nhân tính.*

Thưa Cô Giáo Trần Thị Lam,

Trên đây là những câu trả lời mạo muội của một thầy giáo đã **"mất dạy"** và **"bất lương"** ngay sau ngày 30 tháng 4 năm 1975. Mất dạy vì bị "cấm đứng bên bảng lớp" và bất lương vì không còn được lãnh lương hàng tháng nữa.
Mong được Cô Giáo Lam góp ý về những "đáp án" trên.

Cám ơn Cô.

Thầy giáo Mai Thanh Truyết
-Houston, 10/2016

Nói Về Việt Nam

Thư Gửi về quốc nội,

Thưa toàn thể Bà Con ở Việt Nam,
Hiện tại, *cao nguyên Trung phần, cột xương sống của Việt Nam, và là một vị trí chiến lược về quân sự, chính trị và kinh tế của đất nước.* Nhưng nơi nầy, một vùng đất bazan màu mỡ đang đứng trước hiểm hoạ bị tàn phá do âm mưu của ngoại bang phương Bắc. Đó là việc TC đang cấu kết với CSBV để khai thác toàn bộ đất nước từ Bắc chí Nam qua cái gọi là "**Hợp tác kinh tế và phát triển**" cũng như cho quyền người Trung Hoa xâm nhập tự do không cần hộ chiếu vào khắp miền đất nước của VN.
Việc khai thác những quặng mỏ bauxite ở tỉnh Lâm Đồng và Đắknông chỉ là những điển hình cho công cuộc xâm lăng không tiếng súng của TC mà thôi.
Lịch sử cận đại của VIỆT NAM đã chứng minh rõ ràng là CS BV đã dùng bạo lực và sự lừa đảo gian manh để cướp đoạt chính quyền của toàn dân vào những năm 40, và đã cai trị đất nước bằng dối trá và bạo lực, *một hình thức cai trị của kẻ xâm lăng của một dân tộc lên một dân tộc khác* chứ không phải là một sự đoàn kết thống nhứt dân tộc từ Bắc chí Nam.

Thêm nữa, những sự kiện gần đây nhứt như:
- Việc ký văn bản nhượng đất qua **cột mốc số 1116 nằm cách Ải Nam Quan** 280 thước về phía Nam;
- Sự kiện nhường đảo Hoàng Sa và một số đảo Trường Sa để biến thành huyện Tam Sa thuộc tỉnh Hải Nam của TC;
- Sự kiện chấp nhận lãnh hải VIỆT NAM bị thu hẹp;
- Nhường quyền kiểm soát biển Đông cho TC.

Tất cả đã cho thế giới thấy rõ việc cấu kết giữa hai đảng CSBV và TC cũng như chứng tỏ đảng CS VIỆT NAM đã cam tâm đưa đất nước và sẽ biến đất nước đi vào vòng nô lệ Bắc thuộc mới của TC trong một tương lai không xa.

Với bản năng **Dân tộc sanh tồn** và **kinh nghiệm chống Bắc thuộc của tiền nhân** trong suốt hơn 10 thế kỷ, dân tộc VIỆT NAM luôn luôn cảnh giác trước tham vọng thôn tính của bọn bành trướng Bắc phương.

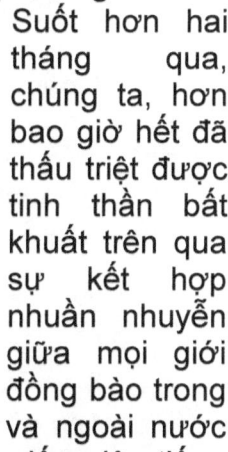

Suốt hơn hai tháng qua, chúng ta, hơn bao giờ hết đã thấu triệt được tinh thần bất khuất trên qua sự kết hợp nhuần nhuyễn giữa mọi giới đồng bào trong và ngoài nước để gióng lên tiếng chuông cảnh tỉnh cho CS BV và cảnh báo cho cộng đồng thế giới trước âm mưu và nguy cơ chiếm đóng VIỆT NAM của TC.

Thưa Quý bà con,

Từ quyết định giao khoán cho TC cao nguyên Trung phần qua các công trình quặng mỏ bauxite, chúng ta có thể khẳng quyết rằng âm mưu hay kế hoạch của TC và của cả CS BV là muốn khống chế toàn vùng Đông Nam Á Châu qua việc kiểm soát cao nguyên nầy. Và đây, cũng là chiến lược của CS toàn cầu qua chính sách Đại Đông Á của TC. Tính đến nay (2018), hiện có trên

3000 học sinh con lai Trung Hoa như hình minh họa đang hiện diện tại Tân Rai, Bảo Lộc.

Vì vậy,

Chúng ta phải làm gì đây, hỡi những người con Việt yêu nước ở quốc nội và hải ngoại?

Tiếng gọi Diên Hồng thời nhà Trần của lịch sử VIỆT NAM đang tái diễn và đang tiếp tục thúc hối 84 triệu đồng bào trong nước kết đoàn cùng 3 triệu con dân Việt ở hải ngoại đồng loạt đứng lên dành lại Đất Nước.

Đã đến lúc CSBV phải cáo chung qua những việc làm sai trái đối với dân tộc là dân hiến đất đai, lãnh hải, và chấp nhận cho ngoại bang phương Bắc khai thác tài nguyên của tổ quốc.

Thưa bà con trong nước,

Đất Nước và Dân Tộc là hai thành tố không thể tách rời nhau được và mãi mãi trường tồn.

Chế độ CS hiện hành ở VIỆT NAM chỉ có trong một giai đoạn mà thôi.

Đã 34 năm qua, trước sức sống dân tộc sinh tồn, chúng ta tin tưởng ngày kỷ niệm quốc nhục 30/4 trong tương lai sẽ là một ngày mừng chiến thắng chung của dân tộc một khi CS VIỆT NAM đã cáo chung.

Xin chia sẻ cùng tất cả với **Niềm Tin Chiến Thắng** trên.

Mai Thanh Tuyết

California, 30-4-2009
Hiệu đính 4/2019

Ngày Vinh Quy Bái Tổ

Ngày 9 tháng 6 vừa qua, tại **Rose Mary's Garden** có tổ chức Lễ Vinh quy bái tổ (VQBT) do **Hội Văn Hoá Việt Nam** phối hợp cùng Chương trình VQBT nhằm vinh danh tất cả tân khoa, con em của cư dân vùng Houston tề tựu từ khắp nơi trên đất Mỹ. Buổi lễ quy tụ khoảng trên 30 tân khoa có mặt. Thiết nghĩ con số tốt nghiệp của con em Việt trong vùng còn nhiều hơn nữa so với cộng đồng Việt tại đây, nhưng có lẽ vì thiếu phối hợp và liên lạc cho nên con số tân khoa không thể hiện hết mức thành công của con em Việt trong vùng.

Có thể nói, điểm son của Hội là **kết hợp được thành phần trẻ**, những "cựu" tân khoa từ hàng chục năm trước vẫn tiếp tục đóng góp một bàn tay vào công cuộc có ý nghĩa nầy và đã liên tục thực hiện trong suốt 11 năm qua. Bài viết này xin được "vinh danh" các em một lần nữa.

Buổi lễ được tổ chức thật trang nghiêm với bàn thờ tổ quốc chiếm vị trí trung tâm của sân khấu kèm theo hai câu đối hai bên:

Dân tộc quê hương nguyền tạc dạ
Bảng vàng bia đá quyết đề tên

Bắt đầu bằng lễ trình diện các tân khoa với đầy đủ áo mão cùng huy hiệu của trường làm cho người viết hồi tưởng lại kỷ niệm hơn 40 năm về trước, một loại tương lai hồi tưởng (nostalgic future) để rồi lạc quan trước viễn ảnh một tương lai sán lạn cho nước Việt. Tiếp theo là lễ niệm hương trước bàn thờ tổ quốc với cả quan khách trong hội trường nghiêm chỉnh cuối mình để cùng tâm nguyện cám ơn tiền nhân đã giữ nước và dựng nước.

Cũng không quên ghi lại thành phần Ban tổ chức năm nay gồm **LS Quý Trần**, đã phối hợp cùng **TS Tri Phạm**, **BS Kelly Mai**, và một số cựu tân khoa mà người viết không biết tên.

Sau những lời khai mạc ngắn gọn của BS Mai, nói lên ý nghĩa cốt lõi của ngày hôm nay là *vinh danh những bậc cha mẹ, thế hệ đầu tiên tạm dung trên đất Hoa Kỳ đã hy sinh bản thân để cho các em có được ngày hôm nay!*

Tiếp theo, người khách mời danh dự lên phát biểu là **BS Connie Trần**, Bà đã cho chúng ta biết kinh nghiệm của một người con Việt đến Mỹ từ lúc 10 tuổi và đã thành công trong việc học và sự nghiệp, để rồi hôm nay trao lại cho các thế hệ trẻ kinh nghiệm trong cuộc sống chuyên môn. Rất tiếc vì hệ thống âm thanh không hoàn chỉnh cho nên những lời "nhắn nhủ" trên không thể đến tai nhiều người tham dự cũng như bài diễn văn hơi dài… cho một buổi lễ.

Chương trình văn nghệ tiếp theo, và cũng xin mượn nơi đây để cám ơn tiếng hát Nhật Hạnh, người đã viết bài nhạc "Vinh Quy Bái Tổ" để hát và tặng cho buổi lễ thứ 11 hôm nay. Tiếp nối là *kịch bản cũng qua tiếng hát đệm của Nhật Hạnh ghi lại hình ảnh người vợ của một góc văn hoá Việt từ thời phong kiến, là khuyến khích, hy sinh cho chồng…ăn học để rồi…vinh quy bái tổ về làng.* Đây là một nét văn hoá đẹp, nhưng thiết nghĩ có còn áp dụng cho ngày hôm nay hay không?

Có còn thích hợp cho tuổi trẻ của thế giới toàn cầu hóa hay không?

Câu hỏi nầy xin gợi ý để cho các tân khoa tự chiêm nghiệm. Nét văn hoá đẹp trên chỉ là một ấn dấu của một thời phong kiến xa xưa. Ngày hôm nay, *không còn là thời điểm để những người vợ* ở nhà thủ túc thờ chồng, nuôi con, mà "phải" là một người vợ tiếp tay tiến bước ra ngoài xã hội, một xã hội mở cho tất cả mọi người để cùng nhau ...đi tới.

Sẽ không có một ngoại lệ nào cho người **phụ nữ Việt "bị cấm túc"** trong nhà, sửa soạn bữa cơm ba món như món canh, xào và món mặn, chờ chồng đi làm việc về.

Cũng trong tinh thần vinh quy bái tổ, người viết cũng xin được chia xẻ với các tân khoa về một một nét văn hoá Việt khác thời xưa(?) là truyền thống "**Tôn Sư Trọng Đạo**".

Ngày Tôn sư trọng đạo có thể được hiểu nôm na là ngày Nhớ ơn Thầy vì "một chữ cũng là Thầy, nửa chữ cũng là Thầy" (nhứt tự vi sư, bán tự vi sư) theo quan niệm ngày xưa, ảnh hưởng của Khổng giáo và Nho giáo.

Người Thầy ngày xưa dạy cho ta, ngoài chữ thánh hiền còn dạy cho ta nhiều điều tốt trong cuộc sống từ lời ăn tiếng nói, cung cách đi đứng, khuôn phép ứng xử với đời v.v...Còn người Thầy trong hiện tại, nhứt là tại hải ngoại, môi trường đích thực của "học trò ngày nay", đàn em, đàn cháu của chúng ta đã tiếp thu những gì từ người Thầy nơi học đường?

Có chăng chỉ là những kiến thức đã được ghi trong "text book"!

Và nhiệm vụ của người Thầy được gói trọn trong việc truyền đạt trên. Ngoài ra, người Thầy ngày nay không còn một trọng trách nào khác đối với học trò. Từ đó, người Thầy chỉ giữ một vai trò đơn giản hơn, và công việc của người Thầy được xem như một công việc như trăm ngàn việc khác trong xã hội.

Thế nhưng, một câu hỏi được đặt ra là, chúng ta có cần giữ lại truyền thống nầy không? Nghĩa là lưu giữ Ngày nhớ ơn Thầy.

Xin trả lời: **Có và Không.**

Có, là vì dầu muốn dầu không, xã hội Việt Nam vẫn còn ảnh hưởng không ít thì nhiều của tinh thần Quân, Sư, Phụ trong tâm khảm của chúng ta (những người đã sống và hành nghề thầy giáo trước 1975 ở Việt Nam).

Và **Không**, đối với thế hệ trẻ ở hải ngoại ngày hôm nay, vì họ đã và đang hấp thụ một nền giáo dục mở, thực dụng, và "máy móc", và vì mối liên hệ Thầy Trò ngày nay dường như không còn nữa ngoài những giờ đứng lớp cùng sự trao đổi đôi bên không ngoài những chương trong sách giáo khoa.

Như vậy, thái độ của chúng ta như thế nào trước sự thật trên? Có cần tiếp tục suy nghĩ những câu "chú" cứng ngắt của Khổng Nho không?

Có cần truyền đạt tinh thần Tôn sư trọng đạo trong ý nghĩa cổ điển cho thế hệ đàn em, đàn con cháu mình không?

Thiết nghĩ câu trả lời là: Không.

Vì thế giới ngày nay là một **thế giới động**, một thế giới chuyển dịch rất nhanh, không còn "tĩnh" như xã hội ngày xưa nữa. Thế giới của toàn cầu hóa, thế giới của tin học. Cho nên những câu thiệu như "áo mặc không qua khỏi đầu" cần phải được xét lại, vì hoàn toàn không còn hợp thời hợp cảnh nữa. Suy nghĩ trên cần phải được loại trừ trong tâm khảm của những người Thầy, người Cha còn giữ ý nghĩa trên.

Ngày nay, trước tiến trình toàn cầu hóa, sẽ không còn áo mặc không qua khỏi đầu mà là **áo mặc "phải" qua khỏi đầu, con phải hơn cha, trò phải giỏi hơn Thầy…**mới hy vọng các thế hệ đàn con, đàn cháu chúng ta sẽ mang Đất và Nước đi lên.

Thế hệ đàn anh, lớp người đi trước phải là những viên gạch lót đường cho thế hệ đàn em, những người đi sau bước lên và tiến tới.

Đó mới chính là cốt lõi trọn vẹn của ý nghĩa ngày Vinh Quy Bái Tổ cùng ngày Tôn Sư Trọng Đạo trong nhận thức ngày hôm nay. Để chấm dứt bài viết, người viết xin có vài lời cùng các tân khoa năm nay nói riêng và thế hệ trẻ Việt Nam đang sống tại hải ngoại. Các bạn cần nên nhớ, các bạn có được ngày hôm nay là nhờ **môi trường văn hoá giáo dục Hoa Kỳ**, chính nơi nầy là một nhân tố quan trọng để các bạn thành đạt trong học vấn và chuẩn bị cho một tương lai mới. Đây mới chính là "cái ơn" mà các bạn cần ghi nhận và sẽ "đền đáp" trong tương lai.

Thứ đến, các bạn có được ngày hôm nay, là nhờ ơn phước của ông bà tổ tiên. Và sau cùng, **chính sự cố gắng của các bạn** làm cho các bạn có được ngày hôm nay.

Xin các bạn đừng tự mãn, xem thường, hay khi dễ những bạn bè trang lứa không làm được như mình. **Đức "khiêm cung" luôn luôn và bao giờ cũng là đức tánh của một người có giáo dục.**

Có một điều đáng tiếc là, trên đường về sau khi buổi lễ kết thúc, người viết có một chút băn khoăn, sao không thấy những gương mặt quen thuộc sinh hoạt trong cộng đồng tham dự một buổi lễ có nhiều ý nghĩa, ý nghĩa trong việc gìn giữ một nét văn hoá  đẹp của Việt Nam, và dù ít hay nhiều, mỗi thành viên trong cộng đồng đều có liên quan mật thiết đến một sinh hoạt trong đó con cháu mình là những đối tượng chính cho buổi lễ trong hiện tại và tương lai. Ước mong sao cho lần tổ chức lễ Vinh Quy Bái Tổ lần thứ 12 sẽ có sự tiếp tay và tham dự của **Cộng đồng Người Việt Houston, các Hội Cựu Quân nhân, Hội Nhà Giáo Houston, Hội Văn hoá Khoa học Việt Nam, Nhà Việt và một số các Hội văn nghệ, văn hoá hiện đang sinh hoạt tại Houston**.

Có được như vậy, ngày Vinh Quy Bái Tổ sẽ có một ý nghĩa trọn vẹn hơn.

Mong lắm thay!

Xin cám ơn tất cả những bạn trẻ, tân khoa và cựu tân khoa, cùng những vị "vác ngà voi làm việc công ích cho xã hội" cho chúng ta có được một buổi chiều sinh hoạt văn hóa có ý nghĩa nầy.

Mai Thanh Truyết
Người học trò 50 năm về trước,
Houston, 11/6/2013

Tuổi Trẻ Hội Nhập

Anh Lâm Vĩnh Bình thân mến,

Sáng nay mồng 1 Tết, ngồi viết cho anh đây. Tối qua tôi đi một vòng các chùa ở Houston. Đi đâu cũng thấy bóng dáng của các Thầy, các Sư cô đến từ…phía Việt Nam?
Không biết bên Montreal như thế nào?
Thư anh viết, anh đưa ra bốn vấn đề, tôi xin giải bày suy nghĩ chủ quan của tôi, mong có thể giúp gì trong cuốn sách tài liệu về người Việt ở hải ngoại nầy chăng.

> 1- **Thứ nhứt**: *Nói về hội nhập của giới trẻ, người ta thường nói "mất gốc". Theo anh từ ngữ nầy hàm ý gì?*

Xin trả lời: Cho tôi tạm chia làm hai loại giới trẻ. Ở lứa tuổi từ 15 trở lên, ngay sau 30/4/1975, có thể tạm gọi là **thế hệ 1,5**. Còn lứa tuổi dưới đó hoặc sinh sau 75, tạm gọi là **thế hệ thứ hai**.
Sở dĩ phân hai loại để chúng ta thấy toàn cảnh tương đối hơn.
Ở thế hệ 1,5, các em đã học tiểu học và trung học đệ nhứt cấp ở miền Nam và sống trong căn bản gia đình theo cung cách Việt Nam. Do đó. dù muốn dù không các em cũng hấp thụ được phần nào văn hóa, phong tục, và giáo dục Việt Nam. Qua hải ngoại, đặc biệt là Hoa Kỳ, phần lớn, các bậc phụ huynh đang lần hồi hội nhập vào xã hội mới một cách khó khăn vì nhiều nguyên do, mà chánh yếu là do **hội chứng "sau chiến tranh"**.

Các em ít bị hội chứng nầy, nhưng ít nhiều cũng bị ảnh hưởng vì sống chung trong gia đình. Nhưng các em may mắn hơn, thứ nhứt vì còn trẻ, thứ hai còn đi học tiếp tục bậc trung học và đại học (chúng tôi chỉ nhìn khía cạnh các em tiếp tục đi học mà thôi). Từ đó, các em hấp thụ một nền văn hóa mở hơn của cha ông. Và suy nghĩ của các em có nhiều khác biệt so với các bậc phụ huynh.

Từ đó, các em dù muốn dù không cũng phải đối đầu với hai luồng "hội nhập" khác biệt, một của phụ huynh, và một của xã hội các em tiếp cận qua giáo dục và sống trong xã hội mới.

Chính vị vậy các em luôn luôn bị khó xử vì hai nguồn hội nhập "đối kháng" nhau. Vì vậy, tôi thấy việc hội nhập của em của thế hệ 1,5 nầy tuy có nhiều khó khăn so với thế hệ thứ hai, nhưng cuộc sống của các em tương đối ổn định hơn. (sẽ nói ở phần chọn ngành học.

Ở thế hệ 2, các em hội nhập vào xã hội nhanh hơn, vì các em học tiểu học ở Hoa Kỳ hay sinh đẻ tại đây. Lợi điểm về sinh ngữ Anh, lợi điểm về văn hóa xã hội HK trong việc học, giúp các em hòa nhập vào xã hội dễ dàng. **Đa số các em "dường như" nghĩ rằng không có biên giới màu da, không có biên giới chủng tộc ở đây**.

Các em tự cho mình là …người Mỹ! Chính vì có suy nghĩ đó, cho nên khi về nhà, các em có xung đột với gia đình, với những bậc phụ huynh hay các anh lớn. Đôi khi, chính vì sự hội nhập "một chiều" (không hấp thụ văn hóa "Việt Nam" trong gia đình) cho nên nhiều sự đáng tiếc xảy ra cho thế hệ nầy trong gia đình. Đó là những nhận xét qua quan sát bên ngoài và trường hợp cá nhân của tôi. Khi tới Mỹ, tôi có 4 đứa tuổi từ 12, 8, 6, và 2. Có thể xếp vào loại "thế hệ 2". Nhưng tôi thấy sự hội nhập của mấy đứa con dường như đi chiều ngược; nghĩa là hai đứa sau, hoàn toàn không đi học ở Việt Nam, và chỉ biết nói tiếng Việt rất tệ.

Nhưng ngược lại, hai đứa sau cùng nói tiếng Việt rành rọt, còn anh và chị đã từng học tiểu học ở VN, nhưng nói kém hơn hai đứa sau. Và nếu nói về hội nhập vào xã hội Mỹ, tôi thấy hai đứa lớn hầu như hoàn toàn hội nhập và cư xử trong nghề nghiệp hay thâm chí trong gia đình, chúng nó có cung cách của người bản xứ. Còn hai đứa sau, còn nhiều nét Việt Nam hơn. Tôi cũng không hiểu tại sao?

Cho nên khi anh hỏi: "tôi nghĩ về từ ngữ "**hội nhập**" như thế nào? Có hàm ý gì?"
Câu trả lời của tôi là:

- Tùy khả năng hội nhập của từng đứa, nhanh hay chậm tùy "tính khí" mỗi đứa, và không có sự khác biệt về thế hệ ở mục nầy;
- Tùy nguồn gốc gia đình của các em. Một gia đình có phụ huynh làm lao động hay nông dân, chắc chắc, các em hội nhập vào xã hội, nhiều phần đi theo hướng khác, không đặt trọng tâm giáo dục làm căn bản cho việc tiến thân của con cái;
- Việc hội nhập của các em có thể tùy theo mức độ của "hội chứng chiến tranh" của cha mẹ. Nếu phụ huynh buông xuôi, chắc con cái sẽ hội nhập theo một cách khác, tôi muốn nói cung cách **hội nhập "đường phố"**;
- Và một yếu tố tôi suy gẫm là sự hiểu biết về **nguồn gốc lịch sử dân tộc, nước non Việt Nam** (địa lý). Trong gia đình, nếu phụ huynh giải thích cho con cái lý do tại sao các em có mặt ở Hoa Kỳ, nguồn cội cách xa của các em qua lịch sử hào hùng của ông cha, của tổ tiên v.v...các em trong trường hợp nầy dễ đi vào dòng chính lưu mà không bị mặc cảm một dân tộc da màu, hay thiểu số.
- **Yếu tố môi trường sống** thiết nghị cũng dự phần không nhỏ trong "việc hội nhập của các em. Đó là, chỗ ở của gia đình, nghề nghiệp của cha mẹ, cũng như tình trạng tài chánh v.v...

Tóm lại, tôi nghĩ hội nhập trong trường hợp của con cái tị nạn cũng như đa số người Việt gồm hai phần, trong giai đoạn đầu và trong giai đoạn thành đạt và có gia đình. Đó là "adaptation" và "assimilation", xin tạm dịch là **"thích ứng" và "đồng hóa"** (hay "xem giống như".

Nếu các em rút ngắn được giai đoạn đầu mau hơn thì các em dễ dàng sống trong giai đoạn thứ hai, nghĩa là "hội nhập" đúng nghĩa.

Nhưng, theo một nghiên cứu của người Nhật, các em tự nhận là người Mỹ trong giai đoạn đầu, Mọi việc tiếp tục được "hội nhập" như thế cho đến thế hệ thứ ba. Và từ đó, cháu của các em Nhựt Bổn ngày hôm nay, sẽ bắt đầu tìm hiểu về cội nguồn của mình, và sự hội nhập trong/vào xã hội Hoa Kỳ sẽ biến thành một **phong trào ...trở về nguồn.**

Chưa biết con cháu mình sẽ biến thái như thế nào? Trong 30 năm nữa? Hay 60 năm? (nếu cho một thế hệ kéo dài 30 năm).

2- **Thứ hai: Người Việt các thế hệ sau chọn ngành học như thế nào?**

Trước khi trả lời câu hỏi trên, tôi xin trích những lời tôi nói với các con tôi, để anh thấy quan điểm của tôi về việc "giáo dục" con cái và ảnh hưởng lên việc chọn ngành của thế hệ 2 như thế nào. Tôi hoàn toàn không "dạy dỗ" con cái về chữ nghĩa cũng như không "áp đặt" con cái trong việc chọn ngành học...

"Nói với các con tôi: Ở tuổi nầy, Ba muốn viết một vài lời đầu tiên về các con, hy vọng các con có điều kiện đọc. Ba có 4 đứa con. Tất cả 4 đứa đều được sinh ra trong tình trạng tốt, không bịnh tật bẩm sinh, có trí não bình thường và hiện đang có đời sống gia đình và chuyên môn ổn định trên đất tạm dung nầy. Tất cả đều do phước đức của ông bà, cha mẹ dành cho Ba Mẹ và các con. Các con cần nên nhớ lấy. Các con có được ngày hôm nay là nhờ ơn phước ông bà tổ tiên là chính, và sự cố gắng của các con chỉ là phụ. Các con đừng tự mãn và xem thường hay khi dễ những bạn bè trang lứa không làm được như mình. Đức khiêm cung luôn luôn và bao giờ cũng là một đức tánh của một người có giáo dục. Ba dặn các con như thế đó!

Trong tất cả 4 đứa, Ba chưa hề dạy bảo các con, chưa hề đánh đập các con cho dù là một cái tát nhẹ, cũng như Ba chưa bao giờ kèm cho các con một bài toán hay một câu văn. Có chăng là Ba chỉ dạy Trường, đứa con đầu đàn của Ba là "mỗi lần đi học về phải để giày cho ngay ngắn, chiếc mặt để bên tay mặt và chiếc trái, bên tay trái". Chỉ có vậy thôi.

Nếu nói đến việc dạy các con, Ba có thể nói rằng Ba dạy các con bằng chính con người của Ba, bằng chính sự bất toàn của Ba, bằng chính sự đúng và không đúng mà Ba đã làm suốt trong thời gian sống chung với nhau và các con đã thấy.

Những dị biệt về tánh khí, về suy nghĩ, về cung cách ứng xử với tha nhân và với đời, những bất đồng trong giao tiếp giữa Ba và Con, tất cả chỉ là hình tướng, không thể nào xóa được nguồn huyết thống đang luân lưu trong máu huyết, cũng như không thể nào bào mòn hay cắt đứt sợi dây tình cốt nhục của Ba và các con. Các con đã trưởng thành, đã có gia đình riêng, và mỗi gia đình các con là một thành tố của xã hội. Sự thành đạt của các con chính là

nhờ xã hội; vì vậy, trả nợ xã hội đã cưu mang các con là một bổn phận, một trách nhiệm các con cần phải thi hành.
Một mai, khi Đất Nước qua cơn hồng thủy, và để đền ơn Tổ tiên đã dày công dựng nước và giữ nước, các con có điều kiện thuận lợi hơn Ba trong quá khứ, sống lương thiện và cố gắng mang lại phúc lợi cho xã hội tùy theo khả năng của mình."
Ba chỉ mong cho các con sống cho ra sống, sống với cái TÂM và cái TẦM. Tâm là một Tâm lành trong việc góp phần vào công cuộc xây dựng xã hội đã cưu mang cá nhân và gia đình mình. Tầm là viễn kiến về một tương lai an bình cho dân tộc Việt trong tinh thần của một con dân trọng nước thương nòi.
Như vậy là các con đã làm Ba hãnh diện vì đã có những đứa con đúng là con cái của Việt tộc".
Theo tôi, các em của hai thế hệ chọn ngành học tùy theo từng hoàn cảnh.
Khi mới định cư vào Hoa Kỳ, *các em ở thế hệ 1,5 chọn nghề*:
- Vì mới được định cư, các em, nhứt là con đầu thường hay chọn nghề Kỹ sư để ra đi làm hầu mong làm dịu bớt gánh nặng cho cha mẹ. Lý do là sau đó, các em lại tiếp tục đôn lên đại học.
- Nếu có góp ý hay hướng dẫn của cha mẹ, các em ở thế hệ nầy "thường hay" nghe theo để chọn một nghề theo quan niệm bảo thủ của phụ huynh như kỹ sư, bác sĩ, dược sĩ, nha sĩ v.v… vì các nghề nầy bảo đảm đời sống gia đình trong tương lai.

Còn các em ở thế hệ 2 thì sao?
Thiết nghĩ, các em nầy, vì tiếp cận nhiều với bạn bè trong trường cho nên có suy nghĩ phóng khoáng hơn, chọn ngành học theo sở thích (vì nghĩ rằng mình thích và có khả năng học được). Do đó, thường hay chống đối lại những lời khuyên của phụ huynh, nhứt là khi các em chọn ngành học về nhân văn.
Tình trạng nầy dần dần ít xảy ra hơn theo thời gian vì: 1- *Các em nhận thức rõ khả năng và năng khiếu của mình, cho nên việc chọn ngành học tương đối thích hợp hơn*; 2- *Các bậc phụ huynh cũng bớt đi tánh "bảo thủ" và "áp đặt" đối với con cái vì nhận thấy xã hội đang sống có nhiều thay đổi và khác hơn xã hội Việt Nam trước đây. Do đó, quan niệm cũng "khai phóng" hơn.*
Tuy nhiên, cũng có nhiều trường hợp ngoại lệ làm cho cuộc sống của các em thăng hoa hơn hay đi tới kết cuộc bi thảm cần nêu ra đây để những bậc phụ huynh tương lai rút kinh nghiệm và các

em ở thế hệ sau rút tỉa vài bài học sau đây qua các câu chuyện làm "case study":
- Có em ở thế hệ 1.5 cố gắng đi học một nghề vững chắc như Kỹ sư rồi ra đi làm việc. Vài năm sau, tự thấy nghề nầy không thích hợp, tự động trở về trường học lại nghề y. Và em nầy trở thành một bác sĩ tim giỏi và yêu nghề. Đây là trường hợp của con một người bạn thâm giao.
- Một trường hợp có kết luận bi thảm là, các em chìu theo ý cha mẹ để học theo ngành nghề cha mẹ muốn như y khoa chẳng hạn. Em cố gắng học cho đến năm cuối cùng. Nhưng rốt cuộc vì một cơn khủng hoảng nào đó, em bỏ học, và xung đột với mẹ. Cuối cùng, em bóp cổ mẹ và chịu chung thân trong nhà tù. Câu chuyện có thật xảy ra ở California.
- Thêm một trường hợp khác là em chìu theo cha mẹ. Nhưng khi hoàn tất ngành nghề cha mẹ muốn. Em đem bằng cấp về cho ba má. Rồi từ đó bỏ đi, học một nghề khác mà mình thích.

Qua các trường hợp đã xảy ra kể trên, chúng ta kết luận được gì?

Việc chọn ngành học của con cái có cần phải có sự đóng góp của bậc sinh thành hay không? Hay để con cái tự chọn lựa?

Câu trả lời là *Có* và **Không**.

Có là vì bậc cha mẹ (có một trình độ văn hóa và giáo dục căn bản) vẫn là một cố vấn tốt cho con em, qua kinh nghiệm trường đời, và nhứt là hiểu được tánh nết và sở thích cùng năng khiếu của con mình (qua nhận xét trong thời gian dạy dỗ của bậc phụ huynh). Sự chọn lựa ngành học của con cần phải được cha mẹ góp ý. Sự góp ý nầy rất cần thiết khi phụ huynh có căn bản và trình độ giáo dục cao, hiểu được hệ thống giáo dục nơi định cư. Đây là một kịch bản tối ưu cho con em khi bước vào đại học.

Còn **Không** là khi cha mẹ không đủ khả năng để có ý kiến về việc học của con mình; tốt hơn hết là khuyên con rất cẩn thận trong việc lựa chọn. Sự đóng góp của cha mẹ trong trường hợp nầy chỉ là phụ ngoài việc khuyến khích con cái tham khảo từng ngành học cũng như nhắc nhở con cân nhắc chọn lựa ngành học qua khả năng nội tại của mình hơn là ngành học mà mình thích.

Tóm lại, sự lựa chọn ngành học của thế hệ 1,5 thường nghiêng về khoa học thực nghiệm hơn, và thế hệ 2 nghiêng

về khoa học nhân văn hay xã hội nhiều hơn...vì gánh nặng kinh tế gia đình của thế hệ sau có phần vơi đi và nền tài chánh gia đình có phần ổn định hơn.

Sự chọn lựa ngành học trong tương lai sẽ không còn đặt tiêu chuẩn "tiền lương kiếm được", và *tiêu chuẩn MỚI sẽ là một nghề thích hợp với khả năng, một nghề mình yêu thích, và cũng là một nghề đem lại ít nhiều đóng góp cho tha nhân. Nghề đó có thể là một nhà tâm lý, nhà văn, nhà thơ, một nhà hài kịch, một nhà địa lý, viết sử, một nhạc công, một nhà thiện nguyện...*

Hy vọng trong tương lai, các thế hệ 3,4 sẽ không còn tập trung vào các nghề y, nha, dược, luật...đang bị "ối đọng" trong cộng đồng người Việt ở Hoa Kỳ, và cũng gây không ít tai tiếng không đẹp đối với xã hội chúng ta đang còm tạm dung.

3- Thứ ba: Anh có về giúp cho sự phát triển khoa học kỹ thuật Việt Nam? Nếu không tại sao?

Thưa anh,

Đây là một câu hỏi tôi thiết nghĩ mỗi người trong chúng ta, nếu còn một chút nhứt điểm lương tâm cũng đều ray rứt với suy nghĩ nầy. Là một người con Việt, lại thêm có một ít vốn liếng khoa học kỹ thuật, trong hơn 30 năm qua, tôi thao thức rất nhiều về chuyện *đóng góp cho Đất và Nước* trong giai đoạn hiện tại (dưới sự quản lý của CS Bắc Việt). Những thao thức đó, xin được đan cử cùng anh dưới đây:

- Năm 1997, chúng tôi dưới danh nghĩa Forum Mekong đã làm một Hội thảo về "**Sông Mekong: Mối nguy cơ trong việc xây dựng các đập thủy điện trên thượng nguồn**" quy tụ các nhà nghiên cứu Cambodia, Việt Nam, và Hoa Kỳ (Vietnam Forum Network-VFN). Một Bạch thư đúc kết sau đó đã được gửi đi đến hơn 40 quốc gia và Cơ quan quốc tế có liên quan đến dòng sông Mekong.
- Năm 2001, sau khi nhờ thân nhân, người quen lấy mẫu nước và đất từ Bắc chí Nam trong vòng 2 năm, phân tích tại Hoa Kỳ. Kết quả đã được đúc kết sơ khởi và công bố trên tờ nhựt báo Orange County Register (Cali), được đăng trên trang A1 và nguyên trang A3 với kết luận như sau:" **nguồn nước sông ngòi và nước ngầm ở một số vùng ở miền Bắc, và vùng Đồng bằng Sông Cửu Long (ĐBSCL) bắt đầu bị ô nhiễm arsenic (thạch tín) với hàm lượng >/= 10 ug/L**" (tiêu chuẩn

arsenic trong nước uống là 10ug/L). Sau đó, cá nhân tôi bị đánh phá trên BBC, với kết luận của phát ngôn viên Bộ Ngoại giao Việt Nam thời bấy giờ là Phan Thúy Thanh rằng:" **Tôi vô cảm với 300.000 nông dân ĐBSCL**". Thực tế, vào năm 2005, qua sự nghiên cứu của một khoa học gia Thụy Sĩ, Thủ tướng CS Phan Văn Khải tuyên bố tình trạng ô nhiễm arsenic đến mức báo động và nhiều vùng ở phía Nam Hà Nội hiện tại (2013) đang bị chứng arsenicosis, giai đoạn đầu của việc nhiễm độc trước khi trở thành ung thư sau đó...

- Năm 2004, qua kinh nghiệm gần 20 năm trong việc thanh lọc phế thải rắn và lỏng, đặc biệt là nước rỉ (leachate) từ các bãi rác tại Hoa Kỳ, tôi đã cung cấp cho Khu chế xuất Tân Thuận (Sài Gòn), khu chế xuất đầu tiên của Việt Nam, một quy trình thanh lọc nước thải lỏng "trung tâm" có khả năng giải quyết 250.000 lít nước thải/ngày, để tập trung giải quyết nguồn phế thải lỏng của hơn một chục nhà máy hóa chất tại nơi đây. Nhưng cho đến nay, nước thải từ các nhà máy trên vẫn được...tự do đi thẳng vào sông rạch hoặc thấm vào dòng nước ngầm.

- Tôi đã nhiều năm trực tiếp theo dõi và tranh biện với các khoa học gia "bè bạn" với CS Việt Nam trên thế giới trong vụ kiện Chất độc Da Cam bằng trao đổi qua email hay điện thoại trực tiếp, hoặc trên Đài Á châu Tự do (RFA), cùng trên 90 lần phát biểu về vấn đề chất Da Cam/Dioxin trong chiến dịch Ranch Hand của quân đội Hoa Kỳ trong thời gian 1961-1971 trong Chương trình Khoa học-Môi trường trên Đài RFA. Những phản biện trực tiếp sau đó với BS Nguyễn Thiện Nhân trong lần BS trình làng các nạn nhân chất độc Da cam ở San Francisco.
Kết luận của chúng tôi dưới danh nghĩa Hội Khoa học & Kỹ thuật Việt Nam (Vietnamese American Science & Technology Society-VAST) là:" **Nạn nhân của những chứng bịnh dị hình dị dạng (mà CS Bắc Việt kết án là do chất Da Cam) là do việc sử dụng hóa chất bảo vệ thực vật quá tải trong việc phát triển nông nghiệp và hóa chất không ứng hợp với việc bảo vệ môi trường.**" Cuốn sách "**Câu chuyện Da Cam/Dioxin Việt Nam**" đã được xuất bản năm 2008.

- Câu chuyện dự án khai thác bauxite ở cao nguyên Trung phần từ năm 2008, tôi đã mở cuộc họp báo đầu tiên ở Orange County (California) ngay sau đó, cũng như đi vận động nhiều nơi ở Hoa Kỳ, Pháp, và Canada. Cuốc sách *"Từ Bauxite đến Uranium: Tiến trình Hán hóa của Trung Cộng"* do TS Phan Văn Song, GS Trần Minh Xuân, và người viết do Gia đình Nguyễn Ngọc Huy xuất bản năm 2010. Sách đã được tái bản năm 2013. Cho đến nay, chưa có một phản biện nào về phía Việt Nam cả.
Năm 2012, Hội VAST đã mở Hội thảo nói về hiểm họa môi trường do việc khai thác Bauxite ở Tân Rai và Nhân Cơ. Sau đó, một hồ sơ Bauxite Việt Nam do VAST soạn thảo được gửi đi đến các Cty liên quan đến việc khai thác như Alcoa (Hoa Kỳ), Rio Tinto (Anh và Úc), cùng Chương trình Môi trường LHQ (UNEP). Tháng 8/2011, người viết mở cuộc họp báo với **Hiệp hội Ký giả tư Hoa Kỳ tại San Francisco** báo động cho truyền thông Mỹ nguy cơ bùn đỏ ở Việt Nam.
- Năm 2012, cuốn *"Những Vấn Đề Môi Trường Việt Nam"* ra đời và đã được tái bản năm 2013, trong đó nói lên tất cả hiện trạng môi trường đang xảy ra ở Việt Nam và nhưng gợi ý giải quyết vấn đề, từ nước mặt cho đến nước ngầm, từ đất cho đến không khí, từ việc giải quyết các nguồn phế thải rắn và lỏng cho đến vấn đề thực phẩm bị nhiễm hóa chất v.v…
- Từ năm 2009, tập sách *"Thư Cho Con Tập 17"* nói về những hiện trạng chánh trị, kinh tế, và môi trường đang xảy ra ở Việt Nam do GS Trần Minh Xuân và người viết, mỗi năm ấn hành 2 Tập. Cho đến nay Tập thứ 32 vừa ra mắt vào tháng 4/2019.
- Người viết đã hoàn tất 2 tập sách *"Việt Nam Tương Lai: Những Việc Cần Phải Làm"* Tập I và II, 2014, "Lối thoát nào cho việt Nam", 2017, và "Lối Thoát Cho Việt Nam", 2018. Sách do Hội Khoa học & Kỹ thuật Việt Nam (VAST), Hội Bảo Vệ Môi Trường Việt Nam (VEPS), và "Nhóm Chống Tàu Diệt Việt Cộng" ấn hành, trong đó đặt trọng tâm vào ba chủ đề cho việc phát triển Việt Nam tương lai, một mai nước nhà có tự do, dân chủ, và nhân quyền. Ba chủ đề trên là do sự đúc kết trên 28 năm hoạt động của VAST, trong đó vấn đề *y tế công cộng, giáo dục, môi trường, và sự phát triển ứng hợp với chiều hường cầu hóa và việc bảo vệ môi trường được*

đào sâu và nêu lên hướng giải quyết cụ thể từng vấn nạn một. Sau cùng, lối thoát cho Việt Nam được đề nghị qua cuộc cách mạng bất tuân dân sự trong đó lấy mốc thời gian 10/6/2018 làm khởi điểm; vì ngày nầy là toàn quốc đứng dậy chống lại các dự luật về đặc khu cho phép TC khai thác ở Vân Đồn, Bắc Vân Phong, và Phú Quốc trong 99 năm!

*Như vậy, thưa anh, có phải là tôi có đóng góp cho Việt Nam hay đúng hơn cho người dân sống trong nước không anh? Sự đóng góp nầy không cần phải có mặt ở Việt Nam. Và những việc làm của tôi trong hơn 30 năm qua đã bị một số người Việt ở hải ngoại cho là **"vẽ đường cho hươu chạy!"***

Hy vọng anh thỏa mãn những lời biện bạch của tôi trong câu hỏi nầy.

4- *Thứ tư:* **Thống kê cho thấy người Việt Nam hiện tại có nhiều cái "nhứt":** *học vấn kém nhứt, lương bổng thấp nhứt, thất nghiệp nhiều nhựt, hưởng trợ cấp xã hội nhiều nhứt, người sống dưới ngưỡng cửa nghèo đông nhứt, nhưng gởi tiền về Việt Nam nhiều nhứt? Làm sao giải thích và giải quyết những cái nhứt nầy?*

So sánh tỉ lệ trình độ học vấn của người Việt 25-64 tuổi

	Trung học +	Cử nhân +
Mỹ (tổng quát)	85.6	28.2
Việt Nam	**70.3**	**25.8**
Ấn độ	90.8	70
Phi luật Tân	92.2	47
Trung Quốc	82	51.1
Hàn Quốc	92.3	52.6
Nhật	95.2	46.1

Liên hệ giữa lợi tức với trình độ học vấn và nơi sinh

Chủng tộc	Lợi tức trung vị một hộ ($)	% có cử nhân và +	% người sinh ngoài Mỹ
Mỹ gốc Á châu	66 000	49	74
Ấn Độ	88 000	70	87
Phi luật Tân	75 000	47	69
Trung Quốc	65 000	51	76
Nhật	63 390	46	32
Việt Nam	**54 800**	**26**	**84**
Hàn Quốc	50 000	53	78
Mỹ La Tinh	40 000	13	
Mỹ da đen	33 000	18	

(The Rise of Asian Americans/ Pew Research Center, june 19, 2012)

Sinh hoạt kinh tế của người Việt so sánh với người Á châu

	Việt Nam		Á Châu
Ngành nghề	Nhâncông	Tỉ lệ	Tỉ lệ
Khoa học, kỹ thuật, quản trị	61 656	8.3	13.1
Giáo dục, y tế, xã hội	99 295	13.4	22.8
Bảo hiểm, địa ốc, tài chánh	39 181	5.3	7.7
Hành chánh công	21 920	3	3.5
Truyền thông	14 524	2	2.7
Quản trị, tài chánh, khoa học		*32*	*49.8*
Buôn bán	87 602	11.8	13.8
Giải trí, tiệm ăn, khách sạn	63 544	8.6	10.9

Cung cấp dịch vụ, thương mại		20.4	24.7
Xây cất	18 424	2.5	2.2
Công nhân hãng xưởng	163 628	22	13
Nông, lâm, chài lưới, hầm mỏ	5 629	0.8	0.5
Chuyên chở và tồn kho	22 263	3	4
Các ngành nghề khác	143 374	19.3	5.6
Kỹ nghệ «nặng» và linh tinh		47.6	25.5
Tổng số dân 16 tuổi trở lên	741 030	100	100

US Census. ACS 2005-2010, Table DP03

Lợi tức hộ gia đình VN so sánh với hộ người Á châu

Tổng số hộ	445 175	
Lợi tức	% VN	% Á châu
Dưới $10 000	6.8	6.9
$10 000 - $ 14 999	5.5	3.8
$ 15 000 - $ 24 999	10	7.6
$ 25 000 - $ 34 999	9.7	7.5
$ 35 000 - $ 44 999	13.7	11
$ 50 000 - $ 74 999	18.5	17
$ 75 000 - $ 99 999	12.3	13.4
$100 000 -$149 999	13.7	17.2

$150 000 -$199 999	5.3	7.9
$200 000 và hơn	4.5	7.7
Lợi tức trung vị (median)	$54 801	$66 000
Lợi tức trung bình(mean)	$72 615	$89 000
	%	%
Số hộ có tiền hưu bổng	5.9	8.3
Số hộ nhận trợ cấp xã hội (SS)*	14.9	13.9
Số hộ nhận thêm trợ cấp xã hội(SSI)**	8.1	4.3
Số hộ nhận trợ cấp tiền mặt (CPA)***	3.9	2.2
Số hộ nhận tem thực phẩm****	10.1	5.1
Số hộ dưới ngưỡng nghèo	12.3	8.4
Số người dưới ngưỡng ngèo	14.2	11.3

Chú thích :
*SS =Social Security =$11466 (trung bình/năm)
** SSI =Supplement Security Income =$9581
***CPA =Cash Public Assistance =$4243
****Food Stamps/SNAPbenefits
(Nguồn: US Census 2010 ACS 2005-2010, Table DP03, B17021)

Những cái "nhứt" của người Mỹ gốc Việt

	VN	TQ	Ấn	Phi	Nhật	Hàn
Số năm học	11.8	13.9	15.5	14.1	14.4	14.5
Lợi tức gia đình (000)	52	65	89	77	65	50
% thất nghiệp	10.6	7.9	8.1	8.2	4.7	8.4
% dưới mức nghèo	15.5	13.7	8.6	6	7.8	15.6
% nhận trợ cấp công*	14	7.1	3.8	3.7	2.3	5.9
% gởi tiền về VN	70	30	49	67	16	21

* Gồm: Cash public assistance income+ Food stamps
Nguồn: US Census 2010- American Fact Finder
Sperate and Equal / John Logan, Table 2.

Nhìn Bảng thống kê ***Những cái nhứt của người Mỹ gốc Việt***" trên đây, tôi thấy cần phải xét lại giá trị của những con số thống kê vô tình nầy. Vô tình là vì những con số nói trên thể hiện rõ tình trạng của từng cộng đồng thiểu số đang sống tại Hoa Kỳ. Trong 5 quốc gia đan cử như Ấn, Phi, Nhật, Hàn và Trung Cộng dung để so sánh với Việt Nam, họ là những người di dân hoàn toàn chỉ trừ một đại thiểu số người Trung Hoa là tị nạn chính trị mà thôi.

Trong lúc đó, tuyệt đại đa số cộng đồng người Việt đến Hoa Kỳ dưới danh nghĩa tị nạn chánh trị như di tản năm 1975, vượt biển, vượt biên những năm sau đó (gồm nhiều thành phần trong nhiều giai tầng xã hội khác nhau như công chức, quân đội, thương gia, thợ thuyền, nông dân, đánh cá v.v...), hoặc đến Mỹ qua chương trình H.O. sau một thời gian dài bị khổ sai trong những trại "học tập". Một thiểu số đến Mỹ qua chương trình Đoàn tụ gia đình (ODP). Những năm gần đây, còn có một thiểu số đến Mỹ vì lý do học tập (rồi ở lại luôn), kinh tế (liên quan đến gia đình hay cán bộ cộng sản). Theo thống kê năm 2010, số người Việt đang sinh sống tại Hoa Kỳ là khoảng **1.780.000** người sống tập trung nhiều nhứt ở California, Texas, Virginia, và rải rác ở khắp nơi trên đất Mỹ.

Nhìn vào thành phần phức tạp của cộng đồng Mỹ gốc Việt, chúng ta nhận thấy "mẫu" thống kê nơi đây không đồng nhứt so với 5 cộng đồng thiểu số được so sánh. Đa số người Việt nơi đây, không ít thì nhiều chịu đựng ***"hội chứng" và "hậu chấn"*** của cuộc chiến do cộng sản Bắc Việt gây ra, cùng nhiều năm chịu đựng sự hành hạ, lao động khổ sai trong điều kiện đói, lạnh, và sự tra tấn dã man của cộng sản trong các trại gọi là "học tập".

Thưa anh,

Chính vì vậy, tôi thấy cần phải nhìn lại những cái "nhứt" mĩa mai trên. Và người Mỹ gốc Việt đáng được "giảm khinh" trong việc phê phán.

Tôi xin trả lời và phân tích chủ quan về năm cái "nhứt" của người Việt lưu vong tại Hoa Kỳ:

- **Trình độ học vấn**: Với thành phần cộng đồng như kể trên, người Việt có trình độ học vấn gần hết lớp 12 của bậc trung học là đã có nhiều cố gắng lắm rồi. Hình dung một người cha phải chịu hàng chục năm trong chốn lao tù, mẹ và một lũ con không được đến trường và sống lây lất trong nhà tù lớn ở Việt Nam. Khi qua Mỹ, *những người nầy có còn khả năng nào để làm việc và đóng góp gì nữa cho xã hội Hoa Kỳ?* Thế mà, đa số vẫn ráng vươn lên bằng con đường giáo dục. Biết bao gương thành công của con cái thế hệ 1.5 và 2 trong thành phần nầy vì tinh thần trọng học đã ăn sâu vào tâm khảm của người con Việt từ ngàn năm rồi. Thành phần nầy đáng thương hơn là bị chê bai, khinh rẻ. Con số thống kê trên cho thấy tỷ lệ học vấn của cộng đồng Việt nơi đây vẫn còn cao hơn nhiều so với chính dân Việt sống tại quốc nội dưới sự cai trị của CSBV trong hơn 38 năm qua. Theo thống kê của World Bank, trình độ học vấn trung bình của người dân từ 14 đến 24 tuổi ở ĐBSCL là 5.5 năm mà thôi! Đây mới chính là một thảm trạng ở Việt Nam hiện tại.

- **Lợi tức gia đình**: Từ hậu quả trên, dĩ nhiên lợi tức gia đình sẽ không thể nào so sánh được với các cộng đồng thiểu số ổn định, không bị áp bức, không bị chiến tranh, và có điều kiện học vấn và hội nhập tối ưu trước khi tới Hoa Kỳ, nhứt là đa số người Ấn rành tiếng Mỹ từ khi lọt lòng mẹ. Nhìn lại Việt Nam hiện tại, có bao nhiêu phần trăm người Việt trong nước sống dưới mức nghèo đói theo định nghĩa của LHQ là 2US$/ngày? Tuy không có con số thống kê chính xác, nhưng qua tin tức về 11 tỉnh trên 64 tỉnh thành ở Việt Nam xin trung ương cấp gạo cứu đói khẩn cấp vào giữa tháng giêng 2014, chúng ta có thể hình dung được tình trạng chung ở Việt Nam như thế nào!

- **Tỷ lệ thất nghiệp, Tỷ lệ dưới mức nghèo, và Tỷ lệ trợ cấp**: Ba con số thống kê so sánh nầy chỉ là hệ lụy tất nhiên của các tình trạng chung của lịch sử cộng đồng người Việt mà thôi. Tôi suy nghĩ một cách lạc quan và với tầm nhìn nửa ly nước đầy, trong một tương lai không xa, một khi thế hệ 3,4 trở đi, 3

tỷ lệ trên có thể được sánh ngang với các cộng đồng bạn hoặc thấp hơn.
- **Cái nhứt cuối cùng là gửi tiền về Việt Nam:** Theo thống kê của CS Bắc Việt, năm 2013, người Việt hải ngoại gửi về Việt Nam 11 tỷ, không kể một số ước tính tương đương lượng đô la tiêu xài ở Việt Nam do những chuyến về thăm "quê hương" trong năm vừa qua! Cái nhứt nầy hoàn toàn mâu thuẫn và đầy nghịch lý nếu so với những cái nhứt ở phần trên.

Thưa anh,

Tôi thấy được vì sao có mâu thuẫn và vì sao đầy nghịch lý trên. *Và tôi thương người Việt hải ngoại có được cái nhứt nầy nếu xét về "tình".* Là một nhà hoạt động chính trị, và nếu xét về "lý", tôi cổ súy việc KHÔNG gửi tiền về Việt Nam, vì nếu làm như vậy là tiếp tục "tiếp máu" cho CS Bắc Việt cũng như làm chậm đi tiến trình mang lại tự do, dân chủ, và dân quyền cho dân tộc. Tôi thương và quý cái tình của người Việt hải ngoại trong lãnh vực nầy.
Đây là "cái nhứt" đáng yêu, thể hiện tinh thần nhân bản, và dân tộc trong truyền thống giáo dục của Miền Nam để lại.

Đây là một trong nhiều vũ khí hữu hiệu góp phần vào việc phá vỡ cơ chế chuyên chính vô sản của cộng sản Bắc VIệt hiện tại. Xin anh và bà con hiểu cho lập luận đầy mâu thuẫn trong vấn đề nầy của tôi.
Thư đã khá dài, hy vọng những giải bày trên đóng góp được phần nào trong bài toán Việt Nam.
Mặc dù còn nhiều tiêu cực hiện hữu trong cộng đồng người Mỹ gốc Việt của chúng ta, nhưng tôi luôn vững tin rằng những tiêu cực đó chỉ là các bước đường người Việt mình phải đi và rút tỉa kinh nghiệm trong tiến trình dân chủ và hội nhập vào xã hội Hoa Kỳ.
Nên nhớ các cộng đồng thiểu số được đem ra so sánh ở phần trên là những di dân đến Mỹ từ đầu thế kỷ 20 (người Tàu, người Nhật), từ giữa thập niên 50 của thế kỷ trước (Đại Hàn), và những người thông thạo tiếng Anh như Ấn và Phi.

Còn Việt Nam mình, chỉ mới vừa đến chưa đầy 40 năm và đến trong những điều kiện khắc nghiệt nhứt của sự đau khổ!

Tôi thương dân mình lắm anh Lâm Vĩnh Bình ơi!

Mai Thanh Truyết
**Người con Việt,
Tết Giáp Ngọ- 2014**

Phụ Chú:
Cuốn sách của tác giả **Lâm Vĩnh Bình tức GS Lâm Văn Bé,** ngụ tại Montreal, có tựa đề là "Giá Tự Do" xuất bản năm 2016 và bảng tiếng anh là "The Price of Freedom", năm 2017.

Cùng Tuổi Trẻ Việt Nam

Kể từ tháng sáu vừa qua và ở mỗi chủ nhựt (năm 2011), không khí cách mạng đã bắt đầu khơi mào cho một cuộc chuyển mình mới của Đất và Nước. Quả thật vậy, **Tuổi Trẻ Việt Nam đã nhận lãnh trách nhiệm và quyết tâm đứng lên Cứu Nước.**
Tin tức, hình ảnh trên internet ngày càng dồn dập. Hình ảnh người cha đội con trên đầu đi biểu tình. Hình ảnh một cô gái trẻ đẹp với chiếc áo dài trắng hô vang khẩu hiệu Trường Sa và Hoàng Sa là của Việt Nam v.v….
Tất cả làm nức lòng người dân trong nước và hải ngoại!
Từ phương xa, cá nhân tôi xin nghiệng mình và ngưỡng mộ sự can đảm của Tuổi trẻ đã dám đứng lên "bắt đầu" làm lịch sử, bất chấp những cú đá, cái đạp của tên Đại úy công an CS Minh. Chính cái đạp nầy, cái đá trên sẽ làm tăng thêm niềm tin của Tuổi Trẻ và chứng minh được chính nghĩa quốc gia và dân tộc cũng như sự sợ hãi của cường quyền. Và chắc chắn lịch sử dân tộc sẽ không quên "khắc ghi" hành động dã man hơn súc vật nầy.
Cùng các em thân mến,
Dù muốn dù không các em đã đứng lên, và chỉ sẽ dừng lại khi dân tộc thực sự có tự do…
Nhìn lại gần hai tháng, chúng ta đã làm được những gì trong những ngày chủ nhựt vừa qua?
Chúng ta đã quy tụ đặc biệt tại Hà Nội và Sài Gòn. Các bạn đã không còn sợ hãi những đòn thù như của tên Minh…Nhưng các bạn **còn những e dè trong khi đứng dậy lên tiếng.** *Các bạn*

còn xử dụng là cờ máu cs, mặc áo có cờ máu …để làm "cái khiêng" che chở cho các bạn.

Nhưng thử hỏi dù có hay không các cái khiêng ấy, các bạn vẫn bị lôi kéo, đánh đập… mỗi lần chạm trán với công an. **Chính vì vậy, đề nghị các bạn trong những lần tới không cần phải xử dụng những chiếc "khiêng" bất khiển dụng nầy nữa.**

Các bạn hãy đứng vững như các cô gái mặc áo dài trắng ngang nhiên bày tỏ lòng yêu nước.

Tại sao các bạn lại đi quanh bờ hồ mà không tiến thẳng vào nơi cư trú chính thức của quân xâm lược? Đó là đầu não của sự xâm lược. Đó là tòa Đại Sứ Trung Cộng.

Thưa các bạn,

Càng hống hách, càng áp chế, TC chỉ hành xử như thế đối với Việt Nam chính là để thứ nhứt, khích động tinh thần quốc gia cực đoan của Đại Hán, sau nữa, là trấn an và trấn áp những xáo trộn, và những khó khăn trầm trọng mà TC đang đối mặt ở quốc nội. Đó là:

- Xã hội đang xáo trộn trầm trọng vì nạn lạm phát;
- Kinh tế bế tắc vì sản xuất thặng dư và không xuất cảng được;
- Khoảng cách giàu nghèo ngày càng cách xa;
- Con số người dân bất mãn và đứng lên biểu tình đòi quyền lợi và nguồn sống căn bản ngày càng cao lên;

- Dân Tây Tạng bắt đầu đứng lên cả trong và ngoài nước;
- Tân Cương dồn dập qua các cuộc biểu tình đập phá trụ sở công an;
- Nội Mông cũng đã đứng dậy;

- Và sau cùng, viễn tượng xâu xé nội bộ khiến cho TC trở thành Đông Châu Liệt Quốc không phải là vô căn cứ!

Vì vậy xin đề nghị với các bạn trong những lần biểu tình sắp đến:
- Đi biểu tình không cần mang cờ máu theo làm "khiêng" che chở;
- Đi thẳng vào căn cứ địa của TC. Đó là Tòa Đại sứ và Tổng Lãnh sự;
- Thiết lập nhiều khẩu hiệu báo trước sự sụp đổ và tan rã của Đế quốc Đại Hán.

Thưa các bạn,
Không có cuộc cách mạng nào mà không có đổ máu.
Phản ứng của cường quyền càng khốc liệt bao nhiêu chứng tỏ rằng sự sợ hãi của chúng càng tăng cao và báo hiệu cho một ngày cáo chung của chế độ không còn xa nữa.
Chúc các bạn vững tâm tranh đấu.
Ngày Việt Nam có tự do, dân chủ và nhân quyền đã cận kề.
Người Việt hải ngoại đặt trọn niềm tin vào các bạn, Tuổi Trẻ Việt Nam.

Mai Thanh Truyết

Westminster
7/2011

Lời Sau Cùng Nói Với Tuổi Trẻ

*Hãy thức dậy để giữ gìn non sông biển cả
Thức dậy đi và vội vã tiến lên đường
Góp bàn tay để gìn giữ Quê Hương
Dựng nước Việt trên con đường Dân Chủ.*
- Nguyên Thạch -

Sau 1026 năm đô hộ qua 4 kỳ Bắc thuộc, giặc Tàu vẫn không đồng hóa được dân tộc Việt Nam.
Tổ tiên ta trong những thời ấy **Quân và Dân đều một lòng chống giặc ngoại xâm.**
Ngày nay bọn Hán cộng đã khôn hơn, thủ đoạn, quỷ quyệt hơn, nhưng điều tệ hại nhất là bọn cộng sản Việt Nam vì muốn giữ đảng nên đã âm thầm bán nước, bán biển dù biết rằng họa mất nước và diệt chủng sẽ đến với dân tộc ta, một dân tộc đã đánh đuổi giặc tàu đến cả mười ba lần.
Cho đến hôm nay đảng cộng sản Việt Nam gần như đã bị bọn tầu đỏ hoàn toàn khống chế trên các phương diện chính trị, kinh tế, giáo dục, xã hội.
Vì đã tiên liệu được phản ứng của dân nên chúng đã ra sức ngăn chặn, trấn áp, bắt bớ, bỏ tù khi người dân đứng lên phản đối.
Suốt trong chiều dài lịch sử lập quốc chưa bao giờ có một tập đoàn tay sai thái thú nào đã đàn áp dân đắc lực như bọn

cộng sản Việt Nam. Chúng đã và sẽ liên tục cướp đất của dân để dâng cho bọn tàu cộng.

Trong suốt chiều dài lịch sử dân tộc, CSBV thường mập mờ trong các cuộc chiến dành độc lập để độc quyền tiếm công đầu, có thể đan cử sau đây:

* Việc chống Pháp, Nhật không phải chỉ có đảng viên cộng sản tham gia, mà có những thành phần không CS; bằng chứng là sau khi Pháp rút lui thì một số người từng tham gia kháng chiến đã rời bỏ hay không những không theo đảng CS, mà lại tích cực chống đối, như Ô. **Hoàng Văn Chí** đã viết quyển "**Từ Thực Dân đến Cộng Sản**" để cho thấy rõ những tội lỗi của các lãnh tụ CS đối với nhân dân Việt Nam.

* Dù đảng CS có công chống Pháp để Việt Nam được tự chủ đi nữa, thì việc này không thể là lý do để đảng CS tiếp tục cai trị đất nước từ thế hệ này sang thế hệ khác, theo lối cha truyền con nối của những triều đại vua chúa thời xưa. Đã là một chế độ "dân chủ" thì người dân có quyền lựa chọn những người lãnh đạo. Cho tới nay, nhân dân Việt Nam không có được một cuộc bầu cử không do đảng CS sắp xếp và chấp thuận người ra ứng cử.

* Trong khi nhân loại trên thế giới đã thấy rõ những sai lầm và thất bại của chế độ CS và những nước theo chế độ CS trước đây đã từ bỏ chủ nghĩa CS và chủ hóa đất nước họ, Việt Nam ngày nay vẫn phải theo chủ nghĩa Mác-Lê cùng với Trung Cộng và Bắc Hàn. Điều này cho thấy Việt Nam không thể thoát khỏi gọng kềm của đảng CS Trung Hoa nếu còn ở dưới sự cai trị của đảng CSBV.

* Chế độ cai trị theo chủ nghĩa CS với lề lối độc tài của Stalin và Mao của đảng CSBV đã gây biết bao tang thương cho nhân dân Việt Nam, từ những cải cách ruộng đất, đến việc mị dân để đưa đồng bào cả hai miền Bắc Nam vào một cuộc chiến thảm khốc. Những dối trá, những thủ đoạn tiêu diệt những người bất đồng chính kiến, chánh sách cai trị bằng công an, cán bộ nằm vùng, những vụ cướp đất của dân chúng bởi các đảng viên, đã khiến người dân Việt Nam không còn tin tưởng vào chánh quyền và cũng không tin cậy một ai, vì đâu đâu cũng có công an dòm ngó. (Góp ý của BS Nguyễn Quyền Tài, Liên mạng Người Việt Tự do Toàn cầu).

Trên bước đường đấu tranh vì quốc gia dân tộc và dân chủ cho đất nước, chống Cộng sản, chúng ta hầu như phải đối mặt với những diễn biến bất ngờ có khả năng bị vướng mắc vào những sự kiện hoặc tình tiết mang tính cục bộ, cho nên trong sách lược đấu tranh, chúng ta cần nên luôn luôn phải tự cảnh giác, dự trù phân biệt rõ rệt những phản ứng mang tính chiến thuật và kế hoạch hành động nhằm mục tiêu chiến lược lâu dài.

1- Kiểm điểm và nhận diện thực lực đấu tranh

Trải qua 42 năm từ khi Cộng sản Bắc Việt xâm chiếm miền Nam Việt Nam cho đến nay, ước lượng đã có khoảng ba triệu người Việt rời bỏ đất nuớc, sang định cư ở nước ngoài, trải rộng từ Âu Mỹ sang Úc, Á. Tùy theo các thể chế chánh trị khác nhau nhưng thuộc thế giới tự do, các nước tạm dung này nói chung đều tạo điều kiện cho người Việt ty nạn cố gắng vượt qua những khó khăn hiển nhiên ban đầu, đạt được một cuộc sống vật chất tương đối ổn định, trong khi bà con thân thuộc tại quê hương phải sống triền miên trong đói nghèo dưới một thể chế chánh trị kềm kẹp khắc nghiệt sắt máu, tập trung củng cố đặc quyền cho một giai cấp cán bộ cộng sản nắm giữ quyền sinh sát trên cơ sở công thức "Đảng lãnh đạo, Nhà nước quản lý" kèm theo chiếc bánh vẽ dối trá "Nhân dân làm chủ"!

Vì nhu cầu sống còn trên đất lạ quê người, người dân Việt ty nạn không còn con đường nào khác hơn là con đường phấn đấu gian khổ, cực lực lao động mưu sinh tạo dựng lại sự nghiệp, mở đường cho bản thân và cả con cháu thăng tiến qua con đường học vấn hội nhập hướng về tương lai.

2- Thành quả thật là rõ ràng.

Chỉ trong khoảnh khắc thời gian không bao lâu, đã thấy xuất hiện khắp nơi, ở các nước tạm dung, một số khu phố với các cửa hàng doanh nghiệp hầu như ngành nào cũng có, thể hiện bản sắc Việt Nam qua các bảng hiệu bằng tiếng Việt. Nổi bật nhất có thể ghi nhận là các văn phòng luật sư, bác sĩ, nha sĩ, địa ốc, điện toán, cung ứng các dịch vụ đòi hỏi trình độ đào tạo trường lớp đại học có chọn lọc, chứng tỏ tiềm năng hội nhập và thăng tiến của con người Việt Nam ở xứ người.

Một số hàng quán phục vụ ăn uống, giải trí vui chơi do chính người Việt làm chủ cũng đua nhau nở rộ theo thời trang, nói lên tính trù phú sung túc về vật chất của người dân Việt tỵ nạn bên cạnh những cộng đồng thuộc các sắc dân khác. Khuynh hướng hưởng thụ vui chơi này hẳn nhiên cũng có những mặt tiêu cực làm nẩy sanh một giới cả trẻ lẫn già sa vào vòng tiêu cực vì đồng tiền mà phải lao vào cảnh tù tội vốn không dung tha cho ai cả.

Tuy nhiên, song song, cũng đã hình thành và xuất hiện các hội đoàn thuộc các ngành nghề khác nhau về văn hóa, xã hội, giáo dục v.v…, kể cả hải lục không quân trong hàng ngũ quân lực Việt Nam Cộng hòa, quy tụ các thành viên, các đồng đội, đồng nghiệp đã từng chen vai sát cánh sống chết bên nhau trong nghề nghiệp, trên chiến trường, ở quê nhà.

Người ta tìm lại nhau, để ăn uống, để trao đổi thông tin cùng chia xẻ những vui buồn và nhất là những kỷ niệm tủi nhục trên bước đường lưu vong. Từ đó, các cộng đồng người Việt tỵ nạn đã được tổ chức thành những bộ máy quản lý điều hành theo quy chế theo khuôn khổ quy định của nhà nước Hoa Kỳ, tạo căn bản pháp lý cho các sinh hoạt công cộng, hòa nhập vào dòng chính lưu của xã hội bao quanh đồng thời khai thác hưởng dụng dịch vụ y tế, xã hội hiện có của nhà nước nầy.

Tại Hoa kỳ, địa danh "Little Saigon" được chánh thức công nhận đặt cho một thành phố có khoảng hơn ba trăm ngàn người Việt sinh sống tại Nam California (Hoa Kỳ), mệnh danh là "thủ đô của người Việt tỵ nạn" mang lại niềm tự hào dân tộc, nhưng đồng thời cũng nhắc nhở và gợi lại hình ảnh đau thương của một thủ đô đã bị đánh mất về tay Cộng sản xâm lược ở quê nhà từ tháng tư năm 1975 và nay đã bị Cộng sản đổi bằng tên Hồ Chí Minh.

Đột nhiên, vào tháng 1 năm 1998, cũng tại Little Saigon kể trên, đã nổ ra "vụ Trần Trường". Trần Trường vốn cũng là một người Việt tỵ nạn, nguyên đã lập ra được một cửa hàng khai thác dịch vụ bán và cho thuê băng video ở khu phố Bolsa, đã lặng lẽ treo hình Hồ chí Minh và cờ đỏ ngôi sao vàng Việt nam Cộng sản trong cửa hàng Hành động này đã đánh thức bà con Việt trong vùng, nổi lên một phong trào tự phát ít ai ngờ là đã kéo dài đến 52 ngày đêm, quy tụ có ngày đến hơn mười ngàn người trong đó, có cả những người từ các địa phương xa đến, nói lên sự phẫn nộ của người dân Việt tỵ nạn căm thù Cộng sản.

Sự kiện này cũng đã phơi bày ra ánh sáng một thực tế không ai có thể phủ nhận được là trong các cộng đồng người Việt tỵ nạn có những thành phần cộng sản mà giới bình dân thường gọi là "bọn Việt cộng và Việt gian nằm vùng". Sự xâm nhập của Cộng sản nằm vùng vào trong cộng đồng người Việt tỵ nạn ở các nước tạm dung nói chung và tại Hoa kỳ nói riêng, đều phát xuất từ các nguyên nhân khách quan và chủ quan. Cần nhớ rằng trong hàng ngũ các thuyền nhân vượt biên, CSBV, theo một kế hoạch đã định sẵn, đã có tổ chức gài người của họ vào, nhứt là trong nhóm người Hoa gọi là "các nạn kiều" được CSBV cho ra đi theo diện bán chánh thức, mở ra rất nhiều khả năng thương lượng điều kiện tương nhượng để đôi bên cùng có lợi.

Ngay trong diện H.O. dành cho các cựu tù nhân chánh trị, được phép ra chánh thức ra đi, bao gồm các quân nhân, công chức Việt Nam Cộng hòa đã bị Cộng sản lùa vào các trại tù cải tạo, rồi được thả về, cũng có các thành phần Cộng sản làm ra và sử dụng "Giấy ra trại" giả lấy tên những trại viên xấu số đã chết trong thời gian giam cầm, để làm hồ sơ xuất ngoại, cho đến nay không bị phát hiện. Rồi từ đó, qua ngả kết hôn với người Việt tỵ nạn, các thành phần Cộng sản nầy cũng đã thu xếp cho con cháu và cán bộ trà trộn vào. Ngoài ra cũng cần phải nói thêm là CSBV lợi dụng khe hở trong vấn đề tôn giáo của chánh phủ Hoa Kỳ, vì thế cho nên, trong hiện tại, chúng ta thấy trong các chùa chiềng, nhà thờ…chấp chứa bao nhiêu tu sĩ "giả mạo" sang Mỹ dưới "nhãn hiệu" …du học qua visa "tôn giáo".

Theo lý lẽ thông thường, vụ Trần Trường đã gióng lên tiếng chuông báo động và cảnh tỉnh đối với nguời dân Việt tỵ nạn rằng đã đến giai đoạn CSBV đã chứng tỏ, qua hành động, sự hiện diện của chúng tại các nước tạm dung, bắt đầu công khai thực hiện sách lược lũng đoạn hàng ngũ người Việt tỵ nạn tại Hoa Kỳ rồi. Và nhiều người đã tiên đoán sự kiện nổi bật này chắc chắn sẽ có tác dụng nung nấu và phát huy thêm tinh thần tranh đấu chống Cộng sản tại đất Nam Cali và sẽ lan rộng khắp nơi.

Nhưng những gì thực sự diễn ra sau đó không đúng như nguời ta tiên đoán, bởi lẽ những làn sóng chống đối nổi lên tiếp đó không tập trung vào đối tượng CSBV, mà lại dội trở ngược vào sự lấn cấn nội bộ bao quanh việc quản lý thùng tiền do đồng bào đóng góp trong các buổi tụ họp đêm ngày đả đảo tên Trần Trường! Sự chống đối này làm phát sinh lời qua tiếng lại ồn ào đả kích lẫn nhau giữa các nhân vật có liên quan, có tác dụng gây rạn nứt trong nội bộ người dân Việt tỵ nạn, dư luận quần chúng nói chung; rồi cũng lần hồi từ từ lắng dịu qua thời gian, và đâu cũng vào đấy.

Từ thời còn sanh tiền và tranh đấu, mô hình đấu tranh của Giáo sư Nguyễn ngọc Huy lưu lại:

* Phân công rõ rệt trong tổ chức;
* Hải ngoại yểm trợ kể cả việc huy động hậu thuẫn của quốc tế;
* Xây dựng thực lực trong nước.

Hiện tượng phân hóa mang tính biểu kiến. Bịnh ấu trĩ (Maladie enfantine) trong đấu tranh chống Cộng sản là bước đường tự nhiên trên bước đường đấu tranh phát triển và hội nhập.

3- Xác định mục tiêu vĩnh cửu trên bước đường đấu tranh

Những người Việt thành tâm yêu nước mà chúng tôi mạn phép mệnh danh là những Việt yêu nước chân chánh, cần được phân biệt hẳn với người Việt Cộng sản yêu nước giả hiệu. Những diễn biến lịch sử xảy ra trong những thập niên qua đã cho mọi người thấy rõ thủ thuật gian trá của CSBV trong việc vận dụng chiêu bài "yêu nước" triệt để khai thác tinh thần dân tộc vốn đã nằm trong huyết quản của mọi người dân Việt bình thường.

Từ đó, chiêu bài trên được tô vẽ thêm với thêm khẩu hiệu "yêu nước là yêu chủ nghĩa xã hội" kêu vang, kích động đóng góp sức lao động hy sinh hết mình, thực sự chỉ càng ngày càng cũng cố quyền lực và quyền lợi của một cấu trúc đảng viên cộng sản chặt chẽ ăn chịu với nhau, trên cương vị là tư bản đỏ bóc lột tận xương tủy người dân bị khép vào khuôn khổ của một chánh sách toàn trị không tài nào cất đầu lên nổi.

Những bài học lịch sử:

* Chiến tranh chống thực dân Pháp;
* Thỏa ước Fontainebleau để tạo chỗ đứng tiêu trừ phe quốc gia;
* Loại trừ Phan Bội Châu và các thành phần quốc gia;
* Liên minh công nông;
* Chánh sách đấu tố cải cách ruộng đất;
* Xâm lược quốc gia Việt Nam thực áp đặt chế độ cộng sản theo chiến lược toàn cầu của cộng sản quốc tế do Liên Sô và TC cầm đầu.

Trò chơi dân chủ không xa lạ gì với quy luật đào thải.
Mặc dù Nghị quyết 36 vẫn lừng lững qua nhiều bẫy sập như tiền tài, "một chỗ đứng" ở Việt Nam …" ngày mai", hoặc cuối cùng là bị "blackmail" qua người đẹp chân dài v.v…, người Việt hải ngoại cần nên tự nhủ là mục tiêu cuối cùng là xóa bỏ vĩnh viễn cơ chế chuyên chính vô sản của CSBV.
Trong suốt 43 năm qua, chúng ta đã thấy và "sáng mắt" biết bao đoàn thể, nhóm tranh đấu giống như như con trốt từ trên nền đất xoay chiều cuốn hút, ngày càng lên cao; để rồi cuối cùng bị CSBV bỏ lại, sau khi đã "vắt chanh hết nước" hay hoàn tất một mục tiêu ngắn hạn nào đó của chúng.

Đó là những tổ chức và thành phần theo đuổi mục tiêu giai đoạn CSBV, để rồi cuối cùng cũng bị… đem con bỏ chợ.

Gương tày liếp còn đó, gương phản bội dân tộc, bán mình cho TC của CSBV còn đó!

Và những người con Việt còn lại của chúng ta đã thấy, đã sống qua hai giai đoạn trên, chắc chắn sẽ tồn tại với dân tộc, với đất nước gồm những phần tử cốt lõi tinh hoa, can cường gắn bó với mục tiêu vĩnh cửu của dân tộc, vượt thắng Cộng sản, giải phóng dân tộc, giải phóng 96 triệu con Việt thoát ác nô lệ của CSBV và của TC.

Điều sau nầy, chắc chắn sẽ xảy ra trong một tương lai không xa. Chính vì vậy, chúng tôi trong nhóm chủ trương phát hành quyển sách "**Lối thoát cho Việt Nam**" lần nầy, để thêm một lần nữa gióng lên tiếng chuông nhắc nhở tất cả con dân đất Việt trong và ngoài nước là một mẫu số chung duy nhứt của chúng ta là '*chống Tầu*' *và chống lại tất cả những âm mưu bán nước của bọn cộng sản Bắc Việt.*

Mai Thanh Truyết
Houston, Texas

Phần VII

Đoạn

Đoạn – Chặng Đường Dài 76 Năm

Lìa nơi chôn nhau cắt rún khi chưa đầy ba tuổi vào năm 1945.
Mang theo hình ảnh một người cha trên người đầy máu và nhà cửa đang bị đốt cháy phừng phựt.

Cả gia đình còn lại gồm Ba Má, chị Hai, Chị Sáu, Anh Bảy, Chị Chín, Anh Mười…dìu dắt nhau trên một chiếc xe bò hướng về Sài Gòn.
Hai Anh Ba và Anh Năm trong thời điểm đó đang đi học ở Sài Gòn.
Đó là hình ảnh tôi mang theo khi tuổi còn thơ, những hình ảnh đã khắc ghi trong tôi đậm nét với những gương mặt tuổi trên dưới 20, đầy nét hận thù đầy hung khí… mà sau nầy, qua Má kể lại, họ chính là những tá điền của gia đình tôi.

1- **Tuổi thơ của tôi** yên ả với ngôi nhà thuê tại đường Cô Bắc (Dumortier cũ). Nhà tôi số 1, nhà của Chú Năm Nghĩa (ba của cô đào Thanh Nga) số 2.
Sống thong dong như mọi trẻ con, nửa quê, nửa tỉnh, chiều chiều thả diều trên bãi đất trống trong khu phố. Thỉnh thoảng "rắn mắt"

cùng các bạn cùng tuổi đi thọc trái "me keo" ở hàng rào bao bọc một thành Tây còn sót lại nằm trên góc đường Nguyễn Khắc Nhu (Ballande) và Trần Hưng Đạo (Galliéni cũ).

Cũng biết đánh đáo, tạt hình với "tiền" là những bao thuốc lá xếp lại. Cũng biết lấy nút phén (nắp của những chia bia Larue, xá xị…) để dưới đường rầy xe điện chạy ngang qua ga Arras (Cống Quỳnh) để được cán dẹp. Sau đó, đục hai lỗ ở giữa, thắt sợi dây vào và dùng hai ngón tay cái, xoay vòng vòng, làm vũ khí đấu với vũ khí của "địch". Bên nào bị cắt đứt giây trước là bị thua…Đôi khi bánh xe "nút phén" được khía vòng ngoài làm răng cưa để …chiến đấu. Tôi đã chứng kiến một bạn nhỏ cùng xóm bị nút phén cắt đứt môi khi vũ khí của anh ta bị cắt đứt dây.

Cũng biết thỉnh thoảng chạy qua đống rác của nhà máy làm võ ruột xe đạp L'Abbé để lượm những ống ruột xe đạp được cắt từng sợi dây thung kết liền nhau. Và đây cũng là một loại "tiền" để tuổi trẻ chúng tôi "ăn thua" trong khi đánh đáo hay bắn đạn…Các dây thung nầy cũng được tuổi trẻ "gái" kết nối làm sợi dây dài dùng để nhảy dây. Có thể nhảy một mình, nhảy đôi hoặc nếu dây dài hơn nữa, có thể nhảy một lượt nhiều người trông rất đẹp mắt và vui.

Cũng biết chạy theo sau xe ngựa với chiêng trống inh ỏi, hai bên là hai bảng vẽ quảng cáo chiếu phim ở các rạp hát bóng. Chạy theo để lượm những tờ programme của các phim sắp chiếu.

Cũng biết bắn đạn (*người Bắc gọi là bắn bi*), cũng biết đi "hoang" cùng chúng bạn, xuống chợ Cầu Muối đường Cô Giang.

Quê tôi-Ấp Sò Đo-Làng Tân Phú Thượng, Hậu Nghĩa

(Douaumont cũ).

Đôi khi mạo hiểm hơn nữa, xuống Cầu Ông Lãnh, vượt qua Cầu Mống, thả lần qua nhà máy thuốc lá Bastos và dừng lại ở Rạp hát bóng Nam Tiến.

Ba tôi không cho đi học lớp một như mọi đứa trẻ khác mà Ba dạy tôi ở nhà, để rồi sau đó vô trường học lớp 2.

Thế mà tôi cũng hoàn tất bậc tiểu học ở trường **Tiểu học Trương Minh Ký** nằm ngay góc đường Nguyễn Thái Học (Kitchener cũ) và đại lộ Trần Hưng Đạo.

Tất cả, đó là tuổi thơ của tôi:

- Kinh hoàng khi nhìn thất Ba tôi bị xử tử (mà không chết) tại quê nhà và,
- Những trò chơi thơ ngây khi xuống Sài Gòn.

2- Rời trường Trương Minh Ký chuyển qua Petrus Trương Vĩnh Ký – Lycée Petrus Trương Vĩnh Ký -LPK, nằm trên đường Cộng Hòa (Nancy).

Định mệnh đã đưa đẩy tôi cùng học dưới hai trường có tên Ký, và là hai Thầy Trò với nhau.

Một kỷ niệm nơi đây mà tôi không bao giờ quên là trận đánh giữa quân đội quốc gia và lực lượng Bình Xuyên. Số là phải dành cho trường Chu Văn An vừa mới di cư từ miền Bắc vào, các lớp đệ nhứt cấp chúng tôi mỗi ngày chỉ học 2 giờ từ 11 giờ tới 1 giờ trưa. Lực lượng quân đội Bình Xuyên chiếm khu nội trú của trường không biết từ bao giờ (hai dãy nội trú sau nầy trở thành Trường Đại học Sư Phạm Sài Gòn là nơi tôi từng sự ngay sau khi từ Pháp về năm 1973).

Tôi còn nhớ, ngày hôm ấy là buổi học Pháp văn của Thầy Phạm Văn Thới (sau nầy Thầy làm Chuyên viên trong Phủ Thủ tướng và qua đời năm 2002). Tiếng súng bắt đầu nổ giữa trưa. Quân

Bình Xuyên bò lên đỉnh của nóc nhà ngang, nơi có phòng thí nghiệm và phòng vệ sinh của trường.

Bên ngoài từ hướng cổng trường từ đường Nancy, quân chính phủ gồm những lính người Nùng chạy xuyên qua hành lang rộng. Hai bên bắn nhau, tôi không thấy ai bị thương hay chết cả. Sau nầy mới biết là **nạn nhân của cuộc giao tranh hôm ấy là bức tượng bán thân Petrus Ký, hướng mặt về phía cổng trường**. Cụ bị một vết đạn làm má bên phải lún sâu vào như một đồng tiền (giả tạo). Vì tượng bán thân của Cụ hướng ra đường Cộng Hòa, cho nên thủ phạm hẳn là do lính chính phủ bắn vào...

Chỉ sau độ nửa giờ giao tranh, Ông Hiệu trưởng Phạm Văn Còn bắt loa kêu gọi hai bên ngưng chiến và thầy trò chúng tôi bắt đầu ra khỏi trường. Thay vì chạy thẳng về nhà, lũ trẻ chúng tôi lại mân mê và lượm những vỏ đạn đồng rơi tung tóe trên sân trường, làm các thầy giám thị phải một phen cực nhọc xua đuổi.

Cuộc giao tranh ngắn ngủi đó trở thành một chuyến hồi hương hết sức lý thú. Số là vì tình hình mất an ninh tại Sài Gòn lúc đó, Ba tôi cho Má tôi dẫn các anh chị nhỏ và tôi về ...quê, làng Tân Phú Thượng, sau nầy đổi thành tỉnh lỵ Khiêm Cương, thuộc tỉnh Hậu Nghĩa.

Trong vòng một tuần lễ ngắn ngủi, tôi thực sự sống trọn vẹn với thú vui dân dã, quê mùa nơi quê nhà yên bình vì ở thời điểm đó, tháng 4/1955, CSBV chưa tung quân vào miền Nam. Có chăng chỉ còn năm ba du kích quân còn lại, lặn sâu sau hiệp định đình chiến và chia đôi đất nước ngày 20/7/1954.

Khi rời quê, chưa biết gì, cộng thêm nỗi kinh hoàng khi nhìn thấy bên ngực trái của Ba đầy máu; bây giờ được rong chơi trên những cánh đồng ruộng vì mùa khô cho nên được chạy rong bên những giồng trồng đậu phộng, dưa leo, dưa hấu v.v...

Tôi được theo các anh đi rất xa, hái "trộm" dưa hấu còn hườm hườm, độ trái cam lớn, chùi sạch bên ngoài bằng chính chiếc áo đang "bận" trên người. Các anh đập bể dưa ra và chia nhau ăn ngấu nghiến. Một thú vui khác nữa, là đi nhổ trộm…đậu phộng trên những luống thẳng tắp. Đậu non, mới tượng hột bên trong, võ còn màu trắng chưa ngã màu ngà…Nhổ lên. Đập đập cát bụi rớt ra khỏi võ (sạch trong suy nghĩ của tuổi thơ). Bóp võ và bỏ vào miệng. Ngọt lịm và rất bùi!

Và thú vui sau cùng tôi ghi nhận được là đi…móc ếch. Các anh lấy cây tâm xe đạp, mài một đầu cho nhọn, uốn cong chút xíu. Sau đó, cây tâm được cột chặt và một thân trúc dài. Đó là vũ khí đi móc ếch. Trong lúc mấy anh đi dọc theo các bờ đê khô, tìm nơi nào có hang ổ tình nghi là …thọc cây vào sâu và ngoái tròn. Khi nghe tiếng ếch kêu, tức là đã bắt được.

Trong lúc đó, lũ nhỏ chúng tôi đi ngang dọc, nơi nào nghe tiếng dế kêu, là rón rén đi lật từng cục đất (tôi muốn ghi lại những tiếng dân dã miền Nam, chứ không văn hoa như chữ "hòn" đất).

Đó là bảy ngày thần tiên mà tôi được hưởng những thú vui đồng nội trong đời. Sau đó lại trở lên Sài Gòn tiếp tục đèn sách.

Cũng cần nhắc lại là trong suốt thời gian đi học ở trường LPK, thời niên thiếu, tôi được anh bạn cùng lớp tên Huỳnh Văn Tòng, nhà ở tận bên Vĩnh Hội, ngày ngày chạy qua nhà tôi sớm để chở tôi đi học. Bạn Tòng còn có biệt danh là Bảy Hổ vì anh ta trong lúc đá banh ở sân vận động của trường nằm ngay phía sau trường giáp với đường Trần Bình Trọng, thường hay…lăn chai, ủi cả người vào đối thủ trong những giờ tập thể thao của trường. Những buổi sáng sau khi tập thể thao xong, chúng tôi ở lại trường để đá banh và vui chơi cho đến trưa mới vào lớp học, đôi khi chia xẻ nhau những củ khoai lang vì không về nhà. Đó là thời điểm trường Chu Văn An đã dọn về Ngả Sáu Chợ Lớn rồi.

Rồi trong thời gian học Đệ nhị cấp, một anh bạn khác, nhà ở tận Kho 5, đường Trịnh Minh Thế, chạy chiếc xe mobylette đen, đến nhà mỗi ngày chở tôi đi học. Đôi khi, tôi phải đi bằng xích lô hay anh chị chở đi. Tôi không có xe đạp, chỉ có được chiếc xe mobylette "xanh" năm học Đệ nhứt. Cho đến bây giờ tôi vẫn không hiểu vì sao Ba không cho tôi đạp xe đạp đi học thời trung học?

Có ba chuyện, cũng là ba dấu ấn trong đời.

3- Dấu ấn thứ nhứt:

Số là, Ba gửi tôi đi "học thêm" Pháp văn ở trường Phan Quốc Quân đường Cô Bắc, gần đường Huỳnh Quang Tiên (nơi Cô Quờn đốt chồng). Tôi đã gặp một người bạn học gái. Năm đó tôi 13 tuổi. Cô tên Nguyễn Thị Ngọc Dz., nhà ở cư xá Công chánh ở đường Trần Hưng Đạo, cùng cư xá với QVTr (người hùng ôm đạn B40 để cứu tiểu đội của anh, hiện cư ngụ tại Westminster), và người em là QVT, cũng học LPK và là một nhạc sĩ rao giảng những nét độc đáo của nền nhạc dân tộc Việt Nam, hiện sống ở Paris).

Trong suốt thời gian học chung khoảng một năm, 2 giờ mỗi tối từ 7 đến 9 giờ. Dz. và chị Nguyễn Thị CM cùng học một lớp, chúng tôi chỉ trao đổi nhau qua bài vở… Sau khi thôi học, Dz. và tôi lại trao đổi nhau bằng thư từ qua bưu điện.

Trao đổi những gì?

Chúng tôi trao đổi những *câu chuyện thời sự, những chuyện xã hội, sự chênh lệch giữa cái nghèo và giàu* v.v… Tuyệt nhiên chúng tôi chưa bao giờ nói những lời tình cảm hay yêu thương giữa người nam và người nữ…từ lứa tuổi thiếu niên cho đến lúc thanh niên.

Cho đến một hôm, đâu khoảng trên dưới 7 năm liên lạc, Dz. xin được gặp tôi một lần trước khi tôi lên đường du học. Dz. hẹn và mời tôi đi xuống Bến Chương Dương, trước Nhân hàng Quốc gia. Cuộc tiếp xúc thật ngắn gọn không quá 30 phút, không một ly kem hay nước ngọt trong một quán cốc nào đó. Mà là hai đứa đúng nói chuyện với nhau trên đỉnh dốc Cầu Mống. Cuộc trao đổi vỏn vẹn qua một món quà nhỏ và một lời tiễn đưa:

- Một dây chuyền xâu một miếng vàng 18K hình móng ngựa nhỏ;
- Với lời tiễn đưa:" **Anh nhớ khi trở về lại Việt Nam, cố gắng làm sao cho các xóm bên kia sông được khang trang như nơi chúng ta đang đứng trên dốc Cầu Mống nầy"**.

Khi qua Pháp, chúng tôi có trao đổi độ 5,7 thư, đại ý cũng chỉ nói về Việt Nam tương lai, làm thế nào để cải tạo xã hội, bớt đi những bất công trong đời sống dân chúng…

… Mười năm sau, khi về lại Việt Nam, tôi có về tìm lại "dernier domicile connu" là 197/2 Đường Nguyễn Lâm, Chợ Lớn, nhưng

không ai biết Dz. dọn về đâu. Nghe nói đã có gia đình và sống ở Ban Mê Thuột?
   4- Dấu ấn thứ hai:

Ngay sau khi chiến dịch Rừng Sát thành công vào khoảng giữa năm 1956, Tổng thống Ngô Đình Diệm làm lễ khao quân cho Thiếu tướng Dương Văn Minh tại sân vận động Tao Đàn, bên hông đường Huyền Trân Công Chúa. Chúng tôi, những học sinh LPK lớp Đệ lục, Đệ ngũ cùng với các đồng môn cùng trang lứa bên Trường Gia Long được chỉ định làm Haie d'honneur – Hàng rào danh dự đón Tổng thống.

Chúng tôi bên LPK với áo trắng ngắn tay và quần kaki xanh dương, hãnh diện với phù hiệu của trường được thêu trên túi áo bên tay trái, không giống như các phù hiệu rời chỉ để kẹp lên áo khi vào lớp học như ở một số trường khác.

Các cô bên Gia Long cũng vậy, với áo trắng quần trắng và phù hiệu được may trên ngực áo phía bên phải. ***Kỷ luật và chấp hành nghiêm trang luật lệ của Trường Petrus Trương Vĩnh Ký và Gia Long thời bấy là như thế đó***…

Và dĩ nhiên, hay dẫy hàng rào danh dự đứng đối diện cùng nhau. Mặt đối mặt. Và một vài ánh mắt …chớp chớp, trong đó có …tôi. Hình ảnh một cô gái với mái tóc chắn ngang trán, phía sau để dài và chiếc răng khểnh một chút… là đề tài cho các bạn tôi bắt đầu ngó qua ngó lại. Còn tôi với bản tính nhúc nhác(!?) có biệt danh do các bạn đặt là "Thằng con gái", chỉ biết im lặng đứng nhìn người ta mà thôi.

Sau khi tan hàng, một số bạn đạp xe đạp theo em về nhà ở số 290/12 Đường Công Lý (sau nầy nghe nói lại tôi mới biết). một anh bạn rất thân với tôi suốt thời Trung học là anh Hà Anh Tuấn, nhiệm sở sau cùng là Phó Hành chánh cho Đại tá Tỉnh trưởng Hồ Ngọc Cẩn, Vĩnh Bình, Chương Thiện, người anh hùng quyết chiến cho đến viên đạn cuối cùng để rồi bị CSBV xử tử tại Cần Thơ. Còn bạn Hà Anh Tuấn của tôi mất tích từ đó cho đến bây giờ, không tìm ra được tung tích ngay cả người thân trong gia đình bạn cũng không tìm ra.

Trở lại câu chuyện, bạn Tuấn tôi đã bị coup de foudre rồi...Anh chạy theo em, Phan Thị TT. Về nhà viết thư bằng tiếng Anh gửi cho người em gái "hàng rào danh dự". Nhưng rồi tất cả theo thời gian đi vào quên lãng.

Trong lúc đó, thằng con gái...lại có duyên quen nàng. Và hai "bên" tới lui qua nhà thăm viếng nhau suốt nhiều năm dài. Các đám cưới của Chị Sáu, và Anh Bảy của tôi đều có mặt em. Sau nầy, em dọn về 449/2 Đường Lê Đại Hành, Phú Thọ sau khi dọn từ đường Phó Cơ Điều về.

Có một chuyện tôi không bao giờ quên cho đến bây giờ. Đó là chuyện **phát phần thưởng**.

Thông thường hàng năm, trường Petrus Ký và Gia Long phát phần thưởng chung tại rạp Thống Nhứt, nằm giữa hai đường Công Lý và Nguyễn Bĩnh Khiêm, từ Dinh Độc Lập đến cổng Sở Thú (Sở Thú chứ không phải là vườn Bách Thảo!). Nơi đây chỉ phát thưởng cho những em học sinh có phần thưởng danh dự cho mỗi lớp mà thôi. Đó là một động lực lớn làm cho tôi cố gắng học. Và năm 1958, tôi học đệ Tam và đứng hạng danh dự với sáu lần xướng danh: Toán – Lý Hóa – Việt văn – Sử - Địa – và Vạn vật. Và giải thưởng của tôi được Tổng trưởng Giáo dục Trần Hữu Thế lúc bấy giờ cấp. Và em, vì là thành viên của ban văn nghệ Gia Long cho nên có mặt trong buổi lễ hôm đó.

Hãnh diện của tôi trong giờ phút lãnh giải cộng thêm niềm vui được khoe và "ngó" khi em trình diễn…

Ôi đẹp làm sao với tuổi học trò đầy mộng mơ và nhiều ước vọng tương lai!

Còn nhớ, trong ngày thi Tú Tài I Ban B (Toán) tại trường Bàn Cờ, thời gian thi là 3 giờ, nhưng chỉ hơn hai giờ là tôi làm xong bài. Nộp bài thi. Ra về ngó qua phòng thi của em, nhìn gường mặt bối rối qua làn mưa nhẹ rơi từ mái nhà trường làm cho hình ảnh em càng thê lương hơn.

Tôi bất lực. Và dĩ nhiên em thi rớt năm đó…

Rồi thời gian qua đi, qua đi…em cũng đậu Tú Tài II, học Kiến Trúc. Sau vì gia đình gặp khó khăn trong vấn đề thầu khoán của Ba em, em bỏ học, và bước vào đời trong công việc Tiếp viên Hàng không Air Việt Nam.

Chính em là người làm thủ tục giấy tờ cho tôi lên máy bay đi Pháp ở phi trường, bên cạnh "dấu ấn" thứ ba trong đời với tuổi 13 đang đứng cạnh tôi. (Em lúc nầy đã có chồng NGK, từng là TTK Bộ Giáo dục và nhiệm sở sau cùng là Giám đốc Hành chánh Hảng Bia Larue, Đường Hai Bà Trưng, Sài Gòn, đã mất tại Pháp)

Câu chuyện còn dài, mãi đến sau ngày 30/4/1975 ở Sài Gòn, Paris, Wesminster, CA cho đến ngày hôm nay, nhưng thiết nghĩ người kể chuyện … cần phải chấm dứt nơi đây, để "giữ yên" cho một câu chuyện "xưa" còn đẹp dù đã kéo dài từ năm 1957…

5- Dấu ấn thứ ba:

Tôi biết em từ lúc em mới vừa 9 tuổi trong khi đi nghĩ hè ở Nha Trang, vì tôi là bạn học với người anh lớn của em ở Petrus Ký. Câu chuyện bắt đầu từ lúc em "lên 9" tại số 4 Đường Trần Hưng Đạo, Nha Trang. Sau đó, chuyển qua 57 Bạch Đằng, Xóm Mới, Nha Trang. Rồi chuyển về 11 Gia Long, Sài Gòn. Để rồi viên mãn tại số **80 Rue Monge**, Paris 5ème Arrondissement, quán cơm sinh viên

của Việt Nam Cộng Hòa. Nơi đây, Tổng hội sinh viên Paris thời Nguyễn Xuân Nghĩa làm Chủ tịch. Đặc biệt trong buổi lễ có sự hiện diện của Ban AVT Vân Sơn đến chia vui...
Em là người đưa tiễn tôi lên phi trường Tân Sơn Nhứt để đi Pháp với chỉ một lời nhắn gửi:" **Anh Truyết qua Tây cố gắng học cho giỏi nghe!"**
Và kết cuộc, em là Mẹ của bốn đứa con của tôi.
Dù bây giờ chỉ là dĩ vãng, chỉ là quá khứ, nhưng trong tôi vẫn giữ những kỷ niệm đẹp. Chúng tôi chia tay nhau chỉ vì...vận nước (?!). *Chủ nghĩa và tự ái gia tộc đã xé tan gia đình chúng tôi.* **Thôi thì xem như cái DUYÊN đã hết!**

Phở Lập Mai Thanh Truyết

Quý bạn vừa đọc xong câu chuyện về thuở thiếu thời của một người con Việt. Cùng với nội dung của quyển sách **TÔI**.
Quý bạn có trong tay một phần tâm sự của tác giả qua các chủ đề như sau:
- Việt Nam trong tôi
- Những người con Việt
- Tôi nói với - cho tôi
- Có còn gì không?
- Phiêu diêu
- Và nói với tuổi trẻ

Hy vọng Quý bạn hình dung được cuộc hành trình dài 76 năm của một người trai đất Việt. Có một điều khẳng định là khi sống trong những ngày cuối đời còn lại, chàng trai ấy, dù **đang đi dần "vào bóng tối"** nhưng vẫn không ngừng nuôi hoài bão cho một ngày sẽ thực hiện được những công việc như ước nguyện trong bài thơ kể trên.

Trong suốt hơn 30 tranh đấu cho một Việt Nam Tự Do, những suy nghĩ của người việt đã để lại trong những tác phẩm sau đây:

- Thư Cho Con từ Tập 13 đến 32 (xuất bản năm 2019) viết chung với Giáo Già Trần Minh Xuân;
- Câu Chuyện Da Cam/Dioxin Việt Nam;
- Từ Bauxite Đến Uranium: Tiến trình Hán hóa của Trung Cộng;
- Những Vấn Đề Môi Trường Việt Nam;
- Tâm Tình Người Con Việt;
- Việt Nam Tương Lai: Những Việc Cần Phải Làm, Tập I và II;
- Lối Thoát Nào Cho Việt Nam;
- Lối Thoát Cho Việt Nam.

Một ngày ta sẽ về
Cùng xây lại làng quê
Dựng nền móng dân tộc
Một Việt Nam ngạo nghễ

Phở Lập Mai Thanh Truyết
Houston, Texas Ngày 1-1-2019

Tâm Nguyện (tt.)

1- Nói với Ba tôi:

Ba tôi mất ngày mùng 4 tháng 10 năm Bính Ngọ (1966). Một trong những tội bất hiếu của người con là khi Cha chết không về bái lạy. Thưa Ba, con xin tạ tôi với Ba vì lúc đó con còn mãi mê lập thân nơi trời Tây và không có điều kiện về chịu tang Ba. Ba, một người Cha, trong suốt những ngày con xa xứ cho đến khi nhắm mắt, cặm cụi viết thư cho con mỗi buổi sáng thứ năm để, ngày thứ bảy mang ra bưu điện gửi qua Pháp cho kịp chuyến bay Air France và để cho con nhận được thư ngày thứ hai. Đó là Ba tôi.

Ba tôi là một người thầy giáo, rất hiền. Có rất nhiều đức tánh của Ba tôi mà cho đến bây giờ tôi vẫn chưa học được hết. Đó là:

- **Đức tha thứ**: Thưa Ba,

  Ba đã không giận mà còn nhắc nhở chúng tôi là phải tha thứ những người xử tử Ba tôi (nhưng Ba tôi không chết), do những người đang là tá điền của Ba, vì bị mê hoặc và nghe theo tiếng gọi của "Ma vương" cho nên họ cần được tha thứ. Cuộc xử tử diễn ra trước mắt tôi, lúc đó chưa đầy 3 tuổi mà hình ảnh vẫn còn ghi đậm trong tôi. Ba tôi cũng tha thứ cho Cô Út của tôi vì không nghe lời mà đi tập kết theo chồng năm 1955. Điều thứ tha sau nầy, tôi không thẩm thấu được, vì khi gặp mặt Cô sau 1975, tôi dứt khoát không tiếp Cô ở nhà, dù Cô và chồng có một vị trí không nhỏ trong chế độ mới. (Tôi biết được vì Cô và chồng, chiếm một nhà ở đường Tú Xương, gần nhà của ông Võ Văn Kiệt).

- **Tính nhường nhịn và thương yêu nhau**: Ba dạy anh em phải nhường nhịn nhau, đùm bọc nhau mà vượt qua những khó khăn của cuộc đời. Nhờ thế mà cho đến ngày hôm nay, sau những can qua của đất nước, anh chị em tôi vẫn còn giữ được tình huynh đệ giúp đỡ nhau dù cho kẻ Đông người Tây. Trong anh chị em tôi, không có lòng ganh tị lẫn nhau vì sự thành công hay thất bại của mỗi thành viên trong gia đình. Con cám ơn Ba về sự dạy dỗ nầy.

- **Tính cương quyết và trì chí**: Ba tôi một khi đã quyết định làm một việc gì, nhứt định theo đuổi cho đến cùng mới thôi. Tôi còn phải học nhiều nơi Ba tôi nhứt là trong những ngày **cuối đời nầy để tin tưởng rằng tiến trình mang lại tự do và nhân quyền cho Việt Nam sẽ đạt được trong những năm sắp đến.**

- Và sau cùng tôi học được *đức tính hy sinh vô bờ bến* của Ba đối với con cái. Chính nhờ đức tính nầy cộng thêm sự may mắn, *tôi đã có những đứa con đang là những công dân lương thiện đang tiếp tục trả ơn cho sự cưu mang của đất nước Hoa Kỳ.*

Tóm lại, Ba tôi chỉ là một người dân bình thường trong xã hội Việt Nam, không quyền cao chức trọng, không là "một đại gia" để cho con cái có thể "se sua" và hưởng sự sung sướng với đời. Nhưng tôi hãnh diện vì tôi có **một người Cha trọn vẹn** để tôi được kính yêu, để tôi xem đó là kim chỉ nam để tự nhắc nhở mình, nhứt là *đức tính THA THỨ*.

2- **Nói với Má tôi**:

Má tôi mất ngày mùng 6 tháng 9 năm Tân Dậu (1981). Mặc dù biết chắc Má tôi sẽ mất trong vài ngày sắp tới, vì các bạn Bác sĩ của tôi đã khám và cho biết như trên. Tôi cũng đã họp anh chị em trong nhà để báo tin và cùng nhau chuẩn bị đóng góp tiền bạc hầu lo việc ma chay cho Má. Nhưng thêm một lần nữa, tôi đã không về kịp để nhìn tận mặt Mẹ lần cuối. *Lại thêm một tội bất hiếu nữa của tôi.* Tội bất hiếu nầy tôi không thể tha thứ cho tôi được, vì lúc đó, tôi còn "mãi mê" lo xây dựng đất nước mà chấp nhận đi lên Biên Hòa nói chuyện với một phái đoàn kỹ thuật từ Bắc vào về đồ án xây cất một nhà máy bột ngọt tại Hố Nai 4.

Trở lại với Má tôi, một người Mẹ chơn chất và đôn hậu. Trong suốt đời tôi *chưa hề nghe hoặc thấy Má tôi la rầy hay biểu lộ một nỗi bất bình nào*. Nhiều khi tôi bất mãn với Má khi chính mắt nhìn thấy được sự hỗn hào và vô phép của các cô, em ruột của Ba tôi, mắng nhiếc Má một cách vô lý và bất công. Rất nhiều khi tôi bực mình hỏi thẳng Má tại sao Má không trả lời. Má chỉ ôn tồn nói rằng: "**Kệ thây nó con!**". Chữ "kệ thây" cho đến bây giờ vẫn còn là một công án cho con chiêm nghiệm đó Má.

Mãi cho đến bây giờ (viết sáng 1/1/2019), tôi vẫn còn ân hận, từ Pháp về năm 1973, mãi lo" tương lai" mà hầu như quên hẳn một Bà Mẹ già vắng con 10 năm; nhưng khi con về…vẫn biền biệt nơi đâu mặc dù ở chung nhà! Thỉnh thoảng mới có những bữa cơm chung vội vã bên con!

Để rồi hôm nay, hằng đêm sám hối trước bàn thờ và cầu nguyện cho Ba Má mà lòng vẫn còn ray rứt và ân hận mãi!

Tuy nhiên, có một chuyện của Má tôi mà tôi muốn chia xẻ cùng bà con là, trong tính đôn hậu hằng hữu của Má tôi cũng có một **đức tính cương quyết** mà tôi chỉ thấy một lần trước khi Má mất. Số là, vào những ngày cuối đời, tôi thường ngồi nói chuyện với Má. Có một lần và là một lần duy nhứt, Má tôi tâm sự bên giường bịnh:

" **Không phải Má sợ chết đâu con, nhưng Má muốn sống để thấy "họ" chết, vì họ làm khổ bà con mình quá chừng đĩ**".
Lời nói mộc mạc của Má, con vẫn còn nghe văng vẳng đâu đây và cố gắng thực hiện lời chúc tương tự như lời chúc của người Do Thái chúc mừng nhau mỗi khi gặp mặt. Đó là **sang năm mới sẽ gặp nhau tại Sài Gòn**.

3- Nói với anh chị em tôi:
Tôi là đứa con áp út trong một gia đình 11 người, Vì thế tôi còn có tên là Út Lớn. Hiện tại tôi còn một anh ở Hoa Kỳ và hai người

còn ở Việt Nam. Các anh em tôi sống lương thiện bằng nghề chuyên môn của mình. Nhờ các đức tính Ba Má tôi để lại, *anh chị em chúng tôi sống tương đối đùm bọc nhau từ ngay những ngày "đại họa Bắc Việt" đầu tiên*. Và chính các anh chị tôi quyết định cho tôi bán nhà để lấy tiền đi vượt biên, dù lúc ấy ai cũng khó khăn, mà không đòi chia chát gì cả. Cũng cần nhắc lại, cũng chính anh chị tôi tom góp để gửi tiền nuôi tôi ăn học hàng tháng trong ba năm đầu tiên ở Pháp. **Xin cám ơn tấm lòng của các anh chị lo cho một đứa em trên bước đường công danh.**

4- Nói với các con tôi:

Ở tuổi nầy, Ba muốn viết một *vài lời đầu tiên và cuối cùng* về các con, hy vọng các con có điều kiện đọc. Ba có bốn đứa con. Tất cả bốn đứa đều được sinh ra trong tình trạng tốt, không bịnh tật bẩm sinh, có trí não bình thường và hiện đang có đời sống gia đình và chuyên môn ổn định trên đất tạm dung nầy. Tất cả đều do phước đức của ông bà, cha mẹ dành cho Ba và các con. Các con cần nên nhớ lấy. Các con có được ngày hôm nay là **nhờ ơn phước ông bà tổ tiên là chính, và sự cố gắng của các con chỉ là phụ thôi**. Các con đừng tự mãn và xem thường hay khi dễ những bạn bè trang lứa không làm được như mình. **Đức khiêm cung luôn luôn và bao giờ cũng là một đức tánh của một người có giáo dục**. Ba dặn các con như thế đó!

Trong tất cả bốn đứa, Ba chưa hề dạy bảo các con, chưa hề đánh đập các con cho dù là một cái tát nhẹ, cũng như Ba chưa bao giờ kèm cho các con một bài toán hay một câu văn. Có chăng là Ba chỉ dạy **Trường**, đứa con đầu đời của Ba là "*mỗi lần đi học về phải để giày cho ngay ngắn, chiếc mặt để bên tay mặt và chiếc trái, bên tay trái*". Chỉ có vậy thôi.

*Nếu nói đến việc dạy các con, Ba có thể nói rằng Ba dạy các con bằng chính con người của Ba, bằng chính sự bất toàn của Ba, bằng chính **sự đúng và không đúng** mà Ba đã làm suốt trong thời gian sống chung với nhau và các con đã thấy.*

Về kỷ niệm, Ba có rất nhiều kỷ niệm đáng ghi nhớ với các con, nhưng Ba chỉ nêu ra đây, trong nhiều hoàn cảnh khác nhau, mỗi đứa một hình ảnh đáng ghi nhớ.

- Đối với **Trường**, khi nhà mình còn ở Sacramento và Trường học lớp 8. Trong thời điểm thập niên 80, cuộc thi SAT có dành cho lớp tuổi nầy. Ba đã cho con đi thi về Toán. Con được điểm cao so với tuổi và được học bổng cho 6 tuần lễ học hè ở UC Berkeley. Nhưng vì lúc đó, Ba mới qua Mỹ, nhà còn nghèo và không có nhiều bạn bè quen, cho nên không thể gửi con đi học được. Kỷ niệm nầy Ba còn nhớ mãi.

- Với **Thảo**, một kỷ niệm khác ở Fresno, nói lên phản ứng và tánh khí của **một đứa con gái "cứng rắn và độc lập"**. Số là khi Ba chỉ vẽ cho anh và em của con cách thay nhớt xe. Ba bị Thảo hỏi một cách giận dữ:" Tại sao Ba không chỉ cho Thảo?" – "Vì con là con gái quá yếu không thể mở con ốc dưới lườn xe được". Sau cách giải thích đó của Ba, con mới dịu giọng và chấp nhận. (Thảo lúc đó mới 16 tuổi và chỉ cao 1,45 m mà thôi).

- Về **Thiện**, con giống Ba nhiều nhứt. Ra đường dù không giới thiệu ai cũng biết đó là con Ba. Trong nhà, con là đứa con chậm chạp nhứt nhà, nhưng lại là đứa con **"homme à tout faire"**. Con làm bất cứ việc gì trong nhà, từ trồng cây, sửa điện, gắn sprinkler, sửa xe, thậm chí lót sàn nhà nữa v.v… Con làm quá nhiều việc, và mỗi khi cần là "sai" con ngay cả khi con không còn ở chung. Một kỷ niệm Ba không quên khi Ba còn ở San Diego và con đang học ở UC Davis. Ba đang viết bài trên computer, bỗng nhiên các trang chữ nghĩa biến mất mà Ba không biết cách "retrieve" lại. Ba bèn kêu con, nhưng vì Ba không thể hiểu những lời giải thích cho nên, cuối cùng con phải chạy một đoạn đường dài 450 dặm về nhà để sửa và lấy bài viết lại cho Ba. Và làm sao Ba quên được những con tôm hùm con mang về cho Ba mỗi lần con dẫn sinh viên đi lặn để làm survey đáy biển ở San Diego. Tên con do Bà Nội đặt đó.

  - Còn đứa Út của Ba, **Triều**. Năm 1997, con ra trường trung học được "valedictorian". Ngay sau ngày dự lễ ra trường của con, Bà liền viết một bức thư niêm phong, đại ý nói là vào tháng 6 năm 2007, Ba tin "chắc" con sẽ có Ph. D. về khoa học. Và đúng tháng 6 năm 2007, Ba đã trao cho con lá thư trên cho con tại buổi lễ tốt nghiệp tại UC Santa Cruz. Hiện nay, con đã có 3 patents và trên 20 bài publications.

Ba hãnh diện về mấy đứa con của Ba dù hiện tại Ba sống …quá xa các con đi.

Các con thương yêu,

Những dị biệt về tánh khí, về suy nghĩ, về cung cách ứng xử với tha nhân và với đời, những bất đồng trong giao tiếp giữa Ba và Con, tất cả chỉ là hình tướng, không thể nào xóa được nguồn huyết thống đang luân lưu trong máu huyết, cũng như không thể nào bào mòn hay cắt đứt sợi dây tình cốt nhục của Ba và các con.

Các con đã trưởng thành, đã có gia đình riêng, và mỗi gia đình các con là một thành tố của xã hội. Sự thành đạt của các con chính là nhờ xã hội; vì vậy, *trả nợ xã hội đã cưu mang các con là một bổn phận, một trách nhiệm các con cần phải thi hành.* Một mai, khi Đất Nước thoát khỏi cơn hồng thủy, và để đền ơn Tổ tiên đã dày công dựng nước và giữ nước, các con có điều kiện thuận lợi hơn Ba trong quá khứ, *sống lương thiện và cố gắng mang lại phúc lợi cho xã hội tùy theo khả năng của mình.*

Ba chỉ mong cho các con *sống cho ra sống*, sống với cái **TÂM** và cái **TẦM**.

Tâm là một Tâm lành trong việc góp phần vào công cuộc xây dựng xã hội đã cưu mang cá nhân và gia đình mình.

Tầm là viễn kiến về một tương lai an bình cho dân tộc Việt trong tinh thần của một con dân trọng nước thương nòi.

Như vậy là các con đã làm Ba hãnh diện vì đã có những đứa con đúng là **con cái của Việt tộc**.

5- Nói với bạn bè tôi:

Có thể nói bạn bè tôi rất đông. Từ bạn học từ thời tiểu học, trung học, đại học, rồi bạn tranh đấu bên Pháp, bạn sau 30/4/75, bạn trong trại tị nạn, và sau cùng bạn trong thời gian sống tạm dung trên mãnh đất Hoa Kỳ nầy. Bạn đến rồi bạn đi vì "xa mặt cách lòng" cũng có. Bạn "đi" vì không cùng quan điểm, thậm chí không nhìn mặt nhau...cũng không thiếu. ***Tuy nhiên tôi vẫn hãnh diện vì cũng còn có rất nhiều bạn ở khắp mọi nơi ngay cả những người bạn vẫn còn trong vòng kiềm tỏa của cường quyền.***

Đối với bạn, tôi vẫn luôn luôn tôn trọng dù bạn đó đã xa tôi hay đã xem tôi như không cùng quan điểm nhứt là trong công cuộc chiến đấu mang lại tự do và nhân quyền cho Việt Nam tương lai.

Cho dù thế nào đi nữa, **tôi cũng vẫn trân quý những người bạn đã từng nhận là bạn của tôi một thời.**

Trên mặt trận ảo trên mạng internet, tôi không bao giờ trả lời những "lời lẽ" phê phán thiếu nghiêm chỉnh, phỉ báng vô lối hay không có căn cứ về tôi…chắc chắn sẽ có nhiều bài viết "chỉnh lại" từ những tác giả "ảo" có thể là bạn của tôi mà cũng có thể là một người công chính vì người nói về tôi hay liên quan đến tôi, nói không đúng sự thật hay sự thật bị bóp méo. Không phải một bài, mà còn có nhiều bài tiếp theo do những người "bạn" khác. Đó là điều tôi tôi tự an ủi cho chính mình và còn có thêm nghị lực để tiếp tục con đường tranh đấu hiện tại.

Xin mượn những dòng chữ trên đây **ghi nhận và cám ơn tất cả**

các bạn gần xa khắp nơi trên quả đất nầy.

6- Nói với những người Cộng sản Bắc Việt đang cầm quyền ở Việt Nam

Xin nói ngay là những dòng chữ sau đây không phải là lời nhắn gửi hay trao đổi với họ mà chính là **một vài suy nghĩ về họ trong cung cách quản lý toàn thể đất nước hơn 43 năm qua.**

Nhớ lại, trong những buổi hoàng hôn trước ngày 30/4/1975, tâm trạng một thanh niên trẻ, mang bầu nhiệt quyết hầu mong đóng góp một chút gì cho quê hương, đang bị dần co bởi ý tưởng **ĐI** hay **Ở**. Sau cùng quyết định ở lại đã chiến thắng, xóa đi nỗi khắc khoải của nội tâm vì một suy nghĩ rất "lãng mạn" rằng:" ***Cho dù CS Bắc Việt có chiếm miền Nam đi nữa, mình cũng có thể đối thoại được với họ, vì cùng chung chủng tộc và cùng một ngôn ngữ"***. Nhưng tôi đã lầm, cũng như nhiều người đã lầm, vì họ và tôi không nói cùng một tiếng nói mặc dù cùng phát âm tiếng Việt. Trước bế tắc của cuộc sống và tương lai con cái, phải đành *liều chết vượt biên* mà thôi. Không còn một giải pháp nào khác.

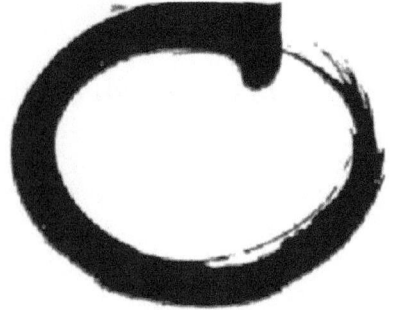

Trong suốt hơn 30 năm thực sự dấn thân vào con đường tranh đấu dù dưới danh nghĩa cá nhân hay thành viên của Hội Khoa học & Kỹ thuật Việt Nam (VAST) hay dưới danh nghĩa Đại Việt, hay Nhóm Chống Tàu Diệt Việt Cộng, hay Hội Bảo Vệ Môi Trường Việt Nam, qua trên 20 cuốn sách viết riêng như GS Trần Minh Xuân, TS hay viết chung với các bạn Phan Văn Song, tôi đã trang trải trong đó, nỗi lòng của người con Việt, nói lên những vấn nạn môi trường do sự phát triển không ứng hợp với chiều hướng toàn cầu hóa và bảo vệ môi trường cùng những chính sách y tế, giáo dục hoàn toàn đi ngược lại trào lưu tiến bộ của văn minh thế giới.

Từ đó, đưa đến tệ trạng là Đất và Nước ngày hôm nay đang đứng bên bờ vực thẳm về phát triển, chưa nói đến vấn nạn làm "nô lệ" cho Trung cộng qua các thỏa hiệp ngầm giữa hai đảng cộng sản Việt và Trung. Hiện nay, trên thực tế và dưới sự quản lý của đảng

cộng sản Bắc Việt, Việt Nam vô hình chung đã là một tỉnh phía Nam của Trung Cộng từ lâu rồi!

Ngày hôm nay, nhân danh cá nhân của một người con Việt, nếu còn lại một chút **nhứt điểm lương tâm**, những người CS Bắc Việt hãy trở về với dân tộc đúng nghĩa thật sự.

Tài sản và quyền lực chỉ là phù du!
Hãy can đảm vứt bỏ VÔ MINH trong tâm khảm để trở về với dân tộc đúng nghĩa.
Một khi nhắm mắt và ngừng hơi thở, tất cả sẽ trở về cát bụi mà thôi!

7- Nói với chính tôi:

Kể từ khi có mặt trên cõi ta bà nầy 76 năm, *tôi bằng lòng với những gì tôi "được" và những gì tôi "mất"*. Hiện tại, sau gần 6 tháng "giã từ vũ khí", ngồi chiêm nghiệm lại những gì đã làm trong quá khứ, tôi có làm nhiều điều đúng và cũng có nhiều điều sai; **điều đúng làm tôi vui và mỗi điều sai là thêm một bài học mới cho tôi**. Trong suy nghĩ ấy, tôi xin cám ơn Trời Phật đã ban cho tôi **tánh biết nghe và biết phục thiện**.

"**Cuộc sống vốn đã bất toàn**", lời của Cố GS Nguyễn Văn Trường thường nhắc nhở tôi trong thời gian từ khi tôi quen anh cho đến hôm nay. *Và đó vẫn là một "công án" tôi luôn luôn áp dụng mỗi khi giáp mặt với những khó khăn hay phiền muộn trong đời*. Nhờ vậy mà tâm hồn tôi có được **an nhiên tự tại** sau mỗi lần bị trắc trở. Cám ơn người anh lúc nào cũng là cái thắng của con ngựa bất kham nầy.

Thiết nghĩ từ khi mới sanh ra đời, con người vốn bị bao quanh bởi Vô Minh, lớn lên cũng phải sống trong Vô Minh. Nhưng những hình thức vô minh bên ngoài khiến cho ta dễ nhận định và cải sửa; còn chính cái **vô minh trong tâm** mới thực sự làm tăng trưởng **lòng sân hận trong chính ta**.

Nhận thức được Vô Minh "nội tại" để hạn chế bớt Sân hận, hạn chế bớt cái NGÃ trong Tâm. Từ đó, mới có thể tiến tới giai đoạn *VÔ CHẤP – VÔ TRỤ*.

Một khi đã vô chấp, ba quỷ dữ trong tâm là **Tham, Sân, Si** sẽ không còn cơ hội để phát triển nữa. Từ đó ta có thể trở về gần với **tánh Không**.

Nhưng trong kinh Bảo Đàn của Lục Tổ Huệ Năng có viết:" Chớ nghe ta nói KHÔNG mà liền chấp KHÔNG. Nếu để TÂM trống KHÔNG mà ngồi yên lặng, tức là chấp cái **VÔ KÝ KHÔNG**, *tức* là tánh không tưởng nhớ gì cả. Đó là cái tánh nửa chừng, nó không nhớ và không phân biệt gì cả".

Tôi chiêm nghiệm rằng, **an nhiên tự tại là trực diện với Vô minh, cộng thêm những bất toàn mà mình phải chịu để từ đó được tôi luyện và thạch hóa tánh Không.**
Tôi đang đi vào con đường Đoạn Ái để  tiến tới tánh Không, chẳng chấp mà chẳng bỏ, cũng không nhiễm vương, không dính níu, lòng như trống không để tiến bước vào MA HA trong Bát Nhã Ba La Mật Đa Tâm Kinh.

8- Lời kết cho "TÔI"

Xin thưa cùng tất cả bạn đọc và bè bạn khắp nơi.
Mỗi ngày được thấy ánh mặt trời: một ân sủng và là một ân sủng to lớn. Dùng thời gian của tuổi 70 buổi xế chiều để ghi lại 'tôi nói với tôi' vì vậy, đối với tôi là một sự việc trọng đại của một người. Đừng phung phí thời gian, theo cách sống của người khác. Hãy biết trở về chính mình. **Biết mình.** Biết nghe cái tâm trong sáng của mình. Biết bắt gặp và sử dụng trực giác. *Cuốn sách nầy không phải là một hồi ký, mà chỉ là tiếng nói của một người con Việt, cuốn sách TÔI nầy là* **cuốn sách cuối cùng** trang trải về những ưu tư về đất nước thân yêu của chúng ta, một Đất Nước trong suốt chiều dài lịch sử từ khi lập quốc cho đến ngày nay đã phải chịu nhiều oan nghiệt trầm luân, Nhưng tiếc thay, những oan nghiệt trong quá khứ đã đến từ một chủng tộc khác dòng, khác giống; **còn nỗi oan nghiệt dân tộc phải chịu ngày hôm nay phát xuất từ một nhà cầm quyền mang cùng một màu da, nói cùng một thứ tiếng của một dòng Việt tộc.**
Đã cùng là một dòng Việt tộc mà cung cách hành xử còn tồi tệ hơn thời Pháp thuộc và thời Bắc thuộc thưở xa xưa.

Đó chính là nỗi oan khiên nghiệt ngã khôn cùng của Đất Nước. Nỗi oan khiên mà chúng ta mong mỏi từng ngày được giải thoát khỏi vận mệnh Đất Mẹ.

TS **Yoshiharu Tsuboi**, người Nhựt đã trình luận án tiến sĩ năm 1982 tại Paris với đề tài:" ***Nước Đại Nam đối diện với Pháp và Trung Hoa 1847-1885***"
 trong đó ông đưa ra một suy nghĩ tương đối mới khi nhận định về **nguyên nhân mất nước về tay người Pháp không phải vì vua Tự Đức bế quan toả cảng, mà chính vì <u>vua, quan, và dân bị phân liệt thời bấy giờ, do đó, không thể nào tạo được sự kết đoàn để chống giặc được</u>**.
Và ngày nay, trong một tuyên bố gần đây về hiểm họa Hán hóa, ông đã đưa ra nhận định là: "***Cần phải tạo ra thật nhiều con người** biết sống trong sạch*. Chính họ là sức mạnh cho đất nước Việt Nam".
"Trong" trong *TÂM* và "Sạch" trong *HÀNH ĐỘNG*.

Làm được hai điều nầy, chắc chắn Việt Nam sẽ thoát khỏi cơn hồng thủy phương Bắc trong một tương lai rất gần.

Phổ Lập Mai Thanh Truyết

Rồi có một ngày ...

         Rồi có một ngày tôi sẽ về
         Về theo tiếng gọi của con đê
         Về theo tiếng réo mùa nước lũ
         Cửu Long Giang cuồn cuộn tràn trề

Rồi có một ngày tôi sẽ đi
Đi theo tiếng gọi chí nam nhi
Đi theo bước tiến tiền nhân cũ
Xóa tan một chế độ cuồng si

         Rồi có một ngày tôi sẽ mang
         Trên lưng vỏn vẹn mỗi hành trang
         Đong đầy ước vọng tình sông núi
         Trong ta hồn nước vẫn tuôn tràn

Việt Nam ơi! Quê hương réo gọi
Những người con Việt hẹn nhau về
Chung vai vá lại dư đồ rách
Cùng nhau xây đắp mảnh Tình Quê

              – *mntt* –

Tôi – Phổ Lập Mai Thanh Truyết

Phổ Lập Mai Thanh Truyết
Viết xong sáng ngày 1-1-2019
Houston, TX - USA
Tel. 713-363-4456
envirovn@gmail.com

Mai Thanh Truyết

Học vấn
· Tiến sĩ Hóa Học, Đại học Besancon, Pháp.

Chức vụ ở Việt Nam trước năm 1975:
· Giảng sư Trưởng ban Hóa học, Đại học Sư phạm Sài Gòn, Việt Nam.
· Giám đốc Học vụ Viện Đại học Cao Đài, Tây Ninh, Việt Nam.

Chức vụ ở Hoa Kỳ 1983 - 2012
· Nghiên cứu Hậu Đại học (Research Associate & Post Doctorate) cho Viện Y tế Quốc gia (NIH) của Đại Học Y Khoa Minnesota.
· Giảng sư Hóa học Đại cương tại King College, Fresno, CA.
· Giám đốc Phòng thí nghiệm và Thanh lọc Phế thải rắn tại **Chemical Waste Management**, Kettleman City, CA.
· Giám đốc nhà máy thanh lọc nước thải (Leachate Treatment Plant) tại **BKK Corporation**, West Covina, CA.
· Giám đốc Kiểm soát An toàn và Phẩm Chất (QA/QC) tại **Weck Laboratories Inc.**, Industry City, CA.
· Giám đốc Kỹ thuật, **EnvironmenD Consultant Services**, LA.

Công tác Hội đoàn:
· 1990 – Hiện tại - Chủ tịch Hội Đồng Quản Trị **Hội Khoa học & Kỹ thuật Việt Nam tại Hoa kỳ** (VAST)
· 2010 – Hiện tại - Điều hành Nhóm **Chống Tàu Diệt Việt Cộng**
· 2016 – Hiện tại - Chủ tịch Hội **Bảo vệ Môi trường Việt Nam**

www.ingramcontent.com/pod-product-compliance
Lightning Source LLC
Chambersburg PA
CBHW020053020526
44112CB00031B/66